# மானிடவியல் கோட்பாடுகள்

இரண்டாம் பதிப்பு

பக்தவத்சல பாரதி

அடையாளம்

முதல் பதிப்பு 2005
இரண்டாம் பதிப்பு: அடையாளம் 2012
நான்காவது மீளச்சு 2023

© பக்தவத்சல பாரதி

வெளியீடு: அடையாளம், 1205/1 கருப்பூர் சாலை, புத்தாநத்தம் 621310, திருச்சி மாவட்டம், இந்தியா. தொலைபேசி: 04332 273444

நூல் வடிவம்: த பாபிரஸ், அச்சாக்கம்: அடையாளம் பிரஸ், இந்தியா

ISBN 978 81 7720 189 5

விலை: ₹ 520

Maanitaviyal kotpaadukal, Theories of Anthropology in Tamil by Bhakthavatsala Bharathi, Published by Adaiyaalam, 1205/1 Karupur Road, Puthanatham 621310, Thiruchi District, TamilNadu, India, email: info@adaiyaalam.net

சமூக வரலாறு
நாட்டார் வழக்காற்றியல்
அடித்தள மக்கள் ஆய்வுகள்
ஆகிய துறைகளில்
மிகச் சிறந்த
முன்னோடிப் பங்களிப்பை
வழங்கியுள்ள அறிஞர்
பேராசிரியர் ஆ. சிவசுப்பிரமணியன்
அவர்களுக்கு

# பொருளடக்கம்

|  | முன்னுரை | vii |
|---|---|---|
| 1 | மானிடவியல் சிந்தனையின் வரலாறு | 1 |
| 2 | உயிரினங்களின் தோற்றம் | 13 |
| 3 | பண்பாட்டுப் படிமலர்ச்சி | 25 |
| 4 | பண்பாட்டுப் பரவல் | 54 |
| 5 | நாகரிகத்தின் தோற்றம் | 66 |
| 6 | தாய்வழிச் சமூகம் | 80 |
| 7 | குடும்பத்தின் தோற்றம் | 97 |
| 8 | தகாப்புணர்ச்சி | 105 |
| 9 | சமூக அமைப்பு | 118 |
| 10 | திருமண முறைகள் | 125 |
| 11 | பண்பாட்டுக் கோலங்கள் | 150 |
| 12 | செயற்பாட்டியம் | 179 |
| 13 | அமைப்பியம் | 211 |
| 14 | எதிர் அமைப்பியம் | 233 |
| 15 | மந்திரம் | 265 |
| 16 | சமயத்தின் தோற்றம் | 273 |
| 17 | சடங்குகள் | 295 |
| 18 | உற்பத்தி முறைகள் | 326 |
| 19 | ஆண், பெண் தொழிற்பகுப்பு | 339 |
| 20 | சாதியத்தின் தோற்றம் | 351 |
| 21 | சாதியம்: நவீன கோட்பாடுகள் | 360 |
| 22 | சமஸ்கிருதவயமாதலும் மாற்றுக் கோட்பாடுகளும் | 379 |

| | | |
|---|---|---|
| 23 | தனிமரபு - கூட்டுமரபு | 397 |
| 24 | பின்னை நவீனத்துவமும் பண்பாட்டை எழுதுதலும் | 418 |
| | குறிப்புகள் | 437 |
| | உசாத்துணை | 465 |
| | சுட்டி | 477 |

# முன்னுரை

*காலனியத்தின் குழந்தை மானிடவியல். இது உணர்வு சார்ந்த கூற்றல்ல; மூன்றாம் உலக நாட்டைச் சேர்ந்த மானிடவியலன் என்பதாலு மல்ல. இது வரலாற்றின் வரலாறாகும். உலக நாடுகளில் காலனியம் எங்கெல்லாம் ஏற்பட்டதோ அங்கெல்லாம் காலனிய நிர்வாகத்திற்கான தேவைகளைச் செய்ததன் மூலம் மானிடவியல் வளர முற்பட்டது. இத்தகைய இனவரைவியல் மையமிட்ட நாட்டாட்சி (Ethnographic State) முறையில் மானிடவியல் வளரத் தலைப்பட்டாலும், இது ஒரு முறையான பயில்துறையாக, கல்விப் புலமாக 19ஆம் நூற்றாண்டில் வடிவங்கொண்டது (இந்தியாவில் 1920களில்). இதன் பின்னர், அந்தந்த நாட்டுக்குரிய தனித்துவங்களை அறியும் அறிவுத்துறையாக மாற்றம் பெறத் தொடங்கியதால் நாளடைவில் (1930-40களில்) தனித்தனி நாட்டு மரபுகளாக (இந்திய மானிடவியல், ஆப்பிரிக்க மானிடவியல், சீன மானிடவியல், நார்விய மானிடவியல், ஜப்பானிய மானிடவியல், இன்னும் பிற) வடிவம் பெற்றன.*

***

**மானிடவியல் அணுகுமுறை.** *அறிவுத்துறைகளிலேயே கலை, அறிவியல் இரண்டையுங்கொண்ட ஒரு பரந்த பயில்துறையாக மானிடவியல் விரிந்து நிற்கிறது. இது மனித குலத்தைச் சமூக-பண்பாட்டு நிலையிலும், உயிரியல் நிலையிலும், கடந்த கால மக்களையும், சமகால மக்களையும் (அதாவது, எல்லாக் காலத்து மக்களையும் எல்லா இடங்களின் மக்களை யும்) ஆராயும் பரந்து விரிந்த இலக்குடையதாக உள்ளது. இந்நான்கு பரிமாண அணுகுமுறையே (four-field approach: கடந்தகாலம், சமகாலம், பண்பாடு, உயிரியல் நிலைகளில் அறியும் முறை) 'மானிடவியல் அணுகுமுறை' எனப்படும். இவ்வணுகுமுறை முழுதளாவிய புரிதலுக்கு வழிவகுப்பதால் இது 'முழுமை அணுகுமுறை' (holistic approach) என்றும் கூறப்படும்.*

*மேற்கூறிய போக்கில் நோக்கும்போது 'மானிடவியல் அணுகுமுறை' என்பது ஒரு பரந்த பொதுச் சுட்டுகை மட்டுமே. இதன்கீழ் எண்ணற்ற அணுகுமுறைகள் உள்ளன. படிமலர்ச்சி அணுகுமுறை தொடங்கி*

பரவலியம், பண்பாட்டியம், செயற்பாட்டியம், அமைப்பியம், எதிர் அமைப்பியம், சூழலியம், குறியீட்டியம், வினைபுரிதலியம் (interactionism), பெண்ணியம், விளிம்பு நிலை ஆய்வுகள், இன்னும் பிற நிலைகளில் வளர்ந்து பின்னை நவீனத்துவம் வரை இதன் அணுகுமுறைகள் வளர்ந் துள்ளன. ஒவ்வொரு அணுகுமுறையிலும் பல சிந்தனைக் குழுவினரின் கோட்பாடுகளும் நோக்குகளும் உள்ளன. இவை யாவற்றையும் ஒரு குடைக்குள் அடக்கும் பிரபஞ்சப் பார்வையுடையதே 'மானிடவியல் அணுகுமுறை' என்னும் சொல்லாட்சியாகும்.

***

**கோட்பாட்டியல் வளர்ச்சி.** மானிடவியலில் கோட்பாட்டியல் வளர்ச்சி யானது ஐரோப்பாவின் கண்டுபிடிப்பு, காலனியவாதம், தத்துவம், பௌதிக - இயற்கை அறிவியல்களின் தாக்கம் இவற்றோடு தொடங்கியது. நீண்டகாலம் நடைபெற்ற தத்துவச் சொல்லாடல் இறுதியில் அனுபவ வாதத்திலும் நேர்க்காட்சிவாதத்திலும் முடிந்தது. பௌதிக அறிவியல்கள் காரண - காரியப் பொருள்கோடலுக்கு வழிகோலின. இயற்கை அறிவியல்களின் தாக்கத்தில் தார்வினியத்தின் செல்வாக்கு மானிடவியல் உள்ளிட்ட சமூக அறிவியல்களில் கணிசமானது.

மானிடவியல் ஆய்வுகள் தொடக்கத்தில் சிறிய அளவிலான சமூகங் களையும் தொழில்நுட்பத்தில் எளிமையான சமூகங்களையும் பற்றிய தாக இருந்தன. காரணம் மனித சமூகத்தில் 'இன்றியமையாத' (essential) அல்லது 'தொடக்க வடிவங்கள்' (elementary forms) யாவை என்பதை அறிவதற்காகும். இது ஒருபுறம் தொடர, எளிய வடிவங்களுக்கடுத்து, கூட்டு வடிவங்களை (complex forms) ஆய்வுக்குட்படுத்துவது மேற் கொள்ளப்பட்டது. இதனால் பழங்குடிகளையும், மேற்கத்தியரல்லாத ஊரகச் சமூகங்களையும் படிக்கும் துறை என்ற இதற்கு முந்தைய நிலைப்பாடு மாற்றம் பெறத் தொடங்கியது. அதன் பின்னர் தொழில் துறை சார்ந்த நகரச் சமூகங்களும் நகரச் சேரிகளும் மானிடவியல் பயில்துறையில் முக்கியத்துவம் பெற்றன.

மேற்கூறிய பரிமாணங்களுடன் வளர்ச்சி பெற்ற மானிடவியலின் கற்கை நெறியில் சமயம், தத்துவம், பௌதிகம், இயற்கை அறிவியல்கள் ஆகிய துறைகளின் ஆய்வுப் போக்குகள் தாக்கத்தைச் செலுத்தின. என்றாலும், மானிடவியலானது மனிதநேய அணுகுமுறையுடன் (அனைத்துப் பண்பாடுகளும் சமத் தகுதி கொண்டவை; அனைத்து இனத்தவர்களும் சமமானவர்கள் என்ற அங்கீகாரம்) ஆராயும் தனித் தன்மையை முன்னிலைப்படுத்தியது. இதனாலேயே இது 'மனித குலம் பற்றிய அறிவியல்' என்னும் தகுதியை ஏற்படுத்திக்கொணடது.

மானிடவியலானது மனித குலத்தை நான்கு பரிமாணங்களுடன் (கடந்த காலம், நிகழ் காலம், உயிரியல் நிலை, சமூக-பண்பாட்டு நிலை) எல்லா இடத்து மக்களையும் எல்லாக் காலத்து மக்களையும் அறியும் இலக்கைக் கொண்டதால் அதன் கோட்பாட்டியல் வளர்ச்சியில் பண்பாட்டிடை நோக்கிலான (cross-cultural) பரந்த அளவில் ஒப்பீட்டு முறையை முதன்மைப்படுத்திக்கொண்டது. மேலும், மக்கள் வாழுமிடங்களைச் சோதனைக் கூடமாகக்கொண்டதே இதன் தனித் தன்மையாகவும் மூலாதாரமாகவும் அமைந்தது. களப்பணியே இதன் உயிர் மூச்சு. மக்களுடன் நீண்ட காலம் ஒன்றி வாழ்ந்து, ஓர்ந்து, எழுதுதல் இதன் ஆத்ம பலமாக அமைந்தது. தனித்த பண்பாடுகளை மக்களின் அகவயப் (emic) பார்வையில் அடர் வரைவியலுடன் (thick description) செழுமையான வண்ணணையோடு எழுதுதல் இனவரைவியலாகவும் (ethnography), தொடர்புடைய இனவரைவியல்களைப் புறவய (etic) நோக்கில் ஒப்பிட்டுக் கொள்கையாக்கம் செய்வது இன ஒப்பாய்வியலாகவும் (ethnology) அறிவது மானிடவியலின் கோட்பாட்டாக்கப் போக்குகளில் காணப்படும் இருநிலைகளாகும். இத்தகு நிலையில் சமூகம்-பண்பாடு பற்றிய புரிதல் உலகந்தழுவிய நிலையில் மேம்பட்டுள்ளது.

***

**தமிழில் மானிடவியல்.** தமிழகத்தில் மானிடவியல், தமிழில் மானிடவியல் இரண்டுமே பெரிதும் விரிவுபெறாதவை. எனினும் இன்று மானிடவியல் பற்றிய புரிந்துணர்வு இங்கு மெல்ல வளர்ந்து வருகிறது. (ஆனால் மேலை மானிடவியலர்கள் தமிழகத்தில் குறிப்பிடத்தக்க ஆய்வுகளைச் செய்துள்ளனர்). தமிழ்ப் புலமை மரபில் தொடக்கத்தில் தமிழியல் / நாட்டாரியல் புலத்திலிருந்து சிலர் நல்ல ஆக்கங்களைச் செய்துள்ளனர். நா. வானமாமலை தொடங்கி கா. சிவத்தம்பி, ஆ. சிவசுப்பிரமணியன், தே. லூர்து, ம. வேலுசாமி, சரசுவதி வேணுகோபால், க. கிருட்டிணசாமி, இ. முத்தையா, க. பஞ்சாங்கம் ஊடாக இத்துறையின் சில விடயங்கள் தேவைக்கேற்ப அறிமுகப்படுத்தப்பட்டுள்ளன. இவர்களின் மாணவர்களும் வேறு சிலரும் அதனைத் தொடர்ந்து விரிவுபடுத்தி வருகின்றனர்.

பேரா. லூர்து முயற்சியால் பாளையங்கோட்டை தூய சவேரியார் கல்லூரியின் நாட்டார் வழக்காற்றியல் மையம் வெளியிட்ட *லெவிஸ்ட்ராஸ் சிறப்பிதழ், மானிடவியல் சிறப்பிதழ்*, கா. சிவதம்பியின் *யாழ்ப்பாணம்* உள்ளிட்ட எழுத்துக்கள், ஆ. சிவசுப்பிரமணியனின் *மந்திரமும் சடங்குகளும்*, ஆ. தனஞ்செயனின் *குலக்குறியியலும் மீனவர் வழக்காறுகளும்* போன்ற நூல்களையும் இத்தகைய நிலைக்குச் சான்றாகக்

காட்டலாம். ரூத் பெனிடிக் எழுதிய Patterns of Culture நூலை *பண்பாட்டுக் கோலங்கள்* என்னும் தலைப்பில் கி.பூ. சுப்பிரமணியன் மொழி பெயர்த்துள்ளார். அருட்தந்தை பிரான்சிஸ் ஜெயபதி, சே. ச. அவர்களின் முயற்சியால் சி. ஜெ. ஃபுல்லர் எழுதிய *Servants of the Goddess* நூலை *தேவியின் திருப்பணியாளர்கள்* என்னும் தலைப்பில் ச. நாகராஜபிள்ளை மொழிபெயர்த்தார். பெண்ணிய மானிடவியலர் எலிசபெத் ஃபிஷர் எழுதிய Women's Creation என்னும் நூலை க. பஞ்சாங்கம் *பெண்ணெனும் படைப்பு* என்னும் தலைப்பில் மொழிபெயர்த்துள்ளார். எட்கர் தர்ஸ்டன் நூல் வரிசைகளைக் க. ரத்னம் மொழிபெயர்த்துள்ளார். வெரியர் எல்வின் எழுதிய *உலகம் குழந்தையாக இருந்தபோது, எல்வின் கண்ட பழங்குடி மக்கள்* ஆகிய இரு நூல்களும் கே. எஸ். சிங்கின் *பிர்சா முண்டா,* ஐராவதி கார்வேயின் *யுகாந்தா* ஆகிய நூல்களும் தமிழில் மொழி பெயர்க்கப்பட்டுள்ளன. இந்நூல்களை மொழிபெயர்த்தவர்கள் அனைவரும் மானிடவியல் எழுத்துகள் தமிழில் பரவ வகை செய்துள்ளனர். இப்புலங்களைச் சேர்ந்த இன்னும் சிலர் தனிக் கட்டுரைகளாக எழுதியுள்ளனர். தமிழகத்தில் முழுநேர மானிடவியலர் களின் தமிழ்ப் பங்களிப்பென்பது இவர்களின் ஆக்கங்களுக்குப் பின்னர் அண்மைக் காலத்தியதாகவே அமைந்தது. இலங்கையில் கணநாத் ஒபயசேகர அவர்களின் புலமை மரபை அவருடைய மாணவர் யாழ்ப்பாணப் பல்கலைக்கழகப் பேராசிரியர் கலாநிதி என். சண்முகலிங்கன் அவர்களும், அவரது மாணவர்களும், இன்னும் பிறரும் செய்துவருகின்றனர்.

***

**தமிழர் மானிடவியல்.** தமிழ்ச் சூழலில் மானிடவியலின் பயன்பாடுகளை எண்ணற்ற தளங்களில் கொண்டு செல்ல வேண்டியுள்ளது. சமூக, பண்பாட்டுத் தளத்தில் செய்யப்படவேண்டிய ஆய்வுகளுக்கு இத்துறை யின் கோட்பாடுகள் விரிவான பயன்பாட்டுக்குரியவை. தமிழ்ச் சமூகத்தில் சாதி, சாதியம், சமூக அசைவியக்கம் தொடங்கி நவீனப் பன்னாட்டுப் புலப்பெயர்வு (diaspora) வரை ஆய்வுக் களங்கள் விரிந்து கிடக்கின்றன. இன்னொரு புறத்தில் இலக்கியத் தளத்தில் 'இலக்கிய மானிடவியல்' என்னும் பிரிவு வளர்த்தெடுக்கப்பட வேண்டிய ஒன்றாகும். சங்க இலக்கியப் பாடல்கள் தமிழ்ச் சமூகத்தின் பன்முகப்பட்ட வேறுபாடுகளை உணர்த்தி நிற்கின்றன. தழையாடையைப் பரிசளிக்கும் ஆதி கூறு தொடங்கிச் சீறூர் மன்னன் → முதுகுடி மன்னர் → குறுநில மன்னர் → வேந்தர் ஊடாக அரசுருவாக்கம் நிகழ்ந்தது வரை பார்க்கும் போது அக்காலத்தியச் சமூக-பண்பாட்டு அசைவியக்கம் பழங்குடி

முறை தொடங்கி வேளாண் நாகரிகம் வரை பல படிநிலைகளில் வளர்ச்சி பெற்று வந்துள்ளது. இப்படிநிலைகள் யாவும் நீண்டகாலம் தொடர்ந்து நிலைபெற்று வந்துள்ளன. இத்தகு சமூக-பண்பாட்டுப் படிமலர்ச்சி நிலைகளை வெவ்வேறு அணுகுமுறைகளில் ஆராய்வதற் குரிய பல்வேறு கோட்பாட்டுக் கருவிகளை மானிடவியலர்கள் உலகளாவிய பண்பாடுகளைத் தனித்த நிலையிலும் ஒப்பீட்டு நிலை யிலும் ஆராய்ந்து உருவாக்கியுள்ளனர்.

தமிழ்ப் பண்பாட்டின் அமைப்பொழுங்கானது அடிப்படையில் இரண்டு அம்சங்களைக் கொண்டதாகும். ஒன்று: அதனளவில் சார்பு டையது (culture dependent). மற்றொன்று, உலகளாவிய அமைப்பியல்பு களோடு பொருந்தக் கூடியது (culture independent) அதாவது, தமிழப் பண்பாட்டின் உருவத்தைத் தரக்கூடிய 'புறக்கூறுகள்' பண்பாடு சார்ந்தும், அவற்றின் 'அகக்கூறுகள்' உலகளாவிய அமைப்புகளோடு ஒத்திசைவு பெறுவதும் இதன் உட்பொருளாகும். உலகளாவிய அக வடிவத்திலிருந்து தனக்கான தனித்த உருவத்தை உண்டாக்கிக் கொள்ளும் புறவடிவத்திற்கான அசைவியக்கம் தமிழர் மானிடவியல் கோட்பாட்டாக்கத்தின் முதன்மைக் களமாகும். இவ்வாறாக, எல்லா நாட்டு மானிடவியல் மரபுகளையும் ஆராயும் முகமாகவே படிமலர்ச்சி அணுகுமுறை தொடங்கிப் பின்னை நவீனத்துவம் வரை பல கோட்பாட்டு அணுகுமுறைகள் ஏற்படுத்தப்பட்டுள்ளன.

***

**நூன் முகம்.** 'மானிடவியல் கோட்பாடுகள்' என்னும் இந்நூலில் மானிடவியல் பயில்துறையின் கலை-அறிவியல் இரண்டுங் கலந்த புலமைப் பரப்பு, அது உருவாக்கியுள்ள செல்நெறிகள், வாசிப்பு - மறுவாசிப்பு முறைகள், ஆய்வு நெறிமுறைகள், இன்று மேலாட்சி செலுத்தும் கருத்தியல் போக்குகள், இவற்றினூடான பலவகைப் பட்ட கருத்தாக்கங்கள், கோட்பாடுகள், சமகாலப் புலமைச் சூழலின் வேட்கைகள் ஆகியன கருத்தூன்றி அறியுமளவிற்கு அறிமுகப்படுத்தப் பட்டுள்ளன. பல்துறை இணைவுப் போக்குடைய இன்றைய தமிழ்ப் புலமை வீச்சில் கோட்பாடு மையமிட்ட உசாவல்கள் மேலும் செழுமைப்படுவதற்கு 'மானிடவியல் கோட்பாடுகள்' ஒரு புதிய திறவு கோலாக அமையும்.

இந்நூலில் கோட்பாடுகள் அவற்றின் நுட்ப திட்பங்களோடு அறிமுகப்படுத்தப்பட்டுள்ளன. பெரும்பாலான முதன்மை அணுகு முறைகள் இந்நூலில் இத்துறையாசிரியர்கள் தொடங்கித் துறைசாரா ஆர்வலர்கள் வரை அறியுமளவிற்குப் புரியும்படி எளிய தமிழில் எழுதப்

பெற்றிருக்கின்றன. கோட்பாடுகளை நன்கு புரிந்துகொள்ளுமளவிற்கு இயன்ற இடங்களிலெல்லாம் இந்திய, தமிழ்ச்சூழலுக்குரிய எடுத்துக் காட்டுகள் கொடுக்கப்பட்டுள்ளன. இது நம் பண்பாட்டு மரபி லிருந்தே மானிடவியலை அறியும் முயற்சியாக அமைகிறது. ஒவ்வோர் இயலின் இறுதியில் 'பின்னுரை' என்ற பகுதி இடம்பெறுகிறது. இப்பகுதியில் நம் சூழலில் பொருத்தி அறிய வேண்டியவை/ கவனஞ் செலுத்த வேண்டியவை விவாதிக்கப்பட்டுள்ளன. இவை, இந்நூலை வாசிப்போரையும் கோட்பாடுகளைப் பயன்படுத்த விழைவோரையும் கைபிடித்து அழைத்துப்போவதுபோல இருக்கும்.

இந்நூலில் 24 கோட்பாட்டு அணுகுமுறைகள் தனித்தனி இயல் களாக அமைக்கப்பட்டுள்ளன. ஒவ்வொரு அணுகுமுறைக்குள்ளும் பல கோட்பாடுகள் இடம்பெறுகின்றன. முழுவதையும் ஒருங்கிணைத்துப் பார்க்கும்போது ஏறக்குறைய 50 கோட்பாடுகள் இந்நூலில் அறிமுகப் படுத்தப்பட்டுள்ளன. தமிழ்ச் சூழலில் இவற்றின் தேவை, பொருத்தப் பாடு கருதி இவை சுருங்கியும் விரிந்தும் எழுதப் பெற்றுள்ளன.

தமிழில் மானிடவியல் துறையறிவைக் கோட்பாட்டுப் பின்புலத்தில் விரிவுபடுத்தும் இலக்குடையது இந்நூல். எனது முதல் நூலாகிய பண்பாட்டு மானிடவியல் இத்துறையைத் தமிழில் அறிமுகப் படுத்தியது. அடுத்து எழுதிய தமிழர் மானிடவியல், தமிழகப் பழங்குடிகள் தமிழ்ச் சமூகத்தின் சமூக-பண்பாட்டு முறைமையை நுட்பமாக ஆராய்ந்துள்ளது. இப்போது மானிடவியல் கோட்பாடுகள் வெளி வருகிறது. இத்துறையில் ஏற்பட்டுள்ள கோட்பாட்டு வளர்ச்சியை அறிவதற்கும் அதைத் தமிழ்ச் சூழலுக்குப் பொருத்தி ஆராய்வதற்கும் உதவும் வகையில் இந்நூல் எழுதப்பெற்றுள்ளது. ஒரு நீண்டகாலத் தேவை இதன் மூலம் நிறைவேறியுள்ளது.

***

**நினைவலைகள்.** தமிழில் எழுதும் ஒவ்வோர் ஆக்கமும் எனக்கு மனநிறைவைத் தருகிறது. தமிழில் எழுதப் பழகும் சூழல் ஏற்பட்ட இடம் தஞ்சைத் தமிழ்ப் பல்கலைக்கழகமாகும். முதுமுனைவர் வ.அய்.சுப்பிரமணியம் அவர்களை இத்தருணத்தில் நன்றியோடு எண்ணிப் பார்க்கிறேன். அங்குப் பணியாற்றிய ஐந்தரை ஆண்டுகள் தமிழில் தொடர்ந்து எழுதுவதற்கு வாய்ப்புக் கிடைத்த காலமாகும்.

புதுவைக்கு வந்தபின்னர் உயராய்வுத் துறையில் தொடர்ந்து முனைப்புடன் ஈடுபடும் வாய்ப்புக் கிடைத்தது. திராவிட மொழியியல் அறிஞர் பேரா. இரா. கோதண்டராமன் அவர்களுடன் பணியாற்றும்

வாய்ப்பு எனது தொடர்ச்சியான பங்களிப்புக்கான அடித்தளம் எனலாம். ‘ஆய்வு என்பது தவநிலை’ போன்றது என்பதை எங்களுக்குக் கற்றுக்கொடுத்தும், அதைச் செய்தும் காட்டியவர் அவர். இன்றும் தம் மொழியியல் ஆய்வைச் செம்மொழித் தமிழாய்வு மத்திய நிறுவனத்தில் பணியாற்றுவதன்மூலம் முனைப்புடன் செய்துவருகிறார். இந்நூலின் ஓர் இயலைப் படித்துப் பார்த்து அதைச் செழுமைப்படுத்தியுள்ளார். மேலும், சங்க இலக்கியங்களை மானிடவியல் அணுகுமுறையில் நோக்கவேண்டுமென என்னை ஊக்கப்படுத்தி வருகிறார். அதற்கான இலக்கியப் பயிற்சியை மேற்கொண்டு வருகிறேன். ‘இலக்கிய மானிடவியல்’ எனும் பயில்துறையை ஆழமாகவும் விரிவாகவும் வளர்த்தெடுக்க வேண்டுமென்ற ஆவலைத் தூண்டியவரும் பேராசிரியர் அவர்கள்தான். இலக்கிய மானிடவியல் எனும் நூலும் விரைவில் வெளிவர உள்ளது. அவருக்கு என் நெஞ்சார்ந்த நன்றியைத் தெரிவித்துக் கொள்கிறேன்.

யாழ்ப்பாணப் பல்கலைக்கழகத்தின் மேனாள் துணைவேந்தரும் சமூகவியல் பேராசிரியருமாகிய கலாநிதி என். சண்முகலிங்கன் அவர்கள் மானிடவியல் சார்ந்த புதிய ஆக்கங்களை இணைந்து செய்வ தற்கான ஆர்வத்தை ஊட்டி வருகிறார். அவருக்கும் இத்தருணத்தில் நன்றி பாராட்டுகிறேன்.

இந்நூலின் முதல் பதிப்பைச் சிறப்பாக வெளியிட்டுள்ள என் இனிய நண்பர் மகரந்தன் பாராட்டுக்குரியவர். இரண்டாம் பதிப்பைச் சிறந்த முறையில் வெளியிடும் அடையாளம் பதிப்புக்குழுவினர்; இந்நூலின் மெய்ப்புகளைத் திருத்திய புதுவைப் பல்கலைக்கழக முனைவர் பட்ட ஆய்வாளர் மு.செல்வக்குமார், சியாமளா கௌரி ஆகியோர்; இந்நூலுக்குரிய சுட்டியை என்னுடைய முனைவர் பட்ட ஆய்வாளர்கள் ச.சிறீகாந்தன் (யாழ்ப்பாணப் பல்கலைக்கழகச் சமூகவியல் துறை விரிவுரையாளர்), கே.சிவக்குமார் இருவரும் செய்துள்ளனர். இவர் களுக்கும் நன்றி பாராட்டுவது என் கடமை. என்னுடைய பணிகளை முனைப்புடன் செய்வதற்கு நல்ல குடும்பச் சூழலைப் பேணுபவர்கள் என் மனைவி இரா. விஜயா, மகள் ப. வைஷ்ணவி. இவர்களின்றி நானேது. ஆதலின் இவர்களுக்கு நன்றி சொல்வது தண்ணீரைவிட இரத்தம் திடமானது என்பதற்காக. இரத்தவழி பந்தம் எல்லாவற்றையும் கடந்தது.

*5 டிசம்பர் 2012*
புதுச்சேரி

பக்தவத்சல பாரதி
bharathianthro@gmail.com

# 1

# மானிடவியல் சிந்தனையின் வரலாறு

ஐரோப்பியர்கள் உலகின் எந்தெந்தப் பகுதிகளிலெல்லாம் பரவி வாழ்ந்தனரோ அங்கெல்லாம் மேலைத் தத்துவ மரபின் மூலம் கால் கொள்ளத் தொடங்கியது. இத்தத்துவ மரபின் அடிப்படையில்தான் அனைத்துச் சமுதாய அறிவியல்களும் தோன்றின. மானிடவியலும் மேலைத் தத்துவ மரபிலிருந்து கிளைத்து, இறுதியில் 19ஆம் நூற்றாண்டில் ஒரு தனித்த அறிவுத் துறையாக மாறியது.

தொடக்ககாலத் தத்துவவாதிகள் மனிதர்களையும் அவர்களின் சமூகங்களையும் அறிய முற்பட்டதிலிருந்து மனித இனம், சமூகம், பண்பாடு பற்றிய தேடலும் புரிதலும் தொடங்கிவிட்டன. இத்தேடலைத் தொடங்கி வைத்தவர் கி.மு. 624-547 காலகட்டத்தில் வாழ்ந்த தாலஸ் ஆவார். இவரையடுத்து செனோபேன்ஸ், ஹெரோடாட்டஸ், டெமோகிரிட்டஸ், புரோட்டோகோரஸ், சாக்கரட்டீஸ், பிளேட்டோ, அரிஸ்டாட்டில், எப்பிக்கூரஸ் என வளர்ந்து கி.மு. 150 வரை இந்தச் சிந்தனையாளர்களின் வரிசை நீண்டு வந்துள்ளது (இதற்கிணையான ஒரு தனித்த சிந்தனை மரபைத் தமிழர்களும் உருவாக்கியுள்ளனர் என்பதை இங்கு எண்ணிப் பார்க்கலாம்).

மேற்கூறிய மேலைத் தத்துவவாதிகள் அனைவரும் பல இடங்களுக்குப் பயணம் செய்து பல்வேறு மக்களினங்களை நேரில் கண்டனர். குறிப்பாக, ஹெரோடாட்டஸ் (கி.மு. 484-425) போக்குவரத்து வசதியில்லாத அக்காலத்தில் அவர் இருந்த இடத்திலிருந்து கிழக்கு மேற்காக 1700 மைல்களும், தெற்கு வடக்காக 1600 மைல்களும் பயணம் செய்தார் என்று வரலாற்றறிஞர்கள் கூறுகின்றனர். இதனாலேயே இவர் இனவியல், வரலாறு ஆகியவற்றின் தந்தையெனக் கூறப்படு கிறார். இவர் கண்ணுற்ற மக்களினங்களின் வாழ்க்கை முறை களைப் பற்றி விரிவாகப் பதிவு செய்தார். அதன் மூலம் மனிதகுல வரலாற்றினை மூன்று படிமலர்ச்சிக் கட்டங்களாகப் பிரித்தார். அவை: கடவுளின் சகாப்தம் (ages of god), வீரர்களின் சகாப்தம் (ages of heroes),

மனிதர்களின் சகாப்தம் (ages of men). பண்பாட்டின் சில தனித்த கூறுகள் பற்றியும் இவர் கண்டறிந்து எழுதினார். பேறுகாலத்தில் மனைவிபடும் துன்பங்கள் தனக்கும் உள்ளன என்று கணவன் பாவனை செய்துகொண்டு மனைவியுடன் முடங்கிக் கிடக்கும் couvade எனப்படும் 'பேறுகாலத் தனிமை' குறித்து முதன் முதலில் எழுதியவர் ஹெரோடாட்டஸ்தான். பேறுகாலத் தனிமையானது, தாய்வழிச் சமூகம் தந்தைவழிச் சமூக அமைப்பை நோக்கி நகர்ந்த காலகட்டத்தில் தனக்கான முக்கியத்துவத்தை ஆண் நிலைநிறுத்த ஏற்படுத்திய ஒரு பண்பாட்டுக் கூறு என்ற பின்னாளைய மானிடவியல் கோட்பாட்டாக்கத்திற்குத் தூண்டுகோலாக இத்தரவு இருந்தது (காண்க: இயல் 9).

ஹெரோடாட்டஸைத் தொடர்ந்து கி.மு. 150 காலத்தைச் சேர்ந்த எப்பிக்கூரஸ் வரையில் பலரும் மனித சமூகம் குறித்துச் சிந்தித்தனர். இத்தத்துவவாதிகளின் சிந்தனைப் போக்கு ஒருமித்ததாக இல்லை; பல தரத்தவை. 'கடவுளர்களே மண்ணில் மக்களாகப் பிறக்கின்றனர். எனினும் 'சமயம் மனிதனின் படைப்பு' என்ற செனோபேன்ஸ் கருத்து தொடங்கி, 'மக்கள் தொகைப் பெருக்கம் அதிகம் இருக்கக்கூடாது, நல்ல இனத்தவர்கள் மூலம் முன்மாதிரிச் சமூகம் அமைக்க வேண்டும்' என்ற பிளேட்டோ கருத்து ஊடாக 'மனிதன் பிறப்பிலேயே சமூக இயல்பு கொண்டவன்' என்ற அரிஸ்டாட்டில் கருத்துவரை இவர்களின் கருத்துகள் பலவாறாக இருந்தன.

இந்நீண்ட தொடக்ககாலத் தத்துவ மரபினரின் ஒரு முக்கியக் கருத்தை மட்டும் முன்னிலைப்படுத்த வேண்டுமென்றால் இவர்கள் அனைவரும் மக்களினங்களை நேரில் கண்ணுற்ற பின்னரே அவரவர் கருத்துகளைக் கூறினர். இவர்களின் இந்தப் 'புலன்வழி அறிய வேண்டும்' என்ற சிந்தனை பின்னாளைய அறிவொளிக் காலத் தத்துவவியலர்களால் positivism, empiricism எனக்கூடிய நேர்க்காட்சிவாதம், அனுபவவாதம் என மெய்மைப்படுத்தப்பட்டன. நிகழ்வுகளைக் கண்ணுற வேண்டும் என எண்ணினாலும் இவர்களின் கருத்துகள் அறிவெல்லைக்கு அப்பாற்பட்டதாக, கற்பித நிலையில் இருந்தன என்பதே இவர்களுக்கான விமர்சனமாகும்.

## கிறித்தவத்தின் தோற்றமும் தொடக்கக்காலத் தத்துவச் சிந்தனை முடங்கிப் போதலும்

கிரேக்க, ரோமானியப் பேரரசுகளின் வீழ்ச்சிக்குப் பின் மனிதனையும், மனித சமூகத்தையும் பற்றிய சிந்தனைப் போக்கு பெரும் மாற்றத்திற்கு உள்ளானது. இதற்குக் காரணமாக அமைந்தது கிறித்தவத்தின் தோற்றமும்

வளர்ச்சியும் ஆகும். கிறித்தவம் காலூன்றத் தொடங்கியதும் தத்துவ வாதிகள் முன்வைத்த கருத்துகளை ஒதுக்கி கிறித்தவச் சமய நெறி களைச் சார்ந்து சிந்திக்கும் நிலை வலியுறுத்தப் பெற்றது எனினும் உடனடியாகப் பெரும் தாக்கம் எதுவும் ஏற்படவில்லை. கிறித்தவத்தில் கூறப்பட்ட கருத்துக்கள் அனைத்தும் மக்களிடையே வேதக் கருத்துக் களாக நிலைபெறச் சில நூற்றாண்டுகளாயின.

கி.பி 4 ஆம் நூற்றாண்டில் பேரரசர் மகா கான்ஸ்டாண்டைன் காலத்தில் கிறித்தவ சமயக் குருக்களின் செல்வாக்கு மிகவும் அதிகரித்தது. கி. பி. 354-430 காலகட்டத்தில் வாழ்ந்த கிறித்தவக் குருமார் அகஸ்டின், கடவுளின் நகரம் (The City of Gods) என்னும் நூலை எழுதினார். இவரது மாணவரான ஒரோசியஸ் (கி. பி.385-420) குருவை விஞ்சிய சிஷ்யராகி விட்டார். இவர் மிக விரிவாக எழுதிய 7 தொகுதிகள் கிறித்தவர் களைப் பற்றியும், கிறித்தவரல்லாத புறச்சமயத்தாரைப் (Pagan society) பற்றியும் விளக்குவதாகும். புறச்சமயத்தார் கிறித்தவர்களிடமிருந்து எவ்வாறெல்லாம் வேறுபட்டுக் காணப்படுகின்றனர் என்ற ஒப்பீட்டை ஒரோசியஸ் மேற்கொண்டதால் கி.பி. 494இல் போப்பாண்டவர் இந்நூற்றொகுதியை ஆசீர்வதித்தார். இதனால் இடைக்காலம் முழுவதும் இத்தொகுதிகள் புகழ் பெற்றிருந்தன. அக்காலத்தில் இன, பண்பாட்டு வேறுபாடுகளை விளக்குவதாக இந்த 7 தொகுதிகளும் அமைந்தன.

இதனையடுத்த கால கட்டங்களில் கிறித்தவம் தழைத்தோங்க முற்பட்ட போது விவிலியத்தில் கூறப்பட்டுள்ள பெருவெள்ளத்திற்குப் பின்னர் ஆண்டவனால் படைக்கப்பட்டவையே இன்றுள்ள உயிரினங்கள் என்ற கருத்தும், மனித இனத்தவர்கள் அனைவரும் கருணையின் இடத்திலிருந்து, அதாவது ஒரு மூலத்திலிருந்து வந்தவர்கள் என்ற 'ஒரு வழித் தோற்றக் கொள்கை' (monogenesis)யும் முன்னிலை பெற்றன.

கிறித்தவத்தின் வளர்ச்சியினால் ஏற்பட்ட மாற்றங்களை ஒட்டு மொத்தமாக மதிப்பிடும் போது இடைக்கால ஐரோப்பிய கிறித்தவத் திருச்சபைகளின் ஆதிக்கத்தால் தொடக்க காலத் தத்துவவாதிகளின் தத்துவங்கள் செயல் இழந்து கிடந்தன; முடங்கிப் போயிருந்தன என்றும் சொல்லலாம். கிறித்தவ சமயக் கோட்பாடுகளுக்கு எதிரானவர்கள் எனச் சந்தேகிக்கப்பட்டவர்கள் கடுமையாக ஒடுக்கப்பட்டனர். பிரித்தானியப் பாராளுமன்றம் 1401இல் 'மதக் கோட்பாடுகளுக்கு எதிரானவர்களை எரித்தல்' பற்றிய சட்டத்தை இயற்றியது. ரோம் நகரில் 1600இல் புரூனோ என்னும் தத்துவ அறிஞர் உயிரோடு எரித்துக் கொல்லப்பட்டார். இவற்றையெல்லாம் கருத்தில் கொள்ளும்போது, சமயத்தின் செல்வாக் கானது சிந்தனை முறையை மாற்றியமைத்த காலமாக இது அமைந்தது.

## புத்தாய்வுகளும் புதிய மனித இனங்கள் அறியப்படுதலும்

கி.பி. 13ஆம் நூற்றாண்டுப் புதிய நிலப்பகுதிகளையும், மனித இனங் களையும் அறிவதில் மிகப்பெரும் திருப்பம் ஏற்பட்ட காலமாகும். இந்நூற்றாண்டு புத்தாய்வுக் காலத்தின் (age of exploration) தொடக்கம் ஆகும். இந்நூற்றாண்டின் தலைசிறந்த புத்தாய்வாளராக மார்க்கோ போலோ (கி. பி. 1254-1313) திகழ்ந்தார். இவரது புத்தாய்வு மூலம் அதுவரை எவரும் அறியாத இனத்தவர்களைப் பற்றிய செய்திகளை அறிய முடிந்தது. வெனடிய வணிகரான மார்க்கோபோலோ பீக்கிங் குப்லய்கான் அரண்மனையில் 17 ஆண்டுகாலம் தொடர்ந்து தொடர்பு கொண்டு தாம் கண்டறிந்த மக்களைப் பற்றிய செய்திகளைக் கண்டு பிடிப்புகளைப் பற்றிய நூல் (The Book of Discoveries) என்னும் தலைப்பில் எழுதினார். ஒரு வணிகரின் விரிவான அனுபவங்களை விளக்கும் நூலாக இது விளங்குகிறது.

கிரிஸ்ஃடோபர் கொலம்பஸ் (கி. பி. 1451-1506) அமெரிக்க நிலப் பகுதியைக் கண்டுபிடித்தவர் என்ற செய்தி மட்டுமே அனைவரும் அறிந்தது. இப்பயணத்தை முடித்துக்கொண்டு திரும்பும் போது 7 பழங்குடி இந்தியர்களைக் கடத்திக் கொண்டு வந்து ஸ்பெயின் அரண்மனையில் தங்கி, அவர்களிடம் உரையாடி புத்துலக மக்களின் மொழியைப் பற்றிய முதல் ஐரோப்பிய ஆவணத்தைத் தயார் செய்தார். மார்க்கோபோலோ, கொலம்பஸ் இவர்களையடுத்து வாஸ்கோடகாமா போன்ற எண்ணற்றவர்கள் புத்தாய்வுகளை மேற்கொண்டு பல செய்தி களை எழுதினார்கள். புத்தாய்வாளர்களையடுத்து மன்னனின் ஆதர வுடன் வணிகம் செய்யும் பொருட்டுச் சென்றவர்கள் நீண்டகாலத் தொடர்புக்குப் பின் எழுதிய தொகுப்புகளும் புகழ்பெற்றன. கார்ப்பினி (கி. பி. 1182-1252) என்னும் வணிகர் எழுதிய மங்கோலியர் வரலாறு (Histroy of the Mongols) என்னும் நூலும், மத்திய கிழக்கு நாடுகளுக்குச் சென்ற மாண்டிவில்லி எழுதிய மாண்டிவில்லியின் பயணங்கள் (The Travels of Sir John Mandeville) நூலும் இவ்வகையில் சிறப்பானவை.

பல புத்தாய்வுகளுக்குப் பின்னர் ஐரோப்பியர்களிடம் அறிவுத் திறனும் தத்துவச் சிந்தனைகளும் மிகுதியாயின. அதனால், மனித வேறுபாடுகள் பற்றிய அவர்களின் கருத்துகள் இரண்டு வகையாக அமைந்தன. முதல் குழுவினர் 'ஒரு வழித் தோற்றக் கொள்கை'யில் (monogenesis) பற்றுடையவராய் இருந்தனர். இரண்டாவது குழுவினர் 'பலவழித் தோற்றக் கொள்கை'யில் (polygenesis) பற்றுடையவராய் இருந்தனர். ஒருவழித் தோற்றக் கொள்கையினரின் கருத்துப்படி, மனிதர்கள் அனைவரும் ஒரு தாய், தந்தையிடமிருந்து தோன்றிய வர்கள். அனைவரும் கருணையின் இடத்திலிருந்து வந்தவர்கள்.

சமகாலத்திய மக்களிடமுள்ள வேறுபாடுகளுக்கு அவரவர் சுற்றுப்புறச் சூழ்நிலையின் இயல்புகள் ஒரு காரணம். மூதாதையர்களிடமிருந்து பெற்ற மரபுப் பண்புகளைச் (genetic characters) சந்ததியினருக்குக் கொடுக்கும் தன்மை இரண்டாவது காரணம் என ஒருவழித்தோற்றக் கொள்கையினர் சுட்டிக்காட்டினர்.

ஐரோப்பியர்கள் ஒருவழித் தோற்றக் கொள்கையில் நம்பிக்கை கொண்டிருந்தாலும் ஐரோப்பியரல்லாதாரை அவர்களோடு தொடர்பு படுத்தும்போது உயர்ந்தவர்கள்-தாழ்ந்தவர்கள் என்னும் அடிப்படை யிலேயே பாகுபடுத்தினர். இருப்பினும், பொதுவான தோற்றத்தைக் கூறும்போது 'அனைவரும் ஒத்த திறனையுடையவர்கள்; எவரும் காட்டுமிராண்டிகளில்லை; அவ்வாறு கீழ்நிலையிலும் காட்டுமிராண்டி களாகவும் உள்ளவர்கள் முன்னேற்றப்பட வேண்டியவர்கள்' என்று கூறினர்.

மனித குலத்தின் அறிவு வளர்ச்சியானது பின்வரும் மூன்று முக்கிய கட்டங்களில் மாற்றமடைந்துள்ளதைச் சமூக அறிவியல்கள்வழி அறிய முடியும் (சண்முகலிங்கன் 2002: 19):

தொடக்க நிலை → இறையியல் நிலை[1] (theological stage): கி.பி.1300க்கு முற்பட்ட கட்டம். இயற்கையிகந்த ஆற்றல்கள் மீது தொடர்ந்து நம்பிக்கை நிலவியது. கடவுளே உலக வாழ்வினை நிர்ணயம் செய்கிறார் என்ற எண்ணம் வலுவுடன் இருந்த காலகட்டமிது.

↓

உருமாற்ற நிலை → நுண்பொருள் கோட்பாட்டு நிலை[2] (meta-physical stage): கி.பி. 1300-1800க்கு இடைப்பட்ட கட்டம். தத்துவ அறிவு மேம்பட்டகாலம். புலனறிவைக் கற்பனையில் கருத்துருவாகக் கண்ட காலமிது.

↓

முதிர்நிலை → நேர்க்காட்சிவாத நிலை[3] (positivist stage): கி.பி. 1800க்குப் பிந்தைய கட்டம். தத்துவமும் கற்பனையும் நீங்கி அறிவியலின்பால் நம்பிக்கை ஏற்பட்ட காலமிது.

இந்த ஒவ்வொரு நிலையின் பாற்பட்ட சிந்தனையானது இணை நிலையாகச் சமூகத்தில் பிற கூறுகளின் வடிவத்திற்கும் உள்ளடக்கத் திற்கும் காரணமாக இருந்தது. இதனைப் பின்வரும் அட்டவணையில் கருத்துருவமாகக் காணலாம்.

## மனிதகுலத்தின் அறிவு வளர்ச்சியும் பிற சமூகக் கூறுகளின் வளர்ச்சியும்

| அறிவார்ந்த நிலை | பொருள்சார் முகம் | சமூக அலகின் வகை | ஒழுங்கின் வகை | உணர்வு நிலை |
|---|---|---|---|---|
| 1. இறையியல் சார்ந்து | இராணுவ மயமானது | குடும்பம் | வீடு சார்ந்தது | பிணைப்பு |
| 2. நுண்பொருள் கோட்பாடு சார்ந்தது | சட்ட ரீதியானது | அரசு | கூட்டு வாழ்வு | பயபக்தி |
| 3. நேர்க்காட்சி சார்ந்தது | தொழில் சார்ந்தது | இனம் | உலகளாவியது | சாத்வீகம் |

## மறுமலர்ச்சிக் காலம்

மறுமலர்ச்சிக் காலத்தவர்கள் (renaissance people - கி. பி. 14-16 ஆம் நூற்றாண்டுகளில் வாழ்ந்த கலை, இலக்கிய மறுமலர்ச்சியாளர்கள்) இப்போதுள்ள காலத்தைக் காட்டிலும் கடந்த காலமே பொன்னானதும் சிறப்பானதும் என்று எண்ணினர். அக்கருத்துக்களைக் கொண்டு மனித சமுதாயத்தின் வரலாறு தொன்மையான பொற்காலத்தில் தொடங்கி, வெள்ளி, செப்புக் காலங்களைக் கடந்து, இறுதியில் இரும்புக் காலத்தை (சம காலம்) அடைந்துள்ளது என அவர்கள் சுட்டிக்காட்டினர். பொற்காலத்தில் தொடங்கி இரும்புக் காலத்தில் முடியும் இவ்வரலாறு தேய்வுப் போக்கையே காட்டுகிறதென மேலும் விளக்கிக் கூறினர். 18ஆம் நூற்றாண்டிலும் 'உலகம் சீரழிந்து வருகிறது' (decay of the world) என்ற கருத்தே பரவலாக இருந்தது. ஆனால் அக்கருத்தை இயற்கை அறிவியலின் வளர்ச்சி மாற்றியது. இயற்கை அறிவியல் (natural science) துறையைச் சேர்ந்தோர் மனிதனின் திறமைகளுக்கு ஓர் எல்லையில்லை என அறிவுறுத்தினர். அதோடு மனிதர்கள் அனைவரும் வளர்ச்சி யடைந்துள்ளனர்; எதிர்காலத்திலும் வளர்ச்சியடைவர்; அந்த வளர்ச்சி பற்றி விளக்க வேண்டியதில்லை; அவரவரே காணக்கூடியதாக உள்ளது என்றனர். இயற்கை அறிவியலாரின் இக்கருத்துக்கள் மறுமலர்ச்சி யியலாருக்குப் பெரும் சவாலாக அமைந்தன.

## அறிவொளிக் காலம்

17ஆம் நூற்றாண்டின் துவக்கத்தில் கிறித்தவ குருமார்களின் அதிகாரத்தை உடைத்துக் கொண்டு ஐரோப்பிய வரலாறு அறிவியல்யுகத்தில் நுழைந்தது. அறிவியல், தத்துவம் இரண்டும் சமஅளவில் முனைப்புக்

கொண்டன. 13ஆம் நூற்றாண்டிலிருந்து புத்தொளிப் பயணங்கள் மூலம் உலகில் புதிய, புதிய நிலப்பகுதிகள் கண்டறியப்பட்டதால் ஏற்பட்ட காலனிய உருவாக்கமும் முதலாளித்துவத்தின் தோற்றமும் அறிவொளிக் காலச் சிந்தனைக்கு உந்துசக்திகளாய் அமைந்தன.

அதுவரை தத்துவம் என்று கூறப்பட்டவை யாவும் அழிக்கப்பட வேண்டிய குப்பைகள் எனத் துணிச்சலாக அறிவித்த இருவர் தோன்றினர். இங்கிலாந்தைச் சேர்ந்த பிரான்சிஸ் பேகன் ஒருவர். பிரான்சு நாட்டைச் சேர்ந்த ரெனி டெகார்டே மற்றொருவர். இவ்விருவருமே நவீன ஐரோப்பியத் தத்துவத்தின் தந்தை என அழைக்கப்படுகின்றனர். இவர்களைத் தொடர்ந்து 17 ஆம் நூற்றாண்டின் இடைக்காலம் முதல் 18 ஆம் நூற்றாண்டின் இறுதிவரை அறிவாற்றல் சார்ந்த சிந்தனை எப்போதும் இல்லாத அளவிற்கு உந்துசக்தி பெற்றதால் இக்கால கட்டம் ‘அறிவொளிக் காலம்’ (The Enlightenment period) எனப்படுகிறது. இவ்வகைச் சிந்தனைகளின் எழுச்சி ஸ்காட்லாந்து, பிரான்சு, ஜெர்மனி ஆகிய இடங்களில் காணப்பட்டது. மாண்டஸ்கு, ழாக் துர்கோ, கண்டார்சே, ஜான் லாக், தாமஸ் ஹாப்ஸ், ழாக் ரூசோ, டேவிட் ஹியூம், வில்லியம் ராபர்ட்சன், ஆடம் ஃபெர்கூஷன் போன்றோர் அறிவொளிக் கால அறிஞர்களில் குறிப்பிடத்தக்கவர்கள்.

அறிவொளிக் காலச் சிந்தனை, இடைக்காலச் சிந்தனையிலிருந்து மெல்ல மெல்ல மாறியது. இடைக்காலத்தைச் சேர்ந்த அறிஞர் களிடையே இயற்கையை நேரடியாக உற்றுநோக்க (observation) வேண்டும் என்ற ஆர்வம் தோன்றியது. இருப்பினும், அறிவியல் முறைப்படி ஆராய முற்பட்ட ஆய்வாளர்கள்கூட, சமயச் சார்புடைய பழம்பெரும் ஆசிரியர்களை (classical authorities) பின்பற்றி எழுதினர். அதன் பின் 17, 18 ஆம் நூற்றாண்டுகளில் உற்றுநோக்கும் முறையில் பெரும் திருப்பம் ஏற்பட்டது. அம்முறைக்கு உருவம் கொடுத்தவர் ஆங்கிலேயத் தத்துவவியல் அறிஞர் பிரான்சிஸ் பேகன். இவர் 1620இல் எழுதிய Novam Organum என்னும் நூலில் ‘உய்த்துணரும் முறை’ (inductive method) அறிவியல் நோக்குடைய ஆய்வுகளுக்கு மிகவும் முக்கியமானது என்று வலியுறுத்தினார். உய்த்துணரும் முறையானது பின்வருவனவற்றை அடிப்படையாகக் கொண்டது. உற்றுநோக்குவன பற்றிய காரண காரியங்களைப் பொதுமைப்படுத்தி பின்னர்ப் பொதுமைப்படுத்தியவற்றை எடுகோளாகக் (hypothesis) கொண்டு அவற்றைச் சோதனைகள் மூலம் சோதித்துப் பார்த்து, அதன் பின் அவற்றை இயற்கை விதிகளாக (natural laws) மாற்றுவதைக் குறிக்கும்.

பிரான்சிஸ் பேகனின் சிந்தனையைப் பெற்று உய்த்துணரும் முறையில் ஆழ்ந்து முனைப்புடன் செயல்பட்டவர் சுவீடன் நாட்டைச்

சேர்ந்த லின்னேயஸ் (*1707-1778*) ஆவார். இன்று லின்னேயஸ் உயிரின வகைப்பாட்டியலின் தந்தை எனப் போற்றப்படுகிறார். இவர் உலகின் பல பகுதிகளில் புத்தாய்வுகள் மேற்கொண்டு அங்குக் கண்ட ஆயிரமாயிரம் தாவரங்களையும் விலங்குகளையும் தொகுத்து வகைப் படுத்தினார். அவ்வாய்வுகளால் விளைந்ததே உயிரின வகைப்பாட்டியல் (taxonomy) ஆகும். இம்முறையில் ஒத்த உயிரினங்களைத் தொகுதி (phylum) என்றும், அதனுள் சில வேறுபாடுகள் உள்ளனவற்றைப் பிரித்து அதனை வகுப்பு (class) என்றும், அதனுள் சிற்சில மாற்றங் களுடன் வேறுபட்டுக் காணப்படுவனவற்றை இனம் (genus) என்றும், அதனுள் மேலும் சில வேறுபாடுகளைக் கொண்டுள்ளவற்றைச் சிறப்பினம் (species) என்றும் வகைப்படுத்தினார். லின்னேயஸ் வகுத்த வகைப்பாட்டியலில் இங்குக் குறிப்பிடப் பெற்றவை ஒரு பகுதியே. இவ்வகைப்பாட்டில் லின்னேயஸ் பொதுப்பண்புகள் கொண்ட உயிரினங்களைப் பருநிலையில் ஒரு தொகுதியாக வகைப்படுத்தி, பின் அவற்றுக்குள் நிலவும் நுண்ணிய வேறுபாடுகள் அடிப்படையில் மேலும் படிப்படியாகப் பிரிக்கின்றார். இறுதியில் ஒவ்வொரு உயிரியையும் அதன் இனப் (genus) பெயரோடும் சிறப்பினப் (species) பெயரோடும் குறிப்பிடுகிறார்.

லின்னேயசின் வகைப்பாட்டியல் முறை *18* ஆம் நூற்றாண்டில் மண்ணியல், தொல்லுயிரியல் (palaeontology), தாவரவியல், விலங்கியல் ஆகிய துறைகளில் பெரும் திருப்பத்தை ஏற்படுத்தியது. இக்கால கட்டத்தில் கூறப்பட்ட கருத்துகள் தார்வின் படிமலர்ச்சிக் கருத்து களைப் பெரிதும் ஒத்திருந்தன. குறிப்பாக, கோம்ட் டி பஃபன் கூறிய கருத்துகளை இதற்கு எடுத்துக்காட்டாகக் கூறலாம்.

அறிவொளிக் காலச் சிந்தனையில் பிரான்சிஸ் பேக்கனுக்குள்ள முக்கியத்துவம் போன்றே டெகார்டேவுக்கும் உண்டு. இவ்விருவரும் வெவ்வேறு சிந்தனைப் போக்குடையவர்கள்.

பேக்கனும் அவரைப் பின்பற்றியவர்களும் 'அனுபவவாதிகள்' (empiricists) எனப்பட்டனர். ஏனெனில், அவர்கள் புலன் உணர்வு அனுபவத்தை மட்டுமே அறிவின் ஆதாரமாகக் கருதினார்கள். டெகார்டேயும் அவரைப் பின்பற்றியவர்களும் காரண காரிய அடிப்படையில் தீர்வு காணும் கணிதமே உயர்ந்த அறிவியல் எனக் கருதினார்கள். இவர்களுக்குப் பின்வந்த இமானுவல் காண்ட் கணிதமும் பிற இயற்கை அறிவியல்களும் ஒரே செய்முறையின் அடிப்படையில் அமைந்தவையே என்றும், புலன் உணர்வு அனுபவத்தையும் பகுத்தறிவையும் பொருள்தரும் வகையில் இணைக்கும் செய்முறையே உகந்தது என்றும் கருதினர். இத்தத்துவ மரபினர் வளர்த்தெடுத்த

நேர்க்காட்சிவாதமும், (positivism), அனுபவவாதமும் (empiricism) இன்றும் மானிடவியல் உள்ளிட்ட சமூக அறிவியல்களின் அடிப்படைகளாக உள்ளன.[4]

மேலும், அறிவொளிக் காலத்தைச் சேர்ந்த சிந்தனையாளர்கள் பல துறைகளைச் சேர்ந்தவர்களாக இருந்தனர். கணக்கியல், இயற்பியல் துறைகளைச் சேர்ந்த காட்ஃபிரீடு லீப்னிட்ஸ் (Gottfried Leibneitz), ஐசக் நியூட்டன் ஆகியோரும், உயிரியல் துறையைச் சேர்ந்த ஜார்ஜ் டி பஃபன், கார்ல் வான் லின்னே ஆகியோரும், வேதியல் துறையைச் சேர்ந்த ஜோசப் பிரீஸ்ட்லி, அண்டாய்னி லவாய்சியர் முதலானோரும், சமுதாயத் தத்துவவியல் துறையைச் சேர்ந்த வால்டெய்ர், ஜான் லாக், ஜீன் ழாக் ரூசோ ஆகியோரும் குறிப்பிடத்தக்கவர்களுள் சிலர்.

*நியூட்டனின் கணக்கியல் விதிகள் (Principia Mathematica)* என்ற நூலும், லாக் எழுதிய *மனிதனைப் புரிந்துகொள்வதற்கான கட்டுரை (Essay Concerning Human Understanding)* என்ற நூலும் முறையே இயற்கைத் தத்துவவியல், சமுதாயத் தத்துவவியல் அறிவொளிக் காலத்தவரின் நிலையை வெளிப்படுத்துகின்றன. இவர்களின் கருத்தினைச் சுருக்கமாகக் கூறவேண்டுமானால், இந்த உலகம் (பிரபஞ்சம்) காரணகாரியத் தொடர்புகளைப் பெற்று ஒரு முறைமை நிலையில் உள்ளது. இதை அறிந்துகொள்வதன் மூலம் கோள்களின் (கிரகங்கள்) இயக்கங்கள் பற்றியும், மனிதனின் நடத்தை முறைகள் பற்றியும் சில விதிகளைக் கண்டறிய முடியும் என்று நம்பினர்.

அதன் பின்னர், சமுதாயத் தத்துவவியலார் அனைவரும் இயற்கை அறிவியலின் உயிரோட்டத்தினாலும் 'அறிவியல் முறை'யின் வளர்ச்சியினாலும் மிகுந்த தாக்கம் பெற்றனர். கணக்கியலாரும் இயற்பியலாரும் கொண்டுள்ள கோட்பாடுகளைப் போன்றே சமுதாயச் சிந்தனையாளர்களும் மனித நடத்தை முறைகளைப் பற்றி உலகளாவிய விதிகளையும் முறைமைகளையும் உருவாக்க விழைந்தனர். அவ்வாறான விதிகளும் முறைமைகளுமே நிலைபெற்றுள்ளன எனத் திட்டவட்டமாக நம்பினர். நியூட்டனின் இயக்கவியல் விதி, உலகளாவிய ஈர்ப்புத்தன்மை விதி ஆகியவற்றைப் போன்ற ஓர் இயக்கவியல் விதியே உலகத்தை இயக்குகிறது என்று இயற்கை அறிவியலார் உறுதிப்படுத்தினர். அக்கருத்தைச் சமுதாயத் தத்துவவியலார் பயன்படுத்த விரும்பினர். அதன்மூலம், மனித நடத்தைமுறைகளைப் பற்றி ஒரு முறைப்படியான நடத்தையியல் விதியை உருவாக்க முடியும் என நம்பினர். இயற்கைவியலாரின் கொள்கைப் போக்கினை அடிப்படையாகக் கொண்டு மனித நடத்தை முறைகளுக்கான கொள்கையை உருவாக்குவதில் சோதனை முறையைப் (experimental method) பயன்படுத்தலாம் எனவும் எண்ணினர்.

அறிவொளி காலச் சமுதாயத் தத்துவவியல் மனிதனைத் தெய்வீகப் பிறப்பு என்ற நிலையிலிருந்து விடுவித்து அவனை அனுபவ ஆய்விற்கு (empirical research) ஈடுபடுத்தும் நிலையைக் கொண்டு வந்தது.

## மானிடவியலின் தோற்றம்

எனினும், 19 ஆம் நூற்றாண்டில் காலனிய அரசியல் தேவைகளுக்கேற்ப மானிடவியலின் வளர்ச்சி ஐரோப்பாவில் ஒரு வகையாகவும், புதிய உலகப் பகுதியாக உருவான அமெரிக்காவில் இதன் நிலை வேறு வகையாகவும் அமைந்தது. இங்கிலாந்தில் காலனிய அரசுக்கு உதவும் வகையில் குடியேற்ற நாடுகளில் வாழ்ந்த திணைக் குடிகளின் 'சமுதாய அமைப்பை' (social structure) மட்டும் ஆராயும் சிறப்புக் கவனத்துடன் இத்துறை வளர்ச்சி பெற்றதால், இங்கிலாந்து மானிடவியலானது 'சமூக மானிடவியல்' (social anthropology) எனப்பட்டது. கொலம்பசால் கண்டுபிடிக்கப்பட்ட புதிய உலகப் பகுதியான அமெரிக்காவில் மானிடவியலின் வளர்ச்சியானது பண்பாடு என்பதை முழுமையாக எடுத்துக்கொண்டு ஆராயும் போக்கை ஏற்றுக்கொண்டதால் அமெரிக்க மானிடவியலானது 'பண்பாட்டு மானிடவியல்' (cultural anthropology) என்று அடையாளம் பெற்றது.

19ஆம் நூற்றாண்டின் இறுதிக் கட்டம் வரை காலனியப் பகுதி களிலும் உலகின் பிற பகுதிகளிலும் வாழ்ந்த திணைக்குடியினர் குறித்த பல வகையான செய்திகளைத் தொகுக்கும் பணியில் இங்கிலாந்து மானிடவியலர் சமூக உறவுகளை மையப்படுத்தி சமுதாயத்தின் அமைப்பை (social structure) ஆராயும் போக்கில் தீவிரம் காட்டினர். திணைக்குடி களின் சமூகக் கட்டுக்கோப்பானது எதன் மீது ஆதாரங்கொண்டு இயங்குகிறது என்ற இலக்கைச் சமூக மானிடவியல் கொண்டிருந்ததால் இத்துறையில் 'கடந்த கால வரலாறு' முக்கியத்துவம் பெறுவதில்லை. ஆதலின், சமூக மானிடவியலானது வரலாற்று அணுகுமுறை சாராத (non-historical) துறை என்பதை இங்குக் கவனத்தில் கொள்ள வேண்டும்.

அடுத்து, சமூக மானிடவியலார் சமுதாயத்தின் இயக்கத்தில் ஒவ்வொரு சமூகக் கூறும் எவ்வாறு உறவு கொள்கிறது என்பதில் ஆர்வங் காட்டியதால், ஆய்வுக்குட்படுத்தும் காலகட்டத்தில் (synchronic) எல்லாக் கூறுகளுமே செயல்பாட்டைக் கொண்டுள்ளன என்ற முடிவுக்கு வந்தனர். இதனால், கடந்த காலத்தில் முக்கியத்துவம் பெற்று இப்போது செயலற்ற நிலையில் எஞ்சி நிலைத்தவையாக (survivals) பல கூறுகள் காணப்படுகின்றன என்ற படிமலர்ச்சிக் கோட்பாட்டாளர் களின் வாதத்தை இவர்கள் ஏற்கவில்லை. மக்களின் அனைத்து

வழக்காறுகளும் செயல்பாட்டுத் தன்மை கொண்டவை என்ற கண்ணோட்டத்துடன் மட்டுமே அணுகினர்.

இங்கிலாந்தில் வளர்த்தெடுக்கப்பட்ட சமுதாய மானிடவியலை நோக்கும்போது அமெரிக்க மானிடவியல் தனித்துவம் மிக்கதாகும். ஐரோப்பியர்கள் அமெரிக்கப் புத்துலகப் பகுதிகளுக்குச் சென்று குடியேறியது முதற்கொண்டு அமெரிக்க இந்தியர்களைப் (செவ்விந்தி யர்கள்) பற்றிக் கவனம் செலுத்தினர். செவ்விந்தியர்கள் ஒரு காலத்தில் செல்வாக்குடனும் பாதுகாப்புடனும் வாழ்ந்து இப்போது சீர்குலைந்து அழிவை நோக்கிச் சென்று கொண்டிருக்கின்றனர் என்பதை அமெரிக்க மானிடவியலர்கள் உணர்ந்தனர். ஆகவே, செவ்விந்தியர்களின் கடந்த கால வாழ்வு, பாரம்பரியம் முதலானவற்றை எந்த அளவிற்கு மீட்க முடியுமோ அந்த அளவிற்கு மீட்கவிரும்பினர். இந்த அணுகுமுறை யுடன் அமெரிக்க மானிடவியலின் தொடக்க காலம் என்பது, அங்குத் திணைக் குடியினருக்கும் ஒடுக்கப்பட்ட மக்களுக்கும் அறிவார்ந்த நிலையில் தாராளப் போக்குடன் ஏதாவது செய்ய வேண்டும் என்ற காலமாகும்.

அமெரிக்க மானிடவியலாரின் அந்த ஆர்வம் செவ்விந்தியர்களின் தொல் பண்பாட்டை மீட்டுருவாக்கம் செய்வதற்கு வழிகோலிற்று. இவ்வகையான மீட்டுருவாக்கத்திற்காக முதியோர்களுடன் நேர்காணல் காண்பது தொடங்கி, அம்மக்களின் வரலாற்றோடு தொடர்புடைய தொல்லியல் தரவுகள், பழைய கடிதங்கள், பிற ஆவணங்கள், தொன்மங்கள், பழங்கதைகள், பிற வழக்காறுகள் வரை அனைத்தை யும் வரலாற்றுக் கண்ணோட்டத்துடன் மீட்டுருவாக்கம் செய்தனர். மேலும், அம்மக்கள் இடம்பெயர்ந்த நிகழ்ச்சிகள், அவை தொடர்பான வழக்காறுகள், பண்பாட்டு மாற்றத்தை விளக்கும் மொழித் தரவுகள் ஆகிய அனைத்தையும் ஆய்வுக்குட்படுத்தினர். அதன் மூலம் அமெரிக்க இந்தியர்களைப் பற்றிய ஆய்வானது ஒரு நீண்ட காலகட்டம் என்னும் கண்ணோட்டத்தை உள்ளடக்கிய காலப் பார்வையை (diachronic) முன்வைத்ததுடன் அதன் ஆய்வுக் கண்ணோட்டம் ‘பண்பாடு’ என்ற பரந்து விரிந்த தளத்திற்குள் நுழைந்தது.

அமெரிக்க மானிடவியல் வரலாற்று அணுகுமுறைக்கு முக்கியத்துவம் கொடுத்ததால் அது வரலாற்று மையவாதம் (historical particularism) சார்ந்தது எனப் பெயர் பெற்றது. 1960களுக்குப் பின் இங்கிலாந்து, அமெரிக்க மானிடவியல்களின் தனித்துவம் இணைக்கப்பெற்று இன்று ‘சமூக-பண்பாட்டு மானிடவியல்’ என்றழைக்கும் நிலை ஏற்பட்டுள்ளது. மானிடவியலானது உலகின் பிற நாடுகளின் சூழலுக்கேற்ப அந்தந்த

நாடுகளின் சமூக, பண்பாட்டு முறைகள் பற்றிய ஆய்வு முக்கியத்துவம் பெற்று, அந்தந்த நாட்டு மானிடவியல் மரபுகள் தோன்றின. இந்திய மானிடவியல், சீன மானிடவியல், டச்சு மானிடவியல், நார்விய மானிடவியல், பிரஞ்சு மானிடவியல், ஜெர்மானிய மானிடவியல் போன்று அந்தந்த நாட்டு மரபுகள் (national traditions) முன்னிலை பெற்றன *(விரிவுக்குக் காண்க: பாரதி 2003).*

# 2
# உயிரினங்களின் தோற்றம்

மனித குலத்தார் படிமலர்ச்சியின் (evolution) இறுதிக் கட்டத்தில் தோன்றியவர்கள். இவர்கள் முதல் உயிரினம் தோன்றியதிலிருந்து எவ்வாறெல்லாம் படிமலர்ச்சியடைந்தனர் என்பது மானிடவியல் குலத்தின் தேடுதலாக அமைவதால் உயிரினங்களின் தோற்றம் பற்றிய புரிதல் இத் துறையில் முக்கியத்துவம் பெற்றுள்ளது.

இப் பிரபஞ்சமானது 10 பில்லியன் ஆண்டுகள் வாக்கில் தோன்றி பூமி உருவானது. பூமியில் முதல் உயிரினமானது 3 மில்லியன் ஆண்டுகளுக்கு முன் தோன்றியதாக அறிஞர்கள் கருதுகின்றனர். 225 மில்லியன் ஆண்டுகளுக்கு முன்னர்ப் பாலூட்டிகளும் (mammals), 90 மில்லியன் ஆண்டுகளுக்கு முன் உயர்ப் பாலூட்டிகளும் (primates: மனிதகுலத்தின் பிரிவிது), 40,000 ஆண்டுகளுக்கு முன் இக்கால மனிதனை ஒத்தவனும் (modern man) தோன்றினர்.

உயிரினங்களின் தோற்றம் குறித்துத் தொடக்ககாலத் தத்துவவியல் அறிஞர்கள் தொடங்கி, பிற்காலப் படிமலர்ச்சியியல் அறிஞர்கள் வரை பலர் சிந்தித்துள்ளனர். இச்சிந்தனையாளர்களின் முக்கியமான கோட்பாடுகள் இங்கு விவரிக்கப்படுகின்றன.

### உயிரிலிப் பிறப்புக் கொள்கை

*சார்லஸ் தார்வின் கி. பி. 1859 இல் சிறப்பினங்களின் தோற்றம் (On the Origin of Species) என்னும் நூலை வெளியிடுவதற்கு 2500 ஆண்டுகளுக்கு முன்னரே படிமலர்ச்சி பற்றிய சிந்தனை தோன்றிவிட்டது. கிரேக்கத் தத்துவவியல் அறிஞர்கள் படிமலர்ச்சிக் கருத்துகளுக்கு வித்திட்ட வர்கள் எனலாம்.*

இவர்களில் தாலஸ் (கி.மு. 624-547), அனெக்சிமாண்டர் (கி.மு. 611-547) ஆகியோர் குறிப்பிடத்தக்கவர்கள். தண்ணீர்தான் மூலப் பொருள், அதிலிருந்துதான் அனைத்து உயிரினங்களும் தோன்றின என

தாலஸ் கூறினார்.[1] வெப்ப ஆற்றலின் மூலமே முதல் உயிர் தோன்றியது என்றார் அனெக்சிமாண்டர். இந்த உயிரற்ற பொருள்களிலிருந்தே முதல் உயிர் தோன்றியது என்ற இவர்களின் கருத்தை வேறு பலரும் (செனோபேன்ஸ் கி.மு. 570-475 போன்றோர்) சிந்தித்து விரிவுபடுத்தினர்.[2]

அரிஸ்டாட்டிலின் (கி. மு. 384-322) கருத்துப்படி பழைய உயிரினங் களிடமிருந்து புதிய உயிரினங்கள் தோன்றுகின்றன. அவை அனைத்தும் அறிவு வளர்ச்சியில் ஏதோ ஒரு வகையான மாற்றத்தைப் பெற்று உகந்த நிலையை (ideal) அடையும் இலக்கில் ஈடுபடுகின்றன. அந்த உகந்த நிலையை அடையும் பொருட்டு உயிரினங்கள் பெற்ற மாறுபாட்டைக் கொண்டு அவை அனைத்தையும் வரிசைப்படுத்திக் காணமுடியும். அவ்வாறு வரிசைப்படுத்திப் பார்க்கும் போது உகந்த நிலைக்கு மிக அருகில் உள்ளவர்கள் மனிதர்களே. மிகவும் கீழ்நிலையில் உள்ளவை கனிமப் பொருட்களே (inorganic matter). அப்பொருள்களிலிருந்தே முதல் உயிர் தோன்றியது.[3] இக்கொள்கையைக் கொண்டிருந்தவர்களுள் குறிப்பிடத்தக்கவர் ஐசக் நியூட்டனும் ஆவார். உயிரற்ற இந்தக் கனிமப் பொருள்களிலிருந்து முதல் உயிர் தோன்றியது என்பதால் அவர்களின் கொள்கை ‘உயிரிலிப் பிறப்புக் கொள்கை’ (theory of abiogenesis) எனப்படும்.

## சிறப்புப் படைப்புக் கொள்கை

உயிரினங்கள் அனைத்தும் இறைவனால் படைக்கப்பட்டதேயன்றி வேறு எந்த வகையிலும் தோன்றவில்லை என்பதே ’சிறப்புப் படைப்புக் கொள்கை’ (theory of special creation)யின் முன்மொழிவாகும். உயிரினங்கள் தோன்றிய முறை பற்றிப் பண்டைய எபிரேயர்களின் கருத்தை அடியொற்றி ஸ்பெயின் நாட்டுத் திருச்சபைத் தலைவர் சுவராஸ் (கி.பி.1548-1617) இக்கொள்கையை முன்வைத்தார்.

எபிரேயர்களும் கிறித்தவத் திருச்சபையினரும் தெய்வீகப் படைப்புக் கொள்கையை ஆதரித்துப் பேசி வந்தனர். இறைவனே ஆதாமையும் ஏவாளையும் படைத்தார்; இவ்விரு எதிர்ப் பாலினத்தவர் மூலமே மனித குலம் தோன்றி வளர்ந்து வருகின்றது என்றும் கூறி வந்தனர்.

இக்கொள்கையின்படி இவ்வுலகத்தையும் உயிரினங்களையும் இறைவன் 6 நாட்களில் படைத்தான். முதல் நாள் ஒளியையும் (light), இரண்டாம்நாள் ஆகாயத்தையும், மூன்றாம் நாள் மண்ணுலகம், கடல், தாவரங்கள் ஆகியவற்றையும், நான்காம்நாள் சூரியன், சந்திரன், நட்சத்திரங்கள் ஆகியவற்றையும், ஐந்தாம் நாள் நீரில் வாழும் விலங்கு களையும் பறவைகளையும், ஆறாம் நாள் தரைவாழ் விலங்குகளையும் மனிதனையும் படைத்தான். சிறப்புப் படைப்புக் கொள்கையின்

கருத்துக்கள் மக்களிடம் சில காலம் நிலவியிருந்தன. குறிப்பாக, பண்டைக்காலத்தில் வாழ்ந்த எபிரேயர்கள் சிறப்புப் படைப்புக் கொள்கையில் நம்பிக்கை கொண்டிருந்தனர். கி.பி.4ஆம் நூற்றாண்டைச் சேர்ந்த புனித அகஸ்டின் (கி.பி.*354-430*) ஆதாமும் ஏவாளும் ஆறாயிரம் ஆண்டுகளுக்கு முன் படைக்கப்பட்டனர் என்றார்.

***பிற கருத்துகள் :*** உலகத்தின் தோற்றம் பற்றிய தொடக்க கால விவிலியத்தில் கூறப்பட்ட கருத்துகள் அரிஸ்டாட்டிலின் கருத்துகளை மிகவும் ஒத்திருந்தன. பழைய உயிரிலிருந்து புதிய உயிர் தோன்றுகிறது என்பதையே 'தோற்றம் பற்றிய நூல்' (Book of Genesis) குறிப்பிடுகிறது. ஆனால், பிற்கால விவிலியக் கருத்துகள் உயிரினம் தோன்றியது முதல் இன்று வரை மாறாமல் இருக்கின்றன என்று கூறுகின்றன.

ஜுடையோ கிறித்தவத்தின்படி (Judaeo - Christianity) இவ்வுலகம் சில ஆயிரமாண்டுகளுக்கு முன்னர்தான் தோன்றியது. விவிலிய நிகழ்ச்சிகளை அறுதியிட்டுக் கூறுவதில் சிறப்புப் பெற்றிருந்த *17* ஆம் நூற்றாண்டுப் பேராயர் (Archbishop) ஜேம்ஸ் உஷர் *(1581-1656)*, ஆதாமும் ஏவாளும் கி.மு. *4004* இல் தோன்றினர் எனக் கூறினார். லைட்ஃபுட் என்பவர் இன்னும் ஒருபடி மேலே சென்று ஆதாமும் ஏவாளும் கி.மு. *4004*ஆம் ஆண்டு அக்டோபர் *23*ஆம் நாள் காலை *9.00* மணிக்குப் பிறந்தனர் என்று ஒரு துல்லியமான கணிப்பைக் கூறினார்.

இறைவனால் படைக்கப்பட்ட அனைத்து உயிரினங்களும் ஒரு படிநிலையில் அடுக்கப்பட்டுள்ளன என்ற கருத்தே *17, 18* ஆம் நூற்றாண்டுகளைச் சேர்ந்த மேற்கத்தியர்களிடம் மேலோங்கியிருந்தது. உயிரினங்களின் இந்தப் படிநிலை (hierarchy) 'இயற்கையின் வரிசை' (Scala Naturae) என இறையியல் நூல்களில் குறிப்பிடப் பெறுகின்றது. இது 'உயிரினங்களின் தொடர்ச்சி' (chain of being) என்றும் கூறப்பெறும். இந்த உயிரினத்தின் வரிசையில் மனிதன் மேல்நிலையிலும், விலங்குகள், தாவரங்கள், பாறைகள் முதலானவை மனிதனுக்குக் கீழும் உள்ளன. 'இயற்கையின் வரிசை'யில் மனிதனுக்கு மிக அருகில் உயர்பாலூட்டிகள் வைக்கப்பட்டுள்ளன. எனினும், ஒவ்வோர் உயிரினமும் இறைவனால் தனித்தனியாகப் படைக்கப்பட்டது. மனிதனுக்கும் உயர்பாலூட்டி களுக்கும் உள்ள உருவத்தோற்ற ஒற்றுமை இறைவனின் தெய்வீகப் படைப்பின் தனித்தனிச் செயல்களால் உண்டானதாகும் என நம்பினர்.

## அண்டப் பிறப்புக் கோட்பாடு

பிரபஞ்சத்தின் முழுமையாகத் திகழக்கூடிய அண்டமானது எவ்வாறு தோற்றம் பெற்றது என்பதை விளக்கும் கோட்பாடே 'அண்டப் பிறப்பு

கோட்பாடு' (cosmogony) ஆகும். இன்று உலகம் தழுவி வழங்கப்படும் தொன்மங்களிலேயே அண்டம் பிறந்த முறையை விளக்கும் தொன்மமே மிகுதியாக உள்ளது. ஒவ்வொரு பண்பாட்டினரும் அண்டம் பிறந்த முறையை விளக்கும் தனிப்பட்ட தொன்மத்தைக் கொண்டுள்ளனர்.

பெரும்பாலும் கடவுளே தோற்றுவித்தார் என்ற கோட்பாடு உலகம் தழுவிக் காணப்பட்டாலும் கடவுள் எந்த முறையில் தோற்றுவித்தார் என்பது மாறுபடுகிறது. சில தொன்மங்கள் வருமாறு: ஒரு கட்டத்தில் பெருங்குழப்பமும் ஒழுங்கின்மையும் நிலவிய சூழலில் ஒழுங்கு (order) ஏற்படுத்தப்பட்டது (கிரேக்கம்[4]), மந்திரச் சொல் மூலம் தோற்றுவிக்கப் பட்டது (எபிரேயம்), வேள்வி யாகத்தால் உருவாக்கப்பட்டது (இந்து இந்தியா). இவை தவிர, அண்டத்தைத் தோற்றுவிக்கக் கடவுள் குயவரைப் பயன்படுத்தினார் (எகிப்து), நெசவாளரைப் பயன் படுத்தினார் (பாபிலோனியா), விநோதமான முறையைப் பயன் படுத்தினார் (எகிப்து) என்ற தொன்மங்களும் உள்ளன. மண்ணுலகும் விண்ணுலகும் (heaven) தொடர்பு கொண்டதால் ஏற்பட்டது என்ற தொன்மமும் உண்டு. அண்டக் கருவிலிருந்து (cosmic egg) அண்டம் தோன்றியது என்ற (பாலினீசியா) தொன்மமும் உண்டு. பெரும் பாலான பண்டைய அண்டப் பிறப்புத் தொன்மங்கள் பெரும் இருள் சூழ்ந்த, நீர் சூழ்ந்த ஒரு நிலையிலிருந்து அண்டம் தோன்றியதாக விளக்குகின்றன. இதன் பின்னரே உயிரினங்களின் தோற்றம் ஏற் பட்டது என்கின்றன இத்தொன்மங்கள்.

### அண்ட முட்டைக் கோட்பாடு

பூமியில் உயிரினங்கள் எவ்வாறு தோன்றின என்பது பற்றி ரிக்டர் (Richter 1865) விளக்கிய கோட்பாடே 'அண்டமுட்டைக் கோட்பாடு' (cosmozoic theory) ஆகும். இக்கோட்பாட்டின்படி, இன்று பூமியிலுள்ள உயிரினங்கள் அனைத்தும் பிற கோள்களில் முளைக்கக் காத்திருக்கும் விதைகளாகப் (resistant spores) பரவியிருந்தன. இவற்றை ரிக்டர் அண்ட முட்டைகள் (cosmozoa) எனக் கொண்டார். இந்த அண்ட முட்டைகள் பூமிக்கு வந்து தகுந்த சூழ்நிலைகள் ஏற்பட்டபோது உயிரினங்களாகப் பரிணமித்தன என்றார்.

அண்ட முட்டைகள் கோள்களிலிருந்து மிதந்து வந்தன என்ற ரிக்டரின் கருத்தை வான் ஹெம்ஹால்ட்ஸ் (Von Helmhaltz) மறுத்து வான்கோளம் உருகி விழுந்ததால் வந்த விண்கற்கள் (meterorites) மூலம் உயிரினங்கள் வந்தன என்றார். இக்கருத்தை ஆர்க்கினியஸ் (Archenius) மறுத்து விண்மீன்களின் கதிர்களால் (steller rays) ஏற்பட்ட அழுத்தத்தால் உயிரினம் பூமிக்கு வந்தது என்றார்.

## திடீர் நிகழ்வுக் கோட்பாடு

18 ஆம் நூற்றாண்டின் இறுதியிலும் 19ஆம் நூற்றாண்டின் தொடக்கத்திலும் மண்ணியலார் புதைபடிவங்களைத் தோண்டி எடுத்தனர். அப்புதைபடிவங்களை ஆராய்ந்த பின்னர் உயிரினங்கள் எவ்வாறு வளர்ச்சியுற்றன என்பதை விளக்க முடியுமென நம்பினர். அவர்களுள் ஜார்ஜ் கூவியர் (George Cuvier: கி.பி. 1769–1832) குறிப்பிடதக்கவர். இவர் உயிரினப் படிமலர்சியை விளக்க 'திடீர் நிகழ்வுக் கோட்பாட்டை' (catastrophism or cataclysm) வகுத்தார். அக்கொள்கையின்படி வெவ்வேறு காலகட்டத்தில் பூமியின் மேற்பரப்பானது பெருவெள்ளங்களாலும், நில அதிர்வுகளாலும் அடித்துச் செல்லப்பட்டது அல்லது மாற்றம் பெற்றது. அந்தத் 'திடீர் நிகழ்வுகள்' (catastrophes) அந்தந்தக் கால கட்டத்தில் பூமியின் மேற்பரப்பில் வாழ்ந்த உயிரினங்களை அழித்து விட்டன. அவையே இன்று புதைவடிவங்களாகக் கிடைக்கின்றன.

ஒவ்வொரு முறையும் திடீர் நிகழ்வுகள் நிகழ்ந்த பின்னர்த் தெய்வீகப் படைப்பு மூலம் புதிய உயிரினங்கள் தோற்றுவிக்கப்பட்டன. அவ்வுயிரினங்கள் அடுத்து நிகழ்ந்த திடீர் நிகழ்வுகள் மூலம் அழிந்து அவை மண்ணியலின் அடுத்த அடுக்கில் புதைபடிவங்களாகச் சேர்ந்து விட்டன. இன்று உயிர்வாழும் உயிரினங்கள் அனைத்தும் இறுதியாகப் படைக்கப்பட்டவையாகும். விவிலியத்தில் கூறப்பட்டுள்ள பெரு வெள்ளமே (biblical flood) மிக அண்மையில் நிகழ்ந்த மண்ணியல் மாற்றம் (திடீர் நிகழ்வு) ஆகும்.

கூவியரின் திடீர் நிகழ்வுக் கோட்பாட்டை ஆங்கிலேய மண்ணியல் அறிஞர் சர் சார்லஸ் லயல் (Charles Lyell: கி.பி.1797–1875) ஏற்க மறுத்தார். மண்ணடுக்குகள் திடீர் நிகழ்வுகளால் ஏற்பட்டவையல்ல என்றும் உயிரினங்கள் முற்றிலும் அழிக்கப்பட்டுப் பின்னர் புதிதாகத் தோற்றுவிக்கப்பட்டவையல்ல என்றும் வாதிட்டார். இவர் தம் கருத்துக்களை 'ஒருமுகத்தன்மைக் கொள்கை' (uniformitarianism) மூலம் விளக்குகிறார். அக்கொள்கையை 1930இல் இவர் எழுதிய மண்ணியலின் விதிகள் (Principles of Geology) என்னும் நூலில் விவரிக்கிறார்.

பூமியில் மண்ணடுக்கானது திடீர் திடீரென மாறாமல் மிகவும் மெதுவாக, ஒரே சீராக, காலந்தோறும் மாறிவந்துள்ளது. மண்ணியலின் விசைகள் (geological forces) இன்றும் தொடர்ந்து நடைபெற்றுக் கொண்டுள்ளன. மண்ணரிமானம், எரிமலை நிகழ்ச்சிகள், நில அதிர்வுகள் போன்றவை இன்றும் நிகழ்கின்றன. மண்ணியலில் மாற்றங்கள் மிகவும் மெதுவாக நிகழ்ந்துள்ளதால் பூமிக்கடியில் புதைந்து கிடக்கும் புதை படிவங்கள் பல மில்லியன் ஆண்டுகளுக்கு முன்னர் வாழ்ந்த உயிரினங்கள்

என்றும், பூமியின் வயது பல்லாயிரக்கணக்கான மில்லியன் ஆண்டுகள் என்றும் லயல் உறுதியாகக் கூறினார்.

இவர் நிகழ்கால நிகழ்ச்சிகளை எடுத்துக்காட்டுகளாகக் கொண்டு ஒருமுகத்தன்மைக் கொள்கையை உறுதிப்படுத்துகிறார். 19ஆம் நூற்றாண்டில் மண்ணியல் மாற்றங்கள் நிகழும் இதே அளவில்தான் பல ஊழிக் காலங்களிலும் மாற்றங்கள் நிகழ்ந்துள்ளன. காலநிலை, வேதிப்பொருட்கள் சிதைதல், உள்ளார்ந்த மாற்றங்கள் போன்றவை அனைத்துக் காலத்திலும் ஒரே சீராக மாறிவந்துள்ளன. இம்மாற்றங்களுக்கேற்பவே உயிரினங்கள் மாறி வந்துள்ளன. இவை திடீர்திடீரென அழியவில்லை; புதிது புதிதாய்த் தோன்றவில்லை. ஒரு சீரான மாற்றத்தின் வழி உயிரினப் படிமலர்ச்சி நிகழ்ந்துள்ளது என்றார்.

லயலின் இக்கொள்கையை அறிஞர்கள் தொடக்கத்தில் சில ஐயப்பாடுகளுடன் ஏற்றுக்கொண்டனர். இருப்பினும், உயிரினங்களின் படிமலர்ச்சியை விளக்க முற்பட்ட அனைத்துக் கொள்கைகளும் சார்லஸ் தார்வின் தோன்றிய காலம் வரைதான் நிலைபெற முடிந்தது. இருப்பினும் தார்வினின் கருத்துக்கள் வெளியாவதற்கு முன் ஐரோப்பியர்களிடம் சமயம் சார்ந்து மற்றுமொரு கோட்பாடாக 'ஒரு வழித் தோற்றக் கொள்கை' உருவானது.

## ஒருவழித்தோற்றக் கொள்கை

ஒருவழித் தோற்றக் கொள்கையினரின் (monogenesis) கருத்துப்படி, மனிதர்கள் அனைவரும் ஒரு தாய், தந்தையிடமிருந்து தோன்றியவர்கள். அனைவரும் 'கருணை'யின் இடத்திலிருந்து வந்தவர்கள். சம காலத்தில் மக்களிடம் உள்ள வேறுபாடுகளுக்கு அவரவர் சுற்றுப்புறச் சூழ்நிலையின் இயல்புகள் ஒரு காரணம். மூதாதையர்களிடமிருந்து பெற்ற மரபுப் பண்புகளை (genetic characters) சந்ததியினருக்குக் கொடுக்கும் தன்மை இரண்டாவது காரணம் என ஒருவழித் தோற்றக் கொள்கையினர் சுட்டிக்காட்டினர்.

ஐரோப்பியர்கள் ஒருவழித் தோற்றக் கொள்கையில் நம்பிக்கை கொண்டிருந்தாலும் ஐரோப்பியரல்லாதாரை அவர்களோடு தொடர்பு படுத்தும்போது அவர்களைத் தாழ்ந்தவர்கள் என்னும் அடிப்படையிலேயே பாகுபடுத்தினர். இருப்பினும், பொதுவான தோற்றத்தைக் கூறும்போது அனைவரும் ஒத்த திறனுடையவர்கள்; எவரும் காட்டு மிராண்டிகளில்லை; அவ்வாறு கீழ்நிலையிலும் காட்டுமிராண்டி களாகவும் உள்ளவர்கள் முன்னேற்றப்பட வேண்டியவர்கள் என்று கூறினார்.

ஐரோப்பியர்கள் கொண்டிருந்த இக்கருத்துகளுள் ஒரு பகுதி சார்பற்றதாகவும் மறு பகுதி சார்புடையதாகவும் இருந்தன. அனைவரும் சமமாகப் படைக்கப்பட்டனர்; மனித வேறுபாடுகளுக்கு மரபு வழியில் சமமின்மையாகப் பெறப்பட்ட மரபுப் பண்புகளும், படைக்கப்பட்ட பின் அவரவர் ஏற்றுக்கொண்ட நிலையும் காரணம் என்ற கூற்று இனமையவாதம் (ethnocentrism) சார்ந்ததன்று. அந்த வகையில் அது சார்பற்ற கருத்து. ஆனால் ஐரோப்பியர்கள் அவர்கள் தரத்தையும் மதிப்புகளையும் கொண்டிராத ஐரோப்பியரல்லாதாரைத் தாழ்ந்தவர்கள் என்றும் கருதியமை இனமையவாதம் சார்ந்ததாகும்.

## பலவழித் தோற்றக் கொள்கை

அறிவொளிக் காலத்தில் (Enlightenment period) ஏற்பட்ட காரண காரிய அடிப்படையிலான சிந்தனை வளத்தினால் ஒருவழித் தோற்றக் கொள்கை மறுக்கப்பட்டது. தொடர்ச்சியான சிந்தனையின் விளைவால் போதிய தரவுகளின் அடிப்படையில் 'பலவழித் தோற்றக் கொள்கை' (polygenesis) முன்வைக்கப்பட்டது.

பலவழித் தோற்றக் கொள்கையினர் இன வேறுபாடுகளுக்குப் புது விளக்கம் கொடுத்தனர். இக்கொள்கையினரின் கருத்துப்படி, மனித குலமானது ஒரு மூலத்திலிருந்து தோன்றியதல்ல; தனித்தனியாகப் பல மூலங்களிலிருந்து தோன்றியதாகும். அதனால் பல சிறப்பினங்கள் (species) தோன்றின. ஒவ்வொரு மூலத்திற்கென்றும் தனித்த பெறுமானமுண்டு. காலம், இடம், சூழ்நிலைகளை ஒட்டியே ஒவ்வொரு மூலமும் அதன் சிறப்பினத்தை உருவாக்கியுள்ளது என்பதால் பல மூலங்களால் ஏற்பட்ட வேறுபாடுகளைப் பொதுமைப்படுத்தி ஒப்பிடுதல் இயலாது என்று கருதினர்.

பலவழித் தோற்றக் கொள்கையினரின் இவ்வகைக் கருத்துகளையடுத்து மனித குலத்தின் தன்மைகளை ஆராய்வதில் இனமையவாதம் தகர்ந்து, இன உயர்வு சாராத நிலையில் ஆராயும் புதிய அணுகுமுறை ஏற்பட்டது.

## பிற கோட்பாடுகள்

1. சுற்றுப்புறத்திலுள்ள நைட்ரஜனும் கார்பனும் (கரிமம்) திடீரென்று ஒரு கட்டத்தில் ஒன்று சேர்ந்ததால் ஒரு கலவை தோன்றியது. இது பின்னர் உயிர்ச் சத்தாக (protein) மாறி, அதன் பின்னர் பல்வேறு வேதியியல் மாற்றங்களால் முதல் உயிரினம் தோன்றியது என ஜெர்மானிய அறிஞர் புஃளுகர் (Fluger) முன்மொழிந்தார்.

இவருடைய கோட்பாடு 'சைனோஜென் கோட்பாடு' (theory of cynogen) எனப்படும்.

2. இரசாயனப் பொருட்களின் நீண்ட காலப் பரிவர்த்தனைகள் மூலம் தோன்றிய வினைகளால் மட்டுமே பூமியில் முதல் உயிரினம் தோன்றியது என்று கூறுகிறது 'வேதிப் பொருட்கள் கூட்டிணைப்புக் கோட்பாடு' (theory of chemo-synthesis).

3. சில விஞ்ஞானிகள் வைரஸ் மூலமே முதல் உயிரினம் தோன்றி யிருக்கக் கூடும் என்று கருதுகின்றனர். இதனாலேயே இக்கோட்பாடு 'வைரஸ் கோட்பாடு' (theory of virus) எனப்பட்டது. வைரஸ் என்பது உண்மையில் ஓர் உயிரிக்கும் உயிரற்ற பொருளுக்கும் இடைப்பட்ட நிலை கொண்டதாகும் என்பர் இவ்விஞ்ஞானிகள். ஆகவே இது தன்னளவில் ஓர் உயிரியன்று. இது இன்னொரு உயிருள்ள உடலில் நுழைந்த பிறகே உயிருள்ள பொருளாக மாறுகிறது என்றும் கூறினர். இத்தகைய உயிரில்லா நிலையிலிருந்து உயிருள்ள பொருளாக மாறும் ஒரு நிலையிலிருந்தே முதல் உயிர் தோன்றியது என இக்கொள்கையை முன்வைத்தனர்.

4. உயிரியின் தோற்றம் பற்றி ஒரு பழம்பெரும் கொள்கை 'என்றுமுள கோட்பாடு' (theory of eternity) மூலம் பேசப்பட்டு வந்துள்ளது. இக்கொள்கை மிகச் சிலரிடம் மட்டுமே சிலகாலம் வழக்கிலிருந்தது. இவர்களின் கருத்துப்படி இப்பிரபஞ்சம் தோன்றியது முதற்கொண்டு சில உயிரிகள் என்றும் இருந்து வருகின்றன. அவையே பல வடிவங் களாக இன்று மலர்ச்சி பெற்றுள்ளன. எதிர்காலத்திலும் இவை வேறு வடிவங்களில் தொடர்ந்து செல்லும். இத்தகைய என்றுமுள உயிர் களாலேயே உயிரினங்கள் இவ்வுலகில் வாழ்ந்து வருகின்றன என்பவை இக்கோட்பாட்டின் வாதமாகும். இக்கோட்பாடு விரைவிலேயே வழக் கொழிந்து விட்டது.

### கார்ல் சாகன் திட்டம்

கார்ல் சாகன் (Carl Sagan) ஒரு மாறுபட்ட திட்டத்தை முன்வைத்தார். நாம் வாழும் உலகம் உட்பட இப்பிரபஞ்சம் தோன்றி இன்றுவரை ஏறக்குறைய 15 பில்லியன் ஆண்டுகளாகின்றன. பல கோடி ஆண்டு களாக நிலைத்திருக்கும் இப்பிரபஞ்சத்தின் வரலாற்றைச் சுருக்கமாக அறியும் பொருட்டு கார்ல் சாகன் ஓர் ஆண்டுக் குறியீட்டு முறையை (calandar system) வகுத்தார். இம்முறையில் 15 பில்லியன் ஆண்டுகளை ஓர் ஆண்டாகச் சுருக்கிவிட்டார். இவர் பயன்படுத்திய அளவுகோலின் படி 24 நாட்கள் ஒரு பில்லியன் ஆண்டையும், ஒரு வினாடி 475 ஆண்டுகளையும் குறிக்கின்றன.

பிரபஞ்சத்தின் வரலாற்றை ஓர் ஆண்டுக்குள் சுருக்கிய இத்திட்டத்தில் ஜனவரி 1 ஆம் நாள் பிரபஞ்சம் தோன்றியதாகவும் (big bang), மே 1ஆம் நாள் வான் கங்கை[5] (milky way) தோன்றியதாகவும், செப்டம்பர் 25ஆம் நாள் முதல் உயிரினம் பூமியில் தோன்றியதாகவும், டிசம்பர் 31ஆம் நாள் இரவு 10.30 மணிக்கு முதல் மனிதன் தோன்றியதாகவும் சாகன் (1975: 70-75) குறிப்பிடுகிறார். இவர் எழுதிய ஆய்வுரையில் நமக்குத் தேவைப்படுவது அந்த ஆண்டின் இறுதி ஒன்றரை மணி நேர நிகழ்ச்சி மட்டுமே.

பிரபஞ்சத்தின் வரலாற்றை ஓராண்டுக்குள் சுருக்கிய சாகனின் திட்டம் மூலம் பிரபஞ்சத்தின் மொத்தக் காலத்தில் மனிதன் தோன்றி வாழ்ந்து வரும் காலம் எவ்வளவு குறைவானது என்பதை அறிய முடிகிறது. ஆண்டு முழுவதற்குமான 12 மாத காலத்தில் இறுதி 90 நிமிடங்களில் மட்டுமே மனிதன் வாழ்ந்து வருகிறான்.

## பின்னுரை

உயிரினங்களின் படிமலர்ச்சியானது எளிமை வடிவத்திலிருந்து கூட்டு வடிவம் நோக்கி தொடர்ந்து வளர்ந்து வந்துள்ளது என்ற உயிரினப் படிமலர்ச்சிக் கோட்பாடானது வைதிக சமயத்தின் புராணங்களில் குறிப்பாக அவதாரம் பற்றிய தொன்மங்களில் பெரிதும் காணப்படு வதாக உள்ளது. விஷ்ணுவின் பத்து அவதாரங்களை நோக்கும்போது முதல் அவதாரம் மச்ச அவதாரமாகும் (மீன் உருவம்). இரண்டாவது கூர்ம அவதாரமாகும் (ஆமை உருவம்). மூன்றாவது வராக அவதாரம் (பன்றி உருவம்). நான்காவது நரசிம்ம அவதாரம் (மனிதன் - சிங்கம் இணைந்தது). ஐந்தாவது பரசுராம். அடுத்தது முறையே கிருஷ்ணர், ராமர், கல்கி அவதாரங்களாகும். உண்மையில் பத்தாவது அவதாரம் இன்னும் எடுக்கவில்லை. ஒன்பது அவதாரங்களையே கொண்டுள்ளார்.

இந்த அவதாரங்கள் அனைத்தையும் கருத்தூன்றிப் பார்க்கும் போது இவை யாவும் உயிரினப் படிமலர்ச்சியின் போக்கை விவரிப்பதாகவே உள்ளன. இவ்வுலகில் உயிரினங்கள் முதலில் நீரில் மட்டுமே வாழத் தலைப்பட்டன. இதன் பிரதிபலிப்பே விஷ்ணுவின் மச்ச அவதாரம் (மீன்). அடுத்ததாக, நீரிலும் நிலத்திலும் வாழும் நிலை ஏற்பட்டது. இதன் வடிவமே கூர்ம அவதாரம் (ஆமை). அடுத்து நிலத்தில் மட்டுமே வாழும் நிலை ஏற்பட்டது. இதன் வடிவம் வராக அவதாரம் (பன்றி). மனித நிலை அடைவதற்கு முந்தைய படிமலர்ச்சி நிலையில் மனிதன் விலங்காகவும் இல்லை; முழுமனித உருவத்தையும் அடையவில்லை; இரண்டும் கலந்த மனிதக் குரங்கு (ape) நிலை ஏற்பட்டது. இத்தகு

**உயிரினத்தின் தோற்றம் குறித்த கோட்பாடுகளின் வளர்ச்சி நிலைகள்**

| கருத்து | கோட்பாடு | காலம் |
|---|---|---|
| படிமலர்ச்சி கோட்பாடுகள் | ஒருங்கிணைந்த கோட்பாடு (Synthetic Theory) | 20ஆம் நூற்றாண்டின் இடைக்காலம் |
| | உடனிகழ்வுக் கோட்பாடு (Mutation Theory) | 20ஆம் நூற்றாண்டின் தொடக்கம் |
| | மெண்டல் கோட்பாடு (Theory of Mendel) | 19ஆம் நூற்றாண்டு |
| | தார்வினியம் (Darwinism) | 19ஆம் நூற்றாண்டு |
| | லெமார்க்கியம் (Lamarckism) | 19ஆம் நூற்றாண்டு |
| உயிரினத்தின் தோற்றம் பற்றிய கோட்பாடுகள் | பலவழித் தோற்றக் கோட்பாடு (Polygenesis) | 18ஆம் நூற்றாண்டு |
| | வைரஸ் கோட்பாடு (Theory of Virus) | 18ஆம் நூற்றாண்டு |
| | இரசாயனப் பொருட்கள் இணைவுக் கோட்பாடு (Theory of Chemosynthesis) | 18ஆம் நூற்றாண்டு |
| | சைனோஜென் கோட்பாடு (Theory of Cynogen) | 18ஆம் நூற்றாண்டு |
| | ஒரு முகத்தன்மைக் கோட்பாடு (Theory of Uniformitarianism) | 18ஆம் நூற்றாண்டு |
| | திடீர் நிகழ்வுக் கோட்பாடு (Theory of Catastrophism) | 18ஆம் நூற்றாண்டு |
| | எதேச்சைத் தோற்றக் கோட்பாடு (Theory of Spantaneous origin) | 18ஆம் நூற்றாண்டு |
| | ஒரு வழித் தோற்றக் கோட்பாடு (Monogenesis) | 17ஆம் நூற்றாண்டு |
| | தெய்வீகப் படைப்புக் கோட்பாடு (Theory of Divine Creation) | 17ஆம் நூற்றாண்டு |
| | என்றுமுள கோட்பாடு (Theory of Eternity) | 16ஆம் நூற்றாண்டு |
| | அந்தந்தச் சமூகத்தின் சமயக் கோட்பாடு (Religious Theory) | தோற்றம் முதல் இன்று வரை |
| | அரிஸ்டாட்டில் கோட்பாடு (Theory of Aristotle) | கி. மு. 300 |

நிலையின் பிரதிபலிப்பாகவே விலங்கு வடிவிலும் மனித வடிவிலும் தோன்றிய நரசிம்ம அவதாரமாகும். அடுத்து வாமன, பரசுராம் அவதாரங்களாகும்: இவை முறையே குட்டை, முரட்டு மனிதர்களின் படிமலர்ச்சியைப் பிரதிபலிக்கும் கட்டங்களாகும். அடுத்து, கிருஷ்ண அவதாரம். இதில் கிருஷ்ணர் நல்லவனுக்கு நல்லவன், கெட்டவனுக்கு கெட்டவனாக இருக்கிறார். ராம அவதாரம் ஒவ்வொருவரும் எப்படி நடக்க வேண்டும் என்ற வாழ்வு நெறியைக் காட்டும் அவதாரமாகும். அடுத்து, கல்கி அவதாரத்தில் குதிரையுடன் போர்வீரனாக மாறி உலகத் தீமைகளை அழிக்க இருக்கும் அவதாரமாகும். இவ்வாறு விஷ்ணுவின் அவதாரங்களை உயிரியல் படிமலர்ச்சியின் இணை பிரதிபலிப்பாகக் கருத இடமுண்டு. புராணங்கள் அக்கால மக்களின் சிந்தனை முறையைப் பிரதிபலிப்பவையாகக் கொள்ள முடியும். அவற்றிலிருந்து அன்றைய நிலைக்குரிய புரிதலை இனங்காண வேண்டும். மனிதனின் அறிவு வளர்ச்சியேகூட இறையியல் நிலை (theological stage) → தத்துவநிலை (metaphysical stage) → அறிவியல் நிலை (scientific stage) என்னும் வரிசையில் வளர்ச்சி பெற்று வந்துள்ளது.

மேற்கூறிய அவதாரங்களில் உயிரினப் படிமலர்ச்சி மட்டுமே காணக் கூடியதாக உள்ளது என்ற முடிவுக்கு வர வேண்டியதில்லை. பண்பாட்டுப் படிமலர்ச்சியுங்கூட வெளிப்படுவதாக உள்ளது. ராமர் பரசுராமனைத் தோற்கடித்த அவதாரத்தில் பரசுராமன் கொண்டிருந்த எளிய கற்கருவி ஆயுதத்தை விட மேம்பட்ட ஆயுதமான வில், அம்பு களை ராமர் கொண்டிருந்தார். வில், அம்புக்காலம் மனித குலத்தாரின் உணவு தேடுங் காலகட்டத்தைக் (food-gathering stage) குறிப்பதாகும். கிருஷ்ணரின் அண்ணன் பலராமன் கலப்பையைத் தோளில் சுமக்கும் காட்சியே பெரும்பாலும் காணப்படுகிறது. இவர் வேளாண் சமூகத்தைச் சார்ந்தவர் என்பதைக் காட்டுவதாகும். ஆக, மனிதகுலத்தாரின் வேட்டுவ வாழ்க்கை → ஆயர் வாழ்க்கை → வேளாண் வாழ்க்கை ஆகிய முப்பெரும் பண்பாட்டுப் படிமலர்ச்சியைப் புராண நிகழ்வு களிலிருந்து பொருள் கோடல் செய்ய இயலும்.

இவ்வாறே தொல்காப்பியர் உயிர்களை ஆறு வகையாகப் பின்வருமாறு பாகுபடுத்துவது உயிரினப் படிமலர்ச்சியின் கருத்தை வெளிப்படுத்துவதாகவே உள்ளது.

> ஒன்று அறிவதுவே உற்று அறிவதுவே
> இரண்டு அறிவதுவே அதனொடு நாவே
> .........................
> ஆறு அறிவதுவே அவற்றொடு மனனே (தொல். மரபியல் : 1526).

19ஆம் நூற்றாண்டில் தார்வினின் சிந்தனைவழி உயிரினப் படிமலர்ச்சி பற்றிய ஓர் ஓர்மை தமிழ்ச் சிந்தனை மரபில் இருந்திருக்கிறது. இந்நிலையில் அறிவாராய்ச்சியியலில் தமிழ்ச் சிந்தனை மரபு தொன்மையானது எனக் கருத இடமுண்டு.

# 3

# பண்பாட்டுப் படிமலர்ச்சி

அரிஸ்டாட்டில் (கி.மு.384-322) தொடங்கி இடைக்கால, மறுமலர்ச்சிக் கால அறிஞர்கள் ஊடாகப் பல நூற்றாண்டுகளாகப் படிமலர்ச்சி[1] (evolution) பற்றிப் பலர் பேசி வந்துள்ளனர். எனினும், 1859இல் தார்வின் (கி.பி. 1809-1882) உயிரினங்களின் தோற்றம் (On the Origin of Species 1859) என்னும் நூல் மூலம் முன்வைத்த உயிரியல் படிமலர்ச்சிக் கோட்பாடு மிக விரிவான ஆய்வுப் போக்காடு அமைந்தது என்ற ஏகோபித்த அங்கீகாரத்தைப் பெற்றது. இக்கால கட்டத்தில் சமூக, பண்பாட்டுப் படிமலர்ச்சி குறித்த சிந்தனையில் தார்வினின் பங்களிப்பு மிகுந்த கவனத்தில் கொள்ளப்பட்டது.

பண்பாட்டுப் படிமலர்ச்சி பற்றிய சிந்தனை 17, 18ஆம் நூற்றாண்டு களில் அறிவார்ந்த நிலையில் மேலோங்கத் தொடங்கியது. இக்காலத்தைச் சேர்ந்த வல்லுநர்கள் நாகரிகமானது தொன்மைப் பண்பாட்டிலிருந்து தோன்றியது எனக் கருதினர். இந்தத் தொன்மைப் பண்பாட்டை இன்று வாழும் விலங்காண்டிகள் (savages), காட்டாண்டிகள் (barbarians) ஆகியோரின் பண்பாட்டை ஒத்தது என்றும் எண்ணினர். இக்கருத்து களுக்கு முன்னோடியாக விளங்கியவர்கள் கிரேக்கத் தத்துவவியலர் எப்பிக்கூரசும், ரோமானியத் தத்துவவியலர் லூரெட்டியசும் ஆவர்.

இவர்களின் சிந்தனை பழமைப் போக்கானது எனக் கூறி சிலர் முனைப்பான சிந்தனையில் ஈடுபட்டனர். பண்பாட்டுப் படிமலர்ச்சி குறித்துப் புதிய வகையில் சிந்தித்தவர்களுள் குறிப்பிடத்தக்கவர்கள் பிரஞ்சு நாட்டைச் சேர்ந்த துர்கோ, ரூசோ, கண்டார்சே, வால்டேய்ர், ஹெல்வெட்டியஸ், திதரோத் ஆகியோரும், ஜெருமனி நாட்டைச் சேர்ந்த இக்காத், ஹெர்டர் ஆகியோரும், பிரிட்டனைச் சேர்ந்த ஹியூம், ஹாப்ஸ், ஃபெர்கூஷன் ஆகியோரும், இத்தாலியைச் சேர்ந்த விக்கோவும் ஆவர்.

சமூகவியலில் தார்வினின் தாக்கம் தொடக்கத்தில் பெருமளவு இருந்தது. பண்பாட்டுப் படிமலர்ச்சி பற்றிய சிந்தனை 16ஆம் நூற்றாண்டுத் தத்துவவியலாரிடமிருந்து மெல்ல மெல்ல மாறி, 19ஆம் நூற்றாண்டில் மானிடவியல் முறையான கல்விப் புலமாக மாறிய பின்னர் ஒன்றுக்கடுத்து மற்றொன்றாகப் பல கோட்பாடுகள் முன்வைக்கப் பட்டன.

தார்வினின் நூல் வெளியிடப்பட்ட இரண்டு ஆண்டுகளுக்குள் ஆங்கிலேய மானிடவியலர் எட்வர்ட் பர்னட் டைலர் (E.B. Tylor) மெக்சிகோ பகுதியின் பண்பாட்டினை ஆராய்ந்து அதன்வழி பண்பாட்டு வரலாற்றையும் மீட்டுருவாக்கத்தையும் ஆய்வு செய்து அதனை 1861 ஆம் ஆண்டு *மெக்சிகோ-மெக்சிகன்: தொன்மையும் புதுமையும்* (Mexico-Mexican: Ancient and Modern) என்னும் நூலாக வெளியிட்டார். அடுத்து, 1865 ஆம் ஆண்டு மனிதகுலத்தின் தொடக்ககால வரலாறும் நாகரிகத்தின் வளர்ச்சியும் பற்றிய ஆய்வுகள் (Researches into the Early History of Mankind and Development of Civilization 1865) என்னும் நூலையும் வெளியிட்டார்.

இக்காலகட்டத்தில் பிற ஆங்கிலேய அறிஞர்களான மெய்ன் (H.J.S.Maine), மெக்லீனன் (J.F. McLennan), பிரேசர் (S.J.G. Frazer) ஆகிய ஆங்கிலேயர்களும், அமெரிக்க மானிடவியலறிஞரான லூவி ஹென்றி மார்கனும் (C.L.H. Morgan), ஜெருமானிய அறிஞர்களான பகோஃபன் (C.J.J. Bachofen), அடால்ஃப் பாஸ்டியன் (A. Bastian) ஆகியோரும் சமூக-பண்பாட்டுப் படிமலர்ச்சி குறித்து முனைப்பாகச் சிந்தித்தனர்.

இன்றைய நிலையில் பண்பாட்டுப் படிமலர்ச்சி குறித்துப் பல கொள்கைக் குழுவினர் உள்ளனர். இவர்கள் முன்வைத்த கொள்கைகள் வருமாறு:

### தொன்மைப் படிமலர்ச்சியியல்

தொன்மைப் படிமலர்ச்சியிலார் '19ஆம் நூற்றாண்டுப் படிமலர்ச்சி யியலார்' என்றும் கூறப்படுவர். ஏனெனில் இவர்கள் அனைவரும் 19ஆம் நூற்றாண்டில் இது குறித்து முதல் முறையாகச் சிந்தித்தவர்கள் என்பதால் இவ்வாறு அழைக்கப்படுவர். இவர்கள் அனைவரும் பண்பாடுகள் ஒரு நேர்க்கோட்டில் பல படிநிலைகளைக் கடந்தே வந்துள்ளன என்பர். இதனால் இவர்களின் இக்கருத்து 'ஒருவழிப் படிமலர்ச்சி' (unilinear evolution) என்றும் கூறப்படும். ஒரு வழிப் படிமலர்ச்சிக் கொள்கையில் பெரும் பங்குடையவர்கள் அமெரிக்க

- படிமலர்ச்சியியலார்
  - தொன்மைப் படிமலர்ச்சியியலார் (classical evolutionists)
    - அமெரிக்கப் படிமலர்ச்சியியலார்
    - ஆங்கிலேயப் படிமலர்ச்சியியலார்
    - பிற படிமலர்ச்சியியலார்
  - புதுப் படிமலர்ச்சியியலார் (neo-evolutionists)
    - அமெரிக்கப் படிமலர்ச்சியியலார்
    - ஆங்கிலேயப் படிமலர்ச்சியியலார்

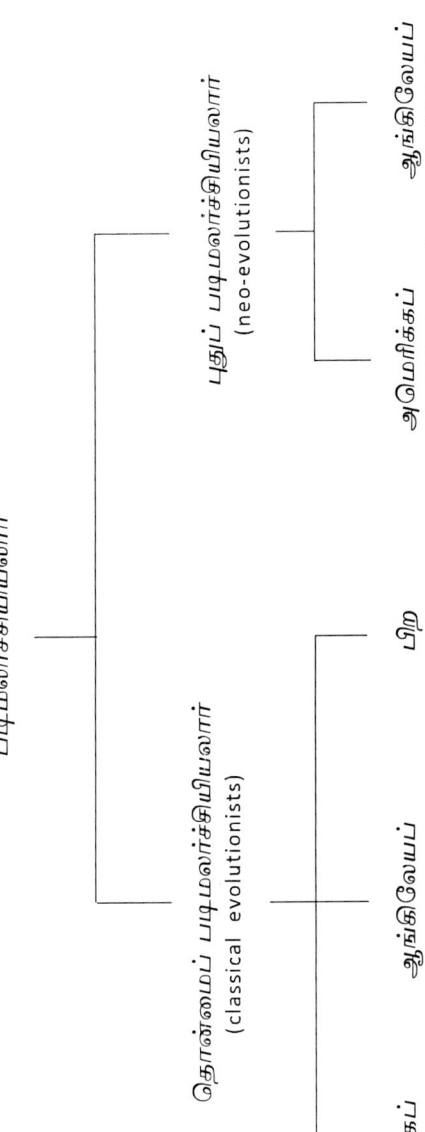

மானிடவியலறிஞர் லூவி ஹென்றி மார்கனும் (1818-1881), ஆங்கிலேய மானிடவியலறிஞர் எட்வர்ட் பர்னட் டைலரும் (1832-1917) ஆவார்.

மார்கனின் படிமலர்ச்சித் திட்டம் தொடக்கத்தில் உறவு முறை, குடும்பமுறை பற்றியதாக அமைந்தது. அதனையடுத்துத் தொழில்நுட்ப வளர்ச்சி, அரசியல் அமைப்பு ஆகியவற்றையும் இணைத்துக் கொண்டு பண்பாட்டின் ஒட்டுமொத்தப் படிமலர்ச்சியை விளக்க முயன்றார். இவர்தம் கருத்துக்களைத் தொன்மைச் சமுதாயம் (Ancient Society 1827) என்னும் நூலாக எழுதினார்.

| படிமலர்ச்சி நிலை | தொழில்நுட்ப நிலை |
|---|---|
| **I. விலங்காண்டி நிலை** | |
| அ. கீழ் விலங்காண்டி நிலை (lower savagery) | பழங்களும் கொட்டைகளும் பிழைப்பாதாரமாக இருந்தன. |
| ஆ. நடு விலங்காண்டி நிலை (middle savagery) | மீன், நெருப்பு ஆகியன பிழைப்பாதாரமாக இருந்தன. |
| இ. உயர் விலங்காண்டி நிலை (upper savagery) | அம்பும் வில்லும் வாழ்க்கைத் தொழிலில் ஈடுபடுத்தப்பட்டன. |
| **II. காட்டாண்டி நிலை** | |
| அ. கீழ் காட்டாண்டி நிலை (lower barbarism) | கலை, மட்பாண்டங்கள் செய்யும் முறை ஏற்பட்ட காலம். |
| ஆ. நடு காட்டாண்டி நிலை (middle barbarism) | பழைய உலகத்தில் (old world) விலங்குகள் வளர்த்தலும், புத்துலகத்தில் (new world) மக்காச்சோளம் விளைவித்தலும், நீர்ப்பாசன முறை, கற்களைக் கொண்டு கட்டடங்கள் கட்டுதலும் மேற்கொள்ளப்பட்டன. |
| இ. உயர் காட்டாண்டி நிலை (upper barbarism) | இரும்புக் கருவிகள் செய்யப்பட்டன. |
| **III. நாகரிகம்** (civilization) | ஒலிசார் நெடுங்கணக்கும் (phonetic alphabet) எழுத்து முறையும் தோன்றின. |

மார்கன் தம் படிமலர்ச்சித் திட்டத்தில் பிரஞ்சுத் தத்துவவியலார் மாண்டஸ்கு கூறிய விலங்காண்டி நிலை (savagery), காட்டாண்டி நிலை (barbarism), நாகரிகம் (civilization) ஆகிய மூன்று படிமலர்ச்சி நிலைகளை ஏற்றுக்கொண்டார். ஆனால், மார்கன் அவற்றைத் தத்துவ நிலையி லிருந்து விடுவித்துப் பண்பாட்டாய்வாக மாற்றினார். இவர் தம் ஆய்வில் முதலிரண்டு நிலைகளைக் கீழ்நிலை (lower), நடுநிலை (middle), மேல்நிலை (upper) என, மேலும் மூன்று துணை நிலைகளாகப் பாகு படுத்தினார். இந்த ஒவ்வொரு நிலையிலும் மனித சமுதாயம் புதிதாகக் கண்டறிந்த தொழில்திறனை மார்கன் இனங்கண்டு படிமலர்ச்சி நிலைகளை விளக்குகிறார்.

பண்பாட்டின் படிமலர்ச்சியை மேற்கூறிய நிலைகளில் பிரித்து மதிப்பிட்ட மார்கன் அவ்வகை நிலைகளைச் சில சமுதாயங்களோடு ஒப்பிட்டுக் காட்டினார். கீழ் விலங்காண்டி நிலை இன்று எந்தப் பண்பாடும் பெற்றிருக்கவில்லை; இது அற்றுப் போயிற்று. ஆகவே இந்நிலைக்கு மட்டும் எடுத்துக்காட்டுகள் இல்லை என்பார் மார்கன். இவரது படிமலர்ச்சித் திட்டத்தின்படி கீழ் விலங்காண்டி நிலையானது மனிதன் தோன்றியது முதல் நெருப்புக் கண்டுபிடித்த காலம் வரை வாழ்ந்த மக்களிடம் இருந்தது. இந்நிலையில் வாழ்ந்த மக்கள் பேச்சு மொழியைக் கண்டுபிடித்தனர்; உடைமைகளைப் பொதுவாகக் கொண்டிருந்தனர்; சமைக்காத உணவை உண்டனர்; முறையான குடும்ப அமைப்பின்றிக் கண்டவருடன் பாலுறவு கொண்டனர்.

இதற்கு மாறாக நாகரிக மக்கள் ஒலிசார் நெடுங்கணக்கையும் (phonetic alphabet) உச்ச அளவிலான வேளாண்மை உற்பத்தியை யும், ஒரு துணை மணமுறையையும் கொண்டிருந்தனர். மார்கனின் திட்டத்தில் இக்கால ஐரோப்பியரை மட்டும் நாகரிக மக்கள் எனக் கொள்ளாமல் தொன்மை நாகரிகத்தவர்களான கிரேக்கர், ரோமானியர், எகிப்தியர் ஆகியோரையும் நாகரிகத்தவர் எனக் குறிப்பிட்டார்.

பண்பாட்டுப் படிமலர்ச்சியில் மார்கன் குறிப்பிடும் ஒவ்வொரு நிலையிலும் தொழில் நுட்பம், வாழ்க்கை முறை, குடும்பம், திருமணம், அரசியல் முறை ஆகியவற்றில் ஏற்பட்ட வளர்ச்சியைக் குறிப்பிடுகிறார். இவரது படிமலர்ச்சித் திட்டத்தில் குறிப்பிடத்தக்க கருத்து என்ன வெனில் மார்கன் ஒவ்வொரு புதிய நிலையும் ஒரு புதிய கண்டுபிடிப் புடன் தொடக்கம் பெற்றது என்பார். நடு விலங்காண்டி நிலைக் (middle savagery) காலம் நெருப்புக் கண்டுபிடித்ததோடு தொடங்கியது. இந்நிலையை, இன்று வாழும் ஆஸ்திரேலிய முதுகுடிகளும் (aborigines), சில பாலினீசிய முதுகுடிகளும் எடுத்துக்காட்டுகிறார்கள். உயர் விலங்காண்டி நிலை (upper savagery) அம்பு, வில் கண்டுபிடிப்புடன்

தொடங்கிற்று. இதன் பேராளர்களாக மேற்குக் கனடா நாட்டு அத்தபாஸ்கன் (Athabaskan) இந்தியர்கள் விளங்குகிறார்கள். கீழ்க் காட்டாண்டி நிலை (lower barbarism) மட்பாண்டக் கலையைக் கண்டு பிடித்ததன் மூலம் தொடங்கிற்று. இதன் பேராளர்களாக இரோகு வாய்ஸ் இந்தியர்கள் விளங்குகின்றனர்.

இவ்வாறு, ஒவ்வொரு நிலைக்கும் சில எடுத்துக்காட்டுகளைக் காட்டிப் படிமலர்ச்சியின் வளர்ச்சி நிலைகளை ஒப்பிட்டுக் காட்டினார். இன்று வாழும் பல பழங்குடிச் சமுதாயங்கள் நாகரிக நிலையை அடையாமலேயே உள்ளன. அவை அந்நிலையை அடையும் போக்கில் பல நிலைகளில் வளருகின்றன என மார்கன் விளக்கமளித்தார்.

மார்கன் தம் பண்பாட்டுப் படிமலர்ச்சித் திட்டத்தில் ஒவ்வொரு நிலையையும் விளக்குவதில் தொழில்நுட்பக் கண்டுபிடிப்பைச் சுட்டிக்காட்டுவதால் இவரது கொள்கை பொருள் முதற்கொள்கை யரின் (materialists) நிலையை மறைமுகமாகச் சார்ந்துள்ளது எனலாம். (மார்கன் கருத்துகளை முழுமையாக உள்வாங்கிய பின்னரே ஏங்கெல்ஸ் தம் கருத்துக்களை முன்வைத்தார்).

மனித சமுதாயத்தின் படிமலர்ச்சி நிலைகளை மேற்கூறியவாறு (விலங்காண்டி → காட்டாண்டி → நாகரிகம்) வகுத்த மார்கன், மனிதப் பண்பாட்டில் குடும்பம் என்ற தனியொரு நிறுவனத்தை எடுத்துக் கொண்டு அது பின்வரும் ஐந்து நிலைகளில் படிமலர்ச்சி அடைந்துள்ளது எனக் கூறினார்.

ஒரு துணை மணக் குடும்பம் (monogamian family)

↑

தந்தைத் தலைமைக் குடும்பம் (patriarchal family)

↑

நிலையற்ற மணக் குடும்பம் (syndiasmian family)

↑

குழுமணக் குடும்பம் (punaluan family)

↑

இரத்த உறவுக் குடும்பம் (consanguine family)

(இந்த ஒவ்வொரு நிலையின் தன்மை குறித்து விரிவறிய காண்க: இயல் 7).

பண்பாட்டின் படிமலர்ச்சியில் குடும்பத்தின் வளர்ச்சி நிலைகளை மதிப்பிட்ட மார்கன் உறவுமுறைச் சொல் வழக்குகளின் (kinship terminologies) வளர்ச்சியை மூன்று நிலைகளாகப் பிரித்தார். அவை: 1. மலாய் வகை, 2. டுரானிய கானோவானிய வகை (Turanian - Ganowanian), 3. ஆரிய-செமிட்டிக்-உரேலிய வகை (Aryan-Semitic-Uralian) ஆகும். இக்கால மானிடவியலாரின் வகைப்பாட்டின்படி மேற்கூறிய மூன்றும் முறையே ஹவாய் உறவு முறை (Hawaiian system), இராக்குவர் முறை (Iroquois system), எஸ்கிமோ முறை (Eskimo system) ஆகியவற்றிற்கு இணையானது ஆகும் *(இவற்றின் தன்மைகள் குறித்தும் விரிவாக அறிய காண்க: பாரதி 2003).*

பண்பாட்டின் ஒருவழிப் படிமலர்ச்சியை மேலும் மிகுந்த உறுதிப் பாட்டுடன் கூற மார்கன் மனித சமுதாயத்தின் சமூக, அரசியல் படிமலர்ச்சியை ஆராய்ந்தார். இதன் வளர்ச்சியைக் கூறும்போது மார்கன் பின்வரும் வளர்ச்சி நிலைகளைக் குறிப்பிடுவார். முதல் நிலையில் இரத்த உறவினரை மணந்து நாடோடிக் கூட்டங்களாக வாழ்ந்து, அதன் பின்னர் ஓர் ஆண் குழுவினர் வேறோர் இரத்தக் குழுவைச் சேர்ந்த பெண் குழுவினரை மணந்துகொள்ளும் அளவில் பல உட்குழுக்களை அமைத்துக் கொண்டனர். இந்நிலையை ஆஸ்திரேலிய மணமுறைப் பிரிவுகளுடன் ஒப்பிடுவார் மார்கன். அடுத்த நிலையில் இரத்த உறவுடைய பெண் கூட்டத்தினர் (matrisib) அமைப்பு ஆதிக்க மடைந்தது. அவ்வகையான பல குழுக்கள் ஒன்று சேர்ந்து பெருங் கூட்டமாக (phratry) அமைந்து, பின்னர் அக்குழு பழங்குடி அமைப்பு (tribal system) என்ற நிலைக்கு மாறியது. அதிலிருந்து மாறியதே இன்றைய அரசியல் முறைகளாகும் என்பார் மார்கன்.

### எட்வர்டு பர்னட் டைலர்

ஒருவழிப் படிமலர்ச்சிக் கொள்கைக் குழுவைச் சேர்ந்த டைலர் 1861, 1865 ஆகிய ஆண்டுகளில் முறையே 'மெக்சிகோ' பற்றியும் 'மனிதகுல வரலாறும் நாகரிகத்தின் வளர்ச்சியும்' பற்றியும், எழுதிய போது ஏராளமான புது விளக்கங்களைக் கண்டறிந்தார்.

பண்பாடு, நாகரிகம் இவை இரண்டின் வரலாற்றிலும் வளர்ச்சி யிலும் ஒரு முதன்மையான செயல்பாடு நிகழ்ந்துள்ளதாக அறிந்தார். பண்பாடுகளின் நிறுவனங்கள் (institutions) அதனதன் போக்கில் தனித்த நிலையில் / இணை நிலைப் போக்கில் படிமலர்ச்சி பெற்றுள்ளன (parallel or independent evolution) என்றும் கருதினார். ஒன்றையொன்று பாதித்துக் கொள்ளாமல் அவை தோன்றிய இடங்களில் இயல்பாகவே ஒரு பொதுத் தன்மையுடன் ஒரே போக்கில் வளர்ச்சிபெற்று வந்துள்ளன என்று கருதினார். இதனாலேயே ஆதிகால மனிதன் பயன்படுத்திய

கற்கருவிகளுக்கடுத்து, மட்பாண்டங்களும், கால்நடை வளர்ப்பும், வேளாண்மையும் அடுத்தடுத்துத் தோன்றின என்றுணர்ந்தார்.

இந்த வளர்ச்சியானது கற்கால மனிதன் வாழ்ந்த ஓர் இடத்தில் தோன்றி மற்ற இடங்களுக்குப் பரவாமல் உலகில் எங்கெல்லாம் கற்கால மக்கள் தோன்றி வாழத் தலைப்பட்டார்களோ அங்கெல்லாம் மேற்கூறிய நிலையில் பண்பாட்டுப் படிமலர்ச்சியானது கற்கருவிகளின் பயன்பாடு தொடங்கி, மட்பாண்டம், கால்நடை வளர்ப்பு ஊடாக வேளாண்மை முறை வரை வளர்ச்சி அடைந்தன என்றும் கூறினார்.

டைலரின் பங்களிப்பில் மிகவும் முதன்மையானது எனப் போற்றப் படுவது 1871 இல் வெளியிடப்பட்ட தொன்மைப் பண்பாடு (Primitive Culture) நூலாகும். இந்நூலின் வாயிலாகவே பண்பாடு பற்றிய ஆய்வுப் போக்கு முதன்முதலாக அறிவியல் போக்காக மாற்றம் பெற்றது. இந்நூல் இரண்டு தொகுதிகளைக் கொண்டது. இரண்டாம் தொகுதி முழுவதிலும் சமயத்தைப் பற்றியே விவரிக்கிறார்.

மேற்கூறிய நூலில் இரண்டு கோட்பாடுகளை டைலர் முன் வைக்கிறார்.

1. எஞ்சிநிலைத்தவைக் கோட்பாடு (Theory of survivals)
2. ஆவி வழிபாடு பற்றிய கோட்பாடு (theory of animism)

தொல்லியலாரும் (archaeologists) மண்ணியலாரும் (geologists) பூமிக்கடியில் புதைந்து கிடக்கும் பொருட்களைச் சேகரித்து அவற்றைக் காலவரிசைப்படுத்தி வரலாற்று மீட்டுருவாக்கம் செய்ய இயலும் என்பார் டைலர்.

மனித குலத்தின் பொருள்சார் பண்பாடானது (material culture) கல், செம்பு, இரும்பு ஆகிய மூன்று காலகட்டங்களாக வளர்ச்சி பெற்று வந்துள்ளது என்பதை அறிந்த டைலர், விலங்காண்டி (savagery), காட்டாண்டி (barbarism), நாகரிகம் என்னும் முப்படி நிலைகளில் பண்பாடு படிமலர்ச்சி பெற்று வந்துள்ளதால் அக்கட்டங்களுக்குரிய கூறுகளை வரிசைப்படுத்திப் படிமலர்ச்சிப் போக்கை அறிய முடியுமெனக் கருதினார்.

இந்தப் படிமலர்ச்சிப் போக்கில் ஒரு பண்பாட்டின் சில வழக்கங்கள், நிறுவனங்கள் அல்லது சில கூறுகள் அடுத்தடுத்த கட்டங்களைக் கடந்து செல்லும்போது அப்பண்பாட்டில் அவற்றின் செயல்கள் / பண்புகள் மாற்றம் பெறலாம் அல்லது இழக்க நேரலாம். இருப்பினும், அந்த மாற்றம் பெற்ற அல்லது செயலிழந்த கூறுகள் பிந்தைய காலகட்டங் களில் தொடர்ந்து எடுத்துச்செல்லப்பட்டு அதன் தன்மைகள் அந்தச்

சமுதாயத்தின் நிகழ்வுகளில் ஏதோ ஒருவகையில் வெளிப்படும் இயல்புடையனவாக இருக்கும். அவையே எஞ்சி நிலத்தவை (survivals) என்பார் டைலர்.

ஒரு பண்பாட்டின் இப்போதைய நிலையை அதன் முந்தைய கட்டத்தோடு ஒப்பிடுவதன் வாயிலாகப் படிமலர்ச்சி நிகழ்வின் தன்மையைப் புரிந்துகொள்ள முடியும் என டைலர் நம்பினார். இதனால் படிமலர்ச்சி ஆய்வுகளுக்கு 'ஒப்பீட்டு முறை' (comparative method) முதன்மையானது என டைலர் கூறினார். இதனால் ஒப்பாய்வு இனவியல் (comparative ethnology) துறையின் முன்னோடி என்று இவர் போற்றப்படுகிறார். அத்தோடு, இன்று வேட்டையாடி உணவு சேகரிக்கும் நிலை முதல் நாகரிக நிலைவரை படிநிலைப்பட்டுள்ள பண்பாட்டு வரிசையானது ஆதிகாலத்தில் காணப்பட்ட படிநிலை வரிசையை அறிவதற்கு உதவும் நிகழ்கால வடிவம் என்றும் கருதினார். இவ்வாறான ஒப்பீட்டு முறையின் மூலம் டைலர் பல படிமலர்ச்சி நிகழ்வுகளை ஆய்வுக்கு எடுத்துக்கொண்டார். கற்கருவி, மட்பாண்டம், கால்நடை வளர்ப்பு, வேளாண்மை ஆகியவற்றின் படிமலர்ச்சியோடு பொருள்சார் கூறுகளாகிய கல், செம்பு, இரும்பு *(கற்காலம், செம்புக் காலம், இரும்புக்காலம்)* ஆகியவை முப்படிகளில் படிமலர்ச்சி அடைந் துள்ளன என உணர்ந்த டைலர் மனித குலத்தவரின் எஞ்சி நிலைத்த கூறுகள் குறித்து ஆராய்ந்தார்.

டைலரின் படிமலர்ச்சிக் கருத்துக்களுள், அடுத்து குறிப்பிட்டுப் பேசப்படுவது பேறுகாலத்தனிமை (couvade) பற்றியதாகும். இவர் 1889 இல் எழுதிய 'திருமணம், குடிவழி விதிகளைப் பின்பற்றி நிறுவனங் களின் வளர்ச்சியை ஆராயும் முறை' (A Method of Investigating the Development of Institution: Applied to the of Marriage as Descent) என்னும் கட்டுரைக்காக வினாநிரல் மூலம் 282 சமுதாயங்களின் தரவு களைப் பெற்றார். இவ்வாய்வில் திருமணத்திற்குப்பின் மணமக்கள் தங்குமிடம், முறை உறவினர்களின் (in-law) நடத்தைமுறைகள் ஆகியவை குறித்த தரவுகளையும் பெற்றார். இத்தரவுகள் மூலம் தாய்வழியில் குடிவழியும், தாயகம் தங்குதலும் (matrilineality & matrilocality) மனிதகுலத்தில் தோன்றிய முதல் முறைகள். இவற்றுக்குப் பின்னரே தந்தைக் குடிவழியும் தந்தையகத்தில் தங்கும் முறையும் (patrilineality & patrilocality) தோன்றின என்று டைலர் முன்மொழிந்தார்.

இம்முடிவினை மேற்கொள்ள உதவியாக அமைந்தது பேறுகாலத் தனிமை (couvade) பற்றிய தரவுகளே ஆகும். தாய்வழிச் சமூகங்களில் இம்முறை அறவே காணப்படுவதில்லை. ஏனெனில், அங்குப் பெண்களே,

முன்னுரிமை பெறுவதால் ஆண்கள் அடையாளம் பெறுவது முற்றிலும் தவிர்க்கப்படுகிறது. மாறாக, தந்தைவழிச் சமூகமாக மாறிய கட்டத்தில் பேறுகாலத்தில் பெண் அவதிப்படும் நடைமுறைகளை அவளின் கணவனும் அவளுடன் இருந்து அவதிப்பட்டான். அனைத்து வேலைகளையும் விட்டொழித்து மனைவி அருகிலேயே தனிமைப்பட்டுக் கொண்டும், குறைந்த உணவு உட்கொண்டும், மனைவிக்கு ஏற்படும் உடல்வலி தனக்கும் ஏற்படுவது போல் பாவனை செய்துகொண்டும் முடங்கிக் கிடக்கும் ஒரு தற்காலிகச் செயல்மூலம் பிறக்கும் குழந்தைக்குத் தானே தந்தை என்றும் உணர்த்தும் இம்முறை தந்தைவழிச் சமூகங்கள் ஏற்பட்ட காலகட்டத்தில் காணப்பட்டதால் இது தாய்வழிச் சமூகத்திற் கடுத்துத் தோன்றியது என்று டைலர் கருதினார்.

தந்தைவழிச் சமூகங்களில் தந்தையின் முக்கியத்துவம் நிலை நாட்டப்பட்டவுடன் இப்பழக்கம் நாளடைவில் பல சமூகங்களில் வழக்கிழந்து விட்டன என்றும், மிகச் சில சமூகங்களில் எஞ்சி நிலைத் தவையாக உள்ளன என்றும் முன்மொழிந்தார். ஆக, பேறுகாலத் தனிமை மூலம் தாய்வழிச் சமூகம் தந்தைவழிச் சமூகமாக மாறியது எனபதை டைலர் உறுதிப்படுத்துகிறார்.

தாய்வழிச் சமூகமே மனிதகுலத்தின் தொடக்கநிலை என்று உறுதிப்படுத்த இவர் 282 சமூகங்களில் தொகுத்த தரவுகள் வழி சேய்வழி அழைத்தல் (tecknonymy) முறையையும் எடுத்துக்காட்டுகிறார். குழந்தைகளின் பெயரை வைத்து அக்குழந்தைகளின் பெற்றோர்களை அழைக்கும்/குறிப்பிடும் முறை தாய்வழிச் சமூகங்களில் மட்டும் நிலவுவதாகும். தாய்த்தலைமைச் சமூகங்களில் பெண் மக்களே அதிகாரம் பெற்றவர்கள். கணவன்மார்கள் வெளியாராகவே கருதப்படுவர். இதனால் இவர்கள் நெருக்கமான முதன்மை உறவினர் (primary kin) வட்டத்தில் இடம்பெறாமல் இரண்டாம் நிலை (secondary) உறவினராகக் கருதப்படுவர்.

முக்கியத்துவம் இல்லாத இவர்களை முதன்மை உறவினர்களாக அமையும் குழந்தைகளின் பெயருடன் அழைக்கும் முறை ஏற்பட்டது. கணவன் பெயர் ராமன் எனவும் இவருக்குப் பிறக்கும் குழந்தை கமலா எனவும் அமையுமானால் ராமனைக் குறிப்பிடும் போது 'கமலாவின் அப்பா' என்றே அழைக்கப்படுவார். இத்தகு சேய் பெயர்வழி அழைக்கும் முறையானது தென்ஆப்பிரிக்கா, மேற்குக் கனடா, இந்தியா, ஆஸ்திரேலியா, அந்தமான், இலங்கை, நியூகினி, மலேசியா, சீனம், வடக்கு சைபீரியா, பிரிட்டிஸ் கொலம்பியா, மெலனீஷியா ஆகிய இடங்களில் காணப்படுகிறது. லோவி (R.H.Lowie) என்பார் பெண்கள்

மதிக்கப்படா சமூகங்களில் சிலவற்றிலும், பெயர்ச்சொல் இல்லாத மொழிகளிலும் இம்முறை காணப்படுவதாக இதற்கு மாற்றுக் கருத்தை முன்வைத்தார். எனினும் டைலரின் முடிவுக்குப் பரவலான ஆதரவு இருப்பது குறிப்பிடத்தக்கது (மேலும் காண்க: இயல் 6).

மனிதகுலம் அனைத்திலும் காணக்கூடிய சமயம் என்னும் நிறுவனத்தை ஆராய்ந்த டைலர் மனிதனின் சமய நம்பிக்கை ஆவி வழிபாட்டிலிருந்தே (animism) தொடங்குகிறது என்ற கோட்பாட்டை முன் வைத்தார் (விரிவுக்குக் காண்க: பாரதி 2003). அதுமட்டுமல்லாமல் மனிதர்களின் சமய நம்பிக்கையானது ஒரு நேர்கோட்டு வரிசையில் ஆவி வழிபாடு →பல கடவுள் வழிபாடு →ஒரு கடவுள் வழிபாடு என்ற ஒரு வழிப்பாதையில் படிமலர்ச்சி அடைந்துள்ளது என்ற கோட்பாட்டையும் முன்வைத்தார். ஆதிமனிதர்களிடம் தோன்றிய ஆவி வழிபாடே சமயம் தோன்றியதற்குக் காரணம் என்றும் அந்நம்பிக்கைக்கடுத்து மக்களிடம் பல கடவுள் வழிபாடு தோன்றியது என்றும், இறுதியாக ஒரு கடவுள் வழிபாடு தோன்றியது என்றும் இக்கோட்பாட்டின்வழி முன்மொழிந்தார்.

ஒரு கடவுள் வழிபாடு (monotheism)
↑
பல கடவுள் வழிபாடு (polytheism)
↑
மேல்நிலை ஆவி வழிபாடு (higher animism)
↑
கீழ்நிலை ஆவி வழிபாடு (lower animism)

உலகில் உள்ள அனைத்துப் பண்பாடுகளும் இறுதிநிலையான ஒரு கடவுள் வழிபாட்டை அடைந்துவிடவில்லை என்றும், அதனதன் படிமலர்ச்சி நிலைக்கேற்ப முதல் கட்டத்திலோ இரண்டாம் கட்டத்திலோ, இறுதிக் கட்டத்திலோ இருக்கின்றன என்றும் கூறினார்.

ஒருவழிப் படிமலர்ச்சி குறித்து மேலும் சில தொடக்ககால அறிஞர்கள் ஆராய்ந்தனர். ஜான் ஜேக்கப் பகோஃபன் (1815 - 1887) தாய்வழிச் சமூகமுறை குறித்தும், ஜான் எஃப். மக்லீனன் (1827 - 1881) திருமணம் குறித்தும், மெய்ன் (1822 - 1888) சட்டத்தின் படிமலர்ச்சி குறித்தும் எழுதியுள்ளனர் (விரிவுக்குக் காண்க: பாரதி 2002; 2003; Garbarino 1977, Naroll & Naroll 1973, McGee & Warms 2000, Robert Layton 1997).

மேற்கூறிய ஒருவழிப் படிமலர்ச்சியாளர்கள் முன்வைத்த படிமலர்ச்சி நிலைகளைப் பின்வருமாறு சுருக்கமாக மனதில் கொள்ளலாம்:

| முன் மொழிந்த அறிஞர்கள் | ஒருவழிப் படிமலர்ச்சி நிலைகள் |
|---|---|
| 1. மார்கன் : | 1. விலங்காண்டி → காட்டாண்டி → நாகரிகம்<br>2. இரத்த உறவுக்குடும்பம் → குழுமணக் குடும்பம் → நிலையற்ற மணக் குடும்பம் → தந்தை தலைமைக் குடும்பம் → ஒரு துணை மணக் குடும்பம்<br>3. ஹவாய் உறவு முறை → இராக்குவர் உறவு முறை → எஸ்கிமோ உறவு முறை |
| 2. டைலர் : | 1. கீழ்நிலை ஆவி வழிபாடு → மேல்நிலை ஆவி வழிபாடு → பல கடவுள் வழிபாடு → ஒரு கடவுள் வழிபாடு<br>2. தாய்வழிமுறை → தந்தைவழிமுறை |
| 3. மெக்லீனன் : | தாய்வழி முறை → தந்தைவழிமுறை |
| 4. பகோஃபன் : | முறையற்ற பாலுறவு → குழுமணம் → ஒரு துணைமணம் |
| 5. மெய்ன் : | 1. உறவுமுறை அமைப்பு → புவிப்பரப்பு சார்ந்த அமைப்பு<br>2. பாரம்பரியத் தகுதி முறை → ஒப்பந்த முறை<br>3. மாற்றிக் கொடுக்க இயலாத நிலம் → விற்பனைக்கு ஏற்ற நிலம்<br>4. குடியியல் சட்டம் → குற்றவியல் சட்டம் |
| 6. பிரேசர் : | மந்திரம் → சமயம் → அறிவியல் |
| 7. ஹேடன் : | உண்மை சார்ந்த கலை → குறியீட்டுக் கலை → வடிவவியல் கலை |
| 8. சைல்டு : | பழங்கற்காலம் → இடைக் கற்காலம் → புதிய கற்காலம் → செப்புக் கற்காலம் → தொடக்க வெண்கலக் காலம் |

**உலகளாவிய படிமலர்ச்சிக் கொள்கை**

இக்கொள்கையை (universal evolutionism) வகுத்தவர் லெஸ்லி வொயிட் *(1900-1975)*. இவர் போவாசின் மாணவர். இவர் மிச்சிகன் பல்கலைக்

கழகத்தில் பேராசிரியராகப் பணியாற்றிய காலத்தில் பண்பாட்டின் காரணகாரியங்களை மாணவர்களுக்கு விளக்கிக் கூறுவதில் போவாசின் பண்பாட்டுச் சார்புடைமையும் (cultural relativism), வரலாற்று மைய வாதமும் (historical particularism) உதவாததை உணர்ந்தார். இவ்வகையான நிலை இவருக்குத் தொடர்ந்து ஏற்பட்டதால் மார்கன், டைலர் ஆகியோரின் கொள்கையில் நாட்டங்கொண்டு அவர்கள் எழுதிய நூல்கள் அனைத்தையும் படித்தார். படித்து முடித்தவுடன் ஒருவழிப் படிமலர்ச்சிக் கொள்கை நிலையில் தவறில்லை என்றார். ஆனால் அதன் கொள்கையாக்கத்திற்குப் பயன்படுத்திய தரவுகள் மட்டுமே உதவாதவை எனக் கூறினார். புதிய தரவுகளைக் கொண்டு படிமலர்ச்சிக் கொள்கையை மீண்டும் புதுப்பிக்க இயலும் என்றும் உயிரியல் படிமலர்ச்சி போன்றே பண்பாட்டுப் படிமலர்ச்சியும் உண்மை என நிரூபிக்க இயலும் என்றும் உறுதியாக நம்பினார் (வொயிட் காலத்தில் குறிப்பாக, அமெரிக்காவில் 19 ஆம் நூற்றாண்டினரின் படிமலர்ச்சிக் கருத்துகள் வலுவிழந்து காணப்பட்டன).

புற உலகத்தைப் போன்றே சமுதாயங்களும் மிகவும் எளிய நிலையில் தொடங்கி அவற்றின் உள் உறுப்புகளிடையே ஏராளமான பங்கு பணிகளை மேலும் மேலும் ஏற்படுத்திக் கொண்டு சிக்கலான நிலைக்குத் தொடர்ந்து மாறி வந்துள்ளன. இந்நிலை கண்கூடாக உள்ளது. ஆகவே, உயிரியல் படிமலர்ச்சி போன்றே பண்பாட்டுப் படிமலர்ச்சியும் ஓர் உண்மை நிகழ்வே எனக் கருதினார் வொயிட். ஆனால் எந்த அளவுகோலைக் கொண்டு பண்பாட்டுப் படிமலர்ச்சியை விளக்குவது என்பதில் வொயிட் தீவிரமாகச் சிந்தனை செய்தார். அவ்வாறு கண்டுபிடிக்கும் அளவுகோல் அனைத்துப் பண்பாடுகளையும் மதிப்பிடக் கூடிய ஓர் உலகளாவிய மதிப்புத்தரமாக (universal standard) இருக்க வேண்டும். அத்தோடு, அது பண்பாடு சாராததாக இருக்க வேண்டும். இவ்வாறு தேர்ந்தெடுக்கப்படும் அளவுகோலைக் கொண்டு பண்பாடுகளை ஒப்புமைப்படுத்தி அவற்றின் வளர்ச்சி நிலைகளுக் கேற்ப அவற்றை வரிசைப்படுத்திக் காணக்கூடியதாக இருக்க வேண்டும் என வொயிட் விரும்பினார்.

மேற்கூறிய அனைத்துக் காரணிகளையும் ஒழுங்குபடுத்திக் காணும் போது ‘ஆற்றல்’ (energy) ஒன்றே பண்பாட்டுப் படிமலர்ச்சிக்குக் காரணமாக அமைந்துள்ளது என வொயிட் முடிவு செய்தார். பண்பாடு என்பது மக்கள் பிழைப்பதற்கு ஏற்படுத்திக் கொண்ட ஒரு வழிமுறையே. இது அம்மக்கள் எவ்வாறு ஆற்றலைப் பயன்படுத்த வேண்டும் என்பதற்கு வழிகாட்டுகிறது. தொடக்கத்தில் மக்கள் தங்கள் சொந்த உடலையே மிகப் பெரும் ஆற்றல் எனக் கருதி உடலை வருத்தி அதன்

மூலம் பிழைப்பை மேற்கொண்டனர். பின்னர் மக்கள் இயற்கை வளங்களை ஆற்றலாக மாற்ற முனைந்தபோது பண்பாடுகள் தனித்தனி உருவங் கொண்டன. இயற்கை வளங்களை ஆற்றலாக மாற்றுவதற்குப் பல்வேறு கற்கருவிகள் செய்து படிப்படியாகப் பல தொழில்நுட்ப முறைகளைக் கண்டுபிடித்தனர். இத்தொழில் நுட்பத்தில் ஏற்பட்ட மாற்றமே பண்பாட்டின் மாற்றத்திற்குக் காரணமானது. இதனை அவர் வகுத்த பண்பாட்டுப் படிமலர்ச்சியின் அடிப்படை விதி (basic law of evolution) மூலம் பின்வருமாறு விளக்குகிறார்.

பண்பாட்டின் அமைப்பில் ஏற்பட்ட வளர்ச்சியானது அது ஆற்றலைப் பயன்படுத்தும் திறனால் அடைந்த மாற்றத்தைக் குறிக்கிறது. ஆகவே, பண்பாட்டுப் படிமலர்ச்சி என்பது பண்பாடுகளின் வரலாற்றைக் குறிப்பதாகாது. அது மக்களுக்கு ஆற்றலை ஈட்டிக்கொடுக்கும் பொருட்டு ஏற்பட்ட மாற்றத்தின் வரலாற்றைக் குறிக்கிறது. மக்கள் ஆற்றலை மிகுதியாக ஈட்டிக்கொள்ளும் பொருட்டு ஏற்படுத்திக் கொள்ளும் மாற்றம் சமுதாய முறையிலும் (social organisation) சமுதாய உள்கட்டமைப்பிலும் ஏற்படும் முறையில் மேலும் ஒருபடி சிக்கலான அமைப்பை ஏற்படுத்தி ஒரு புதிய வகையான சமுதாய முறையை உருவாக்குகிறது. எப்போதெல்லாம் இவ்வகை மாற்றங்கள் நிகழ் கின்றனவோ அப்போதெல்லாம் பண்பாடு படிமலர்ச்சி பெறுகின்றது. பண்பாட்டுப் படிமலர்ச்சியில் தொழில் நுட்பம், ஆற்றல் ஆகியவற்றை வொயிட் அடிப்படையாகக் கொள்வதால் பண்பாட்டைப் பின்வருமாறு குறிப்பிடுவார்.

தொழில்நுட்பம் (தொ) x ஆற்றல் (ஆ) = பண்பாடு (ப)
technology (T) x energy (E) = culture (C)

வொயிட் தன் படிமலர்ச்சிக் கருத்தை 'ஆற்றலும் பண்பாட்டுப் படிமலர்ச்சியும்' (Energy and the Evolution of Culture) என்னும் கட்டுரை மூலம் வெளியிட்டார். இக்கட்டுரை அமெரிக்க மானிடவியலார் (American Anthropologist) என்னும் ஆய்விதழில் *1943*இல் வெளிவந்தது. வொயிட் இக்கட்டுரையை மேலும் விரிவாக்கி, *பண்பாட்டின் படிமலர்ச்சி* (Evolution of Culture 1959) என்னும் நூலாக எழுதினார். இந்நூலில் ஆற்றலுக்கும் சமுதாய முறைக்கும் உள்ள உறவை மிக விரிவாக விளக்குகிறார்.

கற்கருவிகளின் திறன், வேட்டையாடி உணவு சேகரித்தல், கால்நடைகள் வளர்க்கும் ஆயர் வாழ்க்கை, வேளாண் தொழில், உருக்குத் தொழில், தொழிற் கூடங்கள் (industry), படைத்துறை வளர்ச்சி போன்ற ஒவ்வொரு கட்டத்திலும் ஆற்றலை ஈட்டும் திறனும் அதைப்

பயன்படுத்தும் திறனும் ஒருபடி முன்னேற்றம் பெற்றது. அதற்கு ஈடாக சமுதாய முறையும் மாற்றம் பெற்றது. அம்மாற்றம் பழைய நிலையிலிருந்து (எளிய) மேலும் சிக்கலான (complex) நிலைக்குக் கொண்டு சென்றது. ஆகவே, பண்பாட்டுப் படிமலர்ச்சியில் சமுதாய முறை பற்றிய ஆய்வும் ஒரு பகுதியாக விவரிக்கப்பட வேண்டியுள்ளது என்பதை வொயிட் வலியுறுத்தினார்.

சமுதாய முறையானது வாழ்க்கைத் தேவைகளை ஈட்டும் பொருட்டு மக்கள் ஏற்படுத்திக் கொள்ளும் உறவைப் பொறுத்து அமைகிறது என்பார். இவற்றுள் உணவு, பாதுகாப்பு, இனப்பெருக்கம் ஆகிய மூன்று செயல்களே சமுதாய முறையை அறுதியிடுகின்றன. ஆகவே, சமுதாய முறை என்பது இம்மூன்றின் சேர்மமேயாகும். இதனைப் பின்வரும் வாய்பாட்டால் விளக்குவார் வொயிட்:

*உணவு (உ)* x *பாதுகாப்பு (பா)* x *இனப்பெருக்கம் (இ)* = *சமுதாய முறை (சமு)*
nutrition (N) x protection (P) x reproduction (R) = social organisation (SO)

பண்பாட்டை விளக்கும்போது வொயிட் அதனுள் தொழில்நுட்ப நிலை (technological), சமுதாயவியல் நிலை (sociological), கருத்தியல் நிலை (ideological) ஆகிய மூன்று துணைநிலைகள் உள்ளதாகக் கூறுவார். இம்மூன்றில் தொழில் நுட்பநிலையே மற்ற இரண்டு நிலைகளைக் காட்டிலும் ஆதிக்கம் வாய்ந்தது. ஒரு பண்பாட்டினர் அவர்கள் வாழ்வதற்காகத் தொழில்நுட்பத்தை எந்த முறையில் பயன்படுத்துகிறார்களோ அதைப் பொறுத்தே அவர்களின் சமுதாய நிலையும் கருத்தியல் நிலையும் அமையும்.

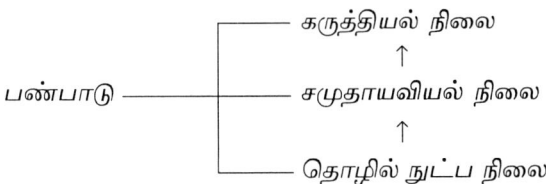

கருத்தியல் நிலை
↑
பண்பாடு — சமுதாயவியல் நிலை
↑
தொழில் நுட்ப நிலை

இருப்பினும், சமுதாய இயக்கத்தின்போது இம்மூன்று நிலைகளும் ஒன்றையொன்று சார்ந்தும் இணைந்தும் செயல்படுவதாக இருக்கும் என்பார் வொயிட்.

## சைல்டின் உலகளாவிய படிமலர்ச்சிக் கொள்கை

பண்பாட்டு மானிடவியலாரின் எதிர்ப்பினால் அமெரிக்காவில் ஏற்பட்டது போன்றே, இங்கிலாந்திலும் ஒருவழிப் படிமலர்ச்சிக் கொள்கை அதன் சிறப்புத்தன்மையை இழந்தது. இக்காலகட்டத்தில்

தான் 20 ஆம் நூற்றாண்டின் மிகச் சிறந்த ஆங்கிலேயத் தொல்லியலா ராகிய வெர்ரி கோர்டான் சைல்டு (V.G. Childe) என்பவர் ஐரோப்பிய முன்வரலாற்றினை (prehistory) மீட்டுருவாக்கம் செய்த ஆய்வில் சமுதாயப் படிமலர்ச்சிக் கொள்கையைப் (social evolutionism) புதுப்பித்து அதனைப் பரவல் (diffusion) நிகழ்வோடு தொடர்புபடுத்தி ஆராய்ந்தார்.

சைல்டு அவரது தொடக்ககால ஆய்வில் கற்காலம், வெண்கலக் காலம், இரும்புக்காலம் ஆகிய முக்காலக் கோட்பாட்டை மட்டும் விரிவு படுத்தினார். ஆனால், பழங்கற்காலத்திலிருந்து புதிய கற்காலத்தைப் பிரிப்பதில், பழைய ஆய்வாளர்கள் கையாண்ட முறையான கற்கருவி களைச் செய்யும் தொழிற்திறனை அடிப்படையாகக் கொள்ளவில்லை. புதிய கற்காலம் என்பது தாவரங்கள், பயிர் பச்சைகள், கால்நடைகள் ஆகியவற்றை வளர்த்து அவற்றின் மூலம் உணவு உற்பத்தி செய்யத் தொடங்கிய காலம் என்றும், கிராம வாழ்க்கை ஏற்பட்டதைக் குறிக்கும் காலம் என்றும் மறுவரையறை செய்தார். இவரது இந்த விளக்கம் மரபுவழியிலான தொல்லியல் ஆய்வுகளிலிருந்து விடுபட்டுச் சமுதாயப் பொருளாதார அடிப்படையில் விளக்கம் கூற முற்பட்டதாகும்.

சைல்டு 1930களில் ரஷ்யா சென்றிருந்தபோது அங்குள்ள அறிஞர்கள் மார்கனின் முறையைப் பயன்படுத்தியதைக் கண்டு இவரும் அதில் ஈடுபாடுகொண்டார். அதன் பின்னர் மார்கன் குறிப்பிட்ட விலங்காண்டி நிலை (savagery), காட்டாண்டி நிலை (barbarism), நாகரிகம் (civilization) ஆகிய மூன்று வகைப்பாட்டினை இவர்தம் ஆய்வுகளில் பயன்படுத்தத் தொடங்கினார். பண்பாட்டின் இம்மூன்று நிலைகளையும் முன்வரலாற்றுக் காலத்திய மூன்று காலங்களோடு ஒப்பிட்டார்.

| தொல்லியல் காலம் | பண்பாட்டு வளர்ச்சி |
|---|---|
| 1.அ. பழங் கற்காலம் (palaeolithic period) <br> ஆ. இடைக் கற்காலம் (mesolithic period) | விலங்காண்டி நிலை (savagery) |
| 2.அ. புதிய கற்காலம் (neolithic period) | காட்டாண்டி நிலை (barbarism) |
| ஆ. செப்புக் காலம் (copper-age) | உயர் காட்டாண்டி நிலை (higher babarism) |
| 3. தொடக்க வெண்கலக் காலம் (early bronze-age) | நாகரிகம் (civilization) |

பழங்காலத்தையும் இடைக் கற்காலத்தையும் விலங்காண்டி நிலையோடும், புதுக்கற்காலத்தைக் காட்டாண்டி நிலையோடும், நாகரிகக் காலத்தை நகரங்கள் தோன்றியதன் மூலம் ஏற்பட்ட நகரப் புரட்சியோடும் ஒப்பீடு செய்தார். இந்த ஒவ்வொரு காலத்தைச் சேர்ந்த மக்களின் பண்பாட்டுக் கூறுகளும் கருத்துகளும் அவர்கள் தோன்றிய புவிப்பரப்பிலிருந்து உலகின் பிற பகுதிகளுக்குப் பரவியதன் அறிகுறி களையும் தடயங்களையும் நுணுகி ஆராய்ந்தார்.

சைல்டு ஒருவழிப் படிமலர்ச்சிக் கொள்கையாளர்களைப் போல் பல பண்பாடுகளை எடுத்துக்கொண்டு எவை எவை எந்தெந்த நிலையில் உள்ளன என அறிந்து அதன் வளர்ச்சி நிலைக்கேற்ப அதனை ஒருவழி நேர்கோட்டு வரிசையில் ஓர் இடத்தில் பொருத்தாமல் பண்பாடுகள் அனைத்தையும் 'ஒரு பண்பாடு' எனக் கொண்டு அதன் வளர்ச்சி நிலைகளை மதிப்பிட்டார். ஆகவே, 'பண்பாடுகள்' என்ற 19ஆம் நூற்றாண்டினரின் நிலை 'பண்பாடு' என்ற நிலைக்கு மாறியது. பண்பாடு என்னும் நிலைக்குக் கொண்டு வந்ததால் வொயிட்டும், சைல்டும் அதன் வளர்ச்சிநிலைகளைப் புவிப்பரப்புகளுக்கு ஏற்ப அல்லது அதன் தன்மைகளுக்கு ஏற்ப பல துண்டுகளாகப் பிரித்துக் காணாமல் ஓர் உலகளாவிய நிலையில் பண்பாடுகளை இணைத்து விளக்க முற்பட்டனர் (மேலும் காண்க: இயல் 5). இருப்பினும், இவர்களின் கொள்கை ஒருவழிப் படிமலர்ச்சிக் கொள்கையின் மறு சாயலே என இதனை விமர்சித்தவர்களும் உண்டு.

## பலவழிப் படிமலர்ச்சிக் கொள்கை

இக்கொள்கையை (multilinear evolutionism) முன்வைத்தவர் ஜுலியன் ஸ்டீவார்டு (Julian Steward) ஆவார். அமெரிக்காவில் 20ஆம் நூற்றாண்டின் இடைக்காலத்தில் பண்பாடுகளின் வளர்ச்சியில் காணப்பட்ட 'ஒழுங்கு முறை'களையும் (regularities) 'காரண காரியங்களை'யும் (causation) ஆராய்வதில் வொயிட் மட்டுமல்ல; ஜுலியன் ஸ்டீவார்டும் ஈடுபட்டார். இவர் லோவி, குரோபர் ஆகியோரின் மாணவர். இவர் வொயிட்டின் படிமலர்ச்சிக் கருத்துகளில் மிகுந்த பயன் கிடைக்கவில்லை எனக் கருதினார். குறிப்பாக, வொயிட் குறிப்பிடும் 'ஆற்றலைப் பயன்படுத்துதல்' கருத்தாக்கம் அனைத்து நிலைகளையும் ஒன்றுசேர்த்து அறிய இயலாத தாக உள்ளது எனக் கருதினார். சில சமுதாயங்கள் பரந்து கிடக்கும் இயல்பான ஆற்றலைச் (free energy) சிறப்பாகப் பயன்படுத்துகின்றன. ஆனால், சில சமுதாயங்கள் அவற்றைப் பயன்படுத்த இயலாமல் உள்ளன. அதற்கான காரணத்தை வொயிட்டின் 'ஆற்றல் பயன்பாடு' கருத்தாக்கம் விளக்க முற்படவில்லை என ஸ்டீவார்டு கருதினார்.

வொயிட்டைப் போன்று உலகளாவிய நிலையில் பண்பாட்டு வளர்ச்சியைக் காணாமல் பயன்பாட்டுக் கூறுகளின் இணை வளர்ச்சியை (parallel development) ஒன்றுக்கொன்று தொடர்பற்ற பகுதிகளில் பண்பாடுகள் இணைநிலையில் (parallel) மாற்றமடைந்துள்ளது ஏன் என்பதை அறிய முயன்றார். அதன் பின்னர் நிகழ்ச்சிக்கான ஒழுங்கு முறைகளைக் (regularities) கண்டுபிடிக்க முயன்றார். ஒன்றுக்கொன்று தொடர்பில்லாத இரண்டு பகுதிகளில் ஒரே தன்மையான பண்பாட்டு நிறுவனங்கள் ஏன் ஏற்படுகின்றன? அவற்றின் வளர்ச்சி நிலைகளிலும் ஒத்த தன்மை காணப்படுவது ஏன்? அதற்கான காரணமென்ன? (causality) போன்றவற்றைக் கண்டுபிடித்து அதன் மூலம் பண்பாட்டிடை நிலையில் (cross-cultural) பண்பாடுகளின் மாற்றத்திற்கான (மலர்ச்சி) ஒழுங்குமுறைகளையும் காரண காரிய விதிகளையும் காணவேண்டும் என்பதே ஸ்டீவார்டின் இலக்காக இருந்தது.

ஸ்டீவார்டு பண்பாட்டுப் படிமலர்ச்சி நிகழ்வில் சில குறிப்பிட்ட ஒழுங்கு முறைகளை (regularities) மட்டுமே கண்டுபிடிக்க விரும்பினார். குறிப்பாக, ஒத்த சூழ்நிலையில் உள்ள பண்பாடுகள் மாற்றம் பெறும்போது அதன் உருவத்திலும் (form) செயலிலும் (function) ஏற்பட்ட மாற்றங்கள் என்னென்ன என்பதை ஆராய முற்பட்டார். ஸ்டீவார்டு தன்னுடைய கருதுகோளைச் சோதிப்பதற்கு எவ்வகையிலும் தொடர்பற்ற இரண்டு நிலப்பகுதிகளின் பண்பாட்டு மாற்றத்தை ஆய்வுக்கு எடுத்துக்கொண்டார். பழைய உலகப் (old world) பகுதியில் நாகரிகம் தோன்றியது எனக் கூறப்பட்ட ஆற்றங்கரைப் பகுதியை ஒருபுறமும், மெக்சிகோ, பெரு போன்ற புத்துலக (new world) நாகரிகங்கள் தோன்றிய பகுதியை மறுபுறமும் எடுத்துக்கொண்டு ஆராய்ந்தார்.

இவ்விரண்டு பகுதிகளைச் சேர்ந்த நாகரிகங்களும் சுற்றுச்சூழலோடு கொண்ட இடைவினை காரணமாக இரண்டின் தன்மைகளும் குவியும் (convergent) நிலையில் ஒன்றையொன்று நெருங்கி வந்துள்ளன. பண்பாட்டின் மாற்றத்தில் சுற்றுச்சூழலே அனைத்தையும் அறுதியிடுகின்றது என ஸ்டீவார்டு வாதிடவில்லை. ஆனால், மக்கள் சுற்றுச் சூழலுடன் வினைபுரிந்தே ஆகவேண்டும். அதைப் புறக்கணிக்க முடியாது. அவ்வாறு வினைபுரியும் போது (தகவமைதல்) மக்கள் 'பண்பாடு' என்ற 'உயர் உயிர்த்துவ' (super-organic) கருவியால் வினைபுரிகின்றனர். இது மக்களுக்கும் சுற்றுச்சூழலுக்கும் இடையே ஏற்படும் உறவை (தகவமைப்பு) அறுதியிடுகின்றது. ஆகவே, சுற்றுச் சூழலையும் மக்களையும் இணைத்து அறியும் போக்கு பண்பாடு பற்றிய அனைத்து வகையான அறிவிற்கும் இன்றியமையாதது

என்பார் ஸ்டீவார்டு. இப்பிரிவிற்கு இவர் இட்ட பெயர் ‘பண்பாட்டுச் சூழலியல்’ (cultural ecology) ஆகும்.

பண்பாட்டுச் சூழலியலில், சுற்றுச்சூழல், அதில் வாழும் மக்கள், பண்பாடு ஆகிய மூன்றுக்கும் உள்ள தொடர்புகளை அலசி ஆராய்தல் தலையான பணியாகும். இதில் மூன்று நிலைகள் இடம் பெறுகின்றன. 1. மக்களின் தொழில் நுட்பத்திற்கும் சுற்றுச் சூழலிற்கும் உள்ள உறவை அறிதல். 2. சுற்றுச் சூழல், தொழில் நுட்பம், மக்களின் நடத்தை முறைகள் ஆகியவற்றிலுள்ள தொடர்புகளை அறிதல். 3. இரண்டாம் வகையில் இடம்பெறும் உறவு பண்பாட்டின் பிற கூறுகளோடு எவ்வகையான தாக்கத்தை ஏற்படுத்துகின்றது என்பதை அறிதல்.

பண்பாட்டின் வளர்ச்சி நிலைகளை அறியும்போது ஏராளமான மாறிகளை (variables) ஆய்வுக்கு எடுத்துக்கொள்ள இயலாது என உணர்ந்த ஸ்டீவார்டு பண்பாட்டு மூலங்களைச் (culture cores) சிறப்பு நிலையில் எடுத்துக்கொண்டு ஆராயலாம் என முடிவு செய்தார். பண்பாட்டு மூலங்கள் எனப்படுபவை சுற்றுச்சூழலுடன் தகவமையும் போக்கும், சுற்றுச்சூழலை மிகப் பெருமளவில் பயன்படுத்திக் கொள்வதில் (exploitation) மிக நெருக்கமாகத் தொடர்பு கொண்டுள்ள நிறுவனங்களும் பிற உத்திகளும் ஆகும். எந்தெந்தப் பண்பாடுகள் ஒத்த பண்பாட்டு மூலங்களைப் பெற்றுள்ளனவோ அவை ஒரே வகையான நிலப்பரப்பின் சுற்றுச்சூழலோடு வினைபுரியும் (தகவமைதல்) இணையொத்த (parallel) அமைப்புகளை ஏற்படுத்துகின்றன; ஒத்த அமைப்பியல் செயற்பாட்டியல் தொடர்புகளை (structural-functional inter relationships) வெளிப்படுத்துகின்றன என ஸ்டீவார்டு முடிவு செய்தார்.

பண்பாடுகள் பல நிலைகளில் வளர்ச்சி பெற்றிருப்பதற்குப் பண்பாட்டு மூலங்களும் அவை சுற்றுச்சூழலோடு தகவமையும் பாங்குகளுமே காரணமாகின்றன எனவும் ஸ்டீவார்டு முடிவு செய்தார். இதைச் சமுதாயப் பண்பாட்டு ஒன்றியத்தின் படிநிலைகளைக் (levels of sociocultural integration) கொண்டு விளக்குகிறார். முதலில் இவர் குடும்பம், பல குடும்பங்கள் இணைந்த நிலை, அரசு (state) ஆகியவற்றின் ஒன்றிய நிலைகளைக் குறிப்பிட்டார். பின்னர், அதை மாற்றியமைத்துக் குலக்குழு (band), பழங்குடி (tribe), இனத் தலைமை (chiefdom), அரசு (state) ஆகிய படிநிலைகளாகக் குறிப்பிட்டார். இப்படிநிலைகள் முறையே உறவுமுறை, ஒன்றுபட்ட செயலுறவு, பொருளாதார நிறைவுடைமை (economic complementarity), காவல் படையும் எதேச்சதிகாரமும் ஆகிய ஒன்றியங்களை (integration) வெளிப்படுத்துபவையாக உள்ளன.

பண்பாட்டு ஒன்றியங்களை மதிப்பிட்ட ஸ்டீவார்டு பண்பாடு களை வகைப்படுத்தி அந்தந்தப் பண்பாட்டு வகைக்கான பரப்பைத் (culture area) தனியாப் பிரித்து அதன் தகவமைப்புப் பண்புகளைக் கொண்டு அதன் வளர்ச்சி நிலைகளை விளக்கினார். ஸ்டீவார்டின் பண்பாட்டுப் படிமலர்ச்சி பற்றிய விளக்கங்கள் செயலறிவு (empirical) நிலையிலானது. இதில் உலகளாவிய (universal) படிமலர்ச்சி நிலை களைக் காண முற்படவில்லை. பண்பாடுகள் தனித்தனிப் புவிப்பரப்பு களில் எவ்வாறு வளர்ச்சி பெற்றுள்ளன என்பதையே காண முயன்றார். சுற்றுச்சூழலும் பண்பாட்டு மூலங்களும் அனைத்துப் பண்பாட்டிற்கும் பொதுவாக இல்லையாதலால் அந்தந்த நிலப்பகுதியில் தனித்தனி வளர்ச்சி நிலையிலேயே படிமலர்ச்சியடைந்துள்ளன எனக் கூறுகிறார். ஸ்டீவார்டின் இக்கருத்துகளைக் கொண்ட *பண்பாட்டு மாற்றத்தின் கொள்கை* (Theory of Culture Change 1955) என்னும் நூல் படிமலர்ச்சி யியல் ஆய்வுகளில் மேலுமொரு புதிய அணுகுமுறையையும் பெருமளவு நிறைவளிப்பதான போக்கையும் ஏற்படுத்தியது *(மேலும் காண்க: இயல் 5).*

## ஒருங்கிணைந்த கோட்பாடு

இதற்கு முன்னர் முன்வைக்கப்பட்ட கோட்பாடுகளின் விமர்சனங் களை நீக்கிய புதிய கருத்தை முன்வைக்கிறது ஒருங்கிணைந்த கோட்பாடு (synthetic theory).

பண்பாட்டுப் படிமலர்ச்சி குறித்து முதலில் ஒருவழிப் படிமலர்ச்சி யும், அதன் பின்னர் உலகளாவிய படிமலர்ச்சிக் கொள்கையும், அதனையடுத்துப் பலவழிப் படிமலர்ச்சிக் கொள்கையும் முன்வைக்கப் பட்டன. ஒவ்வொரு கொள்கைக் குழுவினரும் முன்வைத்த கோட்பாடு மீது புதிய தரவுகள் கிடைக்கப் பெற்றவுடன் விரிவான விவாதங்கள் நிகழ்த்தப்பட்டன. இதனால் படிமலர்ச்சியியலில் புதிய சிந்தனைக் குழுக்கள் அடுத்தடுத்துத் தோன்றின.

இந்நிலையில் பலவழிப் படிமலர்ச்சிக் கொள்கை பற்றி புதிய தரவுகள் கிடைக்கப் பெற்றவுடன் விரிவாக விவாதிக்கப் பெற்றது. இவ்வகை விவாதங்களுக்கான விரிவான ஆய்வுகளை மார்ஷல் ஷாலின்ஸ் (Marshal Sahlins), எல்மன் சர்வீஸ் (Elman Service) இருவரும் வொயிட், ஸ்டீவார்டு ஆகியோரின் மாணவர்களாக இருந்து பின்னர் ஆசிரியர்களின் இறுதிக்கட்டத்தில் அவர்களுடன் இணைந்து பணி யாற்றும் சக அறிஞர்களாகவும் மாறினர். இவர்கள் முன்வைத்ததே 'ஒருங்கிணைந்த கோட்பாடு' (synthetic theory) ஆகும்.

ஷாலின்ஸ், சர்வீஸ் இருவரும் பலவழிப் படிமலர்ச்சிக் கொள்கையில் சில குறைபாடுகள் இருப்பதை உணர்ந்து பண்பாடுகள் அதனதன் சுற்றுச்சூழலுக்கு ஏற்பத் தனித்தனி நிலைகளில் (பலவழிகளில்) படிமலர்ச்சி பெற்றன என்றனர். ஆக, இவ்விருவரும் ஸ்டீவார்டின் நிலையை மறுதலித்துப் பண்பாடுகளின் படிமலர்ச்சியில் தனிநிலைப் படிமலர்ச்சி (specific evolution), பொதுநிலைப் படிமலர்ச்சி (general evolution) என்னும் இரண்டு நிலைகள் நிகழ்கின்றன என்ற புதிய படிமலர்ச்சி அசைவியக்கத்தை முன்வைத்தனர்.

தனிநிலைப் படிமலர்ச்சி என்பது ஒரு சமூகம் / பண்பாடு தான் சார்ந்துள்ள சுற்றுச்சூழலுடன் தகவமைந்தும், பிற காரணிகளை முன் வைத்தும் ஏற்படுத்திக்கொள்ளும் மாற்றங்களால் அமையும் படிமலர்ச்சி யாகும். பொதுநிலைப் படிமலர்ச்சி என்பது, மனிதகுலம் பொதுமைக்கு மான கூறுகளின் அடிப்படையில் காணப்படும் படிமலர்ச்சி முறைமை யாகும். மனித குலத்தவர்கள் விலங்காண்டிகளாக இருந்த நிலை தொடங்கி இன்றைய தொழில்நுட்ப நாகரிக நிலைவரை அவர்கள் பல நிலைகளில் வளர்த்தெடுத்த பண்பாட்டு முறைகளில் பொதுத் தன்மைகள் காணப்படுகின்றன. இவற்றைக் கொண்டு பண்பாட்டுப் படிமலர்ச்சியின் தொடர்ச்சியான மாற்றங்களைப் பொதுமைப்படுத்திப் படிமலர்ச்சியின் தன்மையை மதிப்பிடுவர். இது பொதுநிலைப் படிமலர்ச்சி என வரையறை செய்யப்படுகிறது.

இந்நிலையில் ஒரு பண்பாட்டுப் படிமலர்ச்சியின் தன்மையை மதிப்பிட வேண்டுமானால் அது உலகளாவிய பண்பாட்டுப் படிமலர்ச்சி யின் பொதுநிலையில் எவ்விடத்தில் உள்ளது என்ற மதிப்பீட்டையும் (பொதுநிலைப் படிமலர்ச்சி), அடுத்து அப்பண்பாடு அதனுடைய சுற்றுச்சூழலுக்கேற்ப வளர்த்தெடுத்துக் கொண்ட தனித்துவமான படிமலர்ச்சி நிலையின் மதிப்பீட்டையும் (தனிநிலைப் படிமலர்ச்சி) ஒருங்கிணைத்து அப்பண்பாட்டின் படிமலர்ச்சியை அறுதியிட வேண்டும்.

வேட்டையாடி உணவு சேகரிக்கும் நிலை உலகந்தழுவி ஒரு ஆதி முறையாகக் காணப்பட்டாலும், உலகந்தழுவிய வேட்டுவப் பண்பாடுகள் அனைத்தும் அவற்றின் தனிநிலைப் பண்பாட்டைப் பொறுத்து (கருவிகள், வேட்டையாடும் முறை) பல நிலைகளில் மாறுபடுகின்றன. மீன் பிடித்தல் உலகெங்கும் உள்ளது. எனினும் தொழில் நுட்பத்தாலும் பிற வகையாலும் உலகெங்கும் பலநிலைகளில் மீன் பிடிப் பண்பாடு மாறுபடுகிறது. ஆயர் பண்பாட்டுப் படிமலர்ச்சி யும் உலகந்தழுவி சில பொதுப்பண்புகளைக் கொண்டிருந்தாலும், அதனதன் சுற்றுச்சூழலுக்கேற்ப பல தனிநிலைகளில் மாறுபட்டிருக்கும்

போக்கையும் காட்டுவதாகவே உள்ளது. இது போலவே பண்பாட்டின் அடுத்த கட்ட நிலைகளிலும் பல தனிநிலைகள் காணப் பெறுகின்றன.

ஆப்பிரிக்க வேளாண் முறையில் பெண்கள் முக்கியத்துவம் அதிகம் பெறுபவர்களாகவும், இந்திய வேளாண் முறையில் ஆண்கள் முக்கியத் துவம் பெறுபவர்களாகவும் உள்ளனர். இதனடிப்படையில் இவ்விரு வேளாண் பண்பாடுகளும் தனித்தனி நிலைகளாக அடையாளப் படுத்திக் கொள்கின்றன. மார்வின் ஹாரிஸ் (1993) பண்பாட்டுப் பொருள்முதல்வாத நிலையில் பண்பாட்டுப் படிமலர்ச்சியை ஆராய்ந் துள்ளார். அதில் ஆப்பிரிக்க, ஆசிய வேளாண் முறைகளை ஒப்பிடு கிறார் (தமிழில் சுருக்கமாக அறிய காண்க: பாரதி 1998).

## அண்மைக்காலப் போக்குகள்

அண்மைக்கால ஆய்வுகளில் பண்பாட்டு நிறுவனங்கள் குறித்த அறிஞர் களின் படிமலர்ச்சி நிலைகள் பரவலான ஏற்பைப் பெற்றுள்ளன.

ஜெரார்டு லென்ஸ்கி (Gerhard Lenski), எல்மன் சர்வீஸ் (Elman Service), மார்ட்டன் ஃபிரீடு (Morten Freid), எரிக் உல்ஃப் (Eric Wolf) ஆகியோர் வெவ்வேறு வகையான படிமலர்ச்சித் திட்டத்தை முன்வைத்தனர். இவையாவும் மிக அண்மைக்காலப் படிமலர்ச்சித் திட்டங்கள் ஆகும்.

லென்ஸ்கி (1970) என்பவர் பிழைப்பாதாரத்திற்குத் தொழில் நுட்பத்தின் அடிப்படையில் பின்வரும் 5 நிலைகளில் படிமலர்ச்சி நிகழ்ந்துள்ளது என்றார்.

1. வேட்டையாடி உணவு சேகரித்தல் (hunting-and-gathering)
2. எளிமையான தோட்டப் பயிரிடுதல் (simple horticulture)
3. மேம்பட்ட தோட்டப் பயிரிடுதல் (advanced horticulture)
4. வேளாண்மை (agriculture)
5. தொழில்மயப்பட்ட நிலை (industrial)

எல்மன் சர்வீஸ் (1962/71) என்பார் சமூக அரசியல் நிறுவனங்களை முன்வைத்துப் பின்வரும் வரிசையில் பண்பாடுகள் படிமலர்ச்சி யடைந்ததாகக் கூறுகிறார். இப்படிமலர்ச்சித் திட்டமே இன்றைய நவீன மானிடவியலில் பயன்படுத்தப்படுகிறது.

1. கூட்டம் (band)
2. பழங்குடி (tribe)
3. தலைவனாட்சி முறை (chiefdom)
4. அரசு (state)

மார்ட்டன் ஃபிரீடு முன்வைத்த படிமலர்ச்சித் திட்டமானது சமூகத்தில் நிலவும் சமமின்மையை (inequality) மையமிட்டதாகும். சமூக அமைப்பிற்கு (social organization) முக்கியத்துவம் கொடுக்கும் இவருடைய படிமலர்ச்சி வரிசையானது பின்வரும் நிலைகளில் அமைகிறது:

1. சமத்துவச் சமூகம் (egalitarian society)
2. தரநிலைச் சமூகம் (rank society)
3. படிநிலைச் சமூகம் (stratified society)

எரிக் உஃல்ப் என்னும் மார்க்சிய மானிடவியலார் உற்பத்தி முறையை மையமிட்டுப் பின்வரும் முப்பெரும் படிமலர்ச்சி நிலை களை முன்மொழிந்தார்.

1. உறவு முறை சார்ந்த உற்பத்தி (kin based production)
2. மான்ய/திறை செலுத்தும் உற்பத்தி முறை (tributory based production)
3. முதலாளித்துவ உற்பத்தி முறை (capitalist mode of production)

எனினும் மார்க்ஸ் பின்வரும் படிமலர்ச்சி நிலைகளை முன்வைத்தார்.

1. ஆசிய முறை (Asiatic system)
2. பண்டைய முறை (Ancient system)
3. ஜெர்மானிய முறை (Germanic system)
4. நிலமானிய முறை (Feudal system)
5. பொதுவுடைமை முறை (Communist system)

(மார்க்சின் இப்படிமலர்ச்சி நிலைகள் குறித்து விரிவாக அறிய காண்க இயல் 18, பக். 329-334).

பழைய உலகப் பகுதிகளில் குறிப்பாக நைல், டைக்ரஸ்-யூப்ரட்டிஸ், சிந்துவெளி ஆகிய சமவெளிகளில் தோன்றிய நாகரிகங்களின் படிமலர்ச்சியை விரிவாக ஆராய்ந்து நாகரிகம் என்னும் உச்சநிலையை அடையும் சமூகமானது பின்வரும் 7 படிநிலைகளை அடைகின்றது என்பார் ஸ்டீவார்டு (1955).

1. வேட்டையாடி உணவு சேகரித்தல் (hunting and gathering)
2. தொடக்க நிலை வேளாண்மை (incipient agriculture)
3. உருவாக்கக் காலம் (formative period)
4. வட்டார அளவில் எழுச்சி (regional florescence)
5. படையெடுப்பினால் முதற்கட்ட வெற்றிகள் (initial conquests)

6. இருண்ட காலம் (dark ages)
7. அடுத்தடுத்த படையெடுப்புகள் (cyclical conquests)

பழைய உலகம், புத்துலகம் ஆகிய பண்பாட்டுப் படிமலர்ச்சியின் பல்வேறு தன்மைகளை நுணுகி ஆராயும்போது பின்வரும் சில தன்மைகள் மிக முக்கியமானவையாகக் காணப்படுகின்றன.

1. **பலவீனத்திலிருந்து வலிமையை நோக்கி** (weak to strong): பண்பாடு தன்னைச் சுற்றியுள்ள சுற்றுச்சூழலை ஆதிக்கம் செலுத்தும் நிலையானது தொடக்கத்தில் பலவீனமாகவும், பின்னர் அது மெல்ல மெல்ல வலிமையுடையதாகவும் மாறியது.

2. **பொதுநிலையிலிருந்து சிறப்புநிலை நோக்கி** (generalists to specialists): ஆதி சமூகத்தில் படிநிலையற்ற பொதுநிலை மாந்தர்களே பெரிதும் காணப்பட்டனர். மாந்திரிகன், மூப்பன் என்று சில தரப்பிரிவுகளே இருந்தன. பின்னர், சமூகப் படிமலர்ச்சியில் சமூகத்தில் தரப்பிரிவுகள் தோன்றித் தனித்தனித் தொழில் நுட்பத்துடன் தனித்தனி வல்லுநர் பிரிவினர் தோன்றிவிட்டனர். தொழிற் புரட்சிக்குப் பின் இத்தன்மை மிக விரிவானதாக மாறி வந்துள்ளது. ஒவ்வொரு தொழிலுக்கும் தனித்தன்மையான வல்லுநர்கள் (specialists) தோன்றி விட்டனர்.

3. **எளிய அமைப்பிலிருந்து கூட்டு அமைப்பு** (simple organization to complex organization): எளிய சமூகங்களில் சமூகக் குழுக்களின் தன்மை எளிய அமைப்புகளாக இருந்தது. சமூகப் படிமலர்ச்சியில் இத்தன்மை அடுத்தடுத்த கூட்டங்களில் கூட்டுத்தன்மையுடன் சிக்கலுடையதாக மாறியுள்ளது. கடந்த 20,000 ஆண்டுகளில் இதன் வேகம் மிகவும் அதிகரித்து வந்துள்ளது.

4. **கிராமத்திலிருந்து நகரம்** (rural to urban): பண்பாட்டுப் படிமலர்ச்சியில் கிராம வாழ்வானது நகர வாழ்வாக மலர்ந்துள்ளது. இத்தகு படிமலர்ச்சியானது வாழ்வின் எல்லாத் தளங்களிலும் பிரதி பலிப்பதாக உள்ளது.

5. **உடைமைப் பகிர்விலிருந்து உடைமை சம்பாதித்தல்** (wealth sharing to wealth-hoarding): பண்பாடானது நாகரிகமாக மலர்ச்சி யடைந்த படிமலர்ச்சியில் உடைமைப் பகிர்வானது உடைமை சம்பாதிப்பதாக மாறியுள்ளது.

6. **கருத்தொருமைத் தலைமையிலிருந்து அதிகாரம் செலுத்தும் தலைமை** (consensual leadership to authoritative leadership): மரபு வழிச் சட்டமுறைகளைக் கொண்டு வழிவழியாகக் கருத்தொருமை

மூலம் ஏற்பட்ட தலைமை முறையானது படிப்படியாக மாறி அதிகாரம் செலுத்தும் தலைமை முறையாக உருவாகியுள்ளது.

7. **பொறுப்புணர்வுள்ள மேட்டிமைக் குடியிலிருந்து சுரண்டும் மேட்டிமைக்குடி** (responsible elite to exploitative elite): பண்பாட்டுப் படிமலர்ச்சியில் மிக வளர்ந்துவிட்ட நவீன சமூகத்தில் ஒரு கட்டத்தில் பொறுப்புணர்வுள்ள மேட்டிமைக்குடியினர் இருந்தனர். இவர்கள் பின்னர் சுரண்டும் மேட்டிமைக் குடியினராக மாறிவிட்ட நிலை இப்போது காணப்படுகிறது. நில உடைமையாளர், வணிகர், பண்ணையாட்களைக் கொண்ட பெரு முதலாளி வகையினங்களாகட்டும், அல்லது பொதுநிர்வாகம், இராணுவம், சமய அலுவலர்கள் போன்ற வகையினங்களாகட்டும் இவர்கள் ஒரு கட்டத்தில் பொறுப்பானவர்களாகச் செயல்பட்ட விழுமியம் போய் இவர்களில் சுரண்டும் பிரிவினர் தோன்றி விட்டனர்.

8. **பழி தீர்க்கும் போரிலிருந்து அரசியல் போர்** (vengeance war to political war): மனித சமூகத்தில் தொல்குடிகளாக விளங்கிய பழங்குடிகளிடம் போர் அடிக்கடி நிகழ்வதாக இருந்துள்ளது. இந்நிலையில் தொடங்கிய படிமலர்ச்சி இன்று அது அரசியல் போராகப் படிமலர்ச்சியடைந்துள்ளது.

மேற்கூறிய ஒவ்வொரு கருத்தையும் பல மானிடவியலர்கள் மிகச் சிறப்பான தரவுகள் மூலம் ஆராய்ந்து கூறியுள்ளனர் . இது குறித்து மிகச் சிறந்த சுருக்கமான தொகுப்பை ஒரேயிடத்தில் படிப்பதற்குக் காண்க: (Naroll & Naroll 1973: 333-38).

## பின்னுரை

19ஆம் நூற்றாண்டில் மானிடவியலர்கள் படிமலர்ச்சி குறித்த ஆய்வுகளுக்கு வெவ்வேறு அணுகுமுறைகளை ஒருங்கிணைத்துக் கொண்டார்கள். வரலாறும், வரலாற்றுக்கு முந்தைய வரலாறும் மனிதகுலப் படிமலர்ச்சி குறித்து ஆராய நேரடியாகத் தரவுகளை அளிக்கின்றன என்னும் வகையில் இவ்விரண்டின் தரவுகள் பண்பாட்டுப் படிமலர்ச்சியை ஆராய்வதற்கு நேரடியான கச்சாப் பொருட்கள் (தரவுகள்) என்று கருதினர்.

மேற்கூறிய தரவுகளை ஒருங்கிணைத்துப் பார்க்கும்போது ஏற்படும் இடைவெளிகளை நிரப்புவதற்கு இனவரைவியல் தரவுகளை (ethnographic data) வெகுவாகப் பயன்படுத்தத் தொடங்கினர். இன்று வாழக்கூடிய தொல்குடிகள் (aborigines) முதல் எண்ணற்ற சமூகங்களின்

படிநிலை வேறுபாடுகள் அக்காலத்தில் ஏற்பட்ட படிநிலைக்கு நெருங்கிய ஒன்று என்று கருதி ஒப்பீடுகளை மேற்கொண்டு இடை வெளிகளை நிரப்பி விளக்கங்காண முற்பட்டனர்.

இந்த ஒப்பீட்டு முறையானது ஏற்கனவே உயிரியல் படிமலர்ச்சியின் விலங்கினங்களின் உடற்கூற்றை (anatomy) மீட்டுருவாக்குவதற்கு உதவிய அணுகுமுறையாகவும் இருந்தது. எனினும், பண்பாட்டுப் படிமலர்ச்சியில் ஒப்பீட்டு முறை சில விபரீதமான முடிவுகளைச் சுட்டுவதையும் அறிஞர்கள் உணர்ந்தனர். சிலர் தவறான முறையில் ஒப்பீட்டு முறையைப் பயன்படுத்தினர். இதன் பின்னர் ஒப்பீட்டு முறையை மிகவும் கவனத்துடன் கையாளும் முறை விவாதிக்கப்பட்டு அதன் பின்னர் அது பலரால் பயன்படுத்தப்பட்டது.

ஹெர்பர்ட் ஸ்பென்சர் (1876) என்னும் சமூகத் தத்துவவியலர் சமூகங்கள் எளியது (simple), சிக்கலானது (compound), இரட்டிப்புச் சிக்கலானது (doubly compound), மும்மடங்கு சிக்கலானது (trebly compound) என்னும் போக்கில் படிமலர்ச்சியடைந்தன என்று தம் கருத்தை முன்வைத்தார். இப்படிமலர்ச்சியானது சமூகங்களின் அரசியல் முறையை முன்வைத்துக் கூறப்பட்டது என்பது கவனத்திற்குரியது.

இதற்குப் பின் ஒப்பீட்டு முறையையும் ஜூலியன் ஸ்டீவார்டு வரை ஏற்பட்ட புதுப் படிமலர்ச்சியியல் கருத்துக்களையும் உள்வாங்கிய பின்னர் முன்வைத்த படிமலர்ச்சித் திட்டங்கள் முற்றிலும் மாறுபட்ட படிமலர்ச்சிப் போக்கைக் காட்டுகின்றன. உலகின் பெரும்பாலான பண்பாடுகளின் முறைகளை ஆராய்ந்த பின்னர் பண்பாட்டுப் படிமலர்ச்சியாளர்கள் உயிரியல் படிமலர்ச்சியில் தார்வின் கண்ட ஒரு தெளிவான முறையைப் போன்று முன்வைக்க விரும்பினர். 19ஆம் நூற்றாண்டுப் படிமலர்ச்சியாளர்கள் உருவாக்கிய ஒருவழிப் படிமலர்ச்சி யானது ஏறக்குறைய தார்வின் முன்வைத்த உயிரியல் படிமலர்ச்சி போன்றது. ஆனால், அக்கருத்து வலுப்பெறுவதற்குரிய தரவுகளைப் போதுமான அளவு கொண்டிருக்கவில்லை என்பது அடுத்தகட்ட தரவுகள் பெறப்பட்டபோது உணரப்பட்டது.

உயிரியல் படிமலர்ச்சியானது ஓரணு உயிரியான அமீபா முதல் உயர் பாலூட்டியான மனிதன் வரை ஓர் ஏறுமுகப் பாதையில் ஒன்றுக்கடுத்து ஒன்றாகத் தொடர்ந்து உடலமைப்பில் தொடர்ச்சியான அமைப்பியல் மாற்றங்களால் புதிய புதிய சிறப்பினங்களாகத் தோன்றின. ஆனால், பண்பாட்டுப் படிமலர்ச்சி என்பது தொடர்ச்சியான ஏறுமுக வளர்ச்சி யைக் கொண்டிருக்கவில்லை. பேரரசுகள் சிதைந்து குட்டி இனத் தலைமை அரசுகளாகவும், கப்பங்கட்டும் அரசுகளாகவும், மீண்டும்

பேரரசுகளாகவும், போரின் இடப்பெயர்வால் முந்தைய நல்ல நிலையிலிருந்து கீழான நிலையை அடைந்த நிகழ்வுகள் பல நடந்தன. பல இனங்கள் ஒரு காலத்தில் வேளாண் தொழிலில் ஈடுபட்டுப் பின்னர் அரசியல் படையெடுப்புகளால் நாடோடிகளாக மாறிய நிலையைக் காணமுடிகிறது.

இன்று தமிழகத்தில் வாழும் நரிக்குறவர்கள், ஜாம கோடங்கிகளான குடுகுடுப்பை நாயக்கர்கள் முறையே குஜராத், ஆந்திரப் பகுதிகளிலிருந்து வந்தவர்கள். இவர்கள் அங்கு வேளாண் குடிகளாக வாழ்ந்தவர்கள். முஸ்லிம் படையெடுப்பினால் இடம்பெயரத் தொடங்கிய இவர்கள் இறுதியில் நாடோடிகளாக மாறிவிட்டனர். இவ்வாறு, இன்னும் பல நாடோடிகள் ஒருகாலத்தில் பூர்வீக இடங்களில் வேளாண் குடிகளாக இருந்தவர்களே. ஆக, பண்பாட்டுப் படிமலர்ச்சியில் ஏறுமுகப் பாதையிலிருந்து பின்னோக்கி சரிந்து விட்ட பண்பாடுகள் பல உள்ளன. அமெரிக்க இந்தியர்கள் (செவ்விந்தியர்கள்) உட்பட உலகின் பல பகுதிகளில் வாழும் பூர்வக்குடிகள் குடியேற்றத்தால் வந்தேறியவர்களால் விளிம்பு நிலைக்குச் சென்றுவிட்ட நிலையும் இப்பின்னடைவுகளில் அடங்கும். இந்நிலையில் உயிரியல் படிமலர்ச்சியின் தொடர்ச்சியான ஏறுமுகம் பண்பாட்டுப் படிமலர்ச்சியில் காணக்கூடியதாக இல்லை.

உயிரியல் படிமலர்ச்சியில் அடிப்படையாக அமைந்த இயற்கைத் தேர்வு (natural selection) வாழ்க்கைப் போராட்டத்தில் தகுதியனப் பிழைக்கும் என்னும் நிகழ்வின் மூலம் சுற்றுச்சூழலுடன் நன்கு தகவமைந்த உயிரினங்கள் தொடர்ந்து நிலைபெற்று மாற்றங்களினூடே புதிய சிறப்பினங்களாக மாற்றம் பெற்றன.

பண்பாட்டுப் படிமலர்ச்சியிலும் நன்கு தகவமைந்த கூறுகள் தொடர்ந்து நிலைபெற்றதோடு அல்லாமல் பிற பகுதிகளுக்கும் பரவின. கற்கருவிகள் →நெருப்பு → சக்கரம் எனப் புதிய புதிய கண்டுபிடிப்புகள் யாவும் அடுத்த கட்டங்களுக்கும் கொண்டு செல்லப்பட்டன. அதே நேரத்தில் அடுத்தடுத்த கட்டங்களில் புதிய கூறுகளும் ஏற்பட்டன.[2] ஆனால், பல கூறுகள் அடுத்த கட்டத்திற்கு நகரும்போது கைவிடப் பட்டன. துப்பாக்கி வந்தவுடன் வில், அம்பு மறைந்தன. பொறிஊர்தி வந்தவுடன் விலங்குகளால் இழுக்கும் வாகனம் குறைந்து விட்டது.

இதுபோன்றே சமூகத்தின் அமைப்புகளும் படிமலர்ச்சியினூடே மாற்றம் பெறத் தொடங்கின. இடைக்காலத்தில் நிலமானிய/பிரபுத்துவ முறையானது மைய அதிகாரம் கொண்ட முடியாட்சி முறைக்கு வித்திட்டது. மைய அதிகாரம் கொண்ட மன்னனால்தான் நீர்ப்

பாசனம் மையமிட்ட வேளாணியச் சமூகங்களுக்கிடையே ஏற்பட்ட சச்சரவுகளைச் சமாளிக்க முடிந்தது.

மேற்கூறப்பட்ட தொழில்நுட்பம், சமூக அமைப்பு ஆகிய இரண்டோடு கருத்தியலும் பண்பாட்டுப் படிமலர்ச்சிக்கான அடிப் படையாக அமைந்தது. ஆதிக்குடிகள் முழுக்க முழுக்க ஆவி, மந்திரச் செயல்பாடுகளில் நம்பிக்கை கொண்ட நிலையிலிருந்து பின்னர் பகுத்தறிவுவாதம், அறிவியல் தன்மை வரை மானிடச் சிந்தனையில் ஏற்பட்ட மாற்றங்களும் பண்பாட்டுப் படிமலர்ச்சிக்கான அடிப்படை களுள் ஒன்றாகும். மனிதகுலத்தில் உலகந்தழுவிய எண்ணற்ற கருத்தியல் மாற்றங்கள் நிகழ்ந்துள்ளதை உலகில் புதிய புதிய பகுதிகளைக் கண்டறியத் தொடங்கிய 13ஆம் நூற்றாண்டு முதல் சமூக, தத்துவ, அறிவியல் தளங்களில் எண்ணற்ற கருத்தியல் மாற்றங்கள் நிகழ்ந்துள்ளன. இவை படிமலர்ச்சிக்கான உந்துகோல்களில் ஒன்று என்பதையும் நினைவில்கொள்வது அவசியம்.

ஒருவழிப் படிமலர்ச்சி தொடங்கி நவீன ஒருங்கிணைப்புக் கொள்கை (new synthetic theory) வரையிலான அறிஞர்கள் முன்வைத்த பண்பாட்டுப் படிமலர்ச்சி நிகழ்வுகளை ஒட்டு மொத்தமாக்கிப் பார்க்கும் இன்றைய அறிஞர்கள் பண்பாட்டுப் படிமலர்ச்சியில் இரண்டு பெரும் கட்டங்களே முதன்மை பெறுகின்றன என்கின்றனர்: 1. முதல் கட்டம்: புதுக்கற்காலப் புரட்சி, 2. இரண்டாவது கட்டம்: நகர உருவாக்கம். இதில், முதலாம் கட்டத்தில் வேளாண்மை கண்டுபிடிக்கப்பட்டது. இரண்டாம் கட்டத்தில் வேளாண்மை சாராத தொழில்களும் மக்கள் பெருக்கமும் உண்டாயின. இவ்விரண்டு புரட்சிகளும் பண்பாட்டுப் படிமலர்ச்சியில் ஏற்பட்ட மிகப்பெரும் புரட்சிகள் என்று தொல்லியல் அறிஞர் வெர்ரி கோர்டான் சைல்ட் கூறுவார்.

மக்கள் தம் வாழ்விற்குப் பொருளீட்டும் பிழைப்பாதாரமே முதன்மை என்பதால் எந்தெந்தக் கட்டங்களில் இவை மாற்றம் பெற்றனவோ அவையே பண்பாட்டுப் படிமலர்ச்சியின் புதிய கட்டங் களாக அமைந்தன என்பதும் ஒரு வாதமாகும். மார்கன் முன்வைத்த திட்டமானது இதனை மையமிட்டதே.

புதிய தொழில், நுட்பத்தால் சுற்றுச்சூழலுடன் உறவாடும் நிலையில் ஏற்படுத்திய புதிய வாழ்வியல் மாற்றங்களால் உருவானவை புதிய பண்பாட்டு நிலைகள் என்பது வொயிட், சைல்ட் ஆகிய குழுவினரின் வாதம். இறுதியாக, சுற்றுச்சூழலுடன் மக்கள் கொள்ளும் உறவால் அமையும் மாற்றங்களே பண்பாட்டுப் படிமலர்ச்சிக்கு வித்திட்டன

என்பது ஸ்டீவார்டின் வாதம். இதனால்தான் இவர்தம் சிந்தனைக் குழு பண்பாட்டுச் சூழலியல் (cultural ecology) அடிப்படையிலானது என்பர். எந்த ஒரு பண்பாட்டையும் அது கொண்டுள்ள உலகளாவிய பண்பாட்டுப் படிமலர்ச்சியின் பொதுக் கூறுகளையும், அதன் சுற்றுச் சூழலுக்கேற்ப ஏற்படுத்திக் கொண்ட புதிய கூறுகளையும் கருத்தில் கொண்டு அக்குறிப்பிட்ட பண்பாடானது உலகப் பண்பாடுகளின் வளர்ச்சிப் படியில் எங்கு பொருந்துகிறது எனக் காண வேண்டும் என்ற இன்றைய நவீன ஒருங்கிணைப்புக் கோட்பாட்டாளர்களின் கருத்து முதன்மை பெறுகிறது.

# 4

## பண்பாட்டுப் பரவல்

பண்பாட்டுப் படிமலர்ச்சி (evolution) குறித்துப் பேசப்பட்டு வந்த அதே காலத்தில் பண்பாடுகளுக்கிடையில் காணப்படும் ஒற்றுமைகள் குறித்தும் பேசப்பட்டன. பண்பாடுகளுக்கிடையில் ஒற்றுமைகள் காணப்படுவதற்குக் காரணம் ஒரு பண்பாட்டினர் ஓரிடத்திலிருந்து இடம்பெயர்ந்து வேறொரு இடத்தில் குடியேறியதும், அந்தந்தப் பண்பாடுகளில் நிகழ்ந்த இணையொத்த கண்டுபிடிப்புகளும் (parallel inventions) ஆகும் எனத் தொடக்கத்தில் சிந்தனை செய்தனர். இவ்வகை யான கருத்துகள் கி.பி. 5ஆம் நூற்றாண்டில் ஹெரோடாட்டஸ் மேற்கொண்ட ஆய்வுகளிலிருந்தே தோன்றிவிட்டன. இவ்வகை ஆய்வு களில் ஈடுபட்ட அறிஞர்கள் பண்பாட்டுப் பரவல் (cultural diffusion) பற்றி வெவ்வேறு கோட்பாடுகளை முன்வைத்தனர். அவை பின்வரும் மூன்று கொள்கைக் குழுக்களாக அமைந்தன:

1. ஆங்கிலேயப் பரவற் கொள்கை
2. ஆஸ்திரிய-ஜெருமானியப் பரவற் கொள்கை
3. அமெரிக்கப் பரவற் கொள்கை

### இனவெறி கொண்ட ஆங்கிலேயப் பரவற்கொள்கை

இக்கொள்கையாளர்கள் மானிடவியலை முழுநேரத் தொழிலாகக் கொள்ளாதவர்கள். இவர்களுள் முதன்மையானவர் கிராஃப்டன் எல்லியட் ஸ்மித் *(1871-1937)*. இவர் ஆஸ்திரேலிய நாட்டவர்; உடற் கூற்றியலிலும் அறுவைச் சிகிச்சையியலிலும் மிகவும் பெயர் பெற்றவர். தொடக்கத்தில் இவர் எகிப்து சென்று அங்கிருந்த பாடம் செய்யப்பட்ட உடல்கள் (mummies) பலவற்றின் உடற்கூற்றினை (anatomy) நுணுகி ஆராய்ந்தார். அங்குத் தங்கியிருந்தபோது எகிப்தில் தொன்மை யான பண்பாட்டையும் அவர்களின் தொழில்நுட்பத்தையும் கண்டு வியந்தார். அவ்வனைத்தையும் அறிந்தபின் நாகரிகம் என்பது பல்வேறு

சிறப்புக் கூறுகளின் தொகுப்பு என்றும் அதனை ஒரு முறைக்கு மேல் தோற்றுவிக்க இயலாது என்றும் முடிவு செய்தார். எகிப்தின் வளர்ச்சிக்கு முன்னர் வளர்ச்சி பெற்ற டைக்ரஸ்-யூப்ரட்டிஸ் பகுதியில் வாழ்ந்த சமுதாயங்களைப் பற்றி ஸ்மித் தெரிந்துகொள்ளாததால் எகிப்தே நாகரிகத்தின் பிறப்பிடமாக இருந்தது; இங்கிருந்தே உலகின் பிற பகுதிகளுக்கு நாகரிகம் பரவியது என முடிவு செய்தார். எகிப்திலிருந்து பிற பகுதிகளுக்குப் பரவியதால் எகிப்தில் அதன் சிறப்புத் தன்மைகள் சற்றுக் குறைந்து வந்தன எனவும் ஊகித்தார்.[1]

ஸ்மித்தின் கருத்துப்படி, நாகரிகத்தின் வளர்ச்சிக்கு மிகப் பெருமளவில் உந்துதலைத் தருவது சமயம் ஒன்றேயாகும். ஏனெனில், இறந்த பின் வாழ்வு உள்ளது என்ற மனிதனது எண்ணமும், நறுமணத் தைலம் கொண்டு இறந்த உடலையும், பிற பொருள்களையும் காக்கலாம் என்ற எண்ணமும் மனிதன் வாழ்ந்து இறந்தபின் வேறு சிலவற்றை அடை வதற்கான ஆவலைக் காட்டுகின்றன எனக் கருதினார். நீர்ப்பாசன வேளாண்மை, சூரியவழிபாடு, பிரமிடுகள், இறந்த உடலைப் பதனம் செய்யும் முறை, பெரிய கற்களினால் ஆன நினைவுச் சின்னங்கள் ஆகிய அனைத்தும் ஆண்டீஸ் (Andes) பகுதியிலும், இங்கிலாந்திலும், நடு அமெரிக்காவிலுள்ள புத்துலகச் சமுதாயங்களிலும் காணப்படுவது எகிப்திற்கும் இப்பகுதிகளுக்குமுள்ள விரிவான தொடர்பைக் காட்டும் சான்றுகளாகும் என்பார் ஸ்மித். இவர் சூரிய வழிபாடு, பெரிய கற்களிலான நினைவுச் சின்னங்கள் முதலானவற்றிற்கு முக்கியத்துவம் கொடுத்ததனால் இவரின் கொள்கைக்குச் 'சூரிய மையக் கொள்கை' (heliocentric theory) அல்லது 'சூரியக்கல் கொள்கை' (heliolithic theory) என்ற பெயர்கள் சூட்டப்பட்டன.

மேற்கூறிய கொள்கைக் குழுவில் வில்லியம் ஜே. பெர்ரி (W.J. Perry 1887-1949) என்பவரும் முக்கிய இடம் பெற்றிருந்தார். இவர் ஒரு பள்ளித் தலைமையாசிரியரும் ஞாயிற்றின் குழந்தைகள் (The Children of the Sun) என்னும் நூலின் ஆசிரியருமாவார். இந்நூலில் எகிப்தியப் பண்பாடே மற்ற பண்பாடுகளுக்கு மூலமாக உள்ளது என்பதை விளக்கினார். இன்று உலகம் முழுவதும் பரவியுள்ள வேளாண்மை, பானைத் தொழில், கூடைத் தொழில், கால்நடை வளர்த்தல், வீடுகள்-நகரங்கள் ஏற்பட்டுள்ளமை முதலான அனைத்தும் கி.மு.4000 ஆண்டுக் காலத்தில் எகிப்தில் மிகவும் வளர்ச்சி பெற்றிருந்தது. இங்கிருந்தே உலகின் பிற பகுதிகளுக்கு இக்கூறுகள் பரவின என எகிப்தின் பெருமையைப் பெர்ரி சுட்டிக்காட்டினார்.

ஞாயிற்றின் குழந்தைகள் என்னும் நூலில் பிற பண்பாடுகளில் வேறுபாடுகள் உள்ளதற்கான காரணத்தையும் விளக்கினார். பண்பாட்டுக்

கூறுகள் ஓரிடத்திலிருந்து வேறு இடத்திற்குப் பரவியபோது சில கூறுகள் புதியதாய்ச் சேர்க்கப்பட்டன, சிலகூறுகள் கைவிடப் பட்டன என பெர்ரி விளக்கம் கூறினார். இவரது நூல் அனைவராலும் படிக்கப்பட்டதாகும்; பொதுமக்களிடம் பரவலான நம்பிக்கையைப் பெற்றதாகும்.[2] ஆனால் முழுநேர மானிடவியலார் அவரது பரவற் கொள்கையிலுள்ள கொள்கை வெறியுடைய குறைகளையும் அதன் சரியற்ற போக்கையும் பின்னாளில் சுட்டிக் காட்டினர். ஆனால், இக்குழுவினரின் கொள்கை தொடர்ந்து சிலகாலம்வரை பொது மக்களின் கவனத்தை ஈர்ப்பதாகவே இருந்தது.

டபள்யு.எச்.ஆர். ரிவர்ஸ் (1864-1942) தம் ஆரம்பகால மானிட வியல் ஆய்வுப் போக்கைப் படிமலர்ச்சி பற்றியதாக அமைத்துக் கொண்டார். எனினும், பிற்காலத்தில் பரவற்கொள்கை-இடப்பெயர்ச்சிக் கொள்கை (diffusionist-migrationist theory) நிலையை ஆதரிப்பவன் எனத் தம்மை அறிமுகப்படுத்திக் கொண்டார். இருப்பினும், கொள்கை வெறியுடைய ஆங்கிலேயப் பரவற் கொள்கையருடன் இவரை இணைத்துக் கூற முடியாது. ஏனெனில், இவரது கருத்துகள் பரவலான களஆய்வினை அடிப்படையாகக் கொண்டிருந்ததால் ஸ்மித், பெர்ரி யைப் போன்று அவசர முடிவிற்கு இவர் வரவில்லை.

இருப்பினும் ரிவர்ஸ் மெலனீசியரின் பண்பாட்டுப் பகுதியை அம்மக்கள் இடம்பெயர்ந்த முறையோடு ஒப்பிட்டு ஆராய்ந்த போது அம்மக்கள் பரவல் நிகழ்வினால் பல பண்பாட்டுக் கூறுகளை இழந்துள்ளனர் என ஸ்மித், பெர்ரி போன்றே இவரும் நம்பினார். அதனால் இவரும் அதீத பரவற் கொள்கையாளராக மாறிவிட்டார். இவர் 1912இல் வெளியிட்ட *'பயன்முறை கலைகளின் மறைவு'* (The Disappearance of Useful Arts) என்ற கட்டுரையிலும், 1914இல் வெளியிட்ட *மெலனீசியச் சமுதாயத்தின் வரலாறு* (History if Malenesian Society) என்ற நூலிலும் மனிதன் புதிய புதிய கண்டுபிடிப்புகளைச் செய்ய இயலாதவன் எனக் குறிப்பிட்டார். அதற்கு ஓர் எடுத்துக் காட்டையும் குறிப்பிட்டார். ஆஸ்திரேலிய முதுகுடிகளுள் ஒரு குழுவினர் ஐந்து வகையான இறப்புச் சடங்குகளைச் செய்கின்றனர். அந்த முதுகுடிகள் ஒன்றுக்கும் மேற்பட்ட சடங்குகளை உருவாக்கி யிருக்க முடியாது. வெவ்வேறு இடங்களிலிருந்து மக்கள் சிறு சிறு குழுக்களாகக் குடியேறியிருப்பர். பிறகு அவர்களிடையே இனக்கலப்பு ஏற்பட்டிருக்கும். இனக்கலப்படைந்த அவர்கள் ஐந்து வகையான சடங்குகளையும் வழக்கத்தில் ஏற்றுக்கொண்டனர் என எண்ணினார்.[3]

ஸ்மித், பெர்ரி, ரிவர்ஸ் மூவருமே மனித வரலாற்றில் கண்டு பிடிப்புகள் மிக அரிதாகவே நடைபெறுகின்றன என்றும், பண்பாடுகளுக்கு

இடையேயுள்ள ஒற்றுமைகள், ஒரு பண்பாட்டின் கூறுகள் மற்ற பண்பாடுகளுக்குப் பரவுவதாலேயே நிகழ்கிறது என்றும், மூலப் பண்பாடு எகிப்தியப் பண்பாடு என்றும் கருதியதால் இவர்கள் 'எகிப்தியவியலார்' (Egyptologists) என்றும் கூறப்பட்டனர்.

இவர்களின் கொள்கையானது பலவழித்தோற்றம் (multiple origin), தானாக உருவாகுதல், பலவழிப் பரவல், உளவழி ஒற்றுமை (psychicunity), முன்னேற்றம், இணைக் கண்டுபிடிப்புகள் (parallel invention), படிமலர்ச்சி போன்ற கருத்தாக்கங்களை ஒதுக்கிவிட்டதால் அதனைப் பிற்கால அறிஞர்கள் ஏற்கவில்லை. அதனால், அது பின்னாளில் வழக்கிழந்து போயிற்று.

### ஆஸ்திரிய - ஜெருமானியப் பரவற் கொள்கை

ஸ்மித், பெர்ரி ஆகியோரின் ஆய்வுகளைக் காட்டிலும் பெருமளவு புலமைத்துவமும், மேம்பட்ட நிலையிலும் ஆஸ்திரிய - ஜெருமானியக் குழுவினர் ஆய்வு செய்தனர். இவர்கள் ஸ்மித், பெர்ரி ஆகியோர் மேற்கொண்ட பரவல், இடப்பெயர்ச்சி ஆகியவற்றை ஒரு நிலையிலும், கண்டுபிடிப்பு (invention) என்பதை மற்றொரு நிலையிலும் எடுத்துக் கொண்டு அதிலுள்ள பல சிக்கல்களை ஆராய்ந்தனர். இக்கொள்கைக் குழுவினர்கூட மனித குலத்தவர்கள் அடிப்படையில் புதியனவற்றைக் கண்டுபிடிக்க இயலாதவர்கள் என எண்ணினர்.

இவர்கள் தங்கள் ஆய்வுகளில் தொன்மைப் படிமலர்ச்சியியலார் பொதுவாக ஒதுக்கியிருந்த இடப்பெயர்ச்சி, பரவல் ஆகிய நிகழ்வு களின் தன்மைகளை ஈடுபடுத்தியும், பெர்ரி, ஸ்மித் ஆகியோர் செய்த தவறை விடுத்தும் ஆய்வு செய்தனர். இக்கொள்கைக் குழுவினரின் கொள்கை அமெரிக்காவிலும் இங்கிலாந்திலும் குறைந்த அளவு தாக்கத்தை ஏற்படுத்தினாலும், மானிடவியலில் இவர்களின் பங்களிப்பு குறிப்பிடத்தக்கதாகும். ஆஸ்திரிய - ஜெருமானியக் குழுவினரின் அணுகுமுறையானது, இவ்வுலகில் தனித்துவம் பெற்ற பண்பாட்டுத் தொகுதிகளைக் (culture complexes) கண்டெடுத்து அவை எவ்வாறு பிற பகுதிகளுக்குப் பரவின, எவ்வாறு வரலாற்றுக் காலத்தோடு வளர்ச்சியடைந்தன என்பனவற்றைக் காலம், இடம் அனைத்தையும் கடந்த பரிமாணத்தில் முழுவதுமாகப் பகுத்தாய்வு செய்யும் முறையைக் கொண்டதாகும்.

*பிரட்ரிக் ரட்சல்* (F. Ratzal 1844-1904) மானிடப் புவியியல் (anthropo geography) அல்லது பண்பாட்டுப் புவியியல் (cultural geography) என்னும் பிரிவைத் தோற்றுவித்தவர். இவர் ஆஸ்திரிய - ஜெருமானியக் குழுவில்

இடம்பெறாவிட்டாலும் இவரது புதுவகை ஆய்வின் மூலம் இந்தக் குழுவினருக்குப் புத்தூக்கம் கொடுத்தார்.[4] ஒரு சுற்றுச்சூழலில் புதிதாகக் குடியமர்வோர் வந்து சேரும்போது கொண்டுவரும் கூறுகளையும், அப்பகுதியிலேயே காலம் காலமாக வாழ்ந்து வரும் மக்கள் அந்தச் சூழலோடு ஏற்படுத்திக் கொண்டுள்ள தகவமைப்புக் கூறுகளையும் ஆராயும் இலக்கில் ரட்சல் ஈடுபட்டார். ரட்சலின் மாணாக்கர் லியோ பிரோபனியஸ் (Leo Frobenius 1873-1938), பிரிட்ஸ் கிராப்னர் (F. Graebner 1877-1934), வில்கெம் ஸ்கிமிட் (W. Schimidt 1868-1954) ஆகியோரே ஆஸ்திரிய - ஜெருமானியக் குழுவில் முதன்மையாக இடம் பெற்றிருந்தவர்கள்.

இவர்கள் அனைவரும் மக்கள் புதிய ஒன்றைக் கண்டுபிடிக்கும் திறனைப் பொதுவாகப் பெற்றிருக்கவில்லை என்னும் கருத்திற்கு உடன்பாடாக இருந்ததால் இடப்பெயர்ச்சியையும், பரவல் நிகழ்வை யும் எவ்வாறு விவரிப்பது என்று கவலை கொண்டனர். இறுதியில் இவற்றை விளக்குவதற்கு இரண்டு சோதனைகளை உருவாக்கினர். இச்சோதனைகளின் அடிப்படை அலகுகளாக 'வடிவம்', 'அளவு' (quantity) என்ற இரண்டையும் எடுத்துக்கொண்டனர். இதன்மூலம் ஒரு குறிப்பிட்ட பொருளின் வடிவம் இரு தனிப்பட்ட புவிப்பரப்பு களில் ஒத்த தன்மையுடன் காணப்படுவது அப்பரப்புகள் ஏதோ ஒரு காலத்தில் தொடர்பு பெற்றிருக்கவேண்டும் என்பதைக் காட்டுகிறது என எண்ணினர். ஒத்த தன்மையுடைய பண்புகள் அந்தந்த மண்ணின் தன்மைக்குரியனவாக வளர்ந்திருக்க முடியாது. அவ்வாறு அங்குத் தோன்றி அதன் பண்புகளைப் பெற்றிருக்குமாயின் அதன் வடிவத்தில் சிறிது மாறுபாடாயினும் இருக்க வாய்ப்புண்டு. அவ்வாறே பண்பாட்டுக் கூறுகளின் ஒட்டுமொத்த அளவும் ஒரே தன்மையாக இருக்குமானால் அப்பண்புகள் அதற்கு முன்னர் அதே தன்மையுடைய பண்புகள் உள்ள புவிப்பரப்பிலிருந்து பரவியிருக்க வேண்டுமென்பதை உறுதிப் படுத்துகிறது.

இந்நிலையில் வடிவம், அளவு ஆகிய இவ்விரண்டைக் கொண்டு சமுதாயத்தின் எந்த ஒரு அமைப்பைக்காட்டிலும் பொருள்சார் பண்பாட்டை மதிப்பிட இயலும் எனக் கருதினர். கிராப்னருக்கு இந்த முறை மிகவும் பயனுடையதாக அமைந்தது. அருங்காட்சியகத்தில் பணிபுரிந்து கொண்டிருந்ததால் இவர் பெரும்பாலும் பொருள்சார் பண்பாட்டுக் கூறுகளைச் சேகரிப்பதிலும் அவற்றை ஆராய்வதிலும் ஈடுபட்டிருந்தார்.[5]

ஆனால் கிராப்னரும் மற்றவர்களும் ஒரு பண்பாட்டின் கூறுகள் கண்டுபிடிக்க இயலாத நிலை ஏற்பட்டிருக்கும் என்ற சிக்கலான

ஊகத்திற்குத் தீர்வு காணவில்லை. ஆனால், சில பண்பாட்டுக் கூறுகளை எடுத்துக்கொண்டு இருவேறு பகுதி மக்களிடையே தொடர்பிருந்ததைக் காணமுடியும் என்றனர். எடுத்துக்காட்டாக, அனைத்துப் பண்பாடு களிலும் படகுத் துடுப்பும், ஈட்டியும் காணப்படுகின்றன. இது பரவலினால் ஏற்பட்டது எனக் கூறுவது இயலாது; இணைக் கண்டு பிடிப்புகளாகவும் இருக்கலாம். ஆனால், படகுத்துடுப்புகள் ஒரே வகையான அலங்கார வேலைப்பாடுகளுடன் இருப்பதும், ஈட்டிகளில் ஒரே மாதிரியாய் இறகுகள் கட்டப்பட்டிருப்பதும் அதன் மேல் கோடுகள் வரையப்பட்டிருப்பதும் இணையொத்த கண்டுபிடிப்பாய் இருக்க முடியாது. பரவல் மூலமே ஏற்பட்டதாக இருக்க முடியும். அவ்வாறே, ஆப்பிரிக்க மக்கள் பயன்படுத்தும் வில்லில் உள்ள குறுக்கு வெட்டும், நாண்கள் கட்டியிருக்கும் விதமும், அம்புகளில் கட்டப் பட்டிருக்கும் இறகுகளின் அமைப்பும் இந்தோனேசிய மக்கள் பயன் படுத்தும் வில்லிலும் உள்ளன. இந்நிலைப் பண்பாட்டுப் பரவல் நிகழ்வால் மட்டுமே ஏற்பட்டிருக்க முடியும் என உறுதியாகக் கூறினர்.

கலகாரிப் பாலைவனத்திலிருக்கும் கிழக்கு ஜெருமானியரின் தலைமைக் கோயில் (Gothic Cathedral) மூலம் அங்கு ஐரோப்பியர்கள் சென்றிருந்தனர் என்பதற்கான சான்றாகக் கொள்ளலாம் என ராபர்ட் லோவி (Robert Lowie) குறிப்பிட்டு, சில கூறுகள் எங்கிருந்து எங்கு சென்றன என்பதை உறுதிபடுத்த முடியாது எனச் சுட்டிக் காட்டினார். குறிப்பாக, எங்கும் காணப்படும் சில பண்புகளான சுருள் சுருளாக வரையும் குறியீடுகள், வளைத்து வரையும் குறியீடுகள், வட்ட வடிவங்கள் ஆகியவற்றைக் கொண்டு அவை தோன்றிய இடத்தையோ பரவிய இடத்தையோ மிகத் தெளிவாகக் கூறமுடியாது என்றார்.

கிராப்னர், பிரோபனியஸ் இவ்விருவரின் கருத்துகளையும் ஒன்றிணைத்து இறுதி வடிவம் கொடுத்து விளக்கும் பொறுப்பை யேற்றவர் ஸ்கிமிட். கிராப்னர், பிரோபனியஸ் கூற்றுப்படி சில தனித் தன்மைகள் கொண்ட பண்பாடுகள் ஓரிடத்தில் தோன்றி அவ்விடத்தி லிருந்து நீரலைகள் உண்டாக்கும் வட்டத்தைப் போன்று காலத்தினூடே விரிந்துகொண்டே சென்று இன்றுள்ள அனைத்து உலகப் பண்பாடாக வளர்ந்துள்ளன என்பர். அதாவது, அசைவற்ற நீர் நிலையில் ஒரு கல்லை எறிந்தால் விழுந்த இடத்திலிருந்து கிளம்பும் அலைகள் அனைத்துத் திசைகளிலும் பல வட்டங்களாகத் தொடர்ந்து விரிந்துகொண்டே செல்வதைப் போன்று சில தனித்தன்மை கொண்ட பண்பாடுகள் காலத்தால் அவை தோன்றிய இடத்திலிருந்து அனைத்துத் திசைகளிலும் பரவி இன்றுள்ள பண்பாட்டிற்கு வடிவம் கொடுத்துள்ளன என ஆஸ்திரிய - ஜெருமானிய குழுவினர் கூறுவர். நீர் வட்டங்களைக்

குறிப்பிட்டு விளக்கும் குழுவினராக இவர்கள் இருந்ததால் இக் கொள்கையாளர்கள் 'பண்பாட்டு வட்டக் குழுவினர்' (culture circle school or culturkreisschule) எனப் பெயர் பெற்றனர்.

இந்த வட்டங்கள் பற்றிய இவர்களின் கொள்கை, பரவல் நிகழ்வை யும் இடப்பெயர்ச்சியையும் விளக்குவதற்கு மட்டுமின்றி ஒரு குறிப் பிட்ட காலத்தில் ஒரு பண்பாட்டின் வளர்ச்சி பற்றி அறியவும் (ஒவ்வொரு தனிப் பண்பாடும் பல வளர்ச்சி நிலைகள் கடந்தே செல்கிறது) உதவுகிறது. பண்பாட்டு வட்டக் குழுவினர் தொன்மைப் படிமலர்ச்சிக் கொள்கையை ஏற்றுக்கொள்ளாதவர்கள். எனினும், இவர்களின் பண்பாட்டு வட்டக்கொள்கை ஏறக்குறைய படிமலர்ச்சித் திட்டத்தை விளக்குவதாக உள்ளது என மற்றவர்கள் எண்ணினர்.

### அமெரிக்கப் பரவற்கொள்கை

பண்பாட்டுப் பரவல் ஆய்வுகளில் இடம்பெறும் இறுதிக் கொள்கை யாளர்கள் அமெரிக்கர்களாவர். இவர்களில் குறிப்பிடத்தக்கவர் கிளார்க் விஸ்லர் (1870-1947) ஆவார். இவர் 'பண்பாட்டுப் பகுதி' (culture area) என்னும் கோட்பாட்டை உருவாக்கினார். இவருக்கு முன் ஒட்டிஸ் டி. மாசன் என்பவரும் பிற அமெரிக்க வரலாற்றியலாரும், ஒரு கண்டத்தில் பல வட்டார மக்கள் தகவமைத்து வாழும் நிலையைக் குறிக்க இதனைப் பயன்படுத்தினர். என்றாலும், போவாசுடன் பணியாற்றிய விஸ்லரே இக்கோட்பாட்டிற்கு உரியவர். இவரே இதன் அடிப்படைக் கருத்திற்கு வடிவம் கொடுத்துப் பயன்பாட்டிற்குக் கொண்டுவந்தார்.

அமெரிக்க இயற்கை வரலாற்றியல் அருங்காட்சியகத்திலும்[6], சிக்காக்கோ கள அருங்காட்சியகத்திலும்[7] வட அமெரிக்க இந்தியர் களின் பொருள்களைக் காட்சிப்படுத்துவதில் போவாசும், விஸ்லரும் ஆலோசகர்களாகப் பணியாற்றினர். இவ்விருவரும் படிமலர்ச்சி நிலையை விளக்கும் வகையில் காட்சிப்படுத்துவதையும், மூன்று காலங்களின் (கற்காலம், வெண்கலக் காலம், இரும்புக் காலம்) நிலையை விளக்கும் வகையில் காட்சிப்படுத்துவதையும் எதிர்த்தனர். அதோடு, ஐரோப்பிய அருங்காட்சியகங்களில் சிறப்புப் பெற்றுவந்த ஒப்பிட்டு முறையில் செய்பொருளைக் (artifacts) காட்சிப்படுத்தும் முறையைக் கைவிடுமாறும் அறிவுறுத்தினர். இந்தியப் பழங்குடி களின் பொருள்களை மொழிக்குடும்பங்கள் வாரியாகக் காட்சிப் படுத்தலாம் என எண்ணி அதிலும் நிறைவடையாமல் இறுதியாக அந்தந்த வட்டாரப் பொருள்களைத் தனித்தனியாக வைக்க முடிவு செய்தனர்.

அவ்வகைச் சிந்தனையில் மிகவும் ஈடுபாடு கொண்ட விஸ்லர் தனி உந்துதலைப் பெற்று ஒரு பரந்த நிலப்பரப்பில் எவ்வாறு பண்பாட்டுக் கூறுகள் ஒன்றுபட்டும் வேறுபட்டும் காணப்படுகின்றன என ஆழ்ந்து ஆராய்ந்தார்.[8] அதன் விளைவே 'பண்பாட்டுப் பகுதிக்' (culture area) கோட்பாடாகும். ஒத்த பண்பாடுகளைக் கொண்ட புவிப்பரப்பே பண்பாட்டுப் பகுதியாகும் என விஸ்லர் சுருக்கமாக வரையறை செய்தார். அதன் தன்மைகளையும் அதனோடு தொடர்புடைய பிற கருத்துகளையும் பின்வருமாறு விளக்குவார் விஸ்லர்:

1. ஒவ்வொரு பண்பாட்டுப் பகுதியின் கூறுகள் அவை சுற்றுச் சூழலாக இருப்பினும் செய்பொருள்களாக (எ.டு: கருவிகள், பாத்திரங்கள், உறைவிடங்கள்) இருப்பினும், சமய நம்பிக்கைகளாக இருப்பினும் சமூக, பொருளாதார முறையாக இருப்பினும் பொருள் சார் பண்பாடாக இருப்பினும் அல்லது வேறு எந்த ஒரு நிறுவனமாக இருப்பினும் அவை ஒருபடித்தானவையாக இருக்கும். அதனால், அப்பகுதி தனிப் பண்பாட்டுப் பரப்பாகிறது.

2. ஒரு குறிப்பிட்ட பண்பாட்டுப் பகுதியிலுள்ள மக்கள் அவரவர் பண்பாட்டில் சிறிது மாறுபடினும் அந்த நிலப்பகுதியின் சிறப்புக் கூறுகள் அனைத்தையும் கொண்டிருப்பர். அம்மக்களின் பண்பாடே அப்பகுதியின் உருமாதிரிப் (typical) பண்பாடாகும். அந்த உருமாதிரிப் பண்பாட்டின் பகுதியே அப்பண்பாட்டின் மையமாகும் (culture centre).

3. பண்பாட்டு மையத்திலிருந்து விலகி வாழும் மக்கள் அந்தப் பண்பாட்டுப் பகுதியின் கூறுகளை முழுமையாகக் கொண்டிருக்க மாட்டார்கள். அவர்கள் பண்பாட்டு மையத்திலிருந்து விலகிச் செல்லும் தூரத்தைப் பொறுத்து கூறுகளின் அளவு அமையும்.

4. ஒரு பண்பாட்டுப் பகுதியின் எல்லையில் வாழும் மக்கள் தம் பண்பாட்டுப் பகுதிக் கூறுகளுடன் அண்டையப் பகுதிக் கூறுகளின் தாக்கத்தையும் பெற்றுக் கலப்புப் பண்பாடு அல்லது எல்லைசார் பண்பாடு (marginal culture) கொண்டவர்களாகக் காணப்படுவர்.

பண்பாட்டுப் பகுதியை மேற்கூறியவாறு வரையறை செய்து கொண்ட விஸ்லர் அதன் மூலம் பண்பாட்டுப் பரவலை அறிய முடியுமென நம்பினார். ஒவ்வொரு பண்பாட்டிற்கும் ஒரு மையம் (culture centre) இருக்க வேண்டியது அவசியம் என்றும், அந்த மையமே ஆரம்பத்தில் அப்பண்பாட்டினர் குடியேறிய இடமாக இருக்கமுடியும் என்றும், அம்மையத்திலிருந்தே அப்பண்பாட்டின் கூறுகள் வெளிநோக்கிப் பரவியிருக்கும் என்றும் விஸ்லர் கருதினார். உலகின் பல பகுதிகளிலும் பண்பாட்டுப் பகுதிகளை அறுதியிட்டுக்

கொண்டபின் எந்தப் பகுதியிலிருந்து ஒருகூறு மற்ற பகுதிக்குப் பரவியிருக்கிறது எனக் கண்டுபிடிக்க முடியுமெனக் கூறினார். பண்பாட்டுப் பரவலில், பரவிய கூறுகளின் காலத்தை மதிப்பிட ஓர் உத்தியைக் கையாண்டார் விஸ்லர். அது கால-இடக் கருதுகோள் (age area hypothesis) எனப்படும். அம்முறையை வளப்படுத்தியதில் விஸ்லருக்கு அடுத்து வந்த மானிடவியலாருக்கும் பங்குண்டு.

## கால-இடக் கருதுகோள்

பண்பாட்டின் பல கூறுகள் வெவ்வேறு காலங்களில் பல நிலைகளில் பரவியிருக்கக் கூடும். அதனைக் கொண்டு எக்கூறுகள் முதலில் பரவின, எவை பின்னர்ப் பரவின என்பதைக் கணிப்பதில் விஸ்லர் கால-இட அணுகுமுறையை ஏற்படுத்தினார். அந்தக் கருதுகோளின் கருத்துப்படி நெடுங்காலத்திற்கு முன் தோன்றிய கூறுகள் மிகுந்த அளவில் பரவியும் அது தோன்றிய இடத்தின் மண்ணடுக்கில் அதிக ஆழத்தில் பரவியும் காணப்படும்.

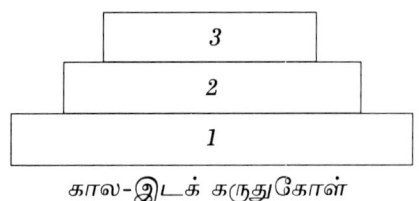

காலஇடக் கருதுகோள்

ஒரு பண்பாட்டுப் பகுதியைச் சேர்ந்த தொல்லியல், இனவரைவியல் தரவுகளைக் கொண்டு கால-இடக் கருதுகோள் மூலம் பண்பாட்டுக் கூறுகளின் காலத்தைக் கணிக்க முடியும். எடுத்துக்காட்டாக, ஒரு பகுதியில் மூன்று வகையான மட்பாண்டங்கள் பரவியிருக்குமேயானால் எந்தவகை மிகுதியாகப் பரவிக் காணப்படுகின்றது என்பதை மதிப்பிடுவதன் மூலம் அது இரண்டாவதாகத் தோன்றியது என்றும், மூன்றாவது இறுதியாகத் தோன்றியது என்றும் மதிப்பிடலாம். படத்தில் குறிப்பிட்டுள்ள மூன்றில் *1* ஆம் வகை மிகப் பரவலாகவும், *2* ஆம் வகை சற்றுக் குறைவாகவும், *3* ஆம் வகை மிகக் குறைவாகவும் பரவியுள்ளதைக் காட்டுகின்றன. அதன் மூலம் எதற்கடுத்து எந்தக் கூறுகள் தோன்றின அல்லது பரவின என்பதை அறுதியிடுவதோடு எந்தப் பகுதி வயதில் மூத்தது, இளையது என்பதை மதிப்பிடவும் கால-இடக் கருதுகோள் (age-area hypothesis) பயன்படும்.

பண்பாட்டுக் கூறுகள் ஓர் இடத்திலிருந்து வேறு இடத்திற்குப் பரவும் போக்கில் சமச்சீர்மையைக் கொண்டிராததால் கால-இடக்

கருதுகோளின் முழுமையான நம்பிக்கைத் தன்மையைப் பல மானிடவியலர்கள் குறை கூறுவர். இருப்பினும், ஒரு குறிப்பிட்ட பண்பாட்டுப் பரப்பிற்குள் அதன் கூறுகளை மதிப்பிடுவதில் இம்முறை பயனுள்ளதாக இருக்கும்.

விஸ்லர் உருவாக்கிய பண்பாட்டுப் பகுதி ஆய்வுகளுக்கடுத்து தென்அமெரிக்கா, வட அமெரிக்கா, ஆசியா, ஆப்பிரிக்கா, மடகாஸ்கர் போன்ற உலகின் பெரும்பாலான நிலப்பகுதிகள் பல பண்பாட்டுப் பகுதிகளாகப் பிரிக்கப்பட்டு ஆராயப்பெற்றன. ஆசியாவை வடக்கு ஆசியா, தெற்கு ஆசியா என இரண்டாகப் பிரித்தனர். அடுத்து வடக்காசியாவைத் தொன்மைச் சைபீரியா, சைபீரியா, யுரேசிய வன் பாலை, மங்கோலியப் பீடபூமி என நான்கு பண்பாட்டுப் பகுதி களாகப் பிரித்தனர். தெற்காசியாவைத் தென்மையம், வடசீனா, கொரியா-ஜப்பான், தென்சீனா, இந்தோனேசியா ஆகிய ஐந்து பகுதி களாகப் பகுத்தனர். இந்தியப் பகுதி முழுவதும் தென்மையத்திற்குள் அடங்கும். இப்பண்பாட்டுப் பகுதிகள் அனைத்தும் பருநிலையில் பகுக்கப்பட்டவையாகும். ஆய்வின் தேவைக்கேற்ப அதனை மேலும் சில பகுதிகளாகப் பகுக்க வேண்டிய தேவையும் ஏற்படும். இக்கருத்தைப் பல ஆய்வுகள் உறுதிப்படுத்துகின்றன.

### தொடர் மரபு

பண்பாட்டுப் பரப்புக் (culture area) கோட்பாட்டை மேலும் பொருள் கொண்டதாக மாற்றுவதற்கு லிண்டன் முன்மொழிந்த கோட்பாடே 'தொடர் மரபு' (cotradition) ஆகும். நாடு/துணைக்கண்டம் போன்ற ஒரு மிகப் பரந்த பூகோளப் பகுதியில் ஒரு குறிப்பிட்ட பகுதியில் மட்டும் தனித்தன்மையான பண்பாட்டு முறை காணப்படுவதை அப்பூகோளப் பகுதியின் பண்பாட்டுப் பரப்பு என வரையறை செய்தார் அமெரிக்க மானிடவியலறிஞர் கிளார்க் விஸ்லர்.

அமெரிக்காவின் நீண்ட நெடிய பெரும் நிலப் பரப்பிலிருந்து அருங்காட்சியகத்திற்கு மக்களின் புழங்கு பொருட்களைச் சேகரிக்கும் போது ஒரு பகுதிக்கடுத்து வேறுபகுதியில் பொருட்கள் புதியவையாகவும் மாற்றமுள்ளவையாகவும் காணப்பட்டதைத் தொடர்ந்து அவர் செய்த தொடர் ஆய்வில் ஒரு பரந்த பகுதிக்குள் பல 'பண்பாட்டுப் பகுதிகள்' (culture areas) அமைந்துள்ளன எனக் கண்டறிந்தார்.

இன வேற்றுமை, சூழல் வேற்றுமை, தொழில்நுட்பம் போன்ற எண்ணற்ற காரணிகளில் தனித்த பண்பாட்டு மரபுகள் ஒரு குறிப்பிட்ட இடத்தில் நிலைபெறக் காரணமாக உள்ளதாக விஸ்லர் முன்வைத்தார்.

இப்பண்பாட்டுப் பரப்பானது ஒரு தொடர்ச்சியான நிலப்பகுதி யில் பரவிக் காணப்படுவதாக உள்ளது என்றார். தொடர்ச்சியான நிலப்பரப்போடு தொடர்ச்சியான வரலாற்றையும் கொண்டதாக அப்பண்பாட்டுப் பரப்பு காணப்படுமாயின் அது 'தொடர் மரபு' (பூகோளத் தொடர்ச்சியும் வரலாற்றுத் தொடர்ச்சியும்) எனக் கூறலாம் என்றார், லிண்டன்.

### பின்னுரை

மிகப் பரந்த நிலப்பகுதிகளைப் பருநிலையில் பண்பாட்டுப் பரப்பு களாகப் பகுக்கும் இவ்வகை முறை மானிடவியல் கல்விப் புலத்தில் ஓர் ஆய்வு அணுகுமுறையாக உருப்பெற்றதற்கு முன்னர் தமிழ் மொழிவழிப்பட்ட பண்பாட்டு எல்லைக்குள் பழந்தமிழர்கள் தமிழ் மண்ணினை ஐந்திணைகளாக வகைப்படுத்தியுள்ளனர். குறிஞ்சி, முல்லை, மருதம், நெய்தல், பாலை என்ற நிலவியல் / வாழ்வியல் பண்புகளை முன்வைத்துப் பழந்தமிழ்ப் பண்பாட்டுப் பகுதிகள் வரையறுக்கப்பட்டுள்ளன.

தமிழ்ச் சூழலில் நாட்டார் வழக்காற்றியல் உள்ளிட்ட பண்பாட்டியல் ஆய்வுகள் வளர்ந்துவரும் இன்றைய சூழலில் தமிழ்ப் பண்பாட்டுப் பரப்பினை நிலம், சமூகம், வழிபாட்டு முறை, தெய்வங்கள், கலைகள், திருவிழாக்கள், பிற வழக்காறு மரபுகளை முன் வைத்து வடதமிழகம், தென்தமிழகம், நடுவண் தமிழகம், மலைத் தமிழகம், கடல் தமிழகம் என்னும் ஐந்து பகுதிகளாக ஞா. ஸ்டீபன் (1999 : 6 - 11) வகைப் படுத்தியுள்ளார்.

'இந்தியாவில் மக்கள்' (People of India) என்னும் மிகப் பெரும் தேசியத் திட்டத்தை மேற்கொண்ட இந்திய மானிடவியல் மதிப் பாய்வகம் (Anthropological Survey of India) தமிழகத்தின் 364 சமூகங் களையும் பற்றிய அடிப்படைத் தரவுகளைச் சேகரித்தபின் தமிழ் மக்கள் பின்வரும் பண்பாட்டு மண்டலங்களில் வாழ்கின்றனர் என மதிப்பிட்டுள்ளது (Singh 1997). 1. நாஞ்சில் நாடு (கேரளத்தின் சாயலைக் கொண்ட குமரி மாவட்டம்) 2. பாண்டிய நாடு (நெல்லை, மதுரை, ராமநாதபுரம், திண்டுக்கல், தூத்துக்குடி பகுதிகளைக் கொண்டது) 3. சோழ நாடு (தஞ்சை, திருச்சி, நாகப்பட்டினம், தென்னார்க்காட்டின் தென்பகுதிகள் உள்ளடங்கியது) 4. சேரநாடு (நீலகிரியும் கோயம்புத்தூரும் இணைந்தது) 5. கொங்கு நாடு (ஈரோடு, சேலம் பகுதிகள்) 6. செட்டிநாடு (புதுக்கோட்டை சுற்றிய பகுதி) 7. தொண்டை மண்டலம் (தருமபுரி, வட ஆர்க்காடு, திருவண்ணாமலை, செங்கல்பட்டு, சென்னை உள்ளிட்ட வடதமிழகப் பகுதி). இந்த

வகைப்பாடு பழந்தமிழகத்தின் பண்பாட்டு அரசியல் நிலவரங்களை அடியொற்றியதாகும். சமகால மாற்றங்களை இது பிரதிபலிக்கவில்லை எனலாம்.

தமிழ் நிலத்திற்குள் இருக்கும் திணைப் பாகுபாடுகள் பண்பாட்டு வேறுபாடுகளைக் காட்டுவது. இத்திணைகள் இம்மண்ணில் குறைந்தது 5 வகையான பண்பாட்டுப் பரப்புதலைக் காட்டுகின்றன. இது ஒரு நிலை. அடுத்து, தமிழர்கள் உலக நாடுகளுடன் பழங்காலந் தொட்டே தொடர்பு கொண்டு வந்துள்ளனர்; பிற நாடுகளில் குடியமர்ந்து வாழ்ந்து வருகின்றனர். இவற்றால் தமிழர் பண்பாட்டுக் கூறுகள் உலக நாடுகளில் பரவியுள்ளன. இது மறுநிலை. தென் கிழக்காசிய நாடுகளில் சிவ வழிபாடு, அம்மன் வழிபாடு, விஷ்ணு வழிபாடு போன்றவை பரவியுள்ளன.

இலங்கையில் கதிர்காம முருகனை 'கட்டர் காமதேவா' என்று சிங்களவர்கள் அழைக்கின்றனர். முன்பு தமிழ் அர்ச்சகர்கள் பூசை செய்தனர். இன்று சிங்களவர்களே பூசை செய்கின்றனர். (நாகராசன் 2004: 46). சிங்களர்கள் மதத்தால் பௌத்தர்கள்; மொழியால் இந்தோ ஆரியர்கள்; சமூக-பண்பாட்டு முறையால் திராவிடர்கள் (ட்ரவுட்மன் 1986). அந்த அளவிற்கு அவர்களிடம் பிற மரபுகளின் பரவல் / தாக்கம் ஏற்பட்டுள்ளது. மிகச் சுருக்கமாகக் கூறுவதாயின் அயல்நாட்டுப் பண்பாடுகளில் தமிழ்ப் பண்பாட்டின் செல்வாக்குப் பல்வேறு நிலைகளில் காணப்படுகிறது.

பல்லவர், சோழர் காலத்தில் கம்போடியா, வியட்நாம், லாவோஸ் பகுதிகளில் தமிழர் பண்பாட்டுக் கூறுகள் பரவியுள்ளன. தாய்லாந்திலும் தமிழர் கலைப் பாணிகள் காணப்படுகின்றன. ஆப்பிரிக்காவிலுள்ள சூலு மக்களின் பண்பாடும் அங்குள்ள தமிழர் பண்பாடும் பலநிலைகளில் இணைந்திருப்பதைக் காணமுடிகிறது (ராஜேந்திரன் கோவேந்தர்[9] 2004). இன்னும் பல்வேறு நாடுகளில் தமிழ்ப் பண்பாட்டுக் கூறுகள் பரவியுள்ளன. இதுகுறித்து ஏராளமான தரவுகள் இருக்கின்றன. கில்பர்ட் சிலேட்டர் இந்தியப் பண்பாட்டில் திராவிடத் தாக்கம் குறித்து விரிவாக எழுதியுள்ளார். இன்னும் பலரும் பல்வேறு தன்மை களை ஆராய்ந்துள்ளனர். இவை யாவற்றையும் ஆராய்வதற்குரிய கோட்பாட்டுக் களங்கள் இவ்வியலில் இனங்காணப்பட்டுள்ளன.

# 5

# நாகரிகத்தின் தோற்றம்

வரலாற்றுக்கு முந்தைய காலகட்ட வரலாற்றை (prehistory) ஆராய்ந்து பெரும் புகழ் பெற்றவர் ஆங்கிலேயத் தொல்லியல் விற்பன்னர் வெர்ரி கோர்டான் சைல்டு (V.G. Childe) ஆவார். இவர்தம் கருத்துப்படி ஒரு சமூகம் நாகரிகம் என்னும் நிலையை அடையும்போது அது பின்வரும் 10 காரணிகளை முதன்மையாகப் பெறுகின்றது என்பதைத் தம் ஆய்வுகள் மூலம் முன்மொழிந்தார். அவை:

1. சமூகத்தின் ஒவ்வொரு தொழிலும் தனித்திறம் பெற்று அதில் சிறப்பு நிலையடைதல் (specialization) தோன்றியது. மேலும் அத்தொழில்களைச் செய்வோர் தனித்தனிப் பிரிவினராக அடையாளப் படுத்தப்பட்டனர். இந்தத் தனித்திறம் கொண்ட தனிப்பிரிவினர்கள் நகர வாழ்வில் செய்பொருட்களையும் பண்டங்களையும் பரிமாறிக் கொள்வதில் முக்கியக் காரணிகளாகச் செயல்படத் தொடங்கினர்.

2. நகர மையங்களில் வெகுவாக ஏற்பட்ட மக்கள் பெருக்கத்தால் சமூகங்களுக்கிடையே ஒன்றியம் (social integration) தோன்றத் தொடங்கியது.

3. அண்டைய நகர மையங்களுடன் செய்பொருட்களையும் பண்டங்களையும் பரிமாறிக் கொள்வதற்கு வணிக ஒருங்கிணைப்பு முறைகள் (trade networks) தோன்றின.

4. பயிர்த் தொழில் செய்வோரும் கால் நடை மேய்ப்போரும் உபரிப் பொருட்களை விற்பதற்கும், தேவையான பொருட்களை வாங்கு வதற்கும், நகர மையங்களில் கொண்டு கொடுப்பதற்கும் விதிமுறைகள் ஏற்படுத்தப்பட்டன.

5. நகரிய மக்களின் இம்மை சார்ந்த கருத்துக்களையும் இயல் கடந்த ஆற்றல்களையும் விளக்குவதற்கான குறிப்பீடுகள் புதிய கலை வடிவங் களாக உருப்பெற்றன.

ஆர்டிக் பெருங்கடல்
ஆர்டிக் பெருங்கடல்
கிரீன்லாந்து
வடஅமெரிக்கா
வட அட்லாண்டிக் பெருங்கடல்
ஆசியா
மெசபடோமிய நாகரிகம்
ஐரோப்பா
வட பசிபிக் பெருங்கடல்
வட பசிபிக் பெருங்கடல்
மத்திய தரைக்கடல்
ஏசியன் கடல் நாகரிகம்
சிந்துசமவெளி நாகரிகம்
சீன நாகரிகம்
எகிப்து நாகரிகம்
ஆப்பிரிக்கா
மீசோ அமெரிக்க நாகரிகம்
இந்தியப் பெருங்கடல்
தென் அமெரிக்கா
பெரு நாகரிகம்
தென் பசிபிக் பெருங்கடல்
ஆஸ்திரேலியா
தென் அட்லாண்டிக் பெருங்கடல்
தென் பசிபிக் பெருங்கடல்


உலக நாகரிகங்கள்

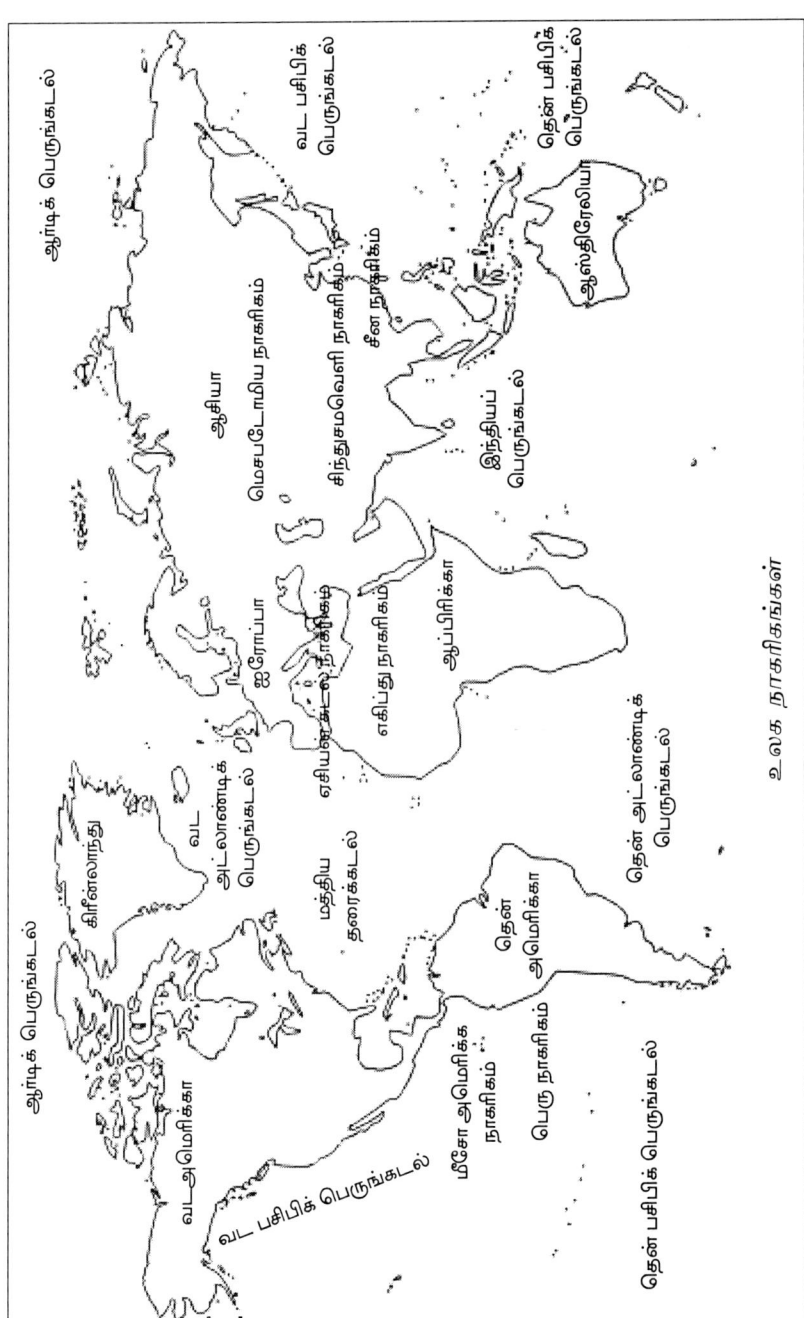

*6.* பெரிய அளவிலான கட்டடங்கள், கட்டுமான முறைகள் வடிவமைக்கப்படுதல், சேமிப்புக் கிடங்குகள், அரண்மனைகள், கோயில்கள் கட்டுதல் ஏற்பட்டன. கடவுளருக்கும் பெரும் வீரர் களுக்கும் அடையாளச் சின்னங்கள் எழுப்பப்பட்டன. பொது நீர்ப்பாசன முறை, குடிநீர் வசதி, கழிவுநீர் வெளியேற்றும் முறை போன்றவையும் ஏற்படுத்தப்பட்டன.

*7.* அரசியல் நிலையிலும் சமய நிலையிலும் தனித்தலைமை முறை உருவானது. இவை தொடர்பாக ஏற்பட்ட தனி அமைப்புகளில் உறுப்பினராகும் நிலை தோன்றியது. இதன் மூலம் ஏற்படும் நகரவயப் பட்ட வாழ்க்கை முறையால் குடும்பம் உறவுமுறை சார்ந்த சமூக உறவுகள் மாறுபட்டன. நகரக் குடிமகன் என்னும் அடையாளத்தால் உறவின் முறை அடையாளமும் மாறுபட்டது.

*8.* கணித முறை, அளவீட்டு முறைகள் மூலம் காலக்கணிப்பு, ஆண்டுக் குறியீட்டு முறை, கருவிகள், உணவுப் பொருட்கள், கட்டிடங்கள் ஆகியவற்றை அளிக்கும்முறை உருவானது. பொதுவாகச் சொல்வதானால் பலநிலைகளிலும் 'அளவை முறைகள்' உருவாக்கப் பட்டன.

*9.* 'ஆளும் வர்க்கம்' என்னும் தனிப்பட்ட சமூகப் பிரிவினர் தோன்றினர். இவர்கள் பொருள் வளத்தை நுகர்வதற்குச் சிறப்பு வாய்ப்பைப் பெற்றிருந்தனர்; போக்குவரத்திலும், கல்வி பெறுவதிலும் சலுகைகள் கொண்டிருந்தனர். நகர மக்களிடமிருந்து இவர்கள் தனித்துவம் கொண்டவர்களாக இருந்தனர்.

*10.* எழுத்து முறை தோற்றுவிக்கப்பட்டது. ஒலிசார் நெடுங்கணக்கு (phonetic alphabet) ஏற்படுத்தப்பட்டது. (மேலும் காண்க: பண்பாடு, நாகரிகம் இவ்விரண்டுக்குமான வேறுபாடு, இயல் 11).

நாகரிகம் தோன்றிய ஏழு முக்கிய இடங்கள்

**பழைய உலகப் பகுதி** (Old World)

1. மெசபடோமியா

| | |
|---|---|
| அக்காட் (Akkad) | |
| பாபிலோனியா (Babylon) | டைக்ரஸ்-யூப்ரட்டிஸ் ஆற்றுப் பகுதி |
| சுமர் (Sumer) | |
| ஊர் (Ur) | |

2. *எகிப்து*
   மெம்ப்பிஸ் (Memphis) ⎫
   தீபஸ் (Thebes)          ⎪
   கார்னக் (Karnak)        ⎬ நைல் ஆற்றுப் பகுதி
   லக்சர் (Laxor)           ⎪
   அபு சிம்பல் (Abu Simbel) ⎭

3. *இந்தியா*
   ஹரப்பா (Harappa)       ⎫
   மொகஞ்சதாரோ            ⎬ சிந்து சமவெளிப் பகுதி
   (Mohenjodaro)            ⎭

4. *சீனா*
   அணையாங் (Anyang)      ⎫
   செங்ஞ்சூ (Chengchou)   ⎬ மஞ்சள் ஆற்றுப் பகுதி
   லுயாங் (Luyang)          ⎭

5. ஏஜியன் கடற்பகுதி (Aegean Sea)
   பைப்லாஸ் (Byblos)       ⎫
   நாசோஸ் (Knassos)       ⎬ ஏஜியன் கடற்கரையும் தீவுகளும்
   மைசினே (Mycenae)       ⎭

**புதிய உலகப் பகுதி** (New World)

6. *மீசோ அமெரிக்கா*
   லா வெண்ட்டா (La Venta)
   சான் லோரன்சோ (San Lorenzo)
   டியோதிகுவாசன் (Teotihuacan)

7. *பெரு[1]*
   சான்-சான் (Chan-Chan)
   சாவின் (Chavin)
   கோடோஷ் (Kotosh)
   மசே (Mache)

முதல் 5 நாகரிகங்களும் பழைய உலகப் பகுதிகளில் (old world) தோன்றிய நாகரிகங்களாகும். பிந்தைய இரண்டும் புதிய உலகில் (new world) தோன்றிய நாகரிகங்களாகும்.

மனித குலத்தவரின் பண்பாடு என்பது பல கட்டங்களில் மாறி நாகரிகம் என்னும் நிலையை அடைந்திருக்கிறது. இதில் ஏற்பட்ட

### பண்பாட்டு வளர்ச்சியில் மிக முக்கிய காலகட்டங்கள்

| காலம் | காலம் | முக்கிய வளர்ச்சி |
|---|---|---|
| 3,000,000-4,000,000 | 4-3,000,000 ஆண்டிலிருந்து 12,000 ஆண்டுகள் வரை | பழங்கற்காலம் (palaeolithic) வேட்டுவ வாழ்க்கை (era of hunting) |
| அடுத்த 4,000 ஆண்டுகள் | 12000 ஆண்டிலிருந்து 8,000 ஆண்டுகள் வரை | இடைக் கற்காலம் (mesolithic) தாவரங்களையும், சிறு விலங்குகளையும் உணவிற்காகத் தேடியலைந்த காலம் (era of intensive foraging) |
| அடுத்த 4,000 ஆண்டுகள் | 8,000 முதல் 4,000 வரை | புதிய கற்காலம் (neolithic) வேளாண் வாழ்க்கை (era of agriculture) |
| அடுத்த 4,500 ஆண்டுகள் | 4,000 முதல் கி.பி. 450 வரை | உலோகக் காலம் (metal age) நாகரிகத்தின் தோற்றம் (rise of civilization) |
| அடுத்த 1,495 ஆண்டுகள் | கி.பி. 450 முதல் 1945 வரை | வரலாற்றுக் காலம் (historic era) நகரவயப்பட்ட தொழில்துறை வாழ்க்கை (urban-Industrial life) |
| இறுதி 65 ஆண்டுகள் | 1945 முதல் இன்று வரை | பிந்தை அணுக் காலம் (post-atomic era) |

மாற்றங்கள் வாழ்வாதாரத்திற்கான தொழில்நுட்பத்தில் ஏற்பட்ட தொடர்ச்சியான மாற்றமாகும். இத்தகைய அணுகுமுறையைப் பெரும்பாலான மானிடவியலர்கள் பின்வருமாறு விளக்குவர். இது பொருளாதார, தொழில்நுட்ப மையமிட்ட அணுகுமுறையாக அமைகிறது.

## பிழைப்பிற்கான தொழில்நுட்பங்கள்

| உணவு உற்பத்தி | | உணவு சேகரித்தல் | |
|---|---|---|---|
| வேளாண்மை (agriculture) | உழுதல், நீர்ப்பாசனம், எரு/உரமிடுதல் ஏற்பட்ட கட்டம் | மீன் பிடித்தல் (fishing) | மீன் பிடிக் கருவிகளாலும் உயிரினங்களின் நச்சுவைக் கலந்தும் மீன் பிடித்த கட்டம் |
| தோட்டக் கலை (horticulture) | தோண்டு கழி (digging stick), ஆதி களைக்கொட்டு (heo) போன்ற எளிய கருவிகள் ஏற்பட்ட கட்டம் | வேட்டையாடுதல் (hunting) | வேட்டைக்கருவி களாலும் உயிரினங் களின் நச்சுவைக் கொண்டும் வேட்டையாடிய கட்டம் |
| ஆயர் வாழ்வு (pastoralism) | கால்நடைகளையும் (ஆடு, மாடுகள்) பிற விலங்குகளையும் வளர்த்த கட்டம் | சேகரித்தல் (gathering) | தோண்டுதல், பறித்தல் மூலம் உணவாதாரம் தேடிய கட்டம் |

மேற்கூறிய வளர்ச்சி நிலைகளைப் பின்வருமாறு மனதில் பதித்துக் கொள்ளலாம்.

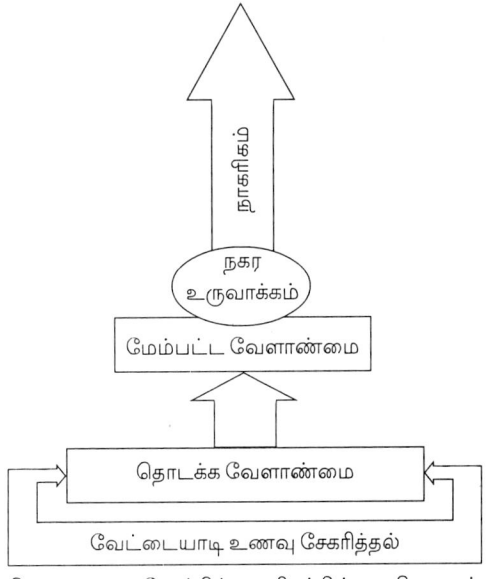

பொருளாதார நோக்கில் நாகரிகத்தின் படிநிலைகள்

நாகரிகத்தின் தோற்றம் ❖ 71

நாகரிகத்தின் வளர்ச்சிக் கட்டங்களைப் பொருளாதார நோக்கில் மட்டும் அணுகுவது ஒருதலை அணுகுமுறையாக மாறிவிடும். இன்னும் மாறுபட்ட கோணங்களில் நாகரிகத்தின் பல்வேறு பரிமாணங்களை முன்னிருத்தி அதன் தோற்றத்திற்கான காரணங்களைப் பின்வருமாறு சிந்தித்துள்ளனர்.

மெசபடோமியாவிலிருந்து, சீனா ஊடாகத் தென் அமெரிக்க ஆண்டிஸ் வரை, வியப்பூட்டி ஓங்கி நிற்கும் பிரமாண்ட மாளிகைகளும், அற்புதச் சிற்பங்களும், கலை வடிவங்களும் மனித அறிவுத் திறனின் மகத்தான வளர்ச்சிக்குச் சாட்சியளிக்கின்றன. வரலாற்றுச் சுவடுகளை ஒருகணம் நோக்கும் போது, மனித நாகரிக வளர்ச்சியின் பதிவுகளை வெகுவாகவே அறிய முடிகிறது.

வரலாற்றில் ஒரு குறிப்பிட்ட காலகட்டத்தில் மனிதன் எவ்வாறு கட்டிடக்கலை விற்பன்னனாகவும், நீர்ப்பாசன வல்லுநனாகவும், தன் சிந்தனைகளை எழுத்துமூலம் பதிவுசெய்யும் திறனை ஏற்படுத்திக் கொண்டவனாகவும் ஆற்றல் பெற்றான் என்பது ஆச்சரியம் கலந்த ஒரு கேள்வியாக இருக்கிறது. இந்நிலையில், மனிதனின் நாகரிக வளர்ச்சி பற்றிய ஆய்வானது தத்துவ அறிஞர்களையும், மானிடவியல் ஆய்வாளர்களையும் ஒருசேர ஈர்க்கிறது. நாகரிக வளர்ச்சியின் தோற்றம் குறித்து இதுவரை சரியான விளக்கம் காணப்படவில்லையாயினும் நாகரிகத்தின் தோற்றத்தைப் பற்றிச் சில கோட்பாடுகள் முன்வைக்கப்பட்டுள்ளன.

### நீர்ப்பாசன மேலாண்மைக் கோட்பாடு

நாகரிகத்தின் தோற்றம் பற்றிய கோட்பாடுகளில் கார்ல் வீட்ஃபோஜெல் (Karl Wittfogel) முன்வைத்த நீர்ப்பாசன மேலாண்மைக் கோட்பாடு (hydraulic theory) ஒரு முக்கியக் கோட்பாடாகும். இக்கோட்பாடு சில மானிடவியல் ஆய்வாளர்களின் நோக்கில் மாறுபட்ட வடிவங்களைக் கொண்டுள்ளது. இந்நீர்ப்பாசன மேலாண்மைக் கொள்கையின்படி, பழங்கால மெசபடோமியா, எகிப்து, அமெரிக்கா ஆகிய பகுதிகளின் புதிய கற்கால (neolithic) விவசாயிகள் தொடர்ந்து வெள்ளம் பாயும் பூமியே விவசாயத்திற்கு தகுந்த வளத்தைப் பெற்றுள்ளது என்பதை அறிந்தனர். ஆனால் பயிர் செய்யப்பட்ட இப்பூமி திடீர் வெள்ளத்தால் அழிந்தது. வெள்ளத்தைக் கட்டுப்படுத்த முயற்சி எடுத்தனர். அதனையடுத்து, இவ்வெள்ள நீர், குட்டைகளில், நீர்தேக்கங்களில் தேக்கப்பட்டது. பின்னர், இந்நீர் கால்வாய்களின் வாயிலாக வயல்களுக்குப் பாய்ச்சப்பட்டது.

தொடக்க காலங்களில் சிறிய குழுக்களால் கட்டப்பட்ட இந்தக் குட்டைகளும், கால்வாய்களும் மிகவும் எளியவை. இவ்வளர்ச்சியின் தொடர்ச்சியாக, பல்திறன் வாய்ந்த நீர்ப்பாசன முறைகள் கையாளப் பட்டன. இதுவே ஒரு தனித்துறை வல்லுநர் (specialists) குழுவின் தோற்றத்திற்குக் காரணமாயிற்று. ஒரே மையம் நோக்கி ஒருமுகப் படுத்தப்பட்ட (centralized) இந்நீர்ப்பாசன முறை முதன்முதலில் கட்டுப்படுத்தும் ஆற்றலுடைய உயர்ந்தோர் குழாம் தோன்றக் காரண மாயிற்று. இதன் விளைவாக நாகரிகம் பிறந்தது என விட்ஃபோஜெல் முன்மொழிந்தார். இந்தக் கோட்பாட்டின்மேல் பலவித விமர்சனங்கள் கூறப்படுகின்றன.

நியூகினி மேட்டு நிலத்தில் பெருமளவில் நீர்ப்பாசன முறை வழக்கத் திற்கு வந்தது. இருப்பினும், ஒரே மையம் நோக்கி ஒருமுகப்படுத்திக் கட்டுப்படுத்தும் ஆற்றலுடைய அரசாங்கம் இப்பகுதியில் தோன்ற வில்லை. எனவே, இந்நிகழ்வு மேற்கூறிய நீர்ப்பாசன மேலாண்மைக் கொள்கையை முரண்படச் செய்கிறது. எனவே, இதனடிப்படையில் இக்கொள்கை மறுக்கப்படுகிறது.

மற்றொரு மறுப்பானது, முந்தைய மெசபடோமிய நீர்ப்பாசன முறையில் மேற்கொண்ட கள ஆய்வுகளின்படி கி.மு. இரண்டாயிரத்தில் நீர்ப்பாசன முறை ஒரு சிறிய அளவில் பழக்கத்திற்கு வந்த சமயத்தில் பல மாநகரங்கள் அதற்கு முன்னரே தோன்றிச் செழித்துள்ளன. ஒரு வேளை, மாநகர அமைப்புகள் நீர்ப்பாசன முறையை மேற்பார்வை இட்டிருந்தால் நில அகழ்வாய்வுகள் நீர்ப்பாசன முறையைப் பரந்தகன்ற முறை என மெய்ப்பித்திருக்கும். மேலும், கி.மு. 2000 ஆம் கால கட்டத்தில் நீர்ப்பாசன முறை உள்ளூர்க் கோயில் அதிகாரிகளால் கட்டுப்பாட்டிற்குட்பட்டதேயன்றி ஒரு மையம் நோக்கி ஒருமுகப் படுத்தும் அரசாங்கத்தால் கண்காணிக்கப்படவில்லை என அகழ்வாய்வு ஆதாரங்கள் தெரிவிக்கின்றன.

மைய, தெற்கு அமெரிக்க (Central and South America) இந்திய நாகரிகத்தில் நீர்ப்பாசனமுறை ஒரு சிறிய அளவிலே தோற்றங் கொண்டது. இம்முறை குடும்பத்தினரால் அல்லது சிறு விவசாயக் குழுமங்களால் கையாளப்பட்டது என்ற ஒரு கருத்தும் நிலவுகிறது. இத்தகு முறையைத் தொடர்ந்து ஏற்பட்ட ஒரு மேம்பட்ட முறை யாலேயே, பரந்தகன்ற நீர்ப்பாசன முறை அதிக அளவில் பரவியது என்ற கருத்து வலுப்பெற்றது. இதனால் நாகரிகம் தோற்றம் பெற்றது என இக்கொள்கை முன்மொழிகிறது.

## வணிகப் பெருக்கக் கோட்பாடு

சில மானிடவியல் ஆய்வாளர்கள் வாணிபமே நாகரிக வளர்ச்சிக்கான அடிப்படைக் கூறு என விரித்துரைக்கின்றனர். இவ்விவாதத்தின் அடிப்படையில் உருவானதே 'வணிகப் பெருக்கக் கொள்கை' (trade network theory) ஆகும். உயிரினத்திற்கான வாழ்க்கைச் சூழல் உள்ள பகுதிகளில் இது ஏற்பட்டது என்று இவர்கள் கூறுவர். பற்றாக்குறை யான வளங்களை அடைய வணிகம் என்னும் நுட்பம் அவசியமாகியது. எடுத்துக்காட்டாக, மெக்சிகோவில் சோளம் எங்கும் பரவலாகப் பயிரிடப்பட்டது. ஆனால் மிளகாய் மேட்டு நிலங்களில் மட்டும் பயிர் செய்யப்பட்டது. பருத்தியும் அவரையும் நிலச்சரிவுகளில் பயிர் செய்யப் பட்டன. சில விலங்குகள் ஆற்றுப்படுகையில் மட்டுமே காணப்பட்டன. உப்பு கடற்கரைப் பகுதிகளில் மட்டுமே உற்பத்தி செய்யப்பட்டது.

வணிகத்தையும் விளைபொருட்களையும் ஒழுங்கமைக்க ஒரு மைய ஆட்சிமுறை அவசியம் என வணிகப் பெருக்கக் கொள்கை வலியுறுத்து கிறது. பொருள்களை மக்களுக்கு மீண்டும் பகிர்ந்து கொடுக்கவும், சரக்கு களைப் பகிர்ந்து கொடுக்கவும் ஒரு மையஅதிகார முறை தேவைப் பட்டிருக்கலாம். இதுவே, ஒரு மைய ஆட்சிமுறையின் வளர்ச்சிக்கு உந்து சக்தியாக அமைந்தது. வணிகமானது நாகரிக வளர்ச்சியில் ஒரு முக்கிய பங்காற்றி இருந்தாலும், அது சமச்சீரான பங்கை ஆற்றவில்லை. எடுத்துக் காட்டாக, மெக்சிகோ அல்லது பெருவுக்கு ஒப்பாக வடகிழக்கு, வட அமெரிக்க இந்தியர்கள் ஏறத்தாழ 6000 ஆண்டுகள் பெருமளவில் வணிகம் செய்திருப்பினும் அது அவர்களின் வளர்ச்சியை மேம்படுத்தவில்லை.

எனினும், பல்வேறு வகையான வணிக முறைகளைப் பார்க்கும் போது குறிப்பாக, சுப்பீரியர் (Superior) ஏரியைச் சுற்றியுள்ள செப்புப் படுக்கைகள், லேப்ரடார் (Labrador) பகுதியின் கல்போன்ற படிகக்கல் வகைகள், தென்கிழக்குக் கடற்பகுதியின் கடல் கிளிஞ்சல்கள் புதிய இங்கிலாந்து போன்ற தொலைதூர இடங்களிலும் பிணைப்புகளை ஏற்படுத்தின. நீளத்தீவு சவுண்டு (Long Island Sound) கடற்கரையில் உற்பத்தி செய்யப்பட்ட சோழிகளும், ஓஹியோ (Ohio) புழுதி மணலில் காணப்பட்ட மஞ்சளும், கற்பகுதிகளில் இருந்து கருப்புப் பளிங்குப் பாறைகளும் மேற்குப் பகுதிக்கு எடுத்துச் செல்லப்பட்டன. ஆதலின், வணிகமே நாகரிக வளர்ச்சிக்கு உந்துதலாக அமைந்தது என இக்கோட்பாட்டினர் வாதிடுவர்.

## சமூகச் சூழலமைவுக் கோட்பாடு

ராபர்ட் கார்னீரோ (Robert Carneiro) தமது தொடர் கட்டுரைகள் மூலம்

சமூகச் சூழலமைவுக் கோட்பாட்டை (social circumscription theory) முன்வைத்து அதனை வளப்படுத்தினார். இக்கோட்பாட்டின்படி, மலை, கடல், மக்கள் தொகை போன்ற கூறுகளின் விளிம்பில் உள்ள மக்களிடம் நாகரிகம் வளர்ச்சி அடையும். மக்கள்தொகைப் பெருக்கத் தால் வாழ்விடப் பற்றாக்குறையும், வாழ்விடத்தை விரிவாக்க வழி இல்லாமையும், வள ஆதாரப் பற்றாக்குறை அதிகரிப்பும் ஏற்படுகின்றன. இதன் விளைவாகச் சமூக அடுக்கமைவுகள் (social stratification) ஏற்படுகின்றன. இதனால் உயர்ந்தோர் வர்க்கம் முக்கிய வளங்களை ஆட்கொண்டு தாழ்ந்தோருக்கான வாய்ப்பைக் குறைக்கிறது. இதுவே முரண்பாடுகளுக்கும், எதிர்ப்புகள் உள்ளிட்ட பல வகையான மோதல்களுக்கும் வழிவகுக்கிறது. இந்நிலையில் ஒரு மைய அதிகார ஆட்சி அமைப்புத் தேவைப்படுகிறது. இவ்வகையில் தோன்றியதே நகரம், நாகரிகம் என இக்கோட்பாடு வாதிடுகிறது.

### *சமயக் கோட்பாடு*

மேற்கூறிய மூன்று கோட்பாடுகளும் உயிரின வாழ்க்கைச் சூழலின் அடிப்படையில் நாகரிக வளர்ச்சியை விளக்குகின்றன. குறிப்பாக, மனிதனுக்கும் சுற்றுச்சூழலுக்கும் இடையே உள்ள உறவை வலியுறுத்து கின்றன.

சில மானிடவியல் ஆய்வாளர்கள் மனிதச் சுற்றுச்சூழல் உறவின் அடிப்படையில் நாகரிக வளர்ச்சியை விளக்கும் கோட்பாட்டை ஆதரித்தாலும், பலர் மனிதன்-சுற்றுச்சூழல் உறவின் அடிப்படையில் நாகரிக வளர்ச்சியை விளக்கும் கோட்பாடுகளில் நிறைவு பெறவில்லை.

இதற்கு எடுத்துக்காட்டாக, நம்பிக்கை முறையின் அடிப்படையில் தோன்றிய நடு அமெரிக்கப் (Mesoamerica) பகுதியைச் சேர்ந்த மாயா (Maya) நாகரிகத்தை அடிப்படையாகக் கொண்டு நாகரிகத்தின் தோற்றத்தை இக்கொள்கை விளக்குகிறது. தீகால் (Tikal) என்னுமிடத் திலும், பிற குடியிருப்புகளிலும் தோன்றிய நகரமயமாக்கத்தால் மாயா நாகரிகம் தோன்றியது என்பதே இக்கோட்பாட்டாளரின் கருத்தாகும்.

தீகாவில் நிகழ்ந்த நிகழ்வுகளை ஆராயும் போது மாயா சமயம், விவசாயத்தில் ஏற்படக்கூடிய இடர்ப்பாடுகளைத் தீர்க்கவல்லது. இந்நம்பிக்கையின் அடிப்படையில் மாயா பகுதியில் சமயம் வெகுவாக வளர்ச்சி பெற்றிருக்கலாம் என அறியப்படுகிறது. கி.மு. 1000 ஆண்டின் இறுதிகளில் தீகால் ஒரு முக்கிய சமயத் தலமாக விளங்கி இருக்கலாம் எனவும் தெரிகிறது. தீகால் சமய முக்கியத்துவம் பெற்றதால் மக்கள் இப்பகுதிக்குக் குடியேறினர். இதன் விளைவாக மக்கள் தொகை

பெருமளவு உயர்ந்தது. இம்மக்கள் தொகை உயர்வு ஏற்பட்டபோது, இதற்கு முன்னர் காடுகளை எரித்து அச்சாம்பலை உரமாக்கிப் பயிரிட்டு வந்த வழக்கம் (slash and burn cultivation) உணவுப் பற்றாக்குறையைத் தீர்க்கவில்லை. இதன் விளைவாகப் பல புதிய உத்திகள் கையாளப் பட்டன. இவை அதிக விளைச்சலைக் கொடுத்ததோடு மக்கள் தொகை மேலும் அதிகரிக்கவும் வழிவகுத்தன. இதன் விளைவாக கி.பி. 550களில் தீகால் ஏறத்தாழ நாற்பதாயிரம் மக்கள் தொகையுடன் ஒரு நகரக் குடியிருப்பாக மாறியது.

தொடக்க காலங்களில் சமயத்தின் ஊடாகக் கைவினைக் கலை நிபுணத்துவமும் (craft specialization) சமூகத்தில் சில உயர்ந்தோர் குழுக்கள் உருவாகவும் காரணமாயிற்று. சமூகத்தில் இத்தகு உயர்ந்தோர் முதலில் சமய நிகழ்வுகளில் பங்கேற்றனர். பின்னர் இத்தகு உயர்ந்தோர் குழு மக்கள் தொகைப் பெருக்கத்தையும், அதன் பலதரப்பட்ட அவசியங்களையும் ஒழுங்குபடுத்த ஒரு மையம் நோக்கி ஒருமுகப் படுத்தும் உயர்ந்தோர் அதிகார முறையைத் தோற்றுவித்தது. தீகாலில் வளர்ந்து வந்த கலைத் தனித்துவமும், தீகாலில் கலைப் பொருள்களுக்கு அதிகரித்து வந்த வரவேற்பும் பிற மக்களைத் தீகால் நோக்கி ஈர்த்தன.

தீகாலில் உற்பத்தி செய்யப்பட்ட மூலப் பொருள்களை அதிக அளவில் வணிகம் செய்ய விரிவான வணிக உறவுகள் அவசியமாயின. இதன் விளைவாகத் தொலைதூர வணிகத் தொடர்பு அதிகரித்தது. இத் தொடர்புகளால் வெளியுலகின் புதிய கருத்துக்கள் மக்களிடம் அறிமுக மாயின. இத்தகு சூழ்நிலையில் முதன் முதலில் தோன்றிய சமயம் முக்கியப் பங்காற்றியுள்ளது என இக்கோட்பாட்டினர் விளக்கினர்.

நாகரிகத்தின் தோற்றத்தை விளக்குவதற்கான தேடலில், மானிட வியல் ஆய்வாளர்கள் அனைத்து நிகழ்வுகளையும் விளக்கும் ஒரு கோட்பாட்டை ஆராய விரும்பும்போது பின்வரும் சிக்கலை எதிர் கொள்கின்றனர். உயிரியல் ஆய்வாளர்கள் முன்வைக்கும் குவியும் படிமலர்ச்சி (convergent evolution) போல, அதாவது, ஒரே மாதிரியான வடிவம் பல மாறுபட்ட வழிகளில் தோன்றுவதுபோல, பண்பாட்டிலும் இணையான பல கூறுகள், நிகழ்வுகள் தோன்றலாம். ஆதலால், ஒரு நாகரிகத்தின் தோற்றத்தை விளக்கும் கோட்பாடு வேறொரு நாகரிகத்தின் தோற்றத்தையும் விளக்க முற்படும் என்று எண்ண முடியாது.

## பிற கோட்பாடுகள்

பண்பாட்டுப் படிமலர்ச்சி குறித்து ஆராய்ந்த லூவி ஹென்றி மார்கன் நாகரிகமானது விலங்காண்டிநிலை (savagery) → காட்டாண்டி நிலை

(barbarism) → நாகரிகம் (civilization) ஆகிய படிநிலைகளில் மலர்ச்சி பெற்றது என்றும் இந்த முதலிரண்டு கட்டங்கள் தொழில்நுட்ப வளர்ச்சியின் அடிப்படையில் மேலும் ஆறு நிலைகளாக வரிசைப் படுகின்றன என்றும் முன்மொழிந்தார் (காண்க: இயல் 3). லெஸ்லி வொயிட் என்னும் மானிடவியலார் பண்பாட்டுப் படிமலர்ச்சி பற்றி ஆராயும்போது புதுக் கற்காலத்தில் வேளாண்மையும் கால்நடை வளர்த்தலும் தோன்றியபின் அடுத்த கட்டமாக ஆற்றலை (energy) எவ்வாறு தன் வயப்படுத்திக் கொண்டது என்பதைப் பொறுத்து இம்மாற்றங்கள் நிகழ்ந்தன என்றார் (மேலும் காண்க: இயல் 3).

வொயிட்டின் கருத்தை ஜுலியன் ஸ்டீவார்டு என்னும் மானிட வியலர் திறனாய்ந்து புதிய கோட்பாட்டை முன்வைத்தார். புதிய கற்கால வாழ்க்கை முறையானது பின்வரும் ஐந்து முக்கிய கட்டங் களைத் தாண்டிய பிறகே நாகரிகம் என்னும் நிலையை எட்ட முடிந்தது என்றார்.

1. வேளாண்மைக்கு முந்தைய காலகட்டம் (pre-agricultural era)
2. தொடக்கநிலை வேளாண்மைக் காலகட்டம் (incipient agriculture era)
3. உருவாக்கக் காலகட்டம் (formative era)
4. வட்டார அளவில் வளர்ச்சியும் மலர்ச்சியும் ஏற்பட்ட காலகட்டம் (era of regional development and florescence)
5. மாறி மாறி ஒரு சுழற்சித் தளத்தில் போரில் வெற்றி கொள்ளும் காலகட்டம் (period of cyclical conquest)

ஸ்டீவார்டின் கருத்துப்படி, நாகரிகத்தை நோக்கிய வளர்ச்சிப் பாதையில் உருவாக்கக் காலகட்டத்தில் நெசவு, மட்பாண்டம், உலோகம் ஆகியவற்றின் பயன்பாட்டைக் கண்டுபிடித்ததும் அல்லது பிறரிடமிருந்து தழுவிக் கொண்டதும், கட்டிடக்கலை உருவாக்கமும், வேகமான மக்கள் தொகைப் பெருக்கமும், நாகரிகங்களுக்கிடை யிலான கருத்துப் பரவலும், போர்கள் குறைந்த நிலையும் காணப் பட்டன. எல்லா நாகரிகங்களுக்குமான வட்டார அளவில் வளர்ச்சியும் மலர்ச்சியும் ஏற்பட்ட காலகட்டத்தில் சமூகத்தில் தரப்பிரிவுகள் உருவாயின; சமயப் பிரிவினர்கள் (பூசகர், குருமார் போன்றவர்கள்) தோன்றினர்; மைய ஆட்சியை நடத்தியவர்கள் தங்களைக் கடவுளராக அல்லது கடவுளின் பிரதிநிதியாக எண்ணிக்கொண்டனர்.

அடுத்து, எல்லா நாகரிகங்களின் வளர்ச்சியில் போரில் வெற்றி கொள்ளும் காலகட்டத்தில் முன் எப்போதுமில்லாத வகையில் நகர வாழ்வு விரிவடைந்தது; இராணுவக் கோட்டைகள் அமைக்கப் பட்டன; நகரங்களுக்கிடையில் அடிக்கடி சண்டை மூண்டது.

ஸ்டீவார்டு முன்வைத்த மேற்கூறிய ஐந்து நிலைகள் பரவலாக மானிடவியலர்களால் ஏற்றுக்கொள்ளப்பட்டன. இவருக்கு முந்தைய அறிஞர்கள் பலருடைய, குறிப்பாக விட்ஃபோஜெல் கருத்துகள், நாகரிகத்தின் வளர்ச்சிக்கு ஒரு காரணத்தை முன்வைத்த கோட்பாடு களாக (single-cause theories) இருந்த நிலையில், ஸ்டீவார்டின் கருத்துகள் பல காரணங்களை (ஐந்து கட்டங்கள்) முன்வைக்கும் கோட்பாடாக (multiple-cause theory) உள்ளது. இருப்பினும், சில மானிடவியலர்கள் ஸ்டீவார்டின் கருத்துக்களையும் விவாதத்திற்கு உட்படுத்தினர். உலகில் எல்லாப் பண்பாடுகளும் ஒரே மாதிரியான போக்கில் வளர்ச்சி பெற்று நாகரிக நிலையை அடைகின்றனவா என்று விமர்சனம் செய்தனர். சில தொல்லியலாரும் ஸ்டீவார்டின் கருத்துக் களை விவாதித்தனர். குறிப்பாக, ராபர்ட் கார்னீரோ (Robert I. Carneiro) போன்றவர்கள் வேளாண் சமூகத்தில் ஒரு கட்டத்தில் ஏற்பட்ட மக்கள் தொகைப் பெருக்கமே காரணமென்றார். வேளாண் வள ஆதாரம் ஒரு குறிப்பிட்ட அளவில் மட்டுமே இருந்தபோது மக்கள் தொகைப் பெருக்கத்தால் சமூகத்தில் படிநிலையும், புதிய தொழில்களும், நிலமல்லாதாரை நிர்வகிக்கும் மைய அரசு முறையும் தோன்றின என்றார்.

7000 ஆண்டுகளுக்கு முன்னர் இருந்தே மக்கள் எண்ணிக்கை நிலையிலும், சமூக, பண்பாட்டு நிலையிலும், தொடர்ந்து ஏற்படுத்திக் கொண்டு வந்த மாற்றங்களாலும் உருவான நாகரிகங்கள் பற்றித் தொடர்ந்து சிந்திக்கப் பெறுகின்றன.

## பின்னுரை

நாகரிகத்தின் தோற்றம் குறித்த பல்வேறு கோட்பாடுகளை அறிந்து கொண்ட இந்நிலையில் இந்தியத் துணைக்கண்டத்தில் ஏற்பட்ட இரு வேறு நாகரிகங்களை இங்கு ஒப்பீடு செய்து அவற்றின் தன்மைகளை மேற்கூறிய கோட்பாட்டுப் பின்புலத்தில் மதிப்பீடு செய்துப் பார்க்கலாம்.

இன்று சிந்துவெளி நாகரிகத்தை[2] ஆரியர் நாகரிகம் என வர்ணிக்கும் முயற்சியில் சிலர் (பி.பி. லால், ராஜாராமன், இன்னும் பலர்) ஈடுபடத் தொடங்கியுள்ள நிலையில் மேலை அறிஞர்களும்[1], பிற அறிஞர்களும் இது ஒரு பூர்வகுடிகளின் நாகரிகம் என்றே உறுதி செய்கின்றனர். இவ்விரு நாகரிகங்களையும் ஒப்பிட்டுக் கூறும் இந்திராணி பாசு ராய் (2003: 417) கருத்தை நோக்குவது சாலப்பொருத்தமாக இருக்கும்.

| சிந்துவெளி நாகரிகம் | வேத நாகரிகம் |
|---|---|
| 1. கி.மு. 2700-கி.பி. 1500 கால கட்டத்தில் சிறந்து விளங்கியது. | கி.மு. 1500-கி.பி. 1000 வாக்கில் சிறந்து விளங்கியது. |
| 2. இது திராவிடர்களால் உருவாக்கப் பெற்றது. | இது ஆரியர்களால் உருவாக்கப் பெற்றது. |
| 3. இது நகர நாகரிகமாக வளர்ச்சி பெற்றது. மக்கள் நகரங்களில் வாழ்ந்தார்கள். | அடிப்படையில் இது ஊரக நாகரிகமாகும்; கிராம வாழ்வை மையமிட்டது. |
| 4. சிந்துவெளி மக்கள் இரும்பின் பயன்பாட்டை அறிந்திருக்க வில்லை. செம்பு, வெண்கலம் இவற்றாலான போர்க்கருவி களைக் கொண்டிருந்தனர். கற்களைப் பெரிதும் பயன்படுத்தினர். | இரும்பின் பயன்பாட்டைக் கொண்டிருந்தனர். இரும்பாலான போர்க் கருவிகளைப் பயன்படுத்தினர். |
| 5. குதிரையின் பயன்பாட்டைக் கொண்டிருக்கவில்லை. | இந்தியாவில் குதிரையை அறிமுகம் செய்தவர்கள் இவர்களே. |
| 6. தாய்த் தெய்வத்தையும் சிவனையும் வழிபட்டார்கள். | ஒரு முழுமுதற் கடவுள்மீது நம்பிக்கை கொண்டிருந்தனர். |
| 7. எருதுகளைப் பெரிதும் மதித்தனர். | பசுக்களைப் பெரிதும் பயன்படுத்தினர்; போற்றி மதித்தனர். |
| 8. சமூகத்தில் படிநிலை அமைப்பு பெரிதும் காணப்படவில்லை. | சமூகப் படிநிலை காணப்பட்டது. |
| 9. வேளாண்மை நாகரிகத்தை ஏற்றுக்கொண்டவர்கள். | ஆயர் வாழ்வை ஏற்றுக் கொண்டவர்கள். |

# 6

## தாய்வழிச் சமூகம்

மனித இனத்தின் தொல் சமூகம் தாய்த் தாய வழியில் இருந்தது எனப் பலரும் விவாதித்தனர். சிலர் தந்தை வழிச் சமூக அமைப்பே முதலில் தோன்றியதென வாதிட்டனர். இவ்விவாதம் இரு நூற்றாண்டுக் காலமாகியும் கருத்து வேறுபாடு தீர்ந்தபாடில்லை. தாய்வழிச் சமூக அமைப்பே மனித சமூகத்தின் தொல் அமைப்பென்று மீண்டும் ஒரு முறை உரக்க ஒலிக்கும் வாய்ப்பைப் பெண்ணியலாரும் ஏற்படுத்தி யுள்ளனர். இந்நிலையில் தாய்வழிச் சமூகத்தின் தோற்றம் குறித்து ஆராய்வது தொடர்ந்தாலும், தாய்வழிச் சமூக அமைப்பு எங்கெல்லாம் பரவியிருக்கிறது, அதன் தன்மை எவ்வாறுள்ளது, எவ்வாறான மாற்றத்தைப் பெற்று வருகிறது என்பன இக்கால ஆய்வுப் போக்கில் முக்கியத்துவம் பெறுகின்றன. இவ்வியலில் கோட்பாட்டுப் பின்புலத் துடனும் சமகாலப் போக்குடனும் தாய்வழிச் சமூக அமைப்பு ஆராயப் படுகிறது. முதலில் கோட்பாட்டியல் அறிமுகத்தை நோக்குவோம்.

### எட்வர்டு பர்னட் டைலர் (1832-1917)

தாய்வழிச் சமூகங்கள் குறித்த புரிதலைப் பண்பாட்டுப் படிமலர்ச்சி (evolution) குறித்து ஆராய்ந்த ஆங்கிலேய மானிடவியலர் எட்வர்டு பர்னட் டைலர் பங்களிப்பிலிருந்து தொடங்குவது பொருத்தம். டைலரின் பங்களிப்பில் மிகவும் முதன்மையானது எனக் கருதப்படுவது 1871இல் வெளியிடப்பட்ட தொன்மைப் பண்பாடு (Primitive Culture) என்னும் நூலாகும்[1]. இரு தொகுதிகள் அடங்கிய இந்நூலின் வாயிலாகப் பண்பாடு பற்றிய ஆய்வுப் போக்கு முதன் முதலாகக் கூர்மை பெற்றது. இந்நூலில் சமயத்தின் தோற்றம் ஆவி வழிபாட்டிலிருந்து (animism) தோன்றியது என்ற கோட்பாட்டையும், அதற்கடுத்துப் பண்பாட்டுப் படிமலர்ச்சியை விளக்கும் எஞ்சி நிலைத்தவைக் கோட்பாட்டையும் முன்வைத்தார்.

எஞ்சி நிலைத்தவைக் கோட்பாட்டின் மையக் கருத்தின்படி, ஒரு சமூகத்தின் சில வழக்கங்கள், கூறுகள், கூறுகளின் தொகுதிகளாக

அமையும் பகுதிகள் போன்ற எந்த ஒன்றும் பல காலகட்டங்களைக் கடந்து செல்லும்போது அவற்றின் செயல்களை இழக்க நேரிடும். சில சூழல்களில் அச்செயலிழந்த கூறுகள் வருங்காலத்தில் தொடர்ந்து எடுத்துச் செல்லப்பட்டு அவற்றின் தன்மைகள் சமூகத்தின் நிகழ்வுகளில் ஏதோ ஒருவகையில் வெளிப்படும் இயல்புடையனவாக இருக்கும். அவையே எஞ்சிநிலைத்தவை ஆகும்.

ஒரு பண்பாட்டின் இப்போதைய நிலையை அதன் முந்தைய கட்டத்தோடு ஒப்பிடுவதன் வாயிலாகப் படிமலர்ச்சி நிகழ்வுகளின் தன்மையைப் புரிந்துகொள்ள முடியும் என டைலர் நம்பியதால் பண்பாடுகள் அனைத்தையும் ஒப்பிட்டு ஆராயும் ஒப்பியல் முறையிலான படிமலர்ச்சி ஆய்வுகள் முதன்மையானது எனக் கூறினார்.[2]

பண்பாட்டுப் படிமலர்ச்சியில் வேட்டையாடி உணவு சேகரிக்கும் நிலை தொடங்கி இறுதி நிலையான நாகரிகம் வரையில் பல படிநிலைகளில் மாற்றங்கள் காணப்படுகின்றன. இந்நீண்ட படிநிலை வரிசையானது கடந்த காலப் படிநிலைகளை அறிவதற்கு உதவும் நிகழ் கால வடிவம் என்று டைலர் கருதினார். அதாவது, பழங்கற்காலப் பண்பாட்டிற்குப் பிறகு தோன்றிய வேட்டுவச் சமூகம் தொடங்கிப் பழம்பெரும் நாகரிகங்கள் தோன்றியது வரையிலான படிமலர்ச்சியை இன்றைய நிகழ்காலப் படிநிலைகளைக் கொண்டு ஒப்பிட முடியும் என்று டைலர் கருதினார். மேற்கூறிய அணுகுமுறையைக் கொண்டு டைலர் பேறுகாலத் தனிமை (couvade), சேய்வழி அழைத்தல் (teknonymy) ஆகிய இரண்டு கூறுகளின்வழி தாய்வழிச் சமூகமே முதலில் தோன்றிய சமூகம் என்பதை நிறுவுகிறார்.

டைலரின் படிமலர்ச்சிக் கருத்துக்களுள் குறிப்பிட்டுப் பேசப்படுவது பேறுகாலத்தனிமை பற்றியதும் ஒன்றாகும்.[3] இவர் 1889 இல் எழுதிய 'திருமணம், குடிவழி விதிகளைப் பின்பற்றி நிறுவனங்களின் வளர்ச்சி முறைகளை ஆராயும் முறை' (On a Method of Investigating the Development of Institutions: Applied to the Laws of Marriage and Descent) என்னும் கட்டுரைக்காக வினாநிரல் மூலம் 282 சமுதாயங்களின் தரவுகளைப் பெற்றார். இவ்வாய்வில் திருமணத்திற்குப்பின் மணமக்கள் தங்குமிடம், முறை உறவினர்களின் (in-laws) நடத்தை முறைகள் ஆகியவற்றுக்கான தரவுகளையும் பெற்றார்.

இத்தரவுகள் மூலம் தாய்வழியில் குடிவழியும் தாயகத்தில் தங்குதலும் (matrilineality and matrilocality) மனிதகுலத்தில் முதலில் தோன்றிய முறைகள். இவற்றுக்குப் பின்னரே தந்தை வழியில் குடிவழியும் தந்தையகத்தில் தங்கும் முறையும் (patrilineality and patrilocality) தோன்றின

என்று டைலர் முன்மொழிந்தார். இம்முடிவினை மேற்கொள்ள உதவியாக அமைந்தது பேறுகாலத்தனிமை (couvade) பற்றிய தரவுகளே ஆகும்.

## பேறுகாலத் தனிமை

பேறுகாலத் தனிமை என்பது மனைவி குழந்தை பெறும் இறுதி நாட்களில் அவள் படும் அவதியில் கணவனும் பங்கேற்பதாகும். கணவன் அனைத்து வேலைகளையும் விட்டொழித்து மனைவியின் அருகிலேயே தனிமைப்பட்டுக் கொண்டும், மனைவி போன்றே குறைந்த உணவை உட்கொண்டும், மனைவிக்கு ஏற்படும் உடல் வலி தனக்கும் ஏற்படுவது போல் பாவனை செய்துகொண்டும், முடங்கிக் கொண்டும் இருப்பதே பேறுகாலத் தனிமை எனப்படும்.

இந்தத் தாற்காலிகப் 'பாவனை வேதனை' மூலம் பிறக்கும் குழந்தைகளுக்குத் தானே தந்தை என்றும், தந்தையின் பங்கும் குழந்தை பிறப்புக்கு முதன்மையானது என்றும் உணர்த்தும் இம்முறை உண்மையில் தாய்வழிச் சமூகத்திற்குரியதன்று. ஏனெனில், அங்குப் பெண்களே முன்னுரிமை பெறுவதால் ஆண்கள் அடையாளம் பெறுவதில்லை. மாறாக, தாய்வழிச் சமூகம் அமுக்கப்பட்டுத் தந்தைவழிச் சமூகம் கால் கொண்ட சூழலில் தந்தையின் அடையாளத்தையும் முக்கியத்துவத்தையும் உணர்த்தும் பொருட்டுப் பேறுகாலத் தனிமை ஏற்பட்டது என்பார் டைலர்.

ஆதலின், இப்பழக்கம் தாய்வழிச் சமூகமானது முழுமையான தந்தைவழிச் சமூகமாக மாற்றம் பெறுவதற்கு எடுத்துக்கொண்ட அந்த இடைப்பட்ட காலத்தில் மேற்கொள்ளப்பட்டதாகும் என்பார் டைலர். தந்தையின் அடையாளமும் ஆதிக்கமும் நிலைநாட்டப்பட்டு முழுமையான தந்தைவழிச் சமூகத்தின் ஆளுமை கட்டுக்கோப்பாகிய பின் இந்த நடைமுறை பல சமூகங்களில் வழக்கொழிந்து விட்டது என்றும், சில சமூகங்களில் எஞ்சி நிலைத்ததாக (survivals) உள்ளது எனறும் டைலர் முன்மொழிந்தார்.

தென்னிந்தியச் சமூகங்களில் பின்பற்றப்பட்டு வந்துள்ள பேறுகாலத் தனிமை குறித்து எட்கர் தர்ஸ்டன் (2001/1907) 'மனைவியின் மகப்பேற்றின் போது கணவன் தனிக்கவனம் பெறுதல்' என்னும் இயலில் விரிவாக விவரிக்கிறார் (மேலது: 282-85).

'குறத்தி பிள்ளைபெற குறவன் மருந்து தின்பான்' என்ற தமிழ்ப் பழமொழி உள்ளது (மேலது: 282). தன் மனைவிக்குப் பிரசவ வலி வரும் சமயத்தில் குறவனும் அவளைப் போலவே உணவும், மருந்தும் உண்பான் என்பதையே இப்பழமொழி கூறுகிறது. எருக்கலர்களிடம்

இவ்வழக்கம் இருந்தது குறித்து ஜெயின் பாதிரியார் தெரிவிக்கும் கருத்துக்களைத் தர்ஸ்டன் (மேலது: 282) பின்வருமாறு குறிப்பிடு கிறார்: 'தனக்குப் பிரசவ வலி வந்துவிட்டதை மனைவி கணவனிடம் தெரிவித்தவுடன் அவன் உடனே அவளுடைய சேலையில் ஒன்றை எடுத்து உடுத்தியவனாகப் பெண்களைப் போலப் பொட்டும் வைத்துக் கொண்டு மங்கலாக விளக்கு எரியும் ஓர் அறையில் சென்று கட்டிலில் போர்த்தியபடி படுத்துக்கொள்வான். பெருங்காயம், வெல்லம் மற்றும் பிரசவித்தவளுக்குத் தரப்படும் மருந்துகளை அவனுக்குத் தருவார்கள்...' (மேலது 282: 3).

மலபாரைச் சேர்ந்த கூடைமுடையும் குறவர் சாதியில் பிரசவத்தின் போது கணவன் தனிமையில் இருப்பதோடு மட்டுமில்லாமல் குழந்தை பிறந்த பின் 14 நாட்கள் தீட்டுக் கடைப்பிடிக்கிறார்கள். குழந்தையின் தந்தையும் 14 நாட்கள் தீட்டுக்கு உரியவனாகக் கருதப்படுகிறான். மற்ற சாதியினரைப் போல் நாவிதரை அழைத்து தீட்டுக் கழிக்கும் சடங்கு செய்யாமல் கோவிலுக்குச் சென்று பிராமணர்களிடம் தீர்த்தம் பெற்று வந்து தீட்டுக் கழிப்பர். பிள்ளை பெற்றவளுடைய கணவன் தீட்டு நீங்கு வதற்கான சடங்கைப் புனித நீரைக் கொண்டு செய்யும் வழக்கம் பிற சாதிகளிடம் உள்ளதைத் தர்ஸ்டன் குறிப்பிடுகிறார் (மேலது: 283).

மைசூரில் கொரமர்களிடையே கணவன் பிரசவத்தை எதிர்பார்த்து வீட்டிலேயே காத்துக் கிடப்பான். அவளுக்கு வலி ஏற்பட்டதும் இவன் மூன்று நாட்கள் படுக்கையை விட்டு எழமாட்டான். குழந்தை பிறந்தபின் தாய்க்குச் செய்யப்படும் தீட்டுச் சடங்கு கணவனுக்கும் செய்யப்படுகிறது.[4]

சென்னை, சீரங்கப்பட்டினம், மலபார் கடற்கரை ஆகிய பகுதிகளில் வாழும் உயர்சாதியினர் தங்கள் மனைவி பேறுகாலத்தில் உள்ளபோது காரசாரமான மாமிச உணவு வகைகள், பீடி, சுருட்டு ஆகியவற்றைக் கைவிட்டவர்களாக இருப்பர்; தனித்தே படுப்பர். இவ்விவரங்களை எட்வர்ட் பர்னட் டைலர் தம் நூலிலும் (Introduction to the Study of Man and Civilization) குறிப்பிட்டுள்ளார் (மேலது: 285). தோடர், கொச்சி நாயாடிகள், திருவிதாங்கூர் பறையர், கொரமன் உள்ளிட்ட தென்னிந்தியச் சமூகங்களில் காணப்படும் இவ்வழக்கம் குறித்து மேலும் விரிவான தகவல்களைத் தர்ஸ்டன் (மேலது) குறிப்பிட்டுள்ளார். (மேலும் காண்க: இயல் 9).

### சேய்வழி அழைத்தல்

தாய்வழிச் சமூகமே மனித குலத்தின் தொடக்க நிலை என்று உறுதிப் படுத்த டைலர் 282 சமூகங்களில் தரவுகளைத் தொகுத்து பேறுகாலத்

தனிமை முறையைச் சான்றாகக் காட்டியதுடன் சேய்வழி அழைத்தல் (teknonymy) முறையையும் சான்றாக எடுத்துக் காட்டுகிறார். குழந்தைகள் பெயரை முன்வைத்து அக்குழந்தையின் பெற்றோரைக் (குறிப்பாகத் தந்தையை) குறிப்பிடுதல் அல்லது அழைக்கும் முறையே 'சேய்வழி அழைத்தல்' எனப்படும். உறவு முறையின் ஒரு பகுதியாக இம்முறை சமூகத்தில் நிலைபெற்று வந்துள்ளது.

சேய்வழி அழைத்தல் முறையானது தாய்த்தலைமைக் குடும்ப முறையின் எஞ்சிநிலைத்தவையாக இன்றும் பல சமூகங்களில் காணப் படுகிறது. தமிழகம் உள்ளிட்ட இந்தியாவின் ஊரகப் பகுதிகளிலும், காசி (Khasi) போன்ற தாய்வழி மரபுடைய பழங்குடிகளிலுங்கூடத் தாய்வழிச் சமூகத்தின் இவ்வகை எச்சங்கள் (relics) காணப்படுகின்றன என்பார் டைலர்.

பண்டைக்காலத்தில் தாய்த்தலைமை முறை பரவலாக ஓங்கியிருந்த போது திருமணத்திற்குப் பின் கணவன் மனைவியின் வீட்டிற்குச் சென்று வாழ்ந்து வந்தான் அல்லது அவ்வப்போது சென்று வருபவனாக இருந்தான்[5]. இந்நிலையில் மாமியார் மருமகனைத் தன் குடும்பத்தைச் சார்ந்த ஒருவன் என மதிக்காமல் அவளது மக்களையும் சகோதரியின் மக்களையும் மட்டுமே பெரியதாக மதித்தாள். அவர்களே அக்குடியின் கால்வழியினர் என்பதால் அவர்கள் அனைவரும் முதன்மை உறவினர் (primary kin) என்ற வட்டத்திற்குள் முக்கியத்துவம் பெற்றிருந்தனர். மருமகன் ஓர் இரண்டாம் நிலை உறவினராகவே (secondary kin) கருதப்பட்டான். இதனால் தாய்வழிக் குடும்பத்தைச் சேர்ந்த முதனிலை உறவினர்கள் அக்குடும்பத்தின் மருமகனைக் குறிப்பிட்டுக் கூற முற்பட்டபோது இக்குழந்தைகளின் தந்தை என்றே குறிப்பிட்டனர். மக்களின் வழி தந்தை குறிப்பிடப்படுவது தாய்வழிச் சமூகத்தின் கூறாகவும், இது பிந்தைய நிலைகளில் எச்சக்கூறாகவும் தொடர்ந்து காணப்படுகிறது என்கிறார் டைலர்.

தமிழ்ச் சமூகத்தில் சேய்வழி அழைத்தல் சங்க இலக்கியம் தொட்டு அறியமுடிகிறது. மகள்/மகன் பெயரைக் கூறிப் பின்னர் தந்தையைக் கூறும் மரபு சங்க இலக்கியங்களில் பின்வருமாறு சுட்டப்படுகிறது.

ஐயை தந்தை (அகம்.6)
அகுதை தந்தை (அகம்.96)
சேந்தன் தந்தை (நற்.190)
இளையோள் தந்தை (புறம்.341)
புதல்வர் தந்தை (புறம்.250)
மைந்தர் தந்தை (புறம்.340)

## தமிழ்ச் சமூகங்களில் எஞ்சிநிலைத்தவை

'இந்தியாவின் மக்கள்' (People of India) என்னும் மாபெரும் ஆய்வுத் திட்டத்தை 1985இல் மேற்கொண்ட இந்திய மானிடவியல் மதிப் பாய்வகம் (Anthropological Survey of India) தமிழகத்தின் 364 சமூகங் களையும் பற்றிய விவரங்களை இத்திட்டத்தின் 40ஆவது தொகுதியாக வெளியிட்டது. இத்தொகுதி 3 பகுதிகளைக் கொண்டது. இந்நூல் வரிசைகளுக்கு முன்னுரை எழுதிய மதிப்பாய்வகத்தின் அப்போதைய தலைமை இயக்குநர் கே.எஸ்.சிங் தென்னிந்தியச் சமூகங்களில் மிகவும் பரவலாகக் காணப்படும் மூன்று தாய்வழி எச்சக் கூறுகளைக் (survivals) குறிப்பிடுகிறார்.

பெண்கள் தங்கள் தலைப்பிரசவத்தைப் பிறந்தகத்தில் (தாய் வீட்டில்) வைத்துக்கொள்ள வேண்டும் என்ற மரபு தாய்வழிச் சமூகத்தின் எச்சக்கூறு. அதோடு, சில சமூகங்களில் தலைப்பிரசவம் மட்டுமல்லாமல் முதலிரண்டு பிரசவங்களையும் தாய்வீட்டிலேயே நிகழ்த்த வேண்டும் என்றும் விரும்புகின்றனர். இனச் சந்ததியின் தோற்றமும் தொடர்ச்சி யும் தாய்வழித் தாயகத்தில் நிகழவேண்டும் என்பது தாய்வழி மனப் பான்மையாகும். தாய்வழி என்பது தன் தாயாதிகளின் வீடாகக் கொள்வது ஆதிகாலத் தாய்வழிச் சமூக மரபாகும் என்பார் சிங். அவ்வாறே திருமணமான தம்பதியினருக்குச் செய்யப்படும் 'சாந்தி முகூர்த்தம்' மணப்பெண்ணின் தாயகத்தில் நிகழவேண்டும் என்பதும் மேற்கூறிய கருத்தாக்கத்தின் தொடர்ச்சியேயாகும் என்று கூறுவர். தென்னிந்தியச் சமூகங்களில் பெண் குழந்தைகளுக்கு மொட்டை யடித்தலும் மேற்படி ஆய்வுத்திட்டத்தின் மூலம் பரவலாகக் கிடைத்த தரவாகும் என்கிறார் சிங் (1997: xxx) இதுவுங்கூடத் தாய்வழி மரபின் எச்சமே.

## லூவி ஹென்றி மார்கன் (1818-1881)

டைலரின் எஞ்சி நிலைத்தவைக் கோட்பாடு மார்கன் தம் படிமலர்ச்சி ஆய்விற்கு உதவியாக இருந்ததெனக் கூறினார். உறவு முறைச் சொல் வழக்கில் ஒருவர் தம் தந்தையையும், தந்தையின் சகோதரரையும் ஒரே சொல்லால் குறித்தமை தொல் பழங்காலத்தில் மனிதன் முறையற்ற மணவாழ்க்கையைக் கொண்டிருந்த விலங்குத் தன்மைப் பண்பாட்டின் எஞ்சி நிலைத்தவை என்றும் அவ்வகைச் சொல்வழக்கு சில உண்மை களைச் சுட்டிக்காட்டுகிறது என்றும் மார்கன் நம்பினார்.

விலங்குத்தன்மை காலத்தில் (savage period) குழந்தைகள் தங்கள் தாயை மட்டுமே அறிந்திருந்ததால் தாயுடன் உடலுறவு கொண்ட

ஆண்கள் அனைவரையும் ஒரே சொல்லால் குறிப்பிட்டனர். அவ்வகை உறவுச் சொற்களை எஞ்சி நிலைத்தவை என்று எடுத்துக்கொண்ட மார்கன் தொடக்ககாலக் குடிவழி (descent) தாய்வழியிலானது என்று முடிவு செய்ததற்கு எஞ்சி நிலைத்தவைக் கோட்பாடு உதவியாக இருந்தது என *தொன்மைச் சமூகம்* (Ancient Society 1827) நூலில் விவரிக்கிறார். *(தார்வினும் பாராட்டியுள்ளார்)*[6]

ட்ரோபிரியாண்டுத் தீவினரும் (Trobriand Islanders) மத்திய ஆஸ்திரேலிய முதுகுடியினரும் சமூகத்தில் தந்தையை அடையாளம் காண்பதில்லை. அதற்கு அவர்களின் தாய்வழிச் சமுதாய முறையும் ஒரு காரணமாகும். தாயைத் தவிர மற்றவர்கள் வயது, பால், தலைமுறை ஆகிய ஒவ்வொன்றின் அடிப்படையில் தலா ஒரு சொல்லைக்கொண்டு அந்த வகையினத்தில் அடங்கும் பலரையும் குறிப்பிடும் வகைப்படுத்தும் சொற்கள் (clssificatory terms) ஆதியிலேயே தோன்றிவிட்டன என்றும் இது சில தொல்குடிகளுக்கானப் பழம்பெரும் முறை என்றும் மார்கன் கருதினார்.[7]

## ஜான் ஜேக்கப் பகோஃபன் *(1815–1887)*

இவர் சுவிட்சர்லாந்து நாட்டு வழக்கறிஞர்; கிரேக்கம், இலத்தீன் போன்ற பண்டைய இலக்கியங்களில் வல்லுநர். மானிடவியல் ஆய்வுகளில் பெரும் ஈடுபாடு கொண்டு ஆராய்ந்தவர். பண்டைய கிரேக்க, உரோம சமுதாயங்களுக்கு முன்னர் தாய்வழிச் சமுதாயங்கள் இருந்ததற்கான குறிப்புகளைப் பண்டைய இலக்கியங்களிலிருந்தும் கண்டறிந்தார். இத் தரவுகளைக் கொண்டு மிகத் தொடக்ககாலச் சமுதாயம் பற்றிய கோட்பாட்டை உருவாக்கினார். இவரது கோட்பாட்டின் வழி கட்டுப்பாடற்ற பாலுறவு நிலவிய தொல்பழங் காலத்தில் உலகளாவிய நிலையில் தாய்வழிச் சமுதாயங்கள் மட்டுமே இருந்திருக்க வேண்டும். சுதந்திரமான பாலுறவு நிலவிய அந்தக் காலத்தில் ஒருவரின் தந்தையைச் சரியாக அடையாளம் காண முடியாமல் வாழ்ந்தனர்; இது பாலூட்டிகளின் இனப்பெருக்கத்தில் தாயை மட்டும் அடையாளம் காணக்கூடிய நிலையைக் காட்டுகிறது என்று கூறினார்.

ஆகவே, தொடக்க காலத்தில் தாய்வழி உரிமையோ தாய்த் தலைமையோ நிலவிய காலம் ஒன்று இருந்திருக்கவேண்டும். இத் தாய்வழி உரிமை கொண்டிருந்தவர்கள் பின்னர் ஆண்வழியில் அவரவர் மக்களுக்குச் சொத்துகளைக் கொடுக்கும் ஆர்வத்தைப் பெற்றிருக்க வேண்டும். அந்த ஆர்வத்தினால் ஆண்கள் தாய்வழி உரிமையை விடுத்து ஆண்வழிச்சொத்துரிமையை (inheritance) நிலைநாட்டத் தம் சந்ததியினர் தந்தையர்களை அடையாளம் காணும் வகையில் ஒரு துணை

மணமுறையை (monogamy) ஏற்க முற்பட்டனர். பகோஃபன் தம் முடிவு களை **1861** இல் *தாயுரிமை* (Das Muterrecht) என்னும் நூலாக ஜெருமனி மொழியில் வெளியிட்டார். இவரது முடிவுகள் பரவலாக ஏற்றுக் கொள்ளப்பட்டன. இவ்வாறாகத் தாய்வழிச் சமுதாயங்கள் இருந்தன என்னும் கருத்தை உறவுமுறைச் சொற்களைக் கொண்டு உறுதிப்படுத்திய மார்கனின் கருத்து பகோஃபனுக்கு ஆதரவாக அமைந்தது.

## ஜான் எஃப். மக்லீனன் (*1827-1881*)

இவர் ஒரு ஸ்காட்லாந்து வழக்கறிஞர். திருமணம் என்னும் நிறுவனத்தின் படிமலர்ச்சிக் கருத்துகளால் பெரிதும் ஈர்க்கப்பட்ட இவரின் தொடக்க கால ஆர்வம் சற்று மாறுபட்டதாக இருந்தது. பண்டைய இலக்கியங் களில் மணப்பெண் கவர்தல் பற்றி எழுதப்பட்டிருந்ததைப் படித்தறிந்த இவர் அதை மேலும் ஆழ்ந்தறியப் பல இனவரைவியல் தரவுகளைப் பெற்று ஆராய்ந்தார்.

பகோஃபனைப் போன்றே இவரும் தொடக்க காலத்திலிருந்த குழு நிலையிலான, கட்டுப்பாடற்ற பாலுறவு முறை தாய்வழி மரபினை ஏற்படுத்தியது என்று நம்பினார். அதன் பின்னர்ப் பெண் குழந்தைக் கொலை (female infanticide) பெருமளவு நிலவியிருக்க வேண்டுமென நம்பினார். ஏனெனில், பெண்கள் படைத்துறையிலும், வேட்டைத் தொழிலிலும் பயனற்றவர்களாகவும் உணவுப் பொருட்களை உண்டு செலவழிப்பவர்களாகவும் இருந்தனர். அதனால் பெண் குழந்தை களைக் கொல்லும் வழக்கம் ஏற்பட்டது. அடுத்து, இப்பழக்கத்தால் பெண்கள் பற்றாக்குறையும் ஏற்பட்டது. அப்பற்றாக்குறையை மணப்பெண் கவர்தல், பலகணவர் மணம் (polyandry) போன்றவற்றின் மூலம் ஈடுசெய்து கொண்டனர். பல ஆண்களுடன் ஒரு பெண் மட்டும் வாழ்ந்ததால் தந்தைவழிக் குடும்பமுறை ஏற்பட்டது. மணப்பெண் களைக் கவர்வது பல காலகட்டங்களில் தொடர்ந்து நிகழ்ந்து வந்துள்ளதால் நம் நாகரிகத்தில் இன்றும் அது எஞ்சி நிலைத்த பண்பாகக் காணப்படுகிறது என்பார் மக்லீனன்.

மக்லீனன் ஆய்வு திருமணம் என்னும் தனி நிறுவனத்தின் படிமலர்ச்சி யைப் பற்றியதாக இருந்தாலும் சமுதாய அமைப்பின் படிமலர்ச்சியை ஆராய்வதற்கு இவரின் கருத்துக்கள் பெரிதும் உதவியாக அமைந்தன. இருப்பினும், இவரது கருத்துக்கள் மானிடவியலில் குறைந்த அளவு தாக்கத்தையே ஏற்படுத்தின. எவ்வாறிருப்பினும் இவரது படிமலர்ச்சிக் கருத்துகளடங்கிய *தொன்மைத் திருமணம்* (Primitive Marriage 1865) என்னும் நூல் மானிடவியல் துறையில் நின்று நிலைக்கக்கூடியது. அதற்குக் காரணம் திருமண அமைப்புகளைப் பற்றி விவரிக்கும்போது

இந்நூலில் அகமணம் (endogamy), புறமணம் (exogamy) ஆகிய இரு சொற்களைச் சொல்லாக்கம் செய்தார். இவ்விரு கருத்தாக்கங்களும் திருமண விதிகளைக் குறிப்பிடுவதில் இன்றும் தலையானவையாக உள்ளன. (முன்னது ஒருவர் தம் குழுவிற்குள்ளேயே மணக்கும் முறை யையும், பின்னது தாம் சார்ந்த குழுவிற்குள் மணத்துணையைத் தேர்வு செய்யாமல் வேற்றுக் குழுவிலிருந்து பெறுவதையும் குறிக்கும்). இதற் கடுத்து மெக்லீனன் எழுதிய பண்டைய வரலாறு பற்றிய ஆய்வுகள் (Studies in Ancient History 1876, 1896) என்னும் நூல் சமூகப் படிமலர்ச்சி குறித்த சிந்தனைகளைக் கொண்டதாகும்.

## ஹென்றி மெய்ன் (1822-1888)

மெய்ன் மானிடவியல் ஆய்வுகளில் ஆர்வங்கொண்ட மற்றுமொரு வழக்கறிஞர். இவர் ஆங்கிலேயர்; சமுதாயப் படிமலர்ச்சி குறித்துச் சற்று மாறுபட்ட நோக்கில் ஆராய்ந்தவர். இவரின் தலையாய மானிடவியல் பங்கு *தொன்மைச் சட்டம்* (Primitive Law 1861) என்னும் நூலாகும். இதில் சட்டத்தின் படிமலர்ச்சியை மீட்டுருவாக்கம் செய்வதே இவரின் முதன்மையான நோக்கம். அடுத்து, சமுதாய நிறுவனங்கள் குறித்தும் சில அரிய கருத்துக்களை *நிறுவனங்களின் தொடக்க வரலாறு பற்றிய உரைகள்* (Lectures on the Early History of Institutions 1880) என்னும் நூலில் வெளியிட்டார்.

பழமையைப் பற்றியும் இந்தியச் சமுதாயங்கள் பற்றியும் அளவு கடந்த அறிவினைப் பெற்றிருந்த இவர் தாய்வழி மரபிற்கு முன் தந்தைவழி மரபு இருந்தது எனக் கூறுகிறார். பண்டைக் காலத்தில் வாழ்ந்த கிரேக்க, ரோமானிய, இந்தியச் (கிழக்கு) சமுதாயங்களில் தந்தைத் தலைமை (patriarchy) முறை காணப்பட்டது; தாய்த்தலைமை இருந்த தற்கான எவ்விதச் சான்றுகளும் இல்லை என அவர்தம் ஆய்வு மூலம் சுட்டிக்காட்டினார். சட்டத்தின் படிமலர்ச்சியை முதன்மையாக ஆராய்ந்ததால் அதன் பல வளர்ச்சி நிலைகளை வரிசைப்படுத்திக் காட்டினார். அவை: உறவுமுறையை அடிப்படையாகக் கொண்ட கூட்டத்திலிருந்து ஒரு குறிப்பிட்ட எல்லையை அடிப்படையாகக் கொண்ட வட்டார முறையிலான அமைப்பும், தகுதி (status) முறையி லிருந்து ஒப்பந்த முறையும் (contract), மாற்றிக் கொடுக்க இயலாத (inalienable) நிலத்திலிருந்து விற்பனைக்கு ஏற்ற நிலமும், குடியியல் சட்டத்திலிருந்து (civil law) குற்றவியல் சட்டமும் (ciriminal law) வந்தன என்பார் மெய்ன். இப்படிமலர்ச்சி நிலை சமுதாயத்திற்குச் சமுதாயம் குறைந்த அளவில் வேறுபடும் தன்மையைக் காட்டலாம் என்றும் மெய்ன் கருதினார்.

தாய்வழிச் சமூகமே மனித இனத்தின் தொடக்கம் என்பதை மறுக்கும் கருத்தாக இவருடைய கருத்துக்கள் அமைகின்றன. உளவியலறிஞர் சிக்மண்ட் பிராய்டும் தந்தை வழிச்சமூகமே மனித சமூகத்தில் தோன்றிய முதல் வகை என்பார். வெஸ்டர்மார்க்கும் இதே கருத்துடையவர்தான். ஆனால் மார்க்சியவாதியான பிரடரிக் ஏங்கெல்ஸ் பொருளாதார முறை களையும், உற்பத்தி முறைகளையும், உடைமை முறைகளையும் முன் வைத்துத் தாய்வழிச் சமூகமே முதலில் தோன்றிய சமூகமுறை என்பார்.

## கேரளச் சூழலில் எழுந்த கோட்பாடுகள்

கேரளத்தின் நீண்ட நெடிய வரலாற்றில் ஒரு குறிப்பிட்ட கால கட்டத்தில் தாய்வழிச் சமூகங்கள் தோன்றியதற்கான காரணங்கள் குறித்துச் சில கோட்பாடுகள் உள்ளன. கேரளத்தைத் தோற்றுவித்த தாகக் கருதப்படும் பரசுராமர் தொன்மத்தின்படித் தாய்வழிச் சமூகங் களைப் பரசுராமர் தோற்றுவித்ததாகவும் அடித்தளப் பெண்கள் மற்ற உயர்சாதியினருக்கு, குறிப்பாக நம்பூதிரி பிராமணர்களுக்கு உகந்தவர் களாக ஈடுபடவேண்டும் என்றும் பணித்தார். கேரளத்தின் உருவாக்கத் திலும் தோற்றத்திலும் முக்கியப் பங்கு வகிக்கும் இத்தொன்மம் நம்பூதிரிகள் தங்கள் தனித்தன்மையையும் உயர்வையும் நிலைபெறச் செய்யப் புனைந்தியற்றிய இட்டுக்கட்டே என்பர் வரலாற்றாய்வாளர்கள் (ஏ.எஸ். மேனன் 1979: 198). கேரளத்தின் நம்பூதிரிகள் எண்ணிக்கையில் குறைந்த சாதியினர் ஆவார். 1901 மக்கள் கணக்கெடுப்புப்படி திருவிதாங்கூரில் மட்டும் 2855 ஆண்களும், 2471 பெண்களும் மட்டுமே இருந்தனர் (சாரதாமணி 1999: 50-51). இவர்கள் நாயர்களின் அனைத்துப் பிரிவுப் பெண்களுடன் உறவு கொண்டதில்லை என்பதும் இக்கோட்பாட்டிற்கான வலுவற்ற கூறுகளாகும்.

இன்னொரு கோட்பாட்டின்படி (war theory) கேரள மன்னர்களிடம் நிலையான படைப்பிரிவு இல்லாத காலகட்டத்தில் தங்கள் பகுதிக்கான தலைவர்கள் ஈடுபட்ட போர்களில் கலந்துகொள்ள நாயர் ஆண்கள் எப்போதும் தயார் நிலையில் இருக்க வேண்டும். இதன் காரணமாக நீண்ட காலகட்டத்தில் ஆண்கள் குடும்பங்களை விட்டுப்பிரிந்து இருக்க வேண்டிய சூழல் ஏற்பட்டது. இதுவே தாய்த்தலைமை ஏற்படக் காரணம் என்பர். எனினும் மார்த்தாண்ட வர்மாவின் காலகட்டத்தில் நிலையான பயிற்சிபெற்ற படைப்பிரிவுகள் ஏற்படுத்தப்பட்டு அவர் களுக்கு ஊதியமும் கொடுக்கப்பட்ட நிலையில் நாயர் ஆண்கள் குடும்பத்தோடு சேர்ந்து வாழும் நிலை ஏற்பட்டது. எனினும், ஏற்கனவே காலூன்றி விட்ட பெண் தலைமை வலுவிழக்காமல் தொடர்ந்து நிலைபெற்று விட்டது.

இன்னுமொரு கோட்பாடு, 'சொத்துக் கோட்பாடு' (property theory) ஆகும். பெரும்கூட்டுக் குடும்பங்களாக வாழத் தலைப்பட்ட சமூகங் களில் நிலம், உடைமைகள் பிரிக்க வேண்டா சூழலைத் தாய்வழிச் சமூக முறை ஏற்படுத்தியதால், இது தொடர்ந்து நிலைபெற்றுவிட்டது என்பர். இது உடைமைச் சமூகமான நாயர்களுக்குப் பொருந்தும் என்றாலும் உடைமையற்ற தீயர்/ஈழவர் சாதிகளுக்கும் பிற பழங்குடியினருக்கும் பொருந்தாது என்பதும் இக்கோட்பாட்டிற்கான விமர்சனமாகும்.

மனித சமூகத்தின் நீண்ட படிமலர்ச்சிக் கட்டத்தில் தோன்றிய தாய்வழிச் சமூகம் இன்றைய சமகாலத்தில், குறிப்பாக இந்தியப் பகுதியிலும் தமிழகத்திலும் எவ்வாறு காணப்படுகின்றது என்று இனி அறியலாம்.

### இக்காலத் தாய்வழிச் சமூகங்களின் 'அமைப்பு' வேறுபாடுகள்

ஒரு சமூகத்தின் அமைப்பு (social structure) முறையை விளங்கிக் கொள்வதில் பின்வரும் நான்கு முதன்மையான கூறுகள் உள்ளன:

1. குடிவழி (descent)
2. திருமணத்திற்குப்பின் தம்பதியர் வாழுமிடம் (residence)
3. சொத்துரிமை (inheritance)
4. குடும்பத்தை நிருவகிக்கும் அதிகாரம் (authority)

இந்நான்கு கூறுகளையும் முன்வைத்துத் தாய்வழிச் சமூகங்களின் அமைப்பியல்புகளைத் தாய்வழி (matrilineal), தாயகம் (matrilocal) பெண்வழிச் சொத்துரிமை (matrilineal inheritance), தாய்த்தலைமை (matriarchy) என்னும் கருத்தமைவுகளாகப் பகுத்துக் கொள்ளலாம்.

சில தாய்வழிச் சமூகங்களில் தாய்மாமன் முதன்மையான பங்கு வகிப்பதுண்டு. அவ்வகைச் சமூகங்களின் மணமான தம்பதியினர் தாய்மாமனகத்தில் தங்கும் முறையும் (avunculocal), குடும்ப நிருவாகத்தில் தாய்மாமன் தலைமை முறையும் (avuncupotestal) காணப்படும்.

மேற்கூறிய கூறுகளுள் எந்தெந்தச் சமூகம் எவற்றை முதன்மைப் படுத்துகின்றன, எவற்றைக் கொண்டிருக்கவில்லை, எவற்றை வலுவிழந்து விட்டுவிட்டன என்று இனங்கண்டு இச்சமூகங்களின் அமைப்பியல்பு களை அறியவேண்டும். பொதுச் சுட்டுகையாக மட்டுமே 'தாய்வழிச் சமூகம்' என்னும் தொடர் பயன்படுத்தப்படுகிறது. ஆகவே, குடிவழி, உறைவிடம், சொத்துரிமை, தாய்மாமன் பங்கு போன்ற கூறுகளை முன்வைத்துப் பகுப்பாய்வுச் சுட்டுகையை (analytical category) ஒருநிலை

யிலும், மக்களிடம் காணப்படும் பண்பாட்டுச் சார்புடைய இனச் சுட்டுகையின் (ethnic category) பொருண்மைகளை மறுநிலையிலும் ஆய்வாளர்கள் அறிதல் வேண்டும்.

தாய்வழிச் சமூக அமைப்பில் குடிவழி (descent), உறைவிட முறை (residence), சொத்துரிமை (inheritance), குடும்ப நிர்வாகத்தில் அதிகாரமும் தலைமையும் (authority and succession) ஆகிய 4 முதன்மையான கூறுகள் அதன் அமைப்பு முறைக்கு ஆதாரங்களாய் விளங்குகின்றன. இக்கூறு களுள் சில முதன்மை பெற்றும் சில வலுவிழந்தும், சில தந்தைவழிச் சமூகக் கூறுகளை நோக்கி மாற்றம் பெற்றும் காணப்படும். இந்நிலையில், மேற்கூறிய கூறுகள் ஒவ்வொரு தாய்வழிச் சமூகத்திலும் எவ்வாறு இடம் பெற்றுள்ளன என்பதைப் பொறுத்துத் தாய்வழிச் சமூகங்களின் அமைப்பு இயல்புகள் மாறுபடுகின்றன. இந்தியச் சூழலில் பின்வரும் 4 வகையான அமைப்பாக்கங்கள் காணப்படுகின்றன.

## முதல் வகை

தாய்வழியில் குடியைப் பெற்றிருத்தல், திருமணத்திற்குப் பின் தாயகத்தில் தங்கும் முறை, பெண்கள் வழிச் சொத்துரிமை, குடும்ப நிர்வாகமும் அதிகாரமும் மூத்த பெண் வழியில் அமைதல் ஆகிய 4 கூறுகளையும் ஒருங்கே பெற்ற சமூகம் முதல் வகை. பழைய நாயர் சமூகம், பழைய கோட்டைப் பிள்ளைமார், பழைய நாஞ்சில் நாட்டு வேளாளர், பழங்காலக் குருச்சியர் போன்றோர் இவ்வனைத்துக் கூறுகளையும் கொண்டிருந்தனர். இவர்களிடம் இப்போது வெகுவான மாற்றங்கள் ஏற்பட்டுள்ளன. இன்றைய நிலையில் மேகாலயாவில் வாழும் காசி (Khasi), கேரோ (Garo) ஆகிய இரண்டு பழங்குடியினரும் இவ்வகைச் சமூக அமைப்பைக் கொண்டவர்கள் ஆவர்.

## இரண்டாம் வகை

இரண்டாம் வகையில் குடிவழி, சொத்துரிமை, குடும்ப நிர்வாகம் ஆகிய மூன்றும் தாய்வழியில் அமைய, உறைவிட முறையானது இருவழியில் (duolocal) அமையப் பெறுவதாக உள்ளது. திருமணத்திற்குப் பின் தம்பதியினர் மனைவியின் தாயகத்தில் தங்கலாம் அல்லது புது இடத்திலும் தங்கலாம். இவ்வகையான தாய்ச்சமூக முறையைக் கொண்டவர்களுள் மேகாலயாவில் வாழும் பினார் (Pnar) பழங்குடியினர் சிறந்த எடுத்துக்காட்டாவர். நாயர்கள், கோட்டைப் பிள்ளைமார், நாஞ்சில் நாட்டு வேளாளர் போன்றோர் மாற்றமடைவதற்கு முந்தைய ஒரு கட்டத்தில் இவ்வகை அமைப்பைக் கொண்டிருந்தனர்.

## மூன்றாம் வகை

மூன்றாவது வகையில் குடிவழி மட்டுமே தாய்வழியில் அமைகிறது. உறைவிடம் தாய்மாமனகத்தில் (avunculocal) அல்லது தந்தையகத்தில் (patrilocal) அமைகிறது. சொத்துரிமை முழுக்க முழுக்கப் பெண் வழியில் அமைவதில்லை. ஒரு பகுதி சொத்துரிமை கிடைக்கும். 1980களில் சிதைவுக்கு முந்தைய கோட்டைப் பிள்ளைமார் இவ்வகையைச் சேர்ந்தவர்கள். இன்று பெரும்பாலான கேரளப் பழங்குடிகளான குருச்சியர், காணிக்காரர், மலைப் பண்டாரம், ஊராளி, உல்லாடன், முத்துவன் இவ்வகையில் அடங்குவர். கேரளச் சாதிகளான நம்பூதிரி, நாயர், தீயர் (ஈழவர் உட்பட), மாப்பிள்ளை, கேரளத்தில் உள்ள நாஞ்சில் நாட்டு வேளாளர் ஆகியோரிடம் வெகுவான மாற்றம் நிகழ்ந்துவரும் சூழலில் வட்டார அளவிலும், கிளைச்சாதி அளவிலும், இடத்திற்கிடம், சில இடங்களில் குடும்பத்திற்குக் குடும்பம் மாறுபட்ட கூறுகளைக் கொண்டுள்ளனர். உயர்குடி நாயர்களிடம் (aristocrate Nayars) மருமக்கள் தாயமுறை இன்றும் உள்ளது (சாரதாமணி 1999, மாதவ மேனன் 2001).

## நான்காம் வகை

நான்காம் வகையில் தாய்வழி - தந்தைவழி இரண்டும் இணைந்த குடிவழி முறை (matri - patrilineal descent) ஏற்பட்டுள்ளது. இவ்வகையினர் குடிவழியைத் தாய்வழியிலும் தந்தை வழியிலும் இனங்காணும் இரட்டைக்குடிவழி முறை (bilineal descent) உள்ளது. நான்காம் வகையினர் மேற்கூறிய குடிவழி அமைப்போடு, தந்தையக உறைவிடத்தையும், ஆண்கள்வழிச் சொத்துரிமையும், ஆண்வழிக் குடும்ப நிர்வாகத்தையும், தந்தையின் இறப்புக்குப்பின் ஆண் மகன் குடும்பத் தலைமையை ஏற்கும் முறையையும் கொண்டுள்ளனர்.

கொண்டையம் கோட்டை மறவர்கள் இதற்குச் சிறந்த எடுத்துக் காட்டாவர். அந்தோனி குட் (Anthony Good 1991) நெல்லை மாவட்டத்தில் தெற்கு வந்தனம், வடக்கு வந்தனம், கலிங்கப்பட்டி ஆகிய ஊர்களில் மேற்கொண்ட களப்பணி மூலம் மறவர்கள் 'கிளை' எனக் கூடிய தாய்வழிக் குடிவழியையும் 'பரம்பரை' எனக்கூடிய குலதெய்வக் குழுக்களால் அமையும் தந்தைவழிக் குடிவழியையும் கொண்ட இருவழிக் குடிவழியைக் கொண்டுள்ளமையை விவரிக்கிறார்.

தமிழகத்தில் கொண்டையம் கோட்டை மறவர், கோட்டைப் பிள்ளைமார் ஆகிய இரண்டு தாய்வழிச் சமூகங்களைப் பற்றி விரிவான மானிடவியல் ஆய்வுகள் மேற்கொள்ளப்பட்டுள்ளன. மற்ற சமூகங்கள்

குறித்து மிகச் சுருக்கமான, மேலோட்டமான இனவரைவியல் தரவு களே உள்ள நிலையில் மாறிவரும் சூழல் குறித்து அறிய இயலவில்லை (பாரதி 2002, 2004).

## பின்னுரை

மேற்கூறிய நான்கு வகைகளும் இந்தியாவில் தாய்வழிச் சமூகங்களின் பரந்த வேறுபாடுகளைச் சமூக அமைப்பு (social structure) அடிப்படை யில் நான்கு முதன்மையான வகையினங்களாகக் குறுக்கிவிடும் முயற்சியாகும்.

சங்ககாலம் முதல் தமிழகமெங்கும் தந்தைவழிச் சமூக முறையான மக்கட்டாய முறை நிலைபெற்று வந்திருக்கிறது. என்றாலும், தென் திருவிதாங்கூரில் நாஞ்சில் நாட்டு வேளாளர் முதல் குடமலைப்பகுதி யிலும் குடமலைக்கு மேற்கே பண்டைச் சேரநாட்டின் பகுதிகளான மேலைக் கடற்கரைப் பகுதிகளிலும் பெண்வழியில் மருமக்கள் தாயமுறை பேணப்பட்டு வந்துள்ளது.

சங்க நூல்களுள் பதிற்றுப்பத்து இம்மருமக்கள் தாயமுறையை விளக்கும் முதன்மை நூலாக விளங்குகிறது. முதற்பத்து, இறுதிப்பத்து தொகுக்கப்படாத நிலையில் இடைப்பட்ட எட்டுப் பதிகங்களும் சேரர்களின் தாய்வழித் தாயமுறையை விளக்குகின்றன. சேரரின் பெண்வழித் தாயமுறையைப் பல அறிஞர்கள் நன்கு ஆராய்ந்து விளக்கியுள்ளனர். கவிமணி தொடங்கி மு. இராகவையங்கார், எம். ஸ்ரீநிவாஸ் ஐயங்கார் போன்று பலரும் இது குறித்து எழுதியுள்ளனர். 1935இல் ச. சோமசுந்தர பாரதி எழுதிய சேரர் தாயமுறை என்னும் நூல் இது குறித்து விளக்கும் ஒரு சிறந்த நூலாகும்.

தாய்த்தாய முறையைக் கொண்ட ஆதி நிலையில் குழந்தைகள் வழி தந்தையை அழைக்கும் 'சேய்வழி அழைத்தல்' (teknonymy) சங்கச் சமூகத்தில் இருந்துள்ளமைக்கு ஐயை தந்தை (அகம். 6), அகுதை தந்தை (அகம்.96), மைந்தர் தந்தை (புறம்.340) போன்ற சான்றுகள் கிடைக்கின்றன. உறைவிடம் குறித்த சான்றுகளும் கிடைக்கின்றன.

தாய்வழிச் சமூகத்தில் திருமணத்திற்குப் பின் கணவன் மனைவியகத் திற்குச் சென்று வாழும் தாயகமுறை (matrilocal) சங்க இலக்கியங்களில் பரவலாகப் பதிவாகியுள்ளது.

திருமண முறையும் திருமணத்திற்கு முன்னும் பின்னும் மணமக்கள் வாழுமிடமும் அச்சமூகத்தின் அமைப்பை விளக்கவல்ல முக்கியக் கூறுகளாகும். சங்க இலக்கியங்களில் இக்கூறுகள் மிகச் சிறப்பாகப்

பதிவாகியுள்ளமையால் அவற்றைக் கொண்டு அக்காலச் சமூக அமைப்பை அறியலாம்.

சங்க காலத்தில் பெண் திருமணம் செய்த பின்னரும் தன் இல்லத்தில் தொடர்ந்து வாழ்க்கை நடத்தும் முறை (matrilocal) இருந்துள்ளது. ஆண் திருமணத்திற்குப் பின் மனைவியகத்திற்குச் சென்று பெண்ணின் இல்லில் வாழ்ந்திருக்கிறான். இத்தகைய பெண்ணின் இல் 'எம் இல்' என வழங்கப்பட்டிருப்பதைப் பல சங்கப் பாடல்கள் பதிவு செய்துள்ளன. சான்றுக்குச் சில வருமாறு:

'...................மாதோ எம் இல்
பொம்மல் ஓதியைத் தன்மொழிக் கொளீ இக்
கொண்டு உடன் போக வலித்த
வன்கண் காளையை ஈன்ற தாயே' (நற். 293)

'எம்இல் அயல தோழி உம்பர்
மயில் அடி இலைய மாக்குரல் நொச்சி' (குறு. 138)

'தணந்தனை ஆயின் எம் இல் உய்த்துக் கொடுமோ' (குறு. 354)

'.............ஏதிலார்ப் புணர்ந்தமை
கரிகூறும் கண்ணியை ஈங்கு எம்இல் வருவதை' (கலி. 78)

'..............பிறர் கூந்தல்
மலர் நாறும் மார்பினை ஈங்கு எம்இல் வருவதை' (கலி. 78)

'..........யாம் வாட ஏதிலார்
தொடியுள்ள வடுக்காட்டி ஈங்கு எம்இல் வருவதை' (கலி. 78)

'..........நுமர் வேய்ந்த கண்ணியொடு
எம்இல் வருதியோ எல்லா நீ.........' (கலி. 83)

'விடா அது நீ எம்இல் வந்தாய் அவ்யானை
கடா அம் படுமிடத்து ஓம்பு' (கலி. 97)

திருமணத்திற்கு முந்தைய ஆணின் இல் 'தம் இல்' என வழங்கப் பட்டிருப்பதையும் காண முடிகிறது.

'............அன்னை
தம் இல் தமது உண்டன்ன சின்னதொறும்
தீம்பழம் தூங்கும் பலவின்
ஓங்குமலை நாடனை வரும் என்றாளே'. (குறு.82)

மேற்கூறிய பாடலில் திருமணம் செய்ய வரும் ஆணின் இல்லம் 'தம் இல்' எனச் சிறப்பாக எடுத்துரைக்கப்பட்டுள்ளது.

இன்னும் சில இடங்களில் திருமண வாழ்வின் இடையில் ஆண் பரத்தையின் இல்லில் (ஒரில்) சிலகாலம் தங்கிவிடுகிறான். பின்னர் மீண்டும் தன் மனைவியின் இல்லத்திற்குத் திரும்பி வருகிறான். அச்சமயம் மனைவி 'நம் இல்'லில் சேர்ந்து வாழ வேண்டியதன் விருப்பத்தைத் தெரிவிக்கிறாள். இவ்வாறு சங்க காலத்தில் மண முறையின் நடைமுறைகளும், பரத்தமை ஒழுக்கத்தைத் தெரிவிக்கும் நடைமுறைகளும் 'இல்' பற்றிய வேறுபாடுகளை நன்கு புலப்படுத்து கின்றன[8] (மனோன்மணி சண்முகதாஸ் 2002: 28-28). சங்க இலக்கியத் தரவுகள் மூலம் தற்காலிகத் தங்குமிடம் 'புக்கில்' எனவும், திருமணத் திற்குப் பின் கணவனும் மனைவியும் தனியிடம் அமைத்து வாழும் முறை (neolocal) 'தன் மனை' எனவும் வழங்கப் பெற்றுள்ளன. மேலும் பல வகையான இல், மனை வரையறைகள் இருந்துள்ளன.[9] (மனை, இல் பற்றி மேலும் அறிய காண்க: மனோன்மணி சண்முகதாஸ் 2002).

தமிழகத்தில் இன்று பல சமூகங்கள் தாய்வழிச் சமூகங்களாக உள்ளன. அவை வருமாறு: கோட்டைப் பிள்ளைமார், செவலைப் பிள்ளைமார் (சிவகலைப் பிள்ளைமார்), நாங்குடி வேளாளர் (நாற்குடி வேளாளர்), நாஞ்சில் நாட்டு வேளாளர், அரும்புக்கட்டி வேளாளர், ஆப்பநாடு கொண்டையம் கோட்டை மறவர், கிறித்தவ மறவர், ஆம்ப நேரி மறவர், அஞ்சு கொத்து மறவர், கிறித்தவ மறவர், செறுமர், பண்டைய முதுவர் பழங்குடியினர் போன்றோர் தாய்வழி மரபைக் கொண்டவர்கள்.

இலங்கையில் மட்டக்களப்புத் தமிழர்களிடம் குடிமுறைமை குறித்து மிக அண்மையில் விரிவானதோர் ஆய்வை மேற்கொண்ட ஞானமுத்து தில்லைநாதன் (2005) அப்பகுதியில் தாய்த்தாய முறை இருப்பதையும், அது பெற்றுவரும் மாற்றங்களையும் ஆராய்கிறார்.[10] இலங்கையில் சோனகரிடமும் (Moors) இம்முறை உள்ளது.

தமிழகத்தில் இன்று காணக்குடிய மேற்கூறிய தாய்வழிச் சமூகங் களில் குடிவழி மட்டுமே (descent) தாய்வழியில் பேணப்படுகிறது. திருமணத்திற்குப்பின் மணமக்கள் தங்குமிடம் மனைவியின் தாயக மாக இல்லாமல் கணவனின் தந்தையகமாக (patrilocal) மாறிவிட்டது. அது போலவே சொத்துரிமையும் பெண்வழி அமையாமல் ஆண்மக்கள் சமமாகக் கொடுக்கும் முறை ஏற்பட்டுவிட்டது. மேலும் குடும்ப நிர்வாகமும் தந்தைக்குப்பின் மூத்த மகனிடம் (primogeniture) வந்து சேர்கிறது. ஆக, சமூகத்தில் குடிவழி, உறைவிடம், சொத்துரிமை, குடும்ப நிர்வாகம் ஆகிய நான்கு முக்கிய கூறுகளில் குடிவழி முறை தவிர, மற்ற மூன்று கூறுகளும் தந்தைவழிச் சமூக முறைக்கு மாறி

விட்டன. கேரளத்தில் 1930களுக்குப்பின் சட்டத்தின் வழி, மருமக்கள் தாயமுறை முடிவுக்குக் கொண்டு வரப்பட்டபின் அதன் தாக்கம் தமிழகத்திலும் எதிரொலித்தது (விரிவுக்குக் காண்க: சாரதாமணி 1999; பாரதி 2002, 2004).

பலகாலம் தாய்வழிச் சமூகமாக வாழ்ந்து வந்த நாஞ்சில் வேளாளர்கள் குறித்த சிறந்த இனவரைவியலை *நாஞ்சில்நாட்டு வெள்ளாளர் வாழ்க்கை (2003)* என்னும் தலைப்பில் நாஞ்சில் நாடன் எழுதியுள்ளார். காலம் நிகழ்த்திய மாற்றங்களை விரிவாகவே இதில் பதிவுசெய்துள்ளார் (மேலும் காண்: இயல் 24).

கேரளத்தின் தாய்வழிச் சமூக முறை (மருமக்கள் தாயம்) குறித்து விரிவான மானிடவியல் ஆய்வுகள் உள்ளன. கர்நாடகத்தில் இம்முறை அளியசந்தான முறை எனப்படும். இது குறித்த மானிடவியல் ஆய்வுகள் விரிவாக வெளிவரவில்லை.[11]

# 7

# குடும்பத்தின் தோற்றம்

மனித சமூகத்தின் மிகத் தொன்மையான நிறுவனமாகத் திகழ்வது குடும்பம் (சங்கப் பாடல்களில் இது 'கடும்பு'[1] எனப்படுகிறது) ஆகும். இது மானிட வாழ்வின் தொடக்கத்திலிருந்தே காணப்படுகிறது. இது எல்லாச் சமுதாயங்களிலும் எல்லாக் காலங்களிலும் இருந்து வருகிறது. இதுவே மனித சமூகத்தில் மிக இன்றியமையாத நிறுவனமாகவும் உள்ளது.

குடும்பத்தின் தோற்றம் (origin) குறித்துப் பல அறிஞர்கள் ஆராய்ந்துள்ளனர். அவர்களுள் தொடக்ககால மானிடவியல் அறிஞர்களான மார்கன், லப்பாக், பிரேசர் போன்றோரும், அடுத்த கட்ட அறிஞர்களான பிரிஃபால்ட், வெஸ்டர்மார்க் போன்றோரும், பிற்காலத்தில் மார்க்சிய அறிஞர் ஏங்கெல்சும், உளவியல் அறிஞர் பிராய்டும், இன்னும் பிறரும் மிகவும் குறிப்பிடத்தக்கவர்கள்.

இவர்களின் கருத்துகளைப் பின்வரும் ஆறு கோட்பாடுகளாக இனங்கண்டு ஒவ்வொன்றையும் தனித்தனியாக அறிய முற்படலாம்.

1. பாலுறவுப் பொதுவுடைமை (theory of sex communism)
2. படிமலர்ச்சிக் கோட்பாடு (evolutionary theory)
3. தாய்த் தலைமைக் கோட்பாடு (matriarchal theory)
4. தந்தைத் தலைமைக் கோட்பாடு (patriarchal theory)
5. ஒரு துணை மணக் கோட்பாடு (theory of monogamy)
6. பல காரணிகள் கோட்பாடு (multiple factor theory)

## பாலுறவுப் பொதுவுடைமை

பண்பாட்டுப் படிமலர்ச்சியை மீட்டுருவாக்கம் செய்வதற்கு மானிடவியலார் அக்கால மக்களின் எச்சங்களாகத் திகழும் இன்றைய முதுகுடிகளை ஆதாரமாக எடுத்துக்கொள்வர் என்பதை இங்கு நினைவு

படுத்திக்கொள்ள வேண்டும். இவ்வகை முறையே 'ஒப்பீட்டு முறை' (comparative method) என்பதும் கவனத்தில் கொள்ள வேண்டும் (சமகாலச் சமூகங்களை ஒப்பிடுவதும் இதிலடங்கும்).

மிகத் தொடக்க காலத்தில் முறையற்ற பாலுறவைக் கொண்ட மக்கள் இருந்ததை அறிஞர்கள் சுட்டிக் காட்டி விளக்கினர். இவர்கள் மனித இனத்தில் தொடக்கத்தில் பாலுறவுப் பொதுவுடைமை (sex communism) இருந்தது என்பதை நிறுவ முயன்றனர். ஆனால் அதற்கான வலுவான சான்றுகளைச் சமகாலத் தொன்மைக் குடிகளிடம் சுட்டிக் காட்டி நிரூபிக்க இயலவில்லை. எனினும் இம்முறையின் மிச்ச சொச்சங்களாகத் திகழும் பின்வரும் சில எச்சக்கூறுகளை மட்டும் சான்றாகக் கொண்டு இத்தகைய பாலுறவுப் பொதுவுடைமை தொடக்க காலத்தில் இருந்திருக்க வேண்டும் என முன்வைக்கின்றனர்.

சில பழங்குடிகளிடையே விழாக் காலங்களில் பாலுறவிற்குக் கட்டுப்பாடு விதிப்பதில்லை. ஒவ்வொருவரும் அவர் விரும்புபவரோடு உடலுறவு கொள்ளலாம். எஸ்கிமோவினர் வீட்டிற்கு விருந்தாளிகளாக வருபவர் மகிழ்ச்சியுடன் இருக்கத் தம் மனைவியை அவருடன் உடலுறவு கொள்ள அனுமதிப்பர். சில சமுதாயங்களில் குறிப்பிட்ட நிகழ்ச்சிகளின் போது மனைவிகளைப் பரிமாறிக் கொள்ளும் முறையும் காணப்படுகிறது.

ட்ரோபிரியாண்டுத் தீவினரும் மத்திய ஆஸ்திரேலிய முதுகுடி யினரும் சமூகத்தில் தந்தையை அடையாளம் காண்பதில்லை. அதற்கு அவர்களின் தாய்வழிச் சமுதாய முறையும் ஒரு காரணமாகும். சில முதுகுடியினர், மூத்தவர்கள் அனைவரையும் பால்வேறுபாட்டிற் கேற்பத் தந்தை அல்லது தாய் எனவும், ஒத்த வயதுள்ளவர்கள் அனைவரையும் கணவன் அல்லது மனைவி எனவும், இவர்களுக்குப் பிறக்கும் மக்களின் வயதுடையோர் அனைவரையும் மகன்/மகள் எனவும் குறிப்பிடக்கூடிய 'வகைப்படுத்தும் சொற்கள்' (classificatory terms) சிலவற்றை மட்டுமே கொண்டுள்ளனர். மேற்கூறிய கருத்துகள் அனைத்தையும் பாலுறவுப் பொதுவுடைமைக்கு ஆதரவாகச் சுட்டிக் காட்டினர்.

### படிமலர்ச்சிக் கோட்பாடு

படிமலர்ச்சிக் கோட்பாட்டை முன்வைத்தார் லூவி ஹென்றி மார்கன் (L.H. Morgan). இவர் ஒருவழிப் படிமலர்ச்சிக் கொள்கையை (unilinear evolutionism) வகுத்ததிலும் அதற்கான விளக்கங்களைக் கொடுத்ததிலும் முன்னணியில் நின்றார். மனித சமுதாயத்தின் மிகத் தொடக்க காலத்தில்

குடும்பம் என்ற அமைப்போ திருமணம் என்ற நிகழ்வோ இடம் பெறவில்லை என மார்கன் திட்டவட்டமாகக் கருதினார். மக்கள் விலங்குகளைப் போலவே முறையற்ற பாலுறவைக் (promiscuity) கொண்டிருந்தனர். மூன்று, நான்கு அல்லது அதற்கும் மேற்பட்ட ஆண்கள் ஒரு குழுவாகச் சேர்ந்து ஏறக்குறைய அதே அளவுடைய பெண்கள் குழுவோடு கட்டுப்பாடற்ற உடலுறவு கொண்டனர். அவர்களிடையே உறவு நிலையற்ற போக்கிலேயே காணப்பட்டது. அந்நிலையில் குடும்பம் என்னும் அமைப்பு ஓர் உலகளாவிய கூறாக அமையவில்லை. இவ்வகையான கருத்துகளை உறுதியுடன் கூறத் தலைப்பட்ட மார்கன் அதற்கான எடுத்துக்காட்டுகளையும் விளக்கங் களையும் சுட்டிக் காட்டினார்.

மனித இனத்தின் தொடக்க காலத்தில் இரத்த உறவுடையோருடன் பாலுறவு நிகழ்ந்தது எனச் சுட்டிக்காட்டும் மார்கன், குடும்பம் என்னும் நிறுவனம் அதன் படிமலர்ச்சிக் காலத்தில் ஐந்து நிலைகளைக் கடந்து வந்துள்ளது என உறுதி செய்தார். இந்த ஒவ்வொரு வகையான படிமலர்ச்சி நிலையும் ஒரு புதிய வகைத் திருமண முறையோடு தொடங்கியது எனக் கூறுகிறார். மார்கன் கூறும் படிமலர்ச்சி நிலைகள் வருமாறு:

ஒருதுணை மணக் குடும்பம் (monogamian family)

↑

தந்தைத் தலைமைக் குடும்பம் (patriarchal family)

↑

நிலையற்ற மணக் குடும்பம் (syndiasmian family)

↑

குழுமணக் குடும்பம் (punaluan family)

↑

இரத்த உறவுக் குடும்பம் (consanguine family)

**இரத்த உறவுக் குடும்பம்:** இரத்த உறவுக் குடும்பம் (consanguine family) மனித இனத்தில் தோன்றிய முதல் குடும்ப முறை. இவ்வகைக் குடும்ப மானது சொந்த சகோதர சகோதரிகள், இரத்தவழியுடைய கிளை வழிச் சகோதரர்கள் (பெரியப்பா, சிற்றப்பா மக்கள்) ஆகியோருக்குள் ஏற்பட்ட மணவுறவால் ஏற்பட்டதாகும். இரத்த உறவுத் திருமணங்கள் சில நூற்றாண்டுகள் நிகழ்ந்ததற்கான வலுவான சான்றுகள் சுட்டிக் காட்டப்பட்டன. பண்டைய எகிப்து, பெர்சியா, ஹவாய், பெரு ஆகிய நாடுகளில் அரச குடும்பத்தினர் அவர்கள் குடிவழிக்கென்று

சிறப்புத்தன்மை உண்டென்றும், அத்தன்மை ஒருவகையான தெய்வீகப் பண்பு கொண்டதென்றும், அவ்வகைப் பண்பு தொடர்ந்து தலைமுறை தலைமுறையாக அரச குடும்பத்தின் குடிவழியில் சென்றால்தான் நாட்டைச் சிறப்புடன் ஆளமுடியுமென்றும், அத்தெய்வீகத்தன்மை குடும்பத்தைவிட்டு வெளியேறாமல் காக்க வேண்டுமாயின் அரச குடும்பத்திற்குள்ளேயே மணம் செய்து கொள்ள வேண்டுமென்றும் கருதினர். இவ்வகையான இரத்தவழிக் குடும்பங்கள் சியாம், பர்மா, இலங்கை முதலான பகுதிகளிலும் காணப்பட்டன.

**குழுமணக் குடும்பம்:** குழுமணக் குடும்பம் (punaluan family) மனித இனத்தில் இரண்டாவதாகத் தோன்றிய முறை என மார்கன் குறிப்பிடு கிறார். 'Punaluan' என்ற ஹவாய் மொழிச் சொல்லுக்குக் 'குழுமணம்' என்பது பொருள். இச்சொல்லே பெரும் பகுதிக் கருத்தைத் தெரிவிக் கிறது. ஓர் இரத்தக் குழுவைச் சேர்ந்த சகோதரிகளைத் திருமணம் செய்துகொள்ளும் முறையால் குழுமணக் குடும்பங்கள் தோன்றின. இம்முறையில் இரத்த வழித்தொடர்பற்ற, ஒத்தவயதுடைய ஆண்கள் வேற்றுக் குழுவைச் சேர்ந்த சகோதரிகள் அனைவரையும் மணப்பதும், இரத்த வழித் தொடர்பற்ற ஒத்த வயதுடைய பெண்கள் வேற்றுக் குழுவைச் சேர்ந்த சகோதரர்கள் அனைவரையும் மணப்பதும் இதில் அடங்கும். இங்குச் சகோதரர்கள், சகோதரிகள் என்பது ஒரே தாய் தந்தையருக்குப் பிறந்தவர்களையும், கிளைவழிச் சகோதர, சகோதரி களையும் குறிக்கும்.

**நிலையற்ற மணக்குடும்பம்:** குழுமணக் குடும்பத்திற்கும் தந்தை தலைமைக் குடும்பத்திற்கும் இடைப்பட்ட நிலையைக் கொண்டதே நிலையற்ற மணக்குடும்பம் (syndiasmian family) ஆகும். இவ்வகைக் குடும்பத்தில் ஓர் ஆணும் பெண்ணும் திருமணம் செய்துகொண்டு ஒருவரை ஒருவர் நன்கு புரிந்து வாழ்நாள் முழுவதும் நிலையாக இணைந்து வாழாமல் நினைத்தபோது மணவுறவைத் துண்டித்துக் கொண்டோ பிற துணையுடன் சேர்ந்தோ வாழ்வர். எவ்வகையான துணையுடன் உறவுகொண்டு வாழும்போதும் அவர்களுக்கிடையே மிகுந்த பிணைப்பு இருப்பதில்லை.

**தந்தைத் தலைமைக் குடும்பம்:** மார்கனின் திட்டப்படி, பண்பாட்டுப் படிமலர்ச்சியில் நான்காம் வகையாக ஏற்பட்ட குடும்ப முறை இது. தொடக்ககால ரோமானியர்களும் எபிரேயர்களும் (Hebrews) இம்முறை யைக் கொண்டிருந்தனர். இவ்வகைக் குடும்பத்தில் (patriarchal family) ஓர் ஆண் ஒரு பெண்ணையோ பல பெண்களையோ மணந்து கொண்டு குடும்பத்தில் அனைத்து அதிகாரங்களையும் பொறுப்புகளையும் தன்வசம் வைத்துக்கொள்வான்.

**ஒரு துணை மணக்குடும்பம்:** மார்கனின் கருத்துப்படி, குடும்பத்தின் படிமலர்ச்சியில் ஒரு துணை மணக்குடும்பமே (monogamian family) இறுதியாக ஏற்பட்டதும் உயர்ந்த நிலையுடையதுமாகும். இவ்வகைக் குடும்ப முறையானது, ஓர் ஆண் ஒரு பெண்ணை மணந்துகொண்டு அல்லது ஒரு பெண் ஓர் ஆணை மணந்துகொண்டு வாழ்வதைக் குறிக்கும்.

## தாய்த் தலைமைக் கோட்பாடு

வெஸ்டர்மார்க்கின் கருத்துகளை மறுத்து, மார்கனின் நிலையை வலுப்படுத்தும் நிலையில் பகோஃபன் (J.J. Bahofen) கருத்துகள் அமைந்தன. இவர் தந்தைவழிச் சமுதாயங்களுக்கு முன்னர் தாய்வழிச் சமுதாயங்கள் தோன்றின என்னும் கொள்கையை நிலைநாட்டியவர். பண்டைய கிரேக்க, ரோம சமுதாயங்களுக்கு முன்னர் தாய்வழிச் சமுதாயங்கள் இருந்ததற்கான குறிப்புகளைப் பண்டைய இலக்கியங்களி லிருந்தும் பிற சான்றுகளிலிருந்தும் சுட்டிக் காட்டினார்.

மிகத் தொடக்க காலத்தில் மக்களிடையே கட்டுப்பாடற்ற உடலுறவு மட்டுமே நிலவியது. ஒரு பெண்ணுடன் பல ஆண்கள் உடலுறவு கொண்டனர். இவ்வாறான சூழலில் மக்கள் தாயை மட்டுமே அடையாளங்கண்டனர். பிறந்த குழந்தைக்குத் தந்தை யார் என்பதை அவர்களால் இனங்காண இயலவில்லை. இந்நிலை, பாலூட்டிகளின் இனப்பெருக்கத்தில் தாய் மட்டுமே அடையாளங்கொள்ளப்படுவதை ஒத்துள்ளது. ஆகவே தொடக்க காலச் சமுதாயத்தில் தாய்வழி உரிமையோ தாய்த் தலைமையோ இருந்திருக்க வேண்டும். அதன் பின்னரே ஆண்வழியில் அவரவர் மக்களுக்குச் சொத்துக்களைக் கொடுக்கும் ஆர்வம் வந்திருக்க வேண்டும். இதன் பொருட்டுத் தாயை மட்டும் அடையாளங்காணும் முறையை விடுத்துத் தந்தையையும் அடையாளங்காணும் வகையில் ஒரு துணை மணமுறை வழக்கில் வந்தது என்கிறார் பகோஃபன். இக்கருத்துகளை Das Mutterrecht (Mother Right - *தாய் உரிமை*) என்னும் நூலில் எழுதியுள்ளார்.

இக்கோட்பாட்டைத் தொடக்கத்தில் ஆதரித்துப் பேசியவர்களில் முக்கியமானவர் பிரிஃபால்ட் (Briffault) ஆவார். இவர் எழுதிய *தாய்மார்கள்* (The Mothers) என்னும் நூலில் ஆதிசமூகத்தில் பிறந்த குழந்தை தாயை மட்டுமே அடையாளம் கண்டது. தாயுடன் பழகிய பல ஆண்களில், யாரால் தான் பிறந்தோம் என்பது தெரியாது. ஆகையால் தாய் வழியால் அமைந்த குடும்பமே மனித சமூகத்தில் தோன்றிய முதல் குடும்பம் என்பார் பிரிஃபால்ட்.

மார்டாக்கின் (G.P.Murdock) கருத்தும் வெஸ்டார்மார்க்கின் கருத்துக்கு எதிராக அமைந்துள்ளது. மனித குலத்தின் தொடக்கத்தில் ஒரு துணை மணவாழ்க்கை இயல்பாய் அமைந்தது என்பதையும், அன்று தொட்டு இன்று வரை அம்முறை வழக்கில் இருந்து வருகிறது என்பதையும் மார்டாக் மறுக்கிறார். இனவரைவியல் வரைபடத்தில் (Ethnographic Atlas) திருமணம் குறித்து இவர் தொகுத்த 250 சமுதாயங்களில் 195 சமுதாயங் களில் பலமனைவி மணமுறையும் (polygamy) 43 சமுதாயங்களில் ஒருதுணை மணமுறையும் (monogamy) இருப்பதைச் சுட்டிக் காட்டு கிறார். இன்று வாழும் முதுகுடிகளைக் கொண்டு தொடக்கக் காலப் பண்பாட்டை மீட்டுருவாக்கம் செய்யும் அணுகுமுறையில் நோக்கினால் மேற்கூறிய தரவுகள் தொடக்கத்தில் ஒரு துணை மணம் இருந்தது என்ற வெஸ்டார்மார்க்கின் கூற்றை ஆதரிக்கவில்லை என்கிறார் மார்டாக்.

## தந்தைத் தலைமைக் கோட்பாடு

இவ்வகைக் கோட்பாட்டை முதலில் ஆதரித்தவர்கள் அரிஸ்டாட்டில், பிளேட்டோ. பிற்காலத்தில் சர் ஹென்றி மெய்ன் (Sir Henry Maine) இக்கோட்பாட்டைக் கூடுதல் தரவுகளுடன் வலுப்படுத்தினார். இவர்கள் கோட்பாட்டுப்படி, மனித குலத்தின் முதல் குடும்பம் தந்தையாட்சிக் குடும்பமாகவே இருந்தது. ரோம் நாட்டில் தந்தையே குடும்பத்தை நிர்வகிப்பவர். தம் குடும்ப அமைப்பைக் கட்டுக்கோப்புடன் நடத்திச் செல்வதற்கு மகன்கள் இடையூறாக இருந்தால் அவர்களைக் கொன்று விடவும் தயங்கியதில்லை. இக்கோட்பாட்டுக்குப் பரவலான ஆதாரங்கள் இல்லை என்பதால் இக்கோட்பாடு வலுவிழந்துவிட்டது. பல ஆதிக்குடி களில் தாய்வழிக் குடும்பங்கள் காணப்பட்டதால் இக்கோட்பாடு வலுவிழந்துலிட்டது. மெய்னுக்குப் பின் மார்கனின் கோட்பாட்டை விமர்சித்து, வெஸ்டார்மார்க் தந்தைத் தலைமைக் கோட்பாட்டை மீண்டும் ஆதரித்துப் பேசினார்.

## ஒருதுணை மணக் கோட்பாடு

மார்கனின் படிமலர்ச்சித் திட்டத்தை ஆதரித்தும் மறுத்தும் அறிஞர்கள் கருத்துத் தெரிவித்தனர். மறுத்துக் குறைகூறியோருள் முதலிடம் பெறுபவர் வெஸ்டார்மார்க் (Edward Westermarck) ஆவார். பல்வேறு பண்பாடுகளில் நிலவும் திருமண முறைகளை வரலாற்று நோக்கில் ஆராய்ந்த வெஸ்டார்மார்க் ஆண்களின் முக்கியத்துவம் உணரப்பட்ட காலகட்டத்திலும், உடைமைகள் பெருகி அவை ஆண்கள் வழி காக்கப்பட வேண்டிய சூழல் உருவான காலகட்டத்திலும் குடும்பம் என்னும் அமைப்புத் தோன்றியது. மனித குலத்தில் ஆதி குடும்ப முறை

தந்தைத் தலைமையைக் (patriarchal) கொண்டதாக அமைந்தது என்று வெஸ்டர்மார்க் உறுதியாகக் கூறினார்.

வெஸ்டர்மார்க் மேலுமொரு கருத்திலும் மார்கனின் நிலையி லிருந்து வேறுபடுகிறார். மனித இனத்திற்குக் கீழுள்ள உயர்பாலூட்டி களிடம் (primates) கூட ஒருதுணை மணத்திற்குரிய (monogamy) கூறுகள் காணப்படுகின்றன. இன்னும் சொல்லப்போனால், உயர்பாலூட்டி களுக்கு இரண்டு படிகள் கீழ் உள்ள பறவைகள் இனத்திலும் ஒருதுணை மணக்கூறுகள் காணப்படுகின்றன. ஆகவே, தொடக்கத்தில் மனிதன் ஒரு துணையுடன் மட்டுமே வாழும் போக்கைக் கொண்டிருந்தான். பின்னரே கால இடச் சூழலுக்கேற்பவும், ஒழுக்க நெறிகளில் ஏற்பட்ட மாற்றத்திற்கேற்பவும் வெவ்வேறு வகையான திருமணமுறைகளை ஏற்படுத்திக் கொண்டான் என்றார் வெஸ்டர்மார்க். சார்லஸ் தார்வின், சுக்கர்மென் (Zuckerman), மலினாவ்ஸ்கி ஆகியோர் இக்கோட்பாட்டை ஆதரித்துப் பேசினர்.

## பலகாரணிகள் கோட்பாடு

சமகால மானிடவியலர்கள் பலரும் குடும்பத்தின் தோற்றத்தைப் பற்றி ஆராயும்போது மனித சமூகத்தில் குடும்பத்தின் அமைப்பும் செயல் பாடும் வெவ்வேறு நிலைகளில் காணப்படுகின்றன என்பதால் ஒரு ஒற்றைவழிப் படிமலர்ச்சித் திட்டத்தை முன்வைக்க வாய்ப்பில்லை என்கின்றனர். ரால்ஃப் லிண்டன் இது பற்றிக் கூறும்போது 'சமூகங்கள் ஒற்றை வழியில் படிமலர்ச்சி பெறாமல் பல கிளைகளாகப் பரிணமித்தன' என்கிறார்.

மனித சமூகத்தில் குடும்பமானது பல்வேறு காரணிகளை முன் வைத்துப் பலவாறாகக் கிளைத்து வேறுபாடுகளுடன் காணப்படுகிறது. மெக்ஐவர் (Macucver) என்னும் சமூகவியலர் குடும்பமானது பால் (sex), இன உற்பத்தி (reproduction), பொருளாதாரத் தேவை ஆகிய காரணிகளை முன்வைத்து அதன் படிமலர்ச்சி நிலைகளை அமைத்துக் கொண்டது என்பார்.

## பின்னுரை

இக்கால மானிடவியல் அறிஞர்களுள் பலர் சமுதாய நிறுவனங்களின் தோற்றம் குறித்த ஆய்வுகளில் நாட்டம் செலுத்துவதில்லை. தொடக்க கால ஆய்வாளர்களின் முரண்பட்ட கருத்துக்களால் ஏற்பட்ட நிலையும் வரலாற்றுப் பின்னணியுடைய ஆய்வுகள் வழக்கற்றுப் போயின என்ற நிலையும் இதற்குக் காரணமல்ல. இவ்வகை ஆய்வுகளின் பயன் தன்மை மிகக்குறைவு என்பதே இதற்குக் காரணமாகும்.

பண்பாட்டுப் படிமலர்ச்சியின் அனைத்துப் படிநிலைகளையும் கொண்ட மக்களிடமிருந்து பெறப்பட்ட தரவுகள், குடும்பத்தின் படிமலர்ச்சி நிலைகளை அப்படியே ஏற்றுக்கொள்வதில் சில ஐயப்பாடு களைக் காட்டுகின்றன. இரத்த உறவுக் கூட்டங்களையுடைய (sibs) சமுதாய அமைப்பும், கட்டுப்பாடற்ற பாலுறவு நிலையும் மிகத் தொடக்க காலத்தில் நிலவின என்றும், தந்தைத் தலைமைக் குடும்பம், ஒரு துணை மணமுறை ஆகியன பிற்காலத்தில் தோன்றியவை என்றும் கூறும் மார்கனின் கருத்துக்கள் பல ஐயப்பாடுகளைத் தோற்றுவிக்கின்றன.

உலகிலேயே மிகவும் குன்றிய நிலையில் உள்ளவர்கள் எனச் சுட்டிக் காட்டப்படும் ஆஸ்திரேலிய முதுகுடிகளிடம் குடும்பம் என்னும் அமைப்பு உள்ளது. இன்று மிகத் தொன்மைநிலையில் வாழும் அந்தமான் பழங்குடிகளிடம் குடும்பம் என்னும் அமைப்பும், ஒரு துணை மணமும், தனிக்குடும்ப முறையும், தந்தைத் தலைமை முறையும் காணப்படுகின்றன.

அவ்வாறே பண்பாட்டுப் படிமலர்ச்சியை மூன்று கட்டங்களாகப் பிரித்து நாகரிக நிலை என்னும் இறுதிக்கட்டத்தில் தோன்றியதாக மார்கன் குறிப்பிடும் சில பண்புகள் (ஒரு துணை மணம், தந்தைத் தலைமைக் குடும்பம் போன்றவை) தொடக்க நிலையிலும் காணப்படு கின்றன. தென்னிந்தியப் பகுதிகளில் வாழும் காடர், பணியன், மலைப் பண்டாரம் போன்ற முதுகுடிகளிடையேயும் நிறுவனமுற்ற குடும்ப முறை உள்ளது. ஆனால் தோடர், காசி போன்ற வளர்ச்சியடைந்த பழங்குடிகளிடம் இரத்த உறவுக் கூட்டமுறை சமுதாய அமைப்பில் சிறப்பிடம் பெற்றுள்ளது. இவ்வகையான எடுத்துக்காட்டுகள் உலகின் பிற பகுதிகளிலும் உள்ளன. ஆகவே, மார்கனின் படிமலர்ச்சித் திட்டத்தை முழுமையாக ஏற்றுக்கொள்வதில் சில ஐயப்பாடுகள் தீர்க்கப்படாமலேயே உள்ளன என்பதை அறிஞர்கள் பலரும் சுட்டிக் காட்டுகின்றனர்.

# 8

## தகாப்புணர்ச்சி

ஒவ்வொரு சமுதாயத்திலும் மணஉறவு, பாலுறவு தொடர்பான விதிகள் உள்ளன. இவ்விதிகளின் அடிப்படையிலேயே ஒருவர் அவர் தம் மணத் துணையைத் தேடிக்கொள்ளவோ பாலுறவு கொள்ளவோ இயலும். அவ்வாறு செய்தால்தான் அதைச் சமுதாயம் ஏற்றுக்கொள்ளும். சமுதாயம் தடை செய்துள்ள உறவுகளுக்கிடையே பாலுறவோ மணவுறவோ நிகழ்ந்தால் அது தகாப்புணர்ச்சி (incest) எனப்படும்.

தகாப்புணர்ச்சி உறவுகள் எவையெவை என்பது குறித்து ஒவ்வொரு பண்பாடும் தனித்தனியான வரையறையை ஏற்படுத்திக் கொண்டுள்ளது. அவ்வரையறைக்குள் அடங்கும் உறவு உள்ளவர்களிடம் பாலுறவு நிகழ்வது தடை செய்யப்பட்டுள்ளது. மீறுவோருக்குத் தண்டனை வழங்கும் விதிகளும் உள்ளன. தகாப்புணர்ச்சி விலக்குடைய உறவுகள் பண்பாட்டிற்குப் பண்பாடு மாறுபட்டாலும் தந்தை-மகள், தாய்-மகன், சகோதரன்-சகோதரி போன்ற மிக நெருங்கிய இரத்த உறவுடையோர் பாலுறவு கொள்வது அனைத்துப் பண்பாட்டிலும் தடை செய்யப் பட்டுள்ளது. தமிழ்ப் பண்பாட்டில் பின்வரும் தகாப்புணர்ச்சி வரையறைகள் உள்ளன:

| ஒருவன் பின்வருவோரிடம் பாலுறவு கொள்ளக்கூடாது | ஒருத்தி பின்வருவோரிடம் பாலுறவு கொள்ளக்கூடாது |
|---|---|
| 1. தாய்வழிப் பாட்டி (MM) | 1. தாய்வழிப் பாட்டன் (MF) |
| 2. தந்தைவழிப் பாட்டி (FM) | 2. தந்தைவழிப் பாட்டன் (FF) |
| 3. மனைவியின் பாட்டி (WMM) | 3. கணவனின் பாட்டன் (HFF) |
| 4. தந்தையின் சகோதரி (FZ) | 4. தந்தையின் சகோதரன் (FB) |
| 5. தாயின் சகோதரி (MZ) | 5. தாயின் சகோதரன் (MB) |

6. தந்தையின் சகோதரரின் மனைவி (FBW)
7. தாயின் சகோதரரின் மனைவி (MBW)
8. மனைவியின் தந்தையின் சகோதரி (WFZ)
9. மனைவியின் தாயின் சகோதரி (MWZ)
10. தாய் (M)
11. மாற்றாந் தாய் (step mother)
12. மனைவியின் தாய் (WM)
13. மகள் (D)
14. மகனின் மனைவி (SW)
15. சகோதரி (Z)
16. மகனின் மகள் (SD)
17. மகளின் மகள் (DD)
18. மகனது மகனின் மனைவி (SSW)
19. மகளது மகனின் மனைவி (DSW)
20. சகோதரரின் மகள் (BD)
21. சகோதரரின் மகனின் மனைவி (BSW)
22. சகோதரியின் மகனின் மனைவி (ZSW)
23. மனைவியின் சகோதரரின் மகள் (WBD)
24. மனைவியின் சகோதரியின் மகள் (WZD)

6. தந்தையின் சகோதரியின் கணவன் (FZH)
7. தாயின் சகோதரியின் கணவன் (MZH)
8. கணவனின் தந்தையின் சகோதரர் (HFB)
9. கணவனின் தாயின் சகோதரர் (HMB)
10. தந்தை (F)
11. மாற்றுத் தந்தை (step father)
12. கணவனின் தந்தை (HF)
13. மகன் (S)
14. மகளின் கணவன் (DH)
15. சகோதரன் (B)
16. மகனின் மகன் (SS)
17. மகளின் மகன் (DS)
18. மகனது மகளின் கணவன் (SDH)
19. மகளது மகளின் கணவன் (DDH)
20. சகோதரரின் மகன் (BS)
21. சகோதரரின் மகளின் கணவன் (BDH)
22. சகோதரியின் மகளின் கணவன் (ZDH)
23. கணவனின் சகோதரரின் மகன் (HBS)
24. கணவனின் சகோதரியின் மகன் (HZS)

மேற்கூறிய உறவு நிலைகள் தகாப்புணர்ச்சி விலக்குடையன என்று தமிழ்ப் பண்பாட்டில் வரையறை செய்யப்பட்டுள்ளது. இது எல்லாப் பண்பாடுகளிலும் நிலவ வேண்டுமென்பதில்லை. இன்று அனைத்துப்

பண்பாட்டிலும் தகாப்புணர்ச்சி விலக்கு எனக்கூறும் உறவு நிலை களுக்குள் பாலுறவு நிகழ்ந்து வருகிறது. பழங்காலத்திலும் இது பரந்த நிலையில் நிலவியுள்ளது. பண்டை எகிப்து, பெரு, ஹவாய், ரோம் போன்ற அரச குடியினர் அவர்கள் குடும்ப உறுப்பினர்களை மட்டுமே மணந்து கொண்டனர். அவர்களின் குடும்பம் தெய்வீகத்தன்மை பெற்றது என்றும், அரசர்கள் தெய்வத்தின் மறுவடிவம் என்றும், அத்தன்மை குறையாமல் இருந்தால்தான் நாட்டைச் சிறப்பாக ஆளமுடியும் என்றும், அதனால் அவர்கள் குடும்பத்திற்குள்ளேயே மணந்து கொண்டால் தான் அத்தெய்வீகத் தன்மையைக் காக்க முடியும் என்றும் நம்பினர்.[1]

எகிப்திய அரச குடும்பங்களில் தந்தை - மகள் திருமணமும், சகோதரன் - சகோதரி திருமணமும் நடந்துள்ளன. கிளியோபாட்ரா அவளுடைய இரண்டு இளைய சகோதரர்களை ஒரு குறிப்பிட்ட கால இடைவெளி கொண்டு மணம் செய்துகொண்டாள். பண்டைய ஈரானில் உயர்குடி மக்களிடையே மட்டுமின்றி எல்லா மக்களிடையேயும் தகாப்புணர்ச்சி நிகழ்வுகள் காணப்பட்டன. சினிராஸ் (Cinyras) அவன் மகள் மைர்ஹாவுடனும் (Myrrha), காம்பைசஸ் (Cambyses) அவன் வளர்ப்புத் தாய் ஜூலியாவுடனும் (Julia), இத்தாலியின் மன்னன் நீரோ (Nero) தன் தாயாருடனும் பாலுறவு கொண்ட செய்திகள் வரலாற்றில் இடம் பெற்றுள்ளன. ஈடிபஸ் அவன் தாயுடன் கொண்ட உறவு அனைவரும் அறிந்ததே *(மேலும் காண்க: இவ்வியலின் பின்னுரை).*

அனைத்துப் பண்பாடுகளையும் நோக்கும் போது மேற்கூறிய பாலுறவு நிகழ்ச்சிகள் மிக மிகக் குறைந்த எண்ணிக்கையுடைய சமுதாயங்களில் மட்டுமே நிகழ்ந்துள்ளன. இன்றும் நிகழ்ந்து வருவன மிகக் குறைவான அளவேயாகும். பல்லாயிரக்கணக்கான ஆண்டு களுக்கு முன்னரே மணவுறவிலும், பாலுறவிலும் தகாப்புணர்ச்சி விலக்கப்பட்டு வந்துள்ளது. இது ஏன் ஏற்பட்டது, அதுவும் உலகம் தழுவிய நிலையில் அனைத்துப் பண்பாடுகளிலும் ஏன் ஏற்பட்டது என்பது குறித்து அறிஞர் பலர் விளக்கமளித்துள்ளனர்.

## உளப்பகுப்பாய்வுக் கொள்கை

தகாப்புணர்ச்சி விலக்கு (incest taboo) ஏன் ஓர் உலகம் தழுவிய விதியாக உள்ளது என்பது குறித்து விளக்க முற்பட்ட தொடக்க காலக் கொள்கையே உளப்பகுப்பாய்வுக் கொள்கை (psychoanalytic theory) ஆகும். இக்கொள்கையை வகுத்தவர் பிராய்டு *(1918)* ஆவார்.

இரத்த உறவுடையோர் ஒரு குடும்பமாக நெருங்கி வாழும் காலத்தில் அவர்களுக்குள் நனவிலி மனத்தில் ஏற்படும் பாலுறவு விருப்பங்கள்

அக்குடும்பத்தில் உள்ளோரின் எதிர்த்தாக்குதல் உணர்வால் நிறைவேற இயலாமல் போய்விடுகின்றன. இதனால் ஏற்பட்டதே தகாப்புணர்ச்சி விலக்காகும் என்பார் பிராய்டு. இவர் கருத்துப்படி குடும்பத்தில் ஒரு பெண், குழந்தைப் பருவத்திலிருந்து மாறிப் பருவ வயதடையும் காலத்தில் அது தாயிடம் காட்டும் பற்றைக் காட்டிலும் தந்தையிடம் காட்டும் பற்று மிகுதியாக இருக்கும். அதேபோல், ஓர் ஆண் குழந்தை குறிப்பிட்ட வயதிற்குப்பின் தந்தையைக் காட்டிலும் தாயிடம் பற்றுக் கொண்டவனாக இருப்பான். இங்குப் பற்று என்பது பாசத்தையோ அன்பையோ குறிப்பிடாது. இது பால்சார்ந்ததாக இருக்கும்.

ஒரு மகன் நனவிலி மனதில் தன் தாய்மீது கொண்டுள்ள பாலுணர்வை நனவு மனதிற்குக் கொண்டுவந்து அதை வெளிப்படுத்த அஞ்சுகிறான். ஏனெனில், அவன் தாயிடம் கொள்ளும் உணர்வு வெளிப்பட்டால் அது அவன் தந்தையின் பாலுறவு உரிமையைக் கைப்பற்றுவதாக அமைந்து விடும். அதை அவன் தந்தை பொறுத்துக் கொள்ளவே மாட்டார். ஆகவே அவன் நனவிலி மனதில் உள்ள உணர்வு தந்தையின் தாக்குதலுக்கு இலக்காகிவிடும் என்ற அச்ச உணர்வால் நனவிலி நிலையிலிருந்து வெளிப்படாமலேயே அமுக்கி வைக்கப்படுகிறது. அவ்வாறே மகள், அவள் தந்தை மீது கொண்டுள்ள பாலுணர்வு எண்ணங்கள் தாயின் உரிமையைப் பறிப்பதாக அமைந்துவிடும் என்ற அச்ச உணர்வால் அவை நனவிலி நிலையிலேயே கட்டுப்படுத்தப்படுகின்றன. இவ்வாறான கட்டுப்படுத்தப்பட்ட எண்ணங்களே தகாப்புணர்ச்சி விலக்கு ஏற்படக் காரணமாயிற்று என்கிறார் பிராய்டு. இவர்தம் கருத்துகளுக்கு ஈடிபஸ் சிக்கல் (oedipus complex), எதிர்மறைச் சிக்கல் (electra complex) போன்ற வற்றைச் சான்றாகக் காட்டுகிறார் (மேலும் காண்க: இவ்வியலின் பின்னுரை).

பிராய்டின் உளப்பகுப்பாய்வுக் கொள்கையைப் பல எடுத்துக் காட்டுகள் கொண்டு பார்த்தால் அது ஏற்றுக் கொள்ளத்தக்கதுதான் என எண்ணத் தோன்றும். ஆனால், தகாப்புணர்ச்சி விலக்குத் தோன்றிய தற்கான காரணத்தையும் பல பண்பாடுகளில் அது வெளிப்படும் இயல்பையும் பார்த்தால் பிராய்டின் கொள்கை ஏற்கவியலாதது என அறிஞர்கள் சிலர் கூறுவர். ராட்னி நீதாம் (1974:66) இந்தோனேஷிய கோடி (kodi) மக்களிடம் ஆய்வு செய்தபோது உறவினர்களிடம் இத்தகைய 'சிக்கல்கள்' எழவில்லை என்பதை விளக்கமாக விவாதிக் கிறார். மலினாவ்ஸ்கி மருமக்கள் தாய முறையைக் கொண்ட ட்ரோபியாண்டுத் தீவு மக்களிடமும் இத்தகைய எண்ணம் எழாததை விரிவாக விளக்குகிறார். 1920களின் போது எட்வர்டு வெஸ்டர்மார்க் வேறொரு புது விளக்கத்தைக் கொடுத்தார். அவ்விளக்கமே 'இளம்

பருவம் முதல் ஒன்றாயிருத்தல் கொள்கை' (childhood familiarity theory) எனப்படும்.

## இளம்பருவம் முதல் ஒன்றாயிருத்தல் கொள்கை

வெஸ்டர்மார்க் *(1922: 192-94)* கருத்துப்படி ஒரு குடும்பத்தைச் சேர்ந்தவர்கள் அனைவரும் தினந்தோறும் நேருக்கு நேராகப் பார்த்துப் பழகி ஒன்றாக வாழ்வதால் அவர்களிடையே பாலுணர்வுப் பற்று ஏற்படாமல் அதில் ஒருவகை விலக்க உணர்வே நிற்கிறது. இவ்வுணர்வே தகாப்புணர்ச்சி விலக்கிற்கு அடிப்படையாக அமைகிறது என்கிறார் வெஸ்டர்மார்க் *(மேலது: 198, 203–204)*.

இவர் கொள்கை இரண்டு வகையில் கடும் தாக்குதலுக்குள்ளானது. முதலில், ஒரு குடும்பத்தைச் சேர்ந்தவர்களிடம் தந்தை-மகள், தாய்-மகன், சகோதரன்-சகோதரி ஆகியோரிடையே பாலுணர்வு ஏற்பட்டு உடலுறவு வரை சென்ற நிகழ்ச்சிகள் பல கண்கூடாகத் தெரிவதாகும். இரண்டாவது, பிறந்தது முதற்கொண்டு குடும்பத்தில் ஒருவரோடு ஒருவர் ஒன்றி வளர்ந்து அவர்களிடையே பாலுணர்வு ஏற்படாமலேயே போகிறது என எடுத்துக்கொண்டால் தகாப்புணர்ச்சி விலக்கு என்ற கருத்தாக்கம் மக்களிடையே ஏற்படக் காரணமென்ன என்பதாகும்.

ஆனால் வெஸ்டர்மார்க்கின் கொள்கைக்கு ஆதரவான இரண்டு ஆய்வுகள் அண்மையில் கிடைக்கப் பெற்றன. ஒன்று, ஆர்த்தூர் உல்ஃப் மேற்கொண்ட ஆய்வாகும். தாய்வான் நாட்டிலுள்ள சீனக் கிராமங்களில் பெருந்திருமணம் (major marriage), சிறு திருமணம் (minor marriage or t'ung-yang-hsi) என்று இரண்டு வகைகளில் திருமணங்கள் நடைபெறுகின்றன. முதல் வகைத் திருமணம் வசதிமிக்க குடும்பங்களில் நிகழ்வதாகும். இவ்வகைத் திருமணத்தில் இருவேறுபட்ட குடும்பத்தைச் சேர்ந்த மணமக்கள் பெற்றோர்களால் நிச்சயிக்கப்பட்டு ஆடம்பரமாகத் திருமணம் செய்துகொள்வர். இரண்டாம் வகைத் திருமணம் வறிய குடும்பங்களில் நிகழ்கின்றன. இவர்கள் மணமகளை இளம் பருவத்திலிருந்தே வளர்த்து மணந்து கொள்கின்றனர்.

வறுமையில் வாழும் குடும்பத்தினர் பெண் குழந்தைகளை மிகவும் இளம் பருவத்திலேயே விற்றோ பிற குடும்பங்களுக்குக் கொடுத்தோ சுமையைக் குறைத்துக் கொள்கின்றனர். அவ்வாறு விற்கப்படும் பெண் குழந்தையை ஓரளவு அதே நிலையில் உள்ள குடும்பத்தினர் தம் வீட்டிலுள்ள ஆண் பிள்ளைக்கு வருங்காலத்தில் திருமணம் செய்து வைக்கப் பெற்றுக் கொள்கின்றனர். இதனால் எதிர்காலக் கணவனும் மனைவியும் இளம் பருவத்திலிருந்தே ஒரே வீட்டில் அண்ணன் தங்கை

போல் பழகி வளர்கிறார்கள். உரிய வயதடைந்தபின் அவர்களுக்குத் திருமணம் செய்து வைக்கப்படுகிறது.

ஒரே சமூகத்தில் இருவகைகளில் நிகழும் இத்திருமண முறைகளை உல்ஃப் (1970: 515) ஆராய்ந்தார். செல்வக் குடும்பங்களில் நடைபெறும் திருமணத்தைப் போலன்றி இளம்வயதிலேயே வருங்கால மருமகளைப் பெற்று வளர்த்துத் திருமணம் செய்யும் குடும்பங்களில் மக்கட்பேறு குறைவாகவும், மணவிலக்கு, குடும்பத்தில் அமைதியின்மை போன்றவை மிகுதியாகவும் உள்ளன என்பதை இவர் கண்டறிந்தார். இப்போக்கிற்கு முதன்மையான காரணம் மணமக்கள் இருவரும் இளம்பருவம் முதல் ஒன்றாக அண்ணன்-தங்கை போல் வளர்ந்ததால் அவர்களிடையே பாலுணர்வுப் பற்று மிகாமல் ஒருவகை இடைவெளி ஏற்படுகிறது. இதனால்தான் குறைவான மக்கட்பேறும், பிறன்மனை நயத்தலும், மணவிலக்கும் ஏற்படுகின்றன. இவ்வகைக் கருத்துகளைச் சுட்டிக்காட்டி வெஸ்டர்மார்க்கின் கருத்துக்கு வலிமை சேர்க்கிறார். (வெஸ்டர்மார்க், பிராய்டு இருவரின் கருத்துகள் மீதான விமர்சனத்திற்குக் காண்க: ஸ்பெயின் 1987).[2]

யோனினா டால்மன் (1964) இஸ்ரேலியச் சமுதாயத்தில் உள்ள கிப்பூட்ஸ் (Kibbutz) எனப்படும் இளையோர் கூடங்களில் (dormitories) நடக்கும் திருமண முறைகளை ஆராய்ந்தார். இச்சமுதாயத்தில் இருவேறு கிப்பூட்ஸ்களைச் சேர்ந்தோர் திருமணம் செய்து கொள்வதும், சில சூழல்களில் ஒரே கிப்பூட்சைச் சேர்ந்த இருவர் திருமணம் செய்துகொள்வதும் நடைபெறுகிறது. இவ்விரு வகைகளில் நடக்கும் திருமணங்களின் பின்விளைவுகள் முறையே தாய்வான் நாட்டிலுள்ள சீனக் கிராமங்களில் நடக்கும் பெருந்திருமணம், சிறு திருமணம் ஆகிய முறைகளை ஒட்டியே அமைகின்றன என்கிறார் யோனினா டால்மன். மிக அண்மையில் ஆய்வு செய்த ரோஸ்கோ (1994) வெஸ்டர்மார்க் தீர்க்காமல் விட்டுச் சென்ற சிக்கலைத் தீர்த்தார். இவர் பாலினத்திற்கும் உடலால் தாக்கும் ஆற்றலுக்கும் தொடர்புண்டு என நரம்பியல், மூளை இரண்டையும் இணைத்துச் செய்த ஆய்வு மூலம் கண்டறிந்தார்.

### உளவியல் கொள்கை

இக்கொள்கையை வகுத்தவர் மலினாவ்ஸ்கி. பிராய்டைப் போன்றே மலினாவ்ஸ்கியும் குடும்ப உறுப்பினர்களிடையே ஒரு குறிப்பிட்ட காலத்திற்குப்பின் பாலுணர்வு விருப்பங்கள் மேலோங்கி நிற்கின்றன என்கிறார். அவ்விருப்பங்களால் தாய்-மகன், தந்தை-மகள், அண்ணன்-தங்கை போன்றவர்களிடையே பாலுறவுகொள்ளலாம் என அனுமதித்தால்

அவர்களுக்கிடையே போட்டி ஏற்பட்டுக் குடும்ப அமைப்புச் சிதைவுறும். இதைத் தடுக்க ஏற்பட்ட ஓர் உலகளாவிய முறையே தகாப்புணர்ச்சி விலக்கு என்கிறார் மலினாவ்ஸ்கி *(1927: 251).*

ஒரு தனிக்குடும்பத்தில் (nuclear family) தொடக்கத்தில் கணவன்-மனைவி இருவர் மட்டுமே இருப்பர். இவர்கள் இருவரும் விரும்பிய போதெல்லாம் பாலுறவு கொள்கின்றனர். பின்னர், இவர்களுக்குக் குழந்தைகள் பிறக்கின்றன. குழந்தைகளும் பெற்றோரும் பாசம், அன்பு போன்றவையால் பிணைக்கப்பட்டுக் குடும்பம் என்னும் அமைப்பு நன்கு செயல்படுகிறது. இவ்வாறு சமுதாயத்தில் ஒவ்வொரு குடும்பமும் அன்புப் பிணைப்பால் கட்டுண்டு செயல்படுவதன் மூலமே அச்சமுதாயம் எவ்விதக் கொந்தளிப்புமின்றி நிலைபெற்றுள்ளது.

இந்நிலையில், ஒரு தனிக்குடும்பத்தில் பிறந்த குழந்தைகள் பருவ வயதடைந்த பின்னர் அவர்களுக்குள் பாலுணர்வு எண்ணங்கள் மேலிட்டு நிற்கத்தான் செய்யும். பருவமடைந்த குழந்தைகளின் நல்ல உடல் வளர்ச்சியைக் கண்டு பெற்றோரார்களிடமும் அவர்கள் மீது பாலுணர்வு ஏற்படத்தான் செய்யும். இந்த எண்ணங்கள் செயல் வடிவமாக மாறினால் குடும்பத்தில் போட்டியும் பொறாமையும் ஏற்பட்டுவிடும். குடும்பம் சிதைந்து போகும்.

பண்பாட்டின் விழுமியங்களைக் கற்றுத் தந்தும், அதன் மரபுப் பண்புகளைத் தலைமுறை தலைமுறையாக எடுத்துச்சென்றும் விளங்கும் குடும்பத்தின் பணி இதனால் நிலைகுலைந்துவிடும். குடும்பம் என்னும் நிறுவனத்தில் ஒவ்வொருவரும் செய்ய வேண்டிய பங்கு பணிகளும் சிதைந்துவிடும். இதனால் குடும்ப உறுப்பினர்களிடம் தோன்றும் பாலுணர்வு எண்ணங்களைக் குடும்பத்தை விட்டு வெளியே உள்ளோரிடம் தீர்த்துக்கொள்ளும் வகையில் ஒரு ‘பாலுறவு ஒழுங்குமுறை’யை ஏற்படுத்தி அதன்மூலம் சமுதாயத்தின் அடிப்படை அலகாகச் செயல்படும் குடும்பம் என்னும் நிறுவனம் கட்டுக்கோப்பாகச் செயல்பட ஏற்பட்ட ஓர் உலகம் தழுவிய முறையே தகாப்புணர்ச்சி விலக்கு என்கிறார் மலினாவ்ஸ்கி. இது வெவ்வேறு வடிவங்களில் உலகம் முழுவதும் செயல்படுகிறது.

மலினாவ்ஸ்கியின் இந்த உளவியல் கொள்கை (pychological theory) சில வேளைகளில், ‘குடும்பம் சிதைவுறுதற் கொள்கை’ (family disruption theory) என்றும் கூறப்பெறும். மலினாவ்ஸ்கியின் இக்கொள்கை, செயற்பாட்டியம் நிலையில் அமைந்துள்ளது என்பது கவனிக்கத் தக்கது. அதற்குக் காரணம், மலினாவ்ஸ்கி அடிப்படையில் ஒரு தீவிர செயற்பாட்டியலார் என்பதேயாகும்.

## ஒற்றுமைக் கொள்கை

ஆவியுலகக் கொள்கை, எஞ்சிநிலைத்தவைக் கொள்கை, ஒரு வழிப் படிமலர்ச்சிக் கொள்கை போன்ற பல கொள்கைகளை வகுத்த டைலர் ஒற்றுமைக் கொள்கையும் (cooperation theory) வகுத்தார். இக்கொள்கை 'மணவுறவுக் கொள்கை' (alliance theory) என்றும் கூறப்பெறும். குடும்பம் என்னும் குழுவிற்குள் ஒற்றுமை ஏற்பட்டு அதன் மூலம் அச்சமூகம் தொடர்ந்து நிலைபெற்று வாழ மக்கள் அமைத்துக் கொண்ட ஒரு முறையே தகாப்புணர்ச்சி விலக்கு என்பார் டைலர் *(1889)*.

சமூகத்தில் ஒரு குடும்பத்தைச் சேர்ந்தவர்கள் மட்டும் தனிநிலையில் நின்று செயல்படமுடியாது. ஒரு குடும்பத்தினர் பிற குடும்பங்களோடு உறவு கொண்டு செயல்படும் போதுதான் வாழ்க்கைத் தேவைகளை ஈட்டவும், பாதுகாப்பான வாழ்க்கையை மேற்கொள்ளவும் முடியும். இந்த எண்ணத்தின் அடிப்படையில்தான் ஆதிமனிதன் தன் குடும்பத் திற்குள் மணஉறவு ஏற்படுத்திக் கொள்ளாமல் வேற்றுக் குடும்பங் களோடு ஏற்படுத்திக் கொண்டான். அதன்மூலம் வாழ்க்கைத் தேவைகளை ஈட்டிக் கொண்டான். அதனால் குடும்பங்களுக்கிடையில் பிணைப்பும் சமுதாய அமைப்பிற்குள் மணஉறவும் ஏற்படுத்திக் கொண்டு அவர் களின் ஒத்துழைப்புடன் செயல்பட்டால்தான் வாழ முடியும் என்ற ஆதிமனிதனின் சிந்தனையில் உருப்பெற்றதே தகாப்புணர்ச்சி விலக்கு என்பார் டைலர். டைலருக்குப் பின் இக்கொள்கையை லெவிஸ்ட்ராஸ் *(1969)* விரிவுபடுத்தி விளக்கமளித்தார். லெஸ்லி வொயிட் என்பாரும் இக்கொள்கையை ஆதரித்துப் பேசி வந்தார். ஆனால், இக்கொள்கை யின் விளக்கங்கள் போதுமானவையாக இல்லை என ஒருசாரார் விமர்சனம் செய்தனர்.

## குடித்தொகையியல் கொள்கை

மாரியம் சிலாட்டர் என்னும் மானிடவியல் அறிஞர் வகுத்த குடித் தொகையியல் கொள்கை (demographic theory) தகாப்புணர்ச்சி குறித்து மேலுமொரு புதிய விளக்கத்தைக் கொடுக்க முற்பட்டது. ஆதி மனிதனுக்கு முந்திய மூதாதையர்கள் காலத்தில் அவர்களின் முதன்மைக் குடும்பங்களில் (primary family) தகாப்புணர்ச்சி கொள்ளலாம் என நினைத்தாலும்கூட அவர்களுக்கு ஈடான வயதுடையவர்கள் கிடைக்க வில்லை. அதனால்தான், ஒரு குடும்பத்தைச் சேர்ந்தோர் வேற்றுக் குடும்பத்தைச் சேர்ந்தோரிடம் மணவுறவு கொள்ள முற்பட்டனர். இதனடிப்படையிலேயே உறவு முறையும் பாலினத் தொடர்பும் குறித்த விதிகள் ஏற்பட்டன என்பார் சிலாட்டர் *(1959:1042-59)*.

மாரியம் சிலாட்டரின் கொள்கையை ராபின் ஃபாக்ஸ் என்பாரும் உறுதிப்படுத்துகிறார். தொடக்கக் காலத்தில் மக்களின் வாழும் காலம் குறைவாகத்தான் இருந்தது. ஏறத்தாழ 13-15ஆம் வயதில் பூப்பெய்திய பெண்கள் நீண்ட இடைவெளி கொண்டே மக்களைப் பெற்றுக் கொள்ள முடிந்தது. அதற்குக் காரணம், பிறந்த குழந்தைகளில் பல இறந்தன. இறப்புக்கு ஆளாகாமல் காப்பாற்றுவதற்குப் பெண்கள் நீண்ட காலம் தாய்ப்பால் கொடுத்தனர். இதனால், அடுத்த குழந்தையை உடனே பெற்றுக்கொள்ள இயலவில்லை.

இதற்கிடையில், குழந்தைக் கொலை, கருச்சிதைவு, கருக் கொள்ளாமை போன்றவற்றாலும் குழந்தைப்பேறு ஏற்படுவதில் நீண்ட இடைவெளி ஏற்பட்டது. தொன்மை மக்களிடையே காணப்பட்ட இப்போக்குகள் இரத்த உறவுடைய குடும்ப உறுப்பினர்களை மணத்துணையாக ஏற்க வாய்ப்பளிக்கவில்லை. இதனால், வேற்று குடும்பத்தாரை மணந்து அவருடன் மட்டும் உடலுறவு கொள்ளும் முறை வழக்கிற்கு வந்தது.[3]

பெற்றோர்கள் தம் சொந்த மக்களுடன் (children) பாலுறவு கொள்ளும் முறையும், ஒரு குடும்பத்தைச் சேர்ந்த சகோதர சகோதரிகள் பாலுறவு கொள்ளும் முறையும் இயற்கையிலேயே தவிர்க்கப்படுவதாக மாரியம் சிலாட்டர் கூறுகிறார். ஒரு குடும்பத்தில் பிறந்த மக்கள் பருவம் எய்தும் நிலை எட்டும்போது பெற்றோர் பாலுணர்வு நிலை இழந்தவர் களாக ஆகிவிடுகின்றனர். அவ்வாறு அவர்கள் விருப்பப்பட்டாலும் அவருடைய பருவ வயதுக் குழந்தைகள் அவர்தம் ஒத்த வயதினருடன் பாலுறவு கொள்வதையே விரும்பினர். இந்நிலையில் சகோதர சகோதரி களும் பல வேளைகளில் ஒத்த வயதினராய் அமையவில்லை. அதே நேரத்தில் வேட்டையாடி உணவு சேகரித்த அக்காலத்தில் செய்யும் தொழிலைப் பகிர்ந்து செய்ய ஆண் மக்களுக்கு ஈடான மணத்துணை யினர் (பெண்கள்) தேவைப்பட்டனர். உரிய வயதுவந்த இவ்வாறான பெண்கள் வேற்றுக் குடும்பங்களில் மட்டுமே கிடைத்தனர். அதனால் ஒரு குடும்பத்தினர் அதே குடும்பத்தவருடன் பாலுறவு கொள்ளலாம் என விருப்பங்கொண்டாலும் அவர்களின் தேவைகளை ஈடுசெய்யும் அளவிற்கு அக்குடும்பத்திற்குள்ளேயே துணை கிடைக்கவில்லை. அதனால் அவர்கள் வெளித்துணையைத் தேடினர். அதுவே தகாப் புணர்ச்சி விலக்கு ஏற்படக் காரணமாயிற்று என விளக்கங் கூறுவார் ராபின் ஃபாக்ஸ் (1962).

## உட்குழு மணஉறவைத் தவிர்த்தல் கொள்கை

நெருங்கிய இரத்த உறவுடையோர் இருவர் மணஉறவு கொள்வதால்

பிறக்கும் குழந்தைகள் குறைபாடு உடையனவாகவும், வீரியமற்றவை யாகவும், மரபுவழியில் (genetically) இன நிலைபேறுடமைக்கு ஏற்புடை யவையாக இல்லாமலும் காணப்படுவதால் உட்குழு மணஉறவைத் தவிர்த்தல் (inbreeding avoidance) இன்றியமையாதது என்று இக்கொள்கை வலியுறுத்துகிறது. எனவே, மக்கள் உட்குழு மணஉறவைத் தவிர்ப்ப தற்காக ஏற்படுத்திய ஒரு தகவமைப்பே, தகாப்புணர்ச்சி விலக்கு என இக்கொள்கை விளக்கம் கூறுகிறது.

இக்கொள்கை 19ஆம் நூற்றாண்டின் பிற்பகுதியில் உருவாக்கப் பட்டது. தொடக்கத்தில் இக்கொள்கை ஏற்றுக்கொள்ளப்பட்டாலும் பின்னர் கடுமையாக விமர்சிக்கப்பட்டது. உட்குழு மணஉறவு ஓங்கு பண்புகளைக் (dominant character) கொண்ட குழந்தைகளையும், ஒடுங்கு பண்புகளைக் (recessive character) கொண்ட குழந்தைகளை யும் உண்டாக்குவதால் இது, மற்ற திருமணங்களுக்கு ஈடாகவே உள்ளது என்று கருத்துத் தெரிவிக்கப்பட்டது. இவ்வகைக் கருத்துகளை ஆதரித்தவர்கள் இன்கா, பெரு, ரோம், ஹவாய் போன்ற அரச குடும்பத்தினர் செய்துகொண்ட இரத்த உறவுத் திருமணங்களைச் சுட்டிக் காட்டினர் (கிளியோபாட்ரா செய்துகொண்ட திருமணமும் இதிலடங்கும்).

அண்மைக்கால அறிஞர்கள் உட்குழு மணஉறவை ஆதரிக்கவில்லை. இவ்வகைத் திருமணங்கள், மனித குலத்தின் நிலைபேறுடமைக்கு நல்லதல்ல என்று பெரும்பாலான குடித்தொகை மரபியல் அறிஞர்கள் ஒருமனதாகக் கூறுகின்றனர். உட்குழு மணஉறவைத் தவிர்க்கும் போக்கை ஆதிமக்கள் இயற்கைத் (natural selection) தேர்வு மூலம் ஏற்படுத்திக் கொண்டனர்.

முதன்மைக் குழுவிற்குள் ஒருவர் தம் பாலுணர்வை நிறைவு செய்து கொள்ள துணை இல்லாமல், வேற்றுக் குழுத் துணையை ஏற்றுக் கொண்டு வாழ்ந்த மக்கள் நாளடைவில் மிகுந்த எண்ணிக்கையுடைய குழந்தைகளைப் பெற்று அவ்வினத்தவர்கள் தொடர்ச்சியாக இவ்வுலகில் நிலைபெறத் தொடங்கினர். அதற்கு மாறாக உட்குழுவிற்குள்ளேயே மணந்த குழுக்கள் குறைபாடுடைய, வீரியமற்ற மக்களையே பெற்றதால் நாளடைவில் அவர்கள் விரிவுபெறாமல் போயினர்.

வேற்றுக் குழுவினரை மணத் துணையாகக் கொண்ட குழுவினர்கள், வீரியமுள்ள குழந்தைகளைப் பெற்று, மக்கள் தொகையில் பெருகினர். இவ்வாறான குழுக்களையே இயற்கைத் தேர்வு ஆதரித்தது. இதனால் இயற்கைத் தேர்வு ஆதரித்த மணமுறை காலத்தால் அனைவரும் பின்பற்றக்கூடிய முறையாக மாறிவிட்டது. இதனால் மக்களிடையே

தகாப்புணர்ச்சி விலக்கு என்னும் முறை, மரபுவழி இடர்ப்பாடுகளைக் கட்டுப்படுத்தும் ஓர் உயிரியல் தடையாகவும் (biological prohibition), பாலுணர்வு விதிகள் சார்ந்த ஒரு பண்பாட்டுத் தடையாகவும் (cultural prohibition) உலகம் தழுவிய நிலையில் நிலைத்துவிட்டது.

## பின்னுரை

சில உறவுகளுக்கிடையே பாலுறவு நிகழக்கூடாது என்று சமூகத்தால் தடைவிதிக்கப்பட்டுள்ளது. அத்தகைய உறவுகளுக்கிடையில் பாலுறவு நிகழுமானால் அதுவே தகாப்புணர்ச்சி அல்லது முறையற்ற பாலுறவு (incest) எனப்படும். பெற்றோர்-பிள்ளைகள், சகோதர-சகோதரிகள் ஆகியோருக்கிடையே பாலுறவு நிகழக் கூடாது என்னும் தடையானது உலகம் தழுவிக் காணப்படுவதாகும். மற்ற உறவுகளுக்குள் காணப் படும் பாலுறவுத் தடைகள் இடத்திற்கிடம், சமூகத்திற்குச் சமூகம் மாறுபடுகின்றன.

தமிழ்ச் சமூகத்தில் முறையற்ற பாலுறவு விழைவுகள் வாய்மொழி இலக்கியங்களில் பெரிதும் பதிவாகியுள்ளன (இராமநாதன் 1988; வானமாமலை 1977; செங்கோ 1979; தர்ஸ்டன் 1909; இன்னும் சிலர்). ஆறு. இராமநாதன் இதுபற்றிய கட்டுரையொன்றில் இதனை ஆராய்ந் துள்ளார். தாத்தா-பேத்தி உறவு, தாய்-மகன் உறவு (திருவிளையாடற் புராணத்தில் கூறப்படும் அவந்தி நகர அந்தணன் நிகழ்வு), சகோதரன் - சகோதரி உறவு (குறிப்பாக அண்ணன்-தங்கை உறவு), மாமியார்-மருமகன் உறவு, மாமனார்-மருமகள் உறவு எனப் பல உறவுகளிடையே ஏற்பட்ட பாலுறவுகளைக் கோவை வெட்டக்காடு இருளப்பள்ளர்களின் கதைப்பாடலும், தமிழகத்தின் பல மாவட்டங்களிலும் பள்ளர், பறையர், வன்னியக் கவுண்டர் சாதிகளிடம் வாய்மொழியாக வழங்கி வரும் சின்னண்ணன்-சின்னச்சாமி கதைப்பாடலும், தென்னாற்காடு மாவட்டத்தில் பறையர்களிடம் வழங்கி வரும் பூசாமணி கதைப் பாடலும், தருமபுரி மாவட்டத்தில் வன்னியக் கவுண்டர்களிடம் வழங்கி வரும் மாட்டுப் பாட்டு அல்லது மாட்டுக்காரன் கதையும் முறையற்ற பாலுறவுகளைக் காட்டுவதாகும் (இராமநாதன் 1988: 13-36).

இத்தகு, தகாப்புணர்ச்சிகள் பற்றித் தமிழ் மக்களிடம் காணப்படும் வசைச் சொற்கள் கவனத்திற்குரியவை. 'தாயைப் புணர்ந்தவனே, அக்காவைப் புணர்ந்தவனே' என்னும் வசைச் சொற்கள் பெரிதும் காணப்படுகின்றன. இவ்விரு உறவுநிலைகளும் மிகவும் தடைக் குரியவை என்பதையே இவ்வசைகள் காட்டுகின்றன. தமிழ்ச் சூழலில் காலம், இடம், சமூகம் இவற்றின் பல்வேறு தளங்களில் முறையற்ற

பாலுறவுச் செய்திகள் பலவாறு பதிவாகியுள்ளன. இவை பண்பாட்டியல் ஆய்வுகளில் நுட்பமாக ஆராயப்படுவதற்குரியவை.

தமிழ்க் கிளைக்கதை ஒன்றில் பார்வதி விநாயகரைப் பார்த்து யாரைத் திருமணம் செய்துகொள்ளப் போகிறாய் என வினவ 'தாயே, உன்னைப் போன்ற ஒருத்தியை' என்று பதிலளிக்கிறார். இத்தகைய தகாத ஆசை கண்டு ஆத்தரமுற்ற பார்வதி 'என்றுமே பிரம்மச்சாரியாய் இரு' எனத் துரத்திவிட்டதால் இன்று வரை அவர் திருமணம் செய்து கொள்ளாமல் இருக்கிறார். (இக்கதையில் விநாயகர் தாயின் மேல் ஆசைப்பட்டது வெளிப்படுகிறது).

சில இராமாயணப் பிரதிகளில் தன் தந்தைக்குச் சாவினை ஈட்டித் தரும் விதியுடன் சீதை இராவணனுக்குப் பெண்ணாகப் பிறக்கிறாள். அவளிடமிருந்து விலகியிருக்க இராவணன் விரும்புகிறான். வட தேசம் வந்த சீதை ராமனை மணக்கிறாள். இதையறிந்து இராவணன் கொதிப்படைந்து சீதையை மீட்கிறான். இதனையடுத்து ராமன் யுத்தத்தில் இராவணனைக் கொன்றுவிடுகிறான். இங்கு ராமன் மருமகன் என்பதால், பண்பாட்டளவில் ராமர் மகனேயாவார் (இக்கதையின் படி மகன் தந்தையைக் கொல்கிறான்).

ரிக் வேதத்தில் சில இடங்களில் (ரிக் iv, 18, 12) 'இந்திரனே உன் தாயை விதவையாக்கியது யார்? பாதத்தைப் பிடித்து இழுத்து நீ உன் தந்தையைக் கொன்ற போது இருந்த தெய்வம் எது? போன்ற வினாக்கள் உள்ளன. (இவற்றிலும் முறையற்ற உறவு காணப்படுகிறது).

தகாப்புணர்ச்சி குறித்த தம் ஆய்வில் ஏ.கே. ராமானுஜன் கிரேக்க ஈடிபஸ் கதைக்கு நிகரான கதைகளை இந்தியப் பகுதிகளில் தேடினார். அத்தகு கதைகளை இங்கு இனங்காண முடியவில்லை என்கிறார் ஏ.கே. ராமானுஜன்.[4]

ஓரளவு கிரேக்கக் கதைக்கு இணையான ஒரு வடிவத்தை வடக்குக் கர்நாடகத்தில் இனங்கண்டார். இக்கதையில் 'தன் மகனை மணந்து அவன் மூலம் ஒரு மகனைப் பெற்றெடுப்பாள்' என்னும் விதியுடன் ஒருத்தி பிறக்கிறாள். இவ்விதியைக் கேள்விப்பட்டதுமே அதிலிருந்து தப்பிவிடுவதற்குக் கண்காணாத, ஆண் வாசம் இல்லாத கானகத்துக்குச் சென்று கனிகளை உண்டு வாழ்ந்து வந்தாள். பருவமடைந்த பின் ஒரு நாள் மன்னன் ஒருவன் சிறுநீர் கழித்திருந்த மாமரத்தின் கனி யொன்றைத் தின்றாள். அதன் மூலம் கர்ப்பமுற்று ஆண் குழந்தையை ஈன்றெடுத்தாள். மணமாகாமல் குழந்தை பிறந்ததற்கு அஞ்சி ஒரு துணியைச் சுற்றி குழந்தையை ஆற்றில் விட்டுவிட்டாள். ஒரு அரச குடும்பத்தில் அக்குழந்தை வளர்ந்து இளவரசனாகி ஒரு நாள்

வேட்டைக்குச் சென்றான். அங்கிருந்த அப்பெண் மீது காதல் கொண்டு மணந்தான். இருவருக்கும் ஒரு மகன் பிறந்தான். அக்குழந்தையைப் படுக்க வைப்பதற்கு எடுக்கும் புடவை அதன் தந்தையைச் சுற்றி வைத்ததாக இருந்தது. அப்போது பிறந்த மகனே தனக்குக் கணவனாய் வாய்த்துவிட்டதை எண்ணி வேதனைப்படுகிறாள். எல்லோரும் தூங்கி விட்ட பிறகு தாலாட்டு ஒன்று பாடுகிறாள்.

கண்ணுறக்கம் கொள்வாய்
மகனே
பேரனே
மணாளனின் சகோதரனே
கண்ணுறக்கம் கொள்வாய், கொள்வாய்
கண்ணுறங்கு.

குழந்தை உறங்கிய பின் சேலையைக் கயிறாக்கித் தற்கொலை செய்து கொண்டாள்.

ஏ.கே. ராமானுஜன் சமணப் பிரதிகளிலும் இன்னும் சில இலக்கியப் பிரதிகளிலும் எடுத்துக்காட்டுக்களைத் தேடி இந்திய ஈடிபஸ் முறையை விளக்குகிறார். இங்கு கிரேக்க ஈடிபஸ் வகையின் தலைகீழ் மாதிரிகள் கிடைக்குமெனத் தெரியாமலேயே அத்தகு வகையைத் தேடிக் கொண்டிருந்தாக ராமானுஜன் கூறுகிறார். இது பற்றிக் கூறும்போது, பிரபஞ்ச மரத்தின் இந்தியப் படிமம் மண்ணில் கிளைகளையும் விண்ணில் வேர்களையும் கொண்ட மரபாக உள்ளது என்கிறார்.[5]

ஈடிபஸ் வகைக்கு இணையான வேறு சில எடுத்துக்காட்டுகளையோ, புதிய எடுத்துக்காட்டுகளையோ தேடுவது இந்திய ஈடிபஸ் சிக்கலை ஆராயும் களத்திற்கு வலுசேர்க்கும். தமிழ்ச் சூழலில் கிடைக்கும் தகாப்புணர்ச்சி நிகழ்வுகளை ஆராய்வதற்கான களம் தொன்மங் களாகவும், எழுத்திலக்கியப் பனுவல்களாகவும், வாய்மொழி வழக்காறு களாகவும், பிற வகைமைகளாவும் உள்ளன. இவற்றின் வழி அறியப் படும் முடிவுகளை உலகளாவிய பண்புகளோடு ஒப்பிடும்போது[6] பண்பாட்டிடை முடிவுகளை அடைய முடியும்.

# 9
## சமூக அமைப்பு

சமூக வாழ்வென்பது ஓர் ஒருங்கிணைந்த, கட்டுக்கோப்பான அமைப்பைக் கொண்டது என்ற அணுகுமுறையானது இங்கிலாந்து சமூக மானிடவியலில் 1920கள் முதல் 1950கள் வரை மிக முக்கியமானதாக நிலவி வந்தது. மலினாவ்ஸ்கியும், ராட்கிளிஃப் பிரௌனும் 'சமூக அமைப்பு' (social structure) என்னும் கருத்தாக்கத்தைப் பயன்படுத்திச் சமூகத்தில் குழுக்கள் எவ்வாறு உருவாகி இயங்குகின்றன என்றும், மக்களின் நடத்தைமுறைகளை ஒழுங்கமைக்கும் விதிமுறைகள் என்னென்ன என்றும், வெவ்வேறு குழுவினர் ஒருவரோடு ஒருவர் எவ்வாறு தொடர்புகொள்கின்றனர் என்றும், அவ்வகைக் குழுக்களின் செயல்பாடுகள் என்னென்ன என்றும் அறிந்துகொள்ள முற்பட்டனர். சமூக அமைப்பின் பிரதிபலிப்பாக மக்களின் நடத்தைமுறைகள் எவ்வாறு வெளிப்படுகின்றன என்பதை இவர்கள் ஆராய்ந்து பெரும் புகழ் பெற்றனர். இந்த வகையில் கேலி உறவு, தவிர்ப்பு உறவு, பேறுகாலத் தனிமை, சேய்வழி அழைத்தல் ஆகிய நடத்தை முறைகள் சமூக அமைப்போடு பொருந்தி நிற்பதை மிக நுட்பமாக ஆராய்ந்தனர். பின்வரும் பகுதிகளில் அவற்றைக் காண்போம்.

### கேலி உறவு, தவிர்ப்பு உறவு

சமூகத்தின் உறவுகள் யாவும் ஓர் ஒழுங்கமைதிக்குள் உள்ளன என்றும், அவற்றைக் கணித்தறிய இயலும் என்றும், இவற்றின் அடிப்படை யிலேயே 'சமூக அமைப்பு' கட்டமைக்கப்பட்டுள்ள முறையை ஆராய முடியும் என இவ்விருவரும் நம்பினர். இவ்வகையான அணுகுமுறை யுடன் ராட்கிளிஃப் பிரௌன் மேற்கொண்ட கேலி உறவு, தவிர்ப்பு உறவு (joking and avoidance relations) பற்றிய ஆய்வானது மிக நுட்பமான தாகும்; உன்னதமானதாகும். தொன்மைச் சமூகத்தின் அமைப்பும் செயலும் (Structure and Function in Primitive Society 1952) என்னும் நூலில் இது குறித்து ஆராய்ந்துள்ளார்.

கேலி உறவில்[1] ஈடுபடும் ஒரு தனிமனிதர் அல்லது ஒரு குழுவினர் மற்றொரு தனிமனிதரை அல்லது குழுவினரைக் கேலி பேசலாம், கிண்டல் செய்யலாம், இடித்துரைக்கலாம், தமாஷாக அடி உதையில் கூட ஈடுபடலாம். இவற்றிற்காக, மற்றவர் அவரை எதிரியாகப் பாவிப்ப தில்லை. அமெரிக்க இந்தியர்களான குரோ இந்தியர்களிடம் (Crow Indians) ராபர்ட் லோவி (Robert Lowie) கண்டறிந்த இவ்வகைக் கேலி உறவு பற்றி இங்குக் காண்போம். குரோ இந்தியர்களிடம் ஒருவர் அவரது மனைவியின் தங்கையை எந்த அளவு வேண்டுமானாலும் உரிமையுடன் கேலி உறவில் ஈடுபடலாம். அவளுடைய உடையைத் தூக்கி அவளின் அம்மணத்தைக்கூட காட்டலாம். அவ்வாறே அவளும் அவரிடம் பழகலாம். மனைவி எதிரில்கூட கேலி உறவு தொடர் வதுண்டு. உலக அளவில் மணவழி உறவினரே பெரிதும் கேலி உறவுக் குள்ளாகின்றனர்.[2]

தவிர்ப்பு உறவென்பது (avoidance relationship) கேலி உறவுக்கு நேர்மாறானது. இத்தகு உறவில் ஒருவருக்கொருவர் மிகுந்த மரியாதை காட்டுவர்; நேருக்கு நேர் பழகுவதில் தயக்கம் காட்டுவர். நவாஹோ (Navaho) மூதாட்டி பாரம்பரியமாக நீண்ட உடை ஒன்றை (bells) அணிந்திருப்பார். இது 'இது மாமியார் உடை' (mother-in-law bells) என்று கூறப்படும். இத்தகு உடை அணிந்திருப்பவர் இருக்குமிடங்களில் முறை உறவுள்ள ஆண்கள் வருவது தவிர்க்கப்படும். மாமியார்-மருமகன் உறவு ஒரு தவிர்ப்பு உறவாகும்.[3]

இவ்வகையான மாறுபட்ட தன்மையுடைய, ஆனால், அதே நேரத்தில் உலகம் முழுவதும் பரவலாகக் காணக்கூடிய நடத்தைமுறைகள் அவை இடம்பெறும் சமூகங்களில் என்ன செயல்பாடுகளைச் செய்கின்றன என்று ராட்கிளிஃப் பிரௌன் தனக்குதானே கேள்விகள் கேட்டுக் கொண்டார்.

இது குறித்த இவருடைய ஆய்வு தனித்தன்மையுடைய, நுட்பமான ஆய்வாகும். இதன் மூலம் கேலிஉறவு, தவிர்ப்பு உறவு ஆகிய இரண்டு நடத்தைமுறைகளும் 'தரப்படுத்தப்பட்ட (standardized) சமூக உறவுகள்' ஆகும் என்பார். இவையிரண்டும் உறவினர்களைச் சந்திக்கும் காலப் பொழுதில் ஏற்படுகின்ற கிண்டல் (கேலி உறவு) அல்லது கூச்ச சுபாவம் (தவிர்ப்பு உறவு) அல்ல என்பார். மாறாக, இரு தனிமனிதர்களுக் கிடையில் காணக்கூடிய அமைப்பு சார்ந்த சூழ்நிலையாக (structural situations) உள்ளது என்றும், சமூக உறவில் மனிதர்களிடம் முரண்பாடு சச்சரவு, விரிசல், பாதிப்பு போன்றவை எழக்கூடிய வாய்ப்புள்ள இடங்களில் இத்தகு இருவேறு வகையான உறவுகள் (கேலி, தவிர்ப்பு)

அவற்றைச் சரிசெய்வதற்காக உள்ளன என்றும் ராட்கிளிஃப் பிரௌன் விளக்குகிறார் (1952: 91-97).

இத்தகு நோக்கில் சிந்தித்த ராட்கிளிஃப் பிரௌன், இவ்வாறான தரப்படுத்தப்பட்ட சமூக உறவுகளின் பங்குபணிகள் என்னென்ன என்று ஆராய்ந்தார். இவ்வகையான நடத்தைமுறைகள் சமூக உறவில் மாமியார்-மருமகன் உறவு, பாலியல் உந்துதல் கொண்ட கணவன்-கொழுந்தியாளான (மனைவியின் தங்கை) உறவு போன்ற 'அமைப்புச் சூழ்நிலைகள்' (structural situations) தோன்றுமிடத்து எழக்கூடிய பாதிப்புகளைத் தவிர்ப்பதற்காகவே உள்ளன என விளக்கங் கண்டார்.

இந்த அணுகுமுறையில் பார்க்கும்போது கேலியும், தவிர்ப்பும் எதிரெதிரானவை அல்ல என்பார் ராட்கிளிஃப் பிரௌன். சமூக உறவில் எழ வாய்ப்புள்ள ஒரே வகையான சிக்கலுக்கு மாறுபட்ட இரண்டு முறைகளில் தீர்வு காண்பதாக இவை உள்ளன என்றார்.

இவ்வகை உறவு நிலைகள் சமூகப் பனுவலாக நின்று சமூகத்தில் ஏற்படக்கூடிய சிக்கலுக்கு வழிகாட்டுகின்றன. நெருங்கி உறவாடு மிடத்து அது சண்டையாக மாறாமலிருக்க ஒரு ஏற்பாடு; நெருங்கி உறவாடாமல் விலகியே இருக்க மற்றொரு ஏற்பாடு என இவை யிரண்டும் 'அமைப்புச் சூழ்நிலை'களாக உள்ளன என்றார் (மேலது: 101-4) ஆக, கேலி, தவிர்ப்பு ஆகிய இரண்டு நடத்தை முறைகளும் சமூக அமைப்பின் பிரதிபலிப்பாக இருப்பதைக் கருத்தூன்றி ஆராய்ந்துள்ளார் ராட்கிளிஃப் பிரௌன்.

## பேறுகாலத் தனிமை

பேறுகாலத் தனிமை (couvade) [4] என்பது மனைவியின் பேறுகாலத்தில் கணவன் மேற்கொள்ளும் போலியான பாவனையாகும். மனைவி படும் துன்பங்களைப் போன்றே கணவனும் அவளுடன் இருந்து அத்துன்பங்களை அனுபவிப்பதாகும். அனைத்து வேலைகளையும் விட்டொழித்து, அருகிலேயே தனிமைப்பட்டுக் கொண்டும், குறைந்த உணவு உட்கொண்டும், அதிலும் பிரசவத்திற்கேற்ற சுவை மாறுபட்ட பத்திய உணவை உட்கொண்டும், மனைவிக்கு ஏற்படும் உடல்வலி தனக்கும் ஏற்படுவது போல் பாவனை செய்துகொண்டும், முடங்கிக் கொண்டும் இருப்பதாகும்.

இவ்வழக்கம் உலகின் நான்கு பகுதிகளில் நிலவுகிறது: 1. வடகிழக்குத் தென் அமெரிக்கா 2. வட அமெரிக்கப் பீடபூமி 3. கிழக்கு ஆசியா 4. ஸ்பெயின், பிரான்சு இடையேயுள்ள பைரொனீஸ் (Pyronees) மலைப்பகுதிகள்.

பண்பாட்டு உருவமைப்பிலுள்ள வேறுபாடுகளும், மாறுபட்ட அமைப்புகளும் பேறுகாலத் தனிமை ஒரு தனிப்பட்ட போக்குடைய மனிதக் கண்டுபிடிப்பு என உணர்த்துகின்றன. ஆதலால், பெரும் பாலான வட அமெரிக்கப் பீடபூமி, ஷோஷோன் (Shoshone) பண்பாட்டி லுள்ள இவ்வழக்கம் தெற்கு அமெரிக்கச் சிரியோனோ (Siriono) வழக்கத்தை விட மாறுபட்டது. பிற இடங்களிலும் சிற்சில மாறுபாடு களுடன் காணப்படுகிறது.

சென்ற நூற்றாண்டில் பண்பாட்டு மானிடவியல் ஆய்வாளர்கள் இவ்வழக்கத்தைப் பற்றிய பல்வேறு கோட்பாடுகளை முன்வைத் துள்ளனர். இக்கோட்பாடுகளில் ஒன்று, மகப்பேறினால் பெண் களிடையே குழந்தையைக் காப்பதற்கு இடைவிடாது கவனிப்புத் தேவைப்படுவதால், ஆண்களிடையேயும் அவ்வாறான ஓர் உள்ளார்ந்த எண்ணம் தோன்றியது என்கிறது. இதுவே மனைவியின் பேறுகாலத்தில் கணவன் மேற்கொள்ளும் பேறுகாலத் தனிமைக்குக் காரணம் என இக்கோட்பாடு கூறுகிறது. ஆதலால், குழந்தையின் பராமரிப்பில் ஆண்கள் தங்கள் தனிமையின் அவசியத்தை மீண்டும் ஒருமுறை உறுதிசெய்யும் வண்ணம் இவ்வழக்கத்தை மேற்கொள்கின்றனர் என இக்கோட்பாடு விளக்கிக் கூறுகிறது.

அடுத்து, பேறுகாலத்தில் மனைவிபடும் துன்பங்களைத் தானும் அனுபவிப்பதுபோன்று வெளிப்படுத்தும் உணர்வு மூலம் பிறக்கும் குழந்தைகளுக்குத் தானே தந்தை என்றும், தந்தையின் பங்கும் பேறு காலத்தில் முதன்மையானது என்றும் உணர்த்துகின்றனர். இம்முறை உண்மையில் தாய்வழிச் சமூகத்திற்குரியதன்று. ஏனெனில் அங்குப் பெண்களே முன்னுரிமை பெறுவதால் ஆண்கள் அடையாளம் பெறுவதில்லை. மாறாக, தாய்வழிச் சமூகம் அழிக்கப்பட்டுத் தந்தை வழிச் சமூகம் கால்கொண்ட சூழலில் தந்தையின் அடையாளத்தையும் முக்கியத்துவத்தையும் உணர்த்தும் பொருட்டுப் பேறுகாலத் தனிமை ஏற்பட்டது என்பார் டைலர் (E.B. Tylor).

ஆதலின் இப்பழக்கம் தாய்வழிச் சமூகமானது முழுமையான தந்தைவழிச் சமூகமாக மாற்றம் பெறுவதற்கு எடுத்துக்கொண்ட இடைப்பட்ட காலத்தில் மேற்கொள்ளப்பட்டதாகும் என்று கூறுவார் டைலர். தந்தையின் அடையாளமும் ஆதிக்கமும் நிலைநாட்டப்பட்டு முழுமையான தந்தைவழிச் சமூகத்தின் அமைப்பு கட்டுக்கோப்பாகிய பின், இந்த நடைமுறை பல சமூகங்களில் வழக்கொழிந்துவிட்டது என்றும், சில சமூகங்களில் எஞ்சி நிலைத்ததாக (survival) உள்ளது என்றும் டைலர் முன்வைத்தார்.

பேறுகாலத் தனிமையானது குழந்தையைத் தீய சக்திகளிடமிருந்து பாதுகாக்க, தந்தை மேற்கொள்ளும் தந்திரச்செயல்கள் என மூன்றாவது கோட்பாடு கூறுகிறது. இவ்வழக்கத்தில் ஓர் ஆண் உளவியல் ரீதியாக ஒரு பெண்ணின் பங்கைத் தனதாக ஏற்றுக்கொண்டு சமய ரீதியாகவும் உடல் ரீதியாகவும், ஓர் ஆண், பெண் நிலையை அடையும், உணர்ச்சி வயமான போராட்டம் என நான்காவது கோட்பாடு விளக்குகிறது.

பர்டன் & வொய்ட்டிங் (Burton & Whiting 1964), முன்ரோ & வொய்ட்டிங் (Munroe & Whiting 1973) ஆகியோர் தங்கள் ஆய்வுகள் மூலம் இவ்வழக்கத்தை மேற்கொள்ளும் பண்பாடுகளில் ஆண்கள் பெண்களோடு ஒப்பிடும் வகையில், பெண்ணின் தன்மைகளைப் பாவிக்கும் சூழ்நிலை நிலவுவதாகக் கூறுகின்றனர்.

இவ்வழக்கத்தைக் கொண்டிராத சமூகத்துடன் ஒப்பிடும்போது இவ்வழக்கத்தை மேற்கொள்ளும் சமூகத்திலுள்ள ஆண்கள், உளவியல் ரீதியாக பெண்களைப்போல் செயல்படுகின்றனர். இதனைச் 'செய்து காண்பித்தல்' (acting out) என்ற கோட்பாடுவழி ராபர்ட் முன்ரோ (Robert Munroe 1980) தம் ஆய்வு மூலம் வலியுறுத்துகிறார். இவ்வழக்கத்தில் ஆண், பெண் வகையில் ஆணின் உடையை அணிந்துகொள்ளும் வழக்கத்திற்கு ஒப்பிடப்பட்டுள்ளது. அதாவது, ஓர் ஆண், நிலையாக ஒரு பெண்ணின் உடையையும், பெண்ணின் பங்குபணிகளையும் சமூகத்தின் எதிர்பார்ப்புக்காக முழுமையாக ஏற்றுக்கொள்வதெனக் கருதப்படுகிறது (Munroe, Whiting & Hally 1969).

பேறுகாலத் தனிமை வழக்கத்தைக் கொண்டிராத பண்பாடுகளிலும் ஆண், பெண் உடையை அணிந்துகொள்ளும் வழக்கம் நிலவுகிறது என ஓர் எதிர்மறைக் கருத்து உள்ளது (Munroe 1980: 52). இவ்வழக்கத்தை மேற்கொள்ளும் ஆண்கள், பெண் நிலையைத் தொடர்ந்து அடையும் வண்ணம் பெண்கள் உடைகளை அணிகின்றனர். இவ்வழக்கம் காணப்படும் சிரியோனா (Siriono), ஷோஷோன் (Shoshone) பண்பாடு களில் ஆண்களுக்கும், பெண்களுக்கும் இடையேயுள்ள தொடர்பைப் பொதுவாக மெய்ப்பிக்கும்வண்ணம் ஆண்களின் பாதுகாப்பு அல்லது தன்னுறுதியுடன் செயலாற்றும் ஆண் தன்மையை வெளிப்படுத்த அவ்வப்போது வலியுறுத்தப்படுகிறது.

குழந்தை பிறப்பின்போது ஓர் ஆண், பெண்ணின் பங்குபணிகளைச் செய்து ஒரு பொது அடையாளம் கொள்வதற்காகவே பேறுகாலத் தனிமை வழக்கம் நிலவுவதற்கான காரணம் என முன்ரோ (Munroe 1980: 54) கூறுகிறார். ஏனெனில் பேறுகாலத் தனிமை ஒரு முக்கிய உளவியல் அடித்தளத்தை ஆண்களிடம் பிரதிபலிக்கிறது. குறிப்பாக இவர்களின்

குழந்தைப் பருவத்தில் பல்வேறு வரைமுறைகளாலும், தாய்-சேய் தூக்க முறைகள் அல்லது பெண்வழி உறைவிட முறைகள் (திருமணத்திற்குப் பிறகு தம்பதியர் மணப்பெண்ணின் பெற்றோருடன் வாழும் வழக்கம்) போன்ற முறைகளாலும் அவர்கள் வளர்க்கப்பட்ட முறையாலும் அவர்களுக்குள்ளே இவ்வழக்கங்கள் துருத்திக் கொண்டுள்ள தன்மை பிரதிபலிக்கின்றது என்கிறார்.

முன்ரோவின் ஆய்வு பேறுகாலத் தனிமை வழக்கத்தை விளக்குவதில் குறிப்பிடத்தக்க பங்காற்றுகிறது. பேறுகாலத் தனிமை போன்ற பண்பாட்டு உருவங்கள் தனிப்பட்ட முறையாகவும் பெரும்பான்மையாக வரலாற்று ரீதியாகவும் புவியியல் ரீதியாகவும் வேறுபட்ட நிலைகளில் தோன்றுகின்றன. இதற்கான பொதுவான காரணங்களை அறிவதில் பண்பாட்டு மானிடவியலர்கள் ஆர்வம் கொண்டனர். இத்தகு பண்பாட்டு ஆய்வுகளில் பொதுவாகப் பயன்படுத்தப்பட்ட காரணிகள், நுட்பங்கள் மாறுபட்டாலும் இவை அனைத்துமே சமகாலப் பண்பாட்டு மானிடவியலின் அடிப்படை ஆய்வுகளில் பெரும் பங்காற்றியுள்ளன.

### சேய்வழி அழைத்தல்

தாய்வழிச் சமூகமே மனித குலத்தின் தொடக்க நிலை என்று உறுதிப்படுத்த டைலர் 282 சமூகங்களின் தரவுகளைத் தொகுத்து பேறுகாலத் தனிமை முறையைச் சான்றாகக் காட்டியதுடன் 'சேய்வழி அழைத்தல்' (teknonymy) முறையையும் சான்றாக எடுத்துக்காட்டுகிறார். குழந்தைகள் பெயரை முன்வைத்து அக்குழந்தையின் பெற்றோரைக் (குறிப்பாக தந்தையை) குறிப்பிடுதல் அல்லது அழைக்கும் முறையே 'சேய்வழி அழைத்தல்' எனப்படும். சமூகத்தில் உறவுமுறையின் ஒரு பகுதியாக இம்முறை நிலைபெற்று வந்துள்ளது.

சேய்வழி அழைத்தல் முறையானது தாய்த்தலைமைக் குடும்ப முறையின் எஞ்சிநிலைத்தவையாக இன்றும் பல சமூகங்களில் காணப்படுகிறது. தமிழகம் உள்ளிட்ட தென்னிந்தியாவின் ஊரகப் பகுதிகளிலும் தாய்வழிச் சமூகத்தின் எச்சங்கள் (relics) காணப்படுகின்றன.[5]

பண்டைக் காலத்தில் தாய்த்தலைமை முறை பரவலாக ஓங்கியிருந்த போது திருமணத்திற்குப்பின் கணவன் மனைவியின் வீட்டிற்குச் சென்று வாழ்ந்து வந்தான் அல்லது அவ்வப்போது சென்று வருபவனாக இருந்தான். இந்நிலையில் மாமியார் மருமகனைத் தன் குடும்பத்தைச் சார்ந்த ஒருவன் என மதிக்காமல் அவளது மக்களையும் சகோதரி மக்களையும் மட்டுமே பெரிதாக மதித்தாள். அவர்களே அக்குடியின்

கால்வழியினர் என்பதால் அவர்கள் அனைவரும் 'முதன்மை உறவினர்' (primary kin) என்ற வட்டத்திற்குள் முக்கியத்துவம் பெற்றிருந்தனர். மருமகன் ஓர் 'இரண்டாம் நிலை உறவின'ராகவே கருதப்பட்டான். இதனால் தாய்வழிக் குடும்பத்தைச் சேர்ந்த முதனிலை உறவினர்கள் அக்குடும்பத்தின் மருமகனைக் குறிப்பிட்டுக் கூற முற்பட்டபோது இக்குழந்தைகளின் தந்தை என்றே குறிப்பிட்டனர். மக்களின் வழி தந்தை குறிப்பிடப்படுவது தாய்வழிச் சமூகத்தின் கூறாகவும், இது பிந்தைய நிலைகளில் எச்சக் கூறாகவும் தொடர்ந்து காணப்படுகிறது (மேலும் காண்க: இயல் 6).

## பின்னுரை

சங்க இலக்கியங்களில் 'ஐயை தந்தை' (அகம். 6), 'அகுதை தந்தை' (அகம். 96) மைந்தர் தந்தை, சேந்தன் தந்தை, இளையோள் தந்தை, இயினன் தந்தை, மடந்தையர் தந்தை, புதல்வர் தந்தை, நல்லோள் தந்தை, கொடிச்சியர் தந்தை போன்ற வழக்குகள் சேய்வழி அழைத்தல் முறை வழக்கத்தில் இருந்ததைச் சுட்டுகின்றன. தாய்வழியின் எச்சக் கூறுகள் பல இன்றும் தமிழ்ச் சமூகத்தில் இருக்கின்றன (விரிவுக்குக் காண்க: இயல் 6). சங்ககாலம் தொடங்கி கால மாற்றத்தில் ஏற்பட்டு வந்துள்ள சமூக, பண்பாட்டு மாற்றங்களில் தாய்வழிச் சமூகக் கூறுகள் எவ்வாறெல்லாம் எச்சக் கூறுகளாகிவிட்டன என்பது தமிழ்ச் சமூகத்திற் குரிய ஆய்வாகும். இன்றுங்கூட, தமிழ்ச் சூழலில் 15க்கும் மேற்பட்ட தாய்வழிச் சமூகங்கள் உள்ளன (காண்க: இயல் 6). இவற்றின் சமகாலப் போக்குகளை ஆராய்வதன் மூலம் மேற்கூறிய நடத்தை முறைகளை அறிய முடியும்.

# 10

# திருமண முறைகள்

பண்பாட்டின் உள்ளமைப்புகளுள் (sub-systems) ஒன்றான திருமணத்தின் வழி சமூகத்தின் அமைப்பை, கட்டுமானத்தை அறியும் சிந்தனையைத் தொடங்கியவர் மிகவும் புகழ்பெற்ற பிரஞ்சு மானிடவியலர் கிளாட் லெவிஸ்ட்ராஸ் ஆவார். இவர் தம்முடைய முனைப்பான சிந்தனையால் திருமணத்தின் மறுபக்கமாக விளங்கும் பண்பாட்டின் இன்னோர் உள்ளமைப்பான உறவுமுறையையும் (kinship) இணைத்துச் சமூகத்தின் அமைப்பை விளக்க இயலும் என்பதை நிரூபித்தவர். இவ்வியலில் அமைப்பியவாதியான லெவிஸ்ட்ராஸ் அணுகுமுறைப்படி தமிழர்களின் திருமணம், உறவுமுறை, ஆதிசமூக அமைப்பு ஆகிய மூன்றும் ஆராயப்பெறுகின்றன.

## திருமணம்: லெவிஸ்ட்ராஸ் கோட்பாடு

உலகந்தழுவிய நிலையில் தந்தைவழிச் சமுதாயங்களில் திருமணம் என்பது பெண் எடுத்தலைக் குறிக்கும். தாய்வழிச் சமுதாயங்களில் இதற்கு மாறாக மணமகன் பெறுதலைக் குறிக்கும். ஆக, உலகளாவிய நிலையில் திருமணம் என்பது ஒரு குழுவிலுள்ள மணத்துணையை (spouse:இச்சொல் பால்சாராதது) வேறொரு குழுவினர் பெறுவதைக் குறிக்கிறது. இப்பொதுப் புரிதலை அமைப்பியமானது (structuralism) ஒவ்வொரு சமூகத்திலும் காலந்தோறும் நிகழும் திருமணங்கள் வாயிலாகச் சமுதாயத்தில் உறுப்பினர்கள் தொடர்ந்து இடமாற்றம் பெற்று 'மறுஒழுங்கு' (rearrangement) செய்யப்படுகின்றனர் என்ற அமைப்பாக்கத்தை அடையாளப்படுத்துகிறது. இந்நிலையில், அமைப்பியத்தின்படி குடும்பம் என்பது திருமணத்தின் மூலம் 'மறுஒழுங்கு' செய்யப்பட்ட ஒரு குழுவாகும்.

திருமணம் குறித்த லெவிஸ்ட்ராசின் *(1969 / 1949)* அமைப்பியல் விளக்கம் 'இயற்கை: பண்பாடு' என்னும் அமைப்பு நிலையிலிருந்து தொடங்குகிறது. மானிடப் பண்பாட்டுப் படிமலர்ச்சியில் ஒருவர் யார்

யாருடன் மணவுறவு கொள்ளக்கூடாது என்று ஏற்படுத்திக் கொண்ட வரையறையானது அவர்கள் இயற்கையின் தன்மையிலிருந்து (nature) பண்பாட்டின் தன்மைக்கு (culture) அடியெடுத்து வைப்பதைக் குறிக்கக் கூடிய ஒரு முதன்மையான அளவுகோலாகும். இரத்த உறவினருடன் உடலுறவு கொள்ளக்கூடாது என்ற விலக்கை (taboo) ஏற்படுத்தி மனித இனத்தின் சரிபாதியாக விளங்கும் மகளிரைத் திருமணம் என்னும் நிகழ்வு மூலம் கொண்டு - கொடுத்தல் (exchange) என்ற ஒரு பரிவர்த்தனை முறைக்கு உட்படுத்தியது.

> தகாப்புணர்ச்சி கருத்தாக்கமும் இரத்த உறவுள்ளவர்களுடன் உடலுறவு கொள்வது தவறு எனும் கருத்தும் உலகளாவிய நிலையில் தோன்றியபோதுதான் மனிதகுலம் 'இயற்கை' நிலையிலிருந்து 'பண்பாடு' எனும் நிலைக்கு மாறியது *(லெவிஸ்ட்ராஸ் 1969:30).*

சமூகத்தில் பெண்களை ஒரு குழுவிலிருந்து இன்னொரு குழுவிற்குப் பரிமாற்றக்கூடிய அமைப்பு (structure) தகாப்புணர்ச்சி விலக்கு (incest taboo) என்னும் அடித்தளத்தின் மீது அமைப்பாக்கம் பெறுகிறது என்கிறார் லெவிஸ்ட்ராஸ்' *(1969/1949: 22).* ஒரு குழுவைச் சேர்ந்த பெண்கள் அக்குழுவினருக்குப் பொருத்தமற்றவர்கள் என்னும் நிலையில், அவர்களை மற்றவர்களுக்குக் கொடுத்து அவர்களிடமிருந்து பெண்களைப் பெறுதல் என்னும் பரிமாற்றமானது புறமண (exogamy) விதியைக் கட்டமைக்கிறது (புறமணம் என்பது ஒருவர் அவர் சார்ந்த குழுவில் மணத்துணையைப் பெறாமல் வேற்றுக் குழுவிலிருந்து பெறுதலைக் குறிக்கும் கரை, கூட்டம், பரம்பரை, வகையறா, கிளை போன்றவை புறமணக் குழுவாகும்).

தகாப்புணர்ச்சி விலக்கும் புறமணமும் மேலோட்டமாகப் பார்த்தால் ஓர் எதிர்மறைப் பண்பைப் பெற்றிருப்பது போல் தோன்றும். ஆனால், இவை சமூகத்தில் ஒரு குழுவிலிருந்து வேறு குழுவினருடன் மணவுறவு கொள்ள (marrying out) வகை செய்கிறது. அதோடு, பல கால்வழிக் குழுக்களாகப் பிரிந்துள்ள சமூகத்தில் ஒரேயொரு கால்வழிக்குள்ளேயே பாலுறவுத் தன்னிறைவு ஏற்படாமலிருப்பதற்கான அமைப்பைக் கட்டுமானம் செய்து, சமூகத்தில் குறைந்த அளவு இரண்டு கால்வழிக் குழுவினருக்குள் மணவுறவு ஏற்படுத்தி அதன்வழிப் பரஸ்பர உறவையும், ஒத்துழைப்பையும், சமூக ஒன்றியத்தையும் ஏற்படுத்தும் அமைப்பைக் கட்டமைக்கிறது. இந்நிலையில், இவை ஆக்கநிலைப் (positive) பண்பாக மாறுகின்றன என்கிறார் லெவிஸ்ட்ராஸ்.

இந்நிலையில், பரிமாற்றமானது சமூகத்தில் ஓர் ஆக்கப்பூர்வமான குணம் படைத்தது; ஆக்கப்பூர்வமான இயக்கத்தைத் தூண்டுகிறது.

இதனாலேயே சமூகத்தில் காணப்படும் பல்வேறு கூறுகளைவிடவும் திருமணம், உறவுமுறை ஆகியவற்றிற்கு மிகுந்த முக்கியத்துவம் கொடுக்கிறார் லெவிஸ்ட்ராஸ்.

சமூகத்தில் பரிமாற்றம் என்கிற நிகழ்வின் பல பரிமாணங்களைத் திருமணம், உறவுமுறைவழி அறிவது கூடுதல் புரிதலை ஏற்படுத்தும் என்றும் லெவிஸ்ட்ராஸ் கூறுகிறார். திருமணமானது குடும்பம், பாலுறவு போன்ற தளங்களையெல்லாம் மீறி அது ஒரு பொருளியல் பரிவர்த்தனையை எவ்வாறு மணவுறவு ஏற்படும் நாள் முதல் தொடங்கி வைக்கிறது என்பதில் நம் கவனத்தைக் கொண்டு செல்கிறார் லெவிஸ்ட்ராஸ்.

திருமணமானது மணமகன், மணமகள் என்னும் இரு தனி மனிதர்களை இணைக்கும் நிகழ்வன்று என்கிறார் லெவிஸ்ட்ராஸ். இது ஒரு தொடர் வரிசையிலான பொருளாதாரப் பரிவர்த்தனையை ஆரம்பித்து வைக்கிறது. திருமணத்திற்குப் பின் மணவுறவால் இணைந்த குடும்பங்களுக்குள் சடங்கு/சமூக நிகழ்வுகளின்போது உணவு, பணம், பொருள், துணிமணி போன்றவை மாறி மாறிப் பரிவர்த்தனை செய்து கொள்ளப்படுகின்றன. அவற்றோடு பிற உதவிகளும் பரிவர்த்தனை செய்துகொள்ளப்படுகின்றன.

இப்பரிவர்த்தனை உறவுகள் மணவுறவால் இணைந்த குடும்பங் களையும் தாண்டி அக்குடும்பங்களைச் சார்ந்த உறவுக் குழுக்களுக் கிடையேயும் விரிவு பெறுகின்றன. பெண்ணைக் கொடுத்தவர் மட்டும் சம்பந்தி / உறவு வீட்டாருக்கு அன்பளிப்புக் கொடுப்பதில்லை. அவருடைய பங்காளிகளும் அன்பளிப்புக் கொடுக்கிறார்கள். இந்த அன்பளிப்புகள் மீள்பரிவர்த்தனையாக அடுத்து நடக்கும் நிகழ்வுகளின் போது அன்பளிப்புக் கொடுத்தவர்களுக்கு வந்து சேரும்.

இவ்வாறு மணவுறவு என்பது மணமகன், மணமகள் ஆகிய இரண்டு தனிமனிதர்களைத் தாண்டி அவர்களின் குடும்பத்தினர், அவர்கள் சார்ந்த கால்வழியினர் ஆகியோரை இணைத்துக்கொள்ளும் ஒரு விரிவான பொருளியல் பிணைப்பைக் கட்டமைக்கிறது.

தகாப்புணர்ச்சி விலக்கு என்னும் தடையை ஏற்படுத்திக் கொண்டதன் வாயிலாகவே ஒருவர் அவர் சார்ந்த குழுவை விடுத்து அடுத்த குழுவுடன் மணவுறவு கொள்ளும் நிலை அமைகிறது. இவ்வாறு மணவுறவு கொள்ளும் கால்வழிக் குழுக்களுக்கிடையே போட்டி, பொறாமை ஏற்படாமல் அவற்றிற்குள் இணக்கமுள்ள, ஒத்திசைவு டைய ஒருங்கிணைப்பைத் திருமணம் ஏற்படுத்தித் தருகிறது என்கிறார் லெவிஸ்ட்ராஸ்.[2] இவ்வாறு திருமணத்தின் வாயிலாக மணப்பெண்

களைத் தொடர்ந்து பரிமாறிக் கொள்ளும்போது பகைமைச் சூழலை விடுத்துப் பரிமாற்றத்தையும், பதற்ற நிலையைவிடுத்து நம்பிக்கையையும், பயத்திலிருந்து விடுபட்டு நட்பையும் பெறமுடிகிறது.

போட்டி, பொறாமை, போர் போன்ற சூழல்களை விடுத்து சமூக உணர்வு மேலோங்குவதற்குத் திருமணமே பெரிதும் உதவுகிறது என்கிறார் லெவிஸ்ட்ராஸ். பெண்களைப் பரிமாறிக் கொள்வதும், அதன்பின்னர் பரிசுப் பொருட்களைப் பரிமாறிக் கொள்வதும் சமூக இணக்கத்திற்கு உதவுகின்றன *(லெவிஸ்ட்ராஸ் 1976:76)*

**உறவுமுறை:** திருமணம் வாயிலாக நிகழும் பரிமாற்றத்தை உள்வாங்கிக் கொண்ட லெவிஸ்ட்ராஸ் இதன் மூலாதாரம் எத்தன்மையது என்றும், இதன் தன்மை உலகந்தழுவிப் பல பண்பாடுகளில் எவ்வாறு காணப்படுகிறது என்றும் ஆராய்ந்தார். இதனை *உறவுமுறையின் தொடக்க கால அமைப்புகள்* (The Elementary Structures of Kinship 1969/1949) என்னும் நூலாக எழுதினார்.

மணவுறவு, கொண்டு - கொடுத்தல், திருமணம் இவற்றின் அமைப்புகள் உலகந்தழுவிய பண்பாடுகளின் உறவுமுறையில் காணப்படும் வேறுபாடுகளிலிருந்து காணமுடியும் எனக் கண்டறிந்ததே லெவிஸ்ட்ராசின் மிகப் பெரும் கண்டுபிடிப்பாகும்.

உலகந்தழுவிய நிலையில் உறவுமுறையின் வகைகளைத் தொகுத்து ஆராய்ந்த லெவிஸ்ட்ராஸ், அவை பின்வரும் இரண்டு தனிப் பெரும் நிலைகளில் வேறுபாட்டைக் காட்டுகின்றன என்பதைக் கண்டறிந்தார்.

1. எளிய அமைப்புகள்[3] (elementary structures)
2. சிக்கலான அமைப்புகள் (complex structures)

உறவுமுறையின் வேறுபாடுகளில் மேற்கூறிய இரண்டு அமைப்புகளைப் பருநிலையில் கண்டறிந்த லெவிஸ்ட்ராஸ் அவற்றின் நுண்ணிய காரணிகளை அறிவதற்காக ஆழ்ந்து ஆராய்ந்தார். உலகந்தழுவிப் பெருமளவு தொகுத்தத் தரவுகள் தொடக்கத்தில் புரியாத புதிர்க் குவியலாக இருப்பினும் தொடர்ச்சியான ஆய்வு வேட்கையால் லெவிஸ்ட்ராஸ் திருமண விதிகள், பரிமாற்றமுறை, உறவுமுறை என்ற மூன்று காரணிகள்தாம் இந்த இரண்டு அமைப்புகளுக்கான வேறுபாடுகளை வெளிப்படுத்துகின்றன எனக் கண்டறிந்தார்.

லெவிஸ்ட்ராஸ் கூறும் 'எளிய அமைப்புகள்' மனித சமுதாயத்தின் தொடக்க நிலையில் தோன்றிய மணவுறவு (alliance) முறையைக் குறிப்பதாகும். மனித சமூகத்தில் தொடக்கத்தில் 'விரும்பத்தக்க

மணமுறைகள்' (preferential marriages) தோன்றின. இம்மணமுறையின் சிறப்புத் தன்மைகள் அனைத்தையும் 'எளிய அமைப்புகள்' என்னும் தொடரால் லெவிஸ்ட்ராஸ் குறிப்பிடுகிறார்.

விரும்பத்தக்க மணமுறையானது ஒருவர், யாரை மணம் செய்து கொள்ள வேண்டும் என்று திட்டவட்டமாகக் குறிப்பிடுகிறது. இதனால் மணத்துணையின் வட்டம் வரையறுக்கப்பட்டுவிடுகிறது. அதோடு மணத்துணையின் வட்டம் விரிய வாய்ப்பில்லை என்பதால் இது 'மூடிய வட்டம்' (closed circle) என்ற தன்மையைப் பெறுகிறது.

தமிழர்களிடம் விரும்பத்தக்க மணமுறை என்பது 'முறை', 'உரிமை' போன்ற கருத்தாக்கங்களில் புதைந்துள்ளது. அத்தை பெண், தாய் மாமன் பெண், அக்கா பெண் ஆகியோர் முறைப்பெண்கள். மேற்கூறி யோரின் மகன்கள் முறைப் பையன்கள். இவர்கள் திருமணத்திற்காக உரிமை கொண்டாடுவார்கள். யாரைத் திருமணம் செய்துகொள்ள வேண்டும் என்ற 'முறை' அல்லது 'உரிமை' தமிழ்ச் சமூகத்தில் உள்ளதால், உறவு முறையில் விரும்பத்தக்க மணவுறவில் அடங்கும் உறவினர்கள் தனிப்பட்ட உறவுமுறைச் சொற்களால் அழைக்கப் படுகின்றனர். இந்நிலையில், உறவுமுறைச் சொற்களே இரத்தவழி உறவினர் யார், மணவழி உறவினர் யார் என்று வகைப்படுத்தி விடுகின்றன. ஆகவே, தமிழ்ச் சமூகத்தில் திருமண முறையைப் பிரதிபலிக்கும் வகையில் உறவுமுறைச் சொற்கள் அமைப்பாக்கம் பெற்றுள்ளன. இதனடிப்படையிலேயே திராவிட முறையை ஆராய்ந்த லூயிதுய்மோன் *(1953)* திராவிட உறவுமுறைச் சொற்கள் அந்தச் சமூகத்தாரின் திருமண முறையைப் பிரதிபலிப்பவையாக உள்ளன என்று கூறுகிறார்.

ஆக, எளிய அமைப்புகள் என்னும் அமைப்பாக்கத்தில் ஒருவர் யாருடன் மணவுறவு வைத்துக் கொள்ளவேண்டும் என்பதை வலியுறுத்தும் விதிகளும், மூடிய மணத்துணை வட்டமும், இவ்விதி களையே உறவுமுறைச் சொற்கள் வழி வெளிப்படுத்தும் முறையும் காணப்படும். இவற்றை லெவிஸ்ட்ராஸ் 'நேர்நிலை விதிகள்' (positive rules) என்கிறார்.

எளிய அமைப்புகளுக்கு நேர்மாறானவை 'சிக்கலான அமைப்புகள்' ஆகும். சிக்கலான அமைப்புகள் உள்ள சமூகங்களில் இரத்த வழியில் நேரடியாகத் தொடர்புடைய உடன் பிறந்தவர்களுடன் திருமணம் செய்யக்கூடாது என்பதே அவ்வகைச் சமூகங்களில் உள்ள திருமண விதியாகும். இவ்வகை உடன் பிறந்தவர்களை முழு உடன் பிறந்தவர்கள்[4] (full siblings) என அச்சமுதாயத்தினர் வரையறை செய்கின்றனர். இவ்வகைச் சமுதாயங்களில் ஒருவர் யார் யாருடன் மணவுறவு கொள்ளக்

கூடாது என்ற விதி மட்டுமே சுட்டப்படுவதால் இதனை லெவிஸ்ட்ராஸ் ‘எதிர்மறை விதிகள்’ (negative rules) என்கிறார். யாருடன் திருமணம் செய்துகொள்ளவேண்டும் என்பதை இவ்விதிகள் சுட்டிக் காட்டுவதில்லை.

இவ்வமைப்புகளில் விரும்பத்தக்க மணவுறவினர் யார் என்ற சுட்டுதல் இடம் பெறாததால் மணத்துணையின் வட்டம் அவரவர் விருப்பத்திற்கேற்ப அமையும் வகையில் திறந்து கிடக்கும். இதனால் உறவுமுறைச் சொற்களும் மணவுறவினர்கள் யார் என்ற சுட்டுதலை வெளிப்படுத்துவதில்லை. இவ்வமைப்புகளில் இடம்பெறும் ஒரே யொரு திருமண விதி ஒருவர் யார் யாருடன் திருமணம் செய்யக் கூடாது என்பது மட்டுமே. இதனாலேயே இதனை எதிர்மறை விதிகள் என்கிறார் லெவிஸ்ட்ராஸ் (1969).

லெவிஸ்ட்ராஸ் அமைப்பு முறையில் வகைப்படுத்திய ‘எளிய அமைப்புகள்’, ‘சிக்கலான அமைப்புகள்’ ஆகியவற்றைப் புரிந்து கொண்ட இந்நிலையில், இவ்வமைப்புகள் உலகின் எந்தெந்தப் பகுதி களில் காணப்படுகின்றன என்பதை அறிய வேண்டும். நேர்நிலை விதி களைக் கட்டமைக்கும் எளிய அமைப்புகள் ஆஸ்திரேலிய முதுகுடிகள், தென்னிந்தியர், இலங்கையில் வேடர்கள், தென் அமெரிக்க முதுகுடிகள் ஆகியோரிடம் சிறப்பாகக் காணப்படுகின்றன. பொதுவாக, ஐரோப்பியக் கண்டம் நீங்கலாக எங்கும் காணப்படும் முறையாக இது உள்ளது.

ஆயினும், இம்மணமுறை மிகத் தொன்மையான காலத்திலிருந்தே கடைப்பிடிக்கப்படும் சிறப்புப் பெற்றது. தொன்மையான பண்பாடு களில் அங்கீகரிக்கப்பட்டு, கடைப்பிடிக்கப்பட்டு, வழக்கிலும் இருந்து வருகிறது. தொல்குடிகள் எனக் கருதப்படுகிற திராவிடப் பழங்குடிகள், வேடர் (இலங்கை), கரெய்ரா (மேற்கு ஆஸ்திரேலியா), செவ்விந்தியர் (அமெரிக்கா), ஹாட்டன்டாட், ஹெரெரோ, பசூடோ, மகோண்ட் (ஆப்பிரிக்கா) போன்ற இன்னும் பல தொல்குடியினரிடமும் இம்மண முறை காணப்படுகிறது.

எதிர்மறை விதிகளைக் கட்டமைக்கும் சிக்கலான அமைப்புகள் ஐரோப்பா, ஆப்பிரிக்கா, எஸ்கிமோ பகுதி ஆகிய இடங்களில் காணப் படுகின்றன.

லெவிஸ்ட்ராஸ் காட்டும் எளிய அமைப்புகள் நேர்நிலை விதி களின் வழியாக அமைப்பாக்கம் பெற, நேர்நிலை விதிகளோ, ஈரியல் பரிமாற்றம் (symmetric exchange), ஓரியல் பரிமாற்றம் (asymmetric exchange) என்ற இரண்டுவகை மணவுறவுக் கட்டுமானத்தை அமைப்பாக்கம் செய்கின்றன. இவற்றை நேரடியாகத் தமிழர்களின் மணவுறவுக் கோட்பாடுகளின் வழி விளங்கிக் கொள்ளலாம்.

## *அமைப்பிய அணுகுமுறைப்படி தமிழர் திருமண முறைகள்*

தமிழர்களின் மணவுறவில் நேர்நிலை விதிகள் (positive rules) செயல்படுகின்றன. இவ்விதிகள் உரிமை, முறை உறவு, முறை மணம், கொண்டு - கொடுத்தல் என்னும் கருத்தாக்க நிலைகளில் விரும்பத்தக்க மணமுறையை (preferential marriage) வலியுறுத்துகின்றன. தமிழர்களிடம் காணப்படும் விரும்பத்தக்க மணமுறைகள் மூன்று நிலைகளில் நிகழ்கின்றன. அக்கா மகளை (eZD)[5] மணப்பது ஒரு வகை; அத்தை மகளை (FZD) மணப்பது இன்னொரு வகை; தாய்மாமன் மகளை (MBD) மணப்பது வேறொரு வகை. மூவரும் உரிமைப் பெண்கள்; முறைப் பெண்களுமாவர். இந்த மூன்று வகையான திருமண முறைகளும் அடிப்படையில் முறைமணத்தை மையமாகக் கொண்டவையாகும். எனினும் முறைமணத்தின் சமூகப் பரிமாணம் நீண்ட காலகட்டத்தில் சில தனித்தன்மைகளை ஏற்றுக்கொண்டு விட்டது. இன்றைய நிலையில், தமிழர் உள்ளிட்ட திராவிடப் பகுதியில் மூன்று வகையான முறை மணங்கள் உள்ளன.

1. **இருவழி முறைமணம்** (bilateral cross-cousin marriage)

தந்தை வழியில் அத்தை (தந்தையின் சகோதரி) மகளையும், தாய் வழியில் தாய்மாமன் மகளையும் மணப்பதில் எவ்விதக் கட்டுப்பாடும் விதிக்காத மணமுறை. இருவழியிலும் திருமணம் செய்துகொள்ளலாம்.

2. **தந்தைவழி முறைமணம்** (patrilateral cross-cousin marriage)

தந்தையின் சகோதரியின் (அத்தை) மகளை (மட்டும்) மணந்து கொள்ள விரும்புதல்.

3. **தாய்வழி முறைமணம்** (matrilateral cross-cousin marriage)

தாய்மாமன் மகளை (மட்டும்) மணந்துகொள்ள விரும்புதல்

இந்த நிலையில் தமிழ் மக்களிடையே இருவழி முறைமணம் செய்வோர் ஒரு பகுதியினராகவும், தந்தைவழி முறைமணம் செய்வோர் பிறிதொரு பகுதியினராகவும், தாய்வழி முறைமணம் செய்வோர் இன்னொரு பகுதியினராகவும் உள்ளனர். இவ்வகை மணமுறைகள் குறித்து ஐராவதி கார்வே, முக்கர்ஜி ஆகியோரின் முடிவு கவனிக்கத் தக்கது.[6] அக்கா மகளை மணக்கும் முறை தந்தைவழி முறைமணத்தின் விரிவாக்கமாக அமைகிறது. அக்கா மகளை மணக்கும் முறை திராவிடப் பகுதியில் ஒரு தனிவகையாக உருவெடுத்தது என்ற கருத்தைச் சிலர் ஆதரிப்பர்; சிலர் ஏற்க மறுப்பர்.[7]

மேற்கூறிய முறைமணங்களில் நிகழும் கொண்டு-கொடுத்தல் தர்க்கத்தை லெவிஸ்ட்ராஸ் தனக்கேயுரிய அற்புதமான அமைப்பியச்

சிந்தனை வழி நோக்குகிறார். 'மணவுறவு வழி உறவுக் கூட்டத்தின் கட்டமைப்பில் திருமணம் பற்றி மனிதன் எவ்வாறு சிந்திக்கிறான், படைக்கிறான் என்பதல்ல என் விழைவு. மாறாக, மணவுறவு மனித மனத்தில் அவர்களை அறியாமலேயே எவ்வாறு வார்த்தெடுக்கப் படுகின்றது என்பதுதான் என் வேட்கை' என்கிறார் லெவிஸ்ட்ராஸ் *(1969: 12)*. தமிழர்களிடம் கொண்டு - கொடுத்தல் சிந்தனையின் தர்க்கம் எவ்வாறு நிகழ்கிறது என்பதை இனிக் காண வேண்டும்.

### கொண்டு-கொடுத்தல் முறைகள்

***1. ஈரியல் சீர்மைப் பரிமாற்றம்* (symmetric exchange)**: இவ்வகைப் பரிமாற்றமானது நேரடியாக இரண்டு குழுக்களிடையே நிகழ்கிறது. 'அ' குழுவைச் சேர்ந்த பெண்ணை 'ஆ' குழுவிற்குக் கொடுத்தால் அங்கிருந்து மீண்டும் 'அ' குழுவிற்கு ஒரு பெண் திரும்பப் பெறப் படுவாள். ஒன்றைக் கொடுத்து வேறொன்றை உடனே பெறும் இந்தப் பரிமாற்றம் 'சுருங்கிய எல்லை கொண்ட பரிமாற்றம்' எனவும், 'கட்டுப் படுத்தப்பட்ட பரிமாற்றம்' (restricted exchange) எனவும், 'நேரடிப் பரிமாற்றம்' (direct exchange) எனவும் கூறப்படும்.

அ ⇔ ஆ

ஈரியல் சீர்மைப் பரிமாற்றத்தில் மணமகன் வீட்டாரும் மணமகள் வீட்டாரும் தாம் சார்ந்த ஒத்த தலைமுறையைச் சேர்ந்தவர்களுக்குப் பெண் கொடுத்து அத்தலைமுறையைச் சேர்ந்தவர்களிடமிருந்து பெண் எடுக்கலாம். இன்னும் சொல்லப் போனால் ஒரே திருமண நிகழ்ச்சியில் கூட நேரடியாக மணப்பெண்களைக் கொண்டு-கொடுத்து உறவு கொள்ளலாம். தமக்கைப் பரிமாற்றம் (sister exchange) இதற்குச் சிறந்த எடுத்துக்காட்டாகும்.

ஒரு குடும்பத்தைச் சேர்ந்த உடன்பிறந்தவர்கள் இன்னொரு குடும்பத்தைச் சேர்ந்த உடன் பிறந்தவர்களைத் திருமணம் செய்து கொள்ளும் முறையான உடன் பிறந்தோர் - உடன் பிறந்தோர் மணம் (sibling-set marriage) மற்றுமொரு எடுத்துக்காட்டாகும். இம்முறையில் ஒரே குடும்பத்தைச் சேர்ந்த சகோதரிகளையோ, ஒரு குடும்பத்தைச் சேர்ந்த சகோதரர்கள் இன்னொரு குடும்பத்தைச் சேர்ந்த சகோதரி களையோ, ஒரு குடும்பத்தைச் சேர்ந்த சகோதரன்-சகோதரி இன்னொரு குடும்பத்தைச் சேர்ந்த சகோதரன் - சகோதரியையோ திருமணம் செய்துகொள்வது இவ்வகைப் பரிமாற்றத்தில் அடங்கும்.

***2. ஓரியல் சீர்மைப் பரிமாற்றம்* (asymmetric exchange)**: ஈரியல் சீர்மைப் பரிமாற்றத்தை நேரடிப் பரிமாற்றம், சுருங்கிய எல்லை கொண்ட

பரிமாற்றம், கட்டுப்படுத்தப்பட்ட பரிமாற்றம் என்றெல்லாம் குறிப்பிடலாம் எனக் கண்டோம். ஓரியல் சீர்மைப் பரிமாற்றம் இதற்கு நேர்மாறானது. இதனைப் 'பொதுப்படையான பரிமாற்றம்' (generalized exchange) என்று குறிப்பிடுவர்.

கட்டுப்படுத்தப்பட்ட பரிமாற்றத்தில் ஈரியல் சீர்மைப் பரிமாற்றம் நிகழ, பொதுப்படையான பரிமாற்றத்தில் பரிமாறிக் கொள்ளும் குழுக்கள் தந்தைவழி, தாய்வழி ஆகிய உறவினங்களுள் ஏதேனும் ஒன்றிற்கு முக்கியத்துவம் தரப்படுகிறது. ஓரியல் சீர்மைப் பரிமாற்றம் பின்வரும் இரண்டு நிலைகளில் அறியப்பட வேண்டும்.

**அ. தாய்வழி முறைமணம்:** *தாய்வழி முறைமணம் என்பது தாய் மாமன் மகளை மணக்கும் முறையாகும்.* பின்வரும் படத்தில் காட்டி யுள்ளபடி இவ்வகை முறை மணத்தில் 'அ' குழுவிலிருந்து பெண் 'ஆ' குழுவிற்குக் கொடுக்கப்பட, பின் 'அ' குழுவிலிருந்து 'இ' குழுவிற்குப் பெண் செல்ல, மீண்டும் 'இ' குழுவிலிருந்து 'அ' குழுவிற்குப் பெண் கொடுக்க வேண்டும்.

இவ்வகைப் பரிமாற்றத்தில் நம்பகத்தன்மையை அடிப்படையாகக் கொள்ளவேண்டும். பெண் கொடுத்தால், பெண் கொடுத்த இடத்தி லிருந்து மீண்டும் சில காலம் கழித்துத் தங்கள் குழுவிற்கு வேறொரு பெண் வந்து சேருவாள் எனக் காத்திருக்க வேண்டும். இப்பரிமாற்றத்தின் தர்க்கத்தில் ஒரு கால்வழிக் குழுவில் தொடங்கும் பரிமாற்றமானது குறைந்தது மூன்று கால்வழிக் குழுக்களை உள்ளடக்கிப் பரிமாற்றத்தின் சுழற்சி முடியும் என்னும் பொது விதி அடங்குகிறது (லெவிஸ்ட்ராஸ் 1969: 265).

இவ்வகைப் பரிமாற்றத்தில் தந்தைவழி முறைமணத்தில் அமைவது போல மணப்பெண் அடுத்தடுத்த தலைமுறைகளில் எதிரும் புதிருமான பரிமாற்றத்திற்கு உட்படாமல் ஒரு நேர்கோட்டுத் தொடர்ச்சி நிலையில் (continuous) பரிமாறப்படுகிறாள். அதாவது 'பெண் கொடுப்போர்' (wife-giver) ஒரு குழுவினராகவும், 'பெண் எடுப்போர்' (wife-taker) வேறொரு குழுவினராகவும் வகைப்படுவதால் பரிமாற்றம் மூன்று அல்லது மூன்றிற்கும் மேற்பட்ட கால்வழிக் குழுக்களின் வழியாகச் செல்லும் ஒரு தொடர் நிலைக்கு உட்படுகிறது. இதனால் பரிமாற்றத்தின் சுற்றிவரும் வட்டமும் பெரியதாக (long cycle) அமைகிறது. இவ்வகைத் திருமணங்கள் 'சுழற்சி வழித் திருமணங்கள்' (circulating connubium) எனப்படும். இவ்வகைத் திருமணத்தில் மூன்று அல்லது மூன்றிற்கும் மேற்பட்ட கால்வழிக் குழுக்களைத் தொடர் வரிசையில் இணைத்து ஒரு பெரிய வட்டத்தில் மணப்பெண் பரிமாற்றம் நிகழ்வதால் சமூகத்தின்

பல கால்வழிக் குழுக்களிடையே ஒத்துழைப்பும் நல்லிணக்கமும் மிகுதியாக இருக்கும் என்கிறார் லெவிஸ்ட்ராஸ்.

எனினும் இவ்வகைத் திருமண முறையில் மணப்பெண் பகிர்வு ஒற்றைத் திசையில் சுழன்று வருவதால் பெண் கொடுப்போர், பெண் எடுப்போர் ஆகியோரிடையே உயர்வு தாழ்வு ஏற்படும். இது ஒரே

தாய்வழி முறைமணம்

தந்தைவழி முறைமணம்

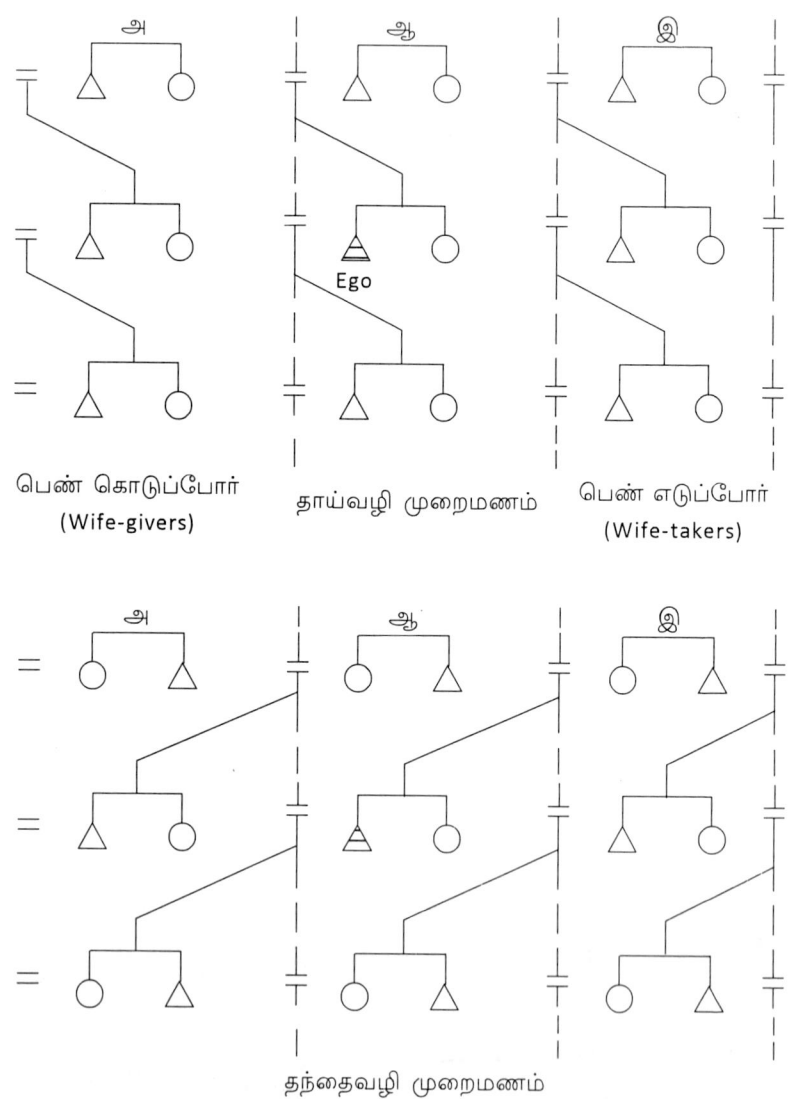

↑→

இரண்டு சிறிய அளவு சுழற்சி வட்டங்கள்

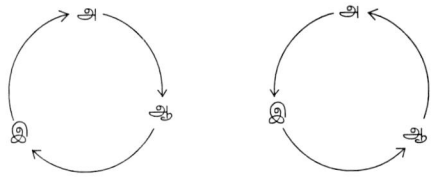

சமூகத்திற்குள் படிநிலை அமைப்புக்கு வழிவகுக்கும் என்று கூறுகிறார் லெவிஸ்ட்ராஸ்.

**ஆ. தந்தைவழி முறைமணம்:** தந்தைவழி முறைமணம் என்பது அத்தை மகளை (தந்தையின் சகோதரியின் மகள்:FZD) மணம் செய்வதாகும். இவ்வகை மணமுறையில் பரிமாற்றம் ஒவ்வொரு தலைமுறையிலும் ஒரு திசையில் நிகழ்கிறது. அதாவது, மணப்பெண் அடுத்தடுத்த தலைமுறை களில் எதிரும் புதிருமான பரிமாற்றத்திற்கு உட்படுவாள். முந்தைய பக்கத்தில் உள்ள படத்தில் விளக்கியுள்ளபடி மணப்பெண் ஒரு தலைமுறையில் ஒரு திசை நோக்கிச் செல்ல மறு தலைமுறையில் எதிர்த்திசை நோக்கி நகர்வாள்.

இந்நகர்வினை வேறு வகையில் சொல்ல வேண்டுமானால் ஒத்த தலைமுறையினருக்குப் பெண் கொடுத்து அதே தலை முறையினரிட மிருந்து பெண் எடுப்பது இயலாது. இந்நிலையில் ஒரு தலை முறையில் ஒரு திசையிலும் மறு தலைமுறையில் எதிர்த் திசையிலும் நகர்வதால் இங்குப் பரிமாற்றம் என்பது தொடர்ச்சியற்றதாக (discontinuous) இருக்கிறது. இத்தொடர்ச்சியற்ற பரிமாற்றத்தில் இரண்டு சிறிய அளவு பரிமாற்றச் சுழற்சிகள் (short cycles) ஏற்படுகின்றன. அதோடு எதிரும் புதிருமான திசையில் மணப்பெண்கள் கால்வழிக் குழுக்களுக்கிடையே பரிமாற்றம் செய்யப்படுவதால் சமூக அமைப்பில் குறைந்த அளவு ஒற்றுமையை இம்மணமுறை ஏற்படுத்துகிறது என லெவிஸ்ட்ராஸ் கூறுகிறார்.

## தமிழரின் ஆதிசமூக அமைப்பு

லெவிஸ்ட்ராஸ் இனங்கண்ட இருவழி முறைமணம், தந்தைவழி முறைமணம், தாய்வழி முறைமணம் ஆகிய மூன்று எளிய அமைப்பு களும் பரிமாற்றத்தின் தன்மைக்கேற்பப் பின்வரும் இரண்டு எதிரிணை களாக (binary oppositions) அமைப்பாக்கம் பெறுகின்றன.

1. ஈரியல் பரிமாற்றம் / ஓரியல் பரிமாற்றம்

2. தொடர்ச்சியற்ற பரிமாற்றம் / தொடர்ச்சியான பரிமாற்றம்

இதனைப் பின்வரும் வாய்ப்பாடுகளாக லெவிஸ்ட்ராஸ் விளக்குகிறார்.

**இருவழி முறைமணம்: சுழற்சி வட்டங்கள் இல்லை**

வாய்பாடு: அ ⇔ ஆ

**தாய்வழி முறைமணம்: நீண்ட சுழற்சி வட்டம்**

வாய்பாடு: அ ⇨ ஆ⇨ இ / அ ⇨ஆ ⇨ இ .... ⇨ அ

**தந்தைவழி முறைமணம்: குறுகிய சுழற்சி வட்டம்**

வாய்பாடு: அ ⇨ ஆ ⇨ இ ⇨ அ

அ ⇨ இ ⇨ ஆ ⇨ அ

மேற்கூறிய பரிமாற்ற முறைகளில் ஈரியல் சீர்மைப் பரிமாற்றமானது மனித சமூகத்தின் ஆதிநிலை அமைப்பு (archaic) என்கிறார் லெவிஸ்ட்ராஸ். இந்தத் தொல் அமைப்பானது (archetypal structure) ஒரு சமூகம் இரண்டே இரண்டு அரைக் குழுக்களாக (moieties) பிரிந்து நிற்கும் இரட்டைக் குழுச் சமூக அமைப்புக்கு (dual organization) உரியதாகும் என்கிறார் லெவிஸ்ட்ராஸ்.[8] இவ்வகையான இரட்டைக் குழுச் சமூக முறையில் ஒவ்வொரு அரைக் குழுவும் புறமணக் குழுவாகச் (exogamous group) செயல்படும். புறமணம் என்பது, ஒருவர் தாம் சார்ந்த குழுவினரைத் திருமணம் செய்யக்கூடாது என்ற விதியை முன்னிறுத்துவதால் ஒருவர் அவர்தம் குழுவுக்குள் திருமணம் செய்துகொள்ள முடியாது. ஆகவே ஒருவர் மற்றொரு குழுவினரோடு கண்டிப்பாக நேரடிப் பரிமாற்றத்தை ஏற்படுத்திக் கொண்டாக வேண்டும். இந்நிலையில், ஒருவனுடைய தாய் ஓர் அரைக் குழுவைச் சேர்ந்தவராகவும் தந்தை வேறொரு அரைக் குழுவைச் சேர்ந்தவராகவும் இருப்பர்.

இந்நிலையில் இரண்டு புறமணப் பெருங்கூட்டங்கள் உள்ள சமூக அமைப்பில் திருமணம் என்பது தமக்கைப் பரிமாற்றம் அல்லது இருவழி முறைமணம் ஆகிய நிலைகளில் மட்டுமே நடைபெற முடியும். தமக்கைப் பரிமாற்றம் என்பது இரண்டு அரைக் குழுக்களைச் சார்ந்த மணமகன்கள் தங்கள் தங்கைகளைத் திருமணத்தின் வழி பரிமாறிக் கொள்வதாகும். இருவழி முறைமணம் என்பது தந்தை வழியில் அத்தை மகளையும் (தந்தையின் சகோதரியின் மகள்) தாய்வழியில் தாய்மாமன் மகளையும் மணந்துகொள்வதாகும். இருபக்கத்திலும் மணந்துகொள்ளத் தடையேதுமில்லை.

## மைத்துனி மணம், மதனி மணம், ஆவித்திருமணம்

கோட்பாட்டியல் நோக்கில் அணுகும்போது, சகோதரனின் மறைவுக்குப் பின் அவனுடைய தம்பி, விதவையான அண்ணியை மணக்கும் முறையும் (மதனி மணம்), மனைவி இறந்த பின், அவளுடைய இளைய சகோதரியை மணக்கும் முறையும் (மைத்துனி மணம்) ஆண் மையச் சமூக அமைப்பைத் தொடரச் செய்வதற்கான வழிமுறைகள் ஆகும். தமிழ்ச் சமூகம் முழுமையான தந்தை வழிச் சமூகமற்றது என்பதால் இவ்விரு மணமுறைகள் வடஇந்தியச் சமூகங்களைவிடக் குறைந்த வீதத்தில் நிகழக்கூடியதாக உள்ளன.

***1. மைத்துனி மணம்:*** மனைவியின் இறப்புக்குப்பின் அல்லது குழந்தைப் பேறின்றி மலடாக இருக்கும் நிலையில் மனைவியின் சகோதரியை மணக்கும் முறை மைத்துனி மணமாகும் (sororate). மனைவி இறந்த வுடன் அல்லது திருமணமாகி நீண்ட காலம் குழந்தைப் பேறின்றி மலடாக இருக்கும்போது மனைவியின் இளைய சகோதரியை மணக்கும் முறையானது (sororal polygyny) உடன் பிறந்தோர் - உடன் பிறந்தோர் மணத்தின் நீட்சியாக அமைகிறது. தமிழகத்தில் ஆய்வு செய்த சமூகங் களில் உடன் பிறந்தோர் - உடன் பிறந்தோர் மணம் (sibling-set marriage) பெரும்பாலும் மைத்துனி வழியிலான பல மனைவி மணத்தையும் (sororal polygyny), மைத்துனி மணத்தையும் (sororate) சார்ந்து வெளிப் படுகிறது.

பெண் வீட்டாருக்கு மணப்பெண் பணம் (bride – price) செலுத்தி திருமணத்தின் வாயிலாக மருமகளாகக் கொண்டு வரப்படும் பெண் இரண்டு முதன்மையான பணிகளைச் செய்தாக வேண்டும். புகுந்த வீட்டின் கால்வழித் தொடர்ச்சிக்காகச் சந்ததியை உருவாக்க வேண்டியது முதல் பணியாகும். அடுத்தது அந்த வீட்டின் பொருளாதாரச் செயல் பாடுகளில் உடல் உழைப்பைச் செலுத்த வேண்டும்.

பரிசப் பணத்தைப் பெற்றுக்கொண்ட பெண் வீட்டார் புகுந்த வீட்டில் தங்கள் மகள் சந்ததியை உருவாக்காமல் இறக்க நேரிடும் போது அந்த இழப்பை ஈடு செய்யும் முகமாக இன்னொரு மகளைத் திருமணம் செய்து கொடுக்கின்றனர். பழங்குடியினரான ஊராளிகள் திருமணத்தில் சிறுவிரல்கள் இணைக்கப்பட்டுச் சடங்கு முடிந்தவுடன் மணமகளுக்கான பரிசம் மாமனாரிடமும், பால் கூலிக்கான பணம் மாமியாரிடமும் செலுத்தப்படும் (தர்ஸ்டன் 2001: 69).

பரிசப் பணமானது பெண் புகுந்த வீட்டில் சந்ததி உருவாக்கத்திற்கும் உடல் உழைப்பிற்கும் உரிய பங்கை ஆற்றும் பொருட்டுப் பெறப் படுகின்ற பணமாகும். பெண்ணுக்குத் திருமணம் செய்து கணவன்

வீட்டிற்கு அனுப்புவது என்பது தந்தைக்கு ஓர் இழப்பாகவே அமைகிறது. உழைக்கும் வயதுடைய பெண் வீட்டை விட்டு வெளியேறுகிறாள். இவ்விழப்பை ஈடுகட்டும் முகமாகப் பரிசப் பணம் பெறுகிறார். பரிசப் பணம் வாங்கியபின் பெண் இறக்கும் காலத்தில் அவ்விழப்பை வேறொரு பெண் கொடுத்து ஈடுகட்டுகிறார். தமிழ் மண்ணில் பழங்குடிச் சமூகங்கள் முதற்கொண்டு வேளாண் சாதிகளாகப் பரிணமித்த பழமைச் சமூகங்கள் ஊடாக இன்று வரை வேரூன்றி வந்துள்ள திருமண முறையாக மைத்துனி மணம் காணப்படுகிறது.

பிராமணர்களுக்கு முற்றிலும் மாறாகத் தஞ்சை, செங்கல்பட்டு உள்ளிட்ட தமிழகத்தின் பரவலான பகுதிகளில் வாழும் கீழ்ச்சாதி களிடமும் ஒரு குடும்பத்தைச் சேர்ந்த சகோதரர்கள் இருவர் வேறு குடும்பத்தைச் சேர்ந்த சகோதரிகள் இருவரைத் திருமணம் செய்யும் முறை பரவலாகக் காணப்படுகிறது.

செங்கல்பட்டுப் பகுதியில் கொண்டைக்கட்டி வேளாளர்களிடம் இத்திருமணமுறை காணப்பட்டதை ஸ்டீபன் பார்னட் (quoted in Kolenda 1987: 140) என்பாரும் தஞ்சை வட்டாரத்தில் கும்பப்பேட்டை யில் கீழ்ச்சாதிகளிடம் காணப்பட்டதைக் கேத்தலீன் கோ (1956: 849) என்பாரும் விவரித்துள்ளனர். இச்சமூகங்களில் மனைவி இறந்தால் அவளின் சகோதரியைத் திருமணம் செய்துகொள்ளும் முறையும் (sororate), குழந்தை பிறக்காமல் மலடியாக இருக்கும்போதும், பிற காரணங்களை முன்னிட்டும், மனைவி உயிருடன் இருக்கும்போதே அவளின் சகோதரியைத் திருமணம் செய்துகொள்ளும் முறையும் (sororal polygyny: மைத்துனி பலமனைவி மணம்) காணப்பட்டதைக் குறிப்பிட்டுள்ளனர். கும்பப்பேட்டையில் கீழ்ச்சாதிகளிடம் காணப் பட்ட இத்திருமண முறை அந்த ஊரில் பிராமணர்களிடம் காணப்பெறாததை கேத்தலீன் கோ குறிப்பிடுவது இங்கு ஒப்பு நோக்குதற்குரியது.

உடன் பிறந்தோர் - உடன் பிறந்தோர் திருமண முறையில் (sibling – set marriage) காணப்பெறும் பரிவர்த்தனைப் பண்புகள் கவனத்திற் குரியன. இவ்வகைத் திருமண முறை காணப்படும் சமூகத்தினரிடம் மனைவியின் இறப்புக்குப்பின் அவளின் சகோதரியைத் திருமணம் செய்து கொள்ளும் 'மைத்துனி மணமும்' (sororate) மனைவி உயிருடன் இருக்கும்போதே அவளின் சகோதரியைத் திருமணம் செய்துகொள்ளும் 'மைத்துனி பலமனைவி மணத்தையும்' தஞ்சை, செங்கல்பட்டுப் பகுதிகளில் ஆய்வு செய்த கேத்தலீன் கோ, ஸ்டீபன் பார்னட் இருவரும் உறுதிப்படுத்தியுள்ளனர்.

பிரமலைக் கள்ளர்களிடம் 'மைத்துனி பலமனைவி மணம்' காணப்படுவதை துய்மோன் (1986: 197) குறிப்பிடுகிறார். மனைவி மலடாக இருக்கும்போது அவளின் தங்கை இரண்டாம் மனைவியாக ஏற்றுக் கொள்ளப்படுகிறாள். தெங்கலப்பட்டியில் களப்பணி செய்தபோது அக்கா, தங்கை இருவரையும் மனைவியராகக் கொண்ட இரண்டு குடும்பங்களைப் பதிவு செய்துள்ளார் துய்மோன். ஆனால் கள்ளர்கள் மனைவியின் அக்காள் மணவிலக்கு பெற்றுத் திருமணம் செய்யாமல் இருக்கும்போது அவளைத் திருமணம் செய்வதை அவ்வளவாக விரும்புவதில்லை.

மேற்கூறிய திருமண முறைகள் இந்தியாவின் பிற பகுதிகளிலும் பரவலாகக் காணப்படுகின்றன. தஞ்சை கும்பப்பேட்டையில் வாழும் பிராமணர்கள் ஏற்றுக்கொள்ளாத இத்திருமண முறை குஜராத்தில் 'சூரத் மாவட்டத்தைச் சேர்ந்த அனாவில் (Anavil) பிராமணர்களிடம் காணப்படுகிறது. இரண்டு சகோதரர்கள் இரு சகோதரிகளைத் திருமணம் செய்வது வட கேரள நாயர்களிடம் மறுக்கப்படும் அதே வேளையில் தென் கேரள நாயர்களிடம் காணப்படுகிறது என்கிறார் வான்டெர் வீன்.

**2. மதனி மணம்:** கைம்பெண்ணாகிவிட்ட அண்ணன் மனைவியைத் தம்பி திருமணம் செய்துகொள்ளும் முறையே மதனி மணமாகும் (levirate). இவ்வகைத் திருமணமானது முழு நிறைவான தந்தை வழிச் சமூகங்களில் காணப்படுகிறது. ஐராவதி கார்வே உள்ளிட்ட அறிஞர்கள் மேற்கொண்ட ஆய்வில் தென்னிந்தியப் பகுதியில் இவ்வகைத் திருமணம் பெருமளவு காணப்படவில்லை என்பது குறிப்பிடத்தக்கது. காரணம் தமிழ்ச் சமூகம் உள்ளிட்ட திராவிட உறவுமுறையைக் கொண்ட தென்னிந்தியச் சமூகங்கள் யாவும் முழு அளவிலான தந்தை வழிச் சமூகங்களல்ல.

ஒரு சமூகம் தந்தைவழிச் சமூகமா தாய்வழிச் சமூகமா என்பதைக் கணக்கிடப் பின்வரும் நான்கு அளவீடுகளை முதன்மைப்படுத்த வேண்டும். 1. குடிவழி (descent), 2. மணமக்கள் திருமணத்திற்குப் பின் எவர் தாய் தந்தையருடன் வாழ்கின்றனர் (residence), 3. குடும்ப நிர்வாகம் யார் கையில் உள்ளது (authority), 4. சொத்துரிமை எவர் வழி செல்கிறது (inheritance) என்பவையே அந்நான்கு அளவீடுகளாகும்.

தமிழ்ச் சமூகத்தின் குடிவழி ஆண்வழியானதே (patrilineal). மணமக்கள் திருமணத்திற்குப்பின் கணவனின் தந்தையகத்தில் வாழ்கின்றனர் (patrilocal). குடும்ப நிர்வாகம் தந்தையிடமே உள்ளது. சொத்துரிமையும் ஆண்வழிதான் அமைகிறது. நான்கு முக்கியமான அளவுகோல்களும்

தந்தைவழி அமைந்தாலும் உறவினர்களை இனங்காண்பதில் இருவழி முறையை (bilineal) ஏற்றுக்கொண்டுள்ளனர். திராவிட உறவுமுறை சொற்கள் தந்தைவழி உறவினர் யார், தாய் வழி உறவினர் யார் எனப் பிரித்துக் காட்டுவதில்லை. இரு சாராரையும் சமமாகவே இனங் காண்கின்றன. இந்நிலையில் இருவழியிலும் முறைப் பெண்களை மணந்துகொள்ளும் இருவழி முறைமணம் (bilateral cross-cousin marriage) காணப்படுகிறது. இதுவே திராவிட உறவுமுறையின் அடிப்படையாகும்.

தமிழ்ச் சமூகம் உள்ளிட்ட திராவிட உறவுமுறையைக் கொண்ட தந்தைவழிச் சமூகங்கள் அனைத்தும் முழுமுதலான தந்தை வழிச் சமூகங்கள் அல்ல என்பதற்கு ஒரு முதன்மையான பொருண்மையை மட்டும் கவனத்தில் கொண்டாக வேண்டும். உண்மையான தந்தை வழிச் சமூகமாயின் தாய்வழியில் அமைகின்ற ஆண் உறவினர்களில் தாயின் சகோதரர் (தாய்மாமன்), தாய்மாமனின் மகன் போன்றோர் முக்கியத்துவம் பெறுவதில்லை. தாய்மாமன், அவருடைய மகன் ஆகிய இருவரும் தலைமுறை வேறுபாடுகூடப் பார்க்காமல் ஒரே உறவுச் சொல்லால் குறிக்கப்பெறுவர். அவ்வாறே, தாய்மாமன் மனைவி, அவளுடைய மகள் இருவரும் தலைமுறை வேறுபாடின்றி ஒரே சொல்லால் குறிக்கப்பெறுவர். இதற்கு மாறாகத் தந்தைவழி உறவினர்கள் தனித்தனி வகையினமாகத் தலைமுறை வேறுபாடு, வயது, பிறப்பு வரிசை, பால், பேசுநரை (ego) மையமிடுதல் போன்ற பல கூறுகளை முதன்மைப்படுத்தி விளிப்பதால் உறவுச் சொற்கள் விரியும்.

தமிழ்ச்சமூகம் முழுமுதலான தந்தைவழிச் சமூக அமைப்பைப் பெறாத நிலையில் மதனி மணமுறையைக் கண்டிப்பான முறையாகப் பெற்றிருக்கவில்லை. இம்மணமுறையானது ஆண் மையச் சமூகத்தின் கால்வழித் தொடர்ச்சிக்கான ஓர் ஏற்பாடாகும். இம்மணமுறையைக் கொண்டுள்ள பல ஆப்பிரிக்கச் சமூகங்கள் உள்ளிட்ட உலகந் தழுவிய சமூகங்களில் பெண்ணானவள் ஒரு தனி மனிதருக்குத் திருமணம் செய்விக்கப்படுவதில்லை. மாறாக, அந்தக் குடும்பத்தின் ஆண்வழி உறவுக்குத் திருமணம் செய்யப்படுகிறாள். குறிப்பாக, குழந்தை பிறவா நிலையில் கணவர் இறக்கும்போது இறந்தவரின் மனைவியை அவருடைய தம்பி மணந்துகொண்டு அவர்களுக்குப் பிறக்கும் குழந்தை அக்குடும்பத்திற்குரியதாக, கால்வழிக்குரியதாகக் கருதப்படும். ஆக, இந்நிலையில் இவ்வகைத் திருமணம் ஆண் மையச் சமூகத்தின் கால்வழித் தொடர்ச்சிக்கான ஓர் ஏற்பாடாக அமைகிறது.

உலகந்தழுவிய நிலையில் 100க்கும் மேற்பட்ட சமூகங்களில் மதனி மணம் காணப்படுகிறது. உலகப் பண்பாடுகளின் களஞ்சியம் (Encyclopaedia of World Cultures 1996) தொகுப்பதற்காகத் தேர்ந்தெடுக்கப்

பட்ட 1800 சமூகங்களில் 95 சமூகங்களில் இத்திருமண முறை காணப்படுகிறது.⁹ இந்தியாவில் அகாரியா, அந்தமானியர், சந்தால் போன்ற பழங்குடிகளிலும், வட இந்தியப் பகாரி, கஞ்சம் மாவட்டத்தில் சமவெளிச் சாதியினரிடமும் மதனி மணம் பரவலாகக் காணப்படுகிறது.

தமிழகத்தின் தஞ்சைப் பகுதியில் ஆய்வு செய்த கேத்தலீன் கோ (Gough 1956) குறிப்பிடும்போது அடித்தளச் சாதியினரிடம் இறந்தவரின் மனைவியை அவருடைய தம்பி மணக்கும் முறை தனிப்பட்ட விருப்பத்தின் பேரில் மிக அரிதாகவே காணப்படுகிறது என்கிறார். இது 'தனிப்பட்ட விருப்பத்திற்குரிய மதனி மண'மாகவே (optional levirate) அமைகிறது.

இந்தியப்பகுதி முழுவதையும் ஆராய்ந்து இந்தியாவில் உறவுமுறை அமைப்பு (Kinship Organisation in India 1965) என்னும் சிறந்த நூலை எழுதிய ஐராவதி கார்வே கூறும்போது வடநாட்டை ஒப்பிடும் போது தென்னிந்தியாவில் சகோதரன் இறந்த பிறகு அவனின் மனைவியை மணக்கும் மதனி மணம் (levirate) மிகக் குறைவாகவே உள்ளது. இம்மண்ணுக்குரிய மரபாகக் காணப்படவில்லை என்பது கார்வேயின் முடிவு. இது குறித்துச் சட்டவியல் அறிஞராக ஆய்வு மேற்கொண்ட சட்டபாத்தியாய் (1992: 41) என்பாரும் தமிழ், தெலுங்கு, கன்னடம், மலையாளம், மராத்தி பேசும் பகுதிகளில் மதனி மணம் பெரிதும் காணப்படாத முறையாகவே உள்ளது என்கிறார். எனினும் தஞ்சைப் பகுதியில் ஆய்வு செய்த கேத்தலீன் கோ (1956) குறிப்பிடும்போது இங்குத் தனிப்பட்ட விருப்பத்தின் பேரில் இறந்தவரின் மனைவியை அவருடைய தம்பி திருமணம் செய்துகொள்ளும் முறை (optional levirate:கட்டாயமற்ற மதனி மணம்) அடித்தளச் சாதியாரிடம் சிதறலாகவும் மிகக் குறைவாகவும் காணப்படுகிறது என்கிறார்.

3. ஆவித் திருமணம்: ஆண் வழிச் (மைய) சமூகங்களில் ஒவ்வொரு வம்சாவளிக் குழுவின் நிலைபேறு, அதன் தொடர்ச்சி, விரிவாக்கம் மிகவும் அவசியமானது. வம்சாவளிக் குழுக்களின் தொகுப்பாக விளங்கும் சமூகமும் அப்போதுதான் நிலைபேறு கொள்ள முடியும். ஆண்வழிச் சமூகத்தில் ஆண்கள் திருமணம் செய்துகொள்வதும் இனச் சந்ததியினரை உருவாக்குவதும் அவசியமானதாகும்.

இத்தகு நிலையில் திருமண முறையும் குடிவழி முறையும் ஒன்றை யொன்று நெருங்கி பரஸ்பரம் செயலாற்றுகின்றன. திருமணத்தின் மூலம் ஒவ்வொரு ஆணும் மனைவியைப் பெற்றுக் குலத்தொடர்ச்சிக் காக குழந்தைகளைப் பெற்றெடுக்கின்றனர். ஆண் குழந்தை பிறக்க வேண்டுமென்ற ஆர்வம் இவர்களிடம் மேலோங்கியிருக்கும்.

இவ்வகைச் சமூகங்களில் ஒருவன் திருமணமாகாமலேயே இறக்க நேரிட்டாலும், திருமணமாகிக் குழந்தை பெறுவதற்கு முன்னரே இறக்க நேரிட்டாலும் ஏதாவது ஒரு வகையில் அவனது கால்வழித் தொடர்ச்சி நிலைநிறுத்தப்படுகிறது.

ஆப்பிரிக்க நாடான டானில் வாழும் நூயர் (Nuer) பழங்குடியில் திருமணமாகாமல் ஒருவன் இறந்துபோனால் அவனுடைய ஆவிக்கு ஒரு பெண்ணைத் திருமணம் செய்து கொடுப்பர். இந்த ஆவித் திருமணத்திற்குப்பின் (ghost marriage) இறந்தவனின் சகோதரன் அந்தப் பெண்ணுடன் இல்லற வாழ்க்கை நடத்துவார். இதன் வழி பிறக்கும் குழந்தைகள் இறந்தவனின் குழந்தையாகவே கருதப்படும்.

ஒருவன் திருமணம் செய்துகொண்டு குழந்தை பெறுவதற்கு முன்பே இறக்கும் சூழலில் விதவை இறந்தவரின் சகோதரனுடன் இல்லறம் நடத்திக் குழந்தைப் பேற்றை அடைவாள். இவர்களுக்குப் பிறக்கும் குழந்தைகளும் இறந்தவனின் குழந்தைகளாகவே கருதப்படும். இறந்தவருக்குச் சகோதரர்கள் இல்லாத நிலையில் அல்லது விதவையானவள் மாண்ட சகோதரருடன் உடலுறவு கொள்ளாத நிலையில் அப்பெண் விரும்பி ஏற்றுக்கொள்ளும் குழந்தை மாண்டவனின் குழந்தையாகவே கருதப்படும் (Evans-Pritchard 1956: 163-64). இதனாலேயே இத்தகைய மணம் ஆவித் திருமணம் எனப்படுகிறது. இத்தகு மணமுறை கால்வழித் தொடர்ச்சியின் தேவையை உணர்த்துகிறது. சமூக அமைப்பின் தேவைக்கேற்பவே மணமுறைகள் உள்ளன என்பதும், இதன் வழி குடிவழியின் கருத்தாக்கம் மணமுறையில் பிரதிபலிக்கிறது என்பதும் காணக்கூடியதாக உள்ளது.

## மதனி மணம், மைத்துனி மணம், ஆவிமணம்: ஆண்வழிச் சமூக அமைப்பிற்கான முறைகள்

மதனி மணமும், மைத்துனி மணமும் தந்தைவழிச் சமூகங்களில் பெரிதும் காணப்படுகின்றன. மதனி மணம் பற்றிய மிகப் பழமையான சான்று ஹீப்ரு பைபிளில் (Genesis 38:8-10) இடம்பெற்றுள்ளது. இதில் ஜுடா என்பவன் தன் மூத்த மகன் வாரிசை உருவாக்காமல் இறந்து விட்டதால், இளைய மகன் ஓனனைப் (Onan) பார்த்து ‘உன் சகோதரனின் மனைவியைத் திருமணம் செய்துகொண்டு உன் சகோதரனுக்கு வாரிசு வழங்கு’ எனக் கூறினார். இத்திருமணம் மூலம் பிறக்கும் குழந்தை தன் மூத்த சகோதரனின் வாரிசாகிவிடும் என்பதையும், தனக்கோ தன் மகனுக்கோ ஜுடாவின் தந்தை வழிச் சொத்து கிடைக்காதென்பதையும் ஓனன் அறிந்திருந்தான்.

மேற்கூறிய இரண்டு வகையான மண முறைகளிலும் ஒரு முக்கியக் கருத்து வெளிப்படுவது என்னவெனில், திருமணத்தின் மூலம் இரண்டு குழுக்களிடம் ஏற்படும் உறவானது திருமணத்தில் இணைந்த மண மக்களில் ஒருவர் இறந்தாலும் அக்குழுக்களிடையே உறவு தொடர வேண்டுமென்பதும், இறந்தவரின் வம்சாவளியும் தொடரவேண்டு மென்பதும் இக்குழுவினரின் விழைவாக அமைகிறது. அதனாலேயே மதனி மணம், மைத்துனி மணம் ஆகிய ஏற்பாடுகள் தந்தைவழிச் சமூகத்தின் சித்தாந்தத்தை நிலைப்படுத்துவதாக விளங்குகின்றன.

### திருமணப் பொருளியல்: பரிசம், வரதட்சணை

பெண்ணிய மானிடவியலர்கள் திருமணம், உறவுமுறை, குடும்பம் ஆகிய மூன்று நிறுவனங்களை ஆராய்வதில் மிகுந்த கவனம் செலுத்து கின்றனர். சமூகத்தில் சரிபாதியாக விளங்கும் பெண்கள் திருமணம் வழி ஒரு கால்வழியிலிருந்து (குழுவிலிருந்து) இன்னொரு கால்வழிக்கு மாற்றப்படுகின்றனர்.

பெண், பொருள், உரிமை, உழைப்பு இவையனைத்தும் ஒருங் கிணையக்கூடிய திருமணத்தில் பெண் ஒரு குழுவிலிருந்து இன்னொரு குழுவிற்கு மாற்றப்படும் நிகழ்வானது இக்குழுக்களிடையே திருமணப் பொருளியலை உருவாக்குகிறது. பெண் வீட்டாருக்கு மணமகன் வீட்டார் பொருள் கொடுத்துப் பெண் எடுக்கும் முறையும் (பரிசத் திருமணம்), பெண் வீட்டாரே பொருளையும் கொடுத்துப் பெண்ணை யும் கொடுக்கும் முறையும் (வரதட்சணைத் திருமணம்) ஏற்பட்டன.

மணப்பெண் வீட்டாருக்குப் பொருள்கள், கால்நடைகள் கொடுத்துப் பெண் எடுக்கும் தொழில்துறை சாராத் (pre-industrial) திணைக்குடி களிடம் பெண்ணின் உழைப்பையும் அவள் பெற்றுக் கொடுக்கும் பிள்ளைகளையும் அனுபவிக்கும் உரிமை கிடைக்கிறது. பெண் வீட்டாருக்கு ஏற்படும் இழப்பை ஈடுசெய்யும் முகமாக 'மணப்பெண் பொருள்' (பரிசம்: bride wealth) கொடுக்கப்படுகிறது. இப்பொருள் கொடுத்துப் பெண் பெறுகின்ற குடும்பத்தார் இறப்பால் இவளை இழக்கும் நிலையில் மணப்பெண்ணின் தங்கையைப் பெறும் திருமண முறையும் (sororate) இச்சமூகங்களில் காணப்படுகிறது. 'மணப்பெண் பொருள்' கொடுத்துப் பெண் எடுக்கும் நிலையில் மணமகன் வீட்டுக்கு அவளுடைய உழைப்புக் கிடைக்கக்கூடிய அதே வேளையில் இன்னொரு உரிமை உடைகிறது. மணவிலக்கும் மறுமணமும் மிகச் சுதந்திர மாகச் செய்துகொள்ளலாம். அவ்வகைச் சமூகங்களில் மணவிலக்கின் போது தாய்ப்பால் மறவாக் குழந்தையைத் தவிர மற்ற பிள்ளைகள் பெரும்பாலும் தந்தையிடம் ஒப்படைக்கப்படும். மனித உழைப்பை

மையமிட்ட தொழில்துறை சாராச் சமூகங்களின் உற்பத்தி முறைக்கான திருமண முறையாக இவ்வகை உருவெடுத்தது.

மேற்கூறிய முறைக்கு முற்றிலும் மாறாக, பெண்ணையும் கொடுத்து வரதட்சணையும் கொடுத்துத் திருமண ஒப்பந்தம் செய்யும் முறை அடுத்ததாக உருவானது. இவ்விரண்டு வகையான திருமண முறைகளையும் குறித்து மானிடவியல் ஆய்வுகள் ஏராளமாக நடைபெற்றிருப்பினும் பெண்ணிய மானிடவியலர்கள் இதனை வேறு கண்ணோட்டத்தில் அணுகுகின்றனர்.

வரதட்சணை கொடுப்பதன் மூலம் மணப்பெண் அவளது தந்தையின் சொத்தில் ஒரு பகுதியைப் புகுந்த வீட்டிற்குக் கொண்டு செல்கிறாள். இது பெண் தன் 'வாழுங்காலத்திலேயே பெறும் சொத்தாக' (pre-mortem inheritance) அமைந்து விடுகிறது என்பது தம்பையா, கூடி (*கூடி & தம்பையா 1973; கூடி 1976*) போன்ற அறிஞர் குழுவின் கருத்தாகும்.

குறிப்பிட்ட மதிப்புடைய வரதட்சணையுடன் புகுந்த வீட்டில் நுழைவதால் மணப்பெண் தனக்கான ஒரு தகுதிப்பாட்டை, கௌரவத்தை, சுயேச்சைத் தன்மையைப் பெறுகிறாள் என்பது இன்னொரு கருத்தாகும். பெண் தன் தந்தை வீட்டின் உடைமையில் ஒரு பகுதியைப் பெறும் உரிமையை வரதட்சணை காட்டுகிறது என்பதும் பெண் வரதட்சணை கொண்டு செல்வதால் புகுந்த வீட்டில் ஓரளவு சுயச்சார்பு பெறுகிறாள் என்பதும் பெண்ணிய மானிடவியலில் மறுபரிசீலனை செய்யப்படுகிறது.

எர்னஸ்டைன் ஃபீரிடல் (Emestine Fridel 1967 : 105) சுட்டிக்காட்டியது போலக் கிரேக்கச் சிற்றூர்களில் திருமணத்தின் போது பெண்களுக்கு நிலம் எழுதிக் கொடுப்பதன்வழிப் பெண் புகுந்த வீட்டில் கௌரவத்தையும், சுயேச்சைத் தன்மையையும், ஓரளவு சுதந்திரத்தையும் அனுபவிக்க முடிகிறது. ஏனெனில் அந்நிலத்தைப் பெண்ணின் அல்லது பெண் வீட்டாரின் அனுமதியின்றி விற்கவோ அடமானம் வைக்கவோ முடியாது. ஆனால் பெரும்பாலான சமூகங்களில் வரதட்சணையானது இந்நிலையில் இல்லை. மணப்பெண் தான் கொண்டு சென்ற உடைமை மீது மிகச் சொற்பமான உரிமைகூடப் பெற இயலா நிலையே பரவலாகக் காணப்படுகிறது. கணவனும் கணவன் வீட்டாருமே வரதட்சணையை அனுபவிக்கின்றனர்.

சமூகப் படிமலர்ச்சியில் இரு மாறுபட்ட நிலைகளில் உருவான பரிசத் திருமணம், வரதட்சணைத் திருமணம் ஆகிய இரண்டு முறைகளையும் பெண்ணிய மானிடவியலர்கள் ஆண் மைய வாதத்தின் இரு

மாறுபட்ட பிரதிபலிப்புகள் எனச் சுட்டுகின்றனர். இருவகையான திருமண முறைகளிலும் ஆண்களே பொருள்களைப் பெற்று அனுபவிக்கும் நிலையில் உள்ளனர். பெண்கள் இடமாற்றமடையும் நபர்களாக மட்டுமே காணப்படுகின்றனர் என்ற மையக் கருத்தை வலியுறுத்துகின்றனர்[10] (Caplan 1985; Caplan & Bujra 1978; Rosaldo 1947; Sandy 1981, Moore 1986).

## நீர்ப்பாசன வேளாண் நாகரிகம்: இந்தியப் பெண், ஆப்பிரிக்கப் பெண்

நீர்ப்பாசன வேளாண்மைப் பொருளாதாரத்தின் உற்பத்தி உறவில் பாலினப் படிநிலை முன்பு எப்போதும் இல்லாத அளவிற்கு ஏற்றத் தாழ்வு கொண்டதாக மாறியது. வேட்டுவ வாழ்க்கை, காட்டுப் பொருள் சேகரிப்பு வாழ்க்கை, ஆயர் வாழ்க்கை, தோட்டப்பயிர் வாழ்க்கை, காட்டெரிப்பு வேளாண் வாழ்க்கை ஆகிய முந்தைய பொருளியல் முறைகளில் ஏற்பட்ட பாலினப் படிநிலையானது வேளாண் நாகரிகத்தில் மாறிவிட்டது. நீர்ப்பாசன வேளாண்மை முறையிலும் பாலினப் படிநிலை உலகளாவிய நிலையில் ஒரே தன்மையுடன் காணப்படுகிறது எனக் கொள்ளுதல் கூடாது.

இந்தியச் சூழலில் கங்கைச் சமவெளி முதல் காவிரிப் படுகை வரையில் செய்யப்படும் நீர்ப்பாசன வேளாண் முறையில் ஆண், பெண் படிநிலை மிகுதி. இது எருது கொண்டு உழுது பயிரிடும் தொழில் நுட்பத்தின் மீது கட்டப்பட்டதாகும். எருதுகளைக் கொண்டு நிலத்தை உழும் முறையில் பெண்களைக் காட்டிலும் ஆண்களே திறம் பெற்றவர் களாக இருந்ததால், பெண்ணின் உழைப்பு இதற்கு முந்தைய தோட்டப் பயிர் வேளாண் முறையில் உயர்வாக, முக்கியமானதாக இருந்ததைப் போன்று இல்லை. தோண்டுகழி கொண்டு தோட்டப்பயிர் விளை விப்பதில் ஆணுக்கு நிகராகப் பெண் செயல்பட்டதால் அவ்வகை வேளாண் முறையில் பெண்ணின் பங்கேற்பும் உழைப்பும் மிகுதி யாக இருந்தன. வேட்டையாடி உணவு சேகரித்தல், காட்டெரிப்பு வேளாண்மை, தோட்டப்பயிர் வேளாண்மை, உழுது பயிரிடும் நீர்ப்பாசன வேளாண்மை என்னும் வரிசையில் தொழில்நுட்பத்தின் மாற்றம் ஒரு நிலையிலும், அம்மாற்றத்தின் எதிர்வினையாக அமைந்த பாலினப் படிநிலை மறுநிலையிலும் படிமலர்ச்சி பெற்று வந்துள்ளன.

இந்தியப் பகுதியில் எருதுகொண்டு உழும் பணியை ஆண்கள் மேற்கொண்டதால் அவர்களின் மேலாண்மை உயர உயரப் பெண்ணுக் கான தகுதிநிலை குறைந்து விட்டது. உற்பத்திப் பங்கேற்பில் ஏற்பட்ட படிநிலையானது பாலினப் படிநிலையிலும் பிரதிபலித்தது.

மேற்காப்பிரிக்க நீர்ப்பாசன வேளாண் முறையை இங்கு ஒப்பீடு செய்துகொள்வது ஒரு புதிய புரிதலை நமக்கு ஏற்படுத்தும். அங்கு எருதுகளைக் கொண்டு உழும் முறை இல்லை. மாறாகக் குறுந்தடி வடிவத்தில் தோண்டுகழிகளே உழும் பணியைச் செய்ய உதவுகின்றன (Harris 1993: 72). அங்குள்ள ஒருவகை ஈக்கள் (tsetse) எருது வளர்ப்பை ஊக்குவிப்பதில்லை. அதோடு அங்குள்ள மண்வகையானது உழுதபின் நன்கு காய்ந்து உலரும் தன்மையைக் கொண்டிருக்கவில்லை. இதனால் பெண்கள் தோண்டுகழி கொண்டு பெரும்பான்மையான விதைப்புப் பணிகளை மேற்கொள்கின்றனர். இதனால், இந்திய நீர்ப்பாசன வேளாணியப் பெண்களைப் போன்று மதிப்புக் குறையாமல் ஆண்களுக்கு நிகரான உழைப்பாளிகளாகக் கருதப்படுகின்றனர்.

மேற்காப்பிரிக்க வேளாண் தொழிற் பகுப்புக்கும் இந்திய வேளாண் தொழிற் பகுப்புக்கும் இடையே காணப்படும் பாலினப் படிநிலையில் இந்தியப் பெண் தனக்கான இடத்தை எவ்வாறு நிர்ணயித்துக் கொள்கிறாள் என்பதை இப்போது வரையறை செய்ய முடிகிறது.

இந்நிலையில் ஆண் மையமிட்ட இந்தியச் சமவெளி வேளாண் முறையில் பெண் குழந்தைகள் பொருளாதாரச் சுமையாக மாற்றம் பெற்றார்கள். இதனால், பெண் குழந்தைக் கொலை, வரதட்சணை ஆகியன இப்பொருளாதார முறையின் ஒரு பகுதியாக அமைப்பாக்கம் பெற்றன எனப் பண்பாட்டுப் பொருள்முதல்வாதக் (cultural materialist) குழுவைச் சேர்ந்த மார்வின் ஹேரிஸ் *(1993: 57-79)* குறிப்பிடுகிறார்.

### பலமனைவி மணம்

திருமண முறைகள் பற்றிச் சில பொதுமையாக்கங்களை அறிஞர்கள் முன்வைத்துள்ளனர். எந்தெந்தச் சமூகங்களிலெல்லாம் பெண்கள் வழி உணவாதாரம் அதிகமாகக் கிடைக்கிறதோ அவ்வகைச் சமூகங்களில் ஒருதார முறையை விரும்பாமல் பலமனைவிகளை அடையும் பொருட்டுப் பலமனைவி மண முறையும் (polygyny), வரதட்சணைக்கு மாறாக மணப்பெண் வீட்டாருக்குப் பரிசம் (bride price) கொடுத்து மணப்பெண்ணைப் பெறுதலும் நிகழ்கின்றன என்பார் ஹீத் (Heath 1958). ஆஸ்மாண்ட் *(1965)* கருத்துப்படி எளிய சமூகங்களில் பல மனைவி மணமுறையும், கூட்டுத்தன்மையுடைய சமூக பொருளாதார முறையைக் கொண்ட வளர்ந்த சமூகங்களில் ஒரு மனைவி மணமுறையும் பரவலாகக் காணப்படுகிறது.

பல மனைவி மணமுறைக்கு மேலும் பல காரணங்கள் உள்ளன. இவ்வகைத் திருமண முறை காணப்படும் பல சமுதாயங்களில் குழந்தை

பிறப்புக்குப் பின் உடலுறவு கொள்ளக்கூடாத காலத்தின் அளவு மிக நீண்டதாக உள்ளது. ஜான் வொயிட்டிங் என்பவர் ஹவுசா (Housa) மக்களிடம் செய்த ஆய்வின் போது அம்மக்களின் கருத்தைப் பின்வருமாறு எழுதுகிறார்: பிறந்த குழந்தை பால் குடிக்கும் காலம் வரை கணவன், மனைவி இருவரும் கண்டிப்பாக உடலுறவு கொள்ளக் கூடாது. அதை மீறிச் செய்தால் அக்குழந்தை மெலிந்துவிடும்; வரண்டு விடும்; வலிமையற்று விடும்; நல்ல உடல் நிலையுடன் நீண்டகாலம் வாழாது. ஆகவே, குழந்தை பிறந்த இரண்டு ஆண்டுகளுக்குப் பிறகு உடலுறவு கொண்டால் குழந்தைக்கு ஒன்றும் ஆகாது (Whiting 1964: 511-44).

ஹவுசா மக்களின் இவ்வகையான கருத்து மூடநம்பிக்கையில் எழுந்ததன்று. இவர்கள் வாழும் வெப்பமண்டலப் பகுதிகளில் புரதச் சத்துக் குறைவால் ஒருவகை நோய் (kwahiorkor) குழந்தைகளை மிகுதியாகப் பாதிக்கிறது. குழந்தைகளுக்கு நீண்ட காலம் பால் கொடுப்பதால் இவ்வகை நோயிலிருந்து அவர்களைக் காப்பாற்றி உடல்நலம் மிக்கவர்களாக உருவாக்க முடிகிறது. இதற்குக் காரணம் நோய் எதிர்ப்பு ஆற்றலுடைய புரதச்சத்து தாய்ப்பால் மூலம் குழந்தைக்குக் கிடைப்பதேயாகும்.

இதனால், குழந்தை பிறந்தபின் ஹவுசா மக்கள் இரண்டாண்டுகள் வரை உடலுறவு கொள்வதைத் தவிர்த்துவிட்டுப் பிறந்த குழந்தைக்குப் பால் கொடுக்கின்றனர். ஹவுசா ஆண்கள் அவர்தம் பாலுணர்வு உந்துதலை நீண்டகாலம் கட்டுப்படுத்த இயலாமல் அக்காலங்களில் பாலுறவு கொள்வதற்காக ஒன்றுக்கும் மேற்பட்ட மனைவிகளைக் கொண்டுள்ளனர். இவ்வாறான நிலையே யொருபா (Yoruba) சமூகத்திலும் காணப்படுவதாக வொயிட்டிங் கூறுகிறார் (மேலது : 518).

பண்டைக்காலத்தில் பழங்குடிகளிடையே போர் நடவடிக்கைகள் மிகுதியாக இருந்தமையால் ஆண்களின் இழப்பு மிகுதியாக இருந்தது. இதனால், ஆண், பெண் பால் விகிதம் சமநிலையில் இல்லை. இதுவும் பலமனைவி மணமுறைக்கு ஒரு காரணமாகும். இத்தன்மையானது பல கணவர் மணமுறையைக் காட்டிலும் பலமனைவி மணமுறைக்கு ஆதரவாக அமைகிறது.

பலமனைவி மணமுறை வழக்கில் உள்ள சமுதாயங்களில் கைம் பெண்களும் மணவிலக்கடைந்த (divorced) பெண்களும் சமூக வாழ்வில் ஒதுக்கப்பட்டவர்களாகவோ கைவிடப்பட்டவர்களாகவோ இருப்ப தில்லை. பெரும்பாலும் அனைவரும் மற்றவர்களுக்கு மனைவி என்னும் தகுதியுடன்தான் வாழ்கின்றனர். ஏனெனில், ஆண்கள் சில

பெண்களை மட்டும்தான் கற்புநெறியுள்ள நிலையில் மணந்து கொள் கின்றனர். சில பெண்களை அத்தகைய நிலையில் எதிர்பார்ப்பதில்லை. மனைவிகளின் எண்ணிக்கை மிகுதியாகத் தேவைப்படுவதால் அவர்கள் கைம்பெண்களையும் மணவிலக்கடைந்தவர்களையும் மனைவியாக ஏற்றுக்கொள்கின்றனர்.

## பின்னுரை

பழந்தமிழ் இலக்கண, இலக்கிய நூல்கள் களவு வழிப்பட்ட வாழ்க்கை யையே சிறப்பித்துக் கூறுகின்றன. வேதநெறிப்பட்ட எண்வகைத் திருமணங்களைத் தொல்காப்பியர் அறிந்திருந்தாலும் அவற்றை விடுத்து

முன்னைய மூன்றும் கைக்கிளைக் குறிப்பே (கள.14)
பின்னர் நான்கும் பெருந்திணை பெறுமே (கள.15)

என வகைப்படுத்தி விளக்குகிறார்.

பழந்தமிழர் வாழ்வில் களவு மணமே பரவலான வழக்காக இருந்திருக்கிறது. 'தாயுடை நெடுநகர் தமர் பாராட்ட காதலின் வளர்ந்த மாதர்...' (அகம்.310) என்னும் பாடல் களவைச் சுட்டுகிறது. இக்களவு வெளிப்படும் முன்னரோ வெளிப்பட்ட பின்னரோ மணமக்கள் திருமணம் செய்துகொண்டனர். இத்தகுநிலை

வெளிப்பட வரைதல் படாஅமை வரைதல் என்று
ஆயிரண் டென்ப வரைதல் ஆறே (கள. 50)

என்னும் நூற்பாவால் வெளிப்படுகிறது.

இத்தகைய மணங்கள் பெற்றோர் உடன்பாட்டுடனும், உடன்பாடு பெறாமலும் நிகழ்ந்துள்ளன.

கன்னிப் பெண்கள் களவொழுக்கத்தில் ஈடுபடாமல் தடுக்கப் பட்டுள்ளனர். பெற்றோர் அறியாது பெண் வெளியே சென்று ஆணுடன் தொடர்புகொள்ள முயலும்போது அவளைத் தாய் இல்லத்தில் வைத்துக் காவல் செய்யும் நடைமுறையும் ஏற்பட்டுள்ளது.

விளையாடு ஆயமொடு ஓரை ஆடாது
இளையோர் இல்லிடத்து இற் செறித்திருத்தல்
அறனும் அன்றே ஆக்கமும் தேய்ம். (நற்.68)

வயது ஒத்தவருடன் பெண்ணை விளையாட விடவேண்டும். இல்லாவிடில் அது அறமற்ற செயலாகக் கருதப்படும். இல்லத்துச் செல்வமும் குறையும் என இப்பாடல் கூறுகிறது. அடுத்து,

பழங்காலத்தில் தமிழ் மக்களிடம் திருமண முறைகள் பலவாறாக இருந்துள்ளன.[11] இத்தகு முறைகளில்,

'பின்முறை ஆகிய பெரும் பொருள் வதுவை
தொன்முறை மனைவி எதிர்ப்பாடு ஆயினும்
.............               (தொல். கற். 170)

போன்ற முறையும் ஏற்பட்டுள்ளது. இந்நூற்பா மணமுறையில் காணப்படும் இருவேறு முறைகளைக் குறிப்பிடுகிறது. தொன்முறை மனைவி எனப் பழைய முறையில் செய்யப்பட்ட திருமணத்திற்குப் பின் இரண்டாம் திருமணம் நடந்துள்ளது. மகப்பேறு பெற்றிருப்பினும் அவள் இரண்டாம் திருமணத்திற்கு எதிர்ப்புத் தெரிவிக்கவில்லை. ஆனால், சங்கப் பாடல்களில் ஒருவனுக்கு ஒருத்தி என்பது பெரிதும் பேசப்பட்டுள்ளது.

மகளிர் பூப்புக் காலத்தில் மனைவாழ்க்கையிலிருந்து ஒதுங்கி நிற்கும்போது ஆண்கள் பரத்தமை நாடும் நிலை ஏற்பட்டதையும் பின்வரும் பாடல் மூலம் அறிய முடிகிறது.

பூப்பின் புறப்பாடு ஈராறு நாளும்
. . . . . . . . .
பரத்தையின் பிரிந்த காலையான     (தொல். பொ. 187)

கால ஓட்டத்தில் பண்பாட்டு மாற்றத்தால் திருமண நடைமுறையில் பொய்யும் வழுவும் மலிந்தன. களவு வாழ்விலிருந்து கற்பு நெறியுடைய குடும்ப முறை கட்டமைக்கப்பட வேண்டிய நிலை ஏற்பட்டது.

பொய்யும் வழுவும் தோன்றிய பின்னர்
ஐயர் யாத்தனர் கரணம் என்ப     (தொல். கற்பு.2)

என்னும் வகையில் மாற்றங்கள் ஏற்பட்டன. இவ்வாறாகத் தமிழ்ச் சமூகத்தில் ஏற்பட்ட மாற்றங்கள் பலவாறான நடைமுறைகளை ஏற்றுக் கொண்டன. இவ்வியலில் கூறப்பெற்ற கோட்பாட்டுப் பின்புலத்தில் அம்முறைகளுக்கான சமூகப் பண்பாட்டுப் பொருண்மைகளை அறிய முற்படலாம்.

# 11

## பண்பாட்டுக் கோலங்கள்

### அதிஉயிரத்துவம்

பண்பாட்டின் தனித்தன்மைகளை விளக்குவதில் சில மானிடவியலர்கள் மிகவும் கருத்தூன்றி ஆராய்ந்தனர். இத்தகு ஆய்வானது குரோபர் பண்பாட்டை 'அதிஉயிரத்துவம்' அல்லது 'உயர்உயிரத்துவம்' (superorganic) என்று குறிப்பிட்டதிலிருந்து மிகவும் வலுவடைந்தது. பண்பாடு என்பது ஓர் உயிரியைப் (organism) போன்ற அமைப்புடைய தல்ல. அது உயிரியைவிட மேலானது என்பார் குரோபர். ஓர் உயிரியின் இயக்கத்தை நிறுத்த வேண்டுமென்றால் அதனைக் கொன்றுவிடலாம். இதயம் நின்று போனால் உயிரியும் இறந்துபோகும். ஆனால், சமூகம் என்பது யாராலும் நிறுத்தமுடியாத இயக்கத்தைக் கொண்டதாகும். அது தொடர்ந்து இயங்கிக்கொண்டே இருக்கும். பிறப்பின்மூலம் அதன் இயக்கத்தில் புதிய நபர்கள் உள்ளே செல்கின்றனர். மக்கள் இறப்பதன் மூலம் அந்த இயக்கத்திலிருந்து வெளியேறுகிறார்கள். ஆக பிறப்பும், இறப்பும் நிகழ்ந்து கொண்டிருப்பினும் சமூகம் என்பது தொடர்ந்து இயங்கிக் கொண்டேயிருக்கும். ஒரு தனி உயிரியைப் போல் சமூகத்தின் உயிர்ப்புத் தன்மை தனிமனிதரின் கட்டுப்பாட்டில் இல்லாததால் பண்பாட்டைக் குரோபர் 'அதிஉயிரத்துவம்' கொண்டது என்கிறார்.

பிறப்பின் மூலம் சமுதாயத்தில் நுழையும் ஒவ்வொருவரும் தாம் நுழைவதற்கு முன் பண்பாட்டில் இடம்பெற்றுள்ள முறைப்படியான கட்டுப்பாடுகளை ஏற்று நடக்க வேண்டியுள்ளது. அக்கட்டுப்பாடுகள் எவராலும் இயக்கப்படுவதில்லை. பண்பாடே இயக்குகிறது. அது தன்னளவில் மட்டுமே இயங்கிக்கொள்ளும் தன்மையுடையது. அதன் இயக்கத்தைத் தனிமனிதனின் நடத்தைமுறைகளிலிருந்து அறிய முடியாது. பல நிலைகளில் அறிய வேண்டும்.

ஓர் உயிரினத்தை அறிய அவ்வுயிரினத்தைச் சேர்ந்த தனி உயிரியைப் படித்தால் போதுமானது. அவ்வுயிரியின் உடற்கூறுகளையும்

உள்ளமைப்பையும் அறிய அறுவை செய்து தெரிந்து கொள்ளலாம். அதே வகையில் பண்பாட்டை அறிய முனைந்தால் அது முடியாது. தனிமனிதரின் நடத்தைகள் பண்பாடல்ல. அனைத்து மக்களின் கூட்டு வெளிப்பாடாகும். அதனாலேயே, பண்பாட்டை அதிஉயிரத்துவ முறையிலானது எனக் குரோபர் குறிப்பிடுகிறார்.[1]

இவ்வகையான தன்மையைப் பெற்ற பண்பாடுகள் ஒவ்வொன்றும் எவ்வகையான உருவத்தை அல்லது ஒழுங்கமைப்பைப் பெற்றுள்ளன என்பதை விளக்குவதில் பல கருத்துகள் வெளியாயின. அவையே, 'அமைப்பொழுங்குக் கொள்கை' (configuration theory) எனப் பொதுவாக வழங்கப்பெறும்.

## அமைப்பொழுங்குக் கொள்கை

பண்பாடு என்னும் பெருந்தலைப்பில் சேகரிகப்படும் செய்திகளை ஒன்றிணைத்து ஒழுங்குபடுத்த வேண்டும் என்ற நோக்கிலும், ஆங்கிலேயே மானிடவியலாரின் செயற்பாட்டுக் கொள்கை நோக்கிலும் பண்பாட்டுக் கோலம் அல்லது தோரணி (cultural pattern) அல்லது அமைப்பொழுங்கு (configuration) என்ற கருத்தை குரோபர், பெனிடிக்ட் ஆகிய இருவரும் புதிதாக உருவாக்கினர். இவர்கள் குறிப்பிடும் 'தோரணி' அல்லது 'அமைப்பொழுங்கு' என்பது ஒரு பண்பாட்டைச் சிறப்பித்துக் காட்டக்கூடிய அல்லது பிற பண்பாட்டிலிருந்து ஒரு பண்பாட்டைத் தனியாகப் பிரித்துக் காட்டக்கூடிய பண்புகளின் தொகுப்பாகும்.[2]

ஒரு பண்பாட்டின் அமைப்பொழுங்கு அப்பண்பாட்டிலுள்ள வயது வந்த மக்களின் இயல்பான ஆளுமையாகும் என்பார் பெனிடிக்ட். ஆனால், குரோபர் ஒரு பண்பாட்டில் காணப்படும் பல வழக்கடிபாடு களையும் முதன்மைக் கருத்துகளையும் கொண்டு ஒரு பண்பாட்டைத் தனிமைப்படுத்திக்காட்ட வேண்டும் அல்லது இனம் பிரித்துக் காண வேண்டுமென்பார். இதுவே பண்பாட்டுத் தோரணிக்கு அடிப்படை யாகும் என்பார். இனிப் பண்பாட்டுத் தோரணி பற்றிக் காண்போம்:

**பண்பாட்டுத் தோரணி:** பண்பாட்டுத் தோரணி (culture pattern) என்பது பண்பாட்டின் உள்ஒழுங்கின் கட்டுமானத்தால் வெளிப்படும் 'தோற்றம்', 'முகம்', 'உருவம்' என்று பொருள் கொள்ளலாம் என்பார் குரோபர். ஒவ்வொரு பண்பாடும் அதன் ஆயிரமாயிரம் கூறுகளை ஓர் உள் ஒழுங்கை முன்வைத்துத் தன் பண்பாட்டுக் கட்டுமானத்தை ஏற்படுத்திக் கொண்டாலும், இவற்றிற்கிடையே பல பொதுமைப் பாடுகள் இருந்தாலும் ஒவ்வொரு பண்பாடும் தன் தனித்துவத்தைத் தன்

பண்பாட்டுத் தோரணி வழி வெளிப்படுத்திக் கொள்கிறது. எந்த ஒரு கருத்தியலின் (ideology) அல்லது ஒழுங்கமைவின் (system) அடிப்படையில் இக்கட்டுமானம் அமைகிறதோ அதுவே அப்பண்பாட்டின் அமைப்பொழுங்கு (configuration) ஆகும்.[3]

குரோபர் பண்பாட்டில் பின்வரும் இரண்டு வகையான பண்பாட்டுத் தோரணிகள் உள்ளதெனக் கூறுவார்:

**1. அடிப்படை அல்லது ஒழுங்கமைவுத் தோரணிகள்** (basic or systemic pattern): காலங்காலமாக நின்று நிலைத்துக் காணப்படும் கூறுகளின் ஒருங்கிணைவில் ஏற்படுவது பண்பாட்டுத் தோரணி. இக்கூறுகளின் செயல் சார்ந்த அடிப்படையில் எழும் வெளிப்பாடுகள் அப்பண்பாட்டுத் தோரணிக்கு அடித்தளமாய் அமைகின்றன (எ-டு: நெடுங்கணக்கு, கலப்பை, வேளாண் முறை, வழிபாட்டு முறை, உறவுமுறை, அடிப்படை நிறப்பெயர்கள் இவை போன்ற இன்னும் பிற).

ஓர் எடுத்துக்காட்டைக் காண்போம். ஒவ்வொரு பண்பாடும் குறிப்பிட்ட சில விழுமியங்களுக்கு முக்கியத்துவம் தருகின்றது. இவற்றாலும் பண்பாட்டுத் தோரணிகள் உருவாகின்றன. சில பண்பாடுகள் தூய்மைக்கு முதலிடம் தருகின்றன. சில பண்பாடுகள் நேர்மை, அமைதி, சமத்துவம், தற்சார்புடைமை, கடவுள் வழிபாடு போன்ற விழுமியங்களில் ஏதேனும் ஒன்றிற்கு முக்கியத்துவம் தருகின்றன. ஜப்பானியருக்கு அழகு ஓர் இன்றியமையாத விழுமியமாகும். ஸ்பெயின் நாட்டவருக்கு ஆண்களின் வீரத்தன்மையும், ஜாவாத் தீவினருக்கு அமைதித்தன்மையும் (politeness), இந்தியர்களுக்கு ஆன்மிகமும் இன்றியமையா விழுமியங்களாக உள்ளன. இவை அப்பண்பாட்டின் அடிப்படைத் தோரணி உருவாவதற்குக் காரணங்களாக உள்ளன.

இன்னுமொரு எடுத்துக்காட்டுவழி இதனை எளிமையாகப் புரிந்து கொள்ளலாம். ஒவ்வொரு சமயமும் ஒரு தனிப்பட்ட தோரணியை உருவாக்கிக் கொண்டுள்ளது. இந்து மதத்தின் தர்மம், இஸ்லாமியத்தின் சகோதரத்துவம், புத்தத்தின் கருணை, சமணத்தின் அகிம்சை, சீக்கியத்தின் கடமை உணர்வு, சொராஷ்டிரியத்தின் தூய்மை, பாகையத்தின் ஒருமை, கிறித்தவத்தின் நீதியன்பு ஆகியன அந்தந்தச் சமயத்தின் தோரணிகளாக விளங்குகின்றன.

**2. இரண்டாம் நிலைத் தோரணிகள்** (secondary patterns): ஒரு பண்பை வெளிப்படுத்த ஒன்றுக்கும் மேற்பட்ட கூறுகள் இருப்பதாலும், நீண்ட காலகட்டத்திற்குச் செல்லாமல் மாறும் போக்குகளைக் கொண்ட கூறுகள் இருப்பதாலும் ஏற்படக்கூடிய தோரணிகள். இவை

*(எ-டு: உடை, அணிகலன்கள், சிந்தனைமுறை, புழங்கு பொருட்கள், காலப்பாணி, இவை போன்ற இன்னும் பிற.*

கிளைட் குளுக்கான் (Clyde Klukhohn) பண்பாட்டுத் தோரணிகளின் இன்றியமையாத ஆறு பண்பு நலன்களைப் பின்வருமாறு கூறுகிறார்:

1. **கண்டிப்பாகப் பின்பற்றப்பட வேண்டியது** (compulsory): பண்பாடு தன் உறுப்பினர்களுக்குப் பலவகையான வாய்ப்புகளை நல்கினாலும் சில குறிப்பிட்ட நிகழ்வுகளில் ஒன்றை நிச்சயம் பின்பற்ற வேண்டியதை நிர்ணயிக்கின்றது.

2. **விரும்பத்தக்கது** (prefered): பலவகையான நடத்தைமுறை களைப் பின்பற்றும் வாய்ப்புகள் நம்முன் இருப்பினும் மற்றவற்றை விட மிகச் சில நடத்தை முறைகள் மிகவும் நல்லவை; உகந்தவை; உயர்ந்தவை எனப் போற்றும் நிலையைப் பண்பாட்டுத் தோரணிகள் கொண்டிருக்கும்.

3. **வகை மாதிரியானது** (typical): ஒன்றுக்கொன்று சமஅளவிலான ஏற்புத்தரம் கொண்ட நடத்தைமுறைகள் இருப்பினும் அவற்றுள் ஒன்றே மற்றவற்றைவிட வகைமாதிரிக்குரியதாக (typical) அமைகின்றது.

4. **மாற்றுநிலை** (alternative): சில நடத்தை முறைகளில் வேறுபாடுகள், ஏற்றத்தாழ்வுகள் ஏதும் காணாமல் அவையனைத்தும் சமமானவை என அங்கீகரிக்கும் நிலை.

5. **குறுக்கிவிடுதல்** (restricted): சில நடத்தைமுறைகளைப் பொறுத்த வரை சமூகத்தார் அனைவருக்கும் சமவாய்ப்பு அளிக்காமல் குறிப் பிட்ட பிரிவினர் வெளிப்படுத்தும் இயல்பு.

20ஆம் நூற்றாண்டின் இடைக்காலத்தில் மானிடவியலர் சிலர் சமுதாயங்களை இனம்பிரித்துக் காட்டுவதற்கு அதன் ஆதிக்கக் குணங்களை அடிப்படையாகக் கொண்டனர். மானிடவியற் கொள்கை களில் ஆர்வங்கொண்ட டேவிட் பிட்னி என்னும் தத்துவவியலார் ஒரு பண்பாட்டிற்கே உரிய சிறப்புத் தன்மைகளை இயக்கும் ஆற்றலாக அப்பண்பாட்டின் தத்துவக் கூறுகள் செயல்படுவதால் அவற்றைக் கண்டுபிடிப்பது இன்றியமையாதது எனக் கருதினார்.

பிளாரென்ஸ், குளுக்கான், ஃபிரட் ஸ்ட்ராட்பெக் ஆகியோர் மேலுமொரு தத்துவவியல் அணுகுமுறையை *விழுமியப் பார்வையில் மாறுபாடுகள்* (Variations in Value Orientations 1961) என்னும் நூலில், ஒரு குழுவாகச் சேர்ந்து வாழும் மக்களை இனம்பிரித்துக் காட்ட அவர்கள் கொண்டுள்ள அடிப்படைக் கருத்துகளை முப்பிரிவாகப் பிரித்தறிய

வேண்டியுள்ளது என்பர். எடுத்துக்காட்டாக, அவர்களின் கருத்து களைக் கடந்தகாலம், நிகழ்காலம், எதிர்காலம் எனப் பிரித்து அறியலாம். அதோடு சமுதாயங்களை வகைப்படுத்தும்போது சமுதாயங்கள் எவற்றை முக்கியமாகக் கருதுகின்றன, எவற்றிற்கு மதிப்பளிக்கின்றன என்பன போன்றவற்றை அறிந்து அவற்றை முதன்மைக் கூறுகளாகக் கொள்ளவேண்டும் என்ற வகைப்பாட்டினையும் இவர்கள் முன் மொழிந்தனர்.

சமுதாயங்களை வகைப்படுத்துவதில் கிளைட் குளுக்கான் மேலு மொரு வகையைக் குறிப்பிட்டார். இவரது வகைப்படி, மக்கள் எதிரிணைப் பண்புகளைக் கொண்ட கூறுகளை, பண்புகளைக் குறிப்பிடுவதில் (எடுத்துக்காட்டாக, நல்லது, கெட்டது; இரவு, பகல்; கருப்பு, வெள்ளை; இன்பம், துன்பம்; தனியாள், குழு போன்ற பல) ஒரு பண்பாட்டினர் எந்த அளவு முக்கியத்துவம் கொடுக்கின்றனர் என்பதையும் அறிய வேண்டும். இவ்விரண்டைக் கொண்டு ஒவ்வொரு பண்பாட்டையும் இனங்காணலாம் என்கிறார் குளுக்கான்.

இதற்கு மேலுமொரு வழியையும் இவர் சுட்டிக்காட்டுகிறார். ஒவ்வொரு சமுதாயமும் அடிப்படையான சில மெய்க்கோள்களை (premises) மையமாகக் கொண்டே செயல்படுகிறது. அவற்றை அச்சமுதாயத்தின் 'ஏற்றுக்கொள்ளப்பட்டவை' (givens) எனக் கொள்ள வேண்டும். இந்த அடிப்படை மெய்க்கோள்களைக் கொண்டு ஒரு பண்பாட்டினரின் முறையான நடத்தையையும் முறையற்ற நடத்தை யையும் அறியலாம். மேற்கூறிய கூறுகள் பண்பாட்டிற்குப் பண்பாடு மாறுவதால் பண்பாடுகளின் அமைப்பொழுங்குகளைக் காண இம்முறை களைக் கையாளலாம் என்கிறார் குளுக்கான். நவாஜோ (Navajo) சமுதாயத்தை ஆராயும்போது குளுக்கான் 'ஏற்றுக்கொள்ளப்பட்டவை' என்னும் கருத்தைப் பயன்படுத்தி ஆராய்ந்தார்.

அமைப்பொழுங்கு பற்றிய பல்வேறு ஆய்வு நூல்களுள் மிகவும் விரிவாக எழுதப்பட்டவை என்று மோரிஸ் ஆப்லரின் நூலைக் குறிப்பிடலாம். இவர், அடிக்கருத்து அல்லது கருப்பொருள் (theme) என்பதை மையமாகக் கொண்டு பண்பாட்டின் அமைப்புகளைக் காணமுடியுமென்கிறார். இவர் எழுதிய *கருப்பொருள்கள் பண்பாட்டின் இயக்காற்றல்* (Themes as Dynamic Forces in Culture 1945) என்னும் நூலிலும், *பண்பாட்டின் ஒன்றியத்திலும் வேறுபாட்டிலும் உறுப்புகள், ஒன்றிணைதல் கருப்பொருள்கள்* (Component, Assemblage and Theme in Cultural Integration and Differentiation 1959) என்னும் நூலிலும் 'கருப்பொருள்' கருத்தை மையமாகக் கொள்ள வேண்டியதை வலியுறுத்துகிறார்.

இவர் குறிப்பிடும் 'கருப்பொருள்' என்பது மக்களின் நடத்தை முறைகளை ஒழுங்குபடுத்தும் அல்லது ஒருவரின் செயல்களைத் தூண்டும் விழுமியங்கள் (values) ஆகும். மக்களின் நடத்தைமுறைகளுக்குக் கருப்பொருள் அடிப்படையாக உள்ளதால் அதை 'இயக்காற்றல் கொண்ட உறுதிப்பாடுகள்' (dynamic affirmations) என்று குறிப்பிடுவார். எடுத்துக்காட்டாக ஆண்கள் பெண்களைக் காட்டிலும் உயர்ந்தவர்கள் என்ற கருத்து (கருப்பொருள்) ஒரு சமுதாயத்தில் இருக்குமானால் அக்கருத்து அவர்களின் அன்றாட வாழ்வில் இடம்பெறும் நடத்தல் (walking), உணவு உண்ணுதல், சடங்கு நிகழ்ச்சிகளில் பங்குபெறுதல், குடும்ப நிர்வாகம், தொழிற்பகுப்பு முதலான பல செயல்களில் பிரதிபலிக்கும். இருப்பினும் ஒவ்வொரு சமுதாயத்திலும் அது இயல்பாகச் செயல்படுவதற்கு 'எதிர்க் கருப்பொருள்களும்' (counter themes) காணப்படுகின்றன. ஆண்கள் உயர்வாகக் கருதப்படும் சமுதாயத்தில் சில சூழல்களில் பெண்களும் உயரிடம் பெறுகின்றனர். எடுத்துக்காட்டாக, குழந்தை வளர்ப்புமுறை, தோட்டப்பயிர் வேளாண்மை செய்தல் முதலான நிகழ்ச்சிகளில் பெண்களே முக்கியப் பங்கு வகிக்கின்றனர். அவர்களின் பங்கு இன்றியமையாதது என்று கருதப்பட்டு அவ்வேலை அவர்களிடம் ஒப்படைக்கப்படுகிறது.

அமைப்பொழுங்குக் கொள்கையின் பல குறைகளைத் திறனாய்வாளர்கள் சுட்டிக்காட்டினர். ஒரு பண்பாட்டின் அமைப்பொழுங்கை இனங்காட்டும் முறை மிகவும் எளிமையாகவும், பண்புகளை மிகைப் படுத்துவதாகவும் இருப்பதால் அது கேலிக்குரியதாக உள்ளது என்று கூறினார். அதோடு, இக்கொள்கையின் விளக்கங்கள் அனைத்தும் பொதுமரபை மீறியதாகவும், முரண்பட்ட நிலையில் உள்ளதாகவும், ஒவ்வோர் ஆய்வாளரும் தனித்தனி முறையில் பண்பாட்டு அமைப் பொழுங்கைக் காண்கின்றனர் எனவும் குற்றஞ்சாட்டினர். ஆகவே, அமைப்பொழுங்கு பற்றிக் கூறமுற்படும் அனைத்து முயற்சிகளும் ஒரு சாதாரண விளக்க உரையாக உள்ளதே தவிர, வேறு எதையும் சுட்டிக் காட்டவில்லை என்றனர். ஆங்கிலேயே மானிடவியலார் அமைப் பொழுங்குக் கோட்பாடு மூலம் பண்பாடுகளை வகைப்படுத்துவதில் நம்பிக்கையற்றவர்களாக இருந்தனர். ஏனெனில், இக்கோட்பாட்டின் கருத்தாக்கத்திலும் ஆய்வு செய்யும் முறையிலும் உள்ள சிக்கலால் இது ஆங்கிலேய மானிடவியலில் சிறப்பிடம் பெறவில்லை.

### பண்பாட்டின் பண்புகள்

பண்பாட்டியலின் (culturology) வளர்ச்சிக்கு உழைத்த முன்னோடிகளுள் குரோபரும் (Alfred Kroeber) ஒருவர். இவரது பங்களிப்பின் மூலம்

அமெரிக்க மானிடவியலானது பெருமளவு வளம்பெற்றது. பண்பாடு மனித இனத்தவருக்கேயுரிய தனித்த வடிவம் என்பதை விரிவாக விளக்கிய குரோபர் அது தனிமனிதனுக்கு அப்பாற்பட்டது (super-individual) என்றும், ஒரு தனித்த உயிரின் செயல்பாட்டையும் தாண்டி அதிஉயிரத்துவம் (superorganic) வாய்ந்தது என்றும் கூறினார். தனி உயிரிகளுக்கு இறப்பு ஏற்படும்போது அவற்றின் இயக்கம் நின்று விடுகிறது. ஆனால் பண்பாடு அப்படிப்பட்டதல்ல. சமூகத்தவர் அனைவரின் செயல்பாடுகளிலும் அவர்களின் பேணுகையாலும் பண்பாடு நிலைபெற்றிருப்பினும் தனிமனிதர்களின் அல்லது சில குழுக்களின் இயக்கம் தடைபட்டாலுங்கூடப் பண்பாடு என்பதன் இயக்கம் தடைபடுவதில்லை. 'ஐயர் வரும்வரை அமாவாசை காத்திருக்காது' என்பதுபோல யாருக்காகவும் பண்பாடு தன் இயக்கத்தை நிறுத்திக் கொள்வதில்லை. அதனால்தான், பண்பாடு என்பது அதிஉயிரத்துவம் வாய்ந்தது என்பார் குரோபர்.

பண்பாடானது எண்ணற்ற அம்சங்களை வெளிப்படுத்தும் பன்முகங்களைக் கொண்டிருப்பினும் பின்வரும் நான்கு அடிப்படையான முகங்களைப் பண்பாடு கொண்டிருக்கிறது என்பார் குரோபர். அவை:

*1.* **பண்பியல்புகள்** (properties): பண்பாட்டின் அடிப்படையான பண்பியல்புகள் எனக் குரோபர் சுட்டுவது அது காலந்தோறும் ஒரு தலைமுறையினரிடமிருந்து மற்ற தலைமுறையினருக்குத் தொடர்ந்து எடுத்துச் செல்லப்படுவதாகும் (transmissibility). இரண்டாவது: ஒவ்வொரு பண்பாடும் அதன் தனித்துவத்தைக் காட்டக்கூடிய மாறுபட்ட பண்பைக் கொண்டிருப்பதாகும் (variability). மூன்றாவது: பண்பாடு தொடர்ந்து பல பண்பியல்புகளைத் தன்வசம் சேர்த்துக் கொண்டு தன்னை வளப்படுத்திக் கொள்ளும் (cumulativeness). நான்காவது:தன் பண்பாட்டுக்கான விழுமியத் தரப்பாட்டினைத் (value standard) தொடர்ந்து காத்துக்கொண்டு வரும். இறுதியானது: பண்பாடு தன் பண்பியல்புகளை ஒவ்வொரு தனிமனிதனிடத்தும் செல்வாக்குச் செலுத்தும்.

*2.* **கூட்டுத்தன்மை** (compositeness): பண்பாடென்பது தன்னைப் பேணுபவர்களின் ஏற்பிசைவாலும் (receptivity), பிறபண்பாடுகளுடன் உறவாடி அவற்றோடு கலந்து ஓரினமாதலாலும் (assimilation), பரவல் முறையாலும் (diffusion) தான் பெற்றுள்ள ஆயிரமாயிரம் கூறுகள் (traits), நூற்றுக்கணக்கான தொகுதிகள் (complexes) ஆகியவற்றை ஒருங்கிணைத்துக் கொண்டுள்ள ஒரு முழுத் தொகுதியாகும் (whole). பண்பாடு ஒரு முழுத் தொகுதி என்னும் கருத்தமைவு கூட்டுத் தன்மையின் அடிப்படையில்தான் உருப்பெறுகிறது.

**3. தொடர்ச்சி** (continuing): *மானிட இனத்தின் தனித்தன்மையாக விளங்கும் பண்பாடு என்பதன் மற்றுமொரு தன்னியல்பு அதன் தொடர்ச்சியேயாகும். மனித இனத்தின் தொடர்ச்சி போன்றே பண்பாட்டின் தொடர்ச்சியும் காலம், இடம் அனைத்தையும் உள்ளடக்கி வருகிறது. இதன் தொடர்ச்சியில் மாற்றம் ஒரு தவிர்க்க வியலா நிகழ்வாகும். மாற்றுத்தினூடே தொடர்ச்சி தொழிற்படுகிறது.*

**4. உள்ளடக்கமும் வடிவமும்** (content and form): *பண்பாட்டின் உள்ளடக்கம் என்பது 'பண்பாட்டின்கண் அமையும் எல்லாக் கூறுகளு மாகும்.' பொருள்சாராத அனைத்துக் கூறுகளும் இதிலடங்கும். இவையே, அதன் உள்ளடக்கத்தை நிர்ணயிக்கின்றன. உள்ளடக்கமே வடிவத்தை நிர்ணயிக்கின்றன. எனினும், ஒவ்வொரு பண்பாட்டின் தனித்த பண்பியல்புகள் வடிவத்திற்கு முழு ஆதாரத்தைக் கொடுக் கின்றன. எண்ணற்ற கூறுகள் பெரும்பாலான பண்பாடுகளில் காணப் பட்டாலும் அக்கூறுகள் அந்தந்த நிலப்பகுதியில் தனித்தன்மை கொண்ட பண்பாடுகளின் உருவமைப்பிற்கு எவ்வாறு காரணமாகின்றன என்பதாலேயே உள்ளடக்கம் சில பொதுமைப்பாடுகளைக் கொண்டி ருப்பினும் வடிவம் சில தனித்தன்மைகளை வெளிப்படுத்துகின்றன. அடுப்பு, வீடு, பிற பொருள்சார் கூறுகள் பல பண்பாடுகளிலும் காணக்கூடிய உள்ளடக்கமாக இருப்பினும் அப்பொருள்சார் கூறுகள் வழி ஒரு பண்பாடு தன் கருத்தியல்புகளையும் தனித்துவத்தையும் காட்டும் முகத்தான் அப்பண்பாட்டின் வடிவம் சற்று மாறுபடுகிறது. எனினும், உள்ளடக்கமும் வடிவமும் ஒன்றையொன்று பரஸ்பரம் பாதித்துக்கொள்வதாக, ஊடாடுவதாகவே அமைகின்றன. பண்பாட்டுத் தோரணிகளை* (culture patterns) *உருவாக்குவதற்கு இதுவே அடிப்படை யாக அமைகிறது (மேலும் காண்க: பண்பாட்டுத் தோரணி).*

## ஜார்ஜ் ஃபாஸ்டர்

*பண்பாடு என்பது ஆறு அடிப்படையான பண்புநலன்களைப் பெற்றுள்ளது என்பார் ஜார்ஜ் ஃபாஸ்டர்* (George Foster).*அவை:*

1. *பண்பாடு என்பது கற்கப்படுவது.*
2. *பண்பாடு என்பது தர்க்க அளவிலான ஒருங்கிணைவைக் கொண்டிருக்கும்* (logically integrated); *தர்க்க அளவிலான செயல்பாட்டைக்* (function) *கொண்டிருக்கும்; தர்க்க அளவிலான அர்த்தத்தை வெளிப்படுத்தும்.*
3. *பண்பாடு என்பது தொடர்ந்து மாறிக் கொண்டிருப்பதாகும். எந்த ஒரு பண்பாடும் மாற்றமே இல்லாமல் அப்படியே* (static) *இருப்பதில்லை.*

4. ஒவ்வொரு பண்பாடும் ஒரு விழுமிய முறையைக் (value system) கொண்டிருக்கும்.
5. பண்பாட்டிற்கான வடிவமும் (form) சமூகத்தின் உறுப்பினர்கள் அனைவரும் வெளிப்படுத்தக்கூடிய நடத்தைமுறைகளும் புதை நிலை வடிவங்கொண்டவை; வெளிப்படையானவையல்ல.
6. பண்பாடானது அதன் உறுப்பினர்களிடையே தன்னியல்பான அதே நேரத்தில் உத்வேகமான பரஸ்பர உறவை ஏற்படுத்தித் தருகிறது. இதுவே மனிதன் 'சமூகம்' என்ற கூட்டிணைவை ஏற்படுத்திக் கொண்டு செயல்பட வழிவகுக்கிறது.

## ஹெர்ஸ்கோவிட்ஸ்

பண்பாட்டைப் பற்றி ஹெர்ஸ்கோவிட்ஸ்[4] (M.Herskovits) கூறும்போது மூன்று அடிப்படையான கருத்துக்களைக் கூறுவார்:

1. பண்பாடு என்பது மனித அனுபவத்தின் ஊடாக ஓர் உலகளாவிய பண்பாக உள்ளது. எனினும், அந்தந்த வட்டாரத்தின் தன்மை களை உள்வாங்கிக் கொண்டு தனித்துவமானதாகக் (unique) காணப்படுகிறது.
2. பண்பாடு என்பது நிலைபெற்று நிற்கக் கூடியது (stable); அதே நேரத்தில் இயக்கம் சார்ந்ததாகவும் (dynamic) உள்ளது. இந்த இயக்கத்தின் ஊடாக ஒரு தொடர்ச்சியான மாற்றத்திற்கும் அது ஆட்படுகிறது.
3. நம் வாழ்க்கை முறைக்கு ஒரு முழு உருவத்தை அளிக்கக் கூடியதாகப் பண்பாடு திகழ்கிறது. இன்னொரு வகையில் நம் வாழ்க்கை முறையை நிர்ணயிக்கிற (determine) ஒன்றாகவும் பண்பாடு திகழ்கிறது.

பண்பாடு பற்றித் தீவிரமாக விவாதித்த காலத்தில் ஹெர்ஸ்கோவிட்ஸ் கருத்துகள் பெரிதும் கவனத்தில் கொள்ளப்பட்டன.

## பண்பாட்டுப் பொதுமை

பண்பாட்டுப் பொதுமைகளுக்கு அடால்ஃப் பாஸ்டியன் வேறு வகையில் விளக்கங் கூறுவார். இவரது கருத்துப்படி, பல்வேறு பண்பாடு களில் அவற்றுள் இயங்கும் சமுதாயப் பண்பாட்டு நிறுவனங்களில் ஒற்றுமைப் பண்புகள் காணப்படும். ஒரு பண்பாட்டில் காணப்படும் பண்புகள் மற்றொரு பண்பாட்டிலும் காணப்படுவது, இரு பண்பாட்டி லுள்ள மனிதர்களின் நடத்தைமுறையிலுள்ள ஒற்றுமையைக் காட்டு கிறது. மக்கள் அனைவரும் ஒரு குறிப்பிட்ட தூண்டுதலுக்கு (stimulus)

ஒரு குறிப்பிட்ட துலங்கலைக் (response) கொண்டுள்ளனர். இரு வேறுபட்ட பண்பாட்டினர் ஒரே தன்மையான சிக்கலை எதிர் கொள்ளும்போது இருவரும் ஒரே தன்மையான முடிவைக் காண்பர். இதன்மூலம் அனைத்துப் பண்பாட்டினரிடமும் ஒத்த உளப்பாங்கும் மனச்செயல்களும் உள்ளன என்பதை அறுதியிட முடியும். உளவழியில் அமையும் இந்த ஒற்றுமையே பண்பாடுகளுக்கிடையில் ஒற்றுமைக் கூறுகள் ஏற்படக் காரணமாகின்றது. இவரது இக்கொள்கை 'மனித குலத்தின் உளவழி ஒற்றுமை' (psychic unity of mankind) எனக் கூறப்பெறும். இன்று இது 'உளவழி ஒற்றுமை' (psychic unity) எனப் பெருவழக்காகக் கூறப்படும்.

## பண்பாட்டுச் சார்புடைமை

ஒவ்வொரு பண்பாடும் அதற்கே உரிய மதிப்பைப் பெற்று விளங்கு கின்றது. அதன் பழக்கவழக்கங்களும், பிற நடத்தைமுறைகளும் அப்பண்பாட்டோடு மிகவும் ஒத்திசைவு பெற்றுள்ளன. ஒரு பண்பாட்டை உயர்ந்தது என்றோ மற்றதைத் தாழ்ந்தது என்றோ கூற இயலாது. இவ்வகையான மனிதநேயக் கருத்தை அனைவரும் ஏற்றுக் கொள்ளும் வகையில் நிறுவியவர்கள் மானிடவியலர்களே. இவர் களின் இக்கருத்து இன்று 'பண்பாட்டுச் சார்புடைமை' (cultural relativism) எனப் பெருவழக்காக வழங்கப் பெறுகிறது.

எந்த ஒரு பண்பாட்டினரும் அவர்களின் சொந்தப் பண்பாடே, அதன் முறைகளே சிறந்தது எனக் கருதுவர். அவர்களின் பழக்கவழக்கங் களிலிருந்து முற்றிலும் மாறுபட்ட பண்பாட்டினரைத் தாழ்ந்தவர்கள், அருவருப்பான பழக்கவழக்கங்களைக் கொண்டவர்கள் எனவும் கருதுவர். இது பொதுப்புத்தி சார்ந்தது; உண்மையல்ல. பண்பாட்டுச் சார்புடைமைக் கருத்துப்படி, ஒரு பண்பாட்டின் மதிப்புகள், செயல் முறைகள் அந்தந்தப் பண்பாட்டோடு சார்புடையவை. நல்லது, கெட்டது; உயர்ந்தது, தாழ்ந்தது; பயனுள்ளது, பயனற்றது என்பவை அனைத்தும் ஒரு பண்பாட்டிற்குள் மட்டுமே கையாளப்பட வேண்டிய சொற்கள். ஒரு பண்பாடு உயர்ந்தது என்றோ தாழ்ந்தது என்றோ கூறுமளவிற்கு அனைத்துப் பண்பாடுகளையும் கடந்த பொதுக்கூறுகள் (culture – free means) இல்லை. பண்பாடுகளை ஒப்பிட்டு மதிப்பிட முடியாது; கூடாது.

## பண்பாட்டு அறுதிப்பாட்டியம்

18ஆம் நூற்றாண்டின் இடைக்காலத்திலிருந்து 19ஆம் நூற்றாண்டின் தொடக்கம்வரை மக்களின் நடத்தைமுறைகளை விளக்கிக் கூறுவதில்

உயிரியல், இனவியல், சுற்றுச்சூழலியல் ஆகியவற்றின் கருத்துக்களே பெருமளவு இடம்பெற்றிருந்தன. மக்களும் அவர்களின் நடத்தை முறைகளும் அவரவர் உயிரியல் கூறுகளால் நெறிப்படுத்தப்படுகின்றன, இனவியல் கூறுகளால் நெறிப்படுத்தப்படுகின்றன, சுற்றுச்சூழல் கூறுகளால் நெறிப்படுத்தப்படுகின்றன என்ற கருத்து மேலோங்கியிருந்தது.

அமெரிக்காவில் போவாசும் அவரின் மாணவர்களும் செயலாற்றத் தொடங்கியவுடன் மேற்கூறிய கருத்துக்களைக் கடுமையாக எதிர்த்தனர். மனிதன் பண்பாட்டுக் கூறுகளினால் மட்டுமே உருவாக்கப் படுகிறான் என்றும், அவன் தன் பண்பாட்டுக் குணநலன்களைத் தானாகவே சமுதாயத்தில் ஓர் உறுப்பினராக இருந்து கற்பதன்மூலம் ஒரு முதிர்ந்த மனிதனாகிறான் என்றும் இவர்கள் வாதிட்டனர். இவர்களின் இக்கருத்து 'பண்பாட்டு அறுதிப்பாட்டியம்' (cultural determinism) எனப் பரவலாகக் கூறப்படும். இக்கொள்கை மூலம் பண்பாடு ஒரு நடத்தைசார் அமைப்பு என்பது உறுதியானது.

## வரலாற்று மையவாதம்

அமெரிக்க மானிடவியலின் தந்தையான பிரான்ஸ் போவாஸ்⁵ வரலாற்று அணுகுமுறைக்கு முக்கியத்துவம் கொடுத்தார். இதுவே அமெரிக்க மானிடவியலின் தனித்துவத்திற்கு ஏற்பட்ட அடித்தளமாகும். ஒரு பண்பாட்டை ஆராயும்போது அதன் முற்கால வரலாற்றை ஒதுக்கி விடுவது மலட்டுத் தன்மைக்கு ஒப்பாகும் என் போவாஸ் உறுதியாக நம்பினார். ஒவ்வொரு பண்பாடும் தனித்தனியான பல வரலாற்று நிகழ்வுகளையும் சூழ்நிலைகளையும் அடிப்படையாகக் கொண்டே ஒட்டுமொத்தமாக உருவாகிறது என்றும், வரலாற்றுக் காலத்தில் நிகழ்ந்த பல எதிர்பாரா நிகழ்வுகளாலும் பிற கூறுகளின் சேர்மங் களாலும் ஏற்படுவதே பண்பாடு என்றும் போவாஸ் முன்மொழிந்தார்.

நிகழ்காலப் பண்பாட்டுக் கூறுகளின் இயக்கத்தில் வரலாற்றுக் கால நிகழ்வுகள் பெரும்பங்கு பெற்றுள்ளன என்பதால் ஒரு பண்பாட்டுத் தன்மையை விளக்க முற்படும்போது, அதன் முந்தைய வரலாற்றுப் பின்னணியை முழுவதுமாக அறிந்துகொள்ள வேண்டியது அவசியமா கிறது என்பார் போவாஸ். வரலாற்று நிகழ்வுகளுக்குப் போவாசும் அவருடைய மாணாக்கர்களும் முக்கியத்துவம் கொடுத்ததால் இவர் களுடைய அணுகுமுறை 'வரலாற்று மையவாதம்' (historical particularism) எனப்படும்.

இங்கிலாந்தில் வளர்த்தெடுக்கப்பட்ட சமூக மானிடவியலை நோக்கும்போது அமெரிக்க மானிடவியல் தனித்துவம் மிக்கதாகும்.

ஐரோப்பியர்கள் அமெரிக்கப் புத்துலகப் பகுதிகளுக்குச் சென்று குடியேறியது முதற்கொண்டு அமெரிக்க இந்தியர்களை அதாவது, செவ்வியந்தியர்கள் பற்றிக் கவனம் செலுத்தினர். செவ்விந்தியர்கள் ஒரு காலத்தில் செல்வாக்குடனும் பாதுகாப்புடனும் வாழ்ந்து இப்போது சீர்குலைந்து அழிவை நோக்கிச் சென்று கொண்டிருக்கின்றனர் என்பதை அமெரிக்க மானிடவியலர்கள் உணர்ந்தனர். அவர்களின் கடந்த கால வாழ்வு, பாரம்பரியம் முதலானவற்றை எந்த அளவிற்கு மீட்கமுடியுமோ அந்த அளவிற்கு மீட்க விரும்பினர். இந்த அணுகு முறையுடன் கூடிய அமெரிக்க மானிடவியலின் தொடக்ககாலம் என்பது அங்குத் திணைக் குடியினருக்கும் ஒடுக்கப்பட்ட மக்களுக்கும் அறிவார்ந்த நிலையில் தாராளப் போக்குடன் ஏதாவது செய்ய வேண்டும் என்ற காலமாகும்.

அமெரிக்க மானிடவியலாரின் இந்த ஆர்வம் செவ்விந்தியர்களின் தொல் பண்பாட்டை மீட்டுருவாக்கம் செய்வதற்கு வழிகோலிற்று. இவ்வகையான மீட்டுருவாக்கத்திற்காக முதியோர்களுடன் நேர்காணல், அம்மக்களின் வரலாற்றோடு தொடர்புடைய தொல்லியல் தரவுகள், பழைய கடிதங்கள், பிற ஆவணங்கள், தொன்மங்கள், பழங்கதைகள், பிற வழக்காறுகள் முதலான அனைத்தையும் வரலாற்றுக் கண்ணோட்டத்துடன் மீட்டுருவாக்கம் செய்தனர். மேலும், அம்மக்கள் இடம் பெயர்ந்த நிகழ்ச்சிகள், அவை தொடர்பான வழக்காறுகள், பண்பாடு மாற்றமடைந்த நிகழ்வுகளை விளக்கும் மொழித்தரவுகள் ஆகிய அனைத்தையும் ஆய்வுக்கு உட்படுத்தினர். அதன்மூலம், அமெரிக்க இந்தியர்களைப் பற்றிய ஆய்வானது ஒரு நீண்ட காலகட்டம் என்னும் கண்ணோட்டத்தை உள்ளடக்கிய காலப்பார்வையை (diachronic) முன்வைத்ததுடன் அதன் ஆய்வுக் கண்ணோட்டம் 'பண்பாடு' என்ற விரிந்த தளத்திற்குள் நுழைந்தது.

19ஆம் நூற்றாண்டில் காலனிய அரசியல் தேவைகளுக்கேற்ப மானிடவியலின் வளர்ச்சி ஐரோப்பாவில் ஒரு வகையாகவும், புதிய உலகப் பகுதியாக உருவான அமெரிக்காவில் இதன்நிலை வேறு வகையாகவும் அமைந்தது. இங்கிலாந்தில் காலனிய அரசுக்கு உதவும் வகையில் குடியேற்ற நாடுகளில் வாழ்ந்த திணைக் குடிகளின் 'சமுதாய அமைப்பை' (social structure) ஆராயும் சிறப்புக் கவனத்துடன் இத்துறை வளர்ச்சி பெற்றதால் இங்கிலாந்து மானிடவியலானது 'சமூக மானிடவியல்' (social anthropology) எனப்பட்டது.

கொலம்பசால் கண்டுபிடிக்கப்பட்ட புதிய உலகப் பகுதியான அமெரிக்காவில் மானிடவியலின் வளர்ச்சியானது பண்பாடு என்பதனை முழுமையாக எடுத்துக்கொண்டு ஆராயும் போக்கை ஏற்றுக்

கொண்டதால் அமெரிக்க மானிடவியலானது ‘பண்பாட்டு மானிடவியல்’ (cultural anthropology) என்று அடையாளம் பெற்றது. இவ்விரண்டு பிரிவுகளுக்கான தனித்துவம் 1960களுக்குப் பின் மெல்ல மறையத் தொடங்கி பொதுமைப்பாட்டை ஏற்றுக்கொள்ளும் போக்கு ஏற்பட்டதால் இன்று சமூக-பண்பாட்டு மானிடவியல் என்றே இத்துறை வழங்கப்படுகிறது.

19ஆம் நூற்றாண்டின் இறுதிக் கட்டம் வரை காலனிப் பகுதி களிலும் உலகின் பிற பகுதிகளிலும் வாழ்ந்த திணைக்குடியினர் குறித்த பல வகையான செய்திகளைத் தொகுக்கும் பணியில் இங்கிலாந்து மானிடவியலர் சமூக உறவுகளை மையப்படுத்தி சமூகத்தின் அமைப்பை (social structure) ஆராயும் போக்கில் தீவிரம் காட்டினர். திணைக்குடி களின் சமூகக் கட்டுக்கோப்பானது எதன் மீது ஆதாரங்கொண்டு இயங்குகிறது என்ற இலக்கைச் சமூக மானிடவியல் கொண்டிருந்ததால் இத்துறையில் ‘கடந்தகால வரலாறு’ முக்கியத்துவம் பெறுவதில்லை. ஆதலின், சமூக மானிடவியலானது வரலாற்று அணுகுமுறை சாராத (non-historical) துறை என்பதை இங்குக் கவனத்தில் கொள்ள வேண்டும்.

அடுத்து, சமூக மானிடவியலார் சமூகத்தின் இயக்கத்தில் ஒவ்வொரு சமூகக் கூறும் எவ்வாறு உறவு கொள்கிறது என்பதில் ஆர்வங் காட்டியதால் ஆய்வுக்குட்படுத்தும் காலகட்டத்தில் (synchronic) எல்லா கூறுகளுமே செயல்பாட்டைக் கொண்டுள்ளன என்ற முடிவுக்கு வந்தனர். இதனால் கடந்த காலத்தில் முக்கியத்துவம் பெற்று இப்போது செயலற்ற நிலையில் எஞ்சி நிலைத்தவையாக (survivals) பல கூறுகள் காணப்படுகின்றன என்ற படிமலர்ச்சிக் கோட்பாட்டாளர்களின் வாதத்தை இவர்கள் ஏற்கவில்லை. மக்களின் அனைத்து வழக்காறு களும் செயல்பாட்டுத் தன்மை கொண்டவை என்ற கண்ணோட்டத் துடன் மட்டுமே அணுகினர்.

## பண்பாடும் ஆளுமையும்

போவாசிற்கடுத்து நடத்தைமுறை சார்ந்த ஆய்வுகளும் உளவியல் சார்ந்த ஆய்வுகளும் பெருகின. இவ்வகை ஆய்வுகளை மேற்கொண்ட வர்களுள் எட்வர்டு சப்பிர், ரூத் பெனிடிக்ட், மார்கரட் மீடு, ஆப்ரகாம் கார்டினர், கோரா தூபாய்ஸ், கீசா ரோகீம் முதலானோர் குறிப்பிடத் தக்கவர்கள். மானிடவியலில் நடத்தைமுறையைப் பற்றிய ஆய்வு களுக்குப் பின்வரும் பின்னணியே காரணமாக அமைந்தது.

சமுதாயத்தில் நிகழும் இளங்குற்ற நடத்தை, அந்நியமாதல் (alienation), சமுதாய மாற்றம் முதலானவற்றை அறிவதில் பொது

மக்களிடமும் கல்விசார் துறையிலும் ஆர்வம் மிகுதியானது. குறிப்பாக, முதல் உலகப் போருக்குப்பின் ஏற்பட்ட இந்த ஆர்வம் தனிமனித உளவியலையும், உளவியலின் பிற கூறுகளையும் பற்றியதாக அமைந்தது. இவ்வகைச் சிக்கல்களை ஆராய முற்பட்ட உளவியலார் மேற்கத்தியச் சமுதாயத்தை மட்டுமே ஆய்வு செய்தனர். இந்நிலையில், மானிட வியலார் உளவியல் முறைகளைப் பயன்படுத்தி மேற்கத்தியரல்லாத பண்பாடுகளை ஆய்வு செய்ய முனைந்தனர்.

1920, 30 களில் அமெரிக்காவில் போவாசின் மாணவர்களுள் பலர் உளவியல் கொள்கைகளையும் அதன் ஆய்வு முறைகளையும் பண்பாட்டிடை நிலையில் (cross – cultural / hollo – cultural) பயன் படுத்தவும் சோதித்துப் பார்க்கவும் ஆர்வங்கொண்டனர். அவர்கள் மேற்கொண்ட இவ்வகை ஆய்வுகள் 'பண்பாடும் ஆளுமையும்' (culture and personality) குறித்த ஆய்வுகள் எனக் கூறப்பட்டன. ஆனால், அவர்களுக்குப்பின் ஆய்வு செய்தோர் இப்பிரிவை உளவியல்சார் மானிடவியல் (psychological anthropology) எனக் கூறத் தொடங்கினர்.

மேற்கத்தியரல்லாத சமுதாயங்களில் பண்பாடும் ஆளுமையும் பற்றி ஆராய்ந்த மானிடவியலார் சில உளவியல் முறைகளை மட்டும் பயன் படுத்தினர். அவை: கற்றல்முறை (learning system), முழுமை உளவியல் (gestalt psychology), பிராய்டின் சில கொள்கைகள் முதலானவையாகும். இம்முறைகளைப் பயன்படுத்தி ஆராய்ந்த அவர்கள் தனிமனிதர் களின் மீது பண்பாட்டின் தாக்கம் என்ன என்ற கருத்தை மைய மாகக் கொண்டிருந்தனர். சில ஆய்வாளர்கள் பண்பாட்டில் சிலரிடம் மட்டும் மிகவும் உகந்த (ideal) ஆளுமை எவ்வாறு ஏற்படுகிறது என்பதை ஆராய்ந்தனர். வேறு சிலர் பால் வேறுபாடுகள் பற்றி ஆராய்ந்தனர்.

தொடக்ககால உளவியல்சார் மானிடவியலில் எட்வர்டு சப்பிர் (1884-1934) சிறப்பிடம் பெற்றிருந்தார். இவர் மானிடவியல்சார் மொழியியலோடும் தொடர்புடையவர். சப்பிர்-வொர்ஃப் எடுகோள் (Sapir-Whorf hypothesis) மொழியியல் ஆய்வுகளில் சிறப்பிடம் வகிக் கிறது. சப்பிர் ஒரு பண்பாட்டில் ஆளுமை எவ்வாறு உருவாக்கப் படுகிறது என்பதை ஆராய்வதிலும் ஆர்வங்கொண்டார். வழக்கமாக மேற்கொள்ளப்படும் இனவரைவியல் ஆய்வுகள் மூலம் தனிமனிதர் களையும், அவர்களின் உணர்ச்சிகளையும் அறிய முடியவில்லை என சப்பிர் எண்ணினார். இக்குறையைப் போக்க உளவியல் கொள்கை களையும், முறைகளையும் பயன்படுத்தி பண்பாட்டிடை நிலையில் (cross-cultural) ஆராய வேண்டும் என வலியுறுத்தினார்.

பண்பாட்டின் இயல்நிகழ்ச்சிகள் மக்களின் உளவியற் பாங்குகளையும் பண்பாட்டின் உட்கருத்துகளையும் தெளிவுடன் காட்டுமாதலால் பண்பாட்டின் உண்மையான கருத்து அல்லது அதன் உறைவிடம் மனிதர்களுக்கிடையே நிகழும் இடைவினைகளில் உள்ளது. இந்த இடைவினைகளின்போது ஏற்படும் பட்டறிவு மக்களிடையே கருத்தளவில் (மனதில்) பதிந்துவிடுகின்றது. இவை வெளிப்படும்போது அப்பண்பாட்டிலுள்ள அனைவராலும் அவை புரிந்துகொள்ளக் கூடியவையாக உள்ளன என சப்பிர் கருதினார். இதனால், சப்பிர் பண்பாட்டை உளவியல் உண்மைப்படி (psychological reality) காண விரும்பினார். இதுவே பண்பாட்டில் ஒரு தனிமனிதரின் உண்மைப் பாங்காகவும் இயல்பான பாங்காகவும் இருக்குமென நம்பினார்.

மக்கள் எவ்வாறு தங்கள் தாய்மொழியைப் பேசக் கற்றுக் கொள்கிறார்களோ அவ்வாறே பண்பாட்டின் அமைப்புகளையும் நனவிலி (unconscious) நிலையில் கற்றுக்கொள்கின்றனர் என்பார் சப்பிர். பண்பாடு ஒவ்வொரு தனிமனிதராலும் வெளிப்படுத்தப்படுகிறது அல்லது அவருள் உறைந்துள்ளது என்பதால் பண்பாட்டின் தன்மையை அறிவதென்பது தனிமனிதரை அறிவதாகும். சப்பிரின் கருத்துப்படி, சில பண்பாடுகள் தனிமனிதர்களைச் சிறப்பாக நடத்துகின்றன; அவர்களை மிகவும் இணக்கமாகவும் சமநிலையிலும் நடத்துகின்றன; உறுப்பினர்கள் தங்களின் கருத்துகளைச் சுதந்திரமாக வெளிப்படுத்த வழிகோலுகின்றன. ஆனால், சில பண்பாடுகள் உறுப்பினர்களுக்கிடையே மனவிரிசலையும், முரண்பாடுகளையும் ஏற்படுத்தி அவர்களை ஒருவிதத் துன்பத்தில் ஆழ்த்திவிடுகின்றன. இக்கருத்துகளைக் குறிப்பிட சப்பிர் புதுவகையான சொற்களைக் கையாண்டார். முதல் வகைப் பண்பாட்டைத் தன்னியல்பான அல்லது 'உண்மைப் பண்பாடு' (genuine culture) என்றும், இரண்டாம்வகைப் பண்பாட்டைத் 'தன்னியல்பற்ற' அல்லது 'மாறாட்டமுடைய பண்பாடு' (spurious culture) என்றும் குறிப்பிட்டார். பண்பாடு எவ்வாறு தனிமனிதர்களைப் பாதிக்கிறது என்ற புதிய பரப்பில் சப்பிர் ஏற்படுத்திய ஆர்வம் ரூத்பெனிடிக்ட், மார்கரட் மீடு ஆகியோரிடமும் பெரும் தாக்கத்தை உண்டாக்கியது.

ரூத் ஃபுல்டன் பெனிடிக்ட் (1887 - 1948) தொடக்கத்தில் தத்துவம், இலக்கியம் பயின்றவர். பின்னர் மானிடவியல் துறையில் ஈடுபாடு கொண்டார். பண்பாடும் ஆளுமையும் குறித்து இவர் கொண்டிருந்த ஆர்வம் சப்பிர் அவர்களுடன் ஏற்பட்ட தொடர்பால் வலுப்பெற்றது. இந்த ஆர்வம் அவரின் பேராசிரியர் போவாஸ் கொடுத்த ஊக்கத்தினால் மேலும் வலுவடைந்தது.

பெனிடிக்டின் முக்கியமான ஆய்வு நூல்களுள் ஒன்று *மானிடவியலும் இயல்பிறழ்வும்* (Anthropology and Abnormality 1934) ஆகும். அந்நூலில் ஒருவருக்கு ஏற்படும் இயல்பிறழ்வுத் தன்மையைப் பண்பாடு மட்டுமே அறுதியிடுகிறது என உறுதிப்படுத்தினார். ஒரு சமுதாயத்தில் காணப்படும் இயல்பிறழ்வுத்தன்மை அல்லது பித்துத் தன்மை (insane) என்பது அச்சமுதாயத்திற்கு மட்டுமே பொருந்தக்கூடியது. வேறொரு சமுதாயத்தில் அத்தன்மை இயல்பானதாகவும், பித்துத் தன்மையற்ற தாகவும், இணக்கமானதாகவும் கருதப்படும். இக்கூற்றையே வேறொரு முறையில் கூறுவதானால், ஒரு பண்பாட்டில் சில பண்புகள் நன்னிலை யற்றவை என்று கூறுமளவிற்கு ஓர் உலகளாவிய நன்னிலை (universal sanity) இல்லை. அதனால், இயல்பிறழ்வு என்பது ஒருவர் அவரது பண்பாட்டின் நெறிமுறைகளை ஏற்று நடக்காத போக்கையே குறிக்கும் என்பார் பெனிடிக்ட். ஒரு பண்பாட்டின் நெறிமுறைகளின் எதிர்பார்ப்பு வேறொரு பண்பாட்டில் வேறுபடுமாதலால் இயல்பிறழ்வுத் தன்மையைக் குறிப்பிட ஓர் உலகளாவிய அளவுகோல் இல்லை என்பார்.

ஒருவர் பிறக்கும்போது பலதரப்பட்ட ஆளுமை வகைகளைப் பெறும் திறம் பெற்றவராகவே காணப்படுகிறார். ஆனால் ஒவ்வொரு சமுதாயமும் பண்பாட்டுவயமாக்க (enculturation) முறையால் தன் பண்பாட்டின் நெறிமுறைகளைப் புகுத்தி அவரை அச்சமுதாயத் திற்கு உகந்த மனிதராக மாற்ற முனைகிறது என்ற மையக்கருத்தை பெனிடிக்ட் அடிக்கடி குறிப்பிடுவார். பண்பாட்டுவயமாக்க முறை மூலம் சமுதாயத்தில் அனைவரும் ஒத்த தன்மையைப் பெறுவதற்குக் கற்பிக்கப்பட்டாலும் ஒவ்வொரு மனிதனிடமும் காணப்படும் ஏற்புத் தன்மையின் நெகிழ்வுப்பாங்கு (human plasticity) சமுதாயத்தில் பலவகை யான ஆளுமை வகைகளை ஏற்படுத்திவிடுகிறது.

ஆளுமை வகைகளைப் பற்றி ஆராய்ந்த பெனிடிக்ட் அவர்தம் முடிவுகளைத் தொகுத்து *பண்பாட்டுக் கோலங்கள்* (Patterns of Culture 1934) என்னும் நூலாக வெளியிட்டார். அந்நூல் மானிடவியலின் மிகச் சிறந்த நூல்களுள் ஒன்று எனப் பெயர் பெற்றுவிட்டது. அந்த ஆய்வில் சூனி (Zuni), தோபு (Dobu), குவாக்யூட்டில் (Kwakuitl) போன்ற இன்னும் பிற பழங்குடிச் சமுதாயங்களை ஆய்வு செய்து ஒவ்வொரு பண்பாட்டிற்குமான உளவியல் அமைப்பைக் கண்டுபிடிக்கும் திட்டத்தை உருவாக்குவதில் முனைந்தார். இவரது இம்முயற்சி குரோபர் மேற்கொண்ட அமைப்பொழுங்கு (configuration) அணுகுமுறை போன்று இருந்தது என்றாலும் பெனிடிக்டின் முறை உளவியல் அடிப்படையிலானது. டைலரின் முறை பண்பாட்டின் பாணியை (style) அறிவதாக இருந்தது.

பெனிடிக்ட் அம்மையார் சூனி, பியூப்லோ (Pueblo) மக்களிடம் மேற்கொண்ட களப்பணித் தரவுகளையும், தோபு மக்களைப் பற்றி ரியோ பார்ச்சூன் (Reo Fortune) சேகரித்த தரவுகளையும், வடமேற்குக் கடற்கரை குவாக்யூட்டில் இந்தியர்களைப் பற்றி போவாஸ் சேகரித்த களப்பணிக் குறிப்புகளையும் பெற்று இம்மூன்று சமுதாயத்தினரும் எவ்வாறு அவரவர் சமுதாயத்திற்கு உகந்த ஆளுமையை ஏற்படுத்திக் கொள்கிறார்கள் என்பதை விளக்கினார். இம்மூன்று பழங்குடிகளைக் குறிப்பிடும்போது, சூனி மக்கள் வாழ்வில் நன்னெறிகளையும் அமைதி யையும் கொண்டவர்கள் (apollonian); கொந்தளிப்பில்லாதவர்கள்; அமைதியானவர்கள்; அனைத்தையும் நடுத்தரமான போக்கில் காண் கிறார்கள் என்று கூறுவார். ஆனால் தோபு மக்களைக் குறிப்பிடும் போது, அவர்கள் குழப்பமானவர்கள் (paranoid), சந்தேகக் குணமுள்ள வர்கள்; பயந்த பாங்கினர்; எதையும் அளவுக்கு மீறி எண்ணிச் செயல் படுகிறவர்கள் என்பார். குவாக்யூட்டில் மக்களைப் பற்றி எழுதும் போது அவர்களைத் தற்பெருமை கோளாறு வெளிப்படுத்துபவர்கள் (megalomanical); தன்னலப் போக்குடையவர்கள்; தன்முனைப்புப் போக்குடையவர்கள் (egotistic) என்று குறிப்பிடுவார். இக்கருத்து களைக் கொண்டு பெனிடிக்ட் பண்பாட்டை 'அமைதிப் பண்பாடு' (apollonian), 'முரட்டுப் பண்பாடு' (dionysian) என இருவகையாகப் பிரிப்பார். ஒவ்வொரு சமுதாயத்தின் பண்புகளைப் பற்றிய பெனிடிக்டின் கருத்துகள் மிகைப்படுத்தப் பட்டவையாக உள்ளன எனத் திறனாய் வாளர்கள் கருதினர். இவரது ஆய்வு முடிவுகளுக்கு எதிர்மாறாக இருந்த தரவுகளை பெனிடிக்ட் ஒதுக்கிவிட்டார் எனவும் அவர்கள் குறை கூறினர்.

மக்களிடையே எண்ணிலடங்கா வகையிலான மாறுபாடுகள் காணப்படுவதற்கு வாய்ப்புள்ளதால் அவை பற்றி மிகப்பெருமளவில் பொதுமையாக்கம் செய்வதையும், காரணகாரியத் தொடர்புகளை விளக்குவதையும் மக்களின் வேறுபட்ட பாங்கு தடைசெய்கிறது. இந்நிலையில் பெனிடிக்டின் கொள்கைநிலை பண்பாட்டுச் சார்புடை மைக்கு வழிகோலுவதாகப் பலர் எண்ணினர். போவாசின் வரலாற்றுச் சார்புக் கொள்கை நிலையானது பண்பாட்டுச் சார்புடைமைக்கு வழிகோலுவதாகப் பலர் எண்ணினர். போவாசின் வரலாற்று மைய அணுகுமுறையைப் (historical particularistic approach) போன்றே பெனிடிக்டும் ஆளுமை அமைப்புகளானது வரலாற்றுக் காலத்தினூடே உருவாக்கப்பட்டவை எனக் கருதினார். இவரது ஆய்வு செயற்பாட்டிய அணுகுமுறையைக் கொண்டது. இவர் பண்பாட்டை ஓர் ஒன்றிய மான அமைப்பு என்றும், பண்பாடு அதன் உறுப்பினர்களைத் தன் நெறிமுறைகளுக்கு (norms) ஏற்ப வளர்க்கும் செயலைச் செய்கிறது

என்றும் உறுதியாக நம்பினார். இருப்பினும் இவர் ஏற்படுத்திய பண்பாட்டு அமைப்பொழுங்குகளில் (cultural configurations) சார்பு டைய மாறிகளையும் (dependent variables) சார்பற்ற மாறிகளையும் (independent variables) தெளிவாகக் காணவில்லை என்றும், அவை எவ்வாறு மாற்றம் பெறுகின்றன என்பதை விளக்கவில்லை என்றும் சிலர் கூறுவர். ஆனால் பெனிடிக்ட் பண்பாட்டை ஒரு நிலையான அமைப்பாக எடுத்துக்கொண்டு அதில் ஆளுமையின் வளைந்து கொடுக்கும் நெகிழ்வுத் தன்மை (plasticity) எவ்வாறு உள்ளது என்பதைப் பற்றி அறிவதிலும் கவனம் செலுத்தினார்.

மார்கரட் மீடு (1901-1978) பெனிடிக்டின் மாணவர்களுள் ஒருவர். இந்த அம்மையாரும் தன் பேராசிரியரைப் போன்றே பண்பாடும் ஆளுமையும் பற்றி தொடக்க காலத்திலிருந்தே ஆராய முற்பட்டார். இவரது ஆய்வுகளில் 'தனிமனிதர்களும் பண்பாட்டுவயமாக்க முறையும்' (enculturation process) என்ற கருத்தை மையமாகக் கொண்டு ஆராய்ந்தார். குறிப்பாக 1920, 30களில் பொதுமக்களிடமும் அறிஞர்களிடையேயும் மிக விரிவாகப் பேசப்பட்டு வந்த குமரப்பருவச் சிக்கல்கள், இளங்குற்ற நடத்தைகள், பூப்புக்காலத்தில் ஏற்படும் பொதுவான உணர்வெழுச்சி களின் தாக்கம் முதலானவை பற்றி மீடு மிகவும் ஈடுபாடு கொண்டு ஆராய்ந்தார்.

குமரப்பருவச் சிக்கல்களினால் தோன்றும் சமுதாயச் சிக்கல்களும், உணர்வெழுச்சி சார்ந்த முரண்பாடுகளும் உயிரியல் அடிப்படையில் ஏற்படுபவை என்று ஒரு சாரார் விவாதித்து வந்தனர். அவர்களுக்குச் சமமாக மற்றொரு சாரார் குமரப்பருவச் சிக்கல்கள் அனைத்தும் பண்பாட்டு அடிப்படையில் அமைந்தவை என்று கூறிவந்தனர். அதனால் மீடு தன் தொடக்ககால ஆய்வுகளில் இவ்வகைச் சிக்கல் களுக்குக் காரணமாக உள்ள பண்புகளுள் பண்பாட்டு அடிப்படையில் வருபவை எவை, உயிரியல் அடிப்படையில் வருபவை எவை என ஆராய்ந்தார். இவர் எழுதிய *சமோவா சமுதாயத்தில் வயதுக்கு வருதல் (பூப்படைதல்)* (Coming of Age in Samoa 1928), *நியூகினி மக்களின் வளர்ப்பு முறை* (Growing Up in New Guinea 1930) ஆகிய இரண்டு நூல்களும் குமரப்பருவச் சிக்கலை நன்கு ஆராய்ந்து எழுதப்பட்டவையாகும். ஆய்வின் முடிவினைக் குறிப்பிடும்போது குமரப்பருவத்தில் ஏற்படும் உணர்வெழுச்சி சார்ந்த சிக்கல்கள் அனைத்தும் பண்பாட்டு அடிப்படை யிலானவை என உறுதியாகக் கூறினார்.

இவர் எழுதிய *பாலுறவும் மனவியல்பும்* (Sex and Temperament 1935) என்னும் நூல் உயிரியல் அடிப்படையில் நிலைநிறுத்தப்படும் பண்புகள் எவை, பண்பாட்டு அடிப்படையில் நிலைநிறுத்தப்படும் பண்புகள்

எவை என்பதைப் பற்றியதாகும். இருப்பினும் அந்நூல் ஆண், பெண் இருபாலாரின் மனவியல்பை விளக்குவதற்காக எழுதப்பட்டது. உயிரியல் கூறுகள் அடிப்படையிலான ஆண், பெண் மனவியல்பு (temperament) உலகம் முழுவதும் பொதுவாக உள்ளதா, அல்லது ஆண்மைத் தன்மை, பெண்மைத்தன்மை என்ற பாங்கைப் பெறுவதற்குப் பண்பாடு மக்களை நெறிப்படுத்துகிறதா என்னும் கூற்றை ஆராய்ந்த மீடு உலகளாவிய நிலையில் ஆண்களுக்கென்று தனியாகவும் பெண்களுக்கென்று தனியாகவும் மனவியல்புக் கூறுகள் இல்லை என அறிந்தார். அவ்வாறு ஆண்களுக்கென்று தனியாகவும் பெண்களுக்கென்று தனியாகவும் ஆளுமை இருக்குமானால் அது பண்பாட்டால் ஏற்படுத்திக் கொள்ளப்பட்டதாகும். எடுத்துக்காட்டாக, ஆண்கள் முரட்டுத்தன்மை பெற்றவர்கள் என்பதும் பெண்கள் அமைதித் தன்மை பெற்றவர்கள் என்பதும் பண்பாட்டளவில் ஏற்பட்டவையே. ஆண்மைத் தன்மை, பெண்மைத்தன்மை பற்றி மீடு குறிப்பிடும் இக்கூறுகள் மனவியல்பு, ஆளுமை பற்றியது மட்டுமே. இனப்பெருக்கச் செயல்களையோ பிற செயல்களையோ குறிப்பிடவில்லை.

பண்பாட்டுவயமாக்கத்தின் மூலம் ஆண், பெண் இருபாலாரும் தத்தம் சமுதாயத்திற்கு ஏற்ற இயல்பான மனநிலையைப் பெறுகிறார்கள் என்று அறிந்த மீடு சமுதாயத்திற்கு முரண்பாடுள்ள (deviant) மனிதர்கள் உருவாகும் முறையை விளக்குவதில் சிக்கல்கள் உள்ளதாக உணர்ந்தார். பாலும் மனவியல்பும் நூலில் முரண்பாடுள்ள நடத்தைமுறை உயிரியல் அடிப்படையில் மட்டுமே தோன்றுகிறது. பண்பாட்டால் அன்று என முடிவு செய்தார். இருப்பினும் ஒவ்வொருவரின் மனவியல்பு பண்பாட்டால் அறுதியிடப்படுகிறது என்னும் கருத்தில் உறுதியாக இருந்தார்.

மீடு ஆய்வு செய்த அரபேஷ் (Arapesh) பழங்குடிகளை ஆர்.பார்ச்சூன் அவர்களும் விரிவாக ஆய்வு செய்ததால் மீடு ஆய்வினைப் பல கோணங்களில் அவர் திறனாய்வு செய்தார். அரபேஷ் சமூகத்தில் ஆண், பெண் இருபாலாரின் மனவியல்பு பெண்மைத்தன்மை போன்று உள்ளது. அனைத்து ஆண் குழுக்களையும் ஆய்வு செய்து அவர்களின் செயல்களை மதிப்பிட்டுள்ளேன் என்று மீடு கூறிய கூற்றுகளைப் பார்ச்சூன் கேள்விக்குள்ளாக்கினார். பார்ச்சூன் கூற்றுப்படி அரபேஷ் சமூகத்தில் ஆண்களுக்கென்று தனிப்பட்ட செயல்கள் பல உண்டு. அவற்றை ஒரு பெண் காணவோ அதைப்பற்றி அறியவோ இயலாது. அவ்வாறான சூழலில், தான் ஒரு ஆண் என்ற முறையில் பல மறுப்புகளுக்கிடையில் முயன்று அறிந்தேன். அவ்வாறு இருக்கும்போது மீடு ஒரு பெண் என்ற நிலையில் அவர்களைப் பற்றி அறிந்தவற்றை இங்கு

எழுதியிருக்க முடியாது எனக் குற்றஞ்சாட்டினார். தன் ஆய்வுகள் குறித்துத் திறனாய்வாளர்கள் கூறிய குற்றச்சாட்டுகளுக்கு 1980இல் மறுபதிப்புச் செய்த பாலுறவும் மனவியல்பும் நூலின் முன்னுரையில் மீடு பதில் கூறியுள்ளார்.

ஏ.ஐ.ஹாலோவெல் என்பார் ஒஜிப்வா (Ojibwa) இந்தியர்களின் உளவியற் பாங்குகளையும் அவர்கள் ஐரோப்பியரோடு கொண்டிருந்த பண்பாட்டுத் தொடர்பையும் பல ஆண்டுகாலம் ஆராய்ந்தவர். அந்த ஆய்வின் பயனாய் அம்மக்களின் பண்பாட்டுத் தொடர்பு நிகழ்வில் காணப்பட்ட பல்வேறு கூறுகளின் செயல்களையும் அந்த நிகழ்வில் தனிமனிதர்கள் அனுபவித்த நெருக்குதல்களையும் ஒன்றுபடுத்தி அறிய நேரிட்டது.

இவரது ஆய்விற்கு மூன்று ஒஜிப்வா இந்தியச் சமூகங்களை எடுத்துக்கொண்டார். இம்மூன்று சமூகங்களும் வெவ்வேறு நிலையில் ஐரோப்பியரின் பண்பாட்டுத் தாக்கத்தைப் பெற்றிருந்தன. வெவ்வேறு நிலையிலிருந்த அச்சமூகத்தினரைக் கருத்தறி சோதனை (projective test), பொருள் இணைத்தறி சோதனை (Thematic Apperception Test-TAT) வரலாற்றுத் தரவுகள் முதலானவற்றைக்கொண்டு ஆராய்ந்தபோது தொழில்நுட்பத்தில் ஆதிக்கம்பெற்ற ஐரோப்பியருடன் நீண்ட காலம் தொடர்புற்றிருந்தாலும் பலநிலைகளில் ஒஜிப்வா மக்கள் மரபுசார் ஆளுமைப் பண்புகளைச் சிதையாமல் கொண்டிருந்தனர்; பழைய நடத்தை முறைகளைத் தொடர்ந்து பின்பற்றி வந்தனர் என்பதை அறிந்தார்.

இதற்கு ஓர் எடுத்துக்காட்டைக் கூறுகிறார். தொடக்க காலத்தில் இப்பகுதிக்கு வந்து சென்ற ஐரோப்பியரின் உளப்பாங்குகளை ஒஜிப்வாவினர் ஏற்றுக்கொண்டிருந்தனர். 200 ஆண்டுகளுக்கும் மேலான காலத்தில் பொருள்சார் பண்பாட்டில் பல மாற்றங்கள் நிகழ்ந்தன. ஆனால், உளவியற் பாங்குகள் குறைந்த மாறுபாட்டுடன் அவர்களிடம் தொடர்ந்து நிலவின. ஆனால், குறிப்பிட்ட அளவு பண்பாட்டுப்பேறு (acculturation) அடைந்தவர்கள் தங்களின் ஆளுமை அமைப்பியல் மாற்றத்தைப் பெற்றனர் அல்லது மாற்றத்தைப் பெற்று மீண்டும் பழைய நிலைக்கே திரும்பினர். இதன் மூலம் பழைய நடத்தை முறைகளை இழந்த மக்கள் அதற்கு ஈடான புதிய நடத்தைப் பாங்கினை ஏற்றுக்கொள்ளவில்லை என்பதை ஹாலோவெல் கண்டறிந்தார்.

## தேசியப் பண்பு ஆய்வுகள்

இரண்டாம் உலகப் போருக்கு முன்னரும் போரின்போதும்

மானிடவியலார் உள்படப் பல துறைகளைச் சேர்ந்த அறிஞர்கள் கூட்டாட்சி அமைப்புடைய (federal) அரசுகளோடு இணைந்து உளவழிப்போர் (psychological warfare) பற்றி அறியும் ஆய்வுகளை மேற்கொள்ள முனைந்தனர். அதில் பெனிடிக்டும் மீடும் முக்கிய இடம்பெற்றிருந்தனர். ஜெர்மனியில் ஹிட்லர் ஆட்சியில் கடுமையான விளைவுகள் மானிடவியலாரையும் பிற நடத்தைவியல் அறிவியலாரையும் ஒன்று சேர்த்தன. ஒன்றுகூடிய இவர்கள் உளவழிப்போர் முறைகளை அரசு சார்பில் ஆராய வேண்டியதன் அவசியத்தை வலியுறுத்தினர். இவ்வகை ஆய்வு முறையே 'தேசியப் பண்பு ஆய்வுகள்' (National Character Studies) என வழங்கப்பெறலாயிற்று.

தேசியப் பண்பு ஆய்வுகளைக் களத்தில் சென்று மேற்கொள்ள இயலாது. ஏனெனில், முதல் உலகப்போர் முதலே பல நாடுகள் சண்டையில் ஈடுபட்டிருந்ததால் ஆய்வாளர்கள் ஏதோ ஒரு நாட்டைச் சேர்ந்தவராக மட்டுமே இருக்க வேண்டியிருந்தது. அதனால், ஒரு பகைவர் நாட்டில் சென்று களப்பணி மேற்கொள்வது என்பது எண்ணிப் பார்க்க இயலாதது. அதனால், இவ்வகை ஆய்வுகளில் ஈடுபட்ட அறிஞர்கள் மக்களின் உளம்சார் உள்ளொளிகளை (psychological insights) அறிய ஒரு புதிய முறையியலை உருவாக்க வேண்டியிருந்தது. இவர்கள் மேற்கொண்ட ஆய்வு முறையில் களப்பணி தவிர்த்து ஏனைய மூலங்கள் அனைத்தையும் பயன்படுத்தினர். நூல்கள், இதழ்கள், திரைப்படங்கள், செய்தித் தொடர்பு முதலானவற்றைப் பயன்படுத்துதல், போர்க் கைதிகளையும் நாடு கடத்தப்பட்டவர்களையும் நேர்காணல் செய்தல் ஆகிய யாவும் இவர்கள் பயன்படுத்திய முறைகளுள் சில. களப்பணி மேற்கொள்ளாமல் ஆய்வு செய்யும் இம்முறை 'பண்பாட்டைத் தொலைவிலிருந்து ஆராய்தல்' (studying culture at distance) எனச் சிறப்பாகக் கூறப்பட்டது.

இந்த முறையைப் பயன்படுத்தி பெனிடிக்ட் எழுதிய *கொத்து மலருடைய செடியும் கத்தியும்* (The Chrysanthemum and the Sword 1946) என்னும் நூல் இவ்வகை ஆய்வுகளில் மிகச் சிறந்தது எனப் பெயர் பெற்றது. ஜப்பானின் தேசியப் பண்பினை விளக்கும் இந்நூல் மிகச் சிறந்த உழைப்பால் விளைந்தது என்று போற்றப்பட்டாலும் இதனைச் சிலர் குறை கூறவும் தொடங்கினர். இவர்களின் கூற்றுப்படி பெனிடிக்ட் முதல்தர நடுவகுப்பாரிடம் பெறப்பட்ட தரவுகளையே மிகுதியாகச் சார்ந்திருந்தார்; வகுப்பு வேறுபாடுகளையும் அவை சார்ந்த பண்புகளையும் புறக்கணித்தார்; பண்பாட்டு மாற்றத்தைப் பொருட்படுத்தாமல் விட்டுவிட்டார். அதனால் ஓர் இயக்கமற்ற வகைப்பாட்டை (static typology) உருவாக்கினார் என்பதாகும்.

பெனிடிக்டு குற்றச்சாட்டிற்கு ஆளானாலும் குறை கூறியோரின் ஆலோசனைகள் அனைத்தையும் ஏற்றுக்கொள்ள இயலாது எனக் கூறினார். பல இனக்குழுக்களையும் பல வகுப்புகளையும் கொண்ட ஒரு சமுதாயத்தில் எண்ணிலடங்கா மாறிகள் (variables) இருக்கு மாதலால், அவை அனைத்தையும் ஒன்றுவிடாமல் வகைப்படுத்தி ஆராய்வது எளிதல்ல எனக் கூறினார்.

**பிராய்டின் அணுகுமுறைகள்**

பண்பாடும் ஆளுமையும் பற்றிய தொடக்ககால ஆய்வுகள், முதிர்ச்சி யுற்ற மனிதனின் ஆளுமை அமைப்புகள் எவ்வாறு இளம் பருவத்தி லிருந்து மாற்றம் பெற்று வருகின்றன என்பதை அறிவதாக அமைந்தன. இந்த ஆய்வுகளுக்குக் குழந்தைகளின் சமுதாயவயமாக்க முறையை (socialization) அடிப்படையாக எடுத்துக்கொண்டாலும் கற்றல் கொள்கை (learning theory), வாட்சனின் (Watson) நடத்தைக் கொள்கை(behavior theory), முழுமை உளவியல் (gestalt psychology), பிராய்டின் கருத்துகளில் சில, குழந்தை உளவியல் போன்றவையே ஆதாரங்களாய் அமைந்தன. சுருக்கமாகக் கூறினால் பிராய்டின் கொள்கைப்படி, சில உளப் பண்புகளும் பதில்வினைகளும் (responses) உள்ளார்ந்ததாகவும், நிலையானதாகவும், உலகளாவியதாகவும் காணப்படும். அவ்வாறே உளம்சார் இயக்கங்கள் (psychological mechanisms), உளத்திறன் (capacities) குறியீடு சார்ந்த பண்புகள் (symbolism) முதலான உளக் கூறுகள் அனைத்து மக்களுக்கும் பொதுவானவை.

ஒவ்வொருவரின் ஆளுமையிலும் நனவிலி உந்துதல்கள் (unconscious forces) உள்ளன. அவை உலகளாவியவை. அதில் ‘இத்’ (id), ‘உயர் தன்முனைப்பு’ (super-ego) ஆகிய இரண்டும் செயல்படுகின்றன. ‘இத்’ என்பது வெளியேறத் துடிக்கும் ஆற்றல்மிக்க இயல்பூக்கங்களையும் அடக்கி வைக்கப்பட்டுள்ள இச்சைகளையும் கொண்டுள்ள நனவிலி நிலை அல்லது அடிமனம் ஆகும். உயர் தன்முனைப்பு என்பது தனிமனிதரின் நனவுநிலை அல்லது பண்பாட்டால் இயக்கப்படும் மதிப்புகளை உணரும் நிலை. அதோடு, இது ‘இத்’ நிலையைக் கட்டுப்படுத்தும் தன்மையதுமாகும். தன்முனைப்பு (ego) என்பது ‘இத்’தையும் உயர் தன்முனைப்பையும் இணைக்கும் ஒருவரின் நனவுநிலை. பிராய்டின் கொள்கைப்படி மேலும் சில உளம்சார் இயக்கங்களை அனைத்து மக்களும் கொண்டுள்ளனர். அவை; அடக்கி வைக்கப்படும் பண்புகள், புறத்தெறிவு (projection), இயல்புணர்ச்சிகள் நிறைவெய்திய நிலை (sublimation) முதலியன. இவை உலகளாவிய பண்புகளாய்க் காணப்படுகின்றன.

பிராய்டின் அணுகுமுறையிலிருந்து சற்று விலகி மீடு, பெனிடிக்ட் ஆகிய இருவரும், இவர்களின் கொள்கைக் குழுவினரும் நடத்தை முறையின் மீது பண்பாடு ஏற்படுத்தும் தாக்கம் பற்றி விளக்கிக் கூற முற்பட்டனர். ஆனால் பிராய்டின் கொள்கையாளர் உலகளாவிய மனித உள சேர்மத்திலிருந்தும் (mental endowement) உள அமைப்பி லிருந்தும் தோன்றுபவையே நடத்தைமுறைகள் என்றும், சமுதாய வயமாக்க முறைகளின்போது ஒரு குழந்தை எந்தெந்த நடைமுறை களோடு செயல்பட வேண்டியுள்ளதோ அதைப் பொறுத்தே அக் குழந்தைகளின் பண்புகள் அமைகின்றன என்றும் நம்பினர்.

19ஆம் நூற்றாண்டுக் காலத்திய வியன்னா நாட்டு நோயாளிகளை ஆராய்ந்ததன் மூலம் பிராய்டு உளப்பகுப்பாய்வுக் கொள்கையை உருவாக்கினார்.[6] பிராய்டின் கொள்கைகளைப் பயன்படுத்தி, திணைக் குடிகளை ஆராய்வதற்கு மானிடவியலார் பல ஆண்டுகளாக விரும்ப வில்லை. பிராய்டு எழுதிய *குலக்குறியும் விலக்கும்* (Totem and Taboo 1938) என்னும் நூலில் மானிடவியல் செய்திகளைக் கொண்டு பொருள் விளக்கம் காட்டிய முறையையும் மானிடவியலர் பலர் ஒதுக்கி விட்டனர்; பலர் குறை கண்டனர்.

ஈடிபஸ் சிக்கல் (Oedipus complex) அதன் தொன்மை நிலையில் ஓர் உலகளாவிய பண்பாகக் காணப்படவில்லை என்று பிராய்டு கூறுவதாக மலினாவ்ஸ்கி நம்பினார். உளப் பகுப்பாய்வு (psychoanalysis) முறையில் தேர்ச்சி பெற்ற கீசா ரோகீம்[7] என்னும் ஆய்வாளர் மலினாவ்ஸ்கியின் கூற்றுத் தவறானது என எண்ணினார். இவரது கருத்துப்படி, பிராய்டின் கொள்கை நிலையானது என்றும், பரந்த நிலையில் உண்மையைக் காட்டுவதாக உள்ளது என்றும் அவரது கொள்கை நிலையைக் குறை கூறுவோர் தங்கள் சொந்த வாழ்வில் ஈடிபஸ் சிக்கலுடன் தொடர் புடையவர்களாக இருக்கக்கூடும் என்றும் கூறினார்.

ஒரு சமுதாயத்தின் 'அடிப்படை ஆளுமை அமைப்புகளைப்' (basic personality structure) பகுத்தாய்தல் என்னும் முறையை ஆப்ராம் கார்டினர் என்பவர் ரால்ஃப் லிண்டன், கோரா தூபாய்ஸ் ஆகிய இரு மானிடவியலாரின் உதவியுடன் உருவாக்கினார். இவர் பிராய்டின் கொள்கைகளை மானிடவியலில் பயன்படுத்தி அதன் மூலம் பண்பாட்டில் காணப்படும் உளவியற் கூறுகளை வெளிப்படுத்த முயன்றார். முழுமையான இனவரைவியல் தரவுகள் மூலம் ஒரு சமுதாயத்தின் பொதுவான ஆளுமை அமைப்பைக் காட்ட முடியும் என்று நம்பியதால் பல இனவரைவியல் தரவுகளைக் கொண்ட களப்பணி ஆய்வுகளை இவர் முக்கியமாகத் தேர்ந்தெடுத்துக் கொண்டார்.

கார்டினரின் முடிவுகளை மானிடவியலர் பலர் அவரவர் களப்பணியில் மேற்கொண்ட கருத்தறி சோதனைகள் (projective tests), மைத்தடச் சோதனைகள் (ink-blot tests) முடிவுகளுடன் சோதித்துப் பார்த்தனர். அதோடு, அவரவர் ஆய்வு செய்த குழுவிலுள்ள வயது வந்த மக்களின் ஆளுமையைத் தம் சொந்தக் கருத்துகள் மூலம் மதிப்பிட்டுப் பின்னர் அதனைக் கார்டினரின் முடிவுகளோடு ஒப்பிட்டுப் பார்த்தனர். இவ்வகையான ஆய்வுகளும் பசிபிக் தீவில் வாழும் அலோர் (Alor) மக்களைப் பற்றி கோரா தூபாய்ஸ் மேற்கொண்ட ஆய்வும் முதன்மையானவை. கார்டினர் வேறுவகையிலும் ஆய்வு செய்ய இயலுமென நம்பினார். ஒரு சமுதாய அமைப்பில் இரு நிறுவனங்களை உற்று நோக்கினால் அச்சமுதாயத்தின் 'அடிப்படை ஆளுமையை' அறிய முடியுமெனக் கூறினார். ஒன்று: குழந்தை வளர்ப்பு முறைகள் (கார்டினர் இதனை, முதன்மை நிறுவனங்கள் எனக் குறிப்பிடுவார்). மற்றொன்று: இரண்டாம் நிறுவனங்கள் (இதில் அரசியல், சமயம், தொன்மம் முதலியன அடங்கும்). அலோர் மக்களிடையே மேற்கொள்ளப்பட்ட கருத்தறி சோதனைகள், ரோஷாக் சோதனைகள் (Rorschach tests), மைத்தடச் சோதனைகள் மூலம் பெறப்பட்ட தரவுகளை எமில் ஒபர்ஹோல்சர் என்னும் வல்லுநர் ஆராய்ந்தார்.

இவருக்குப் பின்னர் பல வல்லுநர்கள் ஒரே கால கட்டத்தில் ஆய்வுகளை மேற்கொண்ட போதிலும் தரவுகளைப் பகுத்தாயும் போது மற்றவர்கள் எவ்வித முடிவுகளைக் காண்கிறார்கள் என்று தெரிந்து கொள்ளாமல் தனித்தனியாக ஆராய்ந்தனர். மானிடவியலாரும் உளவியலாரும் ஈடுபட்ட இவ்வகை ஆய்வுகளில் மிகவும் தொடர்புடைய முடிவுகளையே அனைவரும் பெற்றிருந்தனர் என்பது குறிப்பிடத்தக்கது. இருப்பினும், ஒரே வகையான கருத்தறி சோதனை முறையைப் பண்பாட்டிடை நிலையில் பயன்படுத்துவது எந்த அளவிற்குப் பொருத்தமானது என்ற கருத்திற்கு விடைகாண முடியா நிலையே ஏற்பட்டது.

மக்களின் கருத்தை அறியும் சோதனைகளான ரோஷாக் சோதனை, பொருள் இணைத்தறி சோதனை (TAT) முதலான பிற சோதனைகள் அனைத்திற்கும் பின்னணியாக அமைவது சோதனைக்கு உட்படுவோரின் ஆழ்மனதில் உள்ள விருப்ப உணர்வுகளையும் மனப்போக்கையும் நடத்தைமுறையையும் வெளிக்கொண்டு வருவதாகும். அதோடு, இச்சோதனைகளின்போது குறிப்பிட்ட சில கருத்துகளைத் தகவலாளி விரிவாக விவரிக்கும் முறையின் மூலம் அதைப் பற்றி என்னென்ன புரிந்துகொண்டுள்ளார் என்பதும், எவ்வாறு புரிந்துகொண்டுள்ளார் என்பதும் தெளிவாக வெளிப்படும்.

கருத்தறி சோதனைகளின் பயன்பாடு 1950களில் அதன் உச்ச நிலையை எட்டியது. அதன் பின்னர் மெல்ல மெல்ல அதன் பயன் குறைந்து கொண்டே வந்தது. இவ்வகைச் சோதனைகளை மிகவும் நெறிப்படுத்திய முறையில் கையாண்டால் பின்வரும் சில வினாக் களுக்குச் சிறந்த விடைகளைக் காணமுடியுமென ஆய்வாளர்கள் நம்பினர். அவை:1. ஒரு சமுதாயத்திற்குள் அடிக்கடி நிகழும் துலங்கல் (response) என்ன? 2. எது அதற்கேயுரிய இயல்பினது (typical), எது முரண்பட்டது? (deviant) 3. ஒரு பண்பாட்டிற்குள் உள்ள பலதரப்பட்ட ஆளுமை முறைகள் எவ்வாறுள்ளன? முதலியன. இருப்பினும், இவ்வகை யான சோதனைகள் பண்பாட்டிடை நிலையில் பெருமளவில் நிகழ்த்தப் பட்ட பின்னரே ஒப்பீட்டுக் கருத்துகளைக் கூறமுடியும்.

மானிடவியலில் இதுவரையிலான உளவியல் ஆய்வுகளின் போக்கு களைக் கவனிக்கும்போது பின்வரும் நான்கு கோட்பாட்டியல் பிரிவுகளில் ஆய்வாளர்கள் கவனம் செலுத்தியுள்ளனர்.

**மானிடவியலில் உளவியல் கோட்பாட்டாய்வுகளின் வளர்ச்சி**

| கோட்பாட்டு அணுகுமுறையின் வகைகள் | கோட்பாட்டின் காலம் | கோட்பாடுகளோடு தொடர்புடைய ஆய்வாளர்கள் |
|---|---|---|
| I. உளப்பகுப்பாய்வு மானிடவியல் (Psychoanalytic Anthropology) | அ. பழமையானது (orthodox): 1900 முதல் இன்று வரை).<br>ஆ.புதிய-பிராய்டியம் (Neo-Freudism): 1920 முதல் இன்று வரை | பிராய்டு, ரோஹீம் (Roheim), பெரன்சி (Ferenzi) இன்னும் பிறர்.<br>ஃபிராம் (Fromm), எரிக்சன் (Erikson), பெத்தல்ஹீம் (Bettleheim), இன்னும் பிறர். |
| II. பண்பாடு & ஆளுமை (Culture & Personality) | அ. ஒருமுகத் தன்மையியம் (Configurationism): 1992 முதல் 1946 வரை.<br>ஆ. அடிப்படை ஆளுமை (Basic Personality : 1935 முதல் 1955 வரை. | பெனிடிக்ட், மீட், ஹாலோவெல் (Hollowell), இன்னும் பிறர்.<br>கார்டினர், லிண்டன், தூபாய்ஸ் (DuBois) மீடு, இன்னும் பிறர். |

| | | |
|---|---|---|
| | இ. தேசியப் பண்பு ஆய்வுகள் (National Character Studies): *1940* முதல் இன்று வரை. | குளுக்கான், மீடு, பேட்டிசன் (Bateson), சூ (Hsu), இன்னும் பிறர். |
| | ஈ. பண்பாடுகளுக் கிடையில் தொடர்புடையது (Correlational: cross-cultural): 1954 முதல் இன்று வரை. | வொயிட்டிங் (Whiting), ஸ்பைரோ (Spiro), லெவின் (Levine), இன்னும் பலர். |
| III. அறிதல்சார் மானிடவியல் (cognitive Anthropology) | அ. தொன்மை மனநிலை (Primitive mentality):*1870*முதல் இன்று வரை. | டைலர் (Tylor), லெவி-புரூல் (Levy-Bruhl), போவாஸ் (Boas), லெவிஸ்ட்ராஸ், இன்னும் பிறர். |
| | ஆ. வளர்முகம் சார்ந்தது (Development): 1955 முதல் இன்று வரை. | டைலர் (Tylor), கோல் (Cole), பிரைஸ் வில்லியம்ஸ் (Price Williams), இன்னும் பிறர். |
| | இ. இனப் பொருண்மையியல் (Ethno semantics): 1959 முதல் இன்று வரை. | காங்க்லின் (Conklin), பிரேக் (Frake), கே (Kay), பெர்லின் (Berlin) |
| IV. சமூக அமைப்பும் ஆளுமையும் (Social Structure & Personality) | அ. பண்பாட்டுப் பொருள் முதல் வாதம் (Cultural materialism): 1848 முதல் இன்று வரை. | மார்க்ஸ் எங்கெல்ஸ், புக்காரின் (Bukharin), இன்னும் பிறர். |
| | ஆ. தளம் சார்ந்து (Positional): 1890 முதல் இன்று வரை. | வெப்லென் (Veblen), வீபர் (Weber), மர்ட்டன் (Merton), இன்னும் பிறர். |
| | இ. குறியீட்டு இடை வினை (Symbolic interactionism): 1925 முதல் இன்று வரை. | ஜி.எச்.மீட் (G.H.Mead), புளுமர் (H. Blumer), கொஃப்மன் (E.Goffman), இன்னும் பிறர். |

**பண்பாடு, நாகரிகம்**

தனித்த அடையாளம் கொண்ட எந்த ஒரு குழுவின் / சமூகத்தின் வாழ்வுமுறையின் பிரதிபலிப்பாக பண்பாடு அமைய, பரந்த ஒரு சமுதாயத்தின் மேம்பட்ட வாழ்க்கை முறையின் வெளிப்பாடாக நாகரிகம் அமைகிறது. பண்பாட்டின் உச்சகட்ட வளர்ச்சியே நாகரிகம் என்பாரும் உண்டு. எந்த ஒரு சமுதாயத்தில் கவின் கலைகள், அறிவியல், மைய அதிகாரம் கொண்ட அரசு முறை, நெடுங்கணக்கு, எழுத்துமுறை, சமூகப் படிநிலை, கணித வளர்ச்சி, நகர வாழ்வு போன்ற வளர்ச்சி நிலைகளின் வெளிப்பாடாகவே நாகரிகம் திகழ்கிறது.

நாகரிகம் என்னும் பொருளைக் கொடுக்கக்கூடிய 'civilization' என்னும் சொற்பொருளில் 'civilization' *(நகரவயம்)* என்னும் பொருளும் அல்லது 'the coming-to-be of cites' *(நகரத்தன்மை அடைதல்)* என்னும் பொருளும் இருப்பதாக அறிஞர்கள் எழுதுவர். இதன் பொருள் யாதெனில் 'நாகரிகம்' என்பதன் கீழ்ப் பொதிந்துள்ள அனைத்துக் கருத்தாக்கங்களும் 'நகரவயம்' என்னும் கருத்தமைவிற்குள் அடங்கி விடுவதாகும் என்பர்.

உலகில் முதன்முதலில் 6000-4000 ஆண்டுகளுக்கு முன்னர் நகரங்களும் நகரவாழ்வும் தோன்றின. இந்நகரங்கள் புதிய கற்காலத்தில் கிராமம் எனக்கூடிய ஓரிடத்தில் நிலையாகத் தங்கி விவசாயம் செய்து வாழத் தலைப்பட்டதிலிருந்து பரிணமித்தவையாகும். உலகின் முதல் நகரிய வாழ்வு மெசபடோமியாவிலும் (இன்றைய ஈராக்), அதன் பின்னர் எகிப்திலும், சிந்துசமவெளியிலும் தோன்றின. புதிய கற்காலக் கிராமிய வாழ்விலிருந்து நகரிய வாழ்க்கை முறை தோன்றியதற்கு நான்கு அடிப்படைக் காரணிகள் முன்னிலை பெற்றன.

1. வேளாண்மையில் புதுமையாக்கம் (agricultural innovation)
2. ஆண், பெண் வேலைப் பகிர்வில் மிகுந்த விரிவாக்கம் (diversification of labour)
3. அதிகாரம் மிக்க மைய அரசு (central government with authority)
4. சமூகப் படிநிலை (social stratification) *(மேலும் ஆறு காரணிகளை அறிய, காண்க: இயல் 5).*

நகர உருவாக்கமானது நாகரிகத்தின் தோற்றத்திற்கு ஒரு முக்கியமான அளவுகோலாக இருப்பினும் அதன்கண் நெடுங்கணக்கு, வரிவடிவம், எழுத்தறிவு, மேன்மையான கலைகள், கணித முறை, அறிவியல் தோற்றம், மைய அரசின் கட்டுப்பாட்டிற்குள் இயங்கும் சமூகமுறை, விரிவுபெற்ற வேலைப் பகிர்வு, வர்க்கப் படிநிலை

போன்றவையும் தனித்துவமான அளவுகோல்களாய் அமைந்தன. *(மேலும் காண்க : நாகரிகத்தின் தோற்றம், இயல் 5).*

இனி, பண்பாட்டிற்கும் (culture) நாகரிகத்திற்குமான (civilization) முக்கிய வேறுபாடுகளைக் காணலாம்:

| பண்பாடு | நாகரிகம் |
|---|---|
| 1. பண்பாட்டின் வளர்ச்சியை அளவிடுதல் சாத்தியமற்றது. | நாகரிகத்தை அளவிடுவற்குத் துல்லியமான அளவுகோல்கள் உண்டு. |
| 2. பண்பாட்டின் உட்கூறுகளின் தனித்துவம், கருத்தியல்கள், விழுமியங்கள், குறியீடுகள் சார்ந்தது. | நாகரிகத்தின் உட்கூறுகளின் தனித்துவம் தொழில்நுட்பக் கருவிகள், நிறுவனம் சார்ந்த அமைப்புகள் சார்ந்தது. |
| 3. பண்பாடு என்பது மாறக் கூடியது என்றாலும் அது தன் உருவத்தை இழக்குமளவிற்கு விரைந்து மாறிவிடுவதில்லை | நாகரிகம் விரைந்து மாறக் கூடியது. |
| 4. பண்பாடு சில சமயங்களில் தேக்கமடையக் கூடியது (lags behind). | நாகரிகம் தேக்கமடையாமல் தொடர்ந்து வளர்முகம் கொண்டு வளர்ச்சிப் பாதையில் சென்று கொண்டேயிருக்கும். |
| 5. பண்பாடு என்பது ஒரு தலைமுறையிலிருந்து மறு தலைமுறைக்குக் கையளிக்கப் பெறுவது. | நாகரிகம் என்பது அப்படியே தழுவப்படுவது, பிறவற்றை ஏற்றுத் தகவமைந்து கொள்வது. |
| 6. பண்பாடு என்பதை நனவு நிலையில் பெருமுயற்சி எடுத்து கற்பிக்கப்படுவதில்லை. இது தன்னியல்பாக உணர்ந்து அறியப்படுவது. | நாகரிகம் நனவு நிலையில் கற்றுக்கொள்வது; கல்வி, பயிற்சி, கற்பித்தல் மூலம் பெறப்படுகிறது. (தொழில் நுட்பம் இவ்வகையாகும்) |
| 7. வாழ்வின் உள்ளடக்கமாகத் திகழ்வது பண்பாடு. | வாழ்வுக் காலத்தில் ஈட்டிய அறிவு வெளிப்பாடாகத் திகழ்வது நாகரிகம். |

| | |
|---|---|
| 8. அகவாழ்விற்குரியது பண்பாடு. | புறவாழ்விற்குரியது நாகரிகம். |
| 9. வாழ்வுக்கான முன்மாதிரியாக விளங்குவது பண்பாடு. | வாழ்விற்கான பொருளியல் வசதியாக விளங்குவது நாகரிகம். |
| 10. பண்பாடு என்பது தொடர்ச்சியாக உருவாவது. | நாகரிகம் தொடர்ச்சியல்லாமலும் ஒரு பண்பாட்டினருக்குக் கிடைக்கப்பெறுவது. |

# 12

# செயற்பாட்டியம்

## செயற்பாட்டியத்தின் தோற்றம்

செயற்பாட்டியம் (functionalism) என்பது மானிடவியல், உயிரியல், நடத்தைசார் அறிவியல்கள், இயற்பியல்சார் அறிவியல்கள் முதலான துறைகளில் முதன்மையாகப் பேசப்படும் ஒரு கோட்பாடாகும். அவற்றுடன் சமகாலக் கட்டிடக் கலையிலும், உயிரினங்களுக்குப் பொருத்தப்படும் மருத்துவக் கருவிகள், மனிதர்கள் பயன்படுத்தும் பொருள்கள் முதலானவற்றை வடிவமைக்கும் பொறியியல் துறையிலும் இக்கோட்பாடு சிறப்பிடம் பெற்றுள்ளது.

உயிரியலில் 'அமைப்பு' (structure) 'செயல்' (function) பற்றிய கருத்துகள் 19 ஆம் நூற்றாண்டின் தொடக்கத்திலிருந்தே வலுப்பெற்றுவிட்டன எனலாம். அப்போது பேசப்பட்ட இக்கருத்துக்களே செயற்பாட்டியம் சார்ந்த சிந்தனைக்கு அடிப்படையாக அமைந்தன. 'உயிரியின் ஒவ்வோர் உறுப்பும் அல்லது மண்டலமும் (எ.டு: சீரண மண்டலம், இரத்த மண்டலம்) அதற்கென்ற செயல் அல்லது செயல்களைச் செய்து அவ்வுயிரியின் வாழ்வை நிலைபெறச் செய்கிறது; இந்த உயிரி என்ற அமைப்பில் உறுப்புகள் அனைத்தும் ஒன்றையொன்று சார்ந்தும் இணைந்தும் செயல்படுகின்றன; செயலளவில் பின்னிப் பிணைந்த உறுப்புகளின் ஒட்டுமொத்தமே உயிரி'. இக்கருத்துகளே செயற்பாட்டியம் உருவாவதற்கு அடிப்படையாக அமைந்தன.

உளவியலார் 19 ஆம் நூற்றாண்டின் இறுதிக் காலத்திலிருந்து 20ஆம் நூற்றாண்டின் தொடக்க காலம் வரை மனத்தின் செயல்களை விளக்குவதில் மிகவும் கடினப்பட்டுப் பல்வேறு முறைகளில் ஆராய்ந்து கொண்டிருந்தனர். இவர்களின் அணுகுமுறையில் பல சிந்தனைக் குழுக்கள் தோன்றின. இக்குழுக்களைச் சேர்ந்தவர்கள் அறிதிறன் (lognition), மனவெழுச்சி (emotion), விருப்பாற்றல் (volition), தூண்டுதல் (stimulus) முதலான கருத்தாக்கங்களுள் ஏதோ ஒன்றை மட்டும்

மையமாகக் கொண்டு மனச் செயல்களை விளக்கி வந்தனர். இவர்கள் கொண்டிருந்த வேறுபாட்டுப் போக்கினால் ஓர் ஒருங்கிணைந்த முறையில் விளங்கும் அணுகுமுறை ஏற்படாமல் போயிற்று.

*1870* களிலிருந்து இது பற்றி ஆராயத் தொடங்கிய இம்முயற்சிக்கு *1920, 30*களில் மட்டுமே ஓர் ஒருங்கிணைந்த முறை ஏற்பட்டது. ‘முழுமை உளவியல்’ (Gesalt psychology) என்னும் இம்முறையானது, மனத்தின் செயல்களில் இடம்பெறும் எந்த ஒரு கூறினையும் உண்மை நிலையில் முழுவதுமாக அறிந்துகொள்ள வேண்டுமாயின் அதனை அம்முழுமைக்குள் ஒன்றுபடுத்தி ஆராய வேண்டியதை முதன்மை யாகச் சுட்டிக்காட்டுகிறது. ஏனெனில், மனம் என்னும் முழுமைக்குள் ஒவ்வோர் உளக்கூறும் தனித்த நிலையில் செயல்படுவதில்லை; மற்ற கூறுகளுடன் ஒன்றிணைந்தே செயல்படுகிறது. இதனால் மனம் என்னும் முழுமையோடு மட்டுமே எந்த ஒரு மனக் கூறும் விளக்கப்பட வேண்டும் என்ற கருத்து உண்டானது. இவ்வகை அணுகுமுறையி லிருந்து உளவியலில் செயற்பாட்டியம் வலுப்பெற்றது.

சமுதாயவியலில் செயற்பாட்டியமானது உயிரியல், உளவியல், மானிடவியல் முதலான துறைகளில் ஏற்பட்ட பின்னரே வலுவடைந்தது. இதனாலேயே, செயற்பாட்டியச் சமுதாயவியல் (functional sociology) மேற்கூறிய துறைகளின் அணுகுமுறைகளை ஒட்டி வளர்ச்சியடைந் துள்ளது. சமுதாயவியலில் இக்கொள்கையின் வளர்ந்நி பிற்காலத்தியது என்றாலும் ‘செயற்பாட்டியம்’ என்னும் கருத்து முதன்முதலில் உயிரியல் துறையிலிருந்து நேரடியாகக் கடன் பெறப்பட்டதாகும்.

கடந்த நூற்றாண்டின் இடைக்காலத்திலிருந்து உயிரியலில் உயிரி யின் ‘அமைப்பு’, ‘செயல்’ பற்றி முதன்மையாகப் பேசப்பட்டு வந்தது. இக்கருத்தைப் பேசி வந்தவர்கள் ஓர் உயிரியின் உடலமைப்பில் நிலை யான தொடர்புகளைப் பெற்ற உயிரணுக்களின் (Cells) தொகுதிகள் உள்ளன என்றும், இவ்வுயிரணுத் தொகுதிகளினால் உருவாக்கப்பட்ட உறுப்புகளும் ஒன்றோடொன்று சேர்ந்து இயங்கி அவ்வுயிரியின் வாழ்வை நிலைப்படுத்துகின்றன என்றும், இந்த நிலையான அமைப்பு களின் இயக்கமே ‘செயல்’ என்றும் கருதினர்.

இக்கருத்தினைக் கோம்ட் (Auguste Comte 1798 – 1857) அப்படியே கடன் பெற்றுச் சமுதாயத்தைப் பற்றி விளக்க முற்பட்டார். இவர் சமுதாயத்திலுள்ள குடும்பங்களை உயிரணுக்கள் (cells) என்றும், வகுப்புகள் (classes) அல்லது சாதிகளைத் திசுக்கள் (tissues) என்றும், நகரங்கள் அல்லது பேரூர்களை உறுப்புகள் (organs) என்றும் ஒப்புமைப் படுத்திச் சமுதாயத்தின் இயக்கப்பாடு ஓர் ஒன்றிய நிலையில் உள்ளது

என்றார் (Comte 1875: 241-42). மேலும் அனைத்துச் சமுதாயங்களும் ஒரு பொதுப்படையான இணக்கத்தன்மையைப் (consensus universalis) பெற்று விளங்குகின்றன எனக் கருதினார் (மேலது: 241-42).

கோம்டை அடியொற்றி வந்த ஹெர்பர்ட் ஸ்பென்சர் (Herbert Spencer 1820-1903) உயிரி ஒப்புமையைக் (organic analogy) கையாண்டு சமுதாயத்தின் இயக்கத்தை விளக்கும்போது ஒருபடி மேலே செல்கிறார். ஓரணு உயிரியிலிருந்து மனிதன் வரை ஏற்பட்ட உயிரியல் வளர்ச்சி போன்று, எளிய அமைப்புகளையும் செயல்களையும் கொண்டே தொடக்ககாலச் சமுதாயம் வரலாற்றுக் காலத்தினூடே எளிய நிலையிலிருந்து சிக்கலான நிலைக்கு மாறிக் கொண்டே வந்துள்ளது என்பார் (1898: 451-62). கோம்ட்டின் 'பொதுப்படையான இணக்கத் தன்மை' கருத்துக்களிலிருந்தும், ஸ்பென்சரின் 'உயிரி ஒப்புமை' அணுகுமுறையிலான படிமலர்ச்சிக் கருத்துகளிலிருந்தும் உருப்பெற்ற இன்றைய சமுதாயவியலில் செயற்பாட்டியமானது சமுதாயத்தின் அமைப்பையும், இதன்கண் இயங்கும் குடும்பங்கள், குழுக்கள், வர்க்கமுறைகள், குழு முரண்பாடுகள், அதிகார அமைப்பு முதலான பல சமுதாயக் கூறுகளைச் சமுதாயம் என்னும் முழுமைக்குள் வைத்து விளக்க முற்படுகிறது. மானிடவியலில் பண்பாடு முதன்மையாக எடுத்துக் கொள்ளப்படுவது போன்று சமுதாயவியலில் சமுதாயம் கருப்பொருளாகக் கொள்ளப்படுகிறது.

மானிடவியலில் செயற்பாட்டியத்தை உருவாக்கி அதனைப் பிற துறையினர் முன்மாதிரியாகக் கொள்ளுமளவிற்கு அதற்குத் தனித் தகுதியை ஏற்படுத்திக் கொடுத்தவர்கள் பிரானிஸ்லா மலினாவ்ஸ்கியும் (Branislaw Malinowski) ராட்கிளிஃப் பிரௌனும் (Alfred Reginald Radcliffe-Brown) ஆவர். இவர்கள் ஏற்படுத்திய அணுகுமுறைக்குப் பின்னரே சமுதாயவியலில் இக்கொள்கையின் தகுதி ஒருபடி உயர்ந்தது எனலாம்.

## செயற்பாட்டியம்

செயற்பாட்டியமானது (functionalism) பண்பாட்டை முழுமையாகப் புரிந்துகொள்வதற்கும் விளக்குவதற்கும் ஏற்படுத்தப்பட்ட அணுகு முறை. இது பண்பாட்டை மாயை என்னும் உருவத்திலிருந்து விடுவித்து அதன் செயற்பாடுகளின் அடிப்படையில் அலசி ஆராய்கிறது. தொடக்க காலத்தில் பண்பாடு என்பது ஒரு மாயையாகவே கருதப்பட்டது.

இதற்குக் காரணம் இது கண்ணால் காணக் கூடியதாகவோ உருவத்தைக் கொண்டதாகவோ இல்லை. கருத்தளவில் மட்டுமே அனுமானிக்கக் கூடியதாக உள்ளது. பண்பாட்டின் இயக்கத்தை

யாராலும் நிறுத்த முடியாத அளவிற்கு அதிஉயிரத்துவம் (superorganic) வாய்ந்ததாக உள்ளது; இதன் அடிப்படைக் கூறுகளுக்கு மனிதர்களின் செயல்களும் நடத்தைமுறைகளும் மட்டுமே காரணமாக உள்ளன. ஆகவே, இவற்றை ஆராய்ந்து விளக்குவதற்கு ஏற்பட்ட ஒரு முழுதளாவிய ஆய்வு முறையாக, எல்லாவற்றையும் உள்ளடக்கிய அணுகுமுறை யாகச் (catholic approach) செயற்பாட்டியமானது 1940களுக்குப்பின் உருவானது.

செயற்பாட்டியத்தின்படி பண்பாடு அல்லது சமுதாயம் என்பது பல கூறுகளைக் கொண்ட ஒரு தொகுதியாகும். இதனை 'முழுமை' (whole) என்றும் 'ஒழுங்குமுறை' (system) என்றும் குறிப்பிடுவதுண்டு. இம்முழுமைக்குள் பல கூறுகள் உள்ளன. இதிலுள்ள ஒவ்வொரு கூறும் மற்றதனோடு ஒன்று சேர்ந்து அம்முழுமையின் நிலைபேறுடைமைக்கு வழி கோலுகிறது. ஒரு முழுமைக்குள் உள்ள கூறுகள் செயல்நிலையில் ஒன்றையொன்று சார்ந்துள்ளன. அதாவது, பண்பாடு என்பது ஓர் உயிரியைப் (organism) போன்றது. உயிரினுள் உள்ள அனைத்து உறுப்புகளும் ஒன்றோடொன்று தொடர்புற்று இடைவிடாது செயல்படுவதன் மூலம் அவ்வுயிரி உயிருடன் வாழ்கிறது. அவ்வாறே பண்பாட்டின் உட்கூறுகளும் ஒன்றோடொன்று சேர்ந்து இடைவினை புரிவதன் மூலம் அப்பண்பாடு தொடர்ந்து நிலைபெற்றிருக்க முடிகிறது.

பண்பாட்டின் ஒவ்வொரு கூறின் இயல்பையோ அதன் இயல் திட்ட வாதத் தன்மையையோ (teleology) கவனித்தோமானால் ஒவ்வொரு கூறும் குறிப்பிட்ட செயல் அல்லது செயல்களைக் கொண்டுள்ளது. அனைத்துக் கூறுகளின் செயல்களினால் மட்டுமே அந்த முழுமை ஒருங்கிணையவும், இயங்கவும், நிலைபெறவும் முடிகிறது. சில வேளை களில் சில செயல்கள் அந்த அமைப்பின் நலனுக்குச் சற்று மாறாக உள்ளது போன்று காணப்படும். இருப்பினும் அச்செயல்கள் அந்த முழுமையோடு ஒன்றிணைந்து தொடர்ந்து இயங்கிக் கொண்டிருப்பதாக இருக்கும்.

ஒரு முழுமைக்குள் உட்கூறுகள் மாறும்போதோ, மாற்றப்படும் போதோ, அழியும்போதோ அந்த முழுமை பாதிக்கப்படும். எவ்வாறிருப்பினும் அந்தந்தக் காலகட்டத்திலுள்ள உட்கூறுகள் அனைத்தும் முழுமைக்குள் ஒன்றுபட்டுத் தம்மைத் தாமே இயக்கிக் கொள்ளும் தன்மையன. செயற்பாட்டியத்தின் மையக் கருத்தைச் சுருங்கக் கூறின் 'ஓர் அமைப்பிலுள்ள கூறுகள் அனைத்தும் அதன் முழுமைக்குள் ஒன்றியமாகியுள்ளன அல்லது அக்கூறுகள் அனைத்தும் ஒன்றையொன்று சார்ந்து அந்த முழுமையைச் செயல்படுத்துகின்றன'.

## இன்றைய செயற்பாட்டிய அணுகுமுறை

வெளிப்படையாகச் சொல்லப்போனால் செயற்பாட்டியப் பகுப்பாய்வு என்பது அறிவியல் அடிப்படையிலான பகுப்பாய்வு என்பதன் மறு பெயரே. அறிவியல் ஆய்வுகளில், ஆராயப்படவேண்டிய பொருள் பற்றிப் பல கொள்கைகள், நெறிகாட்டு முறைகள், வாய்பாடுகள், அவற்றிற்கான கணித முறைகள் போன்ற பல வழிமுறைகள் உள்ளன. இந்நிலையில் ஆய்வாளர்கள் வெவ்வேறு சூழல்களில் ஆய்வு செய்தாலும் முடிவு ஒரே வகையானதாக இருக்கின்றது. ஆனால் சமுதாய அறிவியலில் இந்நிலை இல்லையென்றே கூறவேண்டும். பெரும்பாலும் கருத்தளவில் கொண்டு ஆராயப்பட வேண்டிய ஆய்வுப் பொருளே மிகுந்துள்ளன. இதனால் ஆய்வாளர் தம் திறனுக்கேற்ப ஆய்வுப்பொருளை உய்த்துணரும்போது முடிவு மாறுபடுகிறது. இவ்வாறான நிலையில் பண்பாடு அல்லது சமுதாயம் என்னும் அமைப்பை ஆராய்வதில் ஓர் அறிவியல் ஆய்வுமுறையாக செயற்பாட்டியம் உருவெடுத்துள்ளது; இதற்கான மாதிரிகள் (models), நெறிகாட்டு வாய்பாடுகள் ஆகியவை உருவாக்கப்பட்டுள்ளன.

சுருங்கக் கூறின் செயற்பாட்டியப் பகுப்பாய்வு என்பது ஒரு முழுமையைப் பற்றிச் செயலறிவு நிலையில் (empirical) கேள்விகள் பலவற்றைக் கீழ்க்குறிப்பிட்டவாறு ஒன்றோடொன்று தொடர்பு படுத்தி அவற்றிற்கு விடைகாணுதலேயாகும்.

1. ஆராயப்போகும் ஓர் இயல்நிகழ்ச்சியில் (phenomena) ஆழ்ந்து கண்டுபிடிக்க வேண்டிய அல்லது இயல்பாகக் கண்டுணரக் கூடிய ஒழுங்கு முறைகள் (observable uniformities) அல்லது தோரணிகள் (patterns) என்னென்ன உள்ளன?

2. ஆராய்வதற்கு முன்னர் ஒரு முழுமைக்குள் நடைபெறும் நிகழ்வு களினால் ஏற்படும் இறுதி நிலை என்ன?

3. ஒரு முழுமைக்குள் கண்டுணரக்கூடிய ஒழுங்குமுறைகளோ தோரணிகளோ செயற்படும் போது அவை விளைவிக்கும் இறுதி நிலை என்ன?

மேற்கூறிய மூன்று கேள்விகளுள் முதற் கேள்வி, என்னென்ன அமைப்புகள் (structures) இடம்பெற்றுள்ளன என்பதையும், இரண்டாம் கேள்வி, என்னென்ன செயல்கள் நிகழ்கின்றன என்பதையும், மூன்றாம் கேள்வி முழுமைக்குள் இடம் பெற்றுள்ள அமைப்புகள் எந்தெந்தச் செயல்களை விளைவிக்கின்றன என்பதையும் கேட்கின்றன. இது போன்ற பல தொடர்புடைய கேள்விகளை நாமாகப் பிணைத்து அவற்றுக்கான விளக்கங்களைக் காண முற்பட்டோமானால் நாம்

செயற்பாட்டிய அணுகுமுறையிலான ஆய்வின் முதற்கட்டத்திற்கு அடியெடுத்து வைத்துள்ளோம் என்பதை உணரலாம். இவ்வகை வினாக்களுக்கு மேலும் மேலும் பல காரணகாரியத் தொடர்பு களைத் தேடும்போது பண்பாடு பற்றிய முழுமையை அலசுவதில் ஒரு முனைப்பான இறுதி அணுகுமுறை கிடைக்கும். இந்த இறுதி நிலையில் சில கேள்விகளுக்கு விடைகாண முயன்றால் நாம் ஒரு முழுமையைப் பற்றிய செயற்பாட்டிய விளக்கத்தைக் கூறும் தகுதியைப் பெற்றவர் களாவோம்.

பண்பாடு என்ற ஒருங்கிணைந்த அமைப்புக்குள் அதன் உட்கூறுகள் எந்த வகையில் அதன் முழுமைத் தன்மைக்குப் பங்காற்றுகின்றன? உட்கூறுகள் எந்த முறையில் ஒன்றோடொன்று தொடர்பு கொள் கின்றன? முழுமைக்குள் உள்ள உட்கூறுகளின் பிணைப்பு எந்தவகை யில் சுற்றுப்புறச் சூழலோடு தொடர்புடையதாக உள்ளது? என்பன போன்ற வினாக்களுக்கு விடை காண்பதே செயற்பாட்டியம் சார்ந்த இறுதிநிலை அணுகுமுறையாம்.

## மலினாவ்ஸ்கியின் செயற்பாட்டியம்

மலினாவ்ஸ்கி (Malinowski) ஓர் ஆங்கிலேய மானிடவியல் அறிஞர்.[1] பண்பாட்டை ஒரு 'முழுமை' எனக் கொண்டு அதன் செயற்பாடுகளின் மூலம் அந்த முழுமையை அலசி ஆராய்வதே அவர்தம் நோக்கம்.

மலினாவ்ஸ்கி ட்ரோபிரியாண்டுத் (Trobriand) தீவினரின் பண்பாட்டை மிகத் துல்லியமாகக் கூறவேண்டும் என்ற முயற்சியாலும், ஒவ்வொரு நிகழ்விற்கும் சரியான முறையில் பொருள் விளக்கம் காணவேண்டும் என்ற முயற்சியாலும் ஏற்பட்ட பயனே செயற்பாட்டியமாகும். இவரது புகழ்மிக்க நூலான *மேற்கு பசிபிக் கிரேக்கர்கள்* (Argonauts of the Western Pacific 1922) நூலில் ட்ரோபிரியாண்டுச் சமுதாயத்தினர் கொண்டுள்ள நம்பமுடியாததும் புதுமையானதுமான குலா வளையப் பரிமாற்றத்தை (kula ring exchange) அவர்களின் சமுதாயச் சூழலோடு பொருத்தி அது எவ்வாறு அம்மக்களின் தேவைகளை நிறைவு செய்யும் நிறுவனமாகப் பங்காற்றுகிறது என்றும், இந்த நிறுவனத்தோடு ஒருங்கிணைந்து செயற்படும் பிற நிறுவனங்கள் (உட்கூறுகள் - parts) என்னென்ன என்றும் விளக்குகிறார் *(1922:80-84).*

சிதறிக் காணப்படும் பல தீவுகளில் மக்கள் தங்கள் தேவைகளை நிறைவு செய்துகொள்ளும் பொருட்டுத் தொலைநோக்கு எதிர்பார்ப்பு களுடன் எதிரெதிர் திசைகளில் பொருள்களை விசித்திரமான முறை யில் பரிமாறிக் கொள்கின்றனர். சில பொருள்கள் வலப்புறத்திலிருந்து

இடப்புறமாகவும் சில பொருள்கள் இடப்புறத்திலிருந்து வலப்புற மாகவும் சுற்றுகின்றன. ஒருவர் கொடுக்கும் பொருள் பலர் கைமாறி நெடுநாட்களுக்குப்பின் அவருக்கு வேறொரு பொருளாகக் கிடைக்கும். இப்பரிமாற்ற முறை பொருளாதார நிறுவனத்துடன் மட்டும் தொடர் புடையதாக இல்லாமல் சடங்குகள், மாயவித்தை, திருமணம், குடும்பம், பண்பாட்டுவயமாதல் (enculturaion) அரசியல் முதலான பல நிறுவனங்களோடு எவ்வாறு பிணைந்துள்ளது என்பதைச் சுட்டிக் காட்டுகிறார்.

மலினாவ்ஸ்கி செயற்பாட்டியத்தை ட்ரோபிரியாண்டுத் தீவுப் பழங்குடி மக்களை ஆய்வு செய்தபின் வகுத்தார். இத்தீவில் மிக நீண்ட காலம் களப்பணியில் ஈடுபட்டிருந்ததால் ட்ரோபிரியாண்டுச் சமுதாயத்தின் ஒருங்கிணைப்பையும் ஒன்றியத்தன்மையையும் முழுமை யாக அறிந்தார். இம்மக்களிடையே உள்ள பண்பாட்டுக் கூறுகள் அனைத்தும் வெளியாருக்கு வியப்பூட்டுவதாகவோ வெறுப்பூட்டு வதாகவோ இருக்குமென்றாலும் அவை ஒவ்வொன்றுக்கும் தனித்தனி யான பொருளுண்டு அல்லது அப்பண்பாட்டிற்குள் அதற்கெனச் சில செயல்களுண்டு என்று உறுதிப்படுத்தினார். செயலற்ற எந்த ஒரு கூறும் இடம்பெறவில்லை என்று திட்டவட்டமாக முடிவு செய்தார்.

அவரது கருத்துப்படி ஒரு சமுதாயத்தின் பண்பாடு என்பது அதன் உறுப்பினர்களின் அனைத்துத் தேவைகளையும், உயிரியல், உளவியல் உந்துதல்களையும் முழுமையாக நிறைவு செய்யப் பல நிறுவனங்களைக் கொண்ட அமைப்பாகும். இவ்வமைப்பில் பண்பாட்டு நிறுவனங்கள் மக்களின் தேவைகளுக்கு ஈடுகொடுக்கும் முறையில் இணக்கம் பெற்றுச் செயல்படுகின்றன. அவ்வாறே மக்களும் தங்கள் தேவைகளை நிறைவேற்றிக் கொள்ளும் பொருட்டு ஒருவரோடு ஒருவர் இணைந்து நிறுவன ரீதியாகச் செயல்படுகின்றனர்.

பண்பாட்டின் ஒன்றியத்தையோ முழுமையையோ அலசும் முன்பு பண்பாடும் மக்களும் கொண்டுள்ள செயலுறவுகளை அறிய வேண்டு மென்பார் மலினாவ்ஸ்கி. இதனை விளக்குவதற்கு இவர் பயன்படுத்தும் எடுத்துக்காட்டையே இங்குக் குறிப்பிடுவது நன்று. பண்பாடு என்பது இயந்திரம் போன்றது. இந்த இயந்திரம் நன்கு செயல்படப் பல உறுப்புகள் தேர்ந்தெடுக்கப்பட்டுச் சிறப்பாக வடிவமைக்கப்பட்டு இணைக்கப்பட்டுள்ளன. இதன்மூலம் இயந்திரத்தின் பயன்பாட்டை எந்த அளவிற்குப் பயன்படுத்த முடியுமோ அந்த அளவிற்குப் பயன்படுத்திக் கொள்ளலாம். அவ்வாறே பண்பாடு என்பதும் ஓர் இயந்திரத்தைப் போன்றது.

செயற்பாட்டியம் ✦ 185

ஒரு பண்பாட்டைச் சேர்ந்தவர்கள் அவர்கள் விருப்பத்திற்கேற்பத் தேர்ந்தெடுக்கப்பட்ட பண்பாட்டுக் கூறுகளைக் கொண்டு அவர்களது பண்பாட்டை வடிவமைத்துக் கொள்கின்றனர். இதன்மூலம் மக்கள் அவர்களது சமுதாயப் பண்பாட்டுத் தேவைகளை முழுமையாக நிறைவுசெய்து கொள்கின்றனர். ஒவ்வொரு பண்பாட்டிலும் உள்ள திருமண முறை, குடும்பம், உறைவிடம், பொருளியல் உற்பத்தி, சமய வழிபாடு, சடங்குகள், கலை, சட்டம் ஒழுங்கு போன்ற எண்ணற்ற முறைகள் அந்தந்தப் பண்பாட்டினரின் தேவையை நிறைவு செய்கின்றன. ஒரு பண்பாட்டின் கூறுகளைக் கொண்டே அப்பண்பாட்டினரின் தேவைகள் எப்படிப்பட்டவையாக உள்ளன என்பதை அறியலாம் என்பார் மலினாவ்ஸ்கி.

பண்பாட்டுக் கூறுகளின் ஒருங்கிணைப்பும் செயற்பாடும் அப்பண்பாட்டினரின் தேவைகளை அடிப்படையாகக் கொண்டு அமைந்துள்ளன என்ற கருத்தே மலினாவ்ஸ்கி முன்வைத்த செயற் பாட்டியத்தின் மையக் கருத்தாகும். இதனை விளக்கும்போது பின்வரும் கருத்துகளை வலியுறுத்திக் கூறுவார் மலினாவ்ஸ்கி. ஒவ்வொரு தனிப்பட்ட நிறுவனமும் பண்பாட்டால் ஏற்றுக்கொள்ளப்பட்ட தேவைகளுள் குறைந்தபட்சம் ஒன்றையாவது நிறைவு செய்வதாக இருக்கும். இத்தேவைகள் முதன்மைத் தேவைகளாகவோ, இரண்டாம் நிலைத் தேவைகளாகவோ இருக்கலாம்.

முதன்மைத் தேவைகளை உயிரியல் தேவைகள் (biological needs) உளவியல் தேவைகள் (psychological needs), சமுதாயத் தேவைகள் (social needs) என மூன்று பிரிவாகப் பிரிக்கிறார் மலினாவ்ஸ்கி. இதில் வாழ உணவு ஈட்டுதல், இனத்தின் நிலைபேறுடைமைக்கு இனப் பெருக்கம் செய்தல், புறச் சூழலிலிருந்து பாதுகாத்துக் கொள்ளல் ஆகியவை முதன்மைத் தேவைகள். எவற்றை உண்பது, எவருடன் உடலுறவு கொள்வது, எவ்வாறான பாதுகாப்பை ஏற்படுத்திக்கொள்வது என்பவை இரண்டாம் நிலைத் தேவைகள். ஏனெனில் இவை முதன்மைத் தேவைகளின் வகைகளாக அமைகின்றன. முதன்மைத் தேவைகள் அனைத்துப் பண்பாட்டிற்கும் பொதுவானவை. இரண்டாம் நிலைத் தேவைகள் மட்டுமே அந்தந்தப் பண்பாட்டால் அறுதியிடப்படுகின்றன.

மலினாவ்ஸ்கியின் கருத்துப்படி பண்பாட்டிலுள்ள சில நிறுவனங்கள் முதன்மைத் தேவைகளையும் மற்றவை முதன்மைத் தேவைகளுக்கு ஏற்படும் இரண்டாம் நிலைத் தேவைகளையும் நிறைவு செய்கின்றன. ஆகவே நிறுவனங்களின் ஒருங்கிணைப்பும் செயற்பாடுகளும் இரண்டாம் நிலைத் தேவைகளை மையமாகக் கொண்டுள்ளன.

பண்பாட்டின் கூறுகள் தனிமனிதர்களின் தேவைகளை நிறைவு செய்யவே உள்ளன என்பதால் இவருடைய கொள்கை 'தேவைக் கோட்பாடு' (need theory) என்றும், இத்தேவைகள் தனிமனிதனின் தேவைகளை நிறைவேற்றுவதால் இவர்தம் கொள்கை 'தனிமனிதர் செயற்பாட்டியம்' (individual functionalism) என்றும் கூறப்படும்.

### செயலின் மூலம் முழுமையைப் புரிந்துகொள்ளுதல்

அனைத்துப் பண்பாட்டுக் கூறுகளும் 'செயல்தன்மை' வாய்ந்தவையாக உள்ளன. தேவைகளின் அடிப்படையில் 'செயல்' நிகழ்கின்றது. தேவைகளின் மறுவடிவமே பண்பாட்டுக் கூறுகள். இவை பண்பாட்டில் சட்டென ஏற்பட்டு உடன் மறைந்து விடுவதில்லை; பண்பாட்டின் வழக்காறுகளை, நெறிமுறைகளை (norms) காலங்காலமாகச் சுமந்து செல்கின்றன; முழுமையின் செயலுறவுகளை வெளிக்காட்டுகின்றன. ஆகவே செயலைப் புரிந்துகொண்டால் முழுமையைப் புரிந்துகொள் வதில் ஒரு திறவுகோலைப் பெற்றவராவோம். ஒவ்வொரு செயலும் பண்பாட்டில் எந்தெந்தக் கூறுகளோடு தொடர்புற்று நிகழ்கின்றன என்றும் எதற்காக நிகழ்கின்றன என்றும் அறிந்துகொண்டோமானால் அதன் நிலைபேற்றுக்குரிய காரணத்தை அறிந்தவர்களாவோம் (Malinowski 1944: 93-94). இக்கருத்தைப் பின்வருமாறு விளக்குகிறார் மலினாவ்ஸ்கி:

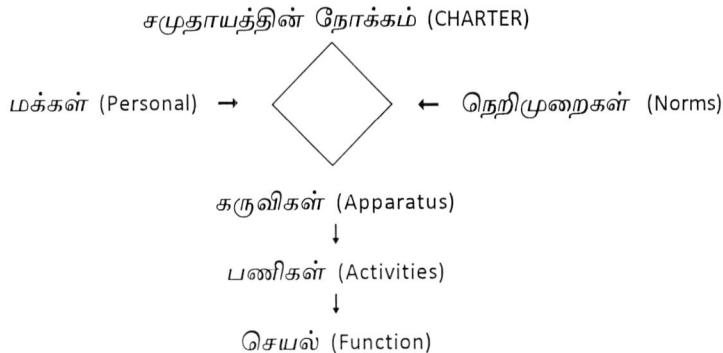

மேற்கூறிய திட்டத்தில் சமுதாயத்தின் நோக்கமென்பது மக்களை வாழவைப்பதைக் குறிக்கும் அல்லது அவர்களின் தேவைகளை நிறைவு செய்வதைக் குறிக்கும். அந்நோக்கத்தை அடையும் செயல்முறையில் மக்களும், நெறிமுறைகள், கருவிகள் (இங்குக் கருவி என்பது தேவையை நிறைவு செய்துகொள்ளப் பயன்படுத்தும் எந்த ஒரு கருவியையும் குறிக்கும். எ-டு. பாலுணர்வைக் கட்டுப்படுத்த திருமணம் செய்து

கொள்ளல். இங்குத் திருமணம் ஒரு கருவியாகப் பயன்படுகிறது), பணிகள் ஆகியவையும் இணைந்து இறுதியாகச் 'செயல்' என்ற நிலையில் முடிவடைகின்றது.

சமுதாய நோக்கத்தில் தொடங்கி செயல் என்ற இறுதி நிலையில் முடியும் இத்தொடர் நிகழ்வில் நான்கு கூறுகள் ஒருங்கிணைந்து செயல்படுகின்றன. ஆகவே சமுதாயத்தின் நோக்கத்தில் தொடங்கி இறுதியில் முடியும் செயல் வரை ஈடுபடும் கூறுகள் எவ்வகையில் பங்கேற்கின்றன என்பதை அறிவதன் மூலமோ, செயலில் தொடங்கி மேல் நிலையிலுள்ள சமுதாயத்தின் நோக்கம் இடம்பெறும் கூறுகளில் செயலுறவை அறிவதன் மூலமோ ஒரு குறிப்பிட்ட செயலுக்கான முழு ஒருங்கிணைப்பை அறிய முடியும். ஒவ்வொரு செயலிலும் சமுதாயத்தின் நோக்கம் (தேவைகள்) நிறைவேற்றப்படுகிறது. இத்தொடர்நிகழ்வில் ஒவ்வொரு செயலிலும் வெவ்வேறு வகையான மக்கள் ஈடுபடு கின்றனர்; ஒவ்வொரு செயலும் தனித்தனி வகையான நெறிமுறை களால் ஒழுங்குபடுத்தப்படுகின்றது; ஒவ்வொரு செயலுக்கென்றும் தனித்தனி வகையான கருவிகள் பயன்படுத்தப்படுகின்றன; தனி வகைப் பணிகள் மேற்கொள்ளப்படுகின்றன. சமுதாய நோக்கத்தில் தொடங்கி செயல் என்ற இறுதி நிலையில் முடியும் இத்தொடர்நிகழ்வில் பண்பாட்டுக் கூறுகளின் இயக்கத் தன்மையும் செயலுறவுகளும் செயல் என்ற இறுதி நிலையின் வாயிலாக வெளிப்படுவதால் எந்த ஒரு கூறையும் தனியாகப் பிரித்து ஆராயக்கூடாது (மேலது:39-52).

இங்குச் 'செயல்' என்பது மிகவும் குறிப்பிடத்தக்க ஒரு வரையறை யைக் கொண்ட சொல்லாக விளங்குகிறது. இது ஒருவர் செய்யும் வேலையைக் குறிப்பதில்லை. தேவையை முன்னிட்டு ஒருவர் மேற் கொள்ளும் பணியின் (activity) மூலம் அத்தேவை நிறைவேற்றப்படு மானால் அதனால் ஏற்படும் நிறைவே அப்பணியின் 'செயல்' (function) ஆகும் (மேலது: 39-52).

ஆகவே, ஒரு செயலைப் புரிந்துகொள்ளுதல் என்பது அப்பண்பாட்டின் முழுமைக்குள் உள்ள பல கூறுகளில் தொடர்பையும் அதன் உறவுகளை யும் புரிந்துகொள்வதாகும். மேற்கூறிய திட்டத்தின்படி ஒவ்வொரு செயலிலும் எவ்வகையான மக்கள் ஈடுபடுகிறார்கள்? எந்தெந்தக் கருவிகள் பயன்படுத்தப்படுகின்றன? எந்தெந்தப் பணிகள் நடைபெறு கின்றன என்பதை முழுமை நிலையில் பகுத்தாய்வதே அச்செயலின் செயற்பாட்டியத்தைப் புரிந்துகொள்வதற்கான அணுகுமுறையாம். மேலும் பண்பாட்டில் நிலைபெற்றுள்ள செயல்கள் தேவைகளை நிறைவு செய்துகொள்ள வேண்டுமென்ற நோக்கத்தில் மேற்கொள்ளப் படும் மனித முயற்சிகளாகவும் விளங்குகின்றன.

இம்முயற்சிகள் மேற்கொள்ளப்படும் முறை அல்லது செயல்படுத்தப் படும் முறை காலத்தினூடே முறைப்படுத்தப்பட்ட நடவடிக்கை களாக மாறி, பின்னர் படிப்படியாக அவர்களிடையே வேரூன்றிய வழக்கங்களாக (customs) மாறிவிடுகின்றன. இந்த ஒவ்வொரு முயற்சி யிலும் யார் யார் ஈடுபடவேண்டும் என்பது ஒழுங்கு படுத்தப்படுகின்றது. எதைக் கொண்டு ஈடுபடவேண்டுமென்றும் (கருவிகள்), எவ்வாறு ஈடுபடவேண்டுமென்றும் நெறிப்படுத்தப்படுகின்றன. இவ்விலக் கணங்கள் காலப்போக்கில் மக்களால் ஏற்றுக்கொள்ளப்படும்போது அவை அப்பண்பாட்டின் நெறிமுறைகளாக உருவெடுக்கின்றன. இவ்வனைத்தாலும் நெறிப்படுத்தப்பட்டு நிகழும் செயல் பண்பாட்டில் ஒரு நிலையான கூறாக இடம்பெறுகின்றதெனில் அது உறுப்பினர் களின் தேவையை நிறைவு செய்வதாகவும் பண்பாடு என்னும் முழுமைக்குள் பொருத்தம் பெற்றதாகவும் இருக்கும்.

ஒரு செயலின் தொடர் நிகழ்வுகளை நன்கு புரிந்துகொண்டபின் அச்செயலைப் பருண்மை நிலைக்குக் கொண்டு சென்று பிற செயல் களோடு தொடர்புபடுத்த வேண்டியது செயற்பாட்டுப் பகுப்பாய்வின் கருப்பொருளாகும். ஏனெனில் ஒரு முழுமைக்குள் உள்ள கூறுகள் அனைத்தும் செயலளவில் ஒருங்கிணைந்து காணப்படுகின்றன. ஒரு செயலைப் பருண்மை நிலைக்குக் கொண்டு செல்வது எப்படி? ஒரு செயலோடு தொடர்புற்ற தொடர்நிகழ்வுகள் அனைத்தையும் முழுமை யாக எடுத்துக்கொள்வதையே இது குறிக்கும். அதாவது ஒரு செயலோடு தொடர்புற்ற கூறுகளை ஒரு நிறுவனமாக (institution) எடுத்துக் கொள்வதாகும்.

ஒரு பண்பாட்டைச் சேர்ந்த உறுப்பினர்கள் அவர்களின் தேவை களை ஈட்டும்போது அவர்கள் மேற்கொள்ளும் செயல்களும் நடத்தைப் போக்குகளும் முறைப்படுத்தப்பட்ட ஓர் அமைப்பு ரீதியாக ஒன்றுபடும் என்பதைக் கண்டோம். இவ்வாறு ஒன்றுபடும் (தொடர்புடைய) கூறுகளே அப்பண்பாட்டின் நிறுவனங்களாகின்றன. நிறுவனங்கள் என்பது குடும்பம், கால்வழி (lineage), குலம் (clan), குலக்குறிக் கூட்டம் (totemic group), குழு, வட்டாரச் சமூகம் அல்லது பொருளாதாரச் செயல்கள், சமயச் செயல்பாடுகள், சமுதாயச் செயல்கள் போன்ற பல நிலைகளில் அமைந்து நிற்கும், நிறுவனங்களை மலினாவ்ஸ்கி 'செயலளவில் தனித்து நிற்கும் கூறுகள்' (functional-isolates) என்பார்.

இவரது முறையில் திருமணம், சமயச்சடங்கு, சமுதாயக் குழுக்கள், குடும்பம், மரபுவழியில் ஏற்றுக்கொள்ளப்பட்ட நெறிமுறைகள், மொழி போன்ற எந்த ஒரு செயலளவில் தனித்து நிற்கும் கூறையும் நிறுவனம் என்று குறிப்பிடுகிறார். பண்பாட்டிலுள்ள நிறுவனங்கள் அனைத்தும்

பண்பாடு என்னும் முழுமைக்குள் எவ்வாறு இணக்கம் பெற்றுச் செயல்படுகின்றன என்று அறிவதற்கு அனைத்து நிறுவனங்களையும் முழுமையாக அறிய வேண்டுமென்பார் மலினாவ்ஸ்கி. இதற்கு முதலில் தனி நிறுவனங்களை முழுமையாக அறியவேண்டும். இதன் பின்னரே ஒரு நிறுவனத்தைப் பிற தொடர்புடைய நிறுவனங்களோடு பொருத்திப் பார்க்க வேண்டும்.

பண்பாடு என்னும் முழுமையின் ஒன்றியத்தன்மையை எவ்வாறு விளக்குவது என்பதை மலினாவ்ஸ்கி பல நூல்களில் எழுதி வந்திருப் பினும் அவரது மறைவிற்குப்பின் வெளியிடப்பட்ட பண்பாட்டைப் பற்றியதோர் அறிவியற் கொள்கை (A Scientific Theory of Culture 1944) என்னும் நூலில் செயற்பாட்டிய அணுகுமுறையை ஒழுங்குபடுத்திக் கொடுத்துள்ளார். அதுவரை மானிடவியலிலும் சமுதாயவியலிலும் செயற்பாட்டியம் பற்றிய ஆய்வுகள் வெவ்வேறு வகையான எடுத்துக் காட்டுகளாக மட்டுமே அமைந்திருந்தாலும், இந்த அணுகுமுறையை முறைப்படுத்திக் கூறும் நூல் இல்லாத குறை இருந்ததாலும் மலினாவ்ஸ்கி அந்நூலை எழுதினார்.

அந்நூலில் பண்பாட்டின் முழுமையை அறிவதற்கான தம் திட்டத்தை விளக்குகிறார். ஒவ்வொரு பண்பாட்டுக் கூறும் பிற பண்பாட்டுக் கூறுகளோடு ஏதோ ஒருவகையில் தொடர்புற்று அதன் முழுமைக்கு வகைசெய்கிறது என்ற மேம்போக்கான ஆய்வு நிலையை மிகக் கடுமையாக எதிர்க்கிறார். மக்களின் தேவைகளுக்காக மட்டுமே தோன்றியுள்ள பண்பாட்டுக் கூறுகள் பண்பாடு என்னும் முழுமைக்குள் பெறும் ஒருங்கிணைப்பு அம்மக்களின் தேவைகளுக்கேற்பவே அமை கின்றது. இப்பண்பாட்டுக் கூறுகளின் ஒருங்கிணைப்பு மூன்று ஒழுங்கு நிலைகளாகப் (system levels) பண்பாட்டில் அமைகின்றன (Malinowski 1944:7-125). அவை:

1. உயிரியல்சார் ஒழுங்கு நிலை (biological system level)
2. அமைப்புசார் ஒழுங்கு நிலை (structural system level)
3. குறியீடுசார் ஒழுங்கு நிலை (symbolic system level)

இம்மூன்று ஒழுங்கு நிலைகளும் ஓர் அடுக்கமைப்பில் (படிநிலை யில்) உள்ளன. உயிரியல் நிலை அடிமட்டத்திலும் (bottom), அமைப்பு நிலை இடைநிலையிலும், குறியீட்டு நிலை மேல் நிலையிலும் உள்ளன. இம்மூன்று ஒழுங்கு நிலைகளிலும் மக்களின் அடிப்படைத் தேவைகள் நிறைவு செய்யப்பட்டாலொழிய சமுதாய அமைப்பில் ஒருங் கிணைப்போ, பண்பாட்டுக் கூறுகளுக்கிடையே இணக்கமோ, தனி மனிதர்களிடம் உடல் வசதிகளோ ஏற்படாது. சமுதாயம் இணக்கமாகவும்,

ஒருங்கிணைப்புடனும் இருக்கின்றது என்பது மேற்கூறிய ஒழுங்கு நிலைகள் செயல்படுகின்றன என்பதைக் காட்டுவதாகும்.

ஒரு குறிப்பிட்ட ஒழுங்குநிலையில் மக்களின் தேவைகள் எவ்வாறு நிறைவு செய்யப்படுகின்றன என்பதைப் பொறுத்தே அடுத்த ஒழுங்கு நிலையின் 'செயல்' (function) அமையும். மூன்று நிலைகளுமே செயல் படும்போது ஒன்று மற்றதன் மீது தாக்கத்தை ஏற்படுத்தும் தன்மை யுடையது.

மேற்கூறிய மூன்று ஒழுங்கு நிலைகளுள் அமைப்புசார் ஒழுங்கு நிலை, குறியீடுசார் ஒழுங்குநிலை ஆகிய இரண்டு மட்டுமே மானிட வியல், சமுதாயவியல் பகுப்பாய்விற்கு முதன்மையானவை என்கிறார் மலினாவ்ஸ்கி. இந்நிலைகளை அறியும்போது ஆதாரங்கள் அல்லது ஆதாரக்கூறுகள் (requisites) பற்றி அறிந்துகொள்ள வேண்டும். மலினாவ்ஸ்கியும் ராட்கிளிஃப் பிரௌனும் பண்பாட்டிலுள்ள ஒவ்வொரு கூறும் ஓர் ஆதாரப் பணியை நிறைவேற்ற ஏற்பட்டதால் அவை பண்பாட்டிற்கு ஆதாரங்களாக அமைகின்றன என்பர். இவ்விருவரும் ஆதாரங்களைத் தேவைகளின் மறுவடிவம் என்றும் கருதலாம் என்பர்.

ஆதாரங்கள் பற்றிய இச்சிறு அறிமுகத்துடன், மேற்கூறிய இரு ஒழுங்கு நிலைகளைக் காண்போம் ('ஆதாரங்கள்' பற்றிப் பின்னர் விரிவாக விளக்கப்படும்).

ஒழுங்கு நிலைகளின் அடிப்படை ஆதாரங்கள்
(Requisties of System Levels)

### அ. குறியீடுசார் ஒழுங்குநிலை

*1.* சுற்றுச் சூழலுடன் தகவமையும் பொருட்டு அதற்கான வழிமுறை களைக் காட்டும் குறியீட்டு ஒழுங்கு நிலைக்கான (system of symbol) அடிப்படை ஆதாரங்கள் (requisites for system of symbols that provide information necessary to adjust to the environment).

*2.* மக்களின் தகுதியாண்மையை (people's destiny) ஒழுங்குபடுத்தக் கூடிய வழிமுறைகளைக் காட்டும் குறியீட்டு ஒழுங்கு நிலைக்கான அடிப்படை ஆதாரங்கள் (requisites for system of symbols that provide a sense of control over people's destiny and over chance events).

*3.* சமுதாய உறுப்பினர்களின் அன்றாட வாழ்விலும் செயல்களிலும் சமூக ஒத்திசைவுப்போக்கை நெறிப்படுத்திக் கூறும் குறியீட்டு ஒழுங்கு நிலைக்கான அடிப்படை ஆதாரங்கள் (requisites for system of symbols that provide members of a society with a sense of a 'communal rhythm' in their daily lives and activities).

### ஆ. அமைப்புசார் ஒழுங்குநிலை

*1.* நுகர்வுப் பொருள்களை உற்பத்தி செய்து பகிர்ந்து கொள்வதற்கான அடிப்படை ஆதாரங்கள் (The requisites for production and distribution of consumer goods).

*2.* மக்களின் நடத்தை முறைகளை ஒழுங்குபடுத்தக்கூடிய சமூகக் கட்டுப்பாட்டு முறைகளின் அடிப்படை ஆதாரங்கள் (The requisites for social control of behaviour and its regulation).

*3.* மக்கள் அவர்களுடைய பண்பாட்டு மரபையும் தொழில் திறன்களையும் கற்பிப்பதற்கான அடிப்படை ஆதாரங்கள் (The requisites for education of people in tradition and skills).

*4.* அதிகார அமைப்பை ஒழுங்குபடுத்தி அவற்றைச் செயற் படுத்து வதற்கான அடிப்படை ஆதாரங்கள் (The requisites for and execution of authority relations).

குறியீடுசார் ஒழுங்கு நிலையில் ஆதாரங்களாக விளங்குபவை பெரும்பாலும் கருத்தளவிலானவை மட்டுமே. அதாவது வழக்கங்கள் (customs), நெறிமுறைகள் (norms), விழுமியங்கள் (values), வழக்கடி பாடுகள் (mores), பண்பாண்மைகள் (ethos), திணைசார் வழக்குகள் (native ways), மரபுசார் சட்டங்கள் (customary laws) போன்றவையே. இவை ஒவ்வொன்றிற்குள்ளும் எண்ணற்ற கூறுகள் உள்ளன. இவை யனைத்தும் பண்பாட்டின் மன வடிவக் கூறுகளாகத் (mentifacts) திகழ்கின்றன. ஆகவே இவற்றுள் எவை ஒவ்வொரு செயலையும் நெறிப்படுத்துகின்றன என்பதை அறிவதற்கு நெடுநாளைய களப்பணித் தரவுகளும், அந்தந்தச் சூழலில் பங்கேற்றுப் பார்வையிடுதலும் (participant observation) அவசியமாகின்றன.

அமைப்பு நிலையானது, குறியீடுசார் நிலையிலிருந்து மாறுபட்டது. இதில் கருத்தளவிலான கூறுகளின் செல்வாக்குக் குறைந்திருக்கும். மலினாவ்ஸ்கியின் கருத்துப்படி, அமைப்பு நிலையை ஆராயும் போது நிறுவனம் சார்ந்த பகுப்பாய்வு (institutional analysis) மிகவும் இன்றியமை யாதது. மலினாவ்ஸ்கியின் திட்டத்தில் எவையெல்லாம் நிறுவனம் எனக் கூறப்படுகிறது என்பதை நான்கைந்து பத்திகளுக்கு முன்னர் கண்டோம். செயலளவில் தனித்து நிற்கும் (functional isolate) எந்த ஒரு கூறும் நிறுவனமாகும் என்பதை இங்கு நினைவுபடுத்திக் கொள்ளலாம். நிறுவனம் என்ற நிலையிலிருந்து ஒருபடி கீழே இறங்கித் தனித்தனிப் பண்பாட்டுக் கூறை அலசி ஆராய்வதென்பது அடிப்படையிலேயே அக்கூறுகளின் உறவைச் செயற்பாட்டு உறவிலிருந்து துண்டித்து

விடுவதாகும்; அதன் உறவுகளை மலட்டுத் தன்மையாக்குவதற்கு ஒப்பாகும். ஆகவே நிறுவனத்தில் இடம்பெறும் கூறுகளைத் தனித் தனியே பிரித்து ஆராயும் அணுகுமுறையைக் (atomistic approach) கைவிட வேண்டுமென்பார். நிறுவனத்தில் இடம்பெறும் கூறுகளை ஒன்றாக மட்டுமே காணவேண்டும்.

ஆஸ்திரேலிய முதுகுடிக் (aborigines) குடும்பங்களின் செயற்பாட்டை மலினாவ்ஸ்கி செயற்பாட்டியம் நோக்கில் ஆராயும்போது நிறுவனங் களை எவ்வாறு விளக்க வேண்டுமென்று கூறுகிறார் *(1913:303)*. நிறுவனங்களை அவை ஆற்றும் செயல்களைக் கொண்டு முதலில் வரையறை செய்ய வேண்டும். இதன் பின்னர் சமுதாய அமைப்பில் ஒவ்வொரு நிறுவனமும் சமுதாய வாழ்வு என்னும் முழுமைக்குள் எவ்வகையான பங்களிப்பிற்கு உத்திரவாதம் தருகிறது என்பதைக் காணவேண்டும். அவ்வாறு அதனுடைய உத்திரவாதத்திற்குப் பணி யாற்றும்போது அது எக்கூறுகளுடன் சேர்கின்றது; எதன் உறவுகளைப் பெறுகின்றது என்பதையும் உய்த்துணர்தல் வேண்டும். இவையே செயற்பாட்டியத்தில் மூழ்கும் ஓர் ஆய்வாளனின் முதன்மையான பணியாகும்.

மேற்கூறியவற்றை ஆராயும்போது முதலில் தனி நிறுவனங்களை அலசிப் பார்க்கவேண்டும். ஒரு தனி நிறுவனத்திற்குள் என்னென்ன கூறுகள் உள்ளன? அவை எவ்வாறு மற்றவற்றோடு உறவு கொள்கின்றன? அவற்றை எவ்வாறு ஆராய வேண்டும்? என்பதற்கு மலினாவ்ஸ்கி *(1994)* ஒரு வாய்பாட்டைக் கூறுகிறார். இந்த வாய்பாடு அனைத்துப் பண்பாட்டிற்கும் பொதுவானதாக அமையுமாறு வகுத்துள்ளார். மலினாவ்ஸ்கியின் பார்வையில் அனைத்துப் பண்பாடுகளிலும் உள்ள நிறுவனங்கள் கீழ்வரும் ஆறு பொதுப் பண்புகளை அல்லது கூறுகளைக் (elements) கொண்டுள்ளதால் இக்கூறுகளை மட்டும் எடுத்துக்கொண்டு ஆராய்ந்தால் ஒரு நிறுவனத்தின் தன்மையைப் புரிந்துகொள்வதோடு, சமுதாயத்தின் ஒருங்கிணைப்பில் அது கொண்டுள்ள பங்கினையும் அறிய முடியும்.

*1.* **திட்டம்** (Charter)*: நிறுவனத்தின் நோக்கமென்ன? அதன் இலக்குகள் என்னென்ன?*

*2.* **ஆட்கள்** (Personnel)*: ஒரு நிறுவனத்தில் எவரெவரெல்லாம் பங்கு கொள்கிறார்கள்? எவ்வளவு பேர் பங்கு கொள்கின்றனர்?*

*3.* **நெறிமுறைகள்** (Norms)*: உறுப்பினர்களின் செயல்களை ஒழுங் காகவும் முறைப்படியாகவும் இயக்கும் நெறிமுறைகள் என்னென்ன?*

**4. கருவிகள்** (Apparatus): இலக்குகளை அடையும் நோக்கத்தில் செயல்படும் போது அச்செயலை ஒழுங்குபடுத்தியும் முறைப்படுத்தியும் செய்வதற்கு உதவும் கருவிகள் அல்லது பிற வசதிகள் என்னென்ன?

**5. பணி** (Activity): செய்யவேண்டிய பணிகளும் முயற்சிகளும் எவ்வாறு பகுக்கப்படுகின்றன? எவரெவரெல்லாம் அவற்றைச் செய்கின்றனர்?

**6. செயல்** (Function): ஒரு நிறுவன ரீதியில் நின்று செயல்படும் போது அது எந்த வகையான அடிப்படை ஆதாரங்களை நிறைவு செய்கின்றது?

மேற்குறிப்பிட்ட ஆறு கூறுகளும் பண்பாட்டிடை (cross-cultural) நிலையில் ஆராய்வதற்கு உகந்தவை. ஆகவே எவ்வகைச் செயற்பாடு களையும் இயக்கத் தன்மையையும் நிறுவன ரீதியாக எடுத்துக் கொண்டு அதை இந்த ஆறு பரிமாணங்களில் ஆராய முற்பட்டோ மானால் அப்பண்பாட்டின் செயற்பாட்டினை உள்நிலையில் நின்று ஆராயவும், பிற பண்பாடுகளோடு ஒப்பிட்டுப் பார்க்கவும் ஒரு பொதுவான அளவுகோலை ஏற்படுத்திக் கொண்டவர்களாவோம் என்பார் மலினாவ்ஸ்கி.

ஒரு பண்பாட்டின் முழுச் செயற்பாட்டியத்தை நன்கு விளக்கும் நிலையைப் பெற வேண்டுமானால் அனைத்து நிறுவனங்களையும் ஆழ்நிலையில் உய்த்துணர்ந்து ஆராய வேண்டியது கட்டாயத் தேவை என்று மலினாவ்ஸ்கி அடிக்கடி வலியுறுத்திக் கூறுகிறார். ஒரு குறிப் பிட்ட காலத்தில் செய்யும் ஆய்வின் போது சமுதாயம் என்னும் முழுமை யின் செயற்பாட்டியத்தைப் பெருமளவு புரிந்துகொள்ள முடியும். ஆனால் ஆய்வு செய்யும் காலத்தை மேலும் நீட்டித்தோ இடைவெளி கொண்டோ ஆய்வு செய்யும்போது முன்னர் முடிவு செய்த கருத்துகளில் பல மாற்றங்கள் ஏற்படும். ஏனெனில் ஒரு முழுமைக்குள் நிகழும் மிகச் சிறு செயல்களும், கூறுகளும் (அல்லது அரிதாக நிகழ்பவை) அவை செயல்படும்போது ஆய்வாளர் கணடறியாத புதிய புதிய விளக்கங் களைக் கொடுக்கும். அனைத்துக் கூறுகளும் ஆய்வாளர் ஆய்வு செய்யும் காலத்திற்குள் முழுமையாகச் செயல்படும் என்று உறுதியாகக் கூற முடியாது. ஆகவே மிக நீண்டகாலக் களப்பணி மூலமே ஒரு பண்பாட்டின் செயற்பாட்டியத்தை விளக்கும் திறனை ஒருவர் பெற இயலும்.

இன்றைய நிலையில் செயற்பாட்டியலர்கள் மலினோவ்ஸ்கி முன்வைத்த மாதிரியை மேலும் மேம்படுத்திப் பின்வரும் இயக்கத்தைக் காண்கின்றனர்.

இன்றைய செயற்பாட்டியம் நோக்கில் சமூக அமைப்பு (social structure) என்பது பல்வேறு தகுதிநிலைகளைக் (statuses) கொண்ட

மனிதர்களின் பங்குபணிகளால் (roles) ஏற்படும் வினைத் தொடர்புகள் (networks) ஆகும். இத்தகு வினைத் தொடர்புகளின் தொகுப்பாக உருவாகும் சமூக அமைப்பில் பின்வரும் ஐந்து வகையான இடைப் பட்ட அமைப்புகள் (intermediate structures) காணப்படுகின்றன.

*1. **இரட்டை உறவு*** (dyadic relationship)*:* இத்தகு உறவு நிலையானது ஒன்றுக்கொன்று இட்டு நிரப்பக்கூடிய தன்மையுடைய தகுதியினரிடம் (complementary statuses)[2] ஏற்படக்கூடியது. அதாவது நண்பன்-நண்பன், கணவன்-மனைவி, எஜமான்-பணியாளர் போன்ற இட்டு நிரப்பும் தகுதிநிலையினர் உறவால் அமையக் கூடியது. இது சமூக அமைப்பில் ஓர் அடிப்படையான வினைத் தொடர்பிற்கு வழி கோலுகிறது.

*2. **சமூக வகையினங்கள்*** (social categories)*:* சில பொதுவான தகுதி நிலையுடன் காணப்படும் மக்கள் குழுவினர் இவ்வகையில் அடங்குவர். எளிய சமூகங்களில் அவரவர் கால்வழிக் குழுக்கள் இத்தன்மை யுடையவை. ஒரு கால்வழியைச் சேர்ந்தவர் இன்னொரு கால்வழியில் பெண் எடுக்க வேண்டுமென்ற புறமண விதியை இவர்கள் கடைப் பிடிக்க வேண்டியவர்களாய் உள்ளனர். ஒரு குழுவினர் அடுத்தவருக்குப் பெண் கொடுத்தால் அங்கிருந்து வேறொரு பெண் திரும்ப வரும் என்ற பரிமாற்ற எதிர்பார்ப்புகளும் இவ்வகையினத்தாரிடம் காணப்படுகிறது.

*3. **சமூக உறவுப்பின்னல்*** (social network)*:* இவ்வகை உறவுப் பிணைப்பில் பல இரட்டை உறவுகள் (dyadic links) ஒன்றிணையும். இதில் ஒவ்வொரு

1. இரட்டை உறவு (dyadic relationship)
3. சமூக உறவுப்பின்னல் (social network)
2. சமூக வகையினங்கள் (social categories)
4. செயல் தொகுதி (action set)
5. சமூகக் குழு (social group)

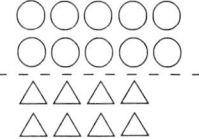

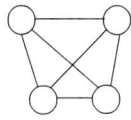

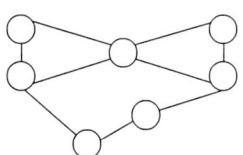

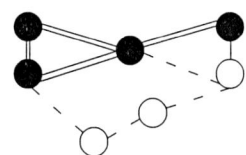

தனிமனிதரும் குறைந்த அளவு இரண்டு தனி மனிதர்களோடு உறவு கொள்வார்கள். அதே நேரத்தில் எந்த ஒருவரும் சமூகத்தில் எல்லா மனிதர்களுடன் உறவாடுவதில்லை. சமூக உறவுப் பின்னலில் தொடர்பு கொள்வோர் பொதுவான சொத்தையோ பொதுவான செயல் பாட்டுக்காக ஒருங்கிணையவோ மாட்டார்கள். ஒவ்வொரு உறவும் வெவ்வேறு பங்குபணிகளால் (roles) கட்டமைகிறது. ஆக, சமூக உறவுப் பின்னலில் ஒரு குறிப்பிட்ட பங்குபணியை நிறைவேற்றுவதற்காகத் தனித்தனியான உறவுகள் பங்காற்றுகின்றன.

**4. செயல் தொகுதி** (action set): மேற்கூறிய சமூக உறவுப்பின்னல் வழி ஒட்டு மொத்த சமூக உறவுப் பின்னலில் தனித்த பங்குபணியை மேற்கொள்வோரின் குழுவே செயல் தொகுதி (action set) என்றழைக்கப் படுகிறது (Fichter 1957).

**5. சமூகக் குழு** (social group): சமூகக் குழுவுக்கென்று தனித்த பண்புகள் உண்டு. இவை சமூக வகையினங்கள், சமூக உறவுப் பின்னல் அல்லது செயல் தொகுதியினர் ஆகியவற்றிற்கான பண்புகளிலிருந்து மாறுபட்டதாகும். எனினும், சமூகக் குழுவுக்கான ஓர் எல்லையை வரைய முடியும். இதில் யார் யார் எல்லாம் உறுப்பினர்கள், யார் யார் எல்லாம் உறுப்பினராக முடியாது என்ற வரையறை மூலம் இந்த எல்லையிடுவது சாத்தியமாகிறது. இதனால் சமூகக் குழுவுக்கென்ற உள்கட்டமைப்பு (internal structure) கிடைக் கிறது. இதனால் குழுவில் உள்ள ஒவ்வோர் உறுப்பினரும் மற்றவர்களோடு கொள்ளவேண்டிய உறவு நிலையானது தெள்ளத்தெளிவுடன் வெளிப்படுவதாக இருக்கும். ஒவ்வொரு சமூகக் குழுவுக்கென்றும் பொதுவான குறிக்கோள் இருக்கும்; பொதுவான உடைமைகளைக் கூட கொண்டிருக்கும்; அனைவருக்குமான பொதுக் கடவுள்கூட இருக்கும். பெரும்பாலும் இத்தகு குழுக்கள் நிரந்தரமானவையாக இருக்கும். எளிய சமூகங்களில் ஒருவர் பிறப்பின் அடிப்படையிலேயே தன் தாய் / தந்தை வழியில் இத்தகு குழுவின் உறுப்பினராகி விடுகிறார்.

இத்தகு குழுவானது என்றும் நிலைத்திருக்கக் கூடிய, அழியாத தன்மை பெறுமானால் அது சட்டப்படி ஒன்றுபட்ட இணைக்கப்பட்ட, ஒரு முழு நிறுவனமாய் இயங்குகிற ஒரு 'கூட்டாண்மைக் குழு' (corporate group) என்றாகிறது. கால்வழிக் குழுக்கள் (பரம்பரை, வகையறா, குலம், கரை, கூட்டம், குடி போன்ற பெயர்களில் காணப்படும் கால்வழிக்குழுக்கள் இத்தகையன). எளிய சமூகங்களை யடுத்த கூட்டுச் சமூகங்களிலும், இன்றைய நவீன சமூகங்களிலும் இச்சமூகக் குழுக்கள் பலவாறாகப் பரிணமித்துப் பெருகியுள்ளன.

## ராட்கிளிஃப் பிரௌனின் செயற்பாட்டியம்

ராட்கிளிஃப் பிரௌன் (1881-1955) ஆங்கிலேய மானிடவியல் அறிஞர்.[3] இவர் முன்வைத்த செயற்பாட்டியத்தில் செயலைவிட 'அமைப்பிற்கு' (structure) முக்கியத்துவம் தருகிறார். மலினாவ்ஸ்கியின் கொள்கை மக்களின் தேவைகளுக்கும் பண்பாட்டுக் கூறுகளுக்கும் உள்ள உறவுகளை வெளிப்படுத்திக் காட்டுவதை மையமாகக் கொண்டுள்ளது. மக்களின் தேவைகள் தனித்தனியாகப் பிரிந்து காணப்படாமல் ஒன்றையொன்று சார்ந்தே காணப்படுகின்றன. அவ்வாறே அத்தேவைகளை நிறைவேற்றும் பண்பாட்டுக் கூறுகளும் ஒன்றோடொன்று இணைந்து செயல்பட்டு அத்தேவைகள் அனைத்தை யும் நிறைவு செய்கின்றன. தேவைகளின் அடிப்படையிலேயே அப்பண்பாட்டின் கூறுகள் முழுமையோடு ஒருங்கிணைகின்றன என்கிறார் மலினாவ்ஸ்கி. ஆனால் ராட்கிளிஃப் பிரௌன் மலினாவ்ஸ்கி யின் கருத்தை மறுக்கிறார். மலினாவ்ஸ்கி குறிப்பிடும், செயலளவில் தனித்து நிற்கும் கூறுகள் தனிமனிதர்களின் தேவைகளுக்காகச் செயல் படுவது கிடையாது; அவை சமுதாயத்தின் மொத்த அமைப்பை நிலைப் படுத்துவதற்காகச் செயல்படுகின்றன என்கிறார்.

ராட்கிளிஃப் பிரௌனின் சிந்தனைப் போக்கு துர்க்ஹைமின் சிந்தனையை ஒட்டி நிற்பதாகும். இதனை அவரது தொடக்க கால ஆய்வுகளிலிருந்து இறுதிக் கால ஆய்வுகள் வரை ஆழ்ந்து நோக்கினால் புலப்படும். ஆரம்ப காலத்தில் இவரது புகழ்மிக்க நூலான *அந்தமான் தீவினர்* (Andaman Islanders 1922) என்னும் நூலில் தொன்மை மக்களின் பண்பாட்டு நிறுவனங்களை உய்த்துணருவதற்கு ஒரு புதிய முறையை உருவாக்க முயன்றார். 1910 ஆம் ஆண்டிலேயே எழுதி முடித்துவிட்ட இந்நூல் 1922இல் வெளியாகியது. இவரது புதிய முறையைப் பற்றி முன்னுரையில் குறிப்பிடும்போது (1972:ix) இப்போதைக்கு இம்முறை ஒரு புதிய வகையாகத் தோன்றவில்லையாயினும் பின்னர் இதன் தேவை நன்கு உணரப்படும் என்கிறார். சமுதாயத்தின் அமைப்பினைத் தெரிந்து கொண்டாலொழியச் செயற்பாடுகளைப் புரிந்துகொள்ள முடியாது என்கிறார். அமைப்பு பற்றி விளக்குவதற்குத் துர்க்ஹைமைப் போன்றே இவரும் 'உயிரி ஒப்புமை' (organic analogy) முறையைக் கையாளுகிறார்.

ராட்கிளிஃப் பிரௌனின் கருத்துப்படி உயிரி என்பது பெருந் திரளான உயிரணுக்களையும் (cells) அவற்றோடு தொடர்புற்ற உயிர்நீரையும் கொண்ட ஒட்டுமொத்தத் தொகுப்பாகும். இதனுள் உள்ள உயிரணுக்களும் அவற்றின் உயிர்நீர் வகைகளும் ஒரு முறைப் படுத்தப்பட்ட, வரையறுக்கப்பட்ட செயலுறவுகளைக் கொண்டுள்ளன.

இவையனைத்தும் உயிரின் வாழ்விற்காக ஒருங்கிணைந்து செயல் படுகின்றன.

சமுதாய நிறுவனங்களும் அதன் உட்கூறுகளும் எவ்வாறு தோன்றி வளர்ச்சியடைந்தன என்பது பற்றி ராட்கிளிஃப் பிரெளன் அக்கறை காட்டவில்லை. சமுதாயத்தின் உட்கூறுகள் எவ்வாறு ஒன்றிணைந்து சமுதாயத்தின் ஒட்டுமொத்தச் செயல்பாட்டிற்குத் துணை செய்கிறது என்று அறிவதையே அவரது இலக்காகக் கொண்டிருந்தார். இந்நிலை துர்க்ஹைமின் சிந்தனையிலிருந்து பெறப்பட்டதாகும். ராட்கிளிஃப் பிரெளனின் செயற்பாட்டியக் கருத்துகள் *தொன்மைச் சமுதாயத்தில் அமைப்பும் செயல்முறையும்* (Structure and Function in Primitive Society 1952) என்னும் நூலில் மிகுதியாக இடம்பெற்றுள்ளன. 'தென்னாப்பிரிக்காவில் தாய்மாமன்' (Mother's Brother in South Africa) என்னும் கட்டுரையும் இதை விளக்கக்கூடியது.

ஓர் உயிரி அது வாழுங்காலம் முழுவதும் தொடர்ந்து பல அலகு களை இழந்து கொண்டேயிருந்தாலும் கூட ஒரு குறிப்பிட்ட அளவில் அந்த அமைப்பின் தொடர்ச்சி (structural continuity) கட்டிக்காக்கப் படுகிறது. எடுத்துக்காட்டாக, மூச்சுவிடுதல், கழிவுப் பொருள்களை வெளியேற்றுதல், நோய்க்கிருமிகளை எதிர்த்துப் போரிடுதல் முதலான பிற உடற்செயல்களின் போது உயிரி பல உயிரணுக்களை இழக்க நேரிடுகிறது. அதே நேரத்தில் உணவுச் செரிமானம், இரத்தச் சுத்திகரிப்பு, வளர்சிதை மாற்றம் முதலான பிற உடற் செயல்களின் மூலம் புதிய புதிய உயிரணுக்களை ஏற்படுத்திக் கொள்கிறது. ஆகவே நீண்ட கால வாழ்வைப் பெற்றுள்ளன ஓர் உயிரியைக் காணும்போது அதனுள் உள்ள உயிரணுக்கள் நிலையானவையாக இல்லை. காலந்தோறும் உயிரணுக்கள் அழிவதும் புதியவை ஏற்படுவதுமாக உள்ளன. ஆனால் அந்த உயிரியின் அமைப்பு தொடர்ந்து பராமரிக்கப்படுகிறது. இந்த 'அமைப்புத் தொடர்ச்சி' நிலைபெற்றிருப்பதற்காக நடக்கும் நிகழ்வே 'வாழ்க்கை'யாகும் என்பார் ராட்கிளிஃப் பிரெளன்.

உயிரியின் அமைப்புத் தொடர்ச்சிக்கடுத்து அதன் செயல் ஒருங் கிணைப்பை ராட்கிளிஃப் பிரெளன் விளக்குகிறார். உயிரினுள் பல்வேறு உறுப்புகள் (அலகுகள்) இணைந்து இருக்கும்படியான அமைப்பு உள்ளது. இந்த உறுப்புகள் ஒன்றோடொன்று தொடர்பு கொண்டவையாய் ஒருங்கிணைந்துள்ளன. இதனால் உயிரி பல அலகுகள் இணைந்த ஒரு முழுமைத் தொகுதியாகக் காணப்படுகிறது. இந்த முழுமைக்குள் உள்ள அலகுகள் (உறுப்புகள்) ஒவ்வொன்றும் ஒரு குறிப்பிட்ட பணியைத் தொடர்ந்து திருப்பித் திருப்பிச் செய்து கொண்டிருக்கும். எடுத்துக்காட்டாக மூச்சுவிடுதல், செரிமானம்,

இரத்தத்தைத் தூய்மைப்படுத்தல் முதலான பணிகளை இடைவிடாமல் தொடர்ந்து செய்துகொண்டிருக்கும். இப்பணிகளையும் அவை பரஸ்பர உறவு நிலையில் நின்று செய்கின்றன.

உயிரியின் வாழ்க்கையைப் போன்றே சமுதாயத்தின் இயக்கப் பாட்டிலும் பல்வேறு அலகுகள் இணைந்திருக்கும்படியான அமைப்பு உள்ளதைக் காணமுடியும். சமுதாய அமைப்பிற்குத் தனிமனிதர்கள் முதன்மையான அலகுகளாக உள்ளனர். இவர்கள் நிலையான சமுதாய உறவுகள், நெறிமுறைகள் (norms), விழுமியங்கள் (values), செயல்பங்குகள் (functional roles) முதலானவை மூலம் சமுதாயம் என்னும் முழுமைக்குள் ஒரு முறைப்படுத்தப்பட்ட நிலையில் பிணைக்கப்பட்டுள்ளனர்.

உயிரின் உடலமைப்புப் போன்றே சமுதாயத்தின் அமைப்பும் அதனுள் உள்ள அலகுகள் அழியும்போது பாதிக்கப்படாது. இறப்பு அல்லது பிற நிகழ்வுகள் மூலம் தனிமனிதர்கள் சமுதாயத்திலிருந்து மறைந்து போகலாம். அதே நேரத்தில் பிறப்பு மூலம் புதிய உறுப்பினர்கள் சமுதாயத்திற்குள் தொடர்ந்து வந்து சேருவர். போவோரும் வருவோரும் என்பது தொடர்ச்சியான செயலாக இருந்தாலும் சமுதாய அமைப்பின் தொடர்ச்சி (structural continuity) என்றும் சிதையாமல், கட்டுடையாமல் நிலைத்திருக்கிறது. இத்தொடர்ச்சி நிலைபெற நடை பெறும் நிகழ்வே 'சமுதாய வாழ்க்கை'யாகும். ஒரு சமூகத்தின் (community) சமுதாய வாழ்க்கையே (social life) அச்சமூகத்தின் அமைப்பின் செயல் என்று வரையறை செய்வார் ராட்கிளிஃப் பிரௌன் (1976: 504).

இச்சமுதாய வாழ்வில் உறுப்பினர்கள் ஒவ்வொருவரும் குறிப்பிட்ட சில பணிகளை இடைவிடாமல் தொடர்ந்து திரும்பத் திரும்பச் செய்து கொண்டிருப்பர். சமுதாய வாழ்வில் ஒரு பகுதியாக விளங்கும் எந்த ஒரு தொடர்நிகழ்வும் (எ.டு.இறந்தவருக்குச் செய்யும் ஈமச்சடங்குகள், குற்றச் செயலுக்கு வழங்கப்படும் தண்டனை, திருமணம், பூப்பு நீராட்டு விழா, சமயச்சடங்குகள், விழாக்கள் அல்லது இவை போன்ற பிற நிகழ்வுகள்) அச்சமுதாயத்தின் நிலைபேற்றுக்கு வகை செய்கின்றன. பல்வேறு உறுப்பினர் செய்யும் இப்பணிகள் அனைத்தும் ஒன்றோ டொன்று ஒருங்கிணைந்து பரஸ்பர உறவுநிலையில் அமைந்து சமுதாய வாழ்வு இயங்கவும், நிலைபெற்று நிற்கவும் பங்காற்றுகின்றன. இவ்வாறு ஒவ்வோர் உறுப்பினரும் ஏற்றுள்ள பங்கே அவர்களின் செயல்களாகும் (மேலது: 504). ராட்கிளிஃப் பிரௌன் 'செயல்' பற்றிய கருத்தைப் பயன்படுத்தும்போது (1952: 179) இது மக்களின் எதிர்பார்ப்புக்கும் நிறுவனத்திற்கும் இடையே நிகழும் பங்குகளின் மூலம் விளைவதாகும் எனக் குறிப்பிடுவார். இக்கருத்து துர்க்ஹைமிடமிருந்து பெறப் பட்டதாகும்.

சமுதாயத்தில் ஒரு செயல் திரும்பத் திரும்ப நடைபெறுவதை ராட்கிளிஃப் பிரௌன் பின்வருமாறு குறிப்பிடுவார்: ஒவ்வோர் அலகும் மேற்கொள்ளும் தொடர்ச்சியான செயல்கள், அச்சமுதாயம் என்னும் முழுமையை நிலைப்படுத்த நடைபெறும் பராமரிப்புச் செயல்களாகும் (மேலது : 505).

மேற்கூறிய கருத்துகளை மனதில் நிறுத்தி மனித சமுதாயத்தின் தன்மையையும் சமுதாய வாழ்வின் தன்மையையும் முறைப்படியாக ஆழ்ந்து ஆராய்ந்தால் நம்முன் சில சிக்கல்கள் தோன்றும் (மேலது : 505). அவை:

1. **சமுதாய உருவமைப்பியல்** (Social morphology): சமுதாயங்கள் எவ்வகையான உருவத்தைப் பெற்றுள்ளன? அவற்றுக்கிடையே உள்ள ஒற்றுமை வேற்றுமைகள் யாவை? இவற்றை எவ்வாறு வகைப்படுத்துவது?

2. **சமுதாயச் செயலியல்** (Social physiology): சமுதாய அமைப்புகள் எவ்வாறு செயல்படுகின்றன?

உயிரியின் உடலிலுள்ள உறுப்புக்களின் உருவங்களையும் அவற்றின் செயல்களையும் நாம் அறிய முடிகிறது; ஒவ்வோர் உறுப்பிற்கும் தனி உருவம் உண்டென்பதை நிர்ணயிக்கமுடிகிறது; அதன் செயல்களை அறுதியிடமுடிகிறது. ஆனால் சமுதாயத்தின் உருவமைப்பை நேரடியாகக் காண இயலாது. இதன் உருவமைப்பைக் காணவேண்டுமானால் அதன் அமைப்பைக் காணவேண்டும். அதன் அமைப்பைக் காண வேண்டுமானால் அது அச்சமுதாயத்தில் ஏற்றுள்ள செயல்களைக் காணவேண்டும். ஆகவே சமுதாயத்தின் அமைப்பையும் செயலையும் பிரித்துக் காண இயலாது (மேலது : 505).

ராட்கிளிஃப் பிரௌன் கருத்துப்படி உயிரின் உடலமைப்புப் போன்றே சமுதாயத்தின் அமைப்பும் அதனுள் உள்ள அலகுகள் அழியும்போது பெரிதும் பாதிக்கப்படாது. இறப்பு அல்லது பிற நிகழ்வுகள் மூலம் தனிமனிதர்கள் சமுதாயத்திலிருந்து மறைந்து போகலாம். அதே நேரத்தில் பிறப்பு மூலம் புதிய உறுப்பினர்கள் சமுதாயத்திற்குள் தொடர்ந்து வந்து சேருவர். இக்கருத்தினைக் கொண்டு இவர் 'அமைப்பு' பற்றி விளக்குகிறார்.

அமைப்பு என்றால் என்ன என்பதற்கு இவர் தரும் விளக்கம், ஓர் உயிரியின் உருவத்தை 'அமைப்பு' என்னும் சொல் குறிப்பிடாது. உயிரியின் உடலிலுள்ள அலகுகள் (உயிரணுக்கள், மூலக்கூறுகள் - molecules) எவ்வாறு உறவு கொண்டு அதன் இயக்கத்திற்குச் செயல்படுகின்றன என்பதே அதன் அமைப்பாகும் (மேலது : 504). இதைக்

கொண்டு, ஓர் உயிரணுவின் (cell) அமைப்பு என்பது அந்த உயிரணுவோடு தொடர்புற்ற மூலக்கூறுகளுடன் அது கொண்டுள்ள உறவே என்பது அறியப்பெறும். அவ்வாறே ஓர் அணுவின் (atom) அமைப்பு என்பது எதிர் மின்னணுக்களுக்கும் (electrons) நேர் மின்னணுக்களுக்கும் (protons) உள்ள செயலுறவைக் குறிக்கும். இவ்வனைத்து எடுத்துக்காட்டுகளையும் கொண்டு அமைப்பு என்பதை 'இரு கூறுகளுக்குமிடையே (entities) உள்ள உறவுகளே அதன் அமைப்பு' என வரையறை செய்வார் ராட்கிளிஃப் பிரௌன் (மேலது:504).

சமுதாயத்தின் உட்கூறுகளுக்கிடையே நிலவும் உறவுகள் (அமைப்புகள்) எவ்வாறு சமுதாயம் என்னும் முழுமையை நிலைப் படுத்துகின்றன என்பதில் ராட்கிளிஃப் பிரௌன் சமுதாய அமைப்பிற்குச் சிறப்பிடம் கொடுத்ததால் இவரது அணுகுமுறை பொதுவாக 'அமைப்பு-செயற்பாட்டியம்' (structural-functionalism) எனக் கூறப்பெறும்.

மலினாவ்ஸ்கி, பண்பாட்டுக் கூறுகளுக்கும் தனிமனிதர்களின் தேவைகளுக்கும் உள்ள உறவை மையமாகக் கொண்டிருந்ததால் இவரது கொள்கை பரவலாகச் 'செயற்பாட்டியம்' (functionalism) என்றும், ஒரு சிலரால் 'தனிமனிதச் செயற்பாட்டியம்' (individual functionalism) என்றும் வழங்கப்பெறும்.

## செயல் ஆதாரங்கள், அமைப்பு ஆதாரங்கள்

செயற்பாட்டியம் ஆய்வு முறையில் ஆதாரக் கூறுகள் அல்லது ஆதாரங்கள் (requisites) என்னும் கருத்தாக்கம் ஓர் அலகின் செயற் பாட்டினை அறியவும் அது அச்சமுதாயம் என்னும் முழுமைக்குள் நிலைபெற்றிருப்பதற்கான காரணத்தையும் விளக்குகிறது. ஓர் அலகு அதன் முழுமைக்குள் தொடர்ந்து நிலைபெற்றிருக்கவும், பராமரித்துக் கொள்ளவும் கண்டிப்பாக எது தேவையோ அதுவே அதன் செயல் ஆதாரமாகும். ஒரு செயல் ஆதாரம் நீக்கப்படும் போது அந்த அலகு முழுமையாக அழிந்துபோகும் அல்லது அந்த அலகின் அமைப்புக் கூறுகளில் (structural elements) மாற்றங்கள் ஏற்படும். ஓர் அலகின் தொடர்ச்சியான நிலைபேறுடைமைக்கு எந்த வகையான தோரணி (pattern) தேவையோ (அல்லது செயற்பாடு நிகழும்போது கண்டுணரக் கூடிய ஒழுங்கமைப்பு (observable uniformities) அதுவே அந்த அலகின் அமைப்பாதாரமாகும். ஓர் அலகின் 'அமைப்பாதாரம்' நீக்கப்படும் போது அதன் செயல் ஆதாரமும் அழிந்துபோகும். இவ்விரண்டு ஆதாரங்களைப் பற்றிப் பின்வருமாறு சுருக்கமாகக் கவனத்தில் கொள்ளலாம். ஓர் அமைப்பு (அலகு) நிலைபெற்றிருக்க 'என்ன செய்து

கொள்கிறது?' என்பது செயல் ஆதாரத்தையும் 'எவ்வாறு செய்து கொள்கிறது?' என்பது அமைப்பு ஆதாரத்தையும் குறிக்கின்றன.

## செயல் முன்னாதாரங்கள், அமைப்பு முன்னாதாரங்கள்

செயற்பாட்டியம் ஆய்வு முறையில் ஒரு முழுமையைத் தனித்தனி அலகுகளாகப் பிரித்து அவற்றிற்குச் செயல்களுண்டு, அமைப்பு களுண்டு, அவை ஒன்றுடன் ஒன்று உறவுகொள்கின்றன எனக் கற்பித்துக் கூறும் போக்கிற்கு மிகவும் வலுக்கோட்டையாக விளங்குவது செயல் முன்னாதாரங்களும் (functional pre-requisites), அமைப்பு முன்னாதாரங்களுமாகும் (structural pre-requisites). சமுதாய அமைப்பில் ஓர் அலகு வந்து சேருவதற்கும் பின்னர் அது நிலைபெற்றிருக்கவும் செயல், அமைப்பு முன்னாதாரங்களே காரணமாக உள்ளன.

செயல் முன்னாதாரம் என்பது 'ஒரு முழுமைக்குள் (சமுதாயம்) ஓர் அலகு ஏற்படவேண்டுமானால் அவ்வலகின் 'செயல்' அந்த முழுமைக்குள் முன்கூட்டியே இடம்பெற்றிருக்க வேண்டும்' (pre-exist) என்பதாகும். அவ்வகையான செயலே 'செயல் முன்னாதார'மாகும். இவ்வாறே அமைப்பு முன்னாதாரம் என்பது ஒரு குறிப்பிட்ட அலகு ஏற்பட வேண்டுமானால் அவ்வலகின் அமைப்பு அந்த முழுமைக்குள் முன்கூட்டியே இடம்பெற்றிருக்க வேண்டும். அவ்வாறான அமைப்பே 'அமைப்பு முன்னாதார'மாகும்.

ஒரு சமுதாய அமைப்பில் செயல் முன்னாதாரங்கள் எவை, அமைப்பு முன்னாதாரங்கள் எவை என்பனவற்றை விளக்கும்போது நான்கு நிலைகளில் ஆராய வேண்டியுள்ளது.

1. ஆராயப்பட வேண்டிய இயல் நிகழ்ச்சியைப் (phenomena) பற்றி (அலகு) முழுவதுமாக வரையறை செய்துகொள்ள வேண்டும்.

2. சமுதாயத்தில் அந்த இயல்நிகழ்ச்சி எவ்வாறு ஒரு பொருத்தமான அலகாக அச்சமுதாய அமைப்பில் உள்ளது என்பதைக் கண்டுபிடிக்க வேண்டும் (discover the setting). அவ்வாறு இயலாத நிலையில் அதைப் பற்றிய ஒரு கருதுகோளை (hypothesis) உருவாக்க வேண்டும்.

3. சமுதாயம் என்னும் முழுமைக்குள் ஓர் அலகு தொடர்ந்து நிலைபெற்றிருக்கின்றதெனில் அது என்னென்ன பொதுவான மூலங் களைப் பெற்றுள்ளது என்பதைக் கண்டுபிடிக்க வேண்டும்.

4. ஓர் அலகு நிலைபெற்றிருப்பதற்கு எந்த அளவு குறைந்தபட்ச அமைப்புத் தேவைப்படுகிறது என்றும், எந்த வகையான அமைப்பைப் பெற்றுள்ளது என்றும் கண்டுபிடிக்க வேண்டும்.

சமுதாயத்திலுள்ள ஒவ்வொரு சமுதாயக்கூறும் (அலகு) ஓர் ஆதாரப் பணியைச் செய்வதால் அது அச்சமுதாயத்திற்கு ஆதாரங்களாகின்றது. இக்கருத்தை விளக்க எந்த ஒரு நடைமுறை நிகழ்வையும் எடுத்துக் கொண்டு சோதித்துப் பார்க்கலாம். தமிழக நாட்டுப்புறச் சமூகங்களில் நிகழும் தச்சுக்கழித்தல் சடங்கை எடுத்துக்காட்டாகக் கொண்டு, அது சமுதாயம் என்னும் முழுமைக்குள் எவ்வாறு செயல் முன்னாதார மாகவும், அமைப்பு முன்னாதாரமாகவும் செயல்படுகின்றது என்பதை அறியலாம். தச்சுக்கழித்தல் சடங்கு பற்றி ஆ.சிவசுப்பிரமணியன் நிகழ்த்தியுள்ள இனவரைவியல் ஆய்வே *(1999)* இதற்கு அடிப்படை யாக எடுத்துக்கொள்ளப்படுகிறது. நவாஜோ (Navajo) பழங்குடி களிடையே சூனியமுறை (witchcraft) எவ்வாறு அவர்கள் சமுதாயத்தின் முன்னாதாரமாக அமைந்து அச்சமுதாயத்தின் ஒருங்கிணைப்பைக் கட்டிக்காக்கின்றது என்று விளக்கும் குளுக்கானின் (Kluckhohn 1944) ஆய்வுமுறை இங்குப் பயன்படுத்தப்படுகிறது.

தச்சுக்கழித்தல் சடங்கானது புதிய வீடு கட்டி அதில் குடிபுகுவதற்கு முன்னும், புதிதாகச் செய்த மாட்டு வண்டிகள், கடலில் செல்லும் வள்ளங்கள், தோணிகள் ஆகியவற்றைப் பயன்படுத்தும் முன்னும் நடத்தப்பெறும் ஒரு சடங்காகும் *(சிவசுப்பிரமணியன் 1999:41)*.

காட்டுத் தெய்வங்களும், துர் தெய்வங்களும், ஆவிகளும், பேய் களும் வாழும் இடங்களில் மரங்களும் வளருவதால் அவை மரத்திலும் உறைகின்றன.[4] எனவே வெட்டப்பட்ட மரங்களுடன் ஆவிகளும், பேய்களும், துர்தெய்வங்களும் இடம்பெயரும் என்று மக்கள் நம்பு கிறார்கள். இம்மரங்களைக் கொண்டு உருவாக்கப்பட்ட மரப்பொருள் களுடன் இவையும் புதுவீட்டில் குடிபுகுந்துவிட்டன என்று அஞ்சி, அவற்றை வெளியேற்றவே 'தச்சுக்கழித்தல்' சடங்கை நிகழ்த்துகிறார்கள் *(மேலது: 45)*.

இனி செயல் முன்னாதாரம், அமைப்பு முன்னாதாரம் இரண்டை யும் அறிந்துகொள்ளப் பின்வரும் நிலைகளில் அறிய வேண்டும்.

**கருதுகோள் நிலை** (hypotheis stage)

*1.* புதுமனையில் குடிபுகுவோரின் வாழ்க்கை பல கூறுகள் ஒருங் கிணைந்த முழுமை எனக் கொள்க. இந்த வாழ்வு என்னும் முழுமை தொடர்ந்து ஒருங்கிணைந்த நிலையில் நிலைபெறவேண்டுமானால் அவ்வாழ்வில் இடம்பெறும் அச்ச உணர்வுகளும் (வீட்டில் ஆவிகள் உறைகின்றன என்ற உணர்வு), இன்னல்களும் (ஆவிகளால் ஏற்படும் தீங்குகள்) நீக்கப்பட வேண்டும்.

2. அச்ச உணர்வுகளும், இன்னல்களும் தச்சுக்கழித்தல் சடங்கு மூலம் நீக்கப்படுகின்றன என்ற நம்பிக்கை தமிழ்ப் பண்பாட்டில் காலங் காலமாக உள்ளது.

3. சமுதாயத்திற்குச் சமுதாயம் மரபுகளும் வழக்கங்களும் வேறுபட்டுள்ளதால் மேற்கூறிய சடங்கிற்குச் சமமான செயலைக் கொண்ட (functional equivalent) பிற சடங்குகள் மூலமும் அச்சங்களும் இன்னல்களும் நீக்கப்படலாம். தமிழ்ச் சமூகத்தில் தச்சுக்கழித்தல், திருஷ்டி கழித்தல் போன்ற சடங்குகளே பரவலாக உள்ளன.

4. தச்சுக்கழித்தலினால் மனைசாந்தி செய்யப்பட்டு புதுமனையில் ஏற்படும் புதுவாழ்வு அச்சமற்ற நிம்மதியான வாழ்வாக அமைகிறது.

**செயலறிவு நிலை** (empirical stage)

1. புதுமனையில் மேற்கொள்ளப்படும் புதுவாழ்வு அச்சமற்ற நிம்மதியான வாழ்வாக அமைகின்றதெனில் (அ) அங்கு நிலவும் அச்ச உணர்வுகளும் இன்னல்களும் நீக்கப்படுகின்றன (ஆ).

2. அச்ச உணர்வுகளும் இன்னல்களும் நீக்கப்படுகின்றன (ஆ). ஆகவே தச்சுக்கழித்தல் நடைபெறுகிறது (இ) அல்லது தச்சுக் கழித்தலுக்குச் சமமான பிற செயல்கள் (ஈ) (functional equivalents) நடைபெற வேண்டும்.

3. புதுமனையிலுள்ள ஆவிகளை விரட்டுவதில் தச்சுக்கழித்தலுக்குச் சமமான பிற செயல்கள் (ஈ) பொதுவாகத் தமிழ்ச் சமுதாயத்தில் மேற்கொள்ளப்படுவதில்லை.

4. புதுமனையில் ஏற்படும் வாழ்க்கை நிம்மதியாக உள்ளது (அ) எனவே தச்சுக்கழித்தல் தமிழ்ச் சமுதாயத்தில் நிலைபெற்றிருக்கிறது (இ)

தச்சுக்கழித்தல் என்னும் இச்சமயச் சடங்கு தமிழ்ச் சமுதாயத்தின் பல அடிப்படை அலகுகளுள் ஒன்றாகத் திகழ்கிறது. இவ்வலகின் செயலையும், எவ்வாறு இது சமுதாய அமைப்பில் ஒரு முன்னாதாரக் கூறாகச் செயல்படுகிறது என்பதையும் காண்போம். இச்சடங்கின் மூலம் புதுமனையில் அச்ச உணர்வுகள் நீக்கப்பட்டு நிம்மதியான வாழ்வு ஏற்படுகிறது என்பதே இச்சடங்கின் மூலம் விளையும் இறுதி நிலைச் செயலாகும். இதுவே இந்த அலகின் செயல் ஆதாரமாகும் (functional requisite). இச்செயல் ஆதாரம் எவ்வாறு தமிழ்ச் சமுதாயத்தில் முன்னாதாரமாக (pre-requisite) விளங்குகின்றதெனில், தச்சுக்கழித்தல் என்னும் அலகின் 'செயல்', 'அமைப்பு' ஆகியவை சமுதாயம் என்னும் முழுமைக்குள் முன்கூட்டியே இடம்பெற்றுள்ளன (pre-exist). 'ஆவிகளை

விரட்டுவதன் மூலம் நிம்மதியான வாழ்வு ஏற்படும்' (தச்சுக்கழித்தல் என்னும் அலகின் 'செயல்', என்ற கருத்து '(செயல்) பண்பாட்டில் வேரூன்றி இருப்பதன் அடிப்படையிலேயே தச்சுக் கழித்தல் சடங்கு ஒரு 'செயல் முன்னாதாரக் கூறாகப்' பங்காற்றுகிறது.

இச்சடங்கில் ஈடுபடுத்தப்படும் பொருள்களுக்கும் (மரப்பொருள்கள்), அதை நிகழ்த்துபவர்களுக்கும் (ஆசாரிகளும் கொத்தனார்களும்) உள்ள உறவே தச்சுக்கழித்தல் என்னும் அலகின் 'அமைப்பு' ஆகும். தோணி, வள்ளம், செக்கு, மாட்டுவண்டி, வீடு ஆகிய எந்த ஒரு பொருளுக்கும் நிகழ்த்தப்படும் தச்சுக்கழித்தல் செயல்பாட்டில் (action or operation) ஒரே வகையான தோரணி (pattern) அல்லது கண்டுணரக்கூடிய ஒழுங்கமைப்பு (observable uniformity) நிலவுவதைக் காணமுடியும். இதுவே இதன் 'அமைப்பு' ஆகும். இந்த அமைப்பு, முழுமைக்குள் (தமிழ்ச்சமுதாயம்) முன்கூட்டியே இடம்பெற்றிருப்பதால் இது இம்முழுமையின் 'அமைப்பு' முன்னாதாரக் கூறாகப் பங்காற்றுகிறது.

தமிழ்நாட்டின் ஊரகப் பகுதிகளில் கோடைக் காலங்களில் கடும் வறட்சி நிலவும்போது மாரியம்மனுக்குக் கூழ் ஊற்றிக் கூத்து நடத்துவதன் மூலம் மழைபெற இயலும் என்ற நம்பிக்கை நிலவுகிறது. இந்நிகழ்வையும் மேற்கூறிய முறையியலைக் கொண்டு விளக்கங் கூறலாம். பலினீசியப் பண்பாட்டில் நிகழும் கோழிச் சண்டை (Balinese cockfight) அச்சமுதாயத்தில் ஆண்மைத்தன்மை (masculinity), தகுதி (status), போட்டித்தன்மை (rivalry), பெருமிதம் (pride), இழப்பு (loss), வெற்றி வாய்ப்பு (chance), இழப்பைத் தேற்றிக்கொள்ளும் மனப்பாங்கு முதலான பற்பல செயல்களைச் கொண்ட ஒரு பண்பாட்டு அலகாக உள்ளது. ஒருவரின் சராசரி கூலியைக் காட்டிலும் 200 மடங்கு மிகுதியாகப் பந்தயப் பணம் வைத்து விளையாடும் இந்த விளையாட்டு, பல கால்வழிக் (lineage) குழுக்களிடையே எவ்வாறு பிணைப்பைக் கட்டிக் காக்கிறது என்றும், ஒரு குறிப்பிட்ட கூறு ஒன்றுக்கும் மேற்பட்ட பல செயல்களைச் (function) செய்யும் அடிப்படை அலகாக எவ்வாறு பங்காற்றுகிறது என்றும் கீர்ட்ஸ் (1973) ஆராய்கிறார். இதுபோன்று தமிழ்ப் பண்பாட்டின் மஞ்சுவிரட்டு (சல்லிக்கட்டு) முதற்கொண்டு பல்வேறு நாட்டுப்புற விளையாட்டுக்களின் செயற்பாட்டை விளக்கலாம்.[5]

செயற்பாட்டிய விளக்கமென்பது சில சமுதாய நிகழ்வுகளுக்கு மட்டுமே பொருந்தக்கூடியது என்பதன்று. எந்த ஒரு சமுதாய நிகழ்வுக்கும் செயற்பாட்டியப் பகுப்பாய்வு பொருந்தக்கூடியதே. ஒவ்வோர் அடிப்படைக் கூறும் (அலகு) சமுதாயத்தின் ஓர் ஆதாரப் பணியைச் செய்வதால் அது அச்சமுதாயத்தில் ஒரு முன்னாதாரக்

கூறாகச் செயல்படுகிறது என்பதே சமுதாயக் கூறுகளுக்குச் செயற் பாட்டியம் சார்த்தும் தகுதியாகும்.

செயற்பாட்டிய ஆய்வாளர்கள் அடிப்படைக் கூறுகள் ஆதாரக் கூறுகளாக (requisites) உள்ளன என்பதைக் காட்டிலும் முன்னாதாரக் கூறுகளாகப் (pre-requisites) பங்காற்றுகின்றன என்ற கருத்திற்கே முதலிடம் தருகின்றனர். எனவேதான் ஆதாரக்கூறுகள் பற்றிய விளக்கங்கள் பெரும்பாலும் முன்னாதாரக் கூறுகளை விளக்கும் ஆய்வின் ஒரு பகுதியாகக் கொள்ளப்படுகிறது.

சமூகம், பண்பாடு இவற்றின் தன்மையை மலினாவ்ஸ்கியின் ‘தேவைக் கோட்பாடு’ மூலமும், ராட்கிளிஃப் பிரௌனின் ‘அமைப்புச் செயற்பாட்டியல்’ மூலமும் அறிய முடிகிறது. செயற்பாட்டியம் மீது சில விமர்சனங்கள் எழுந்தன. அவை குறித்துச் சுருக்கமாகக் காண்போம்.

## மெர்ட்டனும் செயற்பாட்டியமும்

ராபர்ட் கிங் மெர்ட்டன் (Robert King Merton) என்பவர் சமுதாயவியலின் மூத்த அறிஞர்களுள் ஒருவர். இவர் செயற்பாட்டியத்தில் நிலவி வந்த சில குறைபாடுகளைச் சுட்டிக்காட்டி அதனை வலுவடையச் செய்த சமுதாயவியலருள் குறிப்பிடத்தக்கவர்.[6]

மெர்ட்டனுக்கு முன்னர் செயற்பாட்டியம் அணுகுமுறையில் ஒரு சமுதாயக்கூறின் வெளிப்படையான செயலை (manifest function) மட்டும் அடிப்படையாக எடுத்துக்கொண்டு அதன் செயற்பாட்டை ஆராயும் போக்கு இருந்தது. சமுதாயத்தில் எந்தக் காரணத்திற் காக, நோக்கத்திற்காக ஒரு சமுதாயக் கூறு ஏற்படுத்தப்பட்டதோ அக்காரணத்தையும் நோக்கத்தையும் நிறைவேற்றும் வகையில் அக்கூறு செயற்படுகிறதா இல்லையா என்பதை ஆராய்ந்து வந்தனர். ஆனால் மெர்ட்டன் இவ்வகையான ஆய்வுப் போக்கில் ஒரு புதிய திருப்பத்தை ஏற்படுத்தினார்.

இவரது *சமுதாயக் கொள்கையும் சமுதாய அமைப்பும்* (Social Theory and Social Structure 1957) நூலில் இது பற்றி விரிவாக எழுதுகிறார். சமுதாயக் கூறுகளின் செயற்பாட்டைப் பற்றிக் குறிப்பிடும்போது, ஒரு சமுதாயக் கூறானது ஒரு குறிப்பிட்ட செயலை மட்டும் கொண்டிருக்கவில்லை எனக் கூறுகிறார் (**1957:49**). அதாவது வெளிப்படையான செயலை மட்டும் கொண்டிருக்கவில்லை என்கிறார். ஒவ்வொரு சமுதாயக் கூறும் வெளிப்படையான ஒரு செயலையும் உள்ளார்ந்த நிலையில் வேறொரு செயலையும் கொண்டிருக்கும். இந்த உள்ளார்ந்த செயல் (latent function) ஒரு சமுதாயக் கூறு செயல்படும்போது வெளிப்படையாகத்

தோன்றாமல் அச்செயலின் மறைமுகப் பகுதியில் ஆழ்நிலையில் புதைந்து கிடக்கும். ஆகவே ஒரு கூறு செயல்படும்போது அதனை ஆழ்நிலையில் நுணுகிப் பார்க்கும்போதே அதன் உள்ளார்ந்த செயல் வெளிப்படும். இந்த உள்ளார்ந்த செயல் அச்சமுதாயக்கூறு எக்காரணத் திற்காக, நோக்கத்திற்காக உருவாக்கப்பட்டுள்ளதோ அச்செயலை ஒட்டி அமையாமல் இருக்கும். இருப்பினும் அச்சமுதாயக் கூறுக்கு மேலுமொரு பொருளைச் சேர்க்கும் வகையில் அது பங்காற்றும் (Merton 1957: 48-52).

மெர்ட்டனின் 'வெளிப்படைச் செயல்', 'உள்ளார்ந்த செயல்' ஆகிய இரு கருத்தாக்கங்களையும் ஓர் எடுத்துக்காட்டு மூலம் அறியலாம். தமிழகக் கிராமப் பகுதிகளில் வறட்சிக் காலத்தின்போது மக்கள் மழை பெற வேண்டி மாரியம்மனுக்குக் கூழ் ஊற்றிக் கூத்து நடத்துகிறார்கள். அமெரிக்க இந்தியப் பழங்குடிகளான ஹோப்பியும் (Hopi) பிற பழங்குடிகளும் மழை வேண்டி மழை நடன (rain dance) விழாவைக் கொண்டாடுகின்றனர். இவ்வகை விழாக்களின் வெளிப்படைச் செயல் மழை வேண்டுவதாக இருந்தாலும் இது ஓர் உள்ளார்ந்த செயலை மறைமுகமாகச் செய்கிறது.

இந்நிகழ்வைச் செயற்பாட்டிய நோக்கில் நுணுகிப் பார்த்தால் அதன் உள்ளார்ந்த செயல் (மறைமுகச் செயல்) வெளிப்படும். மக்களின் விருப்பம் மழை பெறுவதை மையமாகக் கொண்டிருந்தாலும் இன்னலை (வறட்சி) எதிர்கொள்ளும்போது மக்கள் ஒன்றுபடுகின்றனர் என்பதை யும், பொதுவான முயற்சியின்போது மக்கள் வேறுபாடுகளை மறந்து ஒன்று சேருகின்றனர் என்பதையும், குழுவாகச் சேர்ந்து செயல் படுவதன் மூலம் தங்கள் எதிர்பார்ப்புகளை எட்டமுடிகிறது என்பதை யும் இந்நிகழ்ச்சி சுட்டிக் காட்டுகிறது.

ஒரு குற்றவாளிக்கு வழங்கப்படும் தண்டனை ஓர் எதிர் நடவடிக்கை என்றும், பழிவாங்கும் செயல் என்றும் வெளிப்படையாகத் தோன்றி னாலும் அதன் உள்ளார்ந்த செயல் வேறொன்றாக உள்ளது. தண்டனை வழங்குவதன் மூலம் சமுதாயம் போற்றிக்காக்கும் உறுதிப்பாடுகள் (solidarity), விழுமியங்கள் (values), நெறிமுறைகள் (norms), எதிர்ப் பார்ப்புகள், நடத்தைமுறைகள், ஒழுக்க முறைகள் போன்றவை நசுக்கப் படாமல் கட்டிக்காக்கப்படுகின்றன. இவ்வாறே சமுதாயக் கூறுகளின் செயல்கள் இருவகைச் செயல்களைப் பெற்றுள்ளன என்பதை வெளிப் படுத்திக் காட்டலாம்.

### பிற கருத்துகள்

செயற்பாட்டியத்தின் அடுத்த நிலை சமுதாயத்தின் சமநிலையைப்

(equilibrium) பற்றியது. இக்கருத்துப்படி சமுதாயம் என்பது ஒரு நிரந்தர அமைப்பைக் கொண்டதாகவும், அந்த அமைப்பின் இயக்கம் எப்போதும் சமநிலையைக் கொண்டதாகவும் உள்ளது. கிங்ஸ்லி டேவிஸ் (Kingsley Davis), டால்காட் பார்சன்ஸ் (Talcott Parsons) போன்ற சமுதாயவியலரும் இக்கருத்தை ஏற்றுக்கொள்கின்றனர். சமுதாயத்தின் இயக்கத்தின்போது அதன் உள் அலகுகளுக்கிடையே (சமுதாயக் கூறுகள்) எப்போதும் ஒரு சமநிலை இருக்கும். ஆனால் சமுதாய அமைப்பிற்குள்ளேயும் வெளியேயும் உள்ள கூறுகளால் இச்சமநிலை பாதிக்கப்படக்கூடும். அவ்வாறான சூழலில் சமுதாய அமைப்பிற்குள் நிலவும் சில 'இயக்கப்பாடுகள்' (mechanisms) அப்போதைய மாறுபட்ட சூழலிற்கேற்ப அதைச் சரிசெய்து மீண்டும் சமநிலையை ஏற்படுத்தும். இதற்கடுத்தும் அதன் சமநிலை பாதிக்கப்பட்டால் அதை மீண்டும் சமநிலையில் தூக்கி நிறுத்தக்கூடிய வலுவான இயக்கப்பாடுகள் சமுதாயத்தில் உள்ளன. இவ்வகையான இயக்கப்பாடுகளின் மூலமே சமுதாயம் அதன் சமன்பாட்டு நிலையைத் தக்கவைத்துக் கொள்கிறது.

நவாஜோ பழங்குடிகளிடையே சூனியம் (witchcraft) எவ்வாறு ஒரு வலுவான இயக்கப்பாடாக விளங்குகிறது என்பதை குளுக்கான் (1944) விவரிக்கிறார். இம்மக்களின் வாழ்வில் திருமணத்திற்குப் பின் பிறன்மனை புணர்தல் நிகழ்ந்துவிட்டால் ஏற்படும் கொந்தளிப்பைப் பழங்குடித் தலைவன் குறுக்கிட்டு அச்செயலின் தன்மைக்கேற்ப தண்டம் வழங்கி நிலைமையைச் சமாளிக்கிறான். இதன்மூலம் சமூக ஒழுங்கு மீண்டும் சமநிலையை அடைகிறது. தலைவனின் குறுக்கீடு ஓர் இன்றியமையாத இயக்கப்பாடாகச் செயல்படுகிறது. இதற்குப் பின்னும் இந்நிகழ்வு ஏற்பட்டால் அப்பெண்ணின் கணவன் அவனுக்குச் சூனியம் வைத்துத் தன் மனவெழுச்சியைத் தணித்துக் கொள்வான். சூனியம் கடுமையான விளைவுகளை ஏற்படுத்துமாதலால் முதல் முறை தண்டிக்கப் பட்டவன் மீண்டும் அச்செயலில் ஈடுபடுவதைப் பெரும்பாலும் தவிர்த்துக் கொள்கிறான் (Kluckhohn 1944: 46). இதன்மூலம் நவாஜோ சமுதாயத்தில் சூனியம் ஒரு வலுவான இயக்கப்பாடாக விளங்குகிறது என்பது அறியப்பெறும்.

செயற்பாட்டியப் பகுப்பாய்வில் மேலுமொரு வாதம் இடம் பெறுகிறது. அதாவது, செயல்நிலையிலுள்ள ஒரு முழுமையில் தவிர்க்கக்கூடிய கூறுகள் ஒன்றுமிராது என்றும், அனைத்துக் கூறுகளும் முழுமையின் இயக்கத்திற்கு உதவியாக உள்ளன என்றும் கூறுவதாகும். இக்கூற்று உண்மையென்றால் வறுமை, போர், குற்றம், இதைப்போன்ற பிற கூறுகள் அனைத்தும் அதற்கான ஒரு செயலைக் கொண்டுள்ளதா எனக் கேட்க வேண்டியுள்ளது. தாராளக் கொள்கையினர் குறிப்பாக

மார்க்ஸியர் (Marxists) இவ்வகையான பொருள் விளக்கம் செய்வதை விரும்பவில்லை. எனினும் இக்கருத்தை விளக்கும் பொருட்டு 'நற்செயல்' (eufunction), 'நலிவுச்செயல்' (dysfunction) என்னும் கருத்தாக்கங்களை உருவாக்கினர். நலிவுச் செயலை ஏற்படுத்தும் கூறுகள் பண்பாட்டில் நலிவை அல்லது அதன் செயலில் சமச்சீரின்மையை ஏற்படுத்தும். நற்செயல் கூறுகள் சிறந்த முறையில் தகவமையும் தன்மை கொண்டவை. இருப்பினும் ஒரே சமயத்தில் ஒரு கூறின் செயல் ஆக்கநிலையிலோ (positive) அழிவு நிலையிலோ (negative) செயல்படும் தன்மைபெற்றது. இது ஈடுபடும் சூழலைப் பொருத்தும் அமையக்கூடியது.[7] அதே நேரத்தில் ஒரு கட்டத்தில் ஒரு நிகழ்வு சமநிலையில் நடக்கிறது என்பது வேறொரு கட்டத்தில் அது சமுதாயச் சீர்குலைவைக் காட்டுவதாக அமைகிறது. இதனாலேயே செயற்பாட்டியப் பகுப்பாய்வின் நோக்கம் பண்பாட்டுக் கூறுகளின் பயன்மதிப்பை அளவிடாமல் அக்கூறுகளுக்கிடையே உள்ள தொடர்புகளை மட்டும் விளக்குவதாகும் (Garbarino 1970: 60).

## பின்னுரை

செயற்பாட்டியலின் அனைத்துத் தன்மைகளையும் அறிந்த இந்நிலையில் இதனைச் சமுதாய இயக்கவியல் (இயந்திரவியல்) என்றோ பண்பாட்டு இயக்கவியல் (social or cultural mechanics) என்றோ கூறுவது பொருந்தும். இயந்திரவியலார் எவ்வாறு அடிப்படை விதிமுறைகளைக் கொண்டு மிகச் சிறிய இயந்திரம் முதல் இராட்சத இயந்திரம் வரை அதன் இயக்கப்பாடுகளை ஆராய்கின்றனரோ, பழுது பார்க்கின்றனரோ, இயக்கம் தடைபடும்போது அதற்கான காரணத்தை மதிப்பிடு கின்றனரோ அவ்வாறே செயற்பாட்டிய ஆய்வாளர்களும் சமுதாயத்தின் இயக்கப்பாடுகளையும் அவற்றோடு தொடர்புடைய செயல்களையும் ஆராய்கின்றனர். பண்பாட்டின் முழுமையான பண்புகளையும் இயல்புகளையும் விளக்குவதே இவர்களின் நோக்கம்.

செயற்பாட்டியம் சில குறைகளையும் கொண்டுள்ளது. இக்கொள்கை யைப் பற்றிக் குறை கூறுவோர் கூறும் முதன்மையான வாதம், இக்கொள்கையாளர்கள் சமூகத்தை ஆய்வு செய்யும் கால கட்டத்தில் மட்டும் (synchronic) ஆராய்வதால் இவர்கள் சமுதாய மாற்றத்தை (social change) ஆராய்வதற்கு முற்படுவதில்லை என்பதாகும். இவ்வகையான குறையைச் சுட்டிக்காட்டுபவர்களுள் சமுதாயவியலார் முன்னணி வகிக்கின்றனர்.

செயற்பாட்டியத்தின் மையக் கருத்தானது ஆய்வு செய்யும்போது ஒரு சமுதாயத்தின் முழுமை எவ்வாறு செயல்படுகிறது? உட்கூறுகளின் உறவுகள் என்ன? என்பவை மட்டுமே. இவற்றை அறிய ஒரு குறிப்பிட்ட

காலகட்டத்தில் செய்யும் ஆய்வே இன்றியமையாததாகும். சமுதாய மாற்றத்தை ஆராய வேண்டுமானால் தொடர்ச்சியாகப் பல கால கட்டங்களை எடுத்துக்கொள்ள வேண்டும். இவ்வாறு செய்ய முற்படும் போது சமுதாயத்தின் முழுமையையோ, அதன் ஒருங்கிணைப்பையோ, செயற்பாட்டியத்தையோ புரிந்துகொள்ள முடியாது. இதனாலேயே இக்கொள்கை பண்பாடு அல்லது சமுதாயத்தை மிகச்சிறந்த முறையில் புரிந்துகொள்வதற்கும், அதை விளக்குவதற்கும் ஏற்பட்ட மிகச் சிறந்த அணுகுமுறையாகும் (Lewis *1977: 19-20)*. மலினாவ்ஸ்கியின் அணுகு முறையில் ஓரளவு உளவியல் கூறுகள் மிகுந்திருந்தாலுங்கூட சமுதாயக் கூறுகளை விளங்க வைப்பதில் செயற்பாட்டியம் மிகவும் செல்வாக்குப் பெற்று விளங்குகிறது (Beatties *1966: 244-47)*.

# 13

# அமைப்பியம்

பண்பாடு என்னும் முழுமைக்குள் எண்ணற்ற கூறுகள் ஒன்றியமாகிச் செயல்படுகின்றன என்ற செயற்பாட்டியம் (functionalism) கருத்துக்கு மாறாக, பண்பாடானது மனம்சார்ந்த அமைப்பு விதிகளால் (structural principles) கட்டப்பட்டது என்ற கருத்து அறுபதுகளுக்கு முன் தோன்றியது. இது 'அமைப்பியம்' (structuralism) எனப் பெயர் பெற்றது. மானிடவியலில் அமைப்பியத்தை முன்மொழிந்தவர் பிரெஞ்சு மானிடவியலர் கிளாட் லெவிஸ்ட்ராஸ்[1] (Claude Levi-Strauss) ஆவார்.

மானிடவியலில் அமைப்பியம் என்பது லெவிஸ்ட்ராஸ், அவரது மானிடவியல் சகாக்கள், குறிப்பாக, எட்மண்ட் லீச் (Edmund Leach) ஆகியோரோடு தொடர்புடையதாகும். இங்கிலாந்து மானிடவியலர் ராட்கிளிஃப் பிரௌனோடு தொடர்புடைய 'அமைப்பியம்' என்ற கலைச்சொல்லிருந்து இது மாறுபட்டது. ராட்கிளிஃப் பயன்படுத்தும் சொல் சமுதாயத்தின் அமைப்பைப் பற்றிக் கூறுவதாகும் *(காண்க: இயல் 12, பக்.182-86).*

செயல்பாட்டியம் போன்றே லெவிஸ்ட்ராஸ் குறிப்பிடும் அமைப்பியமும் மானிடவியலுக்கு மட்டும் சொந்தமன்று. பிறதுறை களைச் சார்ந்த அறிஞர்களும் அமைப்பியத்தின் உருவாக்கத்தில் பங்களித்துள்ளனர். அவர்களுள் சசூர், பிராய்டு, மார்க்ஸ், பியாசே (Piaget), பிராப் போன்றோரை எடுத்துக்காட்டாகக் கூறலாம். இவர்கள் அனைவரும் அவரவரின் கொள்கை நிலையில் வேறுபட்டவர்களாக இருந்தாலும் அனைவருமே மனித இயல்புகளில் 'உலகளாவிய அமைப்புகள்' (universal structures) இருப்பதாகக் கூறினர்.

இந்த உலகளாவிய அமைப்புகள் குறித்து ஒவ்வொருவரும் வெவ்வேறு வகையில் விளக்கமளித்தனர். சசூர் மொழியின்கண் காணப்படும் அமைப்புகளைச் சுட்டிக்காட்டினார். பிராய்டு, மனிதர்களிடையே உலகளாவிய, பொதுவான உளவழி இயக்கங்களும் உள்ளெண்ணங் களும் (motives) உள்ளதாகக் கருதினார். வாழ்க்கையின் அடிப்படைத்

தேவைகளை நிறைவு செய்யும் உற்பத்தி முறை உலகளாவிய பொதுமை களுக்கு (universals) வழிவகுக்கிறது என்பார் மார்க்ஸ். இவற்றைப் பொருளாதாரப் பொதுமைகள் என்றும் இவர் கூறுவார். பியாசே பொதுவான அமைப்புகளைக் காண்பதற்குக் குழந்தை வளர்ப்பு முறையை ஆராய்ந்தார். இவர் ஆராய்ந்த குழந்தைகள் அனைவரிடமும் பண்பாட்டின் புறநிலை நடத்தையில் (surface behavior) உலகளாவிய, பொதுவான அமைப்புகள் உள்ளதைக் கண்டார். பிராப், தேவதைக் கதைகளின் (fairy tales) மூலம் உலகளாவிய அமைப்புகளைக் காண்கிறார்.

அனைத்து அமைப்பியத்தாரும் குழுக்குறிகளை வெளிப்படுத்து வதிலும், அமைப்புகளை வெளிக் கொண்டு வருவதிலும் அவர்களுக் கென்ற முறையியலையும், உத்திகளையும் கொண்டிருந்தனர். எடுத்துக் காட்டாக, பிராய்டு கனவுகளையும் கட்டுப்பாடற்ற தொடர்பையும் (free association) பயன்படுத்தி அமைப்புகளைக் காண முற்பட்டார். பல துறைகளிலும் இதன் பயன்மை (utility) உணரப்பட்டதால் அமைப்பிய மானது அனைத்து நடத்தைசார் அறிவியல்களுக்கும் ஒருங்கிணைந்த அணுகுமுறையாக வளர்ச்சி பெற்றது.

மானிடவியலில் அமைப்பியத்தை மிக விரிவாக ஆராய்ந்து விளக்கங் கண்டவர் பிரஞ்சு மானிடவியலர் கிளாட் லெவிஸ்ட்ராஸ் ஆவார். இவர் பண்பாட்டில் பல்வேறு தளங்களில், முக்கியமாக உறவுமுறை, தொன்மம், சமூக முறை, உணவு முறை, உடை, காலம், இடம், இசை, பொருட்கள், உயிரினங்கள் போன்ற இன்னும் பல தளங்களிலும் அமைப்பிய ஆய்வை விரிவுபடுத்தினார்.[2] இதனால் மானிடவியலில் அமைப்பிய ஆய்வு என்றாலே லெவிஸ்ட்ராஸ் பங்களிப்பே முதலில் நினைவுக்கு வரும்.

எனினும் இங்கிலாந்தில் நவீன சமூக மானிடவியலின் தந்தையர் களில் ஒருவரான ராட்கிளிஃப் பிரௌன், அவருடைய மாணவர்கள் சமூக அமைப்பு (social structure) என்னும் ஒரு தளத்தை மட்டும் தேர்ந்தெடுத்துப் பலகாலம் ஆய்வு செய்த அணுகுமுறையால் அங்கு அமைப்புவாதம் விரிவுபெற்றது எனலாம். இவர்கள் சமூகத்திலுள்ள பல்வேறு குழுக்களின் அசைவியக்கத்திலுள்ள ஒருங்கிணைவும், மக்களின் செயல்பாடுகளின் ஊடாக நிகழும் ஒருங்கிணைவும் உருவாக்கும் ஒழுங்கு முறையை ஆராய்ந்தனர். சமூக அமைப்பின் பிரதிபலிப்பாகச் சமூகச் செயல்கள் அமைகின்றன என்றார் ராட்கிளிஃப் பிரௌன்.

லெவிஸ்ட்ராசின் அமைப்பியம் முற்றிலும் மாறுபட்டது. இவர் மனித மனங்களில் நிகழும் சிந்தனையின் ஒழுங்குமுறையை, அதனின்று ஏற்படும் அமைப்பை ஆராய்ந்தார்.

### துர்க்ஹைம் அமைப்பியத்தின் தந்தை

லெவிஸ்ட்ராஸ், ராட்கிளிஃப் பிரௌன் இருவருக்குமே முன்னோடி எமிலி துர்க்ஹைம் (Emile Durkheim 1858-1917) ஆவார். இவரும் இவரது தமக்கை மகனுமாகிய மார்சல் மாஸ் (Marcel Mauss: 1872-1950) இருவரும் சேர்ந்து எழுதிய *தொன்மை வகைப்பாடு (Primitive Classification,* 1963) அமைப்பியத்தின் தொடக்கமாகும். இந்த அமைப்பியப் பகுப்பாய்வு 60 ஆண்டுகளுக்குமுன் 1903இல் முன்வைக்கப்பட்டதால் இதுவே முதல் அமைப்பியப் பகுப்பாய்வாக அமைகிறது. இதில் தொன்மைச் சமூகங்களில் கூட்டு நனவு மனத்தின் உருவாக்கத்தையும் அதன் தர்க்க ஒழுங்கையும் ஆராய்ந்தனர். துர்க்ஹைம், மாஸ் இருவரும் தொடக்கத்தில் ஆஸ்திரேலிய முதுகுடிகளிடம் (உலகிலேயே மிகவும் தொன்மையானவர்கள் எனக் கருதப்படுபவர்கள்) காணப்படும் சமூக முறையை அறிய முற்பட்டனர். இச்சமூகத்தினர் பின்வருமாறு இரண்டு அரைக் குழுக்களாகப் (moiety) பிரிந்து அவர்களுக்குள் மணமக்களைப் பரிமாறிக் கொண்டனர்.

ஆஸ்திரேலிய முதுகுடிகளின் சமூக அமைப்பு

| | | |
|---|---|---|
| அரைக்குழு I *(பருந்து)* | {திருமணக்குழு அ | {பறவைக் குலம் |
| (moiety I) | {திருமணக்குழு ஆ | {பாம்புக் குலம் |
| அரைக்குழு II *(காக்கை)* | {திருமணக்குழு அ’ | {கங்காரு குலம் |
| (moiety II) | {திருமணக்குழு ஆ’ | {பைம்மா குலம் |

ஆஸ்திரேலிய முதுகுடிகளின் திருமணங்களை ஒழுங்குபடுத்தும் சமூகப் பிரிவுகள் (குலங்கள்) அவர்களின் சுற்றுப்புறத்தில் வாழ்ந்த விலங்குகளின் பெயர்களால் அமைந்திருந்தன. இவை ஒவ்வொரு குலத்திற்குமான வகைப்பாட்டு அடையாளமாக, பெயராகக் காணப் பட்டதால் அவை அக்குலங்களின் குலக்குறிகளாகவும் (totems) அமைந்தன. சமூகம் இரண்டு அரைக் குழுக்களாகப் பிரிந்து நிற்கும் போது அவற்றிற்கான குலக்குறிகள் எதிரிணைகளாக (binary oppositions) அமைந்தன. ஒவ்வொரு குழுவின் கீழ் அமையும் உட்பிரிவுகளின் குலக் குறிகள் பிற விலங்கினங்களின் பெயர்களால் அடையாளம் பெற்றன.

தொன்மை மக்களின் வகைப்பாட்டு முறையை அறிந்த துர்க்ஹைம் தம்முடைய *சமய வாழ்வின் தொடக்க வடிவங்கள்* (*The Elementary Forms of Religious Life,* 1912) நூலில் சமயத்தின் தோற்றமென்பது கூட்டு நனவை தெய்வமாக்கியதாலேயே ஏற்பட்டது (religion originated in the deification of the collective consciousness) என்றார். ஆதலின் சமயம் எப்போது முதன் முதலாகத் தோன்றியது என்பதை மீட்டுருவாக்க வேண்டுமானால்,

மக்கள் எப்போது முதன் முதலாகக் கூட்டு நனவை (ஓர்மை) ஏற்படுத்திக் கொண்டார்கள் என ஆராய வேண்டுமெனக் கூறினார். இதன் பிறகே புனிதம் (sacred), புனிதம் சாராதது (profane) பற்றிய கருத்துக்கள் தோன்றின என்றார். இன்று வாழும் ஆதிமக்களிலேயே மிகப் பழமையானவர்களான ஆஸ்திரேலிய முதுகுடிகளின் சமூகப் பிரிவுகள் ஒரு கூட்டாகச் சேர்ந்து குலக்குறிகளை (totems) ஏற்படுத்திக் கொண்ட காலமே கூட்டு ஓர்மை ஏற்பட்ட காலமென்பது துர்க்ஹைமின் கருதுகோளாகும். பழங்குடியினர் தங்களின் குலக்குறிகள் வழி சமூக அர்த்தங்களை (குலங்களாக வகைப்படும் முறை) வெளிப்படுத்திய தோடு கூட்டு ஓர்மையின் கருத்துப் புலப்பாட்டையும் இவற்றின் வழி வெளிப்படுத்துகின்றனர் என்றார் துர்க்ஹைம்.

### சசூர் அமைப்பு மொழியியலின் தந்தை

அமைப்பு மொழியியலின் முன்னோடியாக அறியப்படும் சுவிட்சர்லாந்து மொழியியலர் ஃபெர்டினான்ட் டி சசூர் ஜெனீவாவில் மாணவர் களுக்கு கற்பிக்கத் தொடங்கிய காலகட்டத்தில், துர்க்ஹைம் குலக்குறியம் (totemism) பற்றி *1906-1911* காலகட்டத்தில் பேசியும் எழுதியும் வந்தார். இவரது கருத்துகள் சசூரைப் பெரிதும் பாதித்தன. இவற்றை மொழியின் செயற்பாட்டில் பொருத்திப் பார்க்க சசூர் முயன்றார். இம்முயற்சியே பின்னாளில் அமைப்பு மொழியியலாக உருவானது. சசூரின் கருத்துக்கள் அவர் எழுதி நூலாக வரவில்லை. வகுப்பறையில் அவர் பாடம் நடத்தியபோது மாணவர்களின் குறிப்பேடு களில் எழுதி வைத்த குறிப்புகள் அவர் இறந்தபின் அவற்றின் முக்கியத் துவம் உணரப்பட்டு மாணவர்களால் எழுதி நூலாக வெளிவந்ததாகும்.

சசூர், துர்க்ஹைமின் குலக்குறிச் சிந்தனையைக் கொண்டே மொழியின் கருத்துப் புலப்படுத்தும் முறைக்கான ஒழுங்கமைதியை இனங்கண்டார்.

துர்க்ஹைம் முன்வைத்த கால்வழிக் குழுக்களின் குலக்குறி

| | | | | |
|---|---|---|---|---|
| Group | Clan A | Clan B | Clan C.....etc. | (social group) |
| Motif | Emu | python | kangaroo | (animal emblem) |

சசூர் முன்வைத்த மொழிக் குறிகள்

| | | | | |
|---|---|---|---|---|
| IDEA | RIVER | STREAM | RIVULET....etc. | (SIGNIFIED) |
| Sound | 'river' | 'stream' | 'rivulet' | (signifier) |

மொழி என்பது துர்க்ஹைம் கண்டுணர்ந்தபடி கூட்டு ஓர்மையைக் (collective consciousness) கொண்டதாகும். மொழியாகிய இதனைப்

பயன்படுத்துவோர் பிறப்பதற்கு முன்பே அது சமூகத்தில் நிலை பெற்றிருக்கிறது. மனிதர்கள் பிறந்து வளரும்போது இயல்பாகவே மொழியைக் கற்றுக்கொள்கின்றனர்; அப்படியே ஏற்றுக்கொள் கின்றனர்.[3] குலக்குறி முறையும் அப்படியாகவே அமைந்திருக்கிறது. ஒரு குலக்குறிக் குழுவில் பிறந்த மக்கள் அக்குழுவையும் அக்குழுவின் குறியையும் ஏற்றுக்கொள்ள வேண்டியவர்களாக உள்ளனர்.

'The sound is the signifier, and the idea the signified. Together, they constitute a linguistic sign' என்ற கருத்தை முன்வைத்து சசூர் துர்க்ஹைமின் சமூகக் குறியீடுகளிலிருந்து தமது சிந்தனையைத் தொடங்கினார். சசூர் மொழி பற்றிய அமைப்பியத்தை இனங்கண்டு மிகச் சிறப்பாக விரிவு படுத்தினார். இவர் தம் அமைப்பியத்தில் மொழிக்கும் பேச்சுக்கும் (language and speech) உள்ள வேறுபாட்டை நுணுகி ஆராய்ந்தார். மொழியின் பன்முக வெளிப்பாடாகிய பேச்சானது மொழியின் உறுப்புக்களை (constituents) அமைப்பியல் சிதைவின்றிப் பல்வேறு வகைகளில் இணைத்து எண்ணற்ற வாக்கியங்களை அமைக்கின்றது. அடுத்து, ஒரு மொழிக் குறியானது (linguistic sign) தான் நிகழும் இடத்தை யும் தான் உணர்த்தும் பொருளையும் கொண்டு இரண்டு நிலைகளில் உறவாடுகிறது என்று சசூர் ஆராய்ந்தார். இம்மொழிக் குறிகள் தொடரனில் (syntax) எழுவாயாகவும், பிற வேற்றுமை உறுப்பு களாகவும் (case constituents), இவற்றை இணைக்கும் வினையாகவும், அடுத்தடுத்து ஒரு படுக்கை வரிசையில் தொடரனியற் சங்கிலியாக (syntagmatic chain) அமைந்து பொருண்மையையும் கொடுக்கின்றன என்று உணர்ந்தார்.

எ.டு: 'the women threw the ball'

மேற்கூறிய தொடரனில் வரிசை படுக்கையில் அமைந்த இலக்கண உறவில் கட்டுண்ட சொற்களில் (மொழிக் குறிகள்) ஏதாவது ஒன்று நீக்கப்பட்டு வேறொரு சொல் அங்கு இணைக்கப்படும்போது அங்குச் 'செங்குத்து உறவு' (paradigmatic relation) ஏற்படும்.

எ.டு: 'child threw the ball'
'woman found the ball'
இன்னும் பிற.......

இவ்வாறான முறையில் மொழியானது 'படுக்கை உறவிலும்' (syntagmatic), 'செங்குத்து உறவிலும்' (paradigmatic) அமைப்பாக்கம் பெற்றுப் புதிய புதிய தொடரன்களையும், புதிய புதிய அர்த்தங் களையும் உருவாக்குகின்றது. இவ்வாறாக துர்க்ஹைமின் சிந்தனையை சசூர் உள்வாங்கி மொழியின் அமைப்பியலை விளக்கினார்.

## லெவிஸ்ட்ராசின் கோட்பாடு

பண்பாடு என்னும் முழுமையானது (whole) அதனுள் உள்ள எண்ணற்ற கூறுகளின் பரஸ்பர உறவால் இயங்குகிறது என்ற செயற்பாட்டியத்தாரின் (functionalists) வாதத்தை மறுத்துப் பின்வரும் கருத்தாக்கங்களை லெவிஸ்ட்ராஸ் முன்வைத்தார்.

***1. ஆழ்மனம்:*** *'பண்பாடென்பது ஆழ்மனப்பட்டது; மனத்தால் கட்டமைக்கப்பட்டது; புதைநிலைப்பட்டது'* (culture is subconscious; mentally constructed; deep structured) என்பவையே லெவிஸ்ட்ராசின் வாதமாகும்.

இந்நிலையில் பண்பாடானது புதைநிலை, புறநிலை என்னும் இரண்டு நிலைகளில் வெளிப்படுவதாக இருக்கும்.

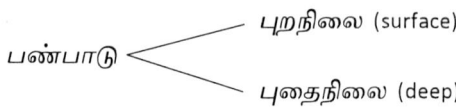

பண்பாடு
- புறநிலை (surface)
- புதைநிலை (deep)

இதில் புறநிலை அந்தந்தப் பண்பாட்டுக்குரியது (culture dependent).

புதைநிலை உலகளாவிய பண்புகளைச் சுட்டுவது (culture independent).

***2. தர்க்கநிலை வகைப்பாடு:*** மனித மனமானது தன்னைச் சுற்றியுள்ள அனைத்தையும் (பொருட்கள், உயிரினங்கள், அண்டம், வாழ்வனுபவங்கள், அறிதிறன், இன்னும் எல்லாமும்) தன்வயப்படுத்தித் தர்க்க ரீதியில் ஒழுங்கமைவு செய்து, வகைப்படுத்துகிறது (human mind logically orders and classifies).

***3. எதிரிணை உருவாக்கம்:*** இவ்வாறு ஒழுங்கமைவு செய்து வகைப் படுத்திக் காணும்போது அது எதிரிணைகளாக (binary oppositions) உருவாகின்றது (while ordering and classifying it creates categories of oppositions).

***4. மனித சிந்தனை முறை:*** விலங்காண்டி (savage) நிலையிலுள்ள மனிதன் தொடங்கி இன்றைய நவீன மனிதன் வரை, அல்லது விலங்காண்டிச் சிந்தனை முறையிலிருந்து இன்றைய நவீன set theory, information theory, கணினி எண்கள் வரை அனைத்துமே ஒத்த நிலையிலேயே உள்ளன; வளர்ச்சியோ மாற்றமோ ஏதுமில்லை.

லெவிஸ்ட்ராஸ் பயன்படுத்தும் 'அமைப்பியம்' என்னும் கலைச் சொல் உள–உயிரியல் சார்ந்த பண்புகளில் உலகில் அனைத்து மக்களும் பொதுவாகக் கொண்டுள்ள, வெளிப்படையாகத் தெரியாத, ஆழ்ந்த, உள்ளார்ந்த அமைப்புகளைத் தேடுவதைக் குறிக்கும். புதைந்து

கிடக்கும் அந்த உள்ளார்ந்த (deep seated) அமைப்புகள், புறநிலை நடத்தையில் வெளிப்படும்போது வெளிப்படையான நடத்தை முறை (apparent behaviour), பண்பாட்டால் ஏற்படுத்தப்பட்டு நிலையாக நிலைத்துள்ள நடத்தைமுறை ஆகிய இரண்டையும் உற்றுநோக்க முடியும். ஆனால், அதிலுள்ள ஆழ்நிலை அமைப்புகளை வெளிக் கொண்டு வருவது மிகவும் கடினமாகும். அவ்வாறு அவற்றைக் கண்டு பிடிக்க வேண்டுமாயின், ஆழ்நிலை அமைப்புகள் புறநிலை நடத்தை யாக மாறும்போது நடைபெறும் அமைப்பு மாற்றங்களையும், ஓர் அமைப்புத் தொகுதி (set) ஒரு நிலையிலிருந்து வேறு நிலைகளுக்கு மாற்றப்படும் பாங்கினையும், அவற்றை இயக்கும் உண்மையான விதிகளையும் முதலில் கண்டுபிடிக்க வேண்டும்.

மனித மனத்தின் உண்மையான (ஆழ்நிலை) அமைப்பைப் பல அடுக்குகள் அல்லது தொகுதிகள் மூடி மறைத்துள்ளன. ஆகவே ஆழ்நிலை அமைப்பிலிருந்து புறநிலை நடத்தையாக மாறுவதற்குப் பல அமைப்பு மாற்றங்கள் நடைபெறவேண்டியுள்ளன. ஆழ்நிலை அமைப்பு, மனத்தின் இயல்புகள் முதலானவற்றைக் கூறும் லெவிஸ்ட்ராஸே அவையனைத்தையும் கண்டுபிடித்துவிட்டதாகக் கூறவில்லை.

அடிப்படை அமைப்புகள் புறநிலை நடத்தைகளாக மாறும்போது, நிகழும் அமைப்பு மாற்ற நிகழ்வுகள் குறிப்பிட்ட சில பரப்புகளில் மட்டுமே மிக விரைந்து நடைபெறுகின்றன எனவும் லெவிஸ்ட்ராஸ் நம்பினார். அவை, பெரும்பாலும் கலை, மொழி முதலானவற்றிலும், குறிப்பாக, தொன்மத்திலும் நடைபெறுகின்றன எனவும் அவர் நம்பினார். அவற்றை ஆராய்வதில் லெவிஸ்ட்ராஸ் அமைப்பியம்சார் மொழியியலின் அணுகுமுறையைப் பயன்படுத்தினார்.

சமுதாயச் செயல்கள், உறவுகள், மொழி ஆகியவற்றில் புதைந்து கிடக்கும் அமைப்புகள் உள்ளன. அவற்றில், நடத்தை முறையானது நனவிலி நிலையில் உள்ளது என லெவிஸ்ட்ராஸ் கருதினார். ஒரு மொழியில் புதைந்து கிடக்கும் இலக்கணமே அதன் நனவிலி நடத்தை யாகும். ஆகவே, சமுதாயங்கள் ஒன்றுக்கொன்று அதன் புதைநிலை இலக்கணத்தில் மாறுபடுவது போன்றே அதன் நடத்தை முறையிலும் மாறுபடுகின்றன. ஆனால், அவற்றிற்கப்பால் ஆழ்நிலையில் பொதுவான அமைப்புகள் உள்ளன. அதையே லெவிஸ்ட்ராஸ் அறிய முனைந்தார் (மொழியியலில் நோம் சோம்ஸ்கி (Noam Chomsky) என்பாரும் இதே முறையிலான ஆய்வு முறையைக் கொண்டிருந்தார்).

மக்களின் அடிப்படைச் சிந்தனை முறையில் எதிரெதிர் பண்புகள் அதாவது, பகல், இரவு; கருப்பு, வெள்ளை; வாழ்வு, சாவு; ஆவி, உடல்;

ஆண்,பெண்; இம்மை, மறுமை; நரகம், சொர்க்கம் போன்ற எண்ணற்ற கூறுகள் இணைகளாகத் தோன்றுகின்றன. இந்த எதிரிணைகள் பல்வேறு வகையான நிலையில் புறநிலை நடத்தையில் வெளிப்படும் இயல்புடையன. எடுத்துக்காட்டாக, ஒரு சமுதாயம் முதலில் இரு பெருங்கூட்டமாகப் (moiety) பிளவுற்றுப் பின் அதனுள் கூட்டங்கள் (phratries), குலங்கள் (clans), கால்வழிகள் (lineages) போன்ற உட்பிரிவுகள் ஏற்படுகின்றன. பல சமுதாயங்களில் சமூகம் இரண்டு அரைக் குழுக்களாகப் பிரியும் அமைப்பு இல்லாமலும் உள்ளது. ஆனால், அதன் எதிரிணைத் தன்மை வேறு வகைகளில் வெளிப்படும். அவ்வாறே தொன்மங்களும் அவற்றின் வெளிப்பாட்டில் பல வேறுபாடுகளைக் கொண்டுள்ளன. அவையனைத்தும் ஆழ்நிலை அமைப்புகளின் தன்முனைப்பான புறநிலை வெளிப்பாடுகளாகும்.

லெவிஸ்ட்ராசின் கருத்துப்படி பண்பாடு என்பது ஆழ்மனப்பட்டது (culture is subconscious); மக்களின் மனதில் புதைந்து கிடக்கிறது. இது மக்களின் மன உணர்வால் வெளிப்படுவது என்பதால் இது ஆழ்நிலை அமைப்பு (deep structure) கொண்டது. ஆகப் பண்பாட்டின் மேல் தளத்தில் கண்ணால் காண்பவை, உணர்பவை அனைத்தும் ஆழ்நிலை யில் புதைந்து கிடக்கும் சில பொதுப்படையான அமைப்புகளிலிருந்து உருவானவையாகும்.

ஆகவே, அமைப்பியவாதிகள் புறஉலகில் காண்பனவற்றை அப்படியே எடுத்துக்கொண்டு அதனை விளக்குவதை விடுத்து, அவற்றிற்குக் கீழ் ஆழ்நிலையில் புதைந்துள்ள கூறுகளின் உறவுகளை அவிழ்த்துப் பார்ப்பதைத் தலையானதாகக் கருதுகின்றனர்.

பின்வரும் எடுத்துக்காட்டுகளைக் கருதுக:

| | | | |
|---|---|---|---|
| <u>irr</u>egular | பூக்<u>கள்</u> | - | கள் |
| <u>non</u>-available | அண்ணன்<u>மார்</u> | - | மார் |
| <u>ill</u>egal | சிறுமி<u>யர்</u> | - | அர் |
| <u>a</u>biogenesis | மக<u>ளிர்</u> | - | இர் |
| <u>un</u>necessary | எண்<u>மர்</u> | - | மர் |
| ahistorical | என்ப{வை / ன} | - | ஐ, அ |

அடிக்கோடிட்ட முன்னொட்டுகள் அனைத்தும் எதிர்மறைப் பொருளை உணர்த்துகின்றன. இவை, வடிவத்தில் ir, non, il, a, un என்ற நிலையில் மாறுபட்டிருந்தாலும் அடிப்படையில் எதிர்மறைப் பொருளை உணர்த்த வந்த பல மாறுபட்ட வடிவங்கள் என்பதைக் கவனத்தில் கொள்ளவேண்டும். இதுபோன்று, புறத்தளத்தில் கள், மார்,

அர், இர், மர், ஐ, அ என்று பல மாறுபாடுகளோடு தமிழில் பன்மை விகுதிகள் அமைந்தாலும், அடித்தளத்தில் பன்மை நிலையை உணர்த்த எழுந்தவை என்ற பொதுமை கிட்டுகிறது. இதன்வழி புறநிலையில் காணப்படுவனவற்றைக் கொண்டு ஓர் அமைப்பை உணர்ந்துவிட முடியாது என்பது புலப்படும். அதன் கீழ், ஆழ்நிலையில் சில விதிமுறைகளுக்குட்பட்ட அமைப்புகள் உள்ளன என்பதை அறியவேண்டும்.

மொழிச்சொல்லாடலிலும் புறநிலை, புதைநிலை அமைப்பாக்கங்கள் உள்ளன. அகமொழி (langue) பல்வேறு நிலைகளில் புறமொழியாக (parole), அதாவது பேச்சாக மாற்றம் பெறுகின்றது. ஒரு மொழிச் சமூகத்தைச் சேர்ந்த அனைவரும் அம்மொழியின் இலக்கணத்தை நன்கறிந்தவர்களே. குழந்தைப் பருவத்திலேயே அனைவரும் மொழியின் இலக்கணத்தைத் தன்வயப்படுத்தி விடுகின்றனர். இந்த இலக்கணத்தைக் (அகமொழி) கொண்டு ஒவ்வொருவரும் அவர்கள் உருவாக்கிக் கொண்டுள்ள சொற்களஞ்சியத்தின் துணைகொண்டும், selectional restriction, strict sub-categorization ஆகிய உத்திகளின் துணை கொண்டும் அவர்தம் புறமொழியை (பேச்சு) உருவாக்கிக் கொள்கின்றனர்.

இது ஒருபுறமிருக்க, மொழியின் அமைப்பின்கண் புதைநிலை, புறநிலை உருவாக்கங்கள் அமைந்துள்ளன. பின்வரும் எடுத்துக் காட்டுகளைக் காண்க.

1. புலிகொல் யானை - புறவடிவம்

↕

புலி கொன்ற யானை
புலியைக் கொன்ற யானை } புதைவடிவம்

2. அரசுப் பணியாளர் விடுதி - புற வடிவம்

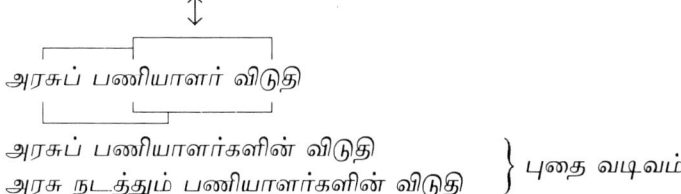

↕

அரசுப் பணியாளர் விடுதி

அரசுப் பணியாளர்களின் விடுதி
அரசு நடத்தும் பணியாளர்களின் விடுதி } புதை வடிவம்

புதைநிலையின் மொழியமைப்பை அம்மொழி பேசுநர் தன் சொல் தேர்வின் மூலமும், தொடரியல் விதிகளை (pharase structure rules) அமைத்துக்கொள்வதன் மூலமும், அவற்றைப் பல்வேறு விகாரங்களுக்கு (transformations) உட்படுத்துவதன் மூலமும் புறநிலையை (பேச்சு) உருவாக்கிக் கொள்கிறார்.

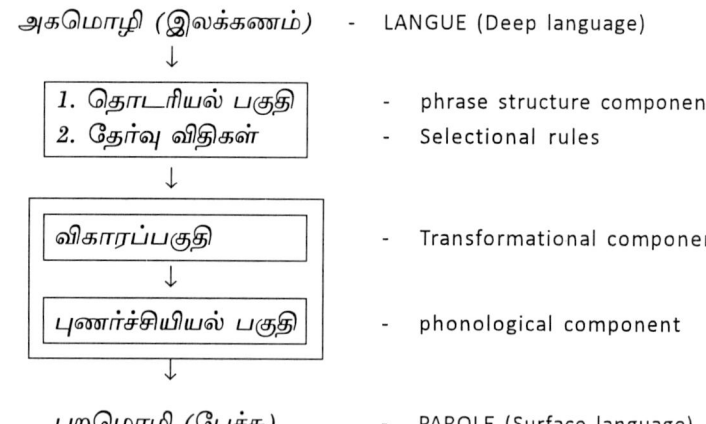

அகமொழி (இலக்கணம்) - LANGUE (Deep language)

↓

1. தொடரியல் பகுதி - phrase structure component
2. தேர்வு விதிகள் - Selectional rules

↓

விகாரப்பகுதி - Transformational component

↓

புணர்ச்சியியல் பகுதி - phonological component

↓

புறமொழி (பேச்சு) - PAROLE (Surface language)

ஒரு மொழிச் சமூகத்தார் அனைவரும் ஒரே மொழியைப் பேசுவதால் அவர்கள் அனைவரும் அம்மொழியின் இலக்கணத்தை உள்வாங்கிக் கொண்டவர்களாக உள்ளனர். ஆக அகமொழியை அனைவரும் சமமாகக் கொண்டிருப்பவர்களாக உள்ளனர். பேச்சு என்னும் செயல்பாட்டின் வழியே ஒவ்வொருவரும் வேறுபடுபவர்களாக உள்ளனர். ஒரு படத்தைப் பார்த்து அப்படம் கூறும் கதையைப் பத்து பேரை விளக்கச் சொன்னால் ஒவ்வொருவரின் புறமொழியும் (பேச்சு) வெவ்வேறாக அமைந்துவிடும்.

இன்னுமொரு எளிய எடுத்துக்காட்டு வழி இதனை விளங்கிக் கொள்ளுதல் வேண்டும். கணக்கியலில் கையாகப்படும் எழுத்துக்கள் *1, 2, 3, 4, 5, 6, 7, 8, 9* என வரிசைப்படுகின்றன. இவை அனைத்திற்கும் ஆதார அடிப்படை அமைப்பானது சூனியம் எனப்படும் '*0*' அமைப்பே யாகும். இன்று மின்னணுவியல் அடிப்படையில் இயங்கும் கடிகாரங்கள், மற்ற வகையான நேரங்காட்டும் கருவிகள் (தொலைக் காட்சியில் செய்திக்கு முன் நேரம்காட்டும் முறை உட்பட) வழி இதனைப் புரிந்துகொள்ளலாம். பின்வரும் படத்தில் விளக்கியுள்ளவாறு

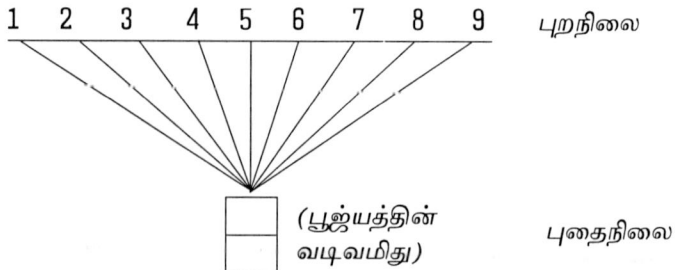

அடித்தளத்தில் உள்ள ⊟ என்ற வடிவத்தில் (பூஜ்யத்தைக் குறிக்கும் வடிவம் இது) உள்ள கோடுகளுள் வேண்டாத பகுதிகளை மறைத்தால் நாம் விரும்பும் எண்கள் கிடைக்கும். 1 என்ற எண் கிடைக்க வலப்பக்க நிலைக்கோட்டினை எடுத்துக்கொணடு மற்ற பகுதிகள் மறைய வேண்டும். 2 கிடைக்க வேறு சில பகுதிகள் மறைய வேண்டும். இது போன்றே, மற்ற எண்களுக்கும் அவற்றிற்குரிய பகுதிகள் மறைந்தால் தேவையான எண்கள் கிடைக்கும். ஆக, மேல்தளத்தில் நாம் 1 முதல் 9 வரை பார்க்கக்கூடிய 9 எண்களுக்கும் ⊟ என்ற ஒரு பொது அமைப்பு ஆழ்நிலையில் புதைந்துள்ளது. இவ்வாறே, பண்பாட்டு நிகழ்வுகளில், கருத்தாக்கங்களில் ஆழ்நிலை வடிவங்கள் உள்ளன. இவற்றை அகழ்ந் தெடுத்தலே அமைப்பிய ஆய்வாகும்.

## மனித மனம் புறவுலகை வகைப்படுத்தி ஒழுங்குபடுத்துகிறது

தொன்மம், சடங்கு பற்றிய லெவிஸ்ட்ராஸின் முதல் நூல் *விலங்காண்டி மனம்* (The Savage Mind 1966) ஆகும். இதில் அவர் இரு முக்கியமான கருத்துகளை முன்வைக்கிறார். சிறு (பழங்குடிப்) பண்பாடுகள்

**நவாஹோ மக்களின் அமைப்பியச் சிந்தனை**

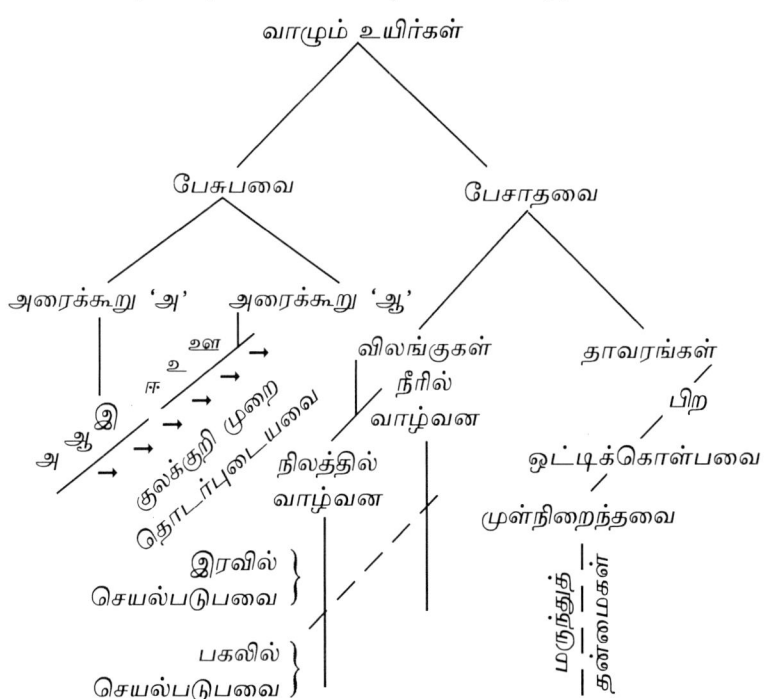

இயற்கைவுலகிலிருந்தே தமது கருத்துகள், விழுமியங்கள், அச்சங்கள் ஆகியவற்றை வெளிப்படுத்தும் குறியீடுகளைப் பெறுகின்றன. அதே சமயத்தில் வகைப்படுத்தும் முறைகள் மூலம் இயற்கையின்மீது ஓர் ஒழுங்கையும் முறைமையையும் திணிப்பதில் உலகளாவிய விருப்பம் ஒன்றிருக்கவும் காணலாம். இத்தகைய பாகுபாட்டு முறைகளுக்கான பல சான்றுகளை ஆப்பிரிக்கா, தென் அமெரிக்கா போன்றவிடங்களில் வாழும் பழஞ் சமூகப் பண்பாடுகளிலிருந்து தருகிறார் லெவிஸ்ட்ராஸ். இயற்கை உலகை நவாஹோ (Navaho) இனம் படத்தில் காட்டியுள்ளவாறு வகைப்படுத்துகிறது.

இவ்வாறு வகைப்படுத்திக் காணும்போது உலகளாவிய குறியீடு என்று சொல்லக்கூடியது ஏதுமில்லை என்பது லெவிஸ்ட்ராஸின் முடிவு. சில குறியீடுகள் ஒன்றுக்கும் மேற்பட்ட பண்பாடுகளில் காணப் படுமானால் அவை ஓரிடத்திலிருந்து மற்ற இடங்களுக்குப் பரவி யிருக்க வேண்டும்; அல்லது குறியீட்டுப் பொருள்களின் உள்ளார்ந்த தன்மைகள் ஒரே மாதிரியான தொடர்புகளை அப்பண்பாடுகளுக்குச் சுட்டியிருக்க வேண்டும்.

தமது விலங்காண்டி மனம் எனும் நூலில் குலக்குறி முறைமைக்கும் இந்தியாவின் சாதி அமைப்புக்குமுள்ள வியத்தகு ஒற்றுமைகளைப் பற்றி குலக்குறியும் சாதியும் (Totem and Caste) என்னும் நான்காவது இயலில் லெவிஸ்ட்ராஸ் எழுதுகிறார். குலக்குறி முறையில் குழுக் களைக் கொண்ட சமுதாயத்தில், ஒவ்வொரு குழுவும் புறமண முறை (exogamous) கொண்டது; அது மணத்துணைகளை மற்ற குழுக்களோடு பரிமாற்றம் செய்துகொள்கிறது. அதனுடைய குலக்குறியாகிய பறவை யையோ விலங்கையோ உணவாகக் கொள்வதில்லை. இந்தியாவில் வழக்கிலிருந்து வரும் சாதிகள் ஒவ்வொன்றும் அகமண (endogamous) முறை கொண்டது; திருமணங்கள் அவ்வச்சாதிக்குள்ளேயே நிகழ் கின்றன. ஒவ்வொரு சாதிக்குமென்று ஒரு தொழிலும் உண்டு. அது உழவாகவோ, பானை செய்வதாகவோ, நெசவாகவோ, துணி வெளுப்ப தாகவோ, முடி வெட்டுவதாகவோ இருக்கலாம். ஒரு குலக்குறி அக்குழுவின் குறியீடாக இருப்பதுபோல் ஒரு தொழில் அச்சாதியின் குறியீடாகிறது. குலக்குறிக் குழுக்கள் திருமணத்தில் பெண்களைப் பரிமாறிக் கொள்ள, இச்சாதிகளைச் சேர்ந்தவர்கள் தங்கள் உழைப்பைக் கொடுத்துப் பொருள்களைப் பரிமாறிக்கொள்கின்றனர் (*1966: 122-23*).

சாதிகள் அவை செய்யும் வெவ்வேறு தொழிலால் தனித்த அடையாளத்துடன் பலபடித்தானவையாக (heterogenous) உள்ளன. ஆனால் சாதிகள் தத்தம் ஊழியங்களையும் பொருள்களையும் பரிமாறிக் கொள்ளும் அமைப்பால் அவை ஒருபடித்தானவையாக (homogenous)

உள்ளன. மாறாக, குலக்குறிகள் பெண்களைப் பரிமாறிக்கொள்ள வேண்டும் என்னும் செயலால் ஒருபடித்தானவை. ஆனால் காக்காய்க் குழு, பருந்துக்குழு என்னும் பெயர்களால் அவை பலபடித்தானவை யாக உள்ளன (மேலது: 125). லெவிஸ்ட்ராஸ் இன்னொரு வகையில் சொல்வது போன்று, 'சாதிகள் தம்மை இயற்கை இனங்களாக வடிவமைத்துக் கொள்ள, இயற்கை இனங்களாக (குலக்குறிகள்) உள்ள குலக்குறிக் குழுக்கள் தம்மை சாதிகள் போன்று வடிவமைத்துக் கொண்டுள்ளன' என்பார் ('castes picture themselves as natural species while totemic groups picture natural species as castes', p. 127 ). இந்நூலில் இது குறித்து மேலும் விரிவாக ஆராய்கிறார். ஆஸ்திரேலிய குலக்குறி முறையும் இந்தியச் சாதிய முறையும் அமைப்பியல் ரீதியாக தலைகீழ் அமைப்பாக்கம்(inverted model) பெற்றவை. லெவிஸ்ட்ராஸ் (1962: 122-3) மொழியிலேயே கூறுவதானால் 'சாதிகள் தங்கள் தொழில் களால் அகமணத்தன்மையை (பண்பாடு) உருவாக்குகின்றன. ஆனால் சாதிகளின் உட்கூறுகளாக விளங்கும் கால்வழிக் குழுக்கள் (குலக்குறிகள்) பரிமாற்றத்தை (இயற்கை) உருவாக்குகின்றன' என்று கூறுவார். (விரிவுக்குக் காண்க: லெவிஸ்ட்ராஸ் 1962, 1963).

### எதிரிணைகள்

மேல்தளத்தில் வேறுபாடுகளை உணர்த்திநிற்கும் ஆழ்நிலை அமைப் பானது ஒரு எதிரும் புதிருமான, எதிரிணையான (binary opposition) கூறுகளின் கூட்டு இணைவில் ஏற்படுபவை என்பது லெவிஸ்ட்ராசின் அடுத்த நிலை. ⊟ எனக்கூடிய சூனியமானது இரண்டு பகுதிகளாக உடைந்து அவற்றின் கூட்டிணைவால் மேல்தளத்தில் 1 முதல் 9 வரை பல வடிவங்களில் கிடைநிலையில் வெளிப்படுகின்றன. இந்த எதிரிணையானது ஆழப் புதைந்துள்ளது.

மனித மனத்தின் சிந்தனை முறையானது எதையும் ஒன்றுக்கொன்று தொடர்புடைய எதிர்ப்பண்புகளை இணைத்து எதிரிணைகளாக (எ.டு: அகம்/புறம், வலம்/இடம், அண்டம்/பிண்டம், பகல்/இரவு, வாழ்வு/சாவு, ஆண்/பெண், சக்தி/சிவன், இயற்கை/பண்பாடு, தூய்மை/தீட்டு, சமைத்தது/சமைக்காதது, இரத்த உறவுடையோர்/மணவுறவுடையோர், இவைபோன்று ஏராளமான இன்ன பிற) இனங்காண்கிறது. சில எதிரிணைகள் பண்பாட்டிற்குப் பண்பாடு வேறுபடுவதாக இருக்கும். கருப்பு/வெள்ளை என்ற எதிரிணை கருப்பு/சிவப்பு என்று மாறுபடலாம். நிறம் பற்றிய வகைப்பாடு பண்பாட்டிற்குப் பண்பாடு மாறுபடுவதே இதற்குக் காரணமாகும். வெவ்வேறான மாறுபாடுகள் இருப்பினும் ஒவ்வொரு பண்பாட்டினரின் மனவியல் சிந்தனை முறையில் எதிரிணைகள்

அடிப்படை அலகுகளாக உருவாகும். இந்த எதிரிணையின் மேலேயே பண்பாட்டின் மேல்தளக் கூறுகள் கட்டமைக்கப்படும்.

இரவு/பகல்,வலம்/இடம், ஆண்/பெண் என்ற வரிசையில் அமையும் எதிரிணைகள் பண்பாட்டின் தர்க்க ஒழுங்கை, அமைப்பின் கட்டு மானத்தை, விதிகளை, இன்னும் பிற தன்மையான எதிரிணைகளைப் பொதுமைப்படுத்தி அ:ஆ என்ற வாய்ப்பாடாக (paradigm)அமைத்துக் கொண்டால், இந்த எதிரிணையின் எதிர்வில் ஒன்று விடுபட்டிருந்தால் இருக்கின்ற அலகைக் கொண்டு இல்லாதவற்றைக் காணலாம். இதனை எளிமையாகப் புரிந்துகொள்ள வேண்டுமாயின் விடுகதைகளைக் (riddles) காண்போம்.

1. இளமையில் ஆடையோடு(அ)
   முதுமையில் அம்மணத்தோடு (ஆ) } மூங்கில்

2. இளமையில் அம்மணத்தோடு(அ[1])
   முதுமையில் ஆடையோடு (ஆ[1]) } மனிதன்

*அ:ஆ :: அ1: ஆ1*

முதல் விடுகதைக்கு விடை 'மூங்கில்', இரண்டாம் விடுகதைக்கு விடை 'மனிதன்'. அ: ஆ என்ற வாய்பாட்டில் 'அ'வின் எதிரிணை 'ஆ'வில் காணப்படும் என்பதால் இருப்பதைக் கொண்டு இல்லாததைக் காண வேண்டும். இது போன்றுதான் அ: ஆ :: அ1: ஆ1 என்னும் வாய்பாட்டிலும் இருப்பதைக் கொண்டு இல்லாதவற்றைக் கண்டு பிடிக்க வேண்டும்.

எதிரிணைக் கருத்தாக்கமானது ஒட்டுமொத்தப் பண்பாட்டின் அமைப்பு அல்லது தர்க்க நிலைகளையும், பின்னர்க் குறிப்பிட்ட விலங்குகள், உறவுமுறை, களம் (space)ஆகிய பல தளங்களுக்குப் பொதுவான அமைப்பையும் தர்க்க நிலைகளையும், ஒரு குறிப்பிட்ட உள்ஒழுங்கின் (sub-system) அல்லது ஒரு நிகழ்வின் தர்க்கத்தையும்கூட விவரிப்பதாக இருக்கும். ஃபெர்ரோ லூசி (1977 : 511-12) பகுப்பாய்வு செய்த இரு எடுத்துக்காட்டுகளை இங்குக் காண்பதன் மூலம் இதனை விளங்கிக் கொள்ளலாம். தமிழ்ப் பண்பாட்டில் கோயிலுக்குச் செல்லும் போது தேங்காய், பழம் கொண்டு செல்லுதலும், விருந்து உணவில், வடை பாயாசம் பரிமாறுவதும் மரபு. இதற்கான தர்க்கவியலை, அமைப்பினை ஃபெர்ரோ லூசி எதிரிணைவுகளைக் கட்டமைத்து விளக்குகிறார்.

பின்வரும் எடுத்துக்காட்டுகள் ஒவ்வொன்றும் தமிழர் வாழ்வில் இடம்பெறும் தர்க்கச் சிந்தனையை அமைப்பியம் வழி மேற்கூறியவாறு

விளக்க இயலும். இவ்வகை விளக்கம் மட்டுமே சரியானது என்று ஏற்கவேண்டியதில்லை. தத்துவம், உளவியல் போன்ற பின்னணியுடன் பலவாறு விளக்கம் சொல்ல முனைவது வேறுநிலை. அமைப்பியமானது ஒரு நிகழ்வின்கண் அமையும் மனச் சிந்தனையை எதிரிணைகள் வழி காண முனைவதாகும். அறுசுவை உணவு என்ற கருத்தாக்கத்தின் ஒட்டுமொத்தச் சிந்தனை தர்க்கத்தில் வடை, பாயாசம் ஆகிய

தேங்காய்-பழம் எதிரிணை அட்டவணை

| தேங்காய் (அ) | பழம் (ஆ) |
|---|---|
| 1. உருண்டையானது | 1. நீளமானது |
| 2. கடினமானது | 2. மென்மையானது |
| 3. கடவுளுக்கு முன் பூசாரியால் உடைக்கப்படுவது (உயிர்ப்பலி: தலைபாகத்தை வெட்டுவதற்குப் பதிலி இது), நீர் இருக்கும் | 3. கடவுளுக்கு முன் பூசாரியால் உடைக்கப்படாதது (உயிர்ப்பலி அல்லாத பொருள்); நீர் இருக்காது |
| 4. காய்வகையைச் சேர்ந்தது (தேங்காய்) | 4. கனி வகையைச் சார்ந்தது (வாழைப் பழம்) |
| 5. சமைத்து உண்ணப்படுவது (சமையலில் காயாகப் பயன்படுத்தும்போது) | 5. சமைக்காமல் உண்ணப்படுவது |
| 6. படையலுக்கான காய் (தேங்காய்) 'ஒன்று' | 6. படையலுக்கான பழம் 'ஒன்று'க்கும் மேற்பட்டது. |

வடை-பாயாசம் எதிரிணை அட்டவணை

| வடை (அ) | பாயாசம் (ஆ) |
|---|---|
| 1. திடப் பொருள் | 1. திரவப் பொருள் |
| 2. கார வகை | 2. இனிப்பு வகை |
| 3. பருப்பு வகையில் செய்யும் பலகாரம் (பருப்பு) | 3. அரிசி மாவு வகையில் செய்யும் பலகாரம் (அரிசி) |
| 4. வடை, சீடை, முறுக்கு அனைத்தும் எண்ணெய்ப் படையல் | 4. எண்ணெய் வகையல்லாத படையல் |

இரண்டும் ஒரு முழுமைக்குள் பொருத்தப்பட்டு அதன் தர்க்க உறவை மேற்கூறியவாறு அமைப்பியம் விளக்குகிறது.

எதிரிணையின் தர்க்கப் பின்னணியில்தான் கணக்கியலின் set theory, வெகுஜன ஊடகத்தில் information theory, கணிப்பொறியில் இரட்டை எண்முறை (binary numbers) ஆகிய அனைத்தும் செயல்படுகின்றன. இதே பின்னணியில்தான் பண்பாட்டின் உள் அமைப்பொழுங்கு களிலும் இதன் தாக்கம் பரவிக் கிடப்பதை அறிய முற்படவேண்டும். அமைப்பு என்பது மொழி, தொன்மம், உடை, உணவு எனப் பண்பாட்டின் ஒவ்வொரு நிகழ்வின் உறவுக்குள்ளும் புதைந்து கிடப்பதாகும். இவற்றை அறிய அமைப்பியம் நமக்கு நல்ல அணுகுமுறையாக உள்ளது.

## உலகளாவிய அமைப்புகள்

பொதுப்படையாக அமைப்பியமானது உலகந்தழுவி பல பண்பாடு களிலும் மனித மனம் எவ்வாறு சிந்தனை செய்கிறது; எவ்வாறு புற உலகை அனுமானிக்கிறது; புரிந்துகொள்கிறது என்பதை மையமாகக் கொள்கிறது.

புற உலகையும், வாழ்வனுபவங்களையும் மனித மனம் அறியும் பாங்கில் உலகந்தழுவிய நிலையில் ஓர் உள்ளார்ந்த தன்மை காணப் படுகிறதென அமைப்பியத்தார் கருதினர். மனித மனம் இவ்வாறு புறஉலகையும் வாழ்வனுபவங்களையும் அறிந்துகொள்ளும் தன்மை யானது மூளையில் செயல்தன்மையோடு ஒப்பிடக் கூடியதாகும். உலகந்தழுவி அனைத்து மனித இனத்தவர்களும் மூளை எனக்கூடிய ஒத்த உறுப்பைக் கொண்டுள்ளதால் இதன் செயல்பாடுகளில் ஒரு பொதுத்தன்மையைக் காணமுடியும் என்று கருதினார் லெவிஸ்ட்ராஸ்.

ஒரு தனித் தளத்திற்குள் அமையும் அமைப்பை விடுத்துப் பல தளங்களுக்கும் பொதுவாக அமையக்கூடிய அமைப்புகள் காணக்கூடும். லெவிஸ்ட்ராசின் தலை மாணாக்கர் எட்மண்ட் லீச் பண்பாட்டில் வெவ்வேறானதும் பரந்துபட்டதுமான பல தளங்களை இணைக்கக் கூடிய பொதுவான அமைப்புகள் செயல்படுவதைப் பின்வரும் அற்புதமான பகுப்பாய்வுவழி நிறுவுகிறார். விலங்குகள், உறவுமுறை, களம் (space) ஆகிய மூன்று வெவ்வேறு தளங்களை (புற உலகை) மனித மனம் தன் அறிதிறன் வழி எவ்வாறு ஒற்றை நிலையில் அமைப்பாக்கம் செய்கிறது என்பதை எட்மண்ட் லீச் ஆராய்கிறார்.

| Animals | : | Self | - | pet | - | farm | - | wild |
|---|---|---|---|---|---|---|---|---|
| Kingship | : | Self | - | cousin | - | neighbour | - | stranger |
| Space | : | Self | - | courtyard | - | farm | - | wild |

மேல்தளத்தில் விலங்குகள், உறவுமுறை, களம் ஆகியன ஒன்றுக் கொன்று தொடர்பில்லாத தளங்களாகக் காணப்பட்டாலும் மனித மனமானது அதன் சிந்தைவழி மூன்றையும் ஒரு பொதுமையாக்கத்தின் வழி அமைப்பாக்கம் செய்கிறது என்பதை எட்மண்ட் லீச் (1976) மேற்கூறியவாறு அமைப்பியத்திற்கு விரிவான விளக்கம் எழுதுகிறார். விலங்குகள், உறவுமுறை, களம் ஆகிய மூன்றிலும் அமையும் self என்பது ஒரு பொதுக் கருத்தைக் கொண்டுள்ளது. அது போலவே pet, cousin, courtyard ஆகியவையும் மூன்று தளங்களுக்கும் பொதுவாக அமையக்கூடிய பொருளைக் கொண்டவை. இவை போன்றே அடுத்த வகையினங்களில் அமைபவையும் ஒத்த பொருளைக் கொண்டவை. ஆகவே பண்பாட்டில் விலங்குகள், உறவுமுறை, களம் ஆகிய மூன்று தளங்களும் மேல்தளத்தில் தனித்தனியானது என்று புரிந்துகொள்ளப் பட்டாலும் இவை மூன்றிற்கும் பொதுத்தர்க்கம் அமைந்துள்ளது. இதைத்தான் அமைப்பு அல்லது ஆழ்நிலை அமைப்பு (deep structure) என்று வரையறை செய்துகொள்ளவேண்டும் என்பார் லெவிஸ்ட்ராஸ்.

## அமைப்பியம் வழிச் சமூக அமைப்பும் தேவகணமும்

இந்தியப் பண்பாட்டைச் சாதியப் பண்பாடாகத்தான் பார்க்க வேண்டுமென்பது மானிடவியலாரின் நிலை. இதில் படிநிலைக் கருத்தாக்கம் (conception of hierarchy), ஒவ்வொரு சாதியாரும் தனித்தனியான வாழ்வைக் கொண்டிருத்தல் (separate life), இப்படி நிலைகளுக்கிடையில் தூய்மை x தீட்டு அடிப்படையில் உறவாடுதல் (interaction) ஆகிய மூன்றும் சாதிய வாழ்வின் எல்லாத் தளங்களிலும் ஊடுருவி நீக்கமற நிறைந்துள்ளன. இத்தன்மைகள் சமயம் என்னும் தளத்திலும் பின்வருமாறு பிரதிபலிக்கின்றன.

நாட்டுப்புறக் கோயில்கள் பலவற்றில் தெய்வங்கள் ஒரு பெரிய தொகுப்பாக (தெய்வகணம்) அமையப் பெற்றிருக்கும். இத்தொகுப்பாக அமையும் தெய்வகணமானது சமூகத்தின் பல பொருண்மைகளைச் சுட்டுவதாக உள்ளது. இந்தியச் சாதிய முறையை வெகு நுட்பமாக ஆராய்ந்த பிரெஞ்சு மானிடவியலர் லூயி துய்மோன் (1986) தெய்வகணங்களில் பொதிந்துள்ள பொருண்மைகளை அமைப்பியல் கண்ணோட்டத்துடன் அணுகினார்.

தெய்வ கணங்களாக அமையப் பெற்றுள்ள கோயில்களில் காணப் படும் சாமிகளின் அமைப்பியல்புகளுள் சைவ/அசைவப் பாகுபாடாகக் காணப்படுவதும் ஒன்றாகும். கள்ளர்களின் தெய்வகணத்தை ஆராய்ந்த துய்மோன் (1986) சைவச் சாமிகள் வட புறமாகவும் அசைவச் சாமிகள் தென்புறமாகவும் அமைந்துள்ளன என்கிறார். அதோடு அசைவச்

சாமிகள் கோயிலின் வெளியேயும், சைவச் சாமிகள் கோயிலின் உள்ளேயும் இடம்பெறுகின்றன. வைசம்/அசைவம், உள்ளே/வெளியே என்னும் அமைப்பாக்கங்களுக்கடுத்து தெய்வ கணங்களுள் வெளியே நிற்கும் சாமிகள் காவல் தெய்வங்களாகவும், உள்ளே இருப்பவை ஆற்றல் மிக்க மூலவராகவும் அமைப்பாக்கம் பெறுவதுடன் காவல் தெய்வங்கள் நின்றுகொண்டும், உள்ளேயுள்ள மூலவர் அமர்ந்த நிலையிலும் உள்ளனர். உட்கார்ந்திருத்தல், நிற்றல் ஆகிய இவை யாவும் சாதிப்படிநிலையின் அதிகார வெளிப்பாடாகும் என்கிறார் துய்மோன். உயர்ந்தோரின் பண்புகளும் அவர்களுக்குப் பணிந்துபோகும் அடித் தளத்தவரின் பண்புகளும் சமூகத்தளத்தில் புலப்படுவது போன்று, தெய்வங்களும் கோயில் என்னும் தளத்தில் பின்வருமாறு அமைகின்றன:

| | | |
|---|---|---|
| உள்ளே | / | வெளியே |
| மூலவர் | / | பரிவார தெய்வம் |
| அமர்ந்த நிலை | / | நிற்கும் நிலை |
| சைவம் | / | அசைவம் |
| வடபுலம் | / | தென்புலம் |
| மூத்தவர் | / | இளையவர் |
| அவதாரக் கடவுள் | / | அவதாரமற்றவர் |
| காக்கும் கடவுள் | / | காவல் தெய்வம் |
| மணமானவர் | / | மணமாகாதவர் |
| சாந்தமானவர் | / | துடியானவர் |
| உருவம் கொண்டவர் | / | அருவமானவர் |
| மூவுலகு சார்ந்தவர் | / | இவ்வுலகு சார்ந்தவர் |

மேற்கூறிய நிலையில் தேவகணத்தின் அமைப்பியல்புகள் மனித மனத்தால் தன்வயப்படுத்தப்பட்டுள்ளமை சமூக அமைப்பியல்பின் பிரதிபலிப்பாகக் காணப்படுகிறது. ஒரு தளத்தின் அமைப்பியல்புகள் மனித மனத்தின் சிந்தையால் உள்வாங்கப்பட்டு மறுதளத்தில் அவை பிரதிபலிக்கப்படுவது இயல்பு.

**பரிமாற்றம்**

சமூகத்தில் நிகழும் பரிமாற்றமானது (exchange), சமூக உறவுகளை நிலைப்படுத்தி அதனை வருங்காலத்திலும் தொடரச் செய்கிறது என்பார் மார்சல் மாஸ். இன்னொரு இடத்தில் துர்க்ஹைமும் மாசும் கூறும்போது, தர்க்க ரீதியான சிந்தனையின் தோற்றத்திற்கு ஒரு கூட்டுச் சமுதாயத்தின்

அமைப்பால் விளையும் அனுபவமே காரணம் என்று கருதினர். ஆனால் லெவிஸ்ட்ராஸ் இதுபற்றிக் கூறும்போது, மனித மனம் அறிந்துணருவதில் ஏற்படுத்துகின்ற அமைப்பே சமூகத்தின் அமைப்பில் காணக்கூடிய ஒழுங்கமைவாகும் எனத் தலைகீழாக்கிக் கூறுவார். ஒரு சமூகத்தில் உள்ள பல்வேறு கால்வழிகள் (குலங்கள்) மக்களின் உலக அனுபவத்தோடு உருவானவை. இங்கு அறிதிறனால் சமூகம் உருவாக்கப் பட்டிருக்கிறது என்பது துர்க்ஹைம் கருத்து. சமூகத்தின் நிலையிலிருந்து அதன் அனுபவத்தைத் தேடுவது லெவிஸ்ட்ராசின் கருத்தாகும்..

பரிமாற்றம் குறித்து லெவிஸ்ட்ராஸ் பேசும்போது அன்பளிப்புப் பரிமாற்றமாக (gift) இருந்தாலும் சரி, திருமணத்தில் பெண்களைக் கொண்டு-கொடுத்துப் பரிமாறிக் கொள்வதாக இருந்தாலும் சரி இரண்டுமே கருத்துப் பரிமாற்றத்தின் வடிவங்களே (forms of communication) ஆகும் என்பார். அதனால் பரிசுகள், மணத்துணைகள் ஆகியவற்றின் பரிமாற்றங்கள் கருத்துப்பரிமாற்றத்தின் வடிவங்களே என்றும், ஆகவே இவற்றைக் கருத்து வெளிப்படுத்துவதற்குத் தலை சிறந்த ஊடகமான மொழியைப் போன்றே கருதப்பட வேண்டும் என்றும் லெவிஸ்ட்ராஸ் கூறினார் (exchange of gifts and marriage partners were forms of communication and should be treated like language).

திருமணத்தில் பெண்கள் மூன்று நிலைகளில் பரிமாறிக் கொள்ளப் படுகின்றனர். அத்தை மகள், தாய்மாமன் மகள் ஆகிய முறை மக்களை மணக்கும் முறையானது (bilateral cross-cousin marriage) ஆஸ்திரேலிய முதுகுடிகளிடமும் (Ananda. Murngin, Kariera, etc.) தென் அமெரிக்கத் தாழ்நிலப்பகுதியிலும் (Yanomamo, others), தென்னிந்தியாவிலும் இருப்பதை லெவிஸ்ட்ராஸ் அறிந்தார். இத்தகைய ஒரு தனித்துவமான திருமண முறை உலகில் ஒன்றுக்கொன்று தொடர்பில்லாத தனித்தனி யான பகுதிகளில் காணப்படுவது என்பது இம்முறை ஓரிடத்தில் தோன்றி மற்ற பகுதிகளுக்குப் பரவியதால் ஏற்பட்டதன்று; மாறாக, மனிதச் சிந்தனையில் உலகளாவியப் போக்கு காணப்படுவதன் வெளிப்பாடாகவே இதனைக் காணவேண்டும் என்றும், ஒத்த சிந்தனை உலகின் வெவ்வேறு பகுதிகளில் தனித்தனியாகத் தோன்றியிருக்கிறது என்றும் அவர் குறிப்பிடுகிறார்.

உலகனைத்தும் உள்ள உறவுமுறைகளைப் பின்வரும் மூன்று நிலைகளில் லெவிஸ்ட்ராஸ் பாகுபடுத்துகிறார்.

1. தொடக்க நிலை(elementary form)
2. இடைப்பட்ட நிலை(intermediate form)
3. கூட்டு நிலை (complex form)

'தொடக்க நிலை' உறவுமுறைகளில் ஒரு நபருக்குரிய உறவினர் ஒரு பொதுவான குடிவழி மூலத்தைக் கொண்டிராவிட்டாலும் அனைவரும் வரையறுக்கப்பட்ட உறவால் இனங்காணப்படுவர். இத்தகு நிலையில் ஒருவர் யாரைத் திருமணம் செய்யவேண்டும், யாரைத் திருமணம் செய்யக்கூடாது என்னும் விதிகள் காணப்படும். இவ்வகை முறையானது முறைமக்களை மணக்கும் முறையாக (cross-cousin marriage) பரிணமித்து ஆஸ்திரேலிய முதுகுடிகள், அமெரிக்க இந்தியர்கள், தென்னிந்தியர்கள் ஆகியோரிடம் சிறப்பாகக் காணப் படுகிறது. இதற்கு நேர் எதிராகக் கூட்டுவடிவம் (complex) கொண்ட உறவு முறையில், ஒரு நபர் நேர்வழி இரத்த உறவினர்களை மட்டுமே இனங்காண்கிறார். இந்த நேர்வழி உறவினர்களைத் திருமணம் செய்து கொள்ளக்கூடாது என்ற விதி அவர்கள் உறவுமுறையில் காணப் படுகிறது. இவர்களைத் தவிர்த்து யாரை வேண்டுமானாலும் மணக்கலாம் என்ற விதியே அங்குள்ளது. (திருமணம் பற்றிய லெவிஸ்ட்ராசின் கருத்துகளைத் 'திருமண முறைகள்' என்னும் இயலில் காண்க).

பல கூறுகள் உலகந்தழுவி அனைத்து மனிதர்களுக்கும் பொதுவான அமைப்பாகக் காணப்படுகின்றன. திராவிட மொழியைப் பேசுபவன் ஒருவன் சாப்பிட்டாயா எனச் சைகை மூலம் ஒரு ஐரோப்பிய மொழிக் காரனைக் கேட்டால் அவன் அதற்குப் பதில் சொல்லுவான். ஒரு மங்கோலிய இனத்துக்காரன் தூரத்தில் வரும் ஒரு நீக்ரோ இனத்துக் காரனை அருகில் வராதே; ஆபத்து உள்ளது எனக் கையால் சைகை செய்தால் அவன் அதைப் புரிந்துகொண்டு உடனே நின்று விடுவான். இவ்வாறு மொழி, மனம், புவியியல் எல்லைகள் ஆகியவற்றைக் கடந்து மனித சிந்தனை முறையில் பல பொது அமைப்புகள் உள்ளன. இவற்றை உலகளாவிய அமைப்புகள் (universal structures) என்கிறார் லெவிஸ்ட்ராஸ். பண்பாட்டுக்குப் பண்பாடு பொருண்மை வேறுபாடு கொண்ட அமைப்புகள் ஆழ்நிலை அமைப்பிலிருந்து கிளைப்பவையாகும். இவற்றை அறியப் பண்பாட்டுச் சூழலை மையப்படுத்தி ஆராய்வது முக்கியம்.

உலகத்தையும் உலகத்தைச் சார்ந்தவற்றையும் வகைப்படுத்திக் காணவேண்டும் என்ற உந்துதல் உலகளாவிய நிலையில் அனைவரிடமும் உள்ளது. இந்த உந்துதலே பொருள்களை ஒழுங்குபடுத்தி (வகைப் படுத்திக்) காணவேண்டும் என்ற மனத் தேவையைக் காட்டுகிறது என்பார் லெவிஸ்ட்ராஸ்[4]. தொன்மை மக்களின்' வகைப்பாடு நம் வகைப்பாட்டோடு பொருந்தாமல் போவதுண்டு. இது உருவமற்ற இயற் பொருள் உலகினைக் (amorphous reality)காணும் முறையில் ஒவ்வொரு குடியினரும் ஏற்படுத்திக் கொள்ளும் ஒழுங்கினைக் குறிக்கிறது.

மக்கள் தங்கள் பட்டறிவு, உணர்வுகள் ஆகியவற்றை இனங் காண்பதிலும், பிறரோடு தொடர்பு கொண்டு வெளிப்படுத்துவதிலும் ஏற்படுத்திக்கொண்டுள்ள ஒரு வகையான ஒழுங்குமுறையே (வகைப் படுத்துதல்) பெயரிட்டுக் கூறும் முறையாகும். இவ்வகையான ஒழுங்கு முறையில் செய்திகள் சேகரிக்கப்பட்டுப் பின்னர் வெளிப்படுத்தப் படுகின்றன. இவ்வெளிப்படுத்துதல்கள் பெரும்பாலும் அனைத்துப் பண்பாட்டினரும் புரிந்துகொள்ளும் நிலையில் உள்ளன. இதற்குக் காரணம் உலகளாவிய அமைப்புகள் அனைவரிடமும் உள்ளதேயாகும்.

ஒருகுறிப்பிட்ட வகைப்பாட்டைப் பகிர்ந்துகொண்டுள்ள மக்கள் அனைவரும் அவ்வகைப்பாடு இடம்பெற்றுள்ள பண்பாட்டின் உறுப்பினர்களாகத் திகழ்கின்றனர். ஆனால் இப்பண்பாட்டினைச் சேராதமற்ற பண்பாட்டினர் அனைத்துப் பண்பாட்டிற்கும் பொதுவாக அமைந்துள்ள உலகளாவிய அக அமைப்புகளின் (universal infrastuctures) மூலமாக அப்பண்பாட்டினரின் அடித்தள அமைப்புகளோடு தொடர்பு கொள்கின்றனர். அதன்வழி செய்திகளை அறிகின்றனர். இதன் அடிப்படையிலேயே பண்பாட்டு எல்லைகளைக் கடந்தும் ஒருவர் மற்றவரோடு தொடர்புகொள்ள முடிகிறது என்பார் லெவிஸ்ட்ராஸ்.

### பின்னுரை

அமைப்பியம் மூலம் லெவிஸ்ட்ராஸ் மானிடவியலில் ஒரு புதிய திருப்பத்தையே ஏற்படுத்திவிட்டார். இவரது கொள்கை வெளி உலகிற்கு அறிமுகமான உடனேயே பலர் அவர்களின் சொந்த அணுகு முறைகளுடன் ஆய்வு செய்து கொண்டிருந்த நிலையை அப்படியே நிறுத்திவிட்டு லெவிஸ்ட்ராசின் கொள்கையர்களாக மாறிவிட்டனர். சிலர் மட்டும் லெவிஸ்ட்ராசின் கருத்துகளுக்கு எதிர்ப்புத் தெரிவித்தனர். இவர்கள் நேர்க்காட்சிக் கொள்கையில் (positivism) ஆழ்ந்த பற்றுடைய வர்கள். லெவிஸ்ட்ராஸ் குறிப்பிடும் ஆழ்நிலை அமைப்புகளைக் காண்பதற்கு ஒரு பொது முறையை உருவாக்காததால் அனைத்து ஆய்வாளர்களும் ஒரே வகையான முடிவைக் காணும் வகையில் ஆய்வு செய்ய இயலாததாக உள்ளது. ஒவ்வொருவரும் வெவ்வேறு வகை களில் முடிவைக் காண்கின்றனர். எவை அமைப்புகள் என்பது குறித்த கருத்துகளில் கற்பனையே மிகுதியாக உள்ளது என்பன போன்ற குறைகளை இவர்கள் சுட்டிக்காட்டினர்.

இன்னொரு வகையினர் லெவிஸ்ட்ராஸ் குறிப்பிடும் மன அமைப்புகள், ஒத்த தூண்டுதலுக்கு ஒத்த துலங்கல்கள் ஏற்படுகின்றன என்ற அடால்ஃப் பாஸ்டியனின் உளவழி ஒற்றுமைக் கொள்கையின்

(psychic unity of mankind) மறுவடிவமாகவே உள்ளது; இதில் ஏதும் புதுமைகள் இல்லை எனக் குறை கூறினர். சமுதாய அறிவியலில் வகுக்கப்பெற்ற அனைத்துக் கொள்கைகளுக்கும் குறை கூறும் குழுக்கள் இருந்தன என்பதை இங்குக் கவனத்தில் கொள்ள வேண்டும். ஓர் அமைப்பைப் புரிந்துகொள்வதில் அமைப்பியம் ஒரு முனைப்பான, நுட்பமான அணுகுமுறையாக இருந்து வருகிறது என்பதே நேர்மையான மதிப்பீடாக இருக்க முடியும்.

# 14

## எதிர் அமைப்பியம்

மானிடவியலின் கோட்பாட்டியல் வளர்ச்சிக்குப் பங்களித்த பலருள் விக்டர் டர்னரும் (Victor Turner) முதன்மையானவர். இவரின் ஆய்வு வேட்கையால் 'இயங்கியல் மானிடவியல்' (processual anthropology) என்னும் புதிய அணுகுமுறை உருவாகியது. இதன் மூலம் மானிட வியல் துறையில் 19ஆம் நூற்றாண்டில் பேசப்பட்ட படிமலர்ச்சிக் கோட்பாடுகள் தொடங்கி அண்மைக்கால அமைப்பியம் வரை ஏற்பட்ட கோட்பாட்டியல் வளர்ச்சி நிலைகளுக்கப்பால் மானிட வியலுக்கு மேலும் ஒரு வலுவான கோட்பாட்டியல் பரிமாணம் கிடைத்துள்ளது.

டர்னரின் இக்கோட்பாட்டியல் பரிமாணம் சடங்கியலை மையப் படுத்தி அமைந்ததால் சடங்கியலின் விரிந்த உறவுகளும், அவற்றோடு உறவு பெறும் பண்பாட்டின் பிற தளங்களின் உறவுகளும் புதிய பரிமாணத்திற்கு உட்படுகின்றன. மிகவும் சுருக்கமாகக் குறிப்பிட்டுச் சொல்வதாயின் இப்பரிமாணம் மூலம் சடங்குகளின் இயங்குதளத்தின் செயல்பாடு (process), அமைப்பொழுங்கு (system), குறியீட்டியல் (symbolism) ஆகியவற்றைக் கூடுதலாக விளங்கிக்கொள்ள முடிகிறது. இதன்வழிப் பண்பாட்டின் அமைப்பொழுங்கை ஆராய்வதற்கான பழைய புரிதலிலிருந்து விடுபட்டு மானிடவியலில் இதுவரை கண்டிராத புதிய புரிதலை அடைய உதவுகிறது.

**செயற்பாட்டியம், அமைப்பியம் நிலைகளிலிருந்து டர்னர் விலகுதல்**

சடங்கியல் மானிடவியலின் நீண்ட வரலாற்றில் டர்னருக்கான இடத்தை அறிய வேண்டுமாயின், குறைந்த அளவு ரொனால்டு கிரிம்ஸ் எழுதியுள்ள *சடங்கியல் ஆய்வுகளின் தொடக்கம்* (Beginnings in Ritual Studies 1982) என்னும் நூலைப் படிக்க வேண்டும்.

இரண்டாம் உலகப் போருக்குப் பின் லண்டன் பல்கலைக்கழகத்தில் ராட்கிளிஃப் பிரௌன், இவான்ஸ் பிரிட்சர்டு ஆகியோரின் கீழ் டர்னர்

படித்ததால் அப்போது கோலோச்சிக் கொண்டிருந்த செயற்பாட்டியத்தில் (functionalism) அவர் நாட்டங்கொண்டிருந்தார். அதனையடுத்து அமைப்பியத்தின் (structuralism) செல்வாக்கையும் புரிந்துகொண்டார். ஆனால் அவ்வார்வம் படிப்பை முடித்துக் கொண்டு சாம்பியாவில் என்டேம்பு (Ndembu) பழங்குடிகளிடம் களப்பணி மேற்கொண்ட போது மறையத் தொடங்கியது.

என்டேம்பு பழங்குடிகளிடம் சடங்குகள் வழி இளைஞர்களைச் 'சமூகத்திற்குள் அழைத்தல்' அல்லது 'சமூக உறுப்பினர்களாக ஏற்றுக் கொள்ளுதல்' என்னும் பொருளில் நடைபெறும் 'அழைப்புச் சடங்குகள்' /'ஏற்புச் சடங்குள்' (initiation rites) ஆகியவற்றை மிக நுணுக்கமாக ஆராய முற்பட்டார். இவ்வாய்வு வேட்கையால் செயற்பாட்டிய அணுகுமுறையிலிருந்து படிப்படியாக விலகித் தனக்கென்ற தனி அணுகுமுறையை உருவாக்கினார். இதில் பலதுறை இணைவுப் போக்கை வலுப்படுத்துவது அவசியம் என்றும் உணர்ந்தார்[1]. அதுவே பின்னாளில் 'அனுபவம்சார் மானிடவியல்' (anthropology of experience) என்னும் சிறப்புச் சுட்டுகையாகவும், அதே நேரத்தில் டர்னருக்கான தனி முத்திரையாகவும் அமைந்துவிட்டது[2].

மானிடவியல் கோட்பாடுகளின் வரிசையில் அண்மைக்காலம் வரை கோலோச்சிக் கொண்டிருந்தது அமைப்பியம் (structuralism) ஆகும். இக்கோட்பாட்டியல் நிலைக்கடுத்து டர்னர் முன்வைத்த எதிர் அமைப்பியத்தின் (anti-structuralism) வளர்ச்சியானது மானிடவியலில் இதுவரை கண்டிராத புதிய புரிதலை முன்வைக்கிறது. ஸ்காட்லாந்து மானிடவியலறிஞர் விக்டர் டர்னர் எதிர் அமைப்பியத்தை வகுத்து அதனை அனுபவவழி மானிடவியல் என்னும் தனிப் பிரிவாக ஏற்படுத் தினார். இவ்வியலில் விக்டர் டர்னரின் சடங்குகள், யாத்திரை பற்றிய ஆய்வுகளை முன்வைத்து எதிர் அமைப்பியம் ஆராயப் பெறுகிறது.

அமைப்பியமானது நாம் ஆராயப்போகும் மொழி, பண்பாடு, நிகழ்வு, முழுமை, ஒழுங்கு அல்லது எது ஒன்றிலும் பொதிந்துள்ள அமைப்பை விளக்குவதாகும். அமைப்பை இனங்கண்டு விளக்கும் பல முறைகளில் எதிரிணை (binary opposition) என்பது ஓர் அடிப்படையான எளிய முறையாகும். அமைப்பியலின் ஒரு பகுதியாக விளங்கும் இந்த எதிரிணைகளை (எ.டு. கருப்பு/வெள்ளை; நாடு/காடு; சொர்க்கம் / நரகம்; தூய்மை/தீட்டு; சக்தி/சிவன்; நல்லது/கெட்டது போன்றவை) மையப்படுத்தி அமைப்பின் கட்டுமானத்தை அறிவதென்பது தமிழ்ச் சூழலில் ஓரளவுக்கு அறிமுகமான ஒன்று. (விரிவாக அறிய காண்க: இயல் 13. அமைப்பியம்) இப்பின்புலத்தோடு எதிர்-அமைப்பியத்தை அறிமுகப்படுத்திக் கொள்வது எளிது.

எதிர்-அமைப்பியமானது ஒரு நிகழ்வை அல்லது ஒழுங்கை (system) எதிரிணைவுகளாகக் கொள்ளாமல் முழுமையில் ஒரு பகுதியை அமைப்பு (structure) என்றும் மற்றொன்றை எதிர் அமைப்பு (anti-structure) என்றும் எடுத்துக்கொண்டு அமைப்பை 'எதிர்- அமைப்பு' வாயிலாகப் புரிந்துகொள்ளும் அணுகுமுறையை முன்வைக்கிறது.

அமைப்பைப் புரிந்துகொள்வதற்கு எதிர்-அமைப்பு எவ்வாறு முக்கியத்துவம் பெறுகிறது என்ற விக்டர் டர்னரின் மானிடவியலானது மீவியல் கருத்தாக்கத்திலிருந்து தொடங்குகிறது. இதனைச் சடங்கு, யாத்திரை என்னும் தளத்திலிருந்து விக்டர் டர்னர் தொடங்குகிறார்.

விக்டர் டர்னர் பார்வையில் சடங்கு / யாத்திரை இரண்டுமே எதிர் அமைப்பியத்தை நன்கு விளங்கவைக்க உதவும் பண்பாட்டு நிகழ்வு களாகும். எனினும் எதிர்- அமைப்பியத்தைப் புரிந்துகொள்ளாமல் நேரடியாக சடங்கு / யாத்திரை களத்திற்குள் நுழைவது ஆழ்ந்த புரிதலைத் தராது. விக்டர் டர்னர் எதிர்- அமைப்பியத்தைப் பின்வரும் கருத்தாக்கங்கள் வழி விளக்குகிறார்.

1. மீவியல் கருத்தாக்கம் (concept of liminality)
2. மீசமூகக் கருத்தாக்கம் (concept of communitas)
3. விளிம்புக் கருத்தாக்கம் (concept of marginality)
4. யாத்திரைக் கருத்தாக்கம் (concept of pilgrimage)

## மீவியல் கருத்தாக்கம் (concept of liminality)

சடங்கு/யாத்திரை வாயிலாக ஒருவர் ஒரு நிலையிலிருந்து வேறொரு நிலைக்கு மாறும் நிலைமாற்றத்தோடு (transformation) தொடர்புடைய அனைத்து நிகழ்வுகளையும் liminality என்னும் கருத்தாக்கம் குறிக்கும். Liminality என்பது சடங்கு நிகழ்வுகளால் சிந்தனை நிலையில் தன்னியல் பாகத் தூண்டும் உணர்வுநிலை (reflection) என்றும் கொள்ளலாம் (டர்னர் 1967:105). அதோடு இது சடங்கு/ யாத்திரையில் பங்கேற்போர் உணர்ந்துகொள்ளும் சமயச் சார்புடைய, தெய்வச் சார்புடைய, புனிதத் தன்மையுடைய நிகழ்வுக் களத்தையும் காலத்தையும் (a tract of sacred space / time) குறிக்கும் (டர்னர் 1976: 24). இவற்றைச் சுருக்கமாக வரையறைப்படுத்த வேண்டுமாயின் வாழ்வின் நீண்ட பயணத்தில் ஒரு குறிப்பிட்ட (தற்காலிக) நேரத்தில் நிகழ்த்தப்படும் சடங்கியல் காலத்தில் சடங்கு செய்யப்படுபவருக்கு ஏற்படும் ஆற்றலும், தகுதியும், அவற்றால் ஏற்படும் பிற இயல்புகளும் ஆகும் (டர்னர் 1982 அ: 24-26).

ஆங்கிலத்தில் வழங்கப்படும் 'liminality' என்னும் வழக்கானது லத்தீன் மொழியில் 'limen' என்னும் சொல்லிலிருந்து பெறப்பட்டதாகும்.

இச்சொல்லிற்கு வாயிற்படி, நுழைவாயில், தோரண வாயில், முகப்பு, தொடக்கம், கருநிலை என்னும் பொருள்களைக் குறிக்கக்கூடிய 'threshold' என்பது பொருளாகும். லத்தீன் வேர்ச் சொல்லுக்குரிய மூலப்பொருளை விளக்கும் சொல்லைக் காட்டிலும் டர்னரின் கருத்தாக்கத்தை விளக்கும் சொல்லைத் தமிழில் ஆளுவது மிகவும் பொருத்தமாக இருக்கும். ஆதலின் இங்கு liminality என்பதற்கு 'மீவியல்' என்னும் கலைச்சொல்லைக் கையாளலாம். டர்னரின் சடங்கியல் மானிடவியலில் liminal space, liminal time, liminal person என்னும் வரிசையில் liminal என்ற சொல்லை இணைத்துப் பல கருத்தாக்கத் தொடர்கள் வழங்கப்படுவதால் 'மீவியல்' என்னும் சொல் அனைத்துத் தொடரியல் (syntax) அமைப்புகளுக்கும், சொல்லாட்சிக்கும், எல்லா வற்றிற்கும் மேலாகக் கருத்தியல் தொடர்ச்சிக்கும் ஈடுகொடுக்க வல்லதாக அமையும். மீவியல் குறித்த கருத்தாக்கத்தை டர்னர் பின்வரும் நிலைகளில் விளக்குவார்.

### அமைப்பும் எதிர்-அமைப்பும் (structure and anti-structure)

பண்பாட்டின் அமைப்பொழுங்கில் (system) ஒவ்வொரு கூறுக்கும் ஒரு சங்கிலித் தொடர் உண்டு. இச்சங்கிலித் தொடரில் இரண்டு கூறுகள் மாறி மாறி இடம் பெறும். ஒன்று 'இயல்பு' வழிப்பட்டது. மற்றொன்று இயல்பிலிருந்து விலகிய 'மீவியல்பு' வழிப்பட்டது. இவற்றுள் முந்தையது பருநிலைத் தன்மையுடையது. பிந்தையது நுண்ணிலைத் தன்மையுடையது. இந்த எதிர்வுப் பண்பைச் சில எடுத்துக்காட்டுகள் மூலம் தெளிவுபடுத்தலாம்.

பிறப்பு முதல் இறப்பு வரை ஒருவர் வாழும் காலம் 60 ஆண்டுகள் எனக் கொள்வோமானால், அவர் சடங்குகளுக்கு உட்படும் காலம் மிகவும் நுண்ணிலைப்பட்டதாகவும், சடங்குகளுக்கு உட்படாத காலம் மிகவும் பருநிலைப்பட்டதாகவும் விளங்குகிறது. இவற்றுள் பருநிலைப் பட்டது 'இயல்பு' என்றும் நுண்ணிலைப்பட்டது 'மீவியல்பு' என்றும் கொள்ளலாம்.

சில எடுத்துக்காட்டுகளைக் கொண்டு இதனை எளிதில் புரிந்து கொள்ள இயலும். ஒரு கிராமத்தின் எல்லைக்குள் அமையும் நிலப் பரப்பில் இயல்பும், மீவியல்பும் எவ்வாறு சங்கிலித் தொடர்களாக அமைகின்றன எனப் பார்ப்போம். தமிழகத்தில் குடியிருப்பானது குழந்தைகள் முதல் முதியவர் வரை அனைவரும் சுதந்திரமாகச் சுற்றித் திரியும் இடமாகும். குடியிருப்பை ஒட்டி அமைந்துள்ள தீய ஆவிகள் உறைந்துள்ள பாழுங் கிணறுகள், ஆற்றுப் பகுதிகள், ஏரிக்கரைகள், தூக்குப் போட்டுத் தற்கொலை செய்துகொண்ட இடம்/மரம்,

சுடுகாடு, முனி, பேய், பிசாசு உறையும் இடம், ஊருக்கு வெளியே சீற்றம் மிகுந்த தெய்வங்கள் உறைந்துள்ள இடம், இவை போன்று இன்னும் பிற பண்புகளால் சுட்டப்படும் அஞ்சத்தக்க இடங்கள் அனைத்தும் 'மீவியல் இடங்கள்' (liminal spaces) ஆகும். குழந்தைகள், கருவுற்ற பெண்கள் இவ்விடங்களுக்குச் செல்லுதலும் இது போன்ற பிற நிகழ்வுகளும் இவ்விடங்களில் நிகழுமேயானால் ஆபத்து ஏற்படும்.

ஒரு நாளின் இருபத்து நான்கு மணி நேரத்தில் கனல் தெறிக்கும் உச்சிப்பொழுதும், உச்சாந்திரமான நடுநிசியும் (நடு இரவு) தமிழ் மக்களால் அஞ்சத்தக்க காலங்களாகக் கருதப்படுகின்றன. இவ்விரண்டு காலங்களும் தமிழ் மக்களைப் பொறுத்தவரை 'மீவியல் காலங்கள்' (liminal periods) ஆகும்.

இடம், காலம் போன்றே ஒவ்வொரு துறையிலும் சிறப்பான ஆற்றல்களைப் பெற்று மற்றவர்களிடமிருந்து விலகித் தனித்தகுதியுடன் தலைமையிடம் பெறும் எந்த ஒருவரும் 'மீவியல் மனிதர்கள்' (liminal persons) எனப்படுவர். மிகப் புகழ்பெற்ற மனிதர்கள், வல்லுநர்கள், கருவிலே திருவுடையார் போன்றவர்கள் இதிலடங்குவர். பூசாரி, மந்திரவாதி, குறிகூறுவோர், துறவிகள், ஹிப்பிகள் போன்ற வகையினரும் இதிலடங்குவர். இடம், காலம், மனிதர்கள் போன்றே பண்பாட்டின் எந்த ஒரு கூறும் அதன் தனிச் சிறப்பியல்புகளால் 'மீவியல்' பண்புடன் திகழும்.

மீவியல் பண்புகளைப் புரிந்துகொண்ட இந்நிலையில் டர்னரின் 'அமைப்பு', 'எதிர்-அமைப்பு' கருத்தாக்கங்களை அறிய முற்பட வேண்டும். டர்னர் பாடம் பயின்ற காலமானது சமூகத்தைச் செயற்பாட்டியம் (functionalism) அணுகுமுறையில் புரிந்துகொண்ட காலமாகும். செயற்பாட்டியல் அணுகுமுறையில் குடும்பம், கால்வழி, குலம், கூட்டம், தொழிற்குழு, ஒப்பார்குழு இவை போன்ற பிற குழுக்கள் சமூகம் என்னும் முழுமைக்குள் (whole) பரஸ்பரம் எவ்வாறு ஒன்றிய மாகிச் செயல்படுகின்றன என அறியப்பட்டது. மக்கள் தங்களுக்குள் மேற்கூறிய வகைகளில் உறவுகொண்டு செயல்படும்போது ஒவ்வொரு வருக்குமான பங்குகள் (roles), தகுதிகள் (statuses), நிலைப்பாடுகள் (positions) எவ்வாறு அமைகின்றன என்றும் அறியப்பட்டது.

மக்களுக்கிடையே ஏற்படும் மேற்கூறிய உறவு நிலைகளும் அதனால் ஏற்படும் பங்கு (role), தகுதி, நிலைப்பாடு ஆகியனவும் சமூகத்தால் வரையறுக்கப்பட்ட பழக்கங்கள், வழக்கங்கள், விழுமியங்கள், நெறிமுறைகள், சட்டங்கள், கட்டுப்பாடுகள் (sanctions) இன்னும் பிறவற்றால் ஒழுங்குபடுத்தப்பட்டு ஓர் அமைப்பு ரீதியில் செயல்

படுத்தப்படுகின்றன. இந்த அமைப்பிற்கேற்பவே தனிமனிதராயினும், எந்த ஒரு குழுவினராயினும் சமூகத்தில் செயல்பட முடியும். இந்த அமைப்புகளிலிருந்து மீறுபவர்களைச் சமூகம் தக்க நடவடிக்கை எடுத்து மீண்டும் அமைப்புக்குள் சேர்க்கும். இந்நிலையில் 'அமைப்பு' என்பது சமூக உறுப்பினர்களால் ஏற்றுக்கொள்ளப்பட்ட நடத்தைத் தோரணிகளிலிருந்து வெளிப்படும் ஒழுங்கு நிலைகளைக் குறிக்கின்றது.

மேற்கூறிய அமைப்பின் ஒழுங்கிலிருந்து வேறொரு உறவுப் பொருண்மை பொருந்தியிருப்பதைச் சடங்கு மானிடவியலில் டர்னர் முதன்முறையாகக் கண்டுபிடிக்கிறார். அதனை அவர் 'எதிர்-அமைப்பு' (anti-structure) என்று சுட்டுகிறார். இங்கு 'எதிர்' என்னும் சொல் முழுமையாக எதிர்மைத் தன்மையுடையது (total opposition) என்னும் கருத்திலோ முற்றிலும் முரண்பட்ட (contradiction) ஒரு நிலையைச் சுட்டிக்காட்டவோ பயன்படுத்தப்படவில்லை என்பதை டர்னர் கூற விழைகிறார். அமைப்பு, எதிர் அமைப்பு இரண்டும் அவற்றிற்கான இயங்கியல் தளத்தின் உறவில் பொருள் கொடுக்கக்கூடியனவாக அமைகின்றன. அதாவது, இவை இரண்டும் அவற்றிற்கான இயங்கியல் தளத்தின் உறவில் ஒன்றையொன்று பாதித்துக் கொள்வனவாக (affect one another), அடுத்தடுத்து வைக்கப்படும் ஓர் அணிமை நிலையாக, ஒன்றுக்கொன்று மாற்றுநிலைகளாக (altering) அமைகின்றன. இந்நிலையில் இவற்றிற்கான பொருளை விளங்கிக் கொள்ளும்போது இவற்றின் இயங்கியல் உறவுடன் பொருள் கொள்ளப்பட வேண்டுமேயன்றி குருட்டாம் போக்கில் 'anti' என்னும் சொல்லுக்குரிய நேர் அர்த்தத்தைக் கொண்டு எதிர்மறையாகப் பொருள்கொள்ளக் கூடாது.

இன்னும் ஒருபடி எளிமைப்படுத்திக் கூற வேண்டுமானால் மீவியல் (liminal) பண்பைத் தாங்கிய எதிர்-அமைப்பு என்பது அதன் மீவியல் பண்புக்கெதிராக உள்ள இயல்பான அமைப்பிலிருந்து பெறக்கூடியதாக இருக்க வேண்டும் என்பார் டர்னர். அதனாலேயே டர்னர் 'anti' என்பதை எதிர்நிலைப் பண்பு என்று பொருள் கொள்ளலாகாது என்பதற்காகச் சில இடங்களில் 'meta', 'counter' 'extra-structural' என்னும் தொடர்களையும் பயன்படுத்துகிறார் (டர்னர் 1982அ: 32).

அமைப்பையும், எதிர் அமைப்பையும் தமிழ்ச் சூழலிற்குட்பட்ட சில எடுத்துக்காட்டுகளைக் கொண்டு தெளிவாகப் புரிந்துகொள்ளலாம். தமிழர் உடையில் 'அமைப்பு' எது 'எதிர்-அமைப்பு' எது என்பதைக் கணக்கில் கொள்வோம். சடங்குகள், விழாக்கள், பிற சிறப்பு நிகழ்ச்சிகள் எதுவுமற்ற எல்லாச் சாதாரண நாட்களும் இயல்பு நாட்களாகும். இந்நாட்களில் வழக்கமாக உடுத்தும் உடைகள் 'இயல்பு உடைகள்' ஆகும். இதற்கு மாறாகப் பூப்பு, வளைகாப்பு, திருமணம் போன்ற

மங்கள நிகழ்ச்சிகளிலும் இறப்பு, கருமாதி போன்ற மங்கள மற்ற சடங்குகளிலும் சடங்குக்கு உட்படுவோர் அணியும் வண்ண வண்ணப் பட்டாடைகளும் பிற சடங்கியல் உடைகளும், 'மீவியல் உடைகள்' (liminal dresses) ஆகும். இந்த மீவியல் உடைகளே எதிர்-அமைப்புக் குரியவை. ஆகவே தமிழர் உடைகளின் எதிர்-அமைப்பை வரையறை செய்ய வேண்டுமாயின் அதன் அமைப்பு (இயல்பு நாட்களில் அணியப் படும் உடைகள்) கொண்டுள்ள அல்லது சுட்டிக்காட்டும் எல்லையின் தொடர்ச்சியாக அமைய வேண்டும். நான் எதிர்ப் பண்பாட்டினன் என்று சொல்லிக்கொண்டு நவீன பாணியில் தைக்கப்பட்ட தொள தொள கித்தான் சட்டைகளும் ஜீன்ஸ்களும் அணிவது டர்னரின் எதிர் அமைப்பு வரையறைக்குள் அடங்காது; தமிழருக்கான எதிர்-அமைப்பு உடைகளும் ஆகா. இவை 'எதிர் அமைப்பை'ச் சுட்டிக் காட்டும் பண்பைப் பெற்றவையல்ல.

இன்னும் ஓர் எடுத்துக்காட்டு மூலம் இதனைத் தெளிவுபடுத்த இயலும். உடைகளைப் போன்றே தமிழர் உணவில் 'அமைப்பு' என்பது சாதாரண நாட்களில் வழக்கமாக உண்ணும் உணவு வகைகளைக் குறிக்கும். இதன் 'எதிர்-அமைப்பு' என்பது விருந்தினர் வரும் நாட்களிலும் விழா/சடங்கு நாட்களிலும் செய்யக்கூடிய சிறப்பு உணவைக் குறிக்கும். பொதுவாக வடை பாயாசத்துடன் கூடிய உணவு அல்லது மாமிச வகைகளுடன் கூடிய சிறப்பு உணவு இதிலடங்கும். உணவுக் கட்டுப்பாடுகளுடன் கூடிய விரத உணவுகளும், வழிபாட்டிற் காகச் செய்யப்படும் உணவு வகைகளும் எதிர் அமைப்புக்குட் பட்டவையாகும். எதிர்-அமைப்பை டர்னர் மீவியல் பண்புடன் இணைத்துக் காண்பதால் டர்னர் கருத்துப்படி இவ்வகை உணவு 'மீவியல் உணவு' (liminal food) எனப்படும்.

மேற்கூறிய எடுத்துக்காட்டுகளை உள்வாங்கிய நிலையில் அமைப்பு, எதிர்-அமைப்பு என்பவை ஒன்றுக்கொன்று சார்புடையவை; அந்தந்தப் பண்பாட்டுப் பொருண்மைக்குள் விளக்கம் தருபவை; ஓர் அணிமை நிலையில் நின்று பொருள் உணர்த்துபவை என்பது புலப்படும்.

## அமைப்பும் எதிர் அமைப்பும் இயங்கியல் உறவில் இணைபவை

இந்த இயங்கியல் உறவானது இயல்பு, மீவியல்பு பண்புகளைக் கொண்ட கூறுகளுக்கிடையில் நிகழும் இயங்கியலின் (ஊடாட்டத்தின்) பிரதிபலிப்பு என்று கொள்ளலாம். கரு உண்டானது முதல் இறப்பு வரையிலான காலத்தில் மக்கள் வெவ்வேறு காலகட்டங்களில் பல யாத்திரைப் பயணங்களை மேற்கொள்கின்றனர். ஒவ்வொரு யாத்திரைக் காலமும் அவர்களுக்கு மீவியல் காலமாகும். பண்பாடு என்னும் ஒட்டு

மொத்த அமைப்பொழுங்கினின்று பேசும்போது யாத்திரைக்கு உட்படும் ஒவ்வொருவரும் யாத்திரை முடிந்து இயல்பு நிலைக்குத் திரும்புகின்றனர். அதாவது, இயல்நிலை → மீவியல் நிலை → இயல்நிலை என்ற வரிசையில் ஊடாட்டம் செய்கின்றனர். இதனையே அமைப்பு, எதிர்-அமைப்பு என்னும் தளத்தில் நோக்கும்போது யாத்திரைக்கு உட்படும் மீவியலர்கள் அமைப்பு உலகத்திலிருந்து விலகி எதிர்-அமைப்பு உலகத்தில் சஞ்சரித்து மீண்டும் அமைப்பு உலகத்திற்கு வந்து சேருகின்றனர் என்று கொள்ளலாம். இந்த ஊடாட்டம் அமைப்பு உலகம் → எதிர்அமைப்பு உலகம் → அமைப்பு உலகம் என்ற வரிசையில் நிகழ்கிறது.

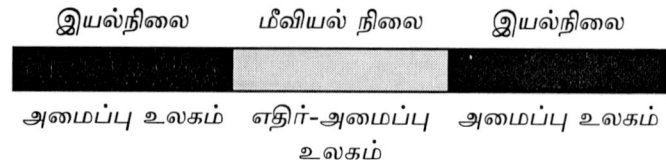

யாத்திரை நிகழும் காலம் என்பது வாழ்க்கையின் மொத்தக் காலத்தை நோக்கும்போது கண்மூடிக் கண் திறக்கக்கூடிய அளவுக்கு மிகக் குறைந்த நொடிப்பொழுது காலம் என்பது புலப்படும். இதில் யாத்திரை நிகழ்வுக்கு உட்படும் மீவியலர்கள் கடந்து செல்லும் இயல்நிலை → மீவியல்நிலை → இயல்நிலை என்ற நகர்வு வரிசை அல்லது அமைப்பு உலகம் → எதிர் அமைப்பு உலகம் → அமைப்பு உலகம் என்ற நகர்வு வரிசை மிக வேகமாகச் சுழலும் ஒரு வட்டத்தைப் போன்றது.

மேற்கூறிய நகர்வு வரிசையில் நடுவில் இடம்பெறும் மீவியல் நிலையானது முன்மீவியல் (preliminal), மீவியல் (liminal), பின்மீவியல் (postliminal) என்ற உள்ளமைப்பைக் கொண்டுள்ளது. இதில் முன் மீவியலானது ஒரு முனையில் அமைப்பு/இயல்நிலை என்பதன் தொடர்ச்சியாகவும் பின்மீவியலாவது அடுத்த முனையில் உள்ள அமைப்பு/இயல்நிலை என்பதன் தொடர்ச்சியாகவும் இணைவதால் நடுவில் உள்ள மீவியல் என்ற நிலை மட்டுமே தனித்தன்மை கொண்டதாக விளங்குகிறது.

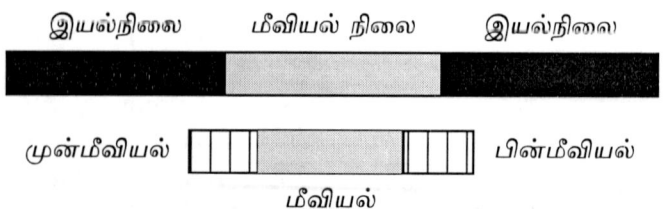

ஆதலால் யாத்திரை நிகழ்வில் மீவியலுக்கான பண்பு கண்மூடிக் கண்திறக்கும் மிகச் சொற்பகாலத்தில் நிகழ்வது என்பது புலனாகும். அதனால்தான் டர்னர் மீவியலர்களின் நிலையை ஓர் அற்புதமான தொடரைக் கொண்டு விளக்குவார். யாத்திரைப் பயணத்தில் மீவியலர்களின் நிலைப்பாடு 'இங்குமில்லை அங்குமில்லை, இரண்டுமற்ற நிலையில் இருக்கிறார்கள்' (neither here not there, betwixt and between) என்பார் டர்னர் (1977: 32).

யாத்திரைக்கு உட்படும் மீவியலர்கள் அமைப்பிலிருந்து விடுபட்டு எதிர்-அமைப்புக்குள் நுழைந்து மீண்டும் அமைப்புக்கே திரும்புகிறார்கள் எனக் கண்டோம். டர்னரின் கருத்துப்படி அமைப்பு என்பது ஒழுங்கமைந்த உலகம் ஆகும். இதனை அமைப்பு உலகம் (strutured world) என்றும் குறிப்பிடலாம். அமைப்பு உலகத்தில் வாழ்க்கை இயல்பானது, பாதுகாப்பானது. இந்நிலையில் வாழ்க்கையில் தனிமனிதர்கள் ஒவ்வொரு கட்டத்திலும் எதிர்கொள்ளும் புதிய புதிய யாத்திரையின் போது அமைப்பு உலகத்திலிருந்து பிரிந்து எதிர் அமைப்புடைய மீவியல் உலகத்திற்கு நகர்வது என்பது மீவியலர்களைப் (யாத்திரைக்குட்பட்ட தனிமனிதர்கள்) பொறுத்தவரை புத்தம் புதிய அனுபவமாகும். இப்புதிய அனுபவத்தில் இயல்பு உலகத்தின் தன்மையிலிருந்து ஒரு குறிப்பிட்ட நோக்கத்திற்காக, ஒரு குறிப்பிட்ட கால அளவு முற்றிலுமாக விடுதலை பெற்று புதிய உலகில் சஞ்சரிக்கின்றனர்; புதிய அனுபவங்களைப் பெறுகின்றனர்; புதிய அர்த்தங்களை உணர்கின்றனர். விருப்பு வெறுப்புகளுடன் கூடிய அலுப்புத் தட்டக்கூடிய சாதாரண நாட்களின் வாழ்விலிருந்து விடுபட்டு உயிரோட்டமுள்ள ஒரு சங்கமத்தை அனுபவிக்கின்றனர். சுருக்கமாகச் சொன்னால் இயல்பு உலகத்தில் காணாதவற்றை, உணராதவற்றை, அனுபவிக்காதவற்றை எல்லாம் காண்கின்றனர், உணர்கின்றனர், அனுபவிக்கின்றனர். இவையே மீவியல் கருத்தாக்கத்துக்கான மற்றுமோர் அடிப்படை. இதனை டர்னர் பின்வரும் இரண்டு கருத்தாக்க நிலைகளில் விளக்குகிறார்:

1. புனித உண்மைகளோடு தொடர்பு கொள்ளல் (communication with scared truths)
2. திருவிளையாடல்கள் வழி மீளச்சேருதல் (ludic recombination)

## புனித உண்மைகளோடு தொடர்புகொள்ளலும் திருவிளையாடல்கள் வழி மீளச்சேருதலும்

மீவியலர்கள் ஒரு நிலையிலிருந்து வேறொரு புதிய நிலைக்கு மாறும் நிலைமாற்றமானது (transformation) அவர்கள் யாத்திரைக்கு உட்படுவதாலும், அவற்றோடு அந்தந்தச் சமூகம் ஏற்படுத்திக் கொண்டுள்ள

புனித உண்மைகளோடு (sacred truths) தொடர்பு கொள்வதாலும் ஏற்படுகிறது என்பதை டர்னர் முன்மொழிகிறார். யாத்திரையின்போது மீவியலர்கள் இப்புனித உண்மைகளோடு இயைபு பெறுதலை எல்லாக் கோணங்களிலும் புரிந்துகொள்ள வேண்டும். ஒரு குழந்தையிடம் பொம்மைகளையும் விளையாட்டுப் பொருட்களையும் கொடுத்தால் அவற்றை அக்குழந்தை என்னவெல்லாம் செய்யுமோ அவ்வாறே மீவியலர்களும் சடங்கு நிகழ்வுக் காலமான மீவியல் (எதிர் அமைப்பு) காலத்தில் புனித உண்மைகளுடன் விளையாடுவர் (டர்னர் 1982 அ: 253). இதனை டர்னரின் எழுத்துகள் வழி குறிப்பிடவேண்டுமானால்:

இதனை ஒரு வகையில் 'புறவயமான காலம்' என்று சொல்லலாம். சடங்குகள் நிகழும் காலம், யாத்திரை செல்லும் காலம், பிறப்பு-இறப்பு நிகழும் காலம் முதலான எதிர்பாராமல் ஏற்படுகின்ற நிகழ்வுகளின் காலம் என அனைத்துமே புறவயமான காலமாகும். இத்தகைய புறவய கால நிகழ்வுகளில் பங்குபெறும்போது மனிதர்கள் (சடங்குக்கு உட்படுவோர்) பண்பாட்டின் உள்ளார்ந்த கருத்துக்களை அனுபவிப்பார்கள் (டர்னர் 1982:253).

உலகந்தழுவிய அனைத்துப் பழமைச் சமூகங்களிலும், திணைப் பண்பாடுகளிலும், பிற மரபார்ந்த பண்பாடுகளிலும் யாத்திரை, சடங்குகள், பிற மீவியல் நிகழ்வுகளின்போது அந்தந்தச் சமூகங்களின் புனித உண்மைகள் அவர்களுக்குச் சொற்பொழிவு வாயிலாகச் சென்று சேருவதில்லை; படிப்பதற்காக அவ்வுண்மைகளைத் தாள்களில் அச்சிட்டு வழங்குவதுமில்லை. மாறாகச் சடங்கு நிகழ்வுகளின் போது பல்வேறு நிலைகளில் அமையும் 'காட்சிப்படுத்தல்' வாயிலாகவும் (exhibition: what is shown), 'செயல்கள்' வாயிலாகவும் (action: what is done), 'சொல்லப்படுவன' வாயிலாகவும் (instruction: what is said) சென்று சேருகின்றன (டர்னர் 1967: 102; டர்னர் & டர்னர் 1982: 204).

யாத்திரையின் போது மீவியலர்கள் ஒரு புதுத்தன்மையான சுதந்திரத்தை அனுபவிக்கும் உணர்வைப் பெற்று அவ்வுணர்வுடன் அச்சடங்குகளுக்குரிய, அந்த அற்புதமான நாளுக்குரிய உள்ளார்ந்த அர்த்தங்களை உணர்ந்துகொள்கின்றனர். உண்மையில் சொல்லப் போனால் சடங்குகளின்போது மீவியலர்கள் செய்யும் செயல்பாடுகள் யாவும், புத்தாக்கங்கள் (creativity) செய்வனவாகவும் திருவிளையாடல்கள் (plays) புரிவனவாகவும் அமைகின்றன. புத்தாக்கங்களும் திருவிளையாடல் களும் அதனதன் அளவில் தனித்துச் செயல்படுவதில்லை. ஓர் எல்லையை வரையறுத்துக் கொண்டு முடிவனவல்ல; தொடர்ந்து நிகழ்வன. இவ்வகையான இயக்கத்தில் சடங்குக்கு உட்படும் தனிமனிதர்களோ குழுவினரோ தன்னுடைய / தங்களுடைய அடையாளத்தை வேறொரு

நிலைமாற்றத்தோடு அடையாளப்படுத்திக் கொள்வர். அதோடு மீவியலர்கள் தங்களின் வாழ்க்கையில் ஒரு புதிய ஒழுங்குமுறைக்கான வாய்பாட்டை (paradigm) ஏற்படுத்திக் கொள்ளும் வாய்ப்பைப் பெறுகின்றனர். இதனைச் சமூகவியல் தொனியில் கூறுவதாயின் சடங்குக்கு உட்பட்ட ஒவ்வொருவரும் அல்லது குழுவினரும் தங்களைப் புதுப்பித்துக்கொண்ட உணர்வையும், சமயம் என்னும் தொனியில் கூறுவதாயின் அவர்கள் சமய வழியிலான ஒரு மாற்றத்தை ஏற்படுத்திக் கொண்ட உணர்வையும் பெறுவர். 'திருப்பதி சென்று வந்தால் திருப்பம் நேருமடா' என்பது போன்றது இது.

உலகந்தழுவிய பல்வேறு பண்பாடுகளில் சடங்குகளாகிய மீவியல் நிகழ்வுகள் புனிதப்படுத்துகின்ற, நிலைமாற்றத்தை ஏற்படுத்துகிற, அறிதிறன் சார்ந்த (cognitive), கற்பிக்கின்ற (instructional), மருத்துவம் சார்ந்த, பரிகாரம் செய்கிற (expiatory), ஒறுப்பு அல்லது தண்டிக்கிற (punitive), அல்லது இவை போன்ற பிற தன்மைகளைக் கொண்டவை யாக உள்ளன.

சில பத்திகளுக்கு முன் குறிப்பிடப்பட்டதைப் போல் லத்தீன் சொல்லின் மூலத்திலிருந்து பிறந்த 'liminality' என்னும் சொல் கதவு, தோரணம், எல்லை, விளிம்பு போன்ற அர்த்தங்களைத் தரவல்லது. 'Liminality' என்னும் சொல்லோடு வான்கென்னப் முதற்கொண்டு டர்னர் வரை அனைத்துச் சடங்கியல் மானிடவியலாரும் பயன் படுத்தும் ஜெர்மானிய மூலம் கொண்ட 'threshold' என்னும் சொல் பல சொற்களோடு தொடர்பு கொள்வன. இவை சூட்டடிப்பு, விளாசுதல், களத்தில் கதிர்களை மிதித்து அடித்தல் என்னும் பொருள்களை உணர்த்துகின்றன. இப்பொருள்களையே சடங்குகளுக்கான நிகழ்வு களும் உணர்த்துகின்றன.

களத்துமேட்டில் தானியங்கள் எவ்வாறு அவற்றின் கதிர்களிலிருந்து அடிக்கப்பட்டுப் பிரிக்கப்படுகின்றனவோ, அவ்வாறே மீவியல் தன்மை கொண்ட யாத்திரையில் அந்தந்தச் சமூகங்களில் ஆழ்நிலையில் புதைந்து கிடக்கும் புனித உண்மைகள் அவற்றின் கதிர்களிலிருந்து விடுவிக்கப்பட்டு மீவியலர்களுக்குப் பரிச்சயமாக்கப்படுகின்றன. வாழ்வு என்னும் களத்தில் யாத்திரை என்னும் நிகழ்வுகளால் வெளிக் கொண்டு வரப்படும் புனித உண்மைகளை மீவியலர்கள் எவ்வாறெல்லாம் அறிந்துகொள்கிறார்களோ, புரிந்துகொள்கிறார்களோ, பரிச்சயமாக்கிக் கொள்கிறார்களோ அவற்றை டர்னர் திருவிளையாடல்கள் (ludic) என்கிறார். இவற்றை லீலைகள் என்றும் கொள்ளலாம். உண்மையில் யாத்திரையானது ஆழ்நிலையிலுள்ள, சாதாரண நாட்களில் புரிந்து கொள்ள இயலாத புனித உண்மைகளை வெளிக்கொண்டு வரும்

பணிகளையும் வெளிக்கொண்டு வரப்பட்ட புனித உண்மைகளை மீவியலர்கள் அறிந்து, புரிந்துகொள்ள ஊக்குவிக்கும் பணிகளையும் செய்கின்றது. இதனை டர்னர் பின்வருமாறு கூறுவார்:

> பண்பாட்டில் நிகழும் இத்தகைய 'திருவிளையாடல்கள்' பண்பாட்டை ஆராய்வதற்கு உதவக்கூடிய முக்கிய கூறுகளாகும். மீவியல் காலத்தில் மட்டுமே பன்முகப்பட்ட செயல்பாடுகளும், உணர்வுகளும் வெளிப்படும் (டர்னர் & டர்னர் 1982:204).

டர்னர் கருதுகோள்படி யாத்திரை நிகழும் காலமென்பது மீவியல் காலமாகும். இது ஒழுங்கமைந்த இரண்டு அமைப்பு உலகங்களுக்கு இடையே உள்ள இடைவெளி ஆகும். அதாவது இரண்டு அமைப்பு களுக்கு இடையே உள்ள 'எதிர்- அமைப்பு' ஆகும். யாத்திரைக் களமானது ஏற்கனவே குறிப்பிட்டது போல மீவியலர்களுக்குப் புதிய சூழலை அமைத்துத் தருவதாகும். அமைப்பு உலகத்தில் கண்டுணராத, அனுபவிக்காத விஷயங்களை இங்கு எதிர்கொள்ள நேரிடுகிறது. அதோடு இக்களத்தில் கூடும் மனிதர்களாலும் யாத்திரைப் பொருட் களாலும், அவற்றிற்கான உறவுகளாலும் புதிய அர்த்தங்கள் மீவியலர் களுக்குக் கிடைக்கின்றன. இச்சடங்குக் காலத்தில் இயல்பான வாழ்வி லிருந்து விடுபட்ட நிலையில் ஏற்படும் அனுபவம் புதுவிதமானது. அமைப்பு உலகத்தில் (இயல்பு வாழ்வு) மீவியலர்களின் வாழ்வை, நடத்தை முறைகளை ஒழுங்கமைத்த நெறிமுறைகள், விழுமியங்கள், சட்டங்கள் போன்றவை யாத்திரைக் களத்தில் மீவியலர்களைக் கட்டுப்படுத்தாது. அதனால்தான் மீவியல் தன்மையுடைய யாத்திரைக் களத்தில் அவர்கள் ஒரு புத்தாக்கச் சுதந்திரத்தை (creative freedom) உணர்கின்றனர் என்கிறார் டர்னர்.

### மூல உருவகங்களும் உயிர்த் துடிப்புள்ள படைப்பியல் மாற்றங்களும் (root metaphors and ontological change)

யாத்திரையானது தனிமனிதர்களை அல்லது குழுவினரை ஒரு தகுதி நிலையிலிருந்து வேறொரு தகுதி நிலைக்கு நிலைமாற்றம் (transformation) செய்யும் தன்மையைப் பெற்றது என்பதைக் கண்டோம். அதோடு மீவியல் தன்மையுடைய யாத்திரைக் களத்தில் மீவியலர்கள் சமூகத்தின் புனித உண்மைகளோடு தொடர்புகொள்வதன் மூலம் அந்த நிலை மாற்றம் நிகழ்கிறது என்பதையும் கண்டோம்.

இனி யாத்திரைக் காலத்தில் நிகழும் அந்த நிலைமாற்றத்தின் தன்மைகள் எத்தகையன என்பதைக் கவனிக்க வேண்டும். டர்னரின் கருதுகோள்படி இம்மாற்றங்கள் தனிமனிதருக்குள் நிகழும் உயிர்த்

துடிப்புள்ள படைப்பியல் (ontological) மாற்றங்கள் ஆகும். டர்னர் ontological என்னும் சொல்லை உயிரியலில் பயன்படுத்தும் தனியாள் வரலாறு (ontogeny) என்னும் நிலையிலேயே பயன்படுத்துகிறார். ஏனெனில், பெரும்பான்மையாகச் சடங்குகள் தனிமனிதர் நிலை மாற்றங்களையே சார்ந்து நிற்கின்றன. அதனால்தான் யாத்திரை ஏற்படுத்தும் மாற்றங்கள் தனிமனிதருக்குள் ஏற்படும் ஆழமான (deep, within) உயிர்ப்புத் தன்மையான அதே நேரத்தில் புதிய அடையாளத்தை யும் புதிய தகுதி நிலையையும் படைக்கும் மாற்றங்களாக விளங்கு கின்றன என்கிறார் (டர்னர் **1974: 102; 1969: 102ff; 1974: 57**).

உலகம் முழுவதும் பல பண்பாடுகளை ஆராய்ந்து பெற்ற சடங்குகள் (initiation rites) மூலம் சமூக உறுப்பினர்களாக ஏற்றுக்கொள்ளப் படுவதும், கன்னிப் பெண்கள் பூப்பெய்தி, அதன்பின் திருமணம் மூலம் கட்டுக்கழுத்திகளாக (சுமங்கலியாக) மாறிப் பெண்மை எய்துவதும், பையன்கள் திருமணம் மூலம் தனித்தகுதி படைத்த ஆடவர்களாக (குடும்பஸ்தர்) மாறுவதும், இளவரசர்கள் அரசர்களாக முடிசூட்டிக் கொண்டு நாட்டை ஆளுவதும், மண்ணுலகில் இறந்தோர் விண்ணுலக வாசிகளாக மாறுவதும், அல்லது இவை போன்ற பண்பாட்டின் பரந்துபட்ட பிற தளங்களில் நிகழும் மாற்றங்கள் அனைத்தும் உயிர்த் துடிப்புள்ள படைப்பியல் மாற்றங்களால் நிகழ்கின்றன என்கிறார் டர்னர் (**1967: 120**).

இப்படைப்பியல் மாற்றங்கள் மீவியல் தன்மையுடைய யாத்திரைக் காலத்தில் மீவியலர்கள் பெறும் ஆற்றல்களால் நிகழ்கின்றன. யாத்திரைக் களத்தில் (pilgrimage space) மீவியலர்கள் பெறும் இவ்வாற்றல்கள் பல்வேறு அனுபவங்கள் வழி ஏற்படுகின்றன. சாதாரண நாட்களின் வாழ்வைப் போலன்றி யாத்திரைப் பயணத்தில் மீவியலர்கள் தங்கள் வாழ்வோடு தொடர்புடைய கடவுளர்கள், உலகம் (சொர்க்கம், நரகம் ஏழுலகம், இன்னும் பிற), பிரபஞ்சம், அவரவர் இனம்-குலம்-கால்வழித்தொடர்புடைய தொன்மங்கள், பழங்கதைகள், வரலாறுகள், பிற வழக்காறுகள், சமூகத்தின் மதிப்புகள் ஆகியவற்றை யாத்திரையின் அனுபவம் வழி அறிந்துகொள்கின்றனர். 'திருவிளையாடல்கள்' (ludic) மூலம் நேரடியாக உணர்கின்றனர். சுருக்கமாகச் சொல்வோமானால் பழனி யாத்திரையில் அரோகரா பாட்டும், திருப்பதி யாத்திரையில் கோவிந்தா பாட்டும், சபரிமலை யாத்திரையில் சரணம் ஐயப்பா பாட்டும் படைப்பியல் மாற்றத்தை ஏற்படுத்தும் நிகழ்வுகளில் ஒன்றாகும். பாத யாத்திரை, காவடி, இருமுடி தூக்குதல், வழிபடுதல் போன்றவை இதன் தொடர்ச்சியாகும்.

யாத்திரைக்கு உட்படும் ஒவ்வொருவரும் சமூகம் பற்றியும், வாழ்வு பற்றியும் அதுவரை அறியாதவற்றை, உணராதவற்றை அறிய முற்படுகின்றனர். இவ்வகை அறிதலானது முற்றிலும் 'அனுபவம்' சார்ந்தது என்பதாக இருப்பதால்தான் உயிர்த்துடிப்புள்ள படைப்பியல் மாற்றங்கள் நிகழ்கின்றன.

மற்றவர்கள் யாத்திரை சென்று வந்து கூறும் அனுபவங்களைக் கேட்டு மகிழும்போது ஒருவர் உணர்வதைவிட, தான் யாத்திரைக்கு உட்படும்போது உணர்வதையே 'அனுபவம்' சுட்டுகிறது. அதுபோல நடந்து முடிந்த ஒரு யாத்திரை நிகழ்வை ஒருவர் வர்ணனையாக எடுத்துரைத்து ஒரு கதைபோலக் கேட்டவற்றிலிருந்து மாறி அவரே யாத்திரையில் உணர்வது தனி அனுபவமாகும். தன்னுடன் வரும் சக யாத்திரர்கள் முன்னிலையிலும் யாத்திரையை முன்னடத்திச் செல்லும் புனித மாந்தர்கள் (பூசாரிகள், குருசாமிகள், சாமியாடி அல்லது பிற வகையான சடங்கு நிகழ்த்துநர்கள்) முன்னிலையிலும் உணரும் மாற்றத்தையும் அனுபவம் சுட்டுகிறது.

மீவியலர்கள் புனித மாந்தர்கள் முன்னிலையில் புனித உண்மை களோடு தொடர்பு கொண்டு பெறும் ஆற்றல்களின் மொத்தத்தை 'மூல உருவகங்கள்' (root metaphors) அல்லது 'மூலப்படிவ மெய்ப்பாடுகள்' என வரையறை செய்கிறார் டர்னர் (1974: 15, 26ff). ஒவ்வொரு சமூகமும் காலங்காலமாக அதன் உறுப்பினர்களால் ஏற்றுக்கொள்ளப் பட்ட வாழ்க்கைக்கான 'தாரக மந்திர'த்தையே 'மூல உருவகங்கள்', 'மூலப்படிவ மெய்ப்பாடுகள்' எனச்சுட்டுகின்றது. யாத்திரைக்கு உட்படுவோர் இத்தாரக மந்திரத்தின் ஒரு பகுதியை ஒரு யாத்திரைப் பயணத்தில் உணர்ந்துகொண்டால் மற்றதைப் பிற யாத்திரை களில் பெற்றுக்கொள்கின்றனர். அறுபடை வீடு தரிசனம் செய்யும் யாத்திரிகர்கள் ஒரு தொடர் வரிசையிலான அனுபவத்தைப் பெறுவர். இதனால்தான் சடங்கு, யாத்திரை இரண்டையும் சமூக நாடகங்கள் என்பார் டர்னர்.[3]

மூல உருவகங்கள் அல்லது மூலப்படிவ மெய்ப்பாடுகள் (தாரக மந்திரம்) என்பனவற்றைக் கோட்பாட்டியல் உருவாக்கமாக (theoretical constructs) எடுத்துக்கொள்ள வேண்டியதில்லை என்பார் டர்னர். ஒரு சமூகம் வார்த்து எடுத்துள்ள தாரக மந்திரங்கள் அதன் வரலாறு தந்ததாக எடுத்துக்கொண்டு அணுகினால் போதுமானது என்பார் டர்னர். ஆகவே தமிழகச் சூழலில் அறுபடை வீடு போன்ற யாத்திரையை ஆராய முற்படுவோர் அதன் வரலாற்றை முன்னிறுத்தி யும் ஆராய வேண்டியதை டர்னர் வலியுறுத்துகிறார். தமிழகத்தில்

நாட்டார், வைதீகம் ஆகிய இரு சமயங்களின் இணைவைப் பிரதி பலிக்கும் யாத்திரைத் தொடர்பும் (continuum) முரண்பாட்டு நிலையிலும் (conflict) ஒத்திசைவு நிலையிலும் ஆராயப்பட வேண்டும் என்பதையும் கவனத்தில் கொள்ளவேண்டும்.

## மீசமூகக் கருத்தாக்கம் (concept of communites)

இங்கு 'மீசமூகம்' என்பது இயல்பான சமூகத்திலிருந்து (அமைப்பு உலகிலிருந்து) விலகிச் சடங்குக் களத்தில் ஒன்று சேரும் மீவியலர்கள் உருவாக்கும் ஓர் இயல்பு மீறிய சமூகத்தன்மையைக் குறிக்கும். இயல்பு மீறிய சமூகத்தின் மூலம் கிடைக்கக்கூடிய ஒன்றியத்தையும் அதன்வழி கிடைக்கும் கூட்டாற்றலையும் 'மீசமூகம்' என்னும் கருத்தாக்கம் குறிக்கிறது. இப்பேருண்மையை மனதில் கொண்டு டர்னரின் மீசமூகம் (communitas) பற்றிய கருத்தாக்கத்தைப் புரிந்துகொள்ளவேண்டும்.

யாத்திரை நிகழக்கூடிய மீவியல் காலத்தில் யாத்திரிகர்கள் (மீவியலர்கள்) புனித உண்மைகளுடன் திருவிளையாடல்கள் புரிந்து, உயிர்த்துடிப்புள்ள படைப்பியல் மாற்றங்களால் 'ஏதோ ஒன்றை' (something) உள்வாங்கிக் கொண்டு நிலைமாற்றம் பெற்று, புதிய சூழ்நிலையைப் பெறுகின்றனர். இந்த 'ஏதோ ஒன்றை'யே டர்னர் 'மீசமூகம்' என்கிறார். டர்னரின் யாத்திரைக் கோட்பாட்டில் மீசமூகம் பற்றிய கருத்தாக்கம் தனித்த நிலையில் அமைந்தாலும் மீவியல் கருத்தாக்கத்தின் தொடர்ச்சியாக வைத்துக்கொள்ளவேண்டும் என்கிறார் (புனித உண்மைகளும் அவற்றோடு திருவிளையாடல்கள் வழித் தொடர்புகொள்ளுதலும் மற்ற இரண்டு பகுதிகளாகும்).

சாம்பியாவில் என்டேம்பு (Ndembu) பழங்குடிச் சிறார்கள் சமூகத்திற்குள் அழைக்கப்படும் சடங்கின்போது, அதிலும் குறிப்பாக இனக் குறி நுனித்தோல் நீக்குதல் (விருத்தசேதனம்/சுன்னத்) சடங்கின்போது அச்சிறார்களின் நடத்தை முறைகளை நுணுக்கமாக ஆராய்ந்தார் டர்னர். அச்சடங்கின்போது பெரும் எண்ணிக்கையில் பங்கேற்ற அச்சிறார்கள் ஒரேயொரு பெருங்குழுவாக நில்லாமல் தனித்தனி சிறு குழுக்களாகப் பாகுபட்டுக் காணப்பட்டனர்.

அப்பாகுபாடு உறவுமுறை அடிப்படையிலோ, தத்தம் வாழிட நெருக்கம் / அண்டையம் (neighbourhood) அடிப்படையிலோ, கால்வழி அடிப்படையிலோ அல்லாமல் சிறார்கள் அக்குறிப்பிட்ட சடங்குக் களத்தில் சொந்த விருப்பத்தின் அடிப்படையில் தேர்ந்தெடுக்கப்பட்ட நண்பர்களின் கூட்டமாகக் காணப்பட்டது. இவ்வகையான அமைப்பு சடங்குக்கான ஓர் உத்வேகமான உறவுக்குழுமத்தைக் கட்டமைக்கிறது.

அதாவது சடங்குக்கு முந்தைய காலகட்டமான முன்மீவியல் காலத்திற்கு (preliminal period) உட்பட்ட உறவுமுறை, அண்டையம், கால்வழி ஆகிய எந்த ஒரு பிணைப்பும் மீவியல் காலத்தில் முன்னிலை பெறாமல் மிகவும் எதேச்சையான உறவுக்குழுமம் அமைகிறது. இந்நிலைதான் இச்சடங்குக் களத்தில் ஏற்படும் மீசமூகத்திற்கு அடிப்படை ஆதார மாகும். இதனை இன்னும் சற்று விரிவாகப் புரிந்துகொள்ள வேண்டும்.

சடங்கு நிகழக்கூடிய மீவியல் களமும் காலமும் ஓர் எதிர்- அமைப்பு உலகத்தை ஏற்படுத்துகின்றன. இந்த எதிர்- அமைப்பு உலகத்தில் சடங்குக்கு உட்படும் சிறார்கள் (novice, liminars, initiands or neophytes) ஒரு புதிய உலகத்தில் சஞ்சரிக்கிறார்கள்.

அதாவது முன் மீவியல் காலகட்டத்தில் அவர்கள் தங்கள் இனத்தின் தலைவனின் மகனாக இருந்திருக்கலாம். மாந்திரிகனின் சகோதரராக இருந்திருக்கலாம். ஒரு சிறந்த கைவினைஞரின் மூத்த மகனாக இருந்திருக்கலாம் அல்லது இது போன்ற வெவ்வேறு தனி அடையாளங் களுடன் இருந்திருக்கலாம். ஆனால் மீவியல் தன்மையுடைய சடங்குக் களத்தில் அவர்கள் நுழைந்ததும் முன்- மீவியல் காலத்தில் அவர்கள் கொண்டிருந்த அனைத்துச் சமூக அடையாளங்களையும் இழந்து எல்லாச் சிறார்களும் ஒரே தகுதி நிலையில் சங்கமம் பெற்றவர்களாக மாறுகின்றனர். அவர்களுக்கு உள்ள ஒரேயொரு அடையாளம் சடங்குக்கு உட்பட்டுப் புதிய தகுதிநிலையை அடைய உள்ளவர்கள் (novice/ liminars/ initiands/ neophytes) என்பதுதான் (ஐயப்பனுக்கு மாலை போட்டுக்கொண்ட பின் முதலாளி, தொழிலாளி, எஜமான், வேலைக்காரர் அனைவருமே ‘சாமி’தான். ஒரே தகுதியுடையவர்கள்).[4]

இந்நிலையில் மீசமூகம் என்பது மீவியல் தன்மையுடைய சடங்குக் களத்தில் தனிப்பட்ட தகுதிநிலைகளை (status), பங்குபணிகளை (roles), பிற தனிமனிதர் அடையாளங்களை எல்லாம் இழந்து ஒரு சங்கமமாகத் தோன்றும் பங்கேற்பாளர்களிடம் (liminars) எந்தவித முற்காரணமுமின்றி மிகவும் எதேச்சையாக எழக்கூடிய உறவாகும்.

இந்நிலையில் சடங்குக் களத்தில் தனிமனிதர்களின் தனித்தனி அடையாளங்களை விடுத்துச் சமதகுதியுடன் அனைவரும் சஞ்சரிக்கும் போது ஏற்படும் பிணைப்பை ‘மீசமூகம்’ (communitas) என்கிறார். இப்பிணைப்புதான் மீவியலின் (liminality) சாராம்ச ஆற்றலாக விளங்கு கிறது என்றும், இதுவே சடங்கின் மூலம் கிடைக்கும் உயிர்த்துடிப்புள்ள படைப்பியல் மாற்றங்களை நிகழ்த்துகின்றது என்றும் கூறுகிறார் டர்னர்.

இந்த மீசமூகத்தின் தன்மையை மிகவும் நன்றாகத் தெளிவுபடுத்திக் கொள்ள வேண்டியதை டர்னர் மிகவும் வலியுறுத்திக் கூறுகிறார்.

ஏனெனில் மீவியல் காலத்திலும், மீவியல் களத்திலும் ஒன்று சேரும் சடங்குப் பங்கேற்பாளர்களிடம் ஏற்படும் சமூகம் (community), உறுதிப்பாடு (solidarity) ஆகிய சமூகவியல் கருத்தாக்கங்களிலிருந்து எவ்வாறு வேறுபடுகிறது என்பது ஓர் அடிப்படையான விழைவாக அமைகிறது. இவ்விழைவை இதுவரையிலான சமுதாயவியலின் புரிதல் நமக்குத் தெளிவுபடுத்தவில்லை. சமூகங்களின் உறுதிப் பாட்டைக் குறிப்பிடும்போது துர்க்ஹைம் (Durkheim) இரண்டுவகை உறுதிப்பாடு களைக் குறிப்பிடுவார். தொன்மைச் சமுதாயத்திலும் (primitive socirty) பிற மரபுசார் சமுதாயத்திலும் (traditional society) மக்களிடம் எளிமை யான தொழிற் பிரிவினைகள் காணப்படுகின்றன. அனைவருமே சமதகுதியாளர்கள். ஒரே தொழில்முறையைக் கொண்டவர்கள். இதனால் இவர்களிடம் 'இயல்பான உறுதிப்பாடு' (mechanical solidarity) காணப்படும். இவ்வகையான உறுதிப்பாட்டிற்கு மாறாக இன்றைய தொழிற் சமுதாயத்தில் (industrial society) மக்கள் தனித்தனியான துறைகளில் தனித்திறமைகளைக் (specialization) கொண்டியங்கும் வேலைப் பிரிவுகளைப் பெற்றிருப்பதால் இத்தகு சமூக அமைப்பில் 'அமைப்பு ரீதியான உறுதிப்பாடு' காணப்படுகிறது. அதனால்தான் இத்தகு சமூகம் அமைப்பு ரீதியான உறுதிப்பாடு (organic solidarity) கொண்டது எனப்படுகிறது.

ஃபெர்டினாண்ட் டான்னிஸ் (Ferdinand Tonnies) என்னும் சமுதாயவியல் அறிஞர் Gemeinschaft, Gesellschaft என்ற இரண்டு வகை உறவு நிலைகளைச் சுட்டிக் காட்டினார். இவற்றை ஆங்கிலத்தில் முறையே 'சமூகம்' (community) 'சமுதாயம்' (society) என்று மொழி பெயர்த்துக்கொள்ளலாம். முதலாம் வகையானது (சமூகம்) பூகோள, இன, மொழி, பண்பாட்டு அளவில் ஒருமித்த, மிகவும் நெருக்கமுடைய குழுமத்தைக் குறிப்பதாகும். இரண்டாவது வகையானது (சமுதாயம்) ஒன்றுக்கும் மேற்பட்ட சமூகங்களைத் தன்னுள் ஏற்றுக்கொண்டு பரந்த பூகோள, இன, பண்பாட்டு எல்லைகளைக் கட்டமைக்கும் குழுமத்தைக் குறிக்கும்.

சமுதாயவியல் கற்பித்துள்ள மேற்கூறிய சமூக நிலைகளையடுத்து ஜார்ஜ் குர்விட்ச் (George Gurvitch) கூறிய தனிமனித மனவெளிகளின் சுயநலங்களுக்கப்பால் சென்று இணையக் கூடிய பொது உணர்வுள்ள குழுமம் (communion) ஒரு நிலையிலும், ஃபுளோரியன் சினானிக்கி (Florian Znaniecki) கூறிய சமூகப் பண்பாட்டு அமைப்புகளின் மிகவும் ஒன்றிய அமைப்பாகக் காணக்கூடிய சமூகம் (community) என்ற குழுமம் மறுநிலையிலும் விளக்கப்பட்டுள்ளன. இவ்வகையான பருநிலைக் குழுமங்களையடுத்து மார்டின் பூபர் குறிப்பிட்ட 'நான்-நீ' (I and thou)

போன்ற நுண் இனக் குழுமங்கள் பலவற்றை முன்வைத்து அவற்றின் உறவுகளைப் பலர் பேசியுள்ளனர். இன்னும் சிலர் மக்களின் சமூக உறவில் ஏற்படக்கூடிய பிற குழும வகைகளைக் குறிப்பிட்டுள்ளனர்.

மேற்கூறிய அனைத்து வகையான உறவு நிலைகளையும் புரிந்து கொண்ட டர்னர் யாத்திரைக் களத்தில் அமையும் குழுமத்தின் தன்மை முற்றிலும் மாறுபட்டது என்பதை முன்னிறுத்த விரும்பினார். அதனை 'மீசமுகம்' என வரையறுத்துக் கொண்டு பின்வருமாறு விளக்குகிறார் *(டர்னர் & டர்னர் **1978: 250**):*

> மீசமூகம் உண்மையிலேயே மிகவும் அலாதியானது. அதற்கான ஆற்றலும் அலாதியானது. ஒரு குழுவாகச் சேரும் மீவியலாளர்களின் தன்மைக்கேற்பவும் நிகழ்வின் தன்மைக்கேற்பவும் மீசமூகத்தின் ஆற்றல் தனித்துவமாக வெளிப்படும்.

மீசமூகத்தை டர்னர் **(1969: 132)** பின்வரும் மூன்று முக்கிய வகைகளாகப் பாகுபடுத்துகிறார்:

1. இப்போது இருந்து வருகிற அல்லது இயல்பாய் எழும் மீசமூகம் (existential or spontaneous communitas)
2. ஒழுங்கமைவுக்குப்பட்ட மீசமூகம் (normative communitas)
3. கருத்தியல் சார்ந்த மீசமூகம் (ideological communitas)

முதல்வகை மீசமூகமென்பது அச்சமூகமானது அல்லது அதன் உறுப்பினர்கள் மீவியல் நிலையில் நேரடியாக, உடனடியாக, அந்தந்தச் சூழலில் ஏற்படுத்திக் கொள்ளும் மீசமூக நிலையாகும். தமிழகத்தை **26-12-2004** அன்று சுனாமி (Tsunami) எனப்படும் ஆழிப் பேரலைகள் தாக்கிய பின் தமிழ் மக்கள் ஒன்று திரண்டு இன்னலை எதிர்கொண்டு உதவிய முறையும், அழிவு மீட்புக்கு ஆதரவளித்த முறையும் நடைமுறை சார்ந்த, இயல்பாய் எழும் மீசமூகம் ஆகும். சமூகத்தில் அரசியல், சட்டம், பொருளாதாரம் ஆகிய தளங்களில் ஏற்றத்தாழ்வுகளுடன் பங்கேற்கும் சமூகங்களில் உணரப்படும் மீசமூகமே இதுவாகும். வளங்களை 'அதிகமாகக் கொண்டவர்கள்', 'குறைவாகக் கொண்டவர்கள்' என்னும் வேறுபாடுடைய சமூகத்திலும் இது காணக்கூடியதாக இருக்கும்.

இரண்டாம் வகை மீசமூகமென்பது சில குறிப்பிட்ட கால, இடச் சூழல்களில் சமூகம்/குழு தன்னை ஒரு கட்டுக்கோப்பாக நிலை நிறுத்திக்கொள்ள வேண்டி தனக்குள் முறை சார்ந்த, நெறிசார்ந்த அமைப்புமுறையை ஏற்படுத்திக் கொள்வதாகும். ஒவ்வோராண்டும் திருவிழாவின்போது மக்கள் ஏற்கும் ஒன்றியம், சுதந்திர தினத்தன்று

உணரும் நாட்டுப்பற்று போன்றவை ஒழுங்கமைவுக்குட்பட்ட மீசமூக நிலையாகும்.

மூன்றாம் வகை மீசமூகமென்பது ஒரு சமூகம் தன் லட்சிய நோக்கை அடையும் பொருட்டு ஏற்படுத்திக் கொள்ளும் நிலையைக் குறிக்கும். தேசிய ஒருமைப்பாடு மதநல்லிணக்கப் பேரணி, சாதி சமயமற்ற சமூக உருவாக்கத்திற்கான கொள்கைப் பரப்பு நிகழ்ச்சிகள் போன்றவற்றில் ஏற்படும் லட்சியம் சார்ந்த மீசமூக நிலை சில எடுத்துக்காட்டுகளாகும்.

**விளிம்புக் கருத்தாக்கம்** (concept of marginality)

மானிடவியல் என்ற பரந்த துறையில் விக்டர் டர்னரின் அனுபவவழி மானிடவியல் (anthropology of experience) என்னும் பிரிவை நுணுகிப் பார்க்கும்போது அவருடைய அணுகுமுறை 'எதிர்- அமைப்பு' சார்ந்தது என்றும், அவர் 'எதிர்- அமைப்பியலர்' (anti-structuralist) என்றும் கூறுவது பொருத்தமாகும்.

டர்னர், மானிடவியல் பயின்ற காலத்தில் சமூகம், பண்பாடு என்பது 'முழுமையானது' (whole) என்றும், பல உறுப்புகள் பரஸ்பர உறவுடன் பொருந்திய 'அமைப்பு' (structure) என்றும், இவற்றுக்கான தனித்த 'செயல்பாடுகள்' (functions) உண்டென்றும் கூறப்பட்டது. இத்தகு கருத்துநிலை அமைப்பிய-செயற்பாட்டியம் (structural- functionalism) எனப்பட்டது. டர்னருக்கு அமைப்பிய-செயற்பாட்டியம் விளக்கங்கள் குறைபாடாகத் தோன்றின. என்டேம்பு சமூகத்தை ஆராயும் போது பரஸ்பரக் கூறுகள் உறவுகொண்ட 'அமைப்பு'க்கு அப்பால் 'மீசமூகம்' (communitas) என்ற ஒன்று செயல்படுவதை இனங்கண்டார். இதிலிருந்தே மீசமூகக் கருத்தாக்கத்தை (concept of communitas) உருவாக்கினார். *(சடங்குகளின் செயல்முறை – The Ritual Process 1969 நூலிலும் இக்கருத்தாக்கங்கள் விவரிக்கப்பட்டுள்ளன).*[5]

இந்த மீசமூகம் என்பது முழுமைக்குள் உள்ள உறுப்புகளின் பரஸ்பர உறவால் அமையக்கூடிய 'அமைப்பால்' ஏற்படுவதன்று. மாறாக, இந்த அமைப்பு இல்லாத சூழலில் 'மீசமூகம்' தோன்றுகிறது என்பதை டர்னர் முன்மொழிந்தார் (Turner 1969: 126). சடங்கியல் களத்தில் (மீவியல் களம்) மீவியலர்கள் இயல்பு உலகத்திலிருந்து தங்கள் தகுதி (status), பங்கு பணிகள் (roles) ஆகியவற்றிலிருந்து விடுபட்டுவிடுவதால் அவர்களிடம் 'அமைப்பு' என்பது அடையாளமின்றிக் கரைந்து விடுகிறது. மாறாக, 'எதிர்-அமைப்பு' அங்குத் தோற்றம் பெறுகிறது. இந்த எதிர்-அமைப்பால் 'மீசமூகம்' தோன்றுகிறது என்கிறார் டர்னர். டர்னரின் இந்த இயங்கியலானது ஒரு வாய்பாட்டை (paradigm) முன்வைக்கிறது.

சக்தி இல்லையேல் சிவனில்லை என்பது போல ஒன்றில்லையேல் இன்னொன்றில்லை. பகலில்லை என்றால் அங்கு வெளிச்சமில்லை. அதுபோல எதிர்-அமைப்பு இல்லாமல் அங்கு மீசமூகம் இல்லை (அதாவது 'அமைப்பு' நிகழ்த்தாததை 'எதிர்-அமைப்பு' நிகழ்த்தும் என்பதாகும்).

சடங்கியல் களத்தில் மீவியலர்களால் ஏற்படும் மீசமூகம் தவிர பின்வரும் மூன்று நிலைகளிலும் மீசமூகம் நிகழ்கிறது என டர்னர் விளக்குகிறார் (டர்னர் **1969:125**).

1. புறவய மனிதர்கள் நிலை (outsiderhood)
2. விளிம்பு நிலை (marginality)
3. அமைப்புத் தாழ்வுநிலை (structural inferiority)

**1. புறவய மனிதர்கள் நிலை:** எண்ணற்ற பண்பாடுகளில் சமூகத்திற்கு 'வெளியே' (outside) நின்று செயல்படும் பல தனிமனிதர்கள் உள்ளனர். இவர்கள் பல நிலைகளில் வேறுபட்டு நிற்கின்றனர். குறிப்பாக, இவர்கள் இயல்பு வழிபட்ட மக்களிடமிருந்து வேறுபடுகிறார்கள். பரஸ்பர உறவுடன் அமையும் சமூகத்தின் 'அமைப்பு'டன் இவர்கள் இணைய மாட்டார்கள்; சடங்குக் காலத்தில் எவ்வாறு மீவியலர்கள் 'இங்குமில்லை அங்குமில்லை; இரண்டுங்கெட்டான் நிலையில் இருக் கிறார்களோ' (neither here nor there, betwixt and between) அவ்வாறே இந்தப் புறவய மனிதர்கள் (outsiders) தற்காலிகமாகவோ நிரந்தர மாகவோ சமூகத்தின் 'அமைப்பு' நிலைக்கு மாறாக 'எதிர்-அமைப்பினை' ஏற்படுத்துகிறார்கள். இந்தப் புறவய மனிதர்கள் பலதரப்பட்டவர்கள்: சாமியாடி, மந்திரவாதி, குறிசொல்வோர், பூசாரிகள், துறவிகள், பலவகையான ஜோசியர்கள், ஹிப்பிகள் (hippies), நாடோடிகள் என்றவகையில் அமைகிறார்கள்.

சமூகத்தின் இயல்பான 'அமைப்பு'க்குப் புறவயமாக நிற்கும் இச்சிறு குழுவினர் அமைப்புக்குட்பட்ட பெருங்குழுவினரைப் பற்றிய அனைத்தையும் தெரிந்திருப்பர்; பெருங்குழுவினரின் பிரச்சினை களுக்குத் தீர்வு காண்பவர்களாக இருப்பர். ஆனால், பெருங்குழு வினரோ புறவயத்தாரைக் குறித்து மிகச் சிலவற்றையே அறிந்திருப்பர்; அவர்களைக் கட்டுப்படுத்தும் ஆற்றல் இல்லாமல் இருப்பர். இந்நிலை களில், புறவயத்தார் விளிம்பு நிலையைக் கட்டமைக்கும் பணியில் ஒரு பகுதியை மேற்கொள்கின்றனர்.

**2. விளிம்பு நிலை:** சமூகத்தில் விளிம்பு நிலையினர் (marginals) என்னும் தனித்த பிரிவினரையும் டர்னர் இனங்காண்கிறார். இவர்கள்

மேற்கூறிய புறவயத்தாரிடமிருந்து வேறுபட்டவர்கள். விளிம்பு மக்கள் ஒன்று அல்லது ஒன்றுக்கும் மேற்பட்ட குழுவின் பேராளர்களாக இருப்பர். அதோடு அவர்கள் சமூகம், பண்பாட்டு நிலைகளில் தனித்தன்மையுடன் விளங்குவர்; சில சமயங்களில் ஒரு குழுவினர் மற்றொரு குழுவினருக்கு எதிர்நிலையினராகக் கூட இருப்பர். தாங்கள் தாழ்ந்த பிரிவிலிருந்து தோன்றியவர்கள் என்ற நிலை ஒருபுறமிருக்க, நடைமுறையில் அமைப்புக்கு எதிராக 'மீசமூகம்', கட்டமைக்கின்ற பண்பைக் கொண்டிருப்பதன் மூலம் தங்களை உயர்ந்த குழுவினராகக் கருதிக்கொள்ளும் சுபாவம் கொண்டவர்கள். இவர்கள் 'அமைப்பு' குறித்து விமர்சனம் செய்பவர்களாகவும், எதிர்-அமைப்பைக் கட்ட மைத்து மீசமூகம் ஏற்படுத்துபவர்களாகவும் இருப்பர். எழுத்தாளர்கள், கலைஞர்கள், தத்துவவாதிகள் ஆகியோர் விளிம்பு நிலையினராக அமைகின்றனர் (Turner 1973: 390-412).

மேற்கூறிய விளிம்பு நிலையினருக்கடுத்து, ஒன்றுக்கும் மேற்பட்ட குழுவில் இடம்பெறும் மக்களையும் விளிம்பு நிலையினர் என டர்னர் *(1973: 394)* வரையறை செய்கிறார். வேற்று நாட்டிலிருந்து வந்து குடியமர்ந்தவர்கள், இரண்டாம் தலைமுறை அமெரிக்கர்கள், இனக்கலப்பால் தோன்றியவர்கள், சமூகத்தில் மேல்நிலை நோக்கி நகரும் அடித்தளத்தோர் (parvenus), மேல்நிலையிலிருந்து கீழ்நோக்கி நகரும் பிரிவினர் (declasses), கிராமத்திலிருந்து மாநகரத்திற்குக் குடிபெயர்ந்தவர்கள், மரபுசாராப் பணிகளை மேற்கொள்ளும் பெண்கள் போன்றவர்கள் இதிலடங்குவர்.

இந்த விளிம்புநிலையினரின் பரிமாணங்கள் எவை என்பதை மிகச் சுருக்கமாகக் காண்போம். இவர்கள் எப்போதுமே விழிப்புடனும் (conscious), தன்முனைப்புடனும், தற்பெருமையுடனும் மேலதிக உணர்வுடனும் செயல்படுபவர்கள். எல்லாவற்றிற்கும் மேலாக அவர் களின் சிறுபான்மை எண்ணிக்கைக்கு முற்றிலும் எதிர்மாறாக மிகுந்த எண்ணிக்கையில் எழுத்தாளர்களை, கலைஞர்களை, தத்துவவாதி களை உற்பத்தி செய்வர்.

இவர்களின் ஒட்டுமொத்தப் போக்கென்பது கலை, எழுத்து, தத்துவம் போன்ற பல துறைகளில் தொடர்ந்து திசைதிருப்பும் போக்காகவும், புதியனவற்றைச் செய்யும் போக்காகவும் இருக்கும். பெரும்பான்மையினரின் ('அமைப்பைச்' சார்ந்தவர்கள்) தகுதிக்கு இணையாக, அதற்கும் மேலாகத் தங்களை அடையாளப்படுத்திக் கொள்ளும் இவர்கள், பெரும்பான்மையினரின் பழம் பெருமை பேசும் போக்கிலும், தன்னிறைவு அடைந்துவிட்டோம் என்று பெருமிதம் கொள்ளும் போக்கிலும் தங்களின் **புத்தாக்கத்தின் மூலம்**

(கலை, எழுத்து, தத்துவம் உள்ளிட்ட அனைத்தும்) ஒட்டைகளை ஏற்படுத்துவர். பெரும்பான்மை மக்களுடைய பாரம்பரியத்தை இன்று மறுபரிசீலனைக்கு உட்படுத்தவேண்டும் என்ற அளவுக்குப் புதிய கருத்துக்களைத் தோற்றுவித்துச் சிந்திக்க வைப்பர்; தொடர்ந்து பெரும்பான்மையினருடன் உள்ளார்ந்த நிலையில் உரசிக்கொண்டே சமூகத்தில் மாற்றத்திற்கு வழிகோலுவர். இவ்வகையில் இவர்கள் எதிர்-அமைப்பைக் கட்டமைத்து அமைப்பை விமர்சனம் செய்து வருவார்கள்.

**3. அமைப்புத் தாழ்வுநிலை:** அமைப்புத் தாழ்வுநிலை (structural inferiority) என்பது பண்பாட்டில் ஒரு முதன்மையான கூறு. இது பண்பாட்டின் மாற்றத்திற்கான ஆற்றலை விழைவதால் இது பற்றிய நுண்ணியல் ஆய்வு அவசியமானது என்கிறார் டர்னர். ஒவ்வொரு சமூகத்தின் படிநிலையில் அடித்தளத்தில் உள்ளவர்கள் அச்சமூகத்தின் குறியியல் உந்துதலோடு (symbolic charge) அச்சமூகப் படிநிலையில் பொருத்தப் பட்டிருப்பதால் சமூகம் குறித்த ஆய்வு முதல் சமயம், குறியியல் போன்ற ஆய்வுத் தளங்கள் வரை அமைப்புத் தாழ்வுநிலை முக்கியத்துவம் பெறுகிறது.

புறச்சாதிகளாகவும், தீண்டத்தகாதவர்களாகவும், நாடோடி களாகவும், நல்ல ஆடையின்றி உணவின்றி ஏழ்மையில் வாழும் இந்த அடித்தள மக்களின் நிலை அமைப்பிலிருந்து விலகியதாக உள்ளது என்கிறார் டர்னர். இவர்களின் விளிம்புநிலையைப் 'புனித ஏழ்மை' (sacred poverty) என்று வரையறை செய்யும் டர்னர் இத்தன்மையானது சடங்குக் காலத்தில் மீவியலர்களாக மாறுபவர்களின் நிலையை ஒத்தது என்கிறார். அமைப்பு உலகத்திலிருந்து விலகி எதிர்-அமைப்பாக விளங்கும் விளிம்பு உலகத்தில் சஞ்சரிக்கும்போது மிகப் பெரும் மீவாற்றல் பெறும் மீவியலர்கள் போன்று அடித்தள மக்கள் நிரந்தரமாக விளிம்பு நிலையில் நிற்கின்றனர். இந்த 'அடித்தள மக்களின் ஆற்றல்கள்' (powers of the weak) பெண்கள், குழந்தைகள் உட்படப் பல நிலைகளில் உறைந்துள்ளன. இவ்வாற்றல், மாற்றத்தைக் கோரும் ஆற்றல் என்றும், மாற்றத்தை நிகழ்த்தவல்ல ஆற்றல் என்றும், சடங்கு மனிதர்கள் (மீவியலர்கள்) எதிர்-அமைப்பு உலகத்தில் பெறும் ஆற்றல் போன்றது என்றும் புறவயமக்கள் (சாமியாடி, மந்திரவாதி, பூசாரி போன்ற வர்கள்), விளிம்புநிலை மக்கள் (எழுத்தாளர்கள், கலைஞர்கள், தத்துவவாதிகள் போன்றவர்கள்) போன்றவர்களின் ஆற்றல் போன்றது என்றும் டர்னர் கூறுகிறார்.

புனித ஏழ்மைக்கு உட்பட்டவர்கள் அமைப்பு உலகத்தில் கிங் லியர் சொல்வதுபோல ஆதரவற்ற அம்மணமான மக்கள் (naked unaccomodated people); ஏழ்மையின் காரணமாக அமைப்புக்கு ஒவ்வாத (structural negation) நிலையினர். இவ்வாறாகச் சமூகத்தில் அமுக்கப்பட்டவர் களாயினும் சடங்குக் களத்தில் நிமிர்ந்து நிற்கக் கூடியவர்களாக இருக்கின்றனர் (the onus of being poor has its bonus in sacrality). இதனை எண்ணற்ற எடுத்துக்காட்டுகள் வழி நோக்க வேண்டும்.

மேக்ஸ் குளுக்மேனின் *(1965)* சிறந்த எடுத்துக்காட்டு ஒன்றை டர்னர் *(1969: 1098)* பயன்படுத்துகிறார். பழங்கால அரசவையில் நகைச்சுவையுடன் அனைத்துத் தரப்பினருடனும் உறவாடித் தீர்ப் புரைக்கும் நடுவர் அரசர், மந்திரிகள், பெரும்பண்ணை முதலாளிகள், வழக்குக்குட்பட்ட பிற மேல்தட்டு மக்கள் ஆகிய அனைவரையும் சமூக ஒழுங்கு, தர்மம் ஆகியவற்றை உணர்த்துவதன் வாயிலாக அரசன் உள்ளிட்ட அனைத்து மேல்தட்டு மக்களையும் எள்ளி நகையாடும் உரிமை பெற்றவராக விளங்குகிறார். இந்தத் தீர்ப்பாளர் போன்றே, நமது நாடகங்களில் வரும் கோமாளிகள், திரைப்படங்களில் வரும் கதாநாயகனின் நகைச்சுவைத்தோழர் கதாநாயகனையும் (சில இடங் களில் அதிகாரம் செய்யும் கதாபாத்திரத்தையுங் கூட) வெகு லாவகமாக விமர்சனம் செய்யும் போக்கு மேற்கூறியதன் தொடர்ச்சியாகும்.

**யாத்திரைக் கருத்தாக்கம்** (concept of pilgrimage)

விக்டர் டர்னரின் எதிர் அமைப்பியக் கருத்தாக்கங்களைத் தமிழ்ச் சூழலுக்குப் பொருத்திப் பார்ப்பதன் மூலம் அவரது கோட்பாட்டை மேலும் தெளிவுபடுத்திக் கொள்ளலாம்.[6]

**யாத்திரை மானிடவியலும் அறுபடை வீடும்**

இதற்கு முந்தைய உள்தலைப்பில் மீசமூகத்தின் (communitas) இயல்பினை அறிந்தோம். மீசமூக இயங்கியலில் இடம் சார்ந்த, புவிப்பரப்புச் சார்ந்த (spatial/geographical) சிறப்பியல்புகளை மீவியல் (liminal) தன்மையுடன் இணைத்துப் பார்க்க இயலவில்லை என்பதை, இங்கு நாம் நினைவுக்குக் கொண்டுவர வேண்டும். இந்நிலையில் யாத்திரையின் மீவியல் தன்மைகள் 'காலம்', 'இடம்' ஆகிய இரண்டு தன்மைகளை ஒரு சேர இணைத்துக் கொண்டனவாக விளங்குகின்றன.[7]

இவ்வாறு மீசமூகத்தின் இயல்பிலிருந்து மாறுபடும் 'யாத்திரை' சடங்கியலின் பொதுப்புரிதலிலிருந்து சற்று மாறுபட்ட தன்மையைக் கொண்டதாக உள்ளது. குறிப்பிட்டுச் சொல்லப்போனால் யாத்திரை குறித்த புரிதல் என்பது நாம் ஏற்கனவே அறிந்துகொண்டுள்ள வாழ்க்கை வட்டச் சடங்குகளின் புரிதலிலிருந்தும் வேறுபட்டதாக உள்ளது. எனினும் யாத்திரை என்னும் புனிதப் பயணத்தில் யாத்திரிகர்கள்

வாழ்க்கை வட்டச் சடங்கில் எவ்வாறு மீவியலர்கள் பிரிதல், நிலை மாற்றம் பெறுதல், இணைதல் (separation, transformation, incorporation) ஆகிய முப்படி நகர்வுக்கு ஆட்படுகிறார்களோ அவ்வாறே யாத்திரை என்னும் புனிதப்பயணத்திலும் 'பிரிதல், நிலைமாற்றம் பெறுதல், இணைதல்' என்னும் முப்படி நகர்வுக்கு யாத்திரிகர்கள் ஆட்படு கிறார்கள். சடங்கியலின் இத்தன்மையை ஏற்றுக்கொண்டுள்ள யாத்திரை மீசமூகத்தின் (communitas) சில தன்மைகளை இணைத்துக் கொண்டதாக விளங்குகிறது.

## யாத்திரை நிகழ்வு

யாத்திரை என்பது ஒரு மீவியல் நிகழ்வாகும். இது பண்பாட்டால் வரையறை செய்யப்பட்ட ஓர் எல்லையிலிருந்து (social boundary) மற்றொரு எல்லைக்குள் சஞ்சரிக்கும் (அல்லது ஒரு தளத்திலிருந்து (domine) மற்றொரு தளத்திற்குள் பிரவேசிக்கும்) நிகழ்வைச் சார்ந்ததாகும். இந்த எல்லைவிட்டு எல்லைசெல்லும் நிகழ்வில் பல ஊடாட்டங்கள் நிகழ்கின்றன.

யாத்திரிகர்கள் வழிபடச்செல்லும் புனிதத்தலம் என்பது அவரவர் வாழும் வாழிடப் பகுதியிலிருந்து வெளியே (peripheral) அமைந்த ஒன்றாகும். இந்நிலையில் யாத்திரை என்னும் நிகழ்வானது யாத்திரிகர் களாக விளங்கும் மீவியலர்களை அவர்களின் வாழிடப் பகுதியிலிருந்து (மையத்திலிருந்து) விளிம்புக்கு நகர்த்துதல் என்னும் இயங்கியலாக மாற்றுகிறது. முருகனின் அறுபடை வீடு தமிழ் மண்ணின் பன்முகப் பட்ட புவியியல், பண்பாட்டு எல்லைகளை இணைப்பதாக உள்ளது. இந்நிலையில் ஒவ்வொரு அறுபடை யாத்திரையும் அவரவரின் வாழிட எல்லையிலிருந்து நெடுந்தூரம் விலகி நிற்கும் விளிம்புப் பகுதிக்குச் சென்று வருவதாக உள்ளது. இந்த மைய-விளிம்பு நகர்வானது ஒவ்வொரு யாத்திரைத் தலத்தின் தலபுராணத்திற்கு ஏற்பவும் அமையக் கூடியது.

பழனி முருகனைப் பொறுத்தவரை பங்குனி உத்திர விழாவின்போது பழனியில் உள்ள திருஆவினன்குடியில் கொடியேற்றம் தொடங்கு கிறது (சுப்பிரமணியன் 1994: 42-48). இதன்பின் கொங்குநாட்டு மக்கள் ஈரோட்டிலிருந்து 23 மைல் தொலைவிலுள்ள கொடுமுடியிலிருந்து காவிரியாற்றுத் தீர்த்தம் கொண்டுவரக் கிளம்புகின்றனர் (மேலது: 51). கொடுமுடியிலிருந்து தீர்த்தத்துடன் திரும்பும்போது காவடிக்கூட்டத்தினர் கொடுமுடியிலிருந்து மணல்மேடு-அப்பிளம்பட்டி-தொப்பம்பட்டி- புளியம்பட்டி வழியாக பழனிக்கு வருகின்றனர். இந்த இயங்கியல்

நிகழ்வில் இடம் சார்ந்த (space) நிலையில் ஏற்பட்ட மைய-விளிம்பு என்னும் நகர்ச்சி காலம் சார்ந்த தளத்தோடும் உறவுகொள்கிறது. ஆண்டின் பன்னிரண்டு மாதங்களில் தைப்பூசத் திருவிழாவின் போது திருத்தலப் பயணம் முக்கியமாவது போல் பங்குனி உத்திரவிழாவில் தீர்த்த யாத்திரை முக்கிய இடம் பெறுகிறது (மேலது: 48).

அன்றாட வாழ்க்கையின் காலப்பகுப்பிலிருந்து யாத்திரை நிகழ்வின் காலப்பகுப்பு ஒவ்வொரு மீவியலருக்கும் (யாத்திரிகர்) புனிதமாக அமைவதால் இடரீதியான மைய-விளிம்பு நகர்வு போன்றே காலம் (time/temporal) என்னும் தளத்திலும் மைய-விளிம்பு சார்ந்த நகர்வு ஏற்படுகிறது (டர்னர்1974: 166).

வாழிடத்திலிருந்து கிளம்பி நெடும்பயணம் மேற்கொள்ளும் யாத்திரிகர்களான மீவியலர்கள் வாழிடப்பகுதியில் தாங்கள் பெற்றிருந்த தகுதி நிலைகள் (status), பங்குபணிகள் (roles) ஆகிய படிநிலைப் பண்புகளை ஓரங்கட்டிவிட்டு யாத்திரிகர்கள் என்னும் ஒருபடித்தான தகுதிநிலையை ஏற்கின்றனர். ஆண், பெண் என்ற பால் பாகுபாடுகள் இல்லாமலும், சாதி வேறுபாடு இல்லாமலும், இன்னும் பிற பாகுபாடுகள் இல்லாமலும், முருக பக்தர்கள் ஒரு குழுவாக மாறிவிடுகின்றனர். பல கிராமங்களைச் சேர்ந்தவர்களாக இருந்தாலும் பக்தர்கள் இரண்டறக்கலந்துவிடுகின்றனர். பக்தர்கள் ஒன்றாகச் சேர்ந்து காவி உடையணிதல் மரபான பழக்கமாகும். இப்போது ஒவ்வொரு தீர்த்த யாத்திரைக் குழுவினரும் தங்களுக்குப் பிடித்தமான நிறங்களில் உடை அணிவது வழக்கமாக உள்ளது. எனினும் ஒரு குழுவைச் சேர்ந்தோர் ஒருபடித்தான தன்மையை வெளிப்படுத்துவதை நன்கு அவதானிக்க இயலும். தங்கள் ஊர்ப்பெயருடன் 'பழனி முருகன் தீர்த்தக்காவடி ருத்ரவாதி' என எழுதி அணிந்து வருவதை இப்போது மிகுதியாகக் காணமுடிகிறது. இருநூறு பேர் கொண்ட ஒரு குழு 'பழனி முருகன் தீர்த்தக்காவடி ருத்ரவாதி' என எழுதிக்கொண்டு கத்தரிப்பூ நிறத்தில் ஒரே மாதிரி உடை அணிந்து யாத்திரை சென்றனர் என சுப்பிரமணியன் (1994) கள ஆய்வில் கண்டுள்ளார். திருப்பூர் நெசவாலையில் முன்கூட்டியே சொல்லி இவ்வகை ஆடைகளைப் பெறுகின்றனர் (மேலது). இவையனைத்தும் யாத்திரையில் மீவியலர்கள் ஒருபடித்தான தன்மைகளை ஏற்றுள்ளனர் என்பதையே காட்டுகிறது.

ஆக, யாத்திரிகர்கள் என்போர் களம், காலம், சமூகம் ஆகிய பல மையப் படிநிலைப் பண்புகளின் அடையாளங்களை அழித்துக்கொண்டு ஒருபடித்தான, விளிம்புக்கூட்டமாக (மீவியலர் கூட்டம்) உருவெடுக் கிறார்கள். இந்த முப்படி நிலையில் மையத்திலிருந்து விலகி விளிம்புக்கு நகரும் யாத்திரை என்னும் புனிதப் பயணத்தில் மீவியலர்கள் ஒன்றுகூடி

இறைவனின் தலப் பெருமைகளைப் பேசிப் பாடி இறைவனை வணங்கும்போது மீசமூக ஆற்றலைப் (communitas) பெறுகிறார்கள்.

டர்னரின் யாத்திரை மானிடவியலில், அடுத்து மீவியலர்கள் அனுபவிக்கும் திருவிளையாடல்கள் (ludic) கவனத்திற்குரியது. இந்தத் திருவிளையாடல்கள் யாத்திரை மேற்கொள்ள வேண்டும் என்ற தனிமனிதர் விழைவிலிருந்து தொடங்கிவிடுகின்றன என்பார் டர்னர். யாத்திரை பற்றிய விழைவு உலகப் பெருஞ்சமயங்களில் இருநிலைப் பட்டதாக உள்ளது. வீடுபேற்றை (பேரின்பம்) முன்னிறுத்தும் கிறித்துவம், இஸ்லாம், யூதசமயம், இந்து சமயம் போன்ற பேரின்ப வாதச் சமயங்களில் (salvation religions) கிறித்தவர்களிடமும், இந்துக் களிடமும் இவ்விழைவு தானாக விரும்பி ஏற்கிற தன்னார்வச் செயலாக இருக்கிறது. இஸ்லாமியர்களிடமும், யூதர்களிடமும் யாத்திரை என்பது வாழ்க்கையில் விலக்கி வைக்க முடியாத, கட்டாயம் மேற்கொள்ள வேண்டிய (obligatory) செயலாக அமைகிறது (பின்னாளில் கிறித்துவ தேவாலய முறைகளில் ஏற்பட்ட மாற்றங்கள் இதனைக் கட்டாயச் செயலாக மாற்ற முனைந்தன. எனினும், தானாக விரும்பி ஏற்பதா யினும், கட்டாயச் செயலாக இருப்பினும் யாத்திரை என்னும் மீவியல் நிகழ்வில் பொதுத்தன்மையுடைய திருவிளையாடல்கள் நிகழ்கின்றன.

யாத்திரை என்னும் நிகழ்வை டர்னர் ஒரு சடங்கியல் சட்டகத் துக்குள் கட்டமைக்கிறார் (டர்னர் 1974: 182). டர்னரைப் பொறுத்த வரை யாத்திரை, சடங்கு இரண்டுமே ஒன்றுதான். இரண்டையும் ஒரு ‘பயணம்’ (journey) என்னும் கருத்தாக்கமாகவே காண்கிறார் (மேலது:8). இப்பயணத்தில் சடங்குகள் தனிமனிதர்களை ஒரு நிலையிலிருந்து விடுவித்து வேறொரு நிலைக்குப் பயணம் செய்விக்கின்றன. யாத்திரை யானது பயணம்வழி யாத்திரிகர்களிடம் ஒரு நிலைமாற்றத்தை ஏற்படுத்துகிறது.

இந்தப் பயணம் என்னும் நிலைமாற்ற நிகழ்வில் சடங்குக்கு / யாத்திரைக்கு உட்படுவோரைத் (மீவியலர்கள்) தயார்படுத்தும் முன் மீவியல் நிலை (preliminal period) பயணத்தின் தொடக்கமாகும். அதாவது தீட்சை பெறுவதற்கு (orientation) இயேசு கழகத்தின் பயிற்சி அவசியமாவது போல, யாத்திரை என்னும் நிகழ்விற்கும் ஒரு ‘முன் - மீவியல்’ நிலை அவசியமாகிறது. இதன் தன்மை சமயத்திற்குச் சமயம் மாறுபடுவதாக உள்ளது. விரதம், நோன்பு, பிற சடங்கு ஆசாரங்களை மேற்கொள்ளுதல் ஆகிய எந்த ஒன்றும் இதிலடங்கும்.

சபரிமலை யாத்திரை செல்லும் ஐயப்ப பக்தர்கள், அறுபடை வீடு செல்லும் முருக பக்தர்கள், திருப்பதி செல்லும் பெருமாள் பக்தர்கள்,

காசி, ராமேஸ்வரம் செல்லும் சிவ பக்தர்கள் ஆகியோர் முன் மீவியலர் காலத்தில் மேற்கொள்ளும் செயல்பாடுகளை இங்கு நினைவுபடுத்திக் கொள்ளுதல் வேண்டும். இந்த முன்-மீவியல் காலத்திலேயே மீவியலர்கள் தங்கள் சமயம் மீதான, இறைவன் மீதான உள்ளார்ந்த புரிதல் களை உணரத் தலைப்படுகிறார்கள். இந்த உணர்தல் முறைகளைத் 'திருவிளையாடல்கள்' என வர்ணிக்கும் டர்னர் இவை, யாத்திரை என்னும் புனிதப் பயணத்தின் வழிநெடுகிலும் தொடர்ந்து நிகழும் என்கிறார் (மேலது: 8-14).

யாத்திரையின் அனுபவங்களைக் கடந்த காலத்திலிருந்து பார்க்கும் போது இத்திருவிளையாடல்களின் பல பரிமாணங்களை உணரவியலும். ஜெருசலம், ரோம், மெக்கா, அறுபடைவீடு, காசி, ராமேஸ்வரம், திருப்பதி போன்ற முழு முதலாக விளங்கும் தனிப்பெரும் யாத்திரைத் தலங்கள் மிகத் தொலைவில் இருப்பதால் ஏழை எளியோரால் பெரும் பொருட் செலவு செய்து கண்டுகளிக்க முடியாத நிலை ஏற்படுகிறது. இந்நிலையில் அவற்றின் மாற்றாகப் பதிலித் தலங்கள் (polycentric centres) உருவாக்கப்பட்டன. மூலத்தலங்களாயினும், மாற்றுத் தலங்களாயினும் அவை அனைத்துமே மையத்திற்கு வெளியே நிற்கும் விளிம்புப் பகுதிகள் என்பதை நாம் இங்கு அவதானிக்க வேண்டும்.

பண்டைய நாட்களில் போக்குவரத்து இல்லாத நிலையில் இத்திருவிளையாடல்கள் பல நாட்கள் நடந்து செல்லும் யாத்திரையாக அமைந்தன. இப்போது இது குறுகிய காலத்துக்குள் செல்லும் யாத்திரை யாகவும் அமைகிறது. இதனால் மீவியலர்கள் உணரும் திருவிளை யாடல்கள் சற்று வேறுபடலாம். எனினும், யாத்திரைத் தலத்தை அடைந்த பின் அங்குப் பெருங்கூட்டமாகத் திரண்டுள்ள பக்தர்கள் கூட்டத்தோடு கலந்து புனித நீராடல், சடங்கு உடையணிதல், பொங்கலிடுதல், திருப்பலி (படையல்) கொடுத்தல், மொட்டையடித்தல், அங்கப்பிரதட்சணம் செய்தல் போன்ற சடங்கு உடலாக மாற்றம் பெறல், அர்ச்சனை செய்தல், இறைவனுக்குத் திருக்கல்யாணம் செய்தல், பிற வழிபாட்டு முறைகளில் ஈடுபடல் ஆகிய திருவிளையாடல்கள் வழி அனைத்து மீவியலர்களும் பண்பாட்டின்கண் பொதிந்துள்ள புதிய புதிய புரிதலை உணர்கின்றனர் (டர்னர் & டர்னர் 1978: 80).

யாத்திரைத் தலத்தில் நிகழும் இந்த மீவியல் (liminal) கட்டமானது மீவியலர்கள் வீடு திரும்பும்போது, அது பின்மீவியல் கட்டமாக (post-liminal) மாற்றம் பெறுகிறது. யாத்திரையின் தன்மையைப் பொறுத்து பின்மீவியல் கட்டம் அமையும். திருப்பதி சென்று வர வேண்டுதல் செய்வோர் மறு சனியன்று தளியல் போட்ட பின்னரே (பெருமாள் கும்பிடுதல்) இயல்பு வாழ்விற்குள் நுழைவர். அதுவரை பின்மீவியல்

காலம் தொடரும். அதன் பின்னரே யாத்திரைக் காலத்தில் மேற்கொண்ட உணவு, உடலுறவுக் கட்டுப்பாடுகளைத் தளர்த்துவர்.

அறுபடை வீடானது மூர்த்தி, தலம், தீர்த்தம் என்ற மூன்று நிலைகளிலும் சிறப்புப் பெற்றது. அந்தந்தத் தலப் பெருமைக்கேற்பத் தீர்த்தங்கள் அமைகின்றன. இவை தமிழ் மக்களின் வாழ்வியலோடு பின்னிப் பிணைந்தவை. அறுபடைவீடு பக்தர்கள், வழிபாட்டுக்காக வந்தாலும் தீர்த்தக் காவடி எடுத்து வந்தாலும் அவர்கள் வாழ்க்கையின் சுழற்சித் தளத்தில் ஒரு புதிய நிலைமாற்றத்தைப் பெறுகின்றனர்.

பழனி முருகபக்தர்கள் மேற்கொள்ளும் காவடி, தீர்த்தயாத்திரை குறித்த சிலகருத்துக்கள் இங்கு நோக்குதற்குரியன. மேனுவல் மொரினோவும் மக்கிம் மேரியாத்தும் (1990) நிகழ்த்தியுள்ள மிக அண்மைக்கால ஆய்வானது, நம் எல்லோருடைய கவனத்தையும் ஈர்க்கக் கூடியதாக உள்ளது. அவர்களுடைய விரிவான ஆய்வின் சுருக்கமான கருத்துக்கள் பின்வருமாறு:

பழனி முருகனின் தைப்பூசத் திருவிழாவையும் பங்குனி உத்திரத் திருவிழாவையும் ஒருங்கிணைந்த பரிமாணங்களுடன் நோக்கும்போது இரண்டும் இருபெரும் தனித்த நிலைப்பாட்டைக் கொண்டுள்ளன. தைப்பூசம் கடுமையான குளிர் காலத்திலும் பங்குனி உத்திரம் மிகக் கடுமையான வெயில் காலத்திலும் நடைபெறுகின்றன. இருவேறு காலப்பாகுபாட்டின்மேல் இயங்கும் இத்திருவிழாக்கள் இருவேறுபட்ட சமூகங்களையும் நிலப்பரப்புகளையும் வழிபாட்டு நிலையில் கட்டமைக்கின்றன (மேலது: 150-55).

ஒரு காலத்தில் இடங்கைச் சாதி எனப் பிரிக்கப்பட்ட நாட்டுக் கோட்டை செட்டிமார்கள் 60,000க்கும் மேல் இராமநாதபுரம் மாவட்டத்தை ஒட்டிய பகுதியிலிருந்து 160 மைல் தூரமுள்ள பழனிக்கு யாத்திரை மேற்கொள்கின்றனர் (மேலது: 155). இதற்கு மாறாகப் பங்குனி உத்திரத் திருவிழாவின்போது கொங்குநாட்டு ஐந்து வலங்கைச் சாதியினர் (அஞ்சு சாதி) கொங்குக் கவுண்டர்களின் தலைமையில் பல்லாயிரக்கணக்கில் யாத்திரிகர்களாகப் பழனிக்கு வருகின்றனர்.

நாட்டுக்கோட்டை, கொங்குநாடு என்று இடரீதியிலும், தைப்பூசம், பங்குனி உத்திரம் என்று காலரீதியிலும் கட்டமையும் பாகுபாடுகள் மேற்கூறிய எதிரெதிர் அடித்தளத்தின் மீதும் கட்டமைகின்றன. திருஆவினன்குடியில் கொடியேற்றம் முடிந்த பின்னர் கொங்குநாட்டின் அஞ்சுசாதியினர் ஈரோட்டிலிருந்து 23 மைல் தொலைவிலுள்ள கொடுமுடி காவிரியாற்றிலிருந்து தீர்த்தம் கொண்டுவரக் கிளம்புகின்றனர் (சுப்பிரமணியன் 1994: 42-48). இதன் பின்னர்க் கொடுமுடி-

மணல் மேடு-அப்பிளம்பட்டி-தொப்பம்பட்டி-புளியம்பட்டி-பழனி என்ற திசையில் எடுத்து வரும் புனிதத் தீர்த்தமானது (காணிக்கை) முருகனின் பங்குனி வெப்பத்தைக் குறைப்பதற்காக ஆகும் (மொரினோ & மேரியாத் 1990: 155-56). இதற்கு மாறாக, நாட்டுக்கோட்டைச் செட்டிமார்களின் காணிக்கை வெல்லமாகும். இது தைக்குளிரில் வாடும் முருகனுக்கு வெப்பத்தை ஏற்படுத்தும் படையலாக அமைகின்றது. (மேலது: 155-56).

இடரீதியிலும் (கொங்கு, நாட்டுக்கோட்டை), சமூக ரீதியிலும் (வேளாளர், நகரத்தார்), கட்டமைந்த எதிரிணைகள் குளிர்/வெப்பம் என்ற எதிரிணையோடும், காலரீதியில் (தை, பங்குனி) ஒரு எதிரிணையாகவும், காணிக்கை ரீதியில் (வெல்லம், தீர்த்தம்) வேறொரு எதிரிணையாகவும் இன்னும் பிற எதிரிணைகளாகவும் (binary oppositions) கட்டமைவதைப் பின்வருமாறு அறியலாம்.

| யாத்திரை நிகழ்வின் எதிரிணைகள் | | | |
|---|---|---|---|
| இடம் | - | நாட்டுக்கோட்டை | கொங்கு |
| சமூகம் | - | நகரத்தார் | கொங்கு அஞ்சுசாதி |
| சாதி | - | இடங்கை | வலங்கை |
| காலம் | - | தை | பங்குனி |
| காலநிலை | - | குளிர் | வெப்பம் |
| காணிக்கை | - | வெல்லம் | காவிரி தீர்த்தம் |

மொரினோ, மேரியாத் இவர்களின் ஆய்வானது அமைப்பியல் வாதத்தைச் சார்ந்தது என்பது மேற்கூறிய விளக்கங்கள் வழி அறியலாம் (மேலும் காண்க பாரதி: 1999 அ).

பின்னுரை

விக்டர் டர்னரின் எதிர்-அமைப்பியத்தை இங்கு மீள நினைத்துப் பார்க்கும்போது அமைப்பியமானது ஓர் அமைப்பின் இயக்கத்தை துண்டித்து அதன் அமைப்புகளை மட்டும் இனங்காண்கிறது. அதோடு லெவிஸ்ட்ராசின் அமைப்பியத்தின்படி, தொன்மங்களிலும் சடங்குகளிலும் உள்ள மறைபொருளான தொடரியல் உறவுகள் (implicit syntax rules), அமைப்பிற்குள் எதிரிணையாக அமையும் குறியீட்டுக் கூறுகளுக்கிடையில் நிகழும் ஊடாட்டம் (mediation) ஆகும். ஓர்

அமைப்பில் முரண்கூறுகளே அர்த்தங்களை உருவாக்குகின்றன. இவை யாவற்றையும் ஒரு வாய்பாட்டுச் சட்டகத்துக்குள் அமைப்பியம் என்ற அணுகுமுறையோடு அணுகும்போது அதற்கான எல்லை ஒரு கட்டத்தோடு சுருங்கி விடுகின்றது.

ஒரு குறிப்பிட்ட பண்பை ஆராயும்போது, அந்தந்த அமைப்பின்கண் காணக்கூடிய கூறுகளின் உறவுகளை ஒரு மரபார்ந்த நிலைக்கு (conventional) உட்பட்டு அதன் முறைகளை, தோரணிகளை, கோலங்களை (patterns), ஒழுங்கமைதிகளை (configurations), அமைப்புப் பண்புகளை இனங்காட்டுகின்றன. இவ்வாறான முறைமைகளை இனங்காண்பது என்பது ஒரு வகையில் ஒழுங்கமைந்த சமூக அமைப்பின் (normative social structure) முறைமைகளை இனங்காண்பது என்றாகி விடும். 'ஒழுங்கமைந்த சமூக அமைப்பு' என்பதை மிகத் துல்லியமாக அறிந்து கொண்டாலொழிய இதனைப் புரிந்துகொள்வது இயலாது. இதனை மீவியல் கருத்தாக்கம் தலைப்பில் புரிந்துகொண்ட செய்திகளுடன் இணைத்துச் சொல்லுதல் மிகவும் பொருத்தமாய் இருக்கும். சடங்குக்கு உட்படுவோர் இயல்பான அமைப்பு உலகிலிருந்து விடுபட்டுச் சடங்கு நிகழக்கூடிய எதிர் - அமைப்பு உலகத்தில் சஞ்சரித்து சடங்கு முடிந்ததும் மீண்டும் இயல்பான அமைப்பு உலகத்திற்குள் நுழைவர். இத்தொடர் நிலையில் 'இயல்பான அமைப்பு உலகம்' என்பதை இங்கு 'ஒழுங்கமைந்த சமூக அமைப்பு' என வரையறை செய்யப்படுகிறது.

டர்னரின் கருத்துப்படி தொன்மங்களும் சடங்குகளும் உண்மையில் எதிர் அமைப்பைக் கட்டமைத்து நிற்பதால் அவற்றை ஒழுங்கமைந்த (normative) பண்பாட்டுத் தளத்திற்கு அப்பால் கொண்டு சென்று அவற்றிற்குரிய எதிர் அமைப்புத் தளத்தில் (ஒழுங்கமையாத் தளம்) மட்டுமே அவற்றைக் கட்டவிழ்க்க வேண்டும். ஏனெனில், இந்த (ஒழுங்கமையா பண்பாட்டுத் தளத்தில் இதுவரை கண்டிராத) புதிய புதிய கூறுகள் தோன்றுவது மட்டுமல்லாமல், அவை புதிய புதிய வாய்பாட்டு உறவுகளின் அடிப்படையில் இணையும் போக்கைக் காண முடியும் என்கிறார் டர்னர்.

அமைப்பியலின் எல்லை எங்கெல்லாம் சுருங்கிவிட்டது என்ற அபாயத்தை டர்னர் மேலும், விரிவுபடுத்திக் கூறும்போது இன்றைய தொழிற்சமூகத்தின் அமைப்பை நம் புரிதலுக்கு உட்படுத்துகிறார். இன்றைய சமூகத்திலும், தொழிற்புரட்சியின் தாக்கத்திற்குட்பட்ட பிற சமூகங்களிலும் 'ஓய்வு' (leisure) என்பது திட்டவட்டமாக 'வேலை' (work) என்பதிலிருந்து பிரிக்கப்பட்டுள்ளது. இந்நிலையில் லெவிஸ்ட்ராஸ் விடுத்துள்ள அமைப்பிய மாதிரிகளான 1. எதிரிணைகளும் தருக்க

உறவுகளும் 2. மனிதர்கள் இயற்கை நிலையிலிருந்து பண்பாட்டு நிலைக்கு மாறிய நிகழ்வின் ஒழுங்கமைவுகள் 3. வடிவவியல் மாதிரிகளாக (geometric model) விளங்கக்கூடிய இரண்டு எதிரிணைகளை வைத்துக் கட்டமைக்கும் உணவியல் முக்கோண மாதிரிகள் (culinary triangle) ஆகியவை ஒழுங்கமைந்த (normative) பண்பாட்டுக் களத்தின் மாதிரிகளாக விளங்குகின்றன. அதோடு, இவை இயற்கை (nature) நிலைசார்ந்த வாழ்வின் பிரதிபலிப்பாக இருக்கின்றன.

சமையல், உணவு முறைகளின் முக்கோண மாதிரி என்று டர்னர் சுட்டிக் காட்டுவது 'சமைக்காதது/சமைத்தது: சமைக்காதது/அழுகியது' (raw/ cooked: raw/ rotten) என்ற வாய்பாட்டையாகும். இவ்வகையான சமையல் மாதிரிகள் பழங்குடிப் பண்பாட்டையும் தொடக்ககால வேளாண்மைப் பண்பாட்டையும் மையப்படுத்தி வகுக்கப்பட்டவை. ஏனெனில், அங்கு வேலையும் வாழ்வும் (work and life) சுற்றுச்சூழலின் தாக்கத்தாலும் பருவகாலங்களின் சுழற்சியாலும் கட்டுப்படுத்தப் படுகின்றன. சூடு/குளிர்ச்சி (hot/cold), ஈரமானது/உலர்ந்தது (wet/dry), விளைநிலம்/விளையாதநிலம் (cultivated/wild), கோடைக்காலம்/குளிர்காலம் (summer/winter), மிகுதி/குறைவு (plenty/scarcity), வானம்/பூமி (sky/earth), மேலே/கீழே (above/below), வெளிச்சம்/இருட்டு (bright/dark), இடம்/வலம் (left/right), ஆண்/பெண் (male/female), இவைபோன்ற இன்னும் பல இயற்கை சார்ந்த எதிரிணைகளை முன்வைத்து அமைப்பின் கட்டமைவைப் புரிந்துகொள்ள முயற்சி செய்தவர் லெவிஸ்ட்ராஸ்.

இந்நிலையில், லெவிஸ்ட்ராஸ் கவனம் செலுத்தும் அமைப்பானது ஓர் ஒழுங்கமைவு அதன் இயக்கத் தளத்தில் கொண்டுள்ள உறவு நிலைகளின் வாய்பாடாகும் என்று கொள்ளவேண்டியுள்ளது. இந்நிலையில் அமைப்பானது (லெவிஸ்ட்ராஸின் நிலை) சமநிலையில் (equilibrium) செயல்படும் நெறிசார்ந்த அமைப்பாகும் (normative structure). ஆனால், டர்னர் முன்வைக்கும் எதிர்-அமைப்பானது (anti-structure) அந்த அமைப்பை மாற்றுவதற்குத் துடிக்கும் உள்ளார்ந்த ஆற்றல்களையும் விழைவுகளையும் புதைநிலையில் கொண்டிருப்ப தாகும்; இயக்கம் (process) சார்ந்ததாகும். வேறுவகையில் சொல்ல வேண்டுமானால் புதிய ஒழுங்கை ஏற்படுத்த விழையும் (பழைய) ஒழுங்காகும் (the 'order' desires a 'new order'). ஆக, டர்னர் இயக்கமற்ற அமைப்பிலிருந்து இயக்கத்துடன் கூடிய (from structure to process) ஒழுங்கை ஆராய்வதற்கு மாறிவிட்டார். அமைப்பியத்திலிருந்து எதிர் அமைப்பியமானது எவ்வாறு வேறுபடுகிறது என்பதை இதன் வழி புரிந்துகொள்ள முடியும்.

டர்னரின் எதிர் அமைப்பியமானது பழமைச் சமூகங்களையும் தொழிற்சமூகங்களையும் உள்ளிட்ட எந்த நிலையிலும் மனித எல்லைகளை உடைத்துக்கொண்டு பரிணமிக்கும் (liberation of human capacities) விழைவுடைய எல்லா வகையான புதைநிலை ஆற்றல்களையும் ஆய்வு செய்யும் கோட்பாட்டிய அணுகுமுறையாக உள்ளது. அறுபடை யாத்திரை உட்படப் பண்பாட்டின் எந்தவொரு தளத்தில் நிகழும் இயல்நிகழ்ச்சிகளையும் இதன்வழி அணுகலாம். *சிலப்பதிகாரம்: சில பயணங்கள் (2002)* என்னும் க. பஞ்சாங்கத்தின் ஆய்வு இக்கோட்பாட்டை இலக்கியத்திற்குக் கொண்டு சேர்க்கும் ஒரு குறிப்பிடத்தக்க ஆய்வாகும்.[8]

# 15

## மந்திரம்

மந்திரம் (magic) குறித்து விரிவாக ஆராய்ந்த பிரேசர்[1] (James George Frazer: 1854-1941) மனிதனின் சிந்தனை முறையானது மந்திரம் → சமயம் → அறிவியல் ஆகிய மூன்று முக்கியப்பெரும் கட்டங்களாக மலர்ச்சி யடைந்துள்ளது

அறிவியல்
↑
சமயம்
↑
மந்திரம்

என்று விரிவான தரவுகள் மூலம் *தங்கக் கிளை* (The Golden Bough 1890) என்னும் நூலில் விளக்கியுள்ளார்[2] *(1890/1966: 55-59, 65-59).*

பிரேசரின் முக்கியமான பங்களிப்பு மூன்று கருத்துகளை அடிப் படையாகக் கொண்டதாகும். முதலில்; மந்திரத்திற்கும் சமயத்திற்கு மான வேறுபாட்டை விரிவாக ஆராய்ந்து 1890களில் எழுதினார். அடுத்து, மந்திரமானது சமயத்தைக் காட்டிலும் அறிவியலோடு கூடுதல் ஒப்புமையைக் கொண்டுள்ளது என விளக்கினார். மூன்றாவதாக, அறிவியல் அறிஞர்கள் பௌதிக உலகில் நிலவும் விதிகளைக் காண்கிறார்கள் எனில், மந்திரவாதிகளோ இயற்கையின் விதிகளைத் தன்வயம் கட்டுப்படுத்தி நினைப்பதை அடைய முயலுகிறார்கள் என்பதையும் விளக்கினார்.

தொன்மைச் சமயத்தில் (primitive religion) மந்திரம் ஒரு பிரிக்க வியலாத கூறாகும். இது அறிவியல் தோன்றுவதற்கு முந்திய கலை யாகும். முதன்முதலில் இதனைக் கண்டறிந்து செயற்படுத்தியோர் தொன்மை மக்களாவர் (primitive people). இயற்கைச் சூழலுடன் ஒன்றி

வாழ்ந்த தொன்மை மக்கள் பல சமயங்களில் அவர்களின் ஆற்றல்களால் இயற்கையின் சீற்றங்களிலிருந்து காப்பாற்றிக்கொள்ள இயலவில்லை.

அத்தகைய சூழலில், அவர்களையும் அவர்களைச் சார்ந்த இயற்கை யையும் மீறிய ஆற்றல் இருக்கிறது என நம்பி அவ்வாற்றலின் துணை யுடன் இயற்கையின் முழுப்பலனைப்பெற முயன்றனர். பின்னர் அவ்வாற்றலைக் கையகப்படுத்திக் கட்டுப்படுத்தும் அல்லது மேலாதிக்கம் செலுத்தும் வழிமுறையை மேற்கொண்டனர். அவ்வாறு கையகப் படுத்திய ஆற்றலை, சில சூத்திரங்கள் அல்லது வாய்பாடுகளாகச் சுருக்கி உச்சரிப்பதன் மூலம் அவ்வாற்றலைச் செயல்படுத்தும் நிலையை மேற்கொண்டனர். அவ்வாறு அவர்களுடைய சூத்திரமும் செய்கையும் முறையாக அமைத்துக்கொண்டபோது அவர்கள் தொடர்புகொள்ள எண்ணிய பொருளின் ஆற்றல் அவர்களுக்கு அடங்கிப்போவது தவிர வேறு வழியில்லை என்னும் நிலையை ஏற்படுத்தினர்.

மேற்கூறிய நிலையை அடைவதற்குச் சில சடங்குகளையும், வழிபாடு களையும், கடுமையான உடல் வருத்தம் செயல்களையும் மேற் கொண்டனர். இவ்வனைத்துச் செயல்களின் வெளிப்பாடாக மந்திரம் அமைந்தது. இது உண்மையில் தொன்மை மக்களின் தொழில்நுட்பப் பற்றாக்குறையைப் போக்கத் தோன்றிய ஒரு கற்பனைத் (போலி) தொழில்நுட்பமாகும்; கற்பனைக்கலை (pseudoart) என்றே சொல்லலாம்.

மந்திரத்தின் தோற்றம், அதன் செயல்முறைகள் ஆகியன தொன்மை மக்களிடம் எவ்வாறு ஏற்பட்டன என்பதை அறிய பிரேசர், டைலர், மக்லீனன், ஸ்பென்சர் ஆகியோர் முயன்றனர். இவர்களில் பிரேசர் மேற்கொண்ட பரந்த அளவு ஆய்வுகள் பெருமளவு புரிதலை

மந்திரம்

கொள்கை சார்ந்தது (theoretical) அல்லது மந்திரம் ஒரு போலி அறிவியல் (magic as pseudo-science)

செயல்முறை சார்ந்தது (practical) அல்லது மந்திரம் ஒரு போலிக் கலை (magic as pseudo-art)

ஆக்கநிலை சார்ந்தது (positive)
எ.டு: சூனியம் (witchcraft)
ஏவல் (sorcery)

எதிர்நிலை சார்ந்தது (negative)
எ.டு: விலக்குகள் (taboos)

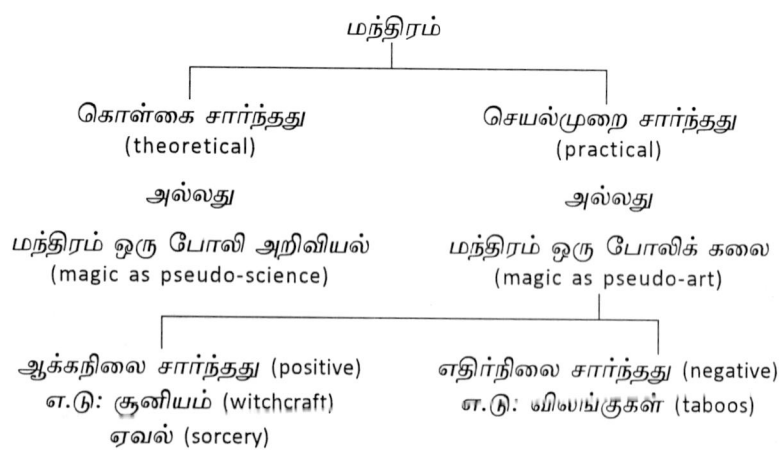

ஏற்படுத்தின. உலகில் பலவேறு பண்பாட்டினரிடையே தொகுத்த தரவுகள் வாயிலாக மந்திரம் மேற்கண்டவாறு அமைப்பியல்புகளைக் கொண்டுள்ளன என பிரேசர் வரையறுத்தார்.

இதையடுத்து மந்திரத்தின் செயல்பாடுகள் பின்வரும் இரு கோட்பாடுகளின் அடிப்படையில் அமைந்துள்ளதாகக் கூறினார்:

1. ஒத்தது ஒத்ததை உருவாக்குகிறது (like produces like)
2. ஒரு முறை தொடர்பு கொண்டால் தொடர்ந்து தொடர்பு கொண்டிருக்கும் (once in contact, continues to act).

மேற்கூறிய இரு கோட்பாடுகளின் செயல்முறையில் இரு விதிகள் அடங்கியுள்ளதாகப் பிரேசர் *(1890/1966: 12-14)* விளக்கினார். முதல் கோட்பாடு 'ஒத்த விதி' (law of similarity) எனப்படும். இவ்விதியோடு தொடர்புடைய மந்திரம் 'ஒத்த மந்திரம்' (homeopathic magic) அல்லது 'பாவனை மந்திரம்' (imitative or mimetic magic) எனப்படும்.

இரண்டாம் கோட்பாடு 'தொடர்பு' அல்லது 'தொத்து விதி' (law of contact or contagion) எனப்படும். இவ்விதியோடு தொடர்புடைய மந்திரம் தொத்து மந்திரம் (contagious magic or exuvial magic) ஆகும். ஒத்தவிதி, தொத்துவிதி ஆகிய இரு விதிகளும் மந்திரச் செயலுறவு களைப் பொறுத்து அளவில் ஒரே வகையாக இருப்பதால் அவற்றை ஒத்துணர்வு மந்திரம் (sympathetic magic) என்னும் ஒரே வகைக்குள் அடக்குவார் பிரேசர். இதற்குக் காரணம் இரண்டு மந்திரங்களிலும் 'காரணமும் வினையும்' அல்லது 'வினையும் பயனும்' (cause and effect) ஒன்றாக இருப்தேயாகும் என்பார். இக்கருத்துகளைப் பிரேசர் பின்வரும் வரைபடம் மூலம் விளக்குகிறார்.

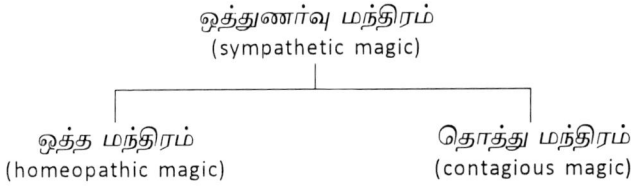

ஒத்த மந்திரத்தில் 'ஒத்தது ஒத்ததை உருவாக்குகிறது' என்பது விதியாகும். இவ்விதியின்படி என்ன விளைவு ஏற்படவேண்டும் என விரும்பப்படுகிறதோ அதற்கேற்றாற் போல் செய்யப்படும் செயலும் ஒத்திருக்கும். குழந்தைப்பேறு வேண்டுவோர் சிறு மரத்தொட்டில்களைச் செய்து கோயில்களுக்கு நேர்த்திக்கடன் செய்வதும் உடல் உறுப்பின் குறைபாட்டை நீக்க அதே போன்ற உறுப்பை நேர்த்திக்கடனாகத்

தருவதும் தமிழகத்தில் வழக்கங்களாக உள்ளன. இச்செயல்கள் அனைத்திலும் அடைய விரும்புவதும் அதற்காகச் செய்யப்படுகின்ற செயலும் ஒத்துள்ளன. ஆதலின், இது ஒத்த மந்திரத்தின் அடிப்படையில் நிகழ்கிறது.

தொத்து மந்திரத்தில் 'ஒருமுறை தொடர்பு கொண்டது தொடர்ந்து தொடர்பு கொண்டேயிருக்கும்' (once in contact always in contact) என்பது விதியாகும். அதாவது மந்திரத்தின் மூலம் விரும்பிய ஒன்றுடன் ஒருமுறை தொடர்பு கொண்டுவிட்டால் அது தொடர்ந்து அதனுடன் தொடர்புகொண்டு எண்ணியதை நிறைவேற்றும். கன்றை ஈன்ற பசுவின் இளங்கொடியினை ஆல், அத்தி போன்ற பால் மரத்தின் மீது கட்டும் பழக்கம் தொத்து மந்திரத்தின் அடிப்படையில் அமைந்ததே. பசுவுடன் தொடர்புடைய இளங்கொடியைப் பால்மரத்துடன் இணைப்பதன் மூலம், ஈன்ற பசுவும் பால் மரத்தைப்போல் பால் வளத்துடன் இருக்கும் என்னும் நம்பிக்கையே இச்செயலுக்குக் காரண மாகும் என்று பிரேசர் கருதினார் (இதனைத் தாய்வழிக் குறியீடோடு விக்டர் டர்னர் தொடர்புபடுத்துகிறார். காண்க: இயல் 17). பிரேசரின் கருத்துப்படி பார்த்தால், பொருளாதாரப் பலனே தொடக்ககால மந்திரங்களின் நோக்கமாயிருந்தது. (தமிழர்களிடம் காணப்படும் மந்திர முறைகள் குறித்து ஆ. சிவசுப்பிரமணியன் *மந்திரமும் சடங்குளும்* (1988/1999) என்னும் நூலில் மிக விரிவாகவும் நுட்பமாகவும் ஆராய்ந்துள்ளார். இந்நூலில் ஒவ்வொரு மந்திர வகைக்கும் தக்க எடுத்துக்காட்டுகள் கொண்டு விளக்கியிருப்பது அவர்தம் ஆய்வு நுட்பத்தைக் காட்டுகிறது).

வேட்டையிலும், மீன்பிடித்தலிலும், வணிகத்திலும் நல்ல பலன் கிடைக்கவும், பயிர்கள் செழித்து வளரவும், கால்நடைகள் பெருகவும் மந்திரம் பயன்படுத்தப்பட்டது. அவற்றோடு இயற்கையின் சீற்றங் களிலிருந்து தப்பிக்கவும் மந்திரம் பயன்படுத்தப்பட்டது. பின்னர் காலப் போக்கில் தொன்மை மக்கள் மந்திர ஆற்றலைப் பல வகைகளில் அவரவர் விருப்பம்போல் பயன்படுத்தத் தொடங்கினர். அப்பயன் பாட்டின் அடிப்படையில் மந்திரங்கள் தூய மந்திரம் (white magic), தீய மந்திரம் (black magic), உற்பத்தி மந்திரம் (productive magic), பாதுகாப்பு மந்திரம் (protective magic), அழிப்பு மந்திரம் (destructive magic) எனப் பலவாறாக ஏற்பட்டன.

இன்று தூய மந்திரம் தனிமனிதன் நலனுக்காகவும் சமுதாயத்திலுள்ள அனைவரின் நலனுக்காகவும் பயன்படுத்தப்படுகிறது. விலங்குகள் கிடைக்கவும், விளைச்சல் பெருகவும், போரில் வெற்றி பெறவும்,

நோய்களைத் தீர்க்கவும் தூய மந்திரம் பயன்படுத்தப்படுகிறது. தீய மந்திரம் இதற்கு நேர்மாறானது. பகைவனைக் கொல்லவும், இடையூறு செய்யவும் இவ்வகை மந்திரம் பயன்படுகிறது. சூனியம் (witchcraft), ஏவல் (sorcery), சல்லியம் (voodoo), கெட்ட ஆவி, பேய் ஆகியவற்றை ஒரு குறிப்பிட்ட மனிதனுக்கு அல்லது ஒரு சமூகத்திற்கு எதிராக ஏவுவது இம்மந்திரத்தின் தன்மையாகும். இயற்கையின் கொடூரங்களிலிருந்து காப்பாற்றிக் கொள்ளவும் பாதுகாப்பு மந்திரம் பயன்படுத்தப்படுகிறது. தங்களிடமுள்ள குறைகள், தீமைகள் போன்றவற்றைப் பிற உயிரிகள் அல்லது பொருள்களுக்கு மாற்றிவிட மந்திரம் (transference of evil) பயன்படுகிறது.

### மந்திரமும் சமயமும்

தொன்மைச் சமயம் தொடங்கி இன்றைய நவீன சமயங்கள் வரை அனைத்துப் படிமலர்ச்சி நிலைகளிலும் மந்திரம் குறிப்பிடத்தக்க இடத்தைப் பெற்றுள்ளது. சமயங்களின் படிமலர்ச்சிக் காலத்தில் மந்திரம் தொடர்ந்து வலுப்படவில்லையாயினும் அதன் தொடர்ச்சி மேல் நிலையிலும் காணக்கூடியதாகவே உள்ளது. எனினும் வைதிகச் சமயத்தில் இதன் தன்மை வெகுவாகக் குறைந்து நிற்கிறது. மந்திரம் எத்தன்மையானது? அது சமயத்தில் பெற்றுள்ள பங்கு என்ன? போன்ற கேள்விகளுக்குச் செயற்பாட்டியத்தாரின் விளக்கம் பொருத்தமாக உள்ளது. மக்கள் இக்கட்டான சூழலை எதிர்கொள்ளும்போது ஏற்படும் மனவெழுச்சியைக் கட்டுப்படுத்தி அவர்களின் வாழ்வைத் தகவமைந்த நிலைக்குக் கொண்டுவரும் கருவிகளாகவே சமயமும் மந்திரமும் செயல்படுகின்றன என்பதே செயற்பாட்டியம் வகையில் கூறும் அனைத்து அறிஞர்களின் கருத்தாகும்.

இருப்பினும் சமயமும் மந்திரமும் வெவ்வேறு நோக்கங்கள் கொண்டவை என்பது குறிப்பிடத்தக்கது. மந்திரம் தனிமனிதர் சார்ந்தது. ஆனால் சமயம் சமூகத்தினர் அனைவரையும் சார்ந்தது. மந்திரம் சூழ்ச்சித் திறத்துடன் செய்வதை (manipulative) அடிப்படை யாகக் கொண்டது. சமயமோ இரந்து வேண்டுதலை (supplicative) அடிப்படையாகக் கொண்டது. முன்னது ஒரு உடனடி முடிவைத் தேடிச்செய்வது; பிந்தியது இம்மைக்கும் மறுமைக்குமாகச் சேர்ந்து ஒரு நீண்டகால முடிவைத் தேடி வேண்டுவது. அவ்வாறே முன்னது நன்மைக்காகவும் தீமைக்காகவும் செய்யப்படுவது; பிந்தியது நன்மைக் காக மட்டுமே வேண்டப்படுவது. இவை இரண்டும் தனிப்பட்ட நோக்கங்கொண்டவை என்றாலும் இரண்டும் மக்களின் சமய வாழ்வில் இணைந்தே காணப்படுகின்றன.

இனி மந்திரத்திற்கும் சமயத்திற்குமான சில முக்கிய வேறுபாடுகளைக் காண்போம்:

| மந்திரம் | சமயம் |
|---|---|
| 1. போலி அறிவியல் (pseudo-science) தன்மை கொண்டது. | நம்பிக்கையை அடிப்படையாகக் கொண்டது. |
| 2. போலியான காரண-காரிய உறவை அடிப்படையாகக் கொண்டது. | நம்பிக்கை அடிப்படையிலான காரண-காரிய விளக்கங் கொண்டது. |
| 3. கட்டாயத்தின் பேரில் நிகழ்த்தப்படுவது | உண்மையான பற்றுதலினால் நிகழ்வது. |
| 4. ஆவிகளை வினைபுரியச் செய்து நிவர்த்தை வேண்டுதல். | பணிந்து குறையுரைத்து நிவர்த்தை செயல்படுத்தப்படுவது |
| 5. அச்சம், திகில் கொண்டது; பேரச்சம், கடும் விளைவு, பயங்கரம் சார்ந்தது. | நன்மை மட்டுமே விளையக் கூடியது. |
| 6. மந்திரத்தில் நன்மந்திரம் தீய மந்திரம் இரண்டுமுண்டு | நன்மை, தீமை என்னும் இரட்டை நிலை இல்லை. பணிந்து வணங்கினால் நன்மை மட்டுமே ஏற்படும். |
| 7. இரகசியமாகச் செய்யப்படுவது. | இரகசியம் ஏதுமில்லை அனைவரின் முன்னிலையில் செய்யப்படுவது. |
| 8. மந்திரவாதி, ஏவல், வினை செய்பவர்களால் செய்யப்படுவது. மேற்கூறிய தனிமனித முயற்சியால் செய்யப்படுவது. | பூசகர் என்னும் சமூகத்தவரால் செய்யப்படுவது. |
| 9. மேற்கூறிய தனிமனித மாந்தரீகர்கள் அச்சத்திற்கு உரியவர்கள் | பூசகர்கள் அச்சத்திற்கு அப்பாற்பட்டவர்கள்; அன்புகாட்டுபவர்கள். |
| 10. மிகத் தொன்மையானது. | மந்திர ஆற்றலுக்குப் பிந்தையது. |

## பின்னுரை

இன்றைய அறிவியலின் மிகத் தொடக்ககால சிந்தனை நிலையே மந்திர மாகும். ஆதிமனிதனின் சிந்தனையானது மந்திரம் → சமயம் → அறிவியல் என்னும் மூன்று பெரும் நிலைகளில் படிமலர்ச்சியடைந்துள்ளது. தமிழர் பண்பாட்டில் மந்திரம் பல்வேறு நிலைகளில் (ஒத்த மந்திரம், தொத்து மந்திரம்) காணப்படுகின்றது. இதன் செயல்பாடுகள் ஆக்க நிலை சார்ந்தும் (positive) எதிர்நிலை சார்ந்தும் (negative) செயல்படுத்தப் படுகின்றன. தமிழ்ச் சூழலில் இவ்வனைத்துக் கூறுகளையும் விரிவான எடுத்துக்காட்டுகளுடன் ஆ. சிவசுப்பிரமணியன் (1999) மிக நுட்பமாக ஆராய்ந்துள்ளார். முளைப்பாரி, ஆடிப்பொம்மை, தச்சுக்கழித்தல், மந்திர வைத்தியம் ஆகிய இயல்களில் எண்ணற்ற எடுத்துக்காட்டு களுடன் மந்திரத்தின் தன்மைகளை விளக்கியிருக்கிறார்.

தே. ஞானசேகரன் இத்துறையில் மிகச் சிறப்பான களப்பணித் தரவு களுடன் இரண்டு நூல்களை எழுதியுள்ளார். *மக்கள் வாழ்வில் மந்திரச் சடங்குகள் (1987)* என்னும் நூலும், *மந்திரம் சடங்குகள் சமயம் (2000)* என்னும் நூலும் மதுரை மாவட்டத்தை ஆய்வுக் களமாகக்கொண்டு எழுதப்பட்டவையாகும். இவர் மந்திரம், சடங்குகள் இரண்டையும் ஒருங்கிணைத்து விரிவான களங்களில் ஆய்வை மேற்கொண்டுள்ளார். மேற்கூறிய இருவரின் ஆய்வுகளை நோக்கும்போது தமிழ்ச்சூழலில் சமயநம்பிக்கையே மந்திரத்திற்கான ஆதாரமாக விளங்குகின்றது. சடங்குகள் இதற்கு ஊடகமாக உள்ளன.

தமிழர்களின் சமய நம்பிக்கை இன்றும் இடைப்பட்ட நிலை யிலேயே உள்ளது. ஆவிவழிபாடு (animism) → பலகடவுள் வழிபாடு → ஒரு கடவுள் வழிபாடு என்ற மூன்று பருநிலையிலான படிமலர்ச்சி யில் பலகடவுள் வழிபாட்டை தமிழர்கள் கொண்டுள்ளார்கள். மேலும் இதில் இரண்டு அடிப்படையான போக்குகள் உண்டு. ஒன்று வைதிகநெறி. மற்றொன்று நாட்டார்நெறி. வெகுசன மக்களின் சமய நம்பிக்கையில் தாந்திரீகம் ஒரு முக்கியக்கூறாக உள்ளது. தாந்திரீகத்தில் மதுவும் பெண் தெய்வங்களும் இன்றியமையாதன. வைதிகநெறியின் செல்வாக்கின் காரணமாக சம்ஸ்கிருதவயமாக்கல் ஏற்பட்டு மதுவுக்குப் பதிலாகப் பால் அந்த இடத்தைப் பெற்றுள்ளது. மதுவின் எச்சமாகவே பால் இடம்பெறுகிறது எனலாம். மந்திரத்தின் தன்மைகளை அறிவதற்குச் சடங்குகளை நோக்கவேண்டும். பெரும் பாலும் சடங்குகள் வாயிலாகவே மந்திரம் செயல்படுத்தப்படுகிறது. இது அந்தந்தச் சமூகத்தின் சமய நம்பிக்கையை அடிப்படையாகக் கொண்டு செயல்படுகிறது.

இவ்வாறு மனித சமூகத்தின் தொடக்கநிலையான வேட்டைநிலை தொடங்கி இன்றைய தொழில்துறைச் சமூகம் வரை மந்திரத்தின் தளம் வெவ்வேறு வடிவங்களில் இடம் பெற்றுள்ளது. தொடக்கத்தில் அதன் தளம் விரிந்தும் நேரடியாகவும் வெளிப்படையாகவும் காணப்பட்ட தெனில் அடுத்தடுத்த கட்டங்களில் அது சுருங்கி வெளிப்படை உருவமல்லாமல் மாற்று வடிவங்களில் பரிணமித்து வந்திருக்கிறது. பண்பாட்டிடை நிலையில் பார்க்கும்போது சமயத்தின் படிமலர்ச்சி யில் எல்லா நிலைகளிலும் மந்திரம் வெவ்வேறு நிலைகளில் இடம் பெற்றுள்ளமையால் சமய நம்பிக்கையைத் தளர்த்தாமல் மந்திரத்தின் வேர்களை அசைப்பது கடினமாக இருக்கும். அறிவின் படிமலர்ச்சியில் பகுத்தறிவுவாதம் உச்சநிலையடையும்போது சமயம் சாராப் (secular) பரப்பு முழுமை பெறும். அப்போது சமயத்தின் தளம் தளர்ந்து போகும். இவ்வாறான படிமலர்ச்சி நிகழ்வதற்கான கருத்தியல் தளமும் அறிவு வாதமும் முனைப்புப்பெற்று முழுமை எய்தும் காலத்தில்தான் மந்திரம் அதன் தன்மைகளை இழக்கநேரிடும்.

# 16

## சமயத்தின் தோற்றம்

சமயத்தின் தோற்றம் குறித்து மிகச் சரியான, ஒருமித்த கருத்துடைய ஒற்றைக்கூற்றினை இதுவரை உருவாக்க இயலவில்லை. சமயம் முதன்முதலில் எவ்வாறு தோன்றியது என்று அறுதியிட்டுக்கூற இயலா நிலையே உள்ளது. எனினும் தொல்லியலார் 70,000 ஆண்டுகளுக்கும் மேற்பட்ட பழமையுடைய வாழிடப்பகுதிகளில் கிடைத்த பொருட் களைக் கொண்டு சில ஊகங்களைத் தர்க்கரீதியாக மீட்டுருவாக்கி யுள்ளனர். இதன் பின்னர் மேற்கு ஐரோப்பாவில் கடை பழங்கற்கால கட்டத்தில் (upper palaeolithic) வாழ்ந்த குரோ மாக்னன் வாழிடங் களில் கிடைத்த பொருட்களைக் கொண்டு அம்மக்களின் சமய நம்பிக்கைகளை மீட்டுருவாக்கியுள்ளனர். இதன்படி பார்த்தால் 70,000-1,00,000 ஆண்டுகளுக்கு முன்னரே மனித சமூகத்தில் சமய நம்பிக்கை தோன்றிவிட்டது எனலாம். ஆதிமுதல் இன்று வரை சமயம் இல்லாத சமூகம் இல்லை என்னுமளவிற்கு உலகப் பண்பாடுகளில் எல்லாம் சமயம் நிலைபெற்றுள்ளது.

சமயத்தின் தோற்றம் குறித்துப் பல்வேறு கோட்பாடுகள் முன் வைக்கப்பட்டுள்ளன. அவற்றைப் பின்வரும் மூன்று வகையான அணுகுமுறைகளாக வகைப்படுத்திவிடலாம்:

| அணுகுமுறை | ஆய்வு செய்த அறிஞர்கள் |
|---|---|
| 1. மனித எண்ணம் சார்ந்தது (intellectual) | எட்வர்டு பர்னட் டைலர், ஜேம்ஸ் ஜார்ஜ் பிரேசர் |
| 2. உணர்வு சார்ந்தது (emotional) | ராபர்ட் லோவி, பிரானிஸ்லா மலினாவ்ஸ்கி, சிக்மண்ட் பிராய்டு, விக்டர் டர்னர், கிளிஃபோர்டு கீர்ட்ஸ் |
| 3. சமூகம் சார்ந்தது (sociological) | எமிலி துர்க்ஹைறம், ராட்கிளிஃப் பிரௌன் |

சமுதாய அறிவியல்களில் பெரும்பாலும் ஓர் அறிஞருடைய கொள்கையை/கருத்தை மற்ற அறிஞர்கள் அப்படியே ஏற்றுக் கொள்ளாமல் அதைக் கருத்தூன்றி மேலும் விரிவான தரவுகளுடன் ஆராயும் போக்குக் காலந்தொட்டு நடந்துவருவதாகும். இதனால், ஒரே பொருள் குறித்து ஒன்றுக்கும் மேற்பட்ட கருத்துக்கள் உள்ளதைக் காணமுடிகிறது. இந்நிலை, சமயத்தின் தோற்றம் பற்றிய கருத்து களுக்கும் பொருந்தும். சமயத்தின் தோற்றம் குறித்து முதலில் எழுந்த கொள்கை மீது தொடர்ந்து விவாதித்ததால் இதுவரை பல கோட்பாடுகள் முன்வைக்கப்பட்டன, இனி இவ்வறிஞர்கள் முன்வைத்த முக்கியக் கோட்பாடுகளை நோக்குவோம். அவை:

1. ஆவி வழிபாடு (animism)
2. உயிர்ப்பாற்றல் வழிபாடு (animatism)
3. இயற்கை வழிபாடு (naturism)
4. குலக்குறி வழிபாடு (totemism)
5. போலியுரு வழிபாடு (fetishism)
6. முன்னோர் வழிபாடு (ancestor worship)

## ஆவி வழிபாடு

தொன்மைச் சமயம் (primitive religion) தோன்றிய முறையை விளக்க முற்பட்ட முதல் மானிடவியல் கோட்பாடே 'ஆவி வழிபாடு' (animism)[1] ஆகும். இக்கோட்பாட்டை 19ஆம் நூற்றாண்டைச் சேர்ந்த ஆங்கிலேய மானிடவியலறிஞர் எட்வர்டு பர்னட் டைலர் (1832 - 1917) வகுத்தார். இவர் 1871ஆம் ஆண்டு இரண்டு தொகுதிகளாக வெளியிட்ட தொன்மைப் பண்பாடு (Primitive Culture) என்னும் நூலின் முதல் தொகுதியில் தொன்மைப் பண்பாட்டின் ஏனைய கூறுகளை விளக்கி, இரண்டாம் தொகுதி முழுவதிலும் தொன்மைச் சமயத்தைப் பற்றி எழுதும்போது ஆவியுலகக் கோட்பாடு குறித்து விளக்குகிறார். ஆவியுலகக் கோட்பாட்டின் மையக் கருத்தை டைலர் குறிப்பிடும் போது 'மனிதகுலத்தில் சமயம் என்பது ஆவிகளின்பால் ஏற்பட்ட நம்பிக்கையிலிருந்து தோன்றியது' என்கிறார் (1871:424). டைலரின் இக்கருத்து சமயத்தைப் பற்றிய 'குறைந்தபட்ச வரையறை' எனச் சிறப்பித்துக் கூறப்படும்.[2]

தொன்மை மக்களின் சமய நம்பிக்கை ஏன் ஆவிகளோடு தொடர் புடையதாக இருந்தது என்பதற்கு டைலர் நீண்ட விளக்கத்தை முன் வைக்கிறார். தொன்மை மக்கள் அவர்களைச் சுற்றிலும் கண்ணுக்குப் புலனாகாத எண்ணற்ற ஆவிகள் அவர்களின் செயல்களைச் செயல்

படுத்துகின்றன என உறுதியாக நம்பினர். அவ்வகையான நம்பிக்கை அவர்களிடம் வேரூன்றக் காரணம், அவர்கள்தம் புறச்சூழலில் நிகழ்ந்த இயற்கையின் விளைவுகளுக்கான காரணத்தை அறியும்பொருட்டு அவர்கள் ஏற்படுத்திக் கொண்ட காரணகாரிய விளக்கங்களேயாகும். இயற்கையோடு மிகவும் ஒன்றி வாழ்ந்த அவர்கள் இயற்கையின் ஆற்றல் களைச் சரிவரப் புரிந்துகொள்ள இயலவில்லை. அவ்வாறே உளவியல், மனவியல் செயல்களையும் அவர்களால் புரிந்துகொள்ள இயலவில்லை. அடைமழை பெய்யும்போதெல்லாம் ஏற்பட்ட பெரு வெள்ளங்கள் பெரிய பெரிய மரங்களைச் சாய்த்தன; மண்கரைகளை அரித்தன; புதிய பாதையில் காட்டாறாக ஓடின. மழை பெய்யுங் காலத்தில் காதைப் பிளக்கும் இடியும், கண்ணைப் பறிக்கும் மின்னலும் எப்போதாவது, வானிலிருந்து எரிந்து விழும் விண்கற்களும் பலமுறை நிகழ்ந்தன. இதனையடுத்துப் புயலும், சூறாவளியும் வானுயர்ந்து நின்ற காட்டு மரங்களை வேரோடு சாய்த்தன; காட்டுச் சருகுகளையும், மண் புழுதி யையும் சுழற்றி அடித்துப் பெரும் ஓசையை எழுப்பின. அவ்வகையான இயற்கையின் சீற்றங்களுக்கு என்ன காரணம் எனப் புரியாமல் தொன்மை மக்கள் அஞ்சினர். அந்த இயற்கை நிகழ்வுகள் சில சமயங்களில் அவர்களின் உயிருக்கும் உடைமைகளுக்கும் ஆபத்தை ஏற்படுத்தின. அதற்கடுத்து அவ்வப்போது தாக்கிய கொள்ளை நோயால் பலர் உயிரிழந்தனர். அதுபோலப் பல இயற்கை நிகழ்வுகளை அவர்கள் சந்தித்தனர். அவையனைத்திற்கும் என்ன காரணம் என்பது அவர் களுக்குப் புரியாத புதிராகவே இருந்தது,

இயற்கை நிகழ்ச்சிகளில் ஏற்பட்ட பிரமை போன்றே உளவியல், மனவியல் செயல்களையும் அவர்கள் மருட்சியுடன் புரிந்துகொண்டனர். தொன்மை மக்கள் கனவு, நனவு, உறக்கம், இறப்புப் பற்றிச் சிந்திக்கத் தொடங்கினர். அவர்களின் கனவிலும் தூக்கத்திலும் இறந்த மூதாதையர்களையும் பல்வேறு செயல்களையும் கண்டனர். கனவில் ஏற்பட்ட அந்நிகழ்ச்சிகள் அவர்களுக்குள் ஒருவகைப் பிரமையை ஏற்படுத்தி மாயையான அனுபவத்தை உண்டாக்கின. அதனைத் தொடர்ந்து பகற்பொழுதில் அவர்கள் உரக்கக் கத்தியபோது சில சமயங்களில் அவ்வொலியை எதிரொலியாகக் கேட்டனர். அவர்கள் தம் சொந்தக் குரலும் கத்திய முறையும் அப்படியே திரும்ப வருவதைக் கண்டு அஞ்சினர். அவ்வகை எதிரொலி எங்கிருந்து வருகிறது? ஏன் வருகிறது? என்பதைச் சோதிக்க இடம் மாறிக் கத்தினர். அவ்வாறு இடம்மாறிக் கத்தியபோது சில இடங்களில் எதிரொலிகள் வரவில்லை. அதற்கான காரணத்தையும் அவர்களால் புரிந்துகொள்ள இயலவில்லை.

தொன்மை மக்களின் 'மருட்சித்தன்மை' மேலும் நீண்டுகொண்டே சென்றது. நீர் நிலைகள், குளங்கள், ஆறு போன்ற இடங்களில் அவர்கள் குனிந்தபோது அவர்களின் சொந்த நிழல் தெரியவே அதைக் கண்டு மருண்டனர். அதற்கான காரணங்களை அறிவதிலிருந்து அவர்களால் விடுபட இயலவில்லை. வெள்ளம், புயல், சூறாவளி, இடி, மின்னல் ஆகிய இயற்கை நிகழ்ச்சிகள் தொடங்கி கனவில் கண்ட நிகழ்ச்சிகள், எதிரொலி, சொந்த நிழல் நீரில் தெரிவது வரை அனைத்துச் செயல்களுக்கும் எவை காரணம் என விடை காணவியலாத இறுதிக் கட்டத்தில் அவர்கள் எதிர்கொண்ட ஒவ்வொரு நிகழ்ச்சிக்குப் பின் ஓர் ஆவி உள்ளது, அதுவே அச்செயல்களை இயக்குகிறது என்ற முடிவுக்கு வந்துவிட்டனர். அந்த ஆவிகள் மனிதனின் அனைத்துச் செயல்களையும் இயக்கவல்லன என உறுதியாக நம்பத் தலைப்பட்டனர். (தொன்மை மக்களின் இவ்வகையான நம்பிக்கை இன்றைய நவீன அறிவியல் காலத்தில் ஏற்றுக்கொள்ளக் கூடியதல்ல என்றாலும் அவர்களின் அடுத்த கட்டச் சிந்தனை ஆவியுலகக் கோட்பாட்டிற்கு உயிர்மூச்சாக அமைந்தது. அது இன்றைய பெருஞ்சமயங்களிலும் இடம்பெற்றுள்ளது).

ஆவிக் கோட்பாட்டிலிருந்தே (doctrine of spirits) சமயம் தோன்றியது என்று கூறும் டைலர், அக்கோட்பாட்டில் இறப்பு, கனவு ஆகியவற்றோடு தொடர்புடைய ஆன்மாக் கோட்பாடும் (doctrine of souls) அடங்கும் எனக் கூறுகிறார். இயற்கையின் சீற்றத்திற்கும் கனவின் வியத்தகு நிகழ்ச்சிகளுக்கும், எதிரொலி கேட்டதற்கும், அந்தந்தப் பொருள்களில் உறையும் ஆவிகளே காரணமென நம்பத் தலைப்பட்ட தொன்மை மக்கள் வாழ்வுக்கும் இறப்புக்கும் ஆவிகளே காரணமெனக் கருதினர். மனிதன் இறக்கும்போது கண்ணுக்குப் புலப்படாத 'சக்தி' (ஆவி) வெளிப்படுவதாலேயே அவன் இறக்கிறான் என்றும், அச்சக்தி உடலினுள் இருக்கும்வரை உயிருள்ளவனாக இருக்கிறான் என்றும் கருதினர்.

தொன்மை மக்கள், 'ஆவி-உடல்' என்ற கருத்தாக்கத்தை ஏற்படுத்திக் கொண்ட பின்னர் அடுத்த கட்டத்தில் 'உலவும் ஆவி' (free soul), 'உடல் ஆவி' (body soul) என்ற இரண்டு ஆவிகள் உடலில் உள்ளன என்று நம்பினர். உலவும் ஆவி உடலிலிருந்து வெளியே சென்று அன்றாடச் செயல்களோடு தொடர்புற்றுப் பின் மீண்டும் உடலுக்குள் வந்து உறைகிறது. ஆனால் உடல் ஆவி எப்போதும் உடலுக்குள்ளேயே உறைந்துள்ளது. அது எப்போது உடலை விட்டு வெளிப்படுகிறதோ அப்போதே இறப்பு நிகழ்கிறது. உலவும் ஆவி சுவாசத்திற்கும் உடலின் நிழல் தெரிவதற்கும் காரணமாக அமைகின்றது. உடல் ஆவியோ இரத்தம், தலை (உடல் ஆவி இருப்பதாக எண்ணிய உறுப்பு) ஆகியவற்றின் உருவமாக இருக்கிறது என நம்பினர்.

மேற்கூறிய நம்பிக்கைகளின் அடிப்படையில் ஆவியானது அதன் உருவத்திலும் வடிவத்திலும் தொட்டுணர முடியாதது எனக் கருதினர். அவர்கள் வழக்கில் ஆவி என்ற சொல் 'நிழல்'அல்லது 'மறைவு' என்பதைக் குறிக்கிறது என்றும், ஆவியின் தன்மையை அது தங்கும் உடல் என்னும் கலத்தில் மட்டுமே புரிந்துகொள்ள முடியும் என்றும் நம்பினர். அவர்கள் கனவில் நிகழ்ந்தவற்றையும், ஆவிகளின் பிற செயல்களையும் நேரடியாக உணர்ந்ததன் மூலம் மனிதனுக்கு 'நிலை யற்ற சதைப் பகுதி', 'ஆத்மீகமான ஆவி' ஆகிய இரு உடற்கூறுகள் உள்ளன எனத் தீர்மானித்தனர். தொன்மை மக்களின் இவ்வகைக் கருத்தாக்கம் ஆவியுலகக் கோட்பாடு வலுப்பெறுவதற்குக் காரணமாக அமைந்தது. இக்கருத்தாக்கம் பெருஞ் சமயங்களிலும் வேரூன்றியுள்ளது.

மனிதனிடம் இவ்விரு உடற்கூறுகள் உள்ளன என்ற நம்பிக்கையால் விளைந்தவையே பச்சைச் சடங்கு (green funeral) உலர்ந்த சடங்கு (dry funeral) என்னும் இருவகை ஈமச்சடங்குகளாகும். இறந்தவுடன் பச்சைச் சடங்கையும் இறந்தவரின் ஆவி இனிமேல் திரும்பி வராது என முடிவு செய்த பின்னர் உலர்ந்த சடங்கையும் செய்தனர். பச்சைச் சடங்கானது உடல் ஆவி பிரிந்து இறப்புக்குள்ளான சதைப் பகுதிக்குச் செய்யப் பட்டது. உலர்ந்த சடங்கானது ஒருவரது ஆவி இறந்த பின்னும் இறுதியாக ஓரிடத்தில் உறையும் என்றும் நம்பி அவ்வாறு உறைந்த பின் அவரது ஆவிக்குச் செய்த சடங்காகும்.

தமிழர் வாழ்வியலில்கூட அதன் எச்சங்கள் தொடர்வதைக் காணலாம். இறந்த மறுநாள் புதைக்கும்போதோ எரிக்கும்போதோ ஒரு சடங்கைச் செய்கின்றனர். இதனைப் பச்சைச் சடங்கு எனக் கொள்ளலாம். இச்சடங்கைச் செய்த பின்னும் இறந்தவர்தம் ஆவி சில நாட்கள் வரை வீட்டிற்கு வந்து செல்கிறது என நம்புகின்றனர். இதனால் காரியம் செய்யும்வரை வீட்டில் அவரது உடைகளையும் சில உடைமைகளையும் வைத்துத் தினமும் விளக்கேற்றி வைப்பர். அதனோடு உடைகளின் எதிரில் மணல் பரப்பி வைப்பர்; ஒரு சிறிய பாத்திரத்தில் நீரையும் வைப்பர். சில நாட்களில் மண்ணின் மேற்பரப்பு கலைந்திருக்கும் அல்லது வைத்த நீரின் அளவு குறைந்திருக்கும். இறந்தவர் வீட்டிற்கு வந்ததாலேயே அது நிகழ்ந்தது என எண்ணுகின்றனர். இறுதியாக 14 அல்லது 16ஆம் நாள் காரியம் செய்து அவரது ஆவியைச் சாந்தியடையச் செய்கின்றனர். இதனை உலர்ந்த சடங்கு எனக் கொள்ளலாம்.

நீலகிரி மலையில் வாழும் தோடர்கள் இறந்தவுடன் 'பச்சைச் சாவு'ச் (wet or green funeral) சடங்கையும் ஓராண்டு கழித்து 'வரைதன்' (varaidan or dry funeral) என்னும் உலர்ந்த சடங்கையும் செய்கின்றனர்.

தோடர்களின் வரைதன் சடங்கானது இந்துக்களின் 'கருமாதி' (காரியம்) சடங்கை ஒத்ததாகும். நீலகிரியில் வாழும் கோத்தப் பழங்குடியினரும் 'பஸ்தௌ' (pasdau)என்னும் பச்சைச் சடங்கையும் 'வர்ல்தௌ' (varldau) என்னும் உலர்ந்த சடங்கையும் கால இடைவெளி யுடன் செய்கின்றனர்.

மத்திய இந்தியாவில் வாழும் ஒராவ்ன், சந்தால் ஆகிய பழங்குடி யினரிடம் ஆவியுலக நம்பிக்கையை மஜ்னியேத்தன் (majniyethan) வழிபாட்டில் காணலாம். இது தவிர ஒராவ்ன்கள் மழை பெறவும் பயிர், கால்நடை ஆகியவற்றின் நலனுக்கெனவும் தனித்தனியான ஆவிகளை வழிபடுகின்றனர். சட்டிஸ்கர் பகுதியில் வாழும் காமர் பழங்குடியினர் உலவும் ஆவியான மட்ஹி (madhee) சுடுகாட்டிலும் உடல் ஆவியான ஜிவ் (jiv) இறைவனிடத்திலும் சேர்கின்றன என நம்புகின்றனர். மிகிர் பழங்குடியினர் இறந்தவரின் ஆவி குடும்ப நலனுடன் தொடர்புடையது என எண்ணுவதால் குழந்தைகளுக்கு இறந்தவரின் பெயரையே சூட்டுகின்றனர். மேற்கு இந்தியாவில் வாழும் பில்லர்கள் விர் (vir) என்ற மூதாதையர் ஆவியை வழிபடுகின்றனர்.

டைலரின் ஆவி வழிபாட்டுக் கொள்கைவழி ஒவ்வொரு பண்பாடும் சமய நம்பிக்கையைக் கொண்டிருந்திருக்க வேண்டும் என்றும், அச்சமய நம்பிக்கையே அந்தந்தப் பண்பாட்டின் வளர்ச்சிக்கு அடிக்கல்லாக அமையும் என்றும் வலியுறுத்திக் கூறுகிறார். டைலர் அடிப்படை யில் 19ஆம் நூற்றாண்டுப் படிமலர்ச்சிக் கொள்கைக் (ஒருவழிப் படிமலர்ச்சிக் கொள்கை) குழுவைச் சேர்ந்தவர் என்பதால் இவர் சமயம் எவ்வாறு படிமலர்ச்சி அடைந்தது என்பதையும் விளக்க முற்பட்டார். குறிப்பாக, மார்கனின் அணுகுமுறையிலேயே டைலரும் சமயத்தின் வளர்ச்சியை ஆராய்ந்தார்.

உயிரினங்களின் படிமலர்ச்சி போன்றே பண்பாட்டுப் படிமலர்ச்சி யும் சிறிய, எளிய நிலையிலிருந்து எளிமையற்ற, சிக்கலான நிலையை அடைந்துள்ளது. டைலர் தம் படிமலர்ச்சித் திட்டத்தில் இன்றுள்ள அனைத்துச் சமுதாயங்களும் கனவு, பேய் பிசாசு, ஆவிகள் ஆகிய வற்றின்மீது கொண்ட நம்பிக்கை முதல் கட்டமாகும். இந்த ஆவியுலகச் சமயம் என்னும் நிலையைக் கடந்தே பிற நிலைகள் வளர்ச்சிப் பெற்று வந்துள்ளன. ஆக இதன் வளர்ச்சியானது ஆவியுலக நம்பிக்கை → பலகடவுள் வழிபாடு → ஒருகடவுள் வழிபாடு என்ற வரிசையில் நிகழ்ந்துள்ளது. இன்றுள்ள பெருஞ் சமயங்கள் அனைத்தும் ஆவியுலக நம்பிக்கை என்னும் நிலையைக் கடந்தே வளர்ச்சி பெற்று வந்துள்ளன.

ஒருகடவுள் வழிபாடு (monotheism)

↑

பலகடவுள் வழிபாடு (polytheism)

↑

ஆவி வழிபாடு (animism)

↑

பேய்-பிசாசுகளின் ஆவிகள் (ghost-souls)

↑

கனவுகள் (dreams)

எட்வர்டு டைலர் முன்வைத்த படிமலர்ச்சி நிலைகள்

இன்றுள்ள பெருஞ் சமயங்கள் அனைத்தும் ஆவியுலக நம்பிக்கை என்னும் நிலையைக் கடந்தே வந்துள்ளன என்பதால் அனைத்தும் குறைந்தபட்ச ஆவியுலக நம்பிக்கையாவது கொண்டிருக்கும் அல்லது எங்கெங்கு உயிர், ஆவி, பேய், பிசாசு, கடவுள் முதலானவற்றின் நம்பிக்கையுள்ளதோ அங்கெல்லாம் குறைந்த அளவிலேனும் ஆவியுலக நம்பிக்கை இருக்கும் எனக் கூறுகிறார்.

ஆவியுலக நம்பிக்கையை டைலர் கீழ்நிலை ஆவிவழிபாடு(lower animism), மேல்நிலை ஆவி வழிபாடு (higher animism) என்னும் இரு நிலைகளாகப் பிரிக்கின்றார்.

மேல்நிலை ஆவிவழிபாடு

↑

கீழ்நிலை ஆவிவழிபாடு

கீழ்நிலை ஆவி வழிபாட்டைக் கொண்டவர்கள் ஒழுக்க நிலை சாராத(amoral) தொன்மை மக்களாவர். இவ்வகையினர் இறப்புக்குப் பின் உயிர் தொடர்ந்து வாழ்கிறது அல்லது நன்மை தீமைகளைச் செய்யும் ஆற்றலைக் கொண்டு நிலைத்திருக்கிறது என நம்புகின்றனர். மேல்நிலை ஆவியுலகக் கோட்பாட்டினர் அவர்கள் வாழுங்காலத்தில் செய்த கருமங்களின் தன்மைக்கேற்ப மதிப்புகளோ தண்டனைகளோ கிடைக்குமென நம்புகின்றவர்கள். இரண்டாம் வகையினரே படி மலர்ச்சிக் கோட்டில் மேல்நிலையில் உள்ளவர்கள் என மதிப்பிட்டார் டைலர். ஆவி வழிபாடு என்ற அடிநிலையில் தோன்றிய சமய நம்பிக்கை, அதன் படிமலர்ச்சி நிகழ்வில் இறுதியாக ஒரு கடவுள் வழிபாடு என்ற உச்ச நிலையை அடைந்தது. அவ்வளர்ச்சி நிலைகளுக்கேற்பவே மக்களின் வளர்ச்சி நிலையும் அமைந்துள்ளது என்றார் டைலர்.

## டைலர் மீது விமர்சனம்

டைலரின் கோட்பாட்டைப் பல அறிஞர்கள் திறனாய்வு செய்தனர். ஆவி வழிபாட்டுக் கோட்பாட்டை வகுத்ததன் மூலம் டைலர் தொன்மை மக்களைத் தத்துவஞானிகளாகவும் பகுத்தறிவாளர்களாகவும் மிகைப் படுத்திவிட்டார் என்றும், டைலருக்குக் களப்பணி அனுபவம் இல்லை யாதலால் தொன்மை மக்களின் சுறுசுறுப்பான வாழ்க்கையில் அவர் களுக்குச் சிந்தனை செய்யவே காலமில்லை என்பதை ஊகிக்கத் தவறி விட்டார் என்றும் மானிடவியலர் சிலர் குற்றஞ்சாட்டினர்.

டைலரின் கோட்பாடு இயற்கை அறிவியலார் பார்வையிலேயே இருப்பதால் இவர் தொன்மைச் சமயத்தின் ஒரு பகுதியை மட்டும் மிகைப்படுத்திவிட்டார் என மாக்ஸ் முல்லர், துர்க்ஹைம், மாரட் போன்ற பலர் கருத்துத் தெரிவித்தனர். சமூகப் பண்பாட்டு முறை களைச் செயற்பாட்டுக் காரண காரிய அமைப்புகளோடு (functional - causal system) ஒப்பிட்டுக் காட்டுவது போல் டைலர் சமயத்தின் வளர்ச்சியை ஒப்பிட்டுக் காட்டாததால் இக்கோட்பாடு குறைபாடு உடையதாய் உள்ளது என மேலும் சிலர் குறைகூறினர்.

தொன்மை மக்கள் அனைவரிடமும் ஆவியுலக நம்பிக்கை இருக்கின்றதென்றும் வளர்ச்சியுற்ற சமயங்களிலும் இது குறைந்த அளவாவது இடம்பெறும் என்றும் கூறும் டைலரின் வாதத்தைச் சிலர் ஏற்க மறுத்தனர். உலகத்தில் சில குடியினர் ஆவியுலக நம்பிக்கையைக் கொண்டிருக்கவில்லை என வாதிட்டாலும் பொதுவான சமயக் கோட்பாட்டை உருவாக்கும் போது ஐயப்பாடுடைய விதிவிலக்கை எக்கோட்பாடும் ஏற்பதில்லை என டைலர் மறுப்புக் கூறினார். இக்கருத்தைத் தாம் முழுமனதோடு கூறவில்லை என்றும் டைலர் கூறுகிறார். ஆவியுலக நம்பிக்கையற்ற சமயங்கள் இருக்க முடியாது; அதன் எச்சங்கள் மறைமுக அளவிலேனும் இடம்பெறும் என்ற தம் 'எஞ்சிநிலைத்தவை' (survivals) கோட்பாட்டைத் துணையாகக் கொள் கிறார். அதனாலேயே அனைத்து மக்களும் ஆவியுலக நம்பிக்கையை ஏதோ ஒரு வகையில் கொண்டிருப்பர் என டைலர் முடிந்த முடிவாகக் கூறினார்.

இவர்தம் கருத்துகளை உறுதிப்படுத்தப் பல கூற்றுகளை முன் வைத்துப் பேசினார். அவற்றுள் ஒன்று; எவ்வாறு காடும் விலங்குகளும், வானும் பறவைகளும், தண்ணீரும் மீன்களும் ஒன்றுக்குள் ஒன்றாக உள்ளனவோ அவ்வாறே மனிதனும் ஆவியும் ஒன்றோடொன்று ஒன்றியிருக்கின்றனர். எனவே ஆவியுலக நம்பிக்கையின்றி மனிதன் சமய அமைப்பைப் பெற்றிருக்க முடியாது என உறுதிபடக் கூறினார்.

டைலரின் கோட்பாட்டைச் சில அறிஞர்கள் குறை கூறிய அதே நேரத்தில் தார்வின் டைலரை மிகவும் உயர்வாகப் போற்றினார் (எஞ்சிநிலைத்தவை பற்றி தார்வினின் கூற்றை இயல் 6க்கான குறிப்புகள் பகுதியில் காண்க: பக் 407-8)

## உயிர்ப்பாற்றல் வழிபாடு

டைலருக்குப் பின் அவரது பதவியை ஏற்றவரும், ஆக்ஸ்போர்டு பல்கலைக்கழக மானிடவியலறிஞருமான ஆர்.ஆர். மாரட் உயிர்ப்புச் சக்தியின் அடிப்படையில் நிலவும் நம்பிக்கையைக் கண்டறிந்தார். இத்தகு ஆற்றலைக்கொண்ட பொருள்களை மக்கள் வழிபட்டதால் இதனை 'உயிர்ப்பாற்றல் (பேராற்றல்) வழிபாடு' (animatism) எனக் குறிப்பிட்டார். இது, தொன்மைச் சமயத்தின் தோற்றத்தை விளக்க முற்பட்ட இரண்டாவது மானிடவியல் கோட்பாடாகும். மாரட், மெலனீசிய மக்களிடம் ஆய்வு செய்தபோது அவர்கள் கொண்டிருந்த 'மனா' (mana) நம்பிக்கை அடிப்படையில் இக்கோட்பாட்டை உருவாக்கினார். மனா நம்பிக்கையின் அடிப்படையில் இக்கோட்பாடு உருவானதால் இது 'மனா நம்பிக்கை' (manaism) என்றும் கூறப்படும். மாரட், தம் உயிர்ப்பாற்றல் கோட்பாட்டைச் *சமயத்தின் நுழைவாயில்* (The Threshold Religion 1914) என்னும் நூலில் விவரிக்கிறார்.

ஆவிகள், பேய், பிசாசு போன்ற இயல்பிறந்த இயற்கையின் வடிவங்களையும், கடவுளரையும் வழிபடாத சமுதாயத்தினர் உள்ளனர். இவர்கள் உயிரினங்களுக்கு (animate) ஆவி உண்டென்பதை யும், உயிரற்ற (inanimate)பொருள்களில் ஆவி உண்டென்பதையும், மனிதனைச் சார்ந்த(personal)ஆவி உண்டென்பதையும் அறவே நம்பாத வர்கள். இவ்வகைச் சமுதாயத்தினர் மனிதன், பொருள், இயற்கை முதலானவற்றைச் சாராத, உயிர்ப்புத் தன்மையுடைய ஆற்றலில் நம்பிக்கை கொண்டுள்ளனர். இவ்வகை நம்பிக்கையிலிருந்தே தொன்மைச் சமயம் தோற்றம் பெற்றது என்று மாரட் கூறுகிறார்.

'மனா' என்னும் மெலனீசியச் சொல்லிற்கு 'உயிர்ப்புத் தன்மை யுடைய ஆற்றல்' என்பது பொருள். இயற்கையாய் அமைந்துள்ள திறனைப் பெருமளவு மிகுதிப்படுத்தி அதன்மூலம் சாதாரண மனிதர்கள் சாதிக்க இயலாததைச் செய்ய வைக்கும் எந்த ஓர் ஆற்றலையும் மனா என்று கருதுகின்றனர். இது மனித சக்திக்கப்பாற்பட்ட அனைத்துச் செயல்களையும் இயக்கவல்லது. இதன் தோற்றம், மனித உணர்வுகளுக்கு அப்பால் காணப்பட்டாலும் செயல்திறனாகவோ அசாதாரணமான மனிதச் செயல்களின் வழியாகவோ வெளிப்படும் இயல்புடையது. இந்த ஆற்றலை நம்பும் இம்மக்களின் கருத்துப்படி மனா, உலகம் முழுவதும்

பரவலாக நிறைந்திருந்தாலும் சில மனிதர்களிடமும் பொருள்களிலும் மட்டுமே மிகுதியாகச் சேரவல்லது.

தலைவர்கள், சமய குருக்கள், அசாதாரணத் திறமை பெற்றுள்ள வர்கள், பெரும் புகழ்பெற்றுள்ள மனிதர்கள், மிகுந்த வலிமை பெற்றுள்ள மனிதர்கள், மற்றவர்களைக் காட்டிலும் மிகக்கூரிய பார்வை கொண்டவர்கள் முதலானோரிடம் மனா ஆற்றல் உள்ளதே, அவர்கள் பிறரைக் காட்டிலும் சிறப்புற்றிருப்பதற்குக் காரணமென எண்ணுகின்றனர். கைவினைஞனுக்குக் கைதேர்ந்த கலைப்பொருள் களை உருவாக்கும் திறமையையும், கவிஞனுக்குப் புகழ்பெற்ற கவிதைகளை இயற்றும் திறமையையும், சிலர் மட்டும் குரல் வளம் கொண்டு பாடும் திறமையையும் மனா ஆற்றல் கொடுக்கிறது என்று கூறுகின்றனர். மேலும், படகு செலுத்துதல், போரிடுதல் போன்றவற்றில் ஒருவன் தன்னையொத்த மற்றவரைக் காட்டிலும் மிகுந்த திறன் பெற்றிருப்பதற்கு அவனிடம் உள்ள மனா ஆற்றலே காரணமென்றும் அவர்கள் எண்ணுகின்றனர். இவ்வாறே இயல்பாய் காணப்படாத மிகப்பெரும் பாறைகளும், இயற்கைப் பொருள்களும் மனா ஆற்றலைப் பெற்றுள்ளதாலேயே அவ்வாறு உள்ளன என்பர். சுருக்கமாகக் கூறுவதாயின் சிறப்பியல்புடன் உள்ள எந்த ஒரு பொருளும் மனா ஆற்றலைப் பெற்றுள்ளதாலேயே அவ்வாறுள்ளது எனக் கருதுகின்றனர்.

நியூகினித் தீவிலுள்ள தோபு (Dobu) மக்களும் மனா நம்பிக்கை கொண்டுள்ளனர். பயிர்கள் மிகுந்த விளைச்சல் தருவதற்கும் எதிரிகள் அழிவதற்கும், ஆபத்துகள் ஏற்படுவதற்கும், ஏற்படாமலிருப்பதற்கும் மனா ஆற்றல் காரணமாக உள்ளது என அவர்கள் நம்புகின்றனர்.

மனா ஆற்றல் ஒரேயிடத்தில் இருக்கக் கூடியதன்று. பல்வேறு பழங்குடி மக்களிடையே கிடைக்கப்பெற்ற இனவரைவியல் தரவு களின்படி, இந்த ஆற்றல் ஒருவரிடமிருந்து விடுபட்டு மற்றவருக்குச் செல்லும் தன்மை பெற்றது. இவ்வாற்றல் மனிதர்களிடமிருந்து எந்த நேரத்திலும் வெளியேறலாம்.

ஒரு மனிதனிடம் உள்ள மனா மற்றொரு மனிதனுக்கே செல்ல வேண்டும் என்பதில்லை. மனிதனிடமிருந்து பொருள்களுக்கும், பொருள்களிலிருந்து மனிதர்களுக்கும் இடம்பெயரும். இதனால், 'பொருள் மனா' (object mana) என்றோ 'மனித மனா' (personal mana) என்றோ தனித்தனி ஆற்றல் இல்லை. அவ்வாறே மனாக்களுள் சிறந்த மனா என்பதும் சிறப்புக் குறைந்த மனா என்பதும் இல்லை. இந்த ஆற்றலைப் பெற்றுள்ள மனிதர்களோ பொருள்களோ வெவ்வேறு பாங்கில் தனிச்சிறப்புப் பெற்றுள்ளதன் மூலம், இந்த ஆற்றலில்

வேறுபாடுகள் உண்டு என்று எண்ணிவிட முடியாது. ஆனால், இதன் தன்மை அந்தச் சமுதாயத்தின் அமைப்போடு ஒன்றிக் காணப்படும் இயல்புடையது என்பர் மெலனீசியர். அதாவது, ஒரு சமுதாயத்தின் படிநிலை அமைப்பிற்கேற்ப இந்த ஆற்றலும் வெளிப்படுகிறது. அதன் மூலம் ஒரு சமூகத்தின் தலைவர் பொதுமக்களைவிட மிகுந்த மனாவையும், போர்ப்படையைச் சேர்ந்தவர் அத்துறையைச் சேராதவரைவிட மிகுந்த மனாவையும், அரசர் உயர்குடியினரைவிட மிகுந்த மனாவையும் சமய குருக்கள் சாதாரண மக்களைவிட மிகுந்த மனாவையும் பெற இயலும். இதனால் மனா ஆற்றலின் வெளிப்பாடு அந்தச் சமுதாயத்தின் கட்டமைப்போடு ஒத்திசைவு பெற்று அவரவருக்குத் தேவையான அளவு உண்டாகின்றது என எண்ணுகின்றனர்.

சமுதாயத்தில் ஏற்ற இறக்கம், வெற்றி தோல்வி முதலானவற்றை மனா ஆற்றல் வெளிப்படுத்துகிறது என்கின்றனர். ஒரு மெலனீசியத் தோட்டக்காரர் தொடர்ந்து பல ஆண்டுகளாக அவர் பயிரிடும் ஒருவகை வள்ளிக்கிழங்கு (yam) விளையாமல் போகும்போது ஓர் அசாதாரணமான கல்லைப் பார்த்தால் அதைக் கொண்டுவந்து அவரது தோட்டத்தில் நட்டு வைப்பார். அந்தக் கல் மனா ஆற்றல் பெற்றுள்ளது என்று நம்புகிறார். அதன் பின்னர் அதற்கடுத்த ஆண்டுகளில் மிகுந்த விளைச்சல் பெற்றால் அதன்மூலம் அவர் கடந்த ஆண்டுகளில் மிகுந்த விளைச்சல் பெற்றதற்கான காரணத்தை உறுதிப்படுத்திக் கொள்வார். பின்னர் மனா ஆற்றலுடைய கல்லை நட்டுவைத்ததன் மூலம் மிகுந்த விளைச்சலைப் பெற்றதாக மற்றவர்களிடம் கூறுவார். அவ்வாறே நீச்சல் வீரரோ படகோட்டியோ போர் வீரரோ திடீரெனப் பெரும் ஆற்றலைப் பெற்று தன்னை ஒத்த மற்றவர்களைக் காட்டிலும் சிறந்து விளங்கும் போது அந்த வெற்றி மனா ஆற்றல் மூலம் கிடைத்தது எனக் கூறுவர்.

இவை அனைத்திற்கும் மேலாக மனா ஆற்றல் சமுதாய ஏற்றத் தாழ்விற்கும் காரணமென அவர்கள் நம்புகின்றனர். ஒரு குறிப்பிட்ட சமூகக் குழுவினரிடம் என்றும், அம்மக்களின் வழிவருவோரும் மிகுந்த மனா ஆற்றலைப் பெற்றவர்களாகப் பிறக்கின்றனர் என்றும் நம்பு கின்றனர். இவ்விளக்கம் சமுதாய ஏற்றத் தாழ்விற்கான காரணத்தை வலுப்படுத்துவதோடன்றி இதுகாறும் ஒருவர் பெற்றுள்ள தகுதியைத் தக்க வைப்பதற்கும் (status quo) உதவுகிறது. அதனாலேயே சில அரச குடியினர் தம் குடும்பத்தாருடன் மட்டுமே மணஉறவு கொள் கின்றனர். அவ்வகை மணம் அரசகுடித் தகாப் புணர்ச்சி (royal incest) எனப்படும். அதற்குக் காரணம் தங்கள் குடும்பத்தார் பெற்றுள்ள மனா ஆற்றல் பிறருடன் கலப்பதால் குறைந்துவிடும் என்ற அச்சமேயாகும். அவ்வகை அகமண (endogamy) முறையைப் பண்டைய பெரு, இன்கா,

ஹவாய், எகிப்திய அரச குடியினர் கொண்டிருந்தனர். அவ்வாறே மறக்குடியினர், தெய்வ வழிபாடுகள் செய்வோர் போன்ற குலத்தவர்கள் தங்களுக்கென்று தனியான மனா ஆற்றல் உண்டென நம்புகின்றனர்.

மனா ஆற்றல் நன்மை தரக்கூடியது போன்றே ஆபத்தையும் விளைவிக்கக்கூடியது. ஒருவன் தான் பெற்றுள்ள மனா ஆற்றலோடு தன்னை ஒன்றவைத்துக் கொள்ள வேண்டும். அவ்வாறு இல்லையெனில் அவனுக்கு அது ஆபத்தை விளைவிக்கும். பாலிசீனியப் பழங்குடித் தலைவன் ஒருவன் பயன்படுத்தும் பொருள்களைச் சாதாரண மக்கள் தொடக்கூடாது. அதனாலேயே அம்மக்களிடம் 'விலக்கு' (taboo) என்னும் கருத்தாக்கம் மனாக் கோட்பாட்டோடு தொடர்புடையதாக உள்ளது, பாலினீசிய மொழியில் 'விலக்கு' என்னும் பொருளுடைய 'tabu' என்னும் சொல்லிற்குப் 'புனிதத் தன்மை' என்றும் 'தடை செய்யப் பட்டவை' என்றும் பொருளுண்டு. சிலைகள், கோயில்கள், உயர்குலத் தவர்கள், கடவுளின் படகுகள், இன்னும் பிற பொருள்கள் அனைத்தும் சாதாரண மக்கள் தொடுவதற்குத் தடை செய்யப்பட்டுள்ளது.

மனா ஆற்றல் உலகின் பிற சமுதாயங்களிலும் வெவ்வேறு பெயர் களில் குறிப்பிடப்படுகிறது. அமெரிக்கச் சமவெளிப் பழங்குடிகளும் வடஅமெரிக்காவில் அல்கான்குயின் (Algonquin) மொழி பேசுவோரும் மனா ஆற்றலை வாக்கன் (wakan), மனிட்டாவ் (manitou) என்று குறிப் பிடுகின்றனர். வட அமெரிக்க இந்தியர்கள் சிலர் இதனை ஒரண்டா (orenda), ஆரன் (aren), வக்குவா (wakua) எனவும் குறிப்பிடுகின்றனர்,

இந்திய மானிடவியலறிஞர் டி.என். மஜூம்தார் மனா நம்பிக்கைக்கு ஒத்த வகையில் 'போங்கா' (Bonga) என்னும் ஆற்றலைக் குறிப்பிடுகிறார். பல்வேறு ஆவிகளும் அவற்றின் செயல்களுமே மனிதர்களை இயக்கு கின்றன என்னும் ஆவி வழிபாட்டிலிருந்து (animism) மாறுபட்டதே 'போங்கா நம்பிக்கை' (bongaism) என்பார் மஜூம்தார் ***(1961:166-67)***.

போங்கா உயிர்ப்புச் சக்தி கொண்டதும் வடிவமற்றதுமாக வெளிப்படும் தன்மையுடையது; மழை, புயல், வெள்ளம், கடுங்குளிர், தனிமனிதர்களுக்கிடையே காணப்படும் ஆற்றல் முதலானவற்றிற்குக் காரணமாக அமைவது. ஹோ (Ho), முண்டர் போன்ற பழங்குடி களிடையேயும் சோட்டா நாக்பூர் பகுதிப் பழங்குடிகளிடையேயும் போங்கா நம்பிக்கை உள்ளதாக மஜூம்தார் குறிப்பிடுகிறார். இவர் போங்காவை மெலனீசியரின் மனா கோட்பாட்டிற்கு (manaism) இணையானது எனக் கூறுகிறார் ***(மேலது: 156)***.

இன்று இந்து சமயம், கிறித்துவம், இசுலாம் போன்ற பெரும் சமயத்தைச் சேர்ந்தவர்களிடையேயும் உயிர்ப்பாற்றல் (animatism)

அதிர்ஷ்டம் (good - luck) என்னும் பெயரில் வேரூன்றியுள்ளது. அதிர்ஷ்டம் என்னும் நம்பிக்கை உயிர்ப்பாற்றலின் திரிபே. இது 'மனா' ஆற்றலின் அனைத்துத் தன்மைகளையும் பெற்று விளங்குகிறது. அதிர்ஷ்டம் என்னும் ஆற்றல் ஆவிகளைச் சாராதது, உயிர்ப்புச்சக்தி கொண்டது, உருவமற்றது; இயற்கைக்கப்பாற்பட்டது. இந்த ஆற்றல் மனித சக்திக்கப்பாற்பட்ட அனைத்துச் செயல்களையும் இயக்க வல்லது. சமுதாயத்தில் உடனொத்தவர்களைக் காட்டிலும் சிலர் மிகப்பெரும் திறனைப் பெற்றுள்ளதற்கு அதிர்ஷ்டமே காரணமென மக்கள் நம்புகின்றனர். ஆகவே அதிர்ஷ்டத்தை 'இந்திய மனா' அல்லது 'தமிழக மனா' என்று கூறுவதில் தவறில்லை. (மனா கோட்பாடு குறித்த செய்திகள் அதிர்ஷ்டம் என்னும் கோட்பாட்டுக்கும் பெருமளவு பொருந்துமாதலால் மனா பற்றிய செய்திகளை மீண்டும் இங்கு நினைவுபடுத்திக் கொள்க).

## இயற்கை வழிபாடு

ஆவிகளின் நம்பிக்கையிலிருந்தே தொன்மைச் சமயம் தோன்றியது என்ற டைலரின் கருத்தையடுத்து ஆவிகள் சாராத ஒருவகை உயிர்ப்புத் தன்மையுடைய பேராற்றலின்பால் கொண்ட நம்பிக்கையே தொன்மைச் சமுதாயத்தின் தோற்றத்திற்குக் காரணம் என்ற மாரட்டின் கருத்து ஏற்பட்டது. ஆவிகள் நம்பிக்கையும், ஆவிகள் சாராத ஆற்றலின் நம்பிக்கையும் சமயத்தின் தோற்றத்திற்குக் காரணமன்று; இயற்கையின் ஆற்றல் மீது கொண்ட நம்பிக்கையே காரணமென ஜெர்மானிய அறிஞர் மேக்ஸ் முல்லர் கூறினார். இவர்தம் கொள்கை 'இயற்கை வழிபாடு' (naturism) எனப்படும்.

மனித இனத்தவரிடையே சமயம் பற்றிய நம்பிக்கை முதன் முதலில் ஏற்பட்டிருக்குமாயின் அது இயற்கைப் பொருள்களின் ஆற்றலில் நம்பிக்கை கொண்டு அப்பொருள்களை வழிபட்டதன் மூலமே ஏற்பட்டிருக்கும் என்பார் மேக்ஸ் முல்லர். எகிப்திலும் பிற பகுதி களிலும் செய்த அகழ்வாய்வுகளின் மூலம் இயற்கை வழிபாட்டிற்கான சான்றுகள் கிடைத்துள்ளன என்கிறார் இவர். அப்பகுதிகளில் கண்டெடுக்கப்பட்ட பொருள்களை நுணுகி உய்த்துணர்ந்தால் தொன்மை மக்கள் இயற்கைப் பொருள்களின் மீது கொண்டிருந்த அச்சங்கலந்த வியப்பையும், மதிப்பையும், ஈடுபாட்டையும் போற்றத் தக்க எண்ணத்தையும் அறிய இயலும் என்பார்.

இயற்கைப் பொருள்களை வழிபாட்டுப் பொருளாக ஏற்றுக் கொண்டதற்கு அவர்கள் தவறாகப் பொருள்கொண்ட முறையை இன்றும் மக்கள் வழங்கும் சொற்றொடர்கள் மூலம் அறியலாம்

என்பார். எடுத்துக்காட்டாக, சூரியன் உதயமாகிறது, சூரியன் மறைகிறது, இடியும் மின்னலும் மழையைக் கொண்டு வருகின்றன, மரங்கள் பூக்களையும் கனிகளையும் உண்டாக்குகின்றன. இவ்வாறான கருத்தாக்கம் சூரியன், இடி, மின்னல், மரம் போன்ற இயற்கை நிகழ்வுகள் அல்லது பொருள்கள் அவற்றுள் ஓர் உள்ளார்ந்த ஆற்றலைக் கொண்டுள்ளதன் மூலமே அவ்வாறு நிகழ்கிறது என்ற எண்ணத்தால் ஏற்பட்டதாகும். உயிரற்ற இயற்கைப் பொருள்களில் உயிர்ப்புத் தன்மை இருக்கிறது; அவற்றுள் பெரும் ஆற்றல் உள்ளது என்று எண்ணினர். அதனாலேயே மேக்ஸ் முல்லர் தொன்மை மக்களின் சிந்தனை குறைபாடுடைய மனத்தால் (diseased mind) விளைந்தது என்பர்.

தொன்மை மக்கள் இயற்கைப் பொருள்களை வழிபட்டனர் என்பதை ஏற்றுக்கொள்வதில் எவ்விதச் சிக்கலும் இல்லை. ஆனால் இயற்கை வழிபாட்டிலிருந்தே சமய நம்பிக்கை தோன்றியது என்ற கூற்றைக் கொள்கையாக ஏற்றுக்கொள்வதில் சிக்கல்கள் எழுகின்றன. இவ்வகையான கூற்றுக்குச் சான்றுகள் உறுதியாக இல்லை என அறிஞர்கள் பலர் கருத்துத் தெரிவித்தனர்.

## குலக்குறி வழிபாடு

சமயத்தின் தோற்றமானது மக்கள் 'புனிதம்' (sacred), புனிதம் சாராதது' (profane) பற்றிச் சிந்திக்கத் தொடங்கியதால் ஏற்பட்டது என்பார் துர்க்ஹைம் (1912 / 1965). இவர்தம் கருத்துப்படி ஒவ்வொரு சமூகம் அதன் அடிப்படையான சமூக இயல்பைச் சமயம் என்னும் தளத்திலும் உள்ளீடாகக் கொண்டிருக்கும். அதனால் எந்த ஒரு சமயமும் பொய்யான தல்ல; அதனதன் வெளிப்பாட்டில் ஒவ்வொன்றுமே உண்மையையே பிரதிபலிக்கிறது. அந்தந்த மக்களின் வாழ்நிலைக்கேற்ப வெவ்வேறு சூழ்நிலைகளின் பிரதிபலிப்பாகவே சமயங்களின் தன்மைகள் வேறு படுகின்றன என்றும் துர்க்ஹைம் கருதினார் (மேலது: 15).

சமயத்தைப் பற்றி துர்க்ஹைம் பின்வருமாறு வரையறை செய்கிறார். 'புனிதமான ஒன்றைப் பற்றிய ஒருங்கிணைந்த நம்பிக்கைகளும் அவைசார்ந்த நடைமுறைகளாகும். இவற்றைப் பின்பற்றுவோர் ஒரு குறிப்பிட்ட ஒடுக்கமுறைக்குட்பட்ட சமூகமாகத் திகழ்வார்கள்' (மேலது: 62), மேலும், இவரது கருத்துப்படி சமயமானது சமூகஞ்சார்ந்தது (communal) என்றும், சமயத்திற்கான நடத்தைமுறைகளை, வழிபாட்டு முறைகளை, சடங்குகளை, உணர்வுகளை மக்கள் சமூக வாழ்க்கையி லிருந்தே பெறுகிறார்கள் என்றும் கருதினார்.

துர்க்ஹைமின் இவ்வகைக் கருத்துகளுக்கு அடித்தளமிட்டது இவர் தம் தொடக்க கால ஆய்வுகளாகும். அவை பற்றி இங்குக் காண்போம்.

தொன்மைச் சமயம் தோன்றிய முறை குறித்து துர்க்ஹைம் ஒரு புதிய கருத்தை முன்வைக்கிறார். *சமய வாழ்வின் தொடக்க நிலைகள்* (The Elementary Forms of Religious Life 1912) என்னும் நூலில் இதைப் பற்றி எழுதும்போது, இன்றுள்ள சமய நம்பிக்கைகள் அனைத்தும் குலக்குறி (totem)நம்பிக்கையில் இருந்து வளர்ச்சி பெற்றவையாகும் எனக் கூறுகிறார். இக்கருத்தை இவர் வேறு வகையிலும் விளக்குகிறார். அதாவது, இன்றுள்ள சமய முறையில் என்னென்ன பண்புகள் இன்றி யமையாதன எனக் கருதப்படுகின்றனவோ (வழிபாட்டுப் பொருள், அது பற்றிய நம்பிக்கை, நம்பிக்கையில் உறுதி கொண்டுள்ளோர், சடங்குகள் செய்தல் போன்றவை) அவை அனைத்தையும் கொண்ட ஆரம்பகாலச் சமயமாகக் குலக்குறிச் சமயம் தோன்றியது என்கிறார்[3]. இனி குலக்குறியின் சிறப்பியல்புகள் குறித்தும் அவை தொன்மைச் சமயத்தில் கொண்டிருந்த பங்கு குறித்தும் காண்போம்.

இன்று குலக்குறி என்னும் பொருளில் பேசப்படும் 'totem' என்னும் ஆங்கிலச் சொல் வழக்கு, வடஅமெரிக்காவிலுள்ள அல்கான்கின் (Algonkin) பழங்குடியினர் வழங்கும் 'ஆட்டோதீமன்' (ototeman) என்னும் சொல்லோடு தொடர்புடையது. அவர்களின் மொழியில் இச்சொல்லுக்கு 'உடபிறந்தான்-உடன்பிறந்தாள் உறவு' (brother - sister kin)என்று பொருள். இச்சொல்லின் வேர்ச்சொல்லான 'ஆட்டி' (ote) என்பதற்கு இரத்த உறவுடையவர்கள் என்பது பொருள். வடஅமெரிக்க இந்தியப் பழங்குடியினர் பகுதியில் வணிகம் செய்யச் சென்ற ஆங்கிலேயர் ஒருவர் மூலம் கி.பி.1792இல் இச்சொல் ஆங்கிலேயர் களிடம் அறிமுகப்படுத்தப்பட்டு 'totem' எனத் திரிபுற்றது. (இச்சொல் குறித்தும் குலக்குறி குறித்தும் தமிழில் விரிவாக அரிய காண்க: ஆ.தனஞ்செயன் 1996).

சில சமூகத்தினர் தம் குலத்தவர்கள் சில பொருள்களிலிருந்து தோன்றியவர்கள் என்றும், அதனோடு வேறு பல முறைகளில் தொடர் புற்றவர்கள் என்றும் நம்புவதால் அப்பொருள்களை அவர்தம் குலத்தின் குறியாகக் (totem) கொண்டுள்ளனர். இவ்வகையான நம்பிக்கை யுடையோரின் குலக்குறிகளைத் தொகுத்துப் பார்த்தால் விலங்குகள், தாவரங்கள், இயற்கைப் பொருள்கள் ஆகியவையே முதன்மையாக உள்ளன. குலக்குறி அமைப்புடைய சமுதாயங்களில் குலக்குறியின் செயற்பாடு சமுதாயத்தின் பல நிறுவனங்களோடு தொடர்புடையதாக உள்ளது. குறிப்பாக, திருமணமுறை, உறவுமுறை, வழிபாட்டு முறை, உணவு போன்றவற்றோடு இது மிகவும் நெருக்கமான செயலுறவைப்

பெற்றுள்ளது. ஒவ்வொரு சமூகத்திலும் அச்சமூகத்தவர் குலக்குறியோடு கொண்டுள்ள நடைமுறைகள், நம்பிக்கைகள், செயற்பாடுகள் அனைத்தும் ஒட்டு மொத்தமாகக் 'குலக்குறியம்' (totemism) என்று கூறப்படும்.

குலக்குறி நம்பிக்கை பெரும்பாலும் பழங்குடிச் சமுதாயங்களில் அதன் முழுத் தன்மையுடன் காணப்படுகிறது. பழங்குடியல்லாத சமூகங்களில் இத்தன்மை முழுமையானதாகவோ எச்சங்களாகவோ காணப்படுகிறது. ஒரு குலக்குறிக்கும் அதனோடு தொடர்புடைய குழவிற்கும் உள்ள உறவு குழுவிற்குக் குழு மாறுபடுகிறது. உலகம் தழுவிய நிலையில் ஒன்றாக இல்லை. சில குழுவினர் அவர்தம் குலக்குறியோடு கொண்டுள்ள உறவு கருத்தியலாகவும் (ideological), சிலருடைய உறவு இயல் கடந்த மறைமெய்மை சார்ந்ததாகவும் (mysical), சிலருடைய உறவு பயபக்தியுடன் போற்றும் தன்மையாகவும் (reverential), வேறு சிலருடைய உறவு உணர்ச்சிவயப்பட்ட நிலை யாகவும், சிலருடைய உறவு அவர்தம் குடிவழித் தொடர்பைக் காணும் முறையாகவும் உள்ளன.

குலக்குறி அமைப்புடைய சமுதாயங்களிலிருந்து பெறப்பட்ட இனவரைவியல் தரவுகளைத் தொகுத்துப் பார்க்கும் போது, குலக்குறி முறை பல நிலைகளில் மாறுபட்டிருந்தாலும் அனைத்துச் சமுதாயங்களும் பல பொதுப் பண்புகள் கொண்டிருப்பதைக் காணவியலும். அவை:

1. குலக்குறி பொதுவாக விலங்காகவோ, தாவரமாகவோ, இயற்கைப் பொருளாகவோ இருக்கும்.
2. ஒத்த குலக்குறியுடையோர் அனைவரும் ஒருவழி மரபுடைய வராக (unilineal)இருப்பர்.
3. குலக்குறியைக் கொண்டுள்ள குழுவினர் அதைத் துணைவன், உறவினன், பாதுகாப்பவன், மூதாதையர் என நம்புவர்.
4. ஒவ்வொரு குலத்தவரும் (குழுவினரும்) குலகுறிக்குத் தனிப் பட்ட பெயரோ தனிக்குறியோ வழக்கில் கொண்டிருப்பர். பெரும்பாலும் குலக்குறியின் பெயரையே அக்குழுவினரும் கொண்டிருப்பர்.
5. தனிஒருவருக்கென்று குலக்குறியும் அல்லது குழுவினர் அனை வருக்கும் பொதுவான குலக்குறியும் காணப்படுவதுண்டு. சில சமூகங்களில் முதன்மைக் குலக்குறிகளும் இடம் பெறுவதுண்டு.
6. குலக்குறியைச் சில நிகழ்ச்சிகள் தவிர பொதுவாக உண்ணவோ கொல்லவோ மறுப்பர்.
7. குலக்குறிக்கு முறைப்படியான வழிபாடுகள் செய்வர்.

## தோற்றம் குறித்த கோட்பாடுகள்

குலக்குறியின் தோற்றம் குறித்துப் பல அறிஞர்கள் ஆராய்ந்துள்ளனர். அவர்களுள் மகலீனன், ஆண்ட்ரூ லாங், பிரேசர், வில்கெம் ஸ்மித், ராட்கிளிஃப் பிரௌன், லெவிஸ்ட்ராஸ், கோல்டன் வீய்சர் போன்றோர் குறிப்பிடத்தக்கவர்கள். இவர்கள் அனைவரின் கருத்துகளும் ஒத்திசைவு பெறாமல் தனித்தனி வகையில் அமைந்தன.

குலக்குறி அமைப்புடைய சமுதாய நிலையே தொடக்ககாலச் சமுதாய முறை என்றும் இந்நிலையைக் கடந்த பின்னரே இன்றுள்ள அனைத்து வகையான சமுதாயங்களும் வளர்ந்துள்ளன என்றும் மக்லீனன் கூறினார். குலக்குறியின் தோற்றம் குறித்த ஆண்ட்ரூ லாங் ஒரு மாறுபட்ட கருத்தைத் தெரிவித்தார். இவர்தம் கருத்துப்படி உலகின் பல்வேறு சூழல்களில் வாழ்ந்த மனிதக் குழுவினர் அவரவர் இயற்கைச் சூழலில் காணப்பட்டனவற்றுள் சிறப்பானதொன்று வாழ்விற்கு முதன்மையானது எனக் கருதியதால் அதை அவர்தம் குலக்குறியாக ஏற்றுக்கொண்டனர்.

மக்லீனன், லாங் ஆகியோரின் கருத்துகள் வெவ்வேறாக அமைய, குலக்குறி குறித்துப் பெருமளவு ஆய்வு செய்த பிரேசரின் கருத்து அவ்விருவரின் கருத்துகளிலிருந்து மாறுபட்டது. பிரேசர் **1910**இல் நான்கு தொகுதிகளாக வெளியிட்ட *'குலக்குறியமும் புறமணமும்'* (Totemism and Exogamy)என்னும் நூல்வரிசை குலக்குறி குறித்து விரிவானதொரு முன்னோடி ஆய்வாக அமைந்தது. ஆங்கிலேய மானிடவியலரான இவர் ஆஸ்திரேலிய, மெலனீசிய முதுகுடிகளின் (aborigines) குலக்குறி முறைகளை விரிவாகவும் ஆழ்ந்தும் ஆராய்ந்தார். முதுகுடிகளின் குழந்தைப் பிறப்புப் பற்றிய நம்பிக்கையே குலக்குறி யின் தோற்றத்திற்கு வழிகோலியது என்று கூறினார்.

ஆஸ்திரேலிய முதுகுடியினர் இறக்கும்போது அவர்களின் ஆவிகள் உடலிலிருந்து பிரிந்தவுடன் பூமிக்குள் சென்று விடுகின்றன என்றும் பின்னர் அவை தாவரங்கள், விலங்குகள், இயற்கைப் பொருள்கள் ஆகியவற்றில் உறைகின்றன என்றும், அந்த ஆவிகள் குழந்தைகள் உருவில் மீண்டும் உயிர்த்தெழுகின்றன என்றும் நம்புகின்றனர். இந்நிலையில் ஓர் ஆணும் பெண்ணும் புணர்ச்சியில் ஈடுபடும்போது அவர்களுக்கருகில் எது உள்ளதோ (தாவரம், விலங்கு, இயற்கைப் பொருள்கள்) அதில் உறைந்துள்ள முன்னோரின் ஆவி பெண்ணின் கருப்பையினுள் புகுவதால் கருவுறுதல் நிகழ்கிறது என அவர்கள் எண்ணுவர். அதனால் அவர்கள் முன்னோர் ஆவி உறைந்த பொருளையே அவர்தம் குலத்தின் குறியாகக் கொண்டனர் என்பார். ஆஸ்திரேலிய

முதுகுடிகளின் கருத்து, பிற குடிகளிலும் காணப்படுவதால் கருவுறுதல் கருத்தின் அடிப்படையிலேயே குலக்குறி தோற்றம் பெற்றது என்பார் இவர். பிரேசரின் கொள்கை கருவுறுதலை அடிப்படையாகக் கொண்டமையால் இவர்தம் கொள்கை ‘கருவுறுதற் கொள்கை’ (conceptionalism) எனப் பெருவழக்காயிற்று.

குலக்குறியின் தோற்றம் குறித்து வேறு பல கொள்கைகளும் நிலவுகின்றன. இறந்த மூதாதையர்களின் புனைபெயர்களுக்கும் சுற்றுச் சூழலில் உள்ள முக்கியப் பொருள்களின் பெயர்களுக்கும் இடையே வேறுபாடு தெரியாமல் குறிப்பிடத் தொடங்கியதால் குலக்குறி ஏற்பட்டு அதைத் தொன்மைக் குடியினர் மதித்து மரியாதை செலுத்தினர். தொல்பழங்காலத்தில் மனிதனுக்குத் தெரிந்ததெல்லாம் சில சொற்களே. ஆகவே சொற்களின் குறைபாடு காரணமாக ஒரே சொல்லே திரும்பத் திரும்ப வழங்க வேண்டியிருந்தது என்பார் ஹெர்பர்ட்ஸ்பென்சர். லார்டு ஆவ்பரி என்பார் இயற்கைப் பொருள்களை வணங்கியதிலிருந்து குலக்குறி தோன்றியது என்கிறார். வணங்கப்பட்ட தாவரம், விலங்கு, இயற்கைப் பொருள் ஆகியன முதலில் தனிமனிதனுக்கும் பின்னர் குடும்பத்திற்கும் வழங்கப்பட்டது என்றும், அதுவே பின்னர் அக்குழுவின் குலக்குறியாகவும், பெயராகவும் மாறியது என்பார் லார்டு ஆவ்பரி.

தொன்மைக் குடியினர் தங்கள் உயிரை விலங்கின் உடலிலோ, தாவரங்களிலோ, இயற்கைப் பொருள்களிலோ வைக்க இயலும் என நம்பினர். அவ்வாறு அவர்களின் உயிரை வேற்றுப் பொருள்களில் வைத்துவிட்டால் அவர்களை எவரும் அழிக்க முடியாது எனவும் அப்பொருள் அழிக்கப்பட்டால் அவர்களும் அழிந்து போவர் எனவும் நம்பினர். தம் சுற்றுச்சூழலிலுள்ள சிறப்பானதொரு பொருளிலேயே அதை (உயிரை) வைக்க இயலும் என நம்பியதால் அதைக் குலக்குறியாகக் கொண்டு அதற்குத் தீங்கிழைக்காமலும், கொல்லாமலும், உண்ணாமலும் காத்து வந்தனர் என்பார் வில்கெம் ஸ்மித்.

குலக்குறியின் தோற்றம் குறித்த கொள்கைகள் மேற்கூறியவையோடு முடியவில்லை. மனிதர்களின் ஆவி விலங்குகளிடம் சென்று உறையும் என்னும் நம்பிக்கையில் ஏற்பட்டதே குலக்குறி என்பார் வில்கெம். அயலார் ஒரு கூட்டத்தினரைக் குறிப்பிடும்போது அம்மக்கள் எவ்வகை உணவை மிகுதியாக நம்பியிருந்தார்களோ அதன் பெயரால் குறிப்பிடத் தொடங்கியதால் ஏற்பட்டதே குலக்குறி என்பார் ஏ.சி.ஹாடன். ஒரு கூட்டு வெளிப்பாடாக (collective representation) அமையப்பெற்றதே குலக்குறி என்பார் எமிலி துர்க்ஹைம்[4].

இயற்கைச் சூழலுடன் ஓர் இரத்த உறவுடைய கூட்டத்தினர் உள்ளார்ந்த மன நிலையில் கொள்ளும் உறவே குலக்குறி என்பார் சிக்மண்ட் பிராய்டு. ஓர் எதிர்பாராத வரலாற்று நிகழ்வால் ஏற்பட்ட கருத்தானது பல இடங்களில் வாழ்ந்த குடியினரிடம் பரவியதால் குலக்குறி நம்பிக்கை தோன்றியிருக்கலாம் என்பார் வெர்ரியர் எல்வின். எடுத்துக்காட்டாக, ஒருவன் கழுகைக் கொன்ற சில காலம் கழித்துக் கண்பார்வை இழக்க நேரும்போது அதைக் குணப்படுத்த மந்திரவாதி யிடம் சென்றிருப்பான். அவனது கடந்தகால வரலாற்றை ஒன்று படுத்திப் பார்க்கும் மந்திரவாதி கழுகைக் கொன்றதற்கும் கண்பார்வை போனதற்கும் தொடர்புபடுத்தி அதை இனிமேல் கொல்லக்கூடாது எனக் கூறியிருப்பான். இத்தகைய பல்வேறு நிகழ்வுகளால் பல குலக்குறிகள் தோன்றியிருக்கும் என்பார் எல்வின்.

## போலியுரு வழிபாடு

இயல்பிறந்த இயற்கையின் ஆற்றல்கள் (supernatural powers)சில பொருள்களில் உறைந்துள்ளன என எண்ணி, அவற்றை வழிபடும் முறை பெரும்பாலான பண்பாடுகளில் காணப்படுகிறது. இப்பொருள்கள் மந்திர ஆற்றல்களைக் கொண்டுள்ளன என்றும், மனித ஆற்றலுக்கு அப்பாற்பட்ட செயல்களைச் செய்யவல்லன என்றும், நற்பலன்களை (goodluck)ஏற்படுத்தவல்லன என்றும் மக்கள் நம்புகின்றனர்.

போலி உருவ வழிபாட்டில் (fetishism) வழிபாட்டிற்குரிய பொருள்கள் உயிருள்ளவையாகவோ, உயிரற்றவையாகவா உள்ளன. பெரும்பாலான பண்பாட்டில் மண்டையோடுகள், எலும்புகள், செதுக்கப்பட்ட சிற்பங்கள், விசித்திரமான கற்கள், மரப்பொருள்கள், கையால் வரையப் பட்ட சித்திரங்கள், பறவையினங்களின் இறகுகள் போன்ற பலவகைப் பட்ட பொருள்கள் வழிபாட்டுப் பொருள்களாக உள்ளன. இவை யனைத்தும் இயற்கை மீறிய ஆற்றல்களைக் கொண்டுள்ளன என்று மக்கள் நம்புகின்றனர். தமிழ்நாட்டில் செப்பு அல்லது இரும்பினால் செய்யப்பட்ட தாயத்துகளைக் கட்டிக்கொள்வதும், மந்தரித்துக் கட்டிக் கொள்ளப்படும் பிற பொருள்களும், நரிப்பற்களை அணிவதும் போலிப் பொருள் வழிபாட்டின் தொடர்ச்சியே. இப்பொருள்கள் மந்திர ஆற்றல் களைக் கொண்டுள்ளதால் இவற்றை அணிவோருக்குத் தீமைகள் நெருங் காமல் நற்பலன்கள் ஏற்படும் என்னும் நம்பிக்கை மக்களிடம் உள்ளது.

மேற்கு ஆப்பிரிக்காவிலும் காங்கோ நாட்டிலும் வாழும் பெரும் பாலான பழங்குடியினர் இயற்கையில் காணப்படும் சில அசாதாரண மான கற்களையும், விலங்குகள் உருவத்திலும், மனிதர்கள் உருவத்திலும், அமையும் சிற்பங்களையும் வழிபடுகின்றனர். வட அமெரிக்காவின்

பெரும் சமவெளிப் பகுதியில் வாழும் இந்திப் பழங்குடியினரிடம் இறகுகள், அம்புகள், கிளிஞ்சல்கள் ஆகியவற்றையும் மேலும் சில பொருள்களையும் ஒன்றாகக் கட்டி வைத்துள்ள மூட்டை வழிபாட்டுப் பொருளாக உள்ளது. இதற்குப் பெரும் ஆற்றலுண்டு என அம்மக்கள் நம்புகின்றனர். தோகோ (Togo) மக்கள் மினா (mina)எனக்கூடிய இரட்டைச் சிற்பங்களில் மந்திர ஆற்றல் மிகுந்துள்ளது என நம்பி அவற்றிற்கு உணவைப் படையலிட்டு வழிபடுகின்றனர்.

போலி உருவ வழிபாட்டு முறை குறித்து முதன் முதலில் கி.பி.1400 களில்தான் புத்தாய்வாளர்களுக்குத் தெரியவந்தது. ஐரோப்பியர்கள் கி. பி. 1400இல் ஆப்பிரிக்காவில் குடியேறிய போது அங்குள்ள மக்கள் மேற்கூறிய பொருள்களில் மிகுந்த பக்தி கொண்டு வழிபட்டதை அறிந்து எழுதினார். ஐரோப்பியப் புத்தாய்வாளர்கள் கண்ட இவ்வழிபாட்டு முறை குறித்து இன்று பெருமளவு அறிய முடிகின்றது. மானிடவியலுக்கு இன்றுவரை கிடைத்துள்ள எண்ணற்ற இனவரைவியல் தரவுகள் மூலம் போலி உருவ நம்பிக்கையும், அவற்றை வழிபடும் முறையும் ஆப்பிரிக்காவில் மட்டுமல்லாமல் உலகம் முழுவதும் பரவியுள்ளன எனத் தெரியவருகிறது. இந்நம்பிக்கை, பழங்குடி மக்களின் சமயத்தில் மட்டும் வேரூன்றியுள்ளது எனக் கூறவியலாது. பழங்குடியல்லாதாரின் சமயத்திலும் இது காணப்படுகிறது. போலிப் பொருள் வழிபாடு இயற்கை கடந்த ஆற்றலின் மீது கொண்ட நம்பிக்கையை அடிப்படை யாகக் கொண்டுள்ளதால் இவ்வழிபாட்டு முறை ஆவியுலக நம்பிக்கை யின் (animism) திரிபு என்றோ அதன் தொடர்ச்சி என்றோ கூறலாம்.

## முன்னோர் வழிபாடு

இறந்தோரின் ஆற்றல் வாழ்வோரின் நலனில் பெரும்பங்கு வகிக்கிறது என்னும் கருத்தாக்கத்தால் ஏற்பட்டதே முன்னோர் வழிபாடாகும் (ancestor worship). இதிலிருந்தே சமயம் தோன்றியது என்பது ஒருவகை வாதம். அஃதாவது, இவ்வுலக வாழ்வு இம்மை மறுமை கொண்டது; பல பிறப்புக்களைக் கொண்டது; ஒரு பிறவியில் செய்வது மறுபிறவியில் அமையும் வாழ்வுக்குக் காரணமாகிறது; ஒரு பிறவியில் ஒருவர் பெறும் ஆற்றல் அவர், இறந்த பின்னும் அவருடைய இனத்தவருடன் தொடர்பு பெறுகின்றது போன்ற நம்பிக்கைகள் முன்னோர் வழிபாட்டிற்கு அடித்தளமாக அமைகின்றன. அவற்றோடு பின்வரும் நம்பிக்கைகளும் முன்னோர் வழிபாட்டிற்கு மிகவும் தொடர்புடையனவாக உள்ளன:

1. இறந்த மூதாதையர்களின் ஆற்றலும் அனுபவமும் வாழ்வோரைச் செழுமைப்படுத்தும் என்ற நம்பிக்கையில் மூதாதையர்களை வழிபடுகின்றனர்.

2. இறந்தோரின் ஆசி என்றென்றும் வாழ்வோருக்குக் கிடைக்க வேண்டும் என முன்னோர்களை வழிபடுகின்றனர்.

3. இறந்தோரின் விருப்பங்களையும் அவருக்குப் பிடித்தமான வற்றையும் நிறைவேற்றி அவரை வழிபடுதல் மூலம், தீய ஆற்றல் களிலிருந்து முன்னோர்கள் தப்பவைப்பார்கள் என்றும், அவரும் சினம் கொள்ளாமல் அருள் குணத்துடன் ஆதரிப்பார் என்றும் நம்பி முன்னோருக்கு வழிபாடு செய்கின்றனர்.

19ஆம் நூற்றாண்டு மானிடவியல் கொள்கையாளரான டைலர் (E.B. Tylor) சமுதாயவியலரான ஹெர்பர்ட் ஸ்பென்சர் போன்றோர் முன்னோர் வழிபாட்டு முறையை முதிர்ச்சியடையாத மனப்பக்குவ முடையோரின் சமய நம்பிக்கை என மதிப்பிட்டனர். தொன்மைக் குடியினர் இறப்பையும் இறப்புக்குப் பின்னர் நிகழும் செயலையும் புரிந்துகொள்ளவியலா நிலையில் ஏற்பட்ட மருட்சியினால் இறந்தோரின் ஆவிகளை வழிபடத் தொடங்கினர் என்கின்றனர். (இறப்பு குறித்த தொன்மைக் குடியினர் கொண்டிருந்த கருத்தாக்கங்களை விளக்கும் டைலரின் கூற்றை 'ஆவியுலக வழிபாடு' என்னும் உள்தலைப்பில் காண்க)

இறந்த மூதாதையர்களைப் பற்றிய எண்ணங்கள் தொன்மைக் குடியினரிடையே பலவாறாக உள்ளன. குல (clan) அமைப்பும் கால்வழி (lineage) அமைப்பும் மிகவும் வேரூன்றியுள்ள பழங்குடிச் சமுதாயங் களில் ஒன்றுக்கும் மேற்பட்ட மூதாதையர்களும் வழிபாட்டுக் குரியவராகின்றனர். ஏனெனில், சில பழங்குடியினர் அவர்களின் குலங்கள் யாருக்கும் நினைவில் இல்லாத வகையில் மிக நீண்ட காலத்துக்கு முன்னர் வாழ்ந்த ஒரு மூதாதையர் வழி தோன்றியது என்று மதிப்பிடுவர். இவரைத் தொன்ம மூதாதையர் (mythical ancestor) என வழங்குவர். சில சமூகங்களில் அனைவரும் நன்கறிந்த வகையில் வாழ்ந்து இறந்த உண்மை மூதாதையர் (real ancestor) ஒருவரை வழிபடுவர்.

மேற்கு ஆப்பிரிக்காவில் தகோமி (Dahomey) பழங்குடியினர், அவர்கள் குலங்கள் தோன்றுவதற்குக் காரணமாகவிருந்த மூத்த முன்னோரையும் (founder of the clans), குடிவழிப் பட்டியலில் நினைவிற்கொள்ளவியலா நிலையில் 10, 11 தலைமுறைகளுக்கு முன்னர் வாழ்ந்த முன்னோரை யும், அனைவருக்கும் தெரிந்த வகையில் வாழ்ந்து அண்மையில் இறந்த முன்னோரையும் வழிபடுகின்றனர். இம்மூன்று முன்னோர்களையும் ஆண்டுதோறும் விழா எடுத்துச் சடங்குகள் செய்து வழிபடுகின்றனர். ஆப்பிரிக்காவில் வாழும் பெரும்பாலான பழங்குடியினர் முன்னோர் வழிபாட்டைக் கொண்டுள்ளனர்.

மலேசியாவில் வாழும் சீமாங் (Semang) போன்ற பழங்குடியினர் அனைத்து வகையான குடும்பச் சடங்குகளையும் இறந்த மூதாதையர்கள் நினைவாகவே செய்கின்றனர். இறந்தவர்கள் எப்போதும் அவர்கள் வீட்டிற்கு அருகிலேயே உறைந்துள்ளனர் என்றும் அவர்கள் உயிரோடு இருக்கும்போது பழைமையைப் போற்றிக்காக்க வேண்டுமென்றும் மரபுவழி வாழ்வில் மாற்றங்கள் ஏற்படக்கூடாது என்றும் அடிக்கடி கூறுவதை நினைவிற் கொண்டு செயற்படுவர். நடைமுறை வாழ்வில் முன்னோர்களின் கருத்துகள் அடிக்கடி எண்ணப்படுவதால் இவர் களிடம் முன்னோர் வழிபாடு இன்றும் நிலைத்துள்ளது.

சீன மக்கள் முன்னோர் வழிபாட்டை மிகத் தொடக்க காலத்தி லிருந்தே மேற்கொண்டிருந்தனர். கி.மு. 1000 ஆண்டு வாக்கிலேயே இவ்வழிபாட்டைக் கொண்டிருந்தனர் என்பர் இனவரைவியலர். சீனாவில் முன்னோர் வழிபாடானது சமூகத்தினர் அனைவருக்கும் பொதுவானதாக இல்லாமல் ஒவ்வொரு குடும்பத்தினரும் தனிப்பட்ட முறையில் வழிபடும் முறையாக இருந்தது. முன்னோரின் நினைவாகச் செதுக்கப்பட்ட சிறு தூண்கள் வீட்டில் நடப்பட்டன. முன்னோர் களை வழிபடும் நாட்களில் இத்தூண்கள் முன் படையலிட்டும் வாசனைப் பொருள்களை மணக்கச் செய்தும் வழிபட்டனர். கன்பூசியச் சமய நெறியின் தோற்றத்தாலும் பொதுவுடைமைக் கொள்கையின் வளர்ச்சியாலும் முன்னோர் வழிபாடு மறையத் தொடங்கியது. ஜப்பான், ஆப்பிரிக்கா, அமெரிக்கா, மத்திய தரைக் கடல், தென்கிழக்காசியா (இந்தியா உள்பட) பெரும்பாலான பகுதியில் முன்னோர் வழிபாடு காணப்படுகிறது. பண்டைய எகிப்திலும் ரோமிலும் இறந்தோரை வழிபாட்டு மரபாகக் (Cult) கொள்ளும் முறை சிறப்பாக இடம் பெற்றிருந்தது.

இந்து சமய நம்பிக்கையிலும் இந்தியாவிலுள்ள பெரும்பாலான பழங்குடியினரின் சமய நம்பிக்கையிலும் முன்னோர் வழிபாடு சிறப்பிடம் பெற்றுள்ளது. இந்துக்கள் இறந்த மூதாதையருக்கு ஆண்டுதோறும் தெவசம் (திதி) கொடுப்பதன் மூலமும் ஒவ்வொரு அமாவாசையின்போதும் நோன்பிருந்து முன்னோரை நினைவு கொள்ளுதல் மூலமும், இவ்வாறு செய்ய முடியாதவர்கள் ஆண்டுக் கொருமுறை மாசிமகத்தின்போது தர்ப்பணம் கொடுப்பதன் மூலமும் முன்னோர் வழிபாடு சிறப்பிடம் பெற்றுள்ளமையை உணர முடியும். (மேலும் காண்க இயல் 17, இறப்பு, முன்னோர் வழிபாட்டுச் சடங்குகள் பகுதி).

# 17

## சடங்குகள்

மானிட வாழ்வானது கால ஓட்டத்தோடு இணைந்த பிறப்பு → இறப்பு → பிறப்பு சுழற்சித்தன்மை கொண்டது. பிறப்புக்கும் இறப்புக்கும் இடையில் இளமை, பருவமடைதல், முதுமை என்னும் வரிசையில் நிலை மாற்றங்கள் ஏற்படுகின்றன. மானிட வாழ்வு பண்பாட்டுக் குரியது என்பதால் மேற்கூறிய உயிரியல் நிலையில் அமையும் இந்த நிலை மாற்றங்கள் பண்பாட்டுவயப்படுகின்றன. உயிரியல் தளத்தில் நிகழும் இந்த நிலைமாற்றங்கள் இணைநிலையாகச் சமூக-பண்பாட்டுத் தளத்தில் சடங்குகள் வழி வெளிப்படுகின்றன. இன்னும் சொல்லப் போனால் உயிரியல் தளத்தைக் காட்டிலும் பண்பாட்டுத் தளத்தில் வாழ்வின் நிலைமாற்றங்கள் மேலும் நுண்மையாக்கம் பெற்றுப் பல்கிப் பெருகிவிடுகின்றன. ஒவ்வொரு நிலைமாற்றமும் ஒரு சடங்கு நிகழ் வோடு பண்பாட்டுவயப்படுகின்றது அல்லது சடங்குவயப்படுத்தப் படுகின்றது.

சடங்கை வரையறை செய்ய முயன்ற அறிஞர்கள் அதன் பல வகையான தன்மைகளை முன்வைத்து மேலும் சில வரையறைகளை யும் அவற்றுடன் சடங்கு குறித்த விவாதத்தையும் முன்வைத்தனர். துர்க்ஹைமின் *'சமய வாழ்வின் தொடக்க நிலைகள்'* (Elementary Forms of Religious Life 1912) நூல் தொடங்கி வான் கென்னப், எட்மண்ட் லீச், விக்டர் டர்னர் எழுத்துக்கள் வரை சடங்கு என்பது பலவாறாக வரையறுக்கப்பட்டுள்ளது.

இவ்வரையறைகள் அனைத்தையும் இங்குப் பட்டியலிட்டால் அவை மிகவும் நீண்டுவிடும் என்பதால் இன்று பரவலாகப் பயன்படும் ஒரு வரையறை இங்குச் சுட்டப்படுகிறது.

> *சடங்கென்பது சிரத்தைக்குரிய வாழ்வில் குறியீட்டளவில் உந்துதலைப் பெற அல்லது நேரடியாகப் பங்கெடுத்துக்கொள்ள, பொருத்தமான நடத்தை முறைகளுடன் தன்னார்வமாக நிகழ்த்தும் ஒரு நிகழ்வாகும் (ரோத்தன் பூலர் **1998:27**).*

## *சடங்குகள் குறித்த கோட்பாட்டியல் சிந்தனை*

*சடங்குகள் குறித்த சிந்தனை தொடக்கத்தில் இருவகைகளில் எழுந்தது. ஒன்று: சடங்குகளின் செயல்பாட்டுத் தன்மைகளை முன்னிலைப் படுத்திச் சடங்குகளை வரிசைப்படுத்திய முறை* (functional enumerative). *இரண்டு: சடங்குகளின் அமைப்பு ரீதியான பண்புகளை முன்னிலைப் படுத்திய பகுப்பாய்வு முறை* (structural - analytical).

சடங்குகளின் செயல்பாடுகளையும் தன்மைகளையும் முன்வைக்கும் முதல் வகையானது அனுபவ வழியில் (empirical) அறிவது. இதனால் ஒவ்வொரு சடங்கிற்கும் ஒரு தனித்த பங்குண்டு, பண்பு உண்டு, செயல் உண்டு, காரண - காரியம் உண்டு என்னும் வகையில் விளக்க முயன்றதால் ஒவ்வொரு சடங்கும் ஒரு தனிப்பட்ட வகையாகும் எனக்கூறி அப்படியே அவற்றைக் கணக்கிடும் முறை ஏற்பட்டது. மிகவும் தொடர்புடைய சடங்குகள் மட்டும் ஓரினமாகக் கணக்கிடும் முறை இந்த அணுகுமுறையில் பின்னர் ஏற்பட்டது. எனினும் சடங்கு களை வகைப்படுத்திக் காணும் நிலையில் அறிஞர்கள் வெவ்வேறு நிலையில் மாறுபடுகின்றனர்.

## *அர்னால்டு வான் கென்னப்*

டச்சு நாட்டு மானிடவியல் அறிஞர் வான் கென்னப் மக்களின் வாழ்வியற்சடங்குகளை மிகவும் நுட்பமுடன் *ஆராய்ந்து வாழ்க்கை 'வட்டச்சடங்குகள்'* (Rites of passage 1908 / 1960) என்னும் நூலாக எழுதினார். ஒவ்வொரு வாழ்க்கை வட்டச் சடங்கும் மக்களை ஒரு தகுதி நிலையிலிருந்து பிரித்து, அவர்களை நிலைமாற்றம் செய்து, மறு தகுதிநிலைக்கு அறிமுகப்படுத்துகிறது என்றார். இந்நிகழ்வு வரிசையில் அடங்கும் சடங்குகளைப் பின்வருமாறு பகுத்தார்:

1. பிரித்தல் சடங்குகள் (rites of seperation)
2. நிலைமாற்றும் சடங்குகள் (rites of transition),
3. இணைத்தல் சடங்குகள் (rites of incorporation)

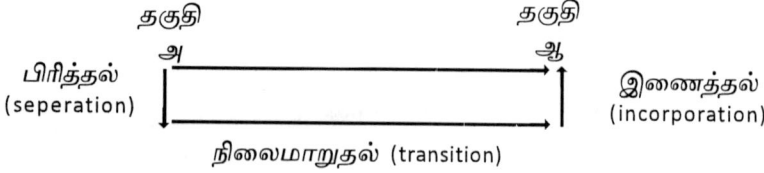

முதல் வகைச் சடங்குகள் ஒருவரை அவருடைய பழைய தகுதி நிலையிலிருந்து பிரிக்கும் நிகழ்வைக் குறிக்கவும், இரண்டாம் வகைச்

சடங்குகள் அவருடைய தகுதி நிலையில் மாற்றங்களை ஏற்படுத்தும் நிகழ்வைக் குறிக்கவும், மூன்றாம் வகைச் சடங்குகள் அவருக்குச் சார்த்தப்படும் புதிய தகுதியைக் குறிக்கவும் நிகழ்கின்றன.

திருமணச் சடங்கில் மூன்று கட்டங்கள்

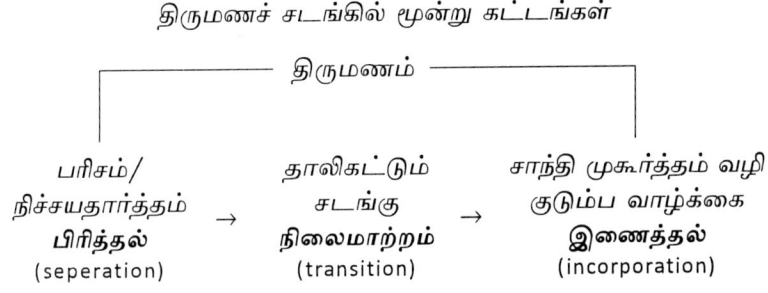

திருமணம்

| பரிசம்/ நிச்சயதார்த்தம் | → | தாலிகட்டும் சடங்கு | → | சாந்தி முகூர்த்தம் வழி குடும்ப வாழ்க்கை |
|---|---|---|---|---|
| **பிரித்தல்** (seperation) | | **நிலைமாற்றம்** (transition) | | **இணைத்தல்** (incorporation) |

பழந்தமிழர்ப் பண்பாட்டில் குழந்தைப் பருவத்தைக் காப்பு, செங்கீரை, தாலப்பருவம், சப்பாணி, முத்தப்பருவம், வருகை, அம்மானை, சிறுபறை, சிற்றில், சிறுதேர் என மிக அதிக அளவில் பகுத்துள்ள பண்பாடு தமிழருடையதே. அவ்வாறே உலகந்தழுவிய பண்பாடுகளைப் பார்க்கும்போது பெண்களின் வாழும் காலத்தைப் பேதை, பெதும்மை, மங்கை, மடந்தை, அரிவை, தெரிவை, பேரிளம் பெண் என்னும் பகுப்பும் தனித்துவமாக உள்ளது. இப்பகுப்புக் குரிய விளக்கங்கள் இலக்கியங்களில் முழுமையாக விவரிக்கப் பெறவில்லை.

## எமிலி துர்க்ஹைம்

சடங்கு பற்றிய புரிதலுக்குப் பல மானிடவியல் கோட்பாடுகள் விளக்கங்கள் அளிக்கின்றன. 20ஆம் நூற்றாண்டின் தொடக்கத்தில் எமிலி துர்க்ஹைம் (Emile Durkheim) இது பற்றிக் கூறும்போது, மனிதர்கள் தங்களின் சமூக வாழ்வைப் பற்றிய புரிதலில் சடங்கு போன்றதொரு அடிப்படையான/எளிய வடிவங்களையோ (basic or elementary forms)கருத்துக்களையோ (ideas) கண்டுபிடிப்பார்கள் என்றார். இவ்வகையான கண்டுபிடிப்புகள் சமூகத்தின் ஒட்டுமொத்த ஓர்மையுடன் காணப்படுவதால் இதனை துர்க்ஹைம் ‘கூட்டு நனவிலி மனம்’(collective unconsiousness) என்றார்.

சடங்குகளை அமைப்பு அடிப்படையில் ஆராய்ந்தவருள் முதலிடம் வகித்தவர் பிரஞ்சு நாட்டறிஞரான எமிலி துர்க்ஹைம். *சமய வாழ்வின் அடிப்படை அமைப்புகள்* (The Elementary Forms of Religious Life 1912/1965) நூலில் இவர் அமைப்பியல்புகளை முன்வைத்துச் சடங்குகளைப்

பின்வரும் இருவகைகளாகப் பகுத்தார்:
1. ஆக்கநிலைச் சடங்குகள் (positive rites)
2. எதிர்நிலைச் சடங்குகள் (negative rites)

எதிர்நிலைச் சடங்குகள் விலக்குக்குரிய (taboo) பண்புகளை மையமிட்ட அனைத்துச் சடங்குகளையும் குறிக்கும். இவ்வகைச் சடங்குகளின் முக்கிய நோக்கமானது புனித உலகத்திற்கும் (sacred), இயல்பு உலகத்திற்கும் (profane) வேறுபாட்டை உணர்த்திப் புனிதம் என்பது இயற்கை கடந்தது, அறிவெல்லை கடந்தது, புலன்காட்சிக்கு அப்பாற்பட்டது என்பதையும், இப்புனித உலகத்தோடு முறையான அணுகுமுறையுடன் தொடர்புகொள்வதால் மட்டுமே சமய வாழ்வின் இலக்குகளை அடைய முடியும் என்பதையும் உணர்த்துவது; வலியுறுத்துவது. அதோடு, விலக்குகளை மையமிட்ட இந்த 'எதிர்நிலைச் சடங்குகள்' மண்ணியல் சார்ந்த, புனிதம் சாராத, இயல்பு உலகின் தன்மைகள் புனித உலகிலிருந்து வேறுபட்டது என்பதையும் வலியுறுத்துவதாகும்.

சுருக்கமாகக் கூற வேண்டுமானால் எதிர்நிலைச் சடங்குகள் *புனிதம் சாராத, சமயச் சார்பற்ற, தூய்மை பேண வேண்டாத 'இயல்பு' உலகத்துக்கும் சமயம் சார்ந்த, தூய்மை பேண வேண்டிய புனித உலகத்திற்கும் உள்ள வேறுபாட்டை* (sacred x profane) நனவு நிலைப்படுத்தி அதனை உணர்த்திக்கொண்டேயிருக்கும். இதற்காக, அச்சடங்குகள் விலக்குகளை மையமிட்டதாக அமைந்துள்ளன.

இதற்கு நேர்மாறாக, ஆக்கநிலைச் சடங்குகள் என்பவை இறைவனோடு, புனிதத் தளத்தோடு (sacred) இணைவதற்கும் தொடர்பு கொள்வதற்கும் செய்யப்படும் அனைத்து வகைச் சடங்குகளும் அடங்கும். அபிஷேகம் செய்தல், வழிபடுதல், பொங்கலிட்டுப் படையலிடுதல், உயிர்ப்பலியிடுதல், பள்ளயங்கள் (படையல்) இடுதல், உடல் வருத்தும் நேர்த்திக் கடன் செலுத்துதல், மூலவராக எழுந்தருளியுள்ள சாமியைக் கோயில் தளத்திலிருந்து விடுவித்து உற்சவராக மாற்றிக் குடியிருப்புத் தளத்திற்கு வீதியுலாவாகக் கொண்டு வருதல், யாத்திரை மேற்கொள்ளுதல், இவை போன்ற பிற சடங்குகள் வாயிலாகத் தெய்வத்தளத்துடன் தொடர்புகொள்ளச் செய்யப்படும் அனைத்துச் சடங்குகளும் ஆக்கநிலைச் சடங்குகளாகும்.

சுருக்கமாகக் கூறுவதானால், எதிர்நிலைச் சடங்குகள் புனிதத் தளத்திற்கும், இயல்புத் தளத்திற்குமான வேறுபாட்டை வலியுறுத்த, ஆக்கநிலைச் சடங்குகள் இயல்புத் தளத்தைப் புனிதத் தளத்தோடு இணைக்க முயலுகின்றன. *பிரித்தலும் இணைத்தலும் என்பவை ஓர் ஒழுங்கமைவில் (system) இயங்கும் பரஸ்பரப் பரிவர்த்தனை ஆகும்.*

சடங்குகள் அடிப்படையிலான சமயவாழ்வின் மூலம் இப்பிரபஞ்ச ஒழுங்கு காக்கப்பட்டு, இருக்கின்ற ஒழுங்கமைவானது அக, புறச் சூழல்களால் அச்சுறுத்தப்படும்போது மீள்சமன் செய்யப்பட்டு/மறு ஒழுங்கு செய்யப்பட்டு மீண்டும் மீண்டும் ஒழுங்கு நிலைநிறுத்தப் படுகிறது. இந்நிகழ்வில், இருவகைச் சடங்குகளுக்குள் (ஆக்கநிலை, எதிர்நிலைச் சடங்குகள்) பரஸ்பர ஊடாட்டம் ஒரு பரிவர்த்தனை நிகழ்வாக அமைந்து பண்பாட்டின் பௌதிக இயக்கத்தை நிலைபெறச் செய்யும்.

சிக்மண்ட் பிராய்டும் இதே வகையிலான போக்கில் சடங்குகளைக் குலக்குறியும் விலக்கும் (Totem and Taboo 1913)என்னும் நூலில் வகைப் படுத்துகிறார். இதில் குலக்குறிக்கான உயிர்ப்பலிச் சடங்கென்பது ஆதிகாலத்தில் ஏற்பட்ட தொல்படிவத் தந்தைக் கொலையை (primordial particide)மீண்டும் மீண்டும் நிகழ்த்துதல் ஆகும் என்கிறார். சடங்கில் தொல்மூலப்படிவக் குறியீடுகள் (archetypal symbols) வெளிப்படும் என்பதை உளப்பகுப்பாய்வு வழியும் அறிய இயலும் என்பது கூடுதல் புரிதலாக அமைகிறது.

துர்க்ஹைம், பிராய்டு இருவருமே அந்தந்தப் பண்பாட்டின் பிரபஞ்ச ஒழுங்கை அல்லது அமைப்பு ஒழுங்கை நிலைபெறச் செய்வதில் (structure maintenance)ஆக்கநிலைச் சடங்குக்கு நிகராக எதிர்நிலைச் சடங்குகள் செயல்படுகின்றன என்றனர். 'எதிரிநிலைச் சடங்குகள்' பொருண்மையளவில் மாற்றங்களைக் கொண்டவை என்றாலும் உண்மையளவில் அவை மிகவும் ஆக்கமுறையில் செயல்படுவதாகும் என்றனர். பிரஞ்சு அமைப்பியலரான கிளாட் லெவிஸ்ட்ராஸ் (Claude Levi-Strauss) கூறும் கருத்தை இங்கு நோக்குவது மிகவும் பொருத்த மாகும். சடங்கில் காணப்படும் எதிர்நிலைப் பண்பைத் திருமணம் என்னும் தளத்திலிருந்து லெவிஸ்ட்ராஸ் சிந்திக்கிறார்.

திருமணம் குறித்த லெவிஸ்ட்ராசின் (1947/1969) அமைப்பியல் விளக்கம் 'இயற்கை: பண்பாடு' என்னும் அமைப்பு நிலையிலிருந்து தொடங்குகிறது. மானிடப் பண்பாட்டுப் படிமலர்ச்சியில் (evolution) ஒருவர் யார் யாருடன் மணவுறவு கொள்ளக்கூடாது என்று ஏற்படுத்திக் கொண்ட வரையறையானது அவர்கள் இயற்கையின் தன்மையிலிருந்து (nature)பண்பாட்டின் தன்மைக்கு (culture)அடியெடுத்து வைத்ததைக் குறிக்கக்கூடிய ஒரு முதன்மையான அளவுகோலாகும். அதோடு மிக நெருங்கிய நேர்வழி இரத்த உறவினருடன் உடலுறவு கொள்ளக் கூடாது என்று ஏற்படுத்தி மனித இனத்தின் சரிபாதியாக விளங்கும் மகளிரைத் திருமணம் என்னும் நிகழ்வு மூலம் கொண்டு கொடுத்தல் (exchange)என்ற ஒரு பரிவர்த்தனை முறைக்கு உட்படுத்தியது.

சமூகத்தில் பெண்களை ஒரு குழுவிலிருந்து இன்னொரு குழுவிற்குப் பரிமாற்றக் கூடிய அமைப்பு (structure) தகாப்புணர்ச்சி விலக்கு (incest taboo)என்னும் அடித்தளத்தின் மீது அமைப்பாக்கம் பெறுகிறது என்கிறார் லெவிஸ்ட்ராஸ் (1949/1969: 22). ஒரு குழுவைச் சேர்ந்த பெண்கள் அக்குழுவினருக்குப் பொருத்தமற்றவர்கள் என்னும் நிலையில், அவர்களை மற்றவர்களுக்குக் கொடுத்து அவர்களிடமிருந்து பெண்களைப் பெறுதல் என்னும் பரிமாற்றமானது புறமண (exogamy) விதியைக் கட்டமைக்கிறது. (புறமணம் என்பது ஒருவர் கரை, வகையறா எனக்கூடிய அவர் சார்ந்த குழுவில் மணத்துணையைப் பெறமால் வேற்று வகையறாவிலிருந்து பெறுதலைக் குறிக்கும்).

தகாப்புணர்ச்சி விலக்கும் புறமணமும் மேலோட்டமாகப் பார்த்தால் ஓர் எதிர்மறைப் (negative)பண்பைப் பெற்றிருப்பது போல் தோன்றும். ஆனால் இவை சமூகம் என்ற பெரும் குழுவை இரத்த உறவுள்ள பல கால்வழிக் குழுக்களாகப் பிரித்து ஒரு குழுவினர் வேறு குழுவினருடன் மணவுறவு கொள்ள (marrying out)வகை செய்கிறது. அதோடு பல கால்வழிக் குழுக்களாகப் பிரிந்துள்ள சமூகத்தில் ஒரேயொரு கால் வழிக்குள்ளேயே பாலுறவுத் தன்னிறைவு ஏற்படாமலிருப்பதற்கான அமைப்பைக் கட்டுமானம் செய்து, சமூகத்தில் குறைந்த அளவு இரண்டு கால்வழிக் குழுவினருக்குள் மணவுறவு (alliance) ஏற்படுத்தி அதன்வழிப் பரஸ்பர உறவையும், ஒத்துழைப்பையும், சமூக ஒன்றியத்தையும் ஏற்படுத்தும் அமைப்பைக் கட்டமைக்கிறது. இதனால் இவை ஆக்க நிலைப் பண்பாக மாறுகின்றன என்கிறார் லெவிஸ்ட்ராஸ். இந்நிலையில் பரிமாற்றமானது சமூகத்தில் ஓர் ஆக்கப்பூர்வமான (positive) குணம் படைத்தது; ஆக்கப்பூர்வமான இயக்கத்தைத் தூண்டுகிறது.

லெவிஸ்ட்ராசின் கருத்தை உள்வாங்கிக் கொண்ட இந்நிலையில் சடங்கின் எதிர்நிலைத் தன்மையும் ஓர் ஆக்கநிலைப் பண்பேயாகும் என்பதை உணர முடியும்.

## ஹோவல் டாய்

ஹோவல் டாய் (Crawford Howell Toy) என்பவர் 1913 இல் எழுதிய *சமயத்தின் வரலாறு பற்றி ஓர் அறிமுகம்* (An Introduction to the History of Religion)என்னும் நூலில் தொடர்புடைய சடங்குகளை ஓரினமாக்கி, சடங்குகளைச் செயல்பாட்டின் அடிப்படையில் பின்வருமாறு நான்கு நிலைகளில் வகைப்படுத்தினார். இது முதல் அணுகுமுறையான செயல்பாட்டு நிலையில் கணக்கிடும் முறையாகும். உணர்வு சார்ந்தது, நிகழ்த்துதல் சார்ந்தது (emotional & dramatic), சமய நடனங்கள் - ஆட்டங்கள் சார்ந்தது, சமயப் பேரணி சார்ந்த அங்கப்பிரதட்சணம்

சார்ந்தது, இவை போன்ற பிற சடங்குகள்:

1. **உடலின் வரைதல் கலை சார்ந்தது, நோய் நீக்குதல் சார்ந்தது** (decorative & curative): உடலில் ஒப்பனை செய்து நோய் நீக்கும் சடங்குகள். குயவர்கள் செம்மண் கொண்டு உடலில் அக்கி எழுதி உடற்கட்டிகளை நீக்குதல் போன்றவை இதிலடங்கும்.
2. **பொருளியல்** (economic): வேட்டை, வேளாண் தொழில்களில் மேற்கொள்ளப்படும் சடங்குகளும் மழை வருவித்தல் போன்ற சடங்குகளும் இதிலடங்கும்.
3. **தீமை நீக்குதல்** (apotropie): தீய ஆவிகள் தொற்றிக்கொள்ளாமல் இருக்கவும், தொற்றிக் கொண்ட ஆவிகளால் ஏற்பட்டுள்ள தீமை களை நீக்கவும் செய்யும் சடங்குகள் இன்னொரு வகையாகும்.
4. **பூப்பு, ஏற்புச் சடங்கு** (puberty & initiation): வயதுக்கு வரும் சடங்கும் சமூகத்திற்குள் ஓர் உறுப்பினராக அங்கீகரித்து அழைக்கும் சடங்குகளும் மற்றொரு வகையாகும்.

திருமணம், பிறப்பு, இறப்பு, எரித்தல், புதைத்தல், தூய்மைப் படுத்துதல், தெய்வத்திற்கு நேர்ந்து விடுகின்ற திருநிலையாக்கும் நிலை (consecration), காலம் பருவம் சார்ந்த சடங்குகள், இன்னும் பிற சடங்குகள் யாவும் இப்பட்டியலின் வரிசையில் இடம் பெறும்.

மேற்கூறிய சடங்குகளை விளக்கும் இயலுக்கடுத்து பண்பாட்டுப் படிமலர்ச்சியில் மிகத் தொடக்க கட்டத்தில் ஒரு வழிபாட்டு மரபாக ஏற்பட்ட குலக்குறியம் (totemism) குறித்தும், விலக்கு (taboo) குறித்தும் தனிவகையினமாக விளக்குகிறார் டாய். இவர் எழுதிய இந்நூல் செயற்பாட்டியல் சார்ந்து நான்கு பகுதிகளாகக் கொடுத்தாலும் அது பின்னாளில் ஏற்பட்ட கோட்பாட்டியல் சிந்தனைக்கு அடித்தளமாய் அமைந்தது.

### அந்தோணி வாலஸ்

அமெரிக்க மானிடவியலர் அந்தோணி வாலஸ் சடங்குகள் பற்றிக் கூறும்போது இவை பண்பாட்டுப் படிமலர்ச்சியின் வளர்ச்சியைப் பிரதிபலிக்கும் ஒரு கூறாக இருக்கின்றன என்கிறார். இவர் தம் கருத்துப்படி மனித சமூகத்தின் நான்கு சமய முறைகள் வளர்த்தெடுக்கப் ட்டுள்ளன. அவற்றை 'cult' (வழிபாட்டு மரபு) என்று வரையறை செய்கிறார். அவை:

1. தனிமனித வழிபாட்டு மரபு (individualistic cult)
2. மாந்தரீக வழிபாட்டு மரபு (shamanistic cult)

3. சமூகஞ் சார்ந்த வழிபாட்டு மரபு (communal cult)
4. மதகுரு/கோயில் சார்ந்த வழிபாட்டு மரபு (ecclesiastical cult)

மேற்கூறிய எடுத்துக்காட்டுகள்வழி அந்தோணி வாலஸ் ஒரு மாறுபட்ட கருத்தை முன்வைத்தார். ஒரு சமூகத்தின் முக்கியச் சடங்குகள் சமூக-பண்பாட்டுப் படிமலர்ச்சியின் போக்கைக் காட்டுவதாக இருக்குமென்றார். இன்னொரு வகையில் சொல்வதானால் சமூகப் பண்பாட்டுப் படிமலர்ச்சியின் மிக நீண்ட பாதையில் குறிப்பிட்ட சடங்குகள் அச்சமூகத்தின் படிமலர்ச்சிக் கட்டத்தைக் காட்டுவதாக அமையும் என்றார்.

மேற்கூறிய இந்நான்கு மரபுகளும் மனித சமூகத்தின் சமூக, பொருளாதார, அரசு முறைகளின் வளர்ச்சி நிலைகளுக்கு ஏற்ப மாறுபட்டு நிற்கின்றன என்கிறார் வாலஸ். சமூக, பொருளாதார, அரசு முறைகளின் வளர்ச்சிக்கேற்ப இவை கூட்டம் (band), பழங்குடி (tribe), தலைவனாட்சி (chiefdom), அரசு (state) ஆகிய நான்கு நிலைகளாகப் படிமலர்ச்சியடைந்துள்ளன என்கிறார். இவ்வரிசையில் தனிமனித வழிபாட்டு மரபும் மாந்தரீக முறையும் சிறுகுழு, இனக்குழுச் சமூகங்களில் காணப்படுபவையாகவும், மதகுரு, கோயில் சார்ந்த வழிபாட்டு மரபு அரசு முறை கொண்ட சமூகங்களில் காணப்படுவதாகவும் வாலஸ் கூறுகிறார்.

சடங்குகள் குறித்துப் பலர் ஆராய்ந்திருந்தாலும் வாலஸ் (Anthony F.C. Wallace) எழுதிய *சமயம்: மானிடவியல் பார்வை* (Religion: An Anthropological View 1996) என்னும் நூலில் சடங்குகளை ஒரு புதிய முறையியலுடன் வகைப்படுத்தினார். இவர் சடங்குகளைப் பின்வரும் இரண்டு வகைகளாகப் பகுத்தார்.

1. தொழில் நுட்பச் சடங்குகள் (technical rituals)
2. கருத்தியல் சடங்குகள் (ideology rituals)

இவரும் செயற்பாட்டிய அணுகுமுறை குழுவைச் சேர்ந்தவர் என்பது குறிப்பிடத்தக்கது. மனிதன் ஏற்படுத்திக்கொண்ட பண்பாடு என்னும் தளத்திற்கு மறு துருவமாக நிற்கும் 'இயற்கை' என்னும் தளத்திற்கு உரிய ஆற்றல்களை நுட்பமான வகையில் தன்வயப்படுத்தும் முயற்சி சடங்கு வாயிலாகத் தொடர்கிறது ( இதையே 'technology' என்கிறார்) என்பதை வாலஸ் முன்மொழிந்தார். மந்திரம் (magic), சூனியம்(witchcraft), செய்வினை (sorcery), தெய்வ ஆற்றலை மனிதத் தளத்திற்கு வருவித்து அருள்வாக்குக் கூறல் , தீய ஆவிகளிடமிருந்து தற்காத்துக் கொள்ளுதல், தீய பார்வை படாமலிருக்கக் கண்ணேறு (திருஷ்டி) கழித்தல், வந்த ஆவிகளை விரட்டுதல், கட்டிய புதிய வீட்டில் தீய ஆவிகளை விரட்டிப்

புதுமனை சாந்தி செய்தல், ஆவிகளை நீக்கிப் புதுத்தோணிகளை விடல், இவை போன்ற சடங்குகள் அனைத்தும் 'தொழில்நுட்பச் சடங்குகள்' என்பார் வாலஸ்.

அடுத்த வகையினமாக வாலஸ் சுட்டுவது 'கருத்தியல் சடங்குகள்' இச்சடங்குகள் யாவும் சமூகத்தைக் கட்டிக்காக்கவும், கட்டுக்கோப்பாக வைத்திருக்கவும், முரண்பாடுகளைக் களைந்து ஒற்றுமை ஏற்படவும், சமூகம் போற்ற வேண்டிய விழுமியங்களைக் (values) காக்கவும், சமூக உறவுகளைப் பேணவும், தனிமனித விழைவுகளை நிறைவடையச் செய்து அவற்றின் வாயிலாக அத்தனிமனிதனை உகந்த நிலைச் சமூகத் திற்கேற்ற மனிதனாக வளர்த்தெடுக்கவும் போன்ற தன்மைகளைக் கொண்ட அனைத்துச் சடங்குகளும் இவ்வகையில் அடங்கும். வாழ்க்கை வட்டச் சடங்குகள் (rites of passage), திருவிழாக்களில் இடம்பெறும் சடங்குகள், பலியிடுதல், படையலிடுதல், நேர்த்திக் கடன் செய்தல், யாத்திரை செல்லுதல், வீடுபேறுக்கான சடங்குகள் (salvation rituals), மறு உயிர்ப்பித்தல் சடங்குகள் (revitalization rituals), கிறித்து உயிர்த் தெழுந்த நாள், கிறிஸ்துமஸ், ரமலான், பக்ரீத் போன்ற வகையிலடங்கும் சடங்குகள் யாவும் கருத்தியல் சடங்கு வரிசையைச் சார்ந்தவை.

வாலஸ் முன்மொழிந்த செயற்பாட்டு அடிப்படையிலான இருவகைப் பாகுபாடு (தொழில்நுட்ப, கருத்தியல் சடங்குகள்) புதிய பரிமாணத்தை ஏற்படுத்தியது. அக்குழுவினர் மேற்கொண்ட முயற்சி மிகவும் பாராட்டைப் பெற்றது. எனினும் சில சடங்குகளின் படிமலர்ச்சிப் போக்கைக் (evolution) காணும்போது அவற்றின் மாற்றங்களைக் கவனத்தில் கொள்ள வேண்டியதைச் சிலர் வலியுறுத்தினர். குறிப்பாக, கிறித்து உயிர்த்தெழுந்த நாள் (Easter)சடங்கானது இடைக்காலப் (medieval)போலந்து கிராமங்களில் ஒரு தொழில்நுட்பச் சடங்காக (technological) இருந்து பின்னர் இளவேனிற்காலத்தில் புதுத்தளிர்ப் பருவமாகவும் தற்காப்புக்கான காலமாகவும் கருதித் தற்காப்புக்கான கருத்துடன் (protective)இச்சடங்கு நிகழ்த்தப்பெற்றது.

இதன் பின்னர் இச்சடங்கானது இம்மக்களிடம் மறுஉயிர்ப்பித்தல் (revitalization)சடங்காக மாற்றம் பெற்று, இன்று வீடுபேற்றின்பத்தை அடையும் விழாவாகப் படிமலர்ச்சி பெற்றுள்ளது என்கிறார் சடங்குகள் குறித்து மிகச் சிறந்த ஆய்வினை மேற்கொண்ட ரொனால்டு கிரிம்ஸ் *(1982)*. இந்நிலையில் நோக்கும் போது தமிழ்ச் சடங்குகளில் குங்குமம் தடவிய எலுமிச்சை பிழிதல், கல்யாண பூசணி உடைத்தல் போன்றவை விலங்கினப் பலியின் பதிலியாக, தாவரவினப் பலியாகப் படிமலர்ச்சி அடைந்துள்ளன. இது வடிவ மாற்றமேயன்றிக் கருத்தியல் மாற்றம் ஏதுமில்லை.

### ரொனால்டு கிரிம்ஸ்

துர்க்ஹைம், பிராய்டு முன்மொழிந்த ஆக்கநிலை, எதிர்நிலைச் சடங்குகளின் தன்மைகளை விரிவாக ஆராய்ந்த ரொனால்டு கிரிம்ஸ் (Ronald Grimes) *சடங்கு ஆய்வுகளின் தொடக்கம்* (Beginnings in Ritual Studies 1982) என்னும் ஆய்வில் சடங்குகளைப் பின்வரும் இருவகை யாகப் பகுக்கிறார்:

1. நிலைப்படுத்தும் சடங்குகள் (confirmatory rituals)
2. நிலைமாற்றும் சடங்குகள் (transformatory rituals)

கிரிம்சின் வகைப்பாடானது எந்த மையக் கருத்தை அடிப்படை யாகக் கொள்கிறது என்பதைக் கவனித்தோமானால் இவருடைய அமைப்பு முறையை எளிதில் புரிந்துகொள்ளலாம். ஆக்கநிலைச் சடங்குகள் , எதிர்நிலைச் சடங்குகள் எனப் பகுத்த துர்க்ஹைமின் வகைப்பாட்டில் விலக்குகளை மையமிட்ட எதிர்நிலைச் சடங்குகள் மேலெழுந்தவாரியாக 'எதிர்நிலை'யைச் சுட்டினாலும் அடிப்படையில் அவை ஆக்கநிலைப் பண்பாகவே அமைகிறது என்பது உணர்த்தப் பட்டது. லெவிஸ்ட்ராஸ் முன்வைக்கும் தகாப்புணர்ச்சி விலக்கும் கூட (incest taboo)எதிர்நிலைப் பண்பானாலும் அடிப்படையில் ஓர் ஆக்க நிலைப் பண்பேயாகும்.

தெய்வத்தளத்தோடு ஆக்கநிலைச் சடங்குகளும், எதிர்நிலைச் சடங்குகளும் கொண்டுள்ள ஊடாட்டத்தில் ஏற்படும் தர்க்க நிலையை முன்வைத்துச் சடங்குகள் 'நிலைப்படுத்தும் சடங்குகள்', 'நிலைமாற்றும் சடங்குகள்' என கிரிம்ஸ் வகைப்படுத்தினார்.

சடங்குகளின் இயங்கியல் தன்மையில் விலக்குகளை மையமிட்ட எதிர்நிலைச் சடங்குகளை கிரிம்ஸ் 'நிலைப்படுத்தும் சடங்குகள்' (confirmatory rituals) என்கிறார். தெய்வத் தளத்தின் ஒழுங்கமைவில் எதைச் செய்ய வேண்டும், எப்படிச் செய்ய வேண்டும்; எதைச் செய்யச் கூடாது, ஏன் செய்யக்கூடாது என்பன போன்ற எல்லைகளை வகுத்து அதன் அகவெளியையும் (internal space) நிர்ணயிப்பதால் இச்சடங்குகள் என்றும் மாறாமல் நிலைபெற வேண்டியவற்றை வலியுறுத்துகின்றன. திருவிழாவிற்கு நாள் குறித்து எல்லை கட்டியபின் அல்லது திருவிழா நடந்துகொண்டிருக்கும்போது ஒருவர் இறந்துவிட்டால் அதனால் ஏற்படும் தீட்டினை நீக்கக் கொடும்பாவி எரித்து மீண்டும் புனிதத் தன்மையை உருவாக்க வேண்டுமென்ற சடங்குகளும்கூட (regenerative rituals)நிலைப்படுத்தும் சடங்குகளாகும். காப்புக் கட்டியவர்கள் அசைவ உணவு, பாலியல் செயல்கள், மது அருந்துதல் ஆகியவற்றைத் தவிர்க்க வேண்டும் என்னும் விலக்கினை வலியுறுத்தும் காப்புக்

கட்டுதல் சடங்கும், விலக்குகளை வலியுறுத்தும் பிற சடங்குகள் யாவும் இவ்வகையில் அடங்கும்.

இந்தியச் சாதிய முறையில் சடங்கியல் வாழ்வே 'நிலைப்படுத்தும்' கருத்தியலைச் சார்ந்ததுதான் (ஹாப்பர் 1964). இறைவனைத் தினந் தோறும் குளிப்பாட்டி, துணிமாற்றி, அபிஷேகம் செய்யும் நிகழ்வில் இறைவனின் அழுக்கைப் பூசகரான பிராமணர் (அல்லது உயர்நிலைத் தகுதியைப் பெற்ற பிற சாதிப் பூசகர்) நீக்குகிறார். பிராமணரின் வேள்வி, யாகச் சடங்குகளுக்குத் தேவையானவற்றைப் பெறுவதற்குப் பிராமணர்கள் அழுக்காகாமல் இருக்கத் தானம் தந்து பிராமணரின் புனிதத்தைச் சத்திரியர் காக்கிறார். நாட்டையும் மக்களையும் காப்பாற்றும் சத்திரியர் புனிதமுடன் இருக்க அவர்களின் அழுக்கை அவருக்குக் கீழுள்ள சூத்திரர்கள் பெறுகிறார்கள். இறுதியில் தீண்டத் தகாதவர்கள் அனைவரின் அழுக்கையும் பெற்றுக்கொள்கிறார். இதனால் இறைவன் தொடங்கி பிராமணர், சத்திரியர், வைசியர் வரை அனைவருடைய புனிதமும் பேணப்படுகிறது. இந்தியச் சாதிய வாழ்வானது புனிதம், தீட்டு சார்ந்தும் படிநிலைக் கருத்து சார்ந்தும் நிலைநிறுத்தப்படுகின்றது. எனினும் இது நேரடியாக நிலைநிறுத்தும் சடங்கின் செயல்பாட்டோடு இணையவில்லை என்பதைக் கவனத்தில் கொள்ள வேண்டும்.

அடுத்து நிலைமாற்றும் சடங்குகள் குறித்துக் கவனிப்போம். சடங்குகள் ஒருதளத்தில் 'நிலைநிறுத்தும்' இயங்கியலைக் கொண்டிருக்க மறுதளத்தில் அவை 'நிலைமாற்றும்' இயங்கியலைக் கொண்டுள்ளன. சமூக-பண்பாட்டு வாழ்வில் மக்களை ஒரு நிலையிலிருந்து நகர்த்தி இன்னொரு நிலைக்கு மாற்றும் சடங்குகள் 'நிலைமாற்றும் சடங்குகள்' ஆகும். பூப்பு, திருமணம், வளைகாப்பு, இறப்பு போன்ற வாழ்க்கை வட்டச் சடங்குகள் யாவும் நிலைமாற்றும் சடங்குகளே.

வழிபாடு செய்தல், அருளாசி பெறுதல், நோன்பிருத்தல், யாத்திரை செல்லுதல், திருவிழா நிகழ்த்துதல், படையலிடுதல், தீட்டு நிலையி லிருந்து தூய்மையாக்கும் சடங்குகள் (purificatory rituals) வாயிலாக மீண்டும் இயல்பு நிலைக்கு மாற்றும் கருமாதி போன்ற சடங்குகள் (restorative rituals), கட்டிய புதிய வீட்டில் தீய ஆவிகளை அகற்றி மனை சாந்தி செய்து வாழ்வதற்குரிய நல்ல இடமாக மாற்றும் புதுமனை புகுவிழாச் சடங்குகள், பூமி பூஜை செய்தல், கிணறு வெட்டுதல், வீடு கட்டுதல், பிரார்த்தனை மேற்கொண்டு சாமிக்கு முடி கொடுத்தல் போன்ற சடங்குகள் யாவும் நிலைமாற்றும் சடங்குகள் ஆகும். இச்சடங்குகள் வாயிலாகச் சடங்குக்கு உட்படுவோர் சமூக/பண்பாட்டு /உள வகையிலான ஒரு மாற்றத்திற்கு ஆளாகின்றனர்.

### அந்தோணி குட்

அந்தோணி குட் தமிழகத்தில் மறவர்களின் சடங்குகளை ஒப்பாய்வு செய்து *பெண் மணமகன்* (Female Bridegroom 1991)என்னும் தலைப்பில் மிகச் சிறந்த கோட்பாட்டுப் புரிதலை வழங்கியுள்ளார். இன்றைய தமிழ்ப் பண்பாட்டின் நான்கு முக்கிய வாழ்க்கை வட்டச் சடங்குகள் மூலம் பின்வரும் நிலைமாற்றங்கள் நிகழ்கின்றன:

சிறு பெண் —பூப்பு→ கன்னிப் பெண் —திருமணம்→ மனைவி —குழந்தை பிறப்பு→ தாய் —கணவனின் கருமாதி→ கைம் பெண்

தமிழ்ப் பெண்களின் நிலைமாற்றங்கள் மேலும் கூடுதலான வகைகளில் (பேதை, பெதும்பை, மங்கை போன்றவை) அமையப் பெற்றமை அடிப்படையான வாழ்வியல் நிலைமாற்றங்களைக் கடந்தும் பெண்களின் தரநிலைகள் முக்கியத்துவம் பெற்றிருந்தன என்பதைச் சுட்டுகிறது.

அடுத்ததாக, வாழ்க்கை வட்டச் சடங்குகளில் பின்வரும் நான்கு முக்கியமான கருத்தாக்கங்கள் சடங்கின் தன்மையையும் வகையையும் நிர்ணயிக்கின்றன (அந்தோணி குட் 1991)

1. மங்களமானது (auspicious)
2. அமங்களமானது (inauspicious)
3. தூய்மை சார்ந்தது (pure)
4. தீட்டு சார்ந்தது (impure)

இந்நான்கு கருத்தாக்கங்களும் தமிழர் சடங்குகளை எவ்வாறு நான்கு வகையினங்களாகப் பாகுபடுத்துகின்றன என்பதைப் பின்வரும் விளக்கத்தின் வழி அந்தோணி குட் விளக்குகிறார்.

| | மங்களமானது | அமங்களமானது |
|---|---|---|
| தூய்மை சார்ந்தது | கல்யாணம் | கருமாதி |
| தீட்டுச் சார்ந்தது | பூப்பு, பிறப்பு | இறப்பு |

மேற்கூறிய கருத்தாக்கங்களின்வழி, தமிழர் சடங்குகள் எவ்வாறான கருத்துக்களைக் கொண்டமைகின்றன என்பதை இனி நோக்கலாம்.

1. திருமணம் மங்களமானது, தூய்மை சார்ந்தது.
2. பூப்புச் சடங்கும், பிறப்புச் சடங்கும் மங்களமானவையாக இருந்தாலும், தீட்டுச் சார்ந்தவையாக உள்ளன[1].
3. கருமாதி அமங்களமானது என்றாலும் தூய்மை சார்ந்ததாகும்.
4. இறப்பானது அமங்களமானதாகவும் தீட்டுச் சார்ந்ததாகவும் உள்ளது.

மற்ற வாழ்வியல் சடங்குகளையும் இவ்வாறான முறையில் இனங் காணலாம்.

வாழ்க்கை வட்டச் சடங்குகள் அனைத்தும் வாழ்வைப் பல தொடர்நிலைகளாகப் பகுத்து ஒன்றிலிருந்து மற்றொன்றிற்கு மக்களை அறிமுகப்படுத்தும் பணியைச் செய்கின்றன. ஒவ்வொரு சடங்கும் சமூக வாழ்வின் பொறுப்புகளையும், நடத்தைமுறைகைளயும், மக்களின் உலகப் பார்வையையும் (world view) கொண்டு அவை குறித்த பண்பாட்டின் கருத்தமைவுகளைச் சமூகவயப்படுத்தவும் (socialization), பண்பாடுவயப்படுத்தவும் (enculturation), அவர்களை ஒரு பண்பாட்டு நபராக்கும் (culture bearer) பணியையும் செய்கின்றன.

### விக்டர் டர்னர்

சடங்கு குறித்த ஆய்வுகளின் மிகவும் உயர்ந்த நிலையில் போற்றப் படுபவர் ஸ்காட்லாந்து அறிஞராகிய விக்டர் டர்னர்(Victor Turner). சடங்குகளை மீவியல் பண்பாகவும் (liminality), அமைப்பு எதிர் அமைப்பாகவும்(sturcture, anti-structure), திருவிளையாடல்கள் (ludic); மூல உருவகங்கள் (root metaphors), மீசமூகம் (communitas) போன்ற கருத்தாக்கங்களாகவும் ஆராய்கிறார். இவருடைய ஆய்வானது சடங்கு தொடங்கி யாத்திரை வரை விரியும் பரந்த தளமாகும். (விக்டர் டர்னரின் சடங்கு-யாத்திரை குறித்த பங்களிப்பானது இயல் 14இல் விரிவாக இடம்பெறுகின்றது).

ஆகவே, இவற்றை விடுத்து டர்னரின் ஒரு முக்கியமான பங்களிப்பை பினை இங்கு நோக்குவோம். விக்டர் டர்னர் சாம்பியாவில் என்டேம்பு (Ndembu)பழங்குடிகளிடம் செய்த ஆய்வு மூலம் அம்மக்களின் பழம் பெருமைக்குரிய (Old Glory) பால் ஊறும் மரம் எவ்வாறு அச்சமூகத்தின் தாய்வழிக் குறியீடாக உள்ளது என்பதை ஆராய்கிறார். இக்குறியீடு ஒன்றுக்கடுத்து ஒன்றாகப் பல குறியீடுகளாக விரிந்து ஒட்டுமொத்த

சமூகத்தையும் தன்னுள் பொதித்துக் கொண்டுள்ள முறையை மிக நுட்பமாக விளக்குகிறார்.

என்டேம்பு சமூகம்

↑

கும்பம்

↑

தாய்-குழந்தை உறவு

↑

இளங்குழந்தைகள் மார்பகத்திலிருந்து பால் குடித்தல்

↑

மார்பகங்கள்

↑

மனிதப் பால்

↑

பாலூறும் மரத்திலிருந்து சுரக்கும் வெள்ளைப் பால்

அவர்களுடைய இப்பால் சுரக்கும் மரம் மிக முக்கியமான குறியீடாகும். இம்மரமே சமூக வாழ்வின் பல சடங்குகளில் இடம் பெறும் குறியீடாக விளங்குகிறது. இம்மரத்தில் சுரக்கும் வெள்ளைப் பாலானது ஒன்றையடுத்து ஒன்றாக அச்சமூகத்தின் குறியீடாக விளங்குவதை டர்னர் பின்வரும் படத்தின் மூலம் விளக்குகிறார்.

மேற்குறிப்பிட்டுள்ள குறியீட்டு வரிசையில் என்டேம்பு மக்கள் பொருள், செயல், நிறுவனம் (instirution)ஆகிய மூன்றின்வழி அவர்களின் சமூக விழுமியங்களை உள்ளடக்கிக் காட்டுகின்றனர். அவர்களுடைய தாய்வழிச் சமூகத்தின் குறியீடாக உள்ள பால் மரத்தில் சுரக்கும் பால் ஆறு குறியீடுகளை வரிசைப்படுத்துகின்றது. மரத்திலிருந்து ஊறும் வெள்ளைத் திசு பாலாகக் குறியீட்டாக்கம் பெறுவதும் *(1)*, பெண் மார்பகங்களிலிருந்து ஊறும்போது மனிதப் பாலாக, குறியீட்டாக்கம் பெறுவதும் *(2)*, மார்பகத்தைக் குழந்தைகள் சப்பிக் குடிப்பதால் தாயைச் சார்ந்திருத்தல் என்னும் குறியீட்டாக்கம் பெறுவதும் *(3)*, இது தாய் - குழந்தை உறவாகக் குறியீட்டாக்கம் பெறுவதும் *(4)*, இதுவே அடுத்துக் குடும்பமாகக் குறியீட்டாக்கம் பெறுவதும் *(5)*, சமூகத்தின் உயிர் நாடியான குடும்பங்கள் இணைந்து ஒரு பெருஞ் சமூகமாகக் குறியீட்டாக்கம் பெறுவதும் *(6)* நிகழ்கிறது.

என்டேம்பு சமூகத்தில் மரமானது தாய்வழிக் குறியீடாக அமைவதன் நுட்பத்தை டர்னர் தம் ஆய்வில் (1967) மிக விரிவாக ஆராய்ந்துள்ளார். இவர்தம் ஆய்வுப்படி ஆராயும்போது தமிழ்ச் சமூகத்தில் நான்கு முக்கிய தளங்களில் மரத்தின் குறியீட்டைக் கருத்தூன்றி நோக்க வேண்டும்.

தமிழ்ச் சமூகத்தில் திருமணத்தின்போது மணவறைக்கு எதிரில் பால் ஊறும் மரக்கிளை நடுவது என்பது இந்நாள்வரை வளமையின் குறியீடு என்றே பலரும் விளக்கம் கூறி வந்தனர். அவ்வாறே, கன்றை ஈன்ற பசு வெளியேற்றும் உறுப்பினைப் பாலூறும் மரத்தில் கட்டினால் பசு நன்றாகப் பால் கறக்கும் என்று அதனை வளமைச் சடங்கோடு இணைத்துக் கூறி வந்தனர்.

அவ்வாறாயின் ஊரின் மைய இடங்களில் உள்ள அரசமரம் (கல்+ஆத்தி=கல்லாத்தி=அரசமரம்), ஆலமரம் ஆகிய பால் ஊறும் மரங்களுக்கடியில் பஞ்சாயத்து நடத்துவது எதனால்? அரச மரத்தைச் சுற்றி வந்து பிள்ளை வரம் கேட்பானேன்? பால் ஊறும் தன்மையுடைய இக்குறியீடுகள் தொல் சமூகத்தின் தாய்வழிக் குறியீட்டை அடையாளப் படுத்துவனவாகும். இக்குறியீடுகள் யாவும் தொல்படிவக் குறியீடு களாக (archetypal symbols), தாய்வழிக் குறியீடுகளாக (matrilineal symbols) உறைந்து நிற்கின்றன. தமிழ்ச் சமூகத்தில் பாலூறும் மரம் வெவ்வேறு தளங்களில் பன்முகப் பொருண்மையை விளக்கும் அதே வேளையில் அது தாய்வழிக் குறியீடு என்ற ஒற்றைக் குறியீடாக, ஒரு தொல்படிவ மூலக் குறியீடாக அமைகிறது.

மரத்தின் கீழ் பஞ்சாயத்து (தாயாட்சி)
மரத்தின் முன் திருமணம் (தாய்வழி மரபு)
மரத்தில் நஞ்சுக்கொடி கட்டுதல் (தாய்வழிப் பெருக்கம்)
மரத்தை வழிபடல் (தாய்வழிபாடு)

ஆகிய கூட்டுப் பொருண்மைகளை உணர்த்துகின்ற உறைந்த குறியீடாக உள்ளது. இவ்வாறான தன்மைகளை என்டேம்பு பழங்குடிகளிடம் உணர்ந்த டர்னர் (1967:28) கூறும்போது 'பாலூறும் மரபென்பது தாயின் குறியீடாகும். அது பெண்மையின் அத்தனை வகையான குறியீடுகளையும் தாங்கி நிற்கிறது. என்டேம்பு சமூகத்தார் இதனை நன்கு அறிவார்கள்' என விவரிப்பார். இதனைக் கருத்தூன்றி நோக்கும் போது சமூகங்கள் காணப்படும் நிலையில் (காண்க இயல் 6) தாய்வழிக் குறியீடுகளும் தொல்படிவ நிலையில் நம்மிடம் மறைபொருளாக இருந்து வருவதை மீட்டறிய முடியும்.

### வீணா தாஸ், பிற அறிஞர்கள்

சடங்குகளை மங்களச் சடங்குகள், மங்களமற்ற சடங்குகள் என்று பொதுவாக வகைப்படுத்துவதும் உண்டு. இவற்றுள் காதுகுத்துதல், பூப்பு, பூணூல் அணிவித்தல், திருமணம், பூச்சூடல் (சூல்), அர்ப்பணிப்புச் சடங்குகள்(dedication rituals) போன்றவை மங்களச் சடங்குகளாகும். பிறப்பு தீட்டுக்குரியது என்றாலும் மங்களத்திற்குரியது. அதுபோலப் பூப்பு தீட்டுக்குரியது. ஆனால் மங்களகரமானது. தமிழர் பண்பாட்டில் முறை உறவினர்களை (அத்தை, மாமன் மக்கள்) மணக்கும் உரிமை கொண்டாடுவதால் பூப்புச் சடங்கானது திருமணச் சடங்கை ஒத்திகை பார்பபது போன்றது என்பார் அந்தோணி குட் *(1991)*. இந்த ஒத்திகைத் திருமணத்தில் (பூப்புச் சடங்கு) 'பெண் மணமகன்' (female bridegroom) நியமிக்கப்படுவான். தோழிப் பெண் மணமகனாக அமருவது மறவர் களின் பூப்புச் சடங்கிற்குரிய ஒரு சிறப்புக் கூறாகும். இதனால்தான் பூப்புச் சடங்கைத் திருமணத்தின் முதற்கட்டம் என்பார் அந்தோணி குட் *(மேலது: 1991)*. இறப்பு, பால் ஊற்றுதல், கருமாதி, புண்ணியா தானம், திருஷ்டி கழித்தல் (கண்ணேறு) இவையெல்லாம் மங்களமற்ற சடங்குகள். முன்னோர் வழிபாடு (திதி கொடுத்தல், நினைவுநாள் போற்றுதல்) பல நேரங்களில் மங்களமற்ற சடங்காகக் கருதப்படினும் இது தீட்டுச் சார்ந்ததல்ல என்பார் வீணா தாஸ் *(1977)*.

சடங்குகளை மங்களமானவை, மங்களமற்றவை எனப் பிரிக்கும் வகைப்பாடு ஒருபுறமிருந்தாலும் இந்தியப் பண்பாட்டில், குறிப்பாக வைதிகச் சடங்குகளை மிக நுட்பமாக ஆராய்ந்த வீணா தாஸ் திருமணம், வளைகாப்பு(சூல்), ஏற்புச்சடங்கு (intiation), காலச் சுழற்சியோடு (passage of time) இணையும் சடங்குகள் வலப் பக்கத்திற்குரியவை யாகவும், இறப்பு, முன்னோர் வழிபாடு, அசுரன், ஆவிகளுக்குச் செய்யும் சடங்குகள், நாகத்திற்குச் செய்யும் சடங்குகள் அனைத்தும் இடப் பக்கத்திற்குரியவை என்றும் கூறுவார் *(வீணா தாஸ் 1877:89,118)*.

### தமிழர் சடங்குகளின் பன்முகத்தன்மை

தமிழர் வாழ்வில் இடம்பெறும் சடங்குக் குறியியல் குறித்த இப்பகுதி யில் ஒரு சுழற்சித் தளத்தில் மீண்டும் மீண்டும் நிகழ்த்தப்படும் சடங்குகள் ஆய்வுக்குட்படுத்தப்படுகின்றன. இதற்கு இரண்டு நோக்கங்கள் உண்டு. தமிழர் சடங்குகளின் பன்முகப் பொருண்மையைச் சுட்டிக்காட்ட வேண்டுமென்பது ஒரு நோக்கம். வாழ்வு, இறப்பு, பொருள் ஈட்டுவதற் கான தொழில்கள், சமூக ஒழுங்கு, சமய வாழ்வு போன்ற பல உள் அமைப்பொழுங்குகளோடு உறவுபெறும் சடங்குப் பொருண்மைகளை ஆய்வுக்குட்படுத்துவதன் மூலம் தமிழர் வாழ்வியலின் விரிந்த பரப்பில்

சடங்கின் பொருண்மைகள் எவ்வாறு உருவாக்கம் பெற்றுள்ளன என்பதை அறிதல் மற்றுமொரு நோக்கம். இவ்விரு நோக்கங்களை மைய மாகக் கொண்டு தமிழரின் சடங்குகள் பின்வருமாறு ஆராயப் பெறுகின்றன.

இன்றைய தமிழரின் சடங்குகள் நீண்ட படிமலர்ச்சி (evolution) நிலை களைக் கடந்து வந்தனவாகும். வேட்டை வாழ்வை முதன்மையாகக் கொண்ட பழங்குடி (tribe)அமைப்பிலிருந்து கொள்ளை, ஆநிரை கவர்தல் ஆகியவற்றையும் இணைத்துக் கொண்ட இனக்குழு சார்ந்த தலைவர்களும், அதன் பின்னர் வரிவிதித்தும், விளையும் மகசூலைப் பெற்று மறுபங்கீடு செய்தும் வாழ்ந்த குறுநில மன்னர்களும், அவர் களின் விரிவாக்கமாக வேந்தர்களும் தோன்றினர். சீறூர் மன்னன் → முதுகுடிமன்னர் → குறுநில மன்னர் → வேந்தர் என்னும் இந்தப் படிநிலையில் பழங்குடிச் சமுதாயம் தரநிலைச் சமுதாயமாக (rank society) மாறிப் பின்னர் நிலவுடைமைச் சமுதாயமாக மாறியது. இப் படிமலர்ச்சி நிகழ்வுக்கான இணைநிலை சடங்கியல் தளத்திலும் நிகழ்ந்துள்ளது.

சடங்குகளின் பொருண்மையானது சமுதாயத்திற்குச் சமுதாயம், ஊழிக் காலத்திற்கு ஊழிக்காலம் மாறும் தன்மையது. இது சமுதாயத்தில் ஒட்டுமொத்தப் படிமலர்ச்சியின் ஒரு பகுதியாக நிகழ்வது. இன்றைய தமிழ்ச் சமுதாயத்தைப் பொறுத்தவரை அதன் சடங்குகளின் பொருண்மையானது வேளாண் வாழ்வை மையமாகக் கொண்டது. வாழ்வானாலும், சாவானாலும் பெரும்பான்மைச் சடங்குகளில் தாவரங்களும் தாவரப் பொருள்களும் குறியீடாக்கப்படுகின்றன. சடங்குப் பந்தலின் முன்பு மாவிலை, குருத்தோலைத் தோரணங்கள் கட்டுதல், வாழைமரங்களும் பனங்குலைகளும் கட்டுதல், மணவறை யில் பால் ஊறும் தன்மையுடைய, பல்கிப் பெருகும் தன்மையுடைய கிளைகளை (அரசு, ஆவாரம், மூங்கில்) நடுதல், தாலி கட்டியபின் முளைவிட்ட விதைகளைக் குளக்கரையில் விடுதல் (பாலி விடுதல்), இறப்புச் சடங்குகளில் தென்னம்பிள்ளை நடுதல், இளநீர் விடுதல் போன்ற தாவரக்குறியீடுகள் இடம் பெறுகின்றன.

சடங்குகளின் பொருண்மையானது இப்பிரபஞ்சத்தின் அனைத்து இயல் நிகழ்ச்சிகளையும் புரிந்துகொள்ளக்கூடிய உலகப் பார்வையோடு இணைவு பெற்றதாகும். இது சமூக அமைப்பு, செய்தொழில், தொழில் நுட்பம், சுற்றுப்புறம் ஆகியவற்றிற்கான இடைவினைகளைப் பிரதிபலிப்பதாகவும் அமையும். அந்த வகையில் இன்றைய தமிழச் சமுதாயத்தின் உலகப் பார்வை, குறிப்பாகச் சடங்கியல் மூலம் பெறப்படும் உலகப் பார்வையானது பெருமளவு வேளாண் வாழ்வோடு இணைந்திருத்தலைக் குறிக்கிறது. தமிழர்களின் சமயச் சடங்குகள்

அவர்களின் புவியுலக அனுபவங்களுக்கும் பிரபஞ்சத்தைப் பற்றிய அவர்களின் நுண்பௌதிகமாக (metaphysical) விளங்கும் தத்துவ / சமய அனுபவங்களுக்கும் இடையிலான உறவை வெளிப்படுத்துகின்றன.

ஆயினும், பண்பாட்டு படிமலர்ச்சியின் ஒரு கட்டத்தில் முதன்மைக் கூறாகத் திகழ்ந்த கூறுகள் வேறு படிமலர்ச்சிக் கட்டங்களைக் கடக்கும் போது எச்சக் கூறுகளாக மாறி இறுதியில் அற்றுப் போகும் நிலையை யும் அடையும் (குரங்கினத்தில் நீண்டிருந்த வால் மனித இனத்தில் எச்சக்கூறாக மாறியது போன்று). சடங்குகளின் படிமலர்ச்சியில் இன்று தமிழர்களிடம் உயிர்ப்பலி என்பது மிகச்சில சடங்குகளுக்கு மட்டும் எனச் சுருங்கிவிட்டது[2]. ஆனால், அக்கருத்தாக்கம் தாவரப்பலியாகப் படிமலர்ச்சியடைந்துள்ளது. குங்குமம் கலந்து எலுமிச்சம் பழத்தைப் பிழிந்து விடுதல், கல்யாணப் பூசணி உடைத்தல் போன்றவை மூலம் வெளிப்படும் சிவந்த குங்குமச்சாறு இரத்தத்தின் குறியீடே ஆகும். ஆதலின் விலங்கின இரத்தப்படையலானது தாவரவின இரத்தமாக மாறியுள்ளது.

நீண்ட படிமலர்ச்சிக் காலத்தில் சடங்குப் பொருள்களில் ஏற்பட்ட மாற்றம் கருத்தாக்க நிலையில் பெரும் மாற்றத்தை ஏற்படுத்தவில்லை என்பதையும் இச்சடங்கு நிகழ்வுகள் சுட்டிக்காட்டுகின்றன. பழந்தமிழ் இலக்கியங்களில் இது பற்றிய பதிவுகள் உள்ளன[3]. எனினும், வேளாண் பொருளாதாரத்திலிருந்து விடுபட்ட மேலைநாட்டுத் தொழிற் சமூகங்கள் ஆலைத் தொழில் சார்ந்த சடங்குகளைக் கொண்டுள்ளன என்ற படிமலர்ச்சியையும் அறிய முடிகிறது.

இலங்கைச் சூழலில் அண்மைக்காலங்களில் விளக்குப் பூசை பெற்று வருகின்ற முக்கியத்துவத்தைச் சண்முகலிங்கன் *(2002)* பதிவு செய்கிறார். 'பத்து பதினைந்து ஆண்டுகளுக்கு முன், இன்றைய பிரபலத்தை இந்தப் பூசை பெற்றிருக்கவில்லை. இந்து மரபில் தீப வழிபாடு பற்றிய சில குறிப்புகளை ஆங்காங்கே காண முடிந்தாலும், இன்றைய திருவிளக்குப் பூசையின் வடிவமைப்பின் தொடக்கத்தைத் தெளிவாக இனங்கண்டுகொள்ள முடியாதுள்ளது. இந்நிலையில் திருவிளக்குப் பூசையின் இன்றைய எழுச்சியின் சமூகப் பின்னணியை இனங்காணும் ஒரு பூர்வாங்க ஆய்வு முயற்சியாகவே இந்தக் குறிப்பு அமைகிறது' என்கிறார் சண்முகலிங்கன் (மேலது:14).

### ஈரியல்-ஓரியல் சீர்மை

தமிழர் சடங்குகளின் படிமலர்ச்சிப் பொருண்மைகளையும் தாய்வழிக் குறியீடுகளையும் புரிந்துகொண்ட இந்நிலையில் வாழ்வு, சாவுச்

சடங்குகளுக்குரிய பொருண்மைகளை இனிக் காண்போம். தமிழர் வாழ்வியலில் வாழ்வு, சாவு ஆகியவற்றிற்கான சடங்குக் குறியியலைப் புரிந்துகொள்வது மேற்கூறியவற்றைக் காட்டிலும் எளிது. இச்சடங்குகளின் குறியியல் இரண்டு எதிரிணைப் பண்புகளின் மேல் கட்டப் பட்டதாகும். வாழ்வானது ஈரியல் சீர்மை (bilateral symmetry)யைப் பிரதிபலிக்க சாவானது அதற்கு நேர்மாறான ஓரியல் சீர்மை(uniltеral symmetry)யைப் பிரதிபலிக்கிறது.

இச்சடங்குக் குறியியலை மிக எளிமையாகப் புரிந்துகொள்ள வேண்டுமாயின் வாழ்வுச் சடங்கு வரிசையிலிருந்து திருமணச் சடங்குகளை ஒரு நிலையிலும், இறப்புச் சடங்கு வரிசையிலிருந்து எரித்தல் / புதைத்தல் நாளன்று நடக்கும் சடங்குகளை மறுநிலையிலும் நோக்க வேண்டும். தமிழர் வாழ்வியலில் வாழ்வு, சாவு ஆகிய இரண்டு சடங்கு வரிசையிலும் இடம்பெறும் பொருட்கள் / நிகழ்வுகள் ஒரே தன்மையன. ஆனால், அவற்றுக்குள் தர்க்க ரீதியிலும் கருத்தியல் ரீதியிலும் அமையும் உறவானது அதனளவில் மறுதலித்துக் கொள்வதால் எதிர்மைப் பண்புடைய (ஈரியல் சீர்மை - ஓரியல் சீர்மை) குறியியலை உணர்த்துகிறது.

வாழ்வு, சாவு இரண்டுக்குமான சடங்குக் குறியியல் மணஉறவின் (affinity)பொருண்மையை மையப்படுத்துகிறது. வாழ்வுச் சடங்குகள் ஈரியல் உறவைக் (மணமகன்-மணமகள் இருவழி உறவு) குறியீடாக்க, சாவுச் சடங்குகளில் பங்காளிகள் மட்டும் சடங்குகள் செய்யும் ஓரியல் உறவைக் (இருவழியிலும் இணைந்தவர்கள் இறப்பால் ஈரியல் சீர்மை இழந்து ஒருவழியாக மாறுதல்)குறியீடாக்குகிறது.

சடங்கியல் கூறுகள் உணர்த்தும் இந்த ஈரியல் / ஓரியல் சீர்மை மானிடவியல் ஆய்வுகள் மூலம் இதுவரை வெளிப்படுத்தப்படாமல் போனமை தென்னிந்தியச் சடங்கு முறைகள் இன்னும் முழுவதுமாக, ஆழமாக ஆராயப்படவில்லை என்பதையே சுட்டுகிறது. மணஉறவைப் பிரதிபலிக்கும் களமாகத் தமிழர் உறவுமுறைச் சொற்கள் உள்ளதைப் பிரஞ்சு மானிடவியலர் துய்மோன் (Dumont)கண்டறிந்தார். மண உறவானது உறவுமுறைச் சொற்கள், திருமணம் ஆகிய இரண்டோடும் தொடர்புப்படுத்திப் பார்ப்பது என்பது ஒன்றுக்கொன்று உறவுடைய தளங்களை (domains) இணைத்துப் பார்ப்பதாகும். இந்தவகையில் துய்மோன் (1950:3-26) கண்டறிந்த தமிழரின் உறவியல் கோட்பாடானது 'பங்காளி', 'சம்பந்தி' (affines / conganguines or parallel / cross)என்னும் எதிர்வுடைய உறவுக் கூட்டத்தைக் கட்டமைக்கும் விதியாக 'முறை' கோட்பாடு ('அண்ணன் தம்பி முறை', 'மாமன்

மச்சான் முறை') செயல்படுகிறது. இந்த 'முறை' கோட்பாடு மூலம் அமையும் 'பங்காளி', 'சம்பந்தி' உறவுக் கட்டுமானம் இருவழி முறைப்பெண் மணத்தை (bilateral cross-cousin marriage) மைய மாகக் கொண்டு எழுப்பப்பட்டதாகும். இவ்விசித்திர முறையானது அமைப்பியல் விதிகளில் ஒரு பெரும் ஆச்சரியத்தை ஏற்படுத்தியது என்பார் லெவிஸ்ட்ராஸ் *(1969:144)*.

தமிழர் உறவுமுறை குறித்து துய்மோனின் ஆய்வு மணவுறவைப் பிரதிபலிக்கும் களமாக உறவுமுறைச் சொற்கள் அமைவதைக் கூறுகிறது. ஒன்றுக்கொன்று தொடர்புடைய தளங்களையும் தாண்டிச் சடங்கியல் தளத்திலும் மணஉறவுக் கருத்தாக்கம் புதைந்துள்ளதை ஈரியல் / ஓரியல் சீர்மைக் குறியீடு உணர்த்துகிறது. இவ்வகைக் கருத்தை இதுவரை எந்த ஆய்வும் வெளிப்படுத்தவில்லை.

பண்பாட்டின் இயங்கு தளத்தோடு உறவுடைய ஒரு கருத்தாக்கம் அதன் பல்வேறு உள்ளூறுப்புகளோடு இணைந்து இயங்கும்போது அதன் வெளிப்பாடுகளில் மாற்றங்கள் இருக்கும். அவற்றைக் கண்டறிதலே பண்பாட்டியல் ஆய்வுகளில் மிகப்பெரும் தேடலாகும். தமிழர் வாழ்வியலில் வாழ்வு, சாவுக்கான எதிரியல் கருத்தாக்கம் (ஈரியல் சீர்மை/ஓரியல் சீர்மை) மேற்கூறிய நிலையில் ஒருபுறம் அமைய, அதன் தன்மை மாறுபட்ட வெளிப்பாடுகளாக எவ்வாறெல்லாம் அமைகிறது என்பதை இனிக் காண்போம். திருமணம் உள்ளிட்ட மங்கள நிகழ்வுகள் அனைத்தும் வாழ்வைச் சார்ந்தவை; வளமையை மையப்படுத்துபவை.

அதனால்தான் மணவறையில் வைக்கப்படும் அரசாணைப் பானைகள் வளமையின் (தாய்வழியின் குறியீடாக: காண்க பக். 286) குறியீடாக நிற்கின்றன. அப்பானைகள் வண்ணந்தீட்டப்பட்டு அவற்றில் 'மஞ்சள் கலந்த நீர்' ஊற்றப்படுகிறது. ஆனால் சாவுச் சடங்கில் வண்ணம் பூசாத ஒற்றைப் பானையிலிருந்து மூன்று ஓட்டைகள் போட்டு 'சாதாரண நீர்' வெளியேற்றப்படுகிறது. மஞ்சள் கலந்த வளமை நீர் வண்ணப் பானைகளில் சேமித்து வைக்கப்படுவதும், வண்ணமற்ற ஒற்றைப் பானையிலிருந்து 'சாதாரண நீர்' விடுவிக்கப்படுவதும் ஈரியல்-ஓரியல் சீர்மைகளின் எதிரியல் கருத்தாக்கங்களைக் குறியீடாக்குகின்றன. நீர் உயிருக்கும் ஆற்றலுக்கும் புனிதத்துக்குமான குறியீடாகும் என்பதை இத்தரவுகள்வழி உணர முடிகிறது.

ஈரியல் / ஓரியல் சீர்மை பற்றிய கருத்தாக்கம் வெவ்வேறு தளங்களில் எவ்வாறெல்லாம் மாறுபட்ட நிலையில் பொருள் உணர்த்தி நிற்கின்றன என்பதற்கு மேலும் சில எடுத்துக்காட்டுகளைக் காண வேண்டும். இந்த

எடுத்துக்காட்டுகள் மேற்தளத்தில் வேறுபட்ட பண்புகளை உணர்த்து வனவாகத் தோன்றும். ஆனால் ஆழ்நிலையில் அவை கூடுதல் பரிமாணத்துடன் ஒரு பொதுவான பொருண்மையை உணர்த்தும். இவ்வாறு புறநிலையில் மாறுபட்ட தரவுகளைத் தொகுத்துக் காணும் போது அவையனைத்தும் ஆழ்நிலையில் ஒரு பொதுக் கருத்தாக்கத்தைக் கொண்டிருப்பதை விளக்க இயலும். இந்நிலையில் பின்வரும் குறியீட்டாக்கங்கள் நமக்குத் தேவையான உள்ளொளியைத் தரும். தாலிகட்டிய பின் மண உறவால் சம்பந்தி உறவினர்களாகிய (affines) பெரியோர்களும் மணமேடைக்கு வந்து மணமக்கள் முன் நின்று அரிசி இடுவர். இதன் எதிரியல் கருத்தாக்கமாக, இறப்புச் சடங்கில் உடலை எரிக்கும் / புதைக்கும் முன்பு இறந்தோரின் பங்காளி உறவுடைய (ஓரியல் சீர்மை) கால்வழியினர் மட்டுமே வாய்க்கரிசி போடுவர். இக்கால்வழியினர் மட்டுமே மறுநாள் பால் ஊற்றும் சடங்கிலும், கருமாதிச் சடங்கிலும் பங்கேற்று அனைத்து வகையான புனிதம் - தீட்டு சார்ந்த சடங்குகளைச் செய்வர். திருமணத்தில் ஈரியலாகச் சேர்ந்த உறவினர்கள் சாவுச் சடங்குகளில் ஓரியலாகக் குறைந்தமை வாழ்வு, சாவு இரண்டுக்குமான எதிரியல் கருத்தாக்கத்தை உணர்த்துவதாக அமைகிறது.

திருமணத்தின்போது மணமக்கள் ‘வலமிருந்து இடம்’ என்ற முறையில் மூன்று முறை சுற்ற வேண்டுமென்பதும் (ஈரியல் சீர்மை) பூத உடலை எரிக்கும், புதைக்கும் முன்பு ‘இடமிருந்து வலம்’ என்ற முறையில் மூன்று முறை சுற்ற வேண்டும் என்பதும் மேற்கூறிய வாழ்வு, சாவுக்கான எதிரியல் கருத்தாக்கத்தின் ஒரு மாறுபட்ட தொடர்ச்சியேயாகும்.

பண்பாட்டின் ஒரு தளத்தில் அமையும் குறியீடு பிற தளங்களில் வேறு நிலைகளில் வெளிப்படும் தன்மையது. வேறு வகையில் சொல்ல வேண்டுமானால் ஒரு குறிப்பிட்ட கருத்தாக்கமானது ஒவ்வொரு தளத்திலும் ஏதாவது ஒரு நிலையில் வெளிப்படையாகவோ உள்ளார்ந்த நிலையிலோ வெளிப்படும் தன்மையது. பண்பாட்டின் இப்பௌதிக ஆற்றலின் இயக்கத்தைத் தமிழர் வாழ்வியல் சிறப்பாக வெளிப்படுத்து கின்றது. திருவிழா உள்ளிட்ட பல மங்கள நிகழ்வுகளில் நாட்டு வெடிகளை வெடித்துச் சுற்றுப்புறக் கிராமத்தவர்களுக்குச் செய்தி யறிவித்தல் என்பது மரபுசார்ந்த கருத்துப்புலப்படுத்தும் நிகழ்வாகும். இதில் செய்தியறிவித்தல் என்பது பொதுநிலை வெளிப்பாடு என்றாலும் கருத்தாக்க ரீதியில் அக்கிராமத்தின் எல்லைகளோடு தொடர்புடைய ‘தூய்மை தீட்டு’ பாதுகாப்பை உணர்த்தும் குறியீட்டு வெளிப் பாடாகவும் அமைகிறது (பாரதி **1993: 177**).

தொடர்ச்சியாகப் பல நாட்களுக்கு நடக்கும் திருவிழாக்களில் ஒவ்வொரு நாளும் அதிகாலை நாட்டு வெடியை வெடித்தல் என்பது முதல் நிகழ்வாக இருக்கும். மங்கள நிகழ்ச்சிகளில் எப்போதும் 'இரட்டை வெடி' வெடித்தல் (வெடிமருந்து அடைக்கப்பட்ட 'இரண்டு' இரும்புக் குழல்களைச் சிறிது இடைவெளியில் நட்டு வைத்து வெடிமருந்துத் தூளைக் கோடு போல் இட்டு வெடிக்கச் செய்தல்) என்பது மங்கள நிகழ்ச்சிகளில் இரண்டு வாழை மரங்கள் கட்டும் கருத்தாக்கத்தின் தொடர்ச்சியாகும். தமிழ்நாட்டில் கூவாகம், புதுவையில் பிள்ளையார் குப்பம் ஆகிய இடங்களில் நடக்கும் அரவான் திருவிழா இக்குறியீட்டை ஆராய்வதற்குரிய சிறந்த களங்களாகும். திருவிழாவின் தொடக்கமாக அமையும் கொடி கட்டும் நிகழ்ச்சியன்று அதிகாலை தொடங்கி ஒவ்வொரு நாளும் பலமுறை வெடிக்கப்படும் 'இரட்டை வெடி' யானது அரவான் களபலியாகும்போது 'ஒற்றைவெடி'யாகக் குறைகிறது. களபலியாகும் போது அரவானின் பக்தர்களாகிய அலிகள் அரவானின் தேர் முன் இருந்தாலும் சரி, ஆற்றுப்படுகை வரை பல இடங்களிலும் அலைந்து கொண்டிருந்தாலும் சரி ஒற்றை வெடி வெடித்ததும் தங்கள் கணவன் அரவான் இறந்ததாகக் கொண்டு தாலிகளை அறுத்து அரவானை வணங்குவர். ஈரியல் சீர்மை கொண்ட வாழ்வானது சாவின் மூலம் தனிமரமாவதை இறப்பு வீட்டில் கட்டப்பட்டிருக்கும் ஒற்றை வாழை மரம் குறிப்பது போல் ஈரியல் சீர்மை பெற்ற வாழ்வு ஓரியலாகக் குறைவதை ஒற்றை வெடிக் குறியீடும் சுட்டி நிற்கிறது.

தமிழர் வாழ்வியலில் ஈரியல் சீர்மை பெற்ற குறியீட்டுத்தன்மை மேற்கூறிய இரண்டு தளங்களில் மட்டுமல்லாது வேறு பல தளங் களிலும் உய்த்துணரக் கூடியதாக உள்ளது. வாழுங்காலம் முழுவதும் இரட்டை எண்ணிக்கையில் மட்டுமே விலை கொடுத்து வாங்கப்பட்ட முறம் (விற்போரும் இரட்டையாகவே விற்பர்; ஒரு முறம் தனியாக விற்கமாட்டார்கள்) இறந்தபின் சுடுகாட்டுக்குச் செல்லும்போது ஒற்றை முறம் முறித்துப் போடுவதும், தாம்பூலத்தில் வைக்கும் போதும் பாக்கு சுண்ணாம்புடன் வாயில் போடும்போதும் 2,4 என்ற எண்ணிக்கை யில் மட்டுமே பயன்படுத்தப்பட்ட வெற்றிலை பாடைக்குப் பின்னால் வழிநெடுகிலும் ஒற்றையாகவே போடுவதும், நான்கு கால்களைக் கொண்டு (அல்லது 6,8,10 என்ற வரிசையில்) போடப்பட்ட மணப்பந்தல்கள் இறப்பின்போது மூன்று கால்களைக் கொண்டு (அல்லது ஒற்றை வரிசையில்) போடுவதும் என்ற வரிசையில் ஈரியல் ஓரியல் சீர்மைகளுக்கான கருத்தாக்கங்கள் பல தளங்களில் வெளிப்படுகின்றன. குழந்தைகள் விளையாட்டாக ஒற்றைக் காலில் செருப்புப் போடும்போது அவ்வாறு போடக்கூடாது என்ற பெரியோர் அறிவுறுத்துவது மேற்கூறிய கருத்தாக்கத்தின் தொடர்ச்சியேயாகும்.

மணஉறவின் கருத்தாக்கத்தை உணர்த்தும் சீர்மையை இனங்காணும் போது வளமைக்கான பொருண்மையுடன் அமையும் ஒற்றைப்படைக் கூறுகளை இணைத்துக் கொண்டு குழம்புதல் கூடாது. வழிபாட்டின் போது 1, 3, 5, 7 என்ற ஒற்றை வரிசையில் படையலிடுவதும், பெண் பார்த்தல் போன்ற மங்கள நிகழ்ச்சிகளுக்குச் செல்லும் குழுவின் எண்ணிக்கை ஒற்றைப் படையில் அமைய வேண்டும் என்பதும், நலங்கு வைத்தல், பூப்புச்சடங்கில் நீர் ஊற்றுதல் போன்ற சடங்குகளில் பங்குபெறும் கட்டுக் கழுத்திகளின் (சமங்கலிகள்) எண்ணிக்கை 5, 7, 9 என்ற ஒற்றைப்படை வரிசையில் இருக்க வேண்டும் என்பதும், தாலி கட்டியபின் மணமக்கள் மணவறையை மூன்றுமுறை சுற்றவேண்டும் என்பதும் போன்ற எண்ணற்ற ஒற்றைப்படைக் கூறுகள் தமிழர் கருத்தாக்கத்தில் முடிவற்ற தொடர்ச்சியும் பல்கிப் பெருகுதலும் என்ற பொருண்மையைக் கொண்டதாகும். வளமையின் பொருளை உணர்த்தும் இக்கூறுகள் மணஉறவைப் பிரதிபலிக்கும் ஈரியல் சீர்மையோடு இணைத்தல் என்பது பண்பாட்டின் மேற்தளத்தில் புனைவுத் தன்மையுடைய, போலத் தோன்றும் செயல்களுடைய கூறுகளைக் குத்துமதிப்பாக ஒன்றுபடுத்திப் பார்ப்பதற்குச் சமமாகி விடும். ஆதலின், மேற்கூறிய ஒற்றைப்படைக் கூறுகள் அனைத்தும் வளமையை மையப்படுத்தும் கருத்தை உணர்த்தி நிற்பவையேயன்றி மணஉறவை உணர்த்தும் கூறுகளல்ல என்பதைக் கருத்தாக்க முறையில் நோக்கின் புலப்படும்.

வாழ்வு, சாவு இரண்டிலும் இடம்பெறும் அடிப்படை நிகழ்வுகளுள் முதலில் தோரண வாயிலின் குறியீட்டை நோக்க வேண்டும். திருமணம் உள்ளிட்ட பல மங்கள நிகழ்ச்சிகளின் போது வீட்டின் முன் அல்லது திருமணம் நடக்கும் மண்டபம்முன் பந்தல் அமைத்து வாயிலின் இருபக்கத்திலும் ஒருஜோடி வாழைமரங்களோடு, தென்னங்குலை களும் பனங்குலைகளும் கட்டுகிறார்கள். இக்குலைகள் பக்கத்துக்கு ஒரு ஜோடியாக இருக்க வேண்டுமென்பது மரபு சார்ந்த கருத்தாக்க மாக இருப்பினும், தத்தம் தகுதி நிலைகளைக் காட்ட மிகுதியாகக் கட்டுகின்றனர்.

மங்கள நிகழ்ச்சிகளுக்கு அமைக்கப்படும் பந்தலில் ஜோடியாகக் கட்டப்படும் வாழை மரங்கள் சாவு, 16ஆம் நாள் சடங்கு (கருமாதி) போன்ற துக்க நிகழ்ச்சிகளில் எண்ணிக்கையில் பாதியாகக் குறைந்து பந்தல் வாயிலின் இருபக்கமும் ஒற்றை மரமாகக் கட்டப்படுகின்றது. இக்குறியீடு மணவாழ்வில் இருவராக இருந்தவர்கள் ஒருவராகக் குறைவதைச் சுட்டி நிற்கும் ஒரு வலுவான பொருண்மை கொண்ட தாகும். வாழ்வானது ஈரியல் சீர்மை கொண்டதாகவும், சாவானது

ஓரியல் சீர்மை கொண்டதாகவும் இக்குறியீட்டின் பொருண்மை அமைகிறது.

### பொங்கலிடுதல்: தமிழரின் மூலப்படிவக் குறியீடு

தென்னிந்தியச் சடங்கு வரிசையில் பொங்கலிடுதல்[4] என்பது ஒரு மூலப் படிவக் குறியீடு (archetypal symbol) ஆகும். மஞ்சள் தடவிப் பொட்டிட்ட புதுப்பானையில் பல திசையிலும் அரிசியைப் பொங்கவிடுதல் என்பது நிறைவுபெறுதல் (plentifulness) என்பதன் மங்களக் குறியீடு என்பார் பிரந்தா பெக் *(1969: 556)*. இப்பொதுத் தன்மையோடுகூடிய விளக்கத்திலிருந்து விலகி, பிரந்தா பெக் பொங்கலை வண்ணத் தோடும் வெப்பத்தோடும் (colour and heat) கூடிய குறியீட்டுத் தன்மை உடையதாகச் சுட்டுகிறார். தமிழரின் கோட்பாட்டுப்படி நெருப்பு என்பது சிவப்பு அல்லது வெப்பம் என்பதாகும் என்றும் இது ஒரு நிலைமாற்றத்தைக் (transformation) குறிக்கிறது என்றும் கூறுவார் பிரந்தா பெக்.

பொங்கலிடும் காலம் என்பது வாழ்வில் ஒரு நிலைமாற்றத்தைக் குறிக்கிறது என்றும் கூறுவார் பிரந்தா பெக். இவ்விளக்கத்திலிருந்து விலகிப் பொங்கலைப் பற்றி பின்வருமாறு விளக்கம் கூறுவார் பியார்தோ *(1972: 144-82;* பிரந்தா பெக் *(1996)* கட்டுரையிலிருந்து எடுத்தாளப்படுகிறது*)*. பானையில் பொங்கலைச் சமைத்தல் என்னும் நிகழ்வானது நிலத்தில் நெல் விளைவதன் நிகழ்வை உருவகமாக்குகிறது. அதோடு, பொங்கல் பானை விளைநிலத்தையும் அவ்விளை நிலம் அம்மனின் கருப்பையையும் குறியீடாக்குகிறது என்பார் பியார்தோ *(1972: 14-82; 1984)*.

தாய்த் தெய்வங்களை முதன்மையாகக் கொண்ட திராவிடத் தெய்வங்களின் ஒட்டுமொத்தச் சடங்குகளின் அமைப்பியல் கருத் தாக்கத்தை நோக்கினால் தாய்த் தெய்வங்கள் எல்லாமே ஏதாவதொரு ஆக்ரோஷத்துடன் ஆவேச நிலையில் தெய்வமாக்கப் பட்டமை வெளிப்படும். காளி அசுரனைக் கொன்றமை, பார்வதி ஜமதக்கினியின் பால் வெறியால் கொடுமைக்குட்பட்டமை, கண்ணகி அரசனின் கொடூர முடிவுக்குட்பட்டமை, கற்பைச் சந்தேகித்த ஆண்களின் கொடூர விளைவால் குலதெய்வங்களாக மாறிய பல தெய்வங்களைப் பற்றிய தொன்மங்கள் ஆகியவை இதைத் தெளிவுபடுத்தும். மேலும், தமிழ்ப் பெண்மைக்கான ஆற்றல் வலியது என்பதையும் இவை தெளிவு படுத்தும். இவையனைத்தும் இம்மண்ணில் தமிழ்ப் பெண்ணுக்கான மூலப்படிவ ஆற்றல் ‘அணங்கு’ ஆற்றலோடு குறிக்கப் பெறுகின்றது *(*பிரந்தா பெக் *1974:7)*. இவ்வாற்றல், மனித ஆற்றலுக்கு அப்பாற்பட்டது;

இயற்கை மீறியது. இதனைக் கைக்கொண்டவள் ஆக்கும் அழிக்கும் ஆற்றல் படைத்தவளாகத் தமிழ் மண்ணில் படிமலர்ச்சி பெற்றாள்.

தமிழ் மண்ணுக்கான பண்பாட்டுப் படிமலர்ச்சியில் தந்தைத் தலைமைச் சமூகத்தில் ஆண் வக்கிரத்தின் ஒடுக்குதல் குறியீடாய்ப் பெண்கள் மாறினர். சமூக ஒடுக்குதலில் ஆவேச நிலையில் தெய்வ மடைந்த பெண்கள் தங்களின் ஒடுக்கப்பட்ட ஆழ்மன வெளிப்பாடாக ஆண் குறியீடுகளை உயிர்பலிகளாகப் பெற்றனர். ஆண்மகன் (மனிதப்பலி), ஆண் எருமை, ஆண் ஆடு (கிடா), ஆண் கோழி(சேவல்) என்ற வரிசையில் ஆண்கள் குறியீடாய்ப் பலிகொள்ளப்பட்டனர். தெய்வத்தின் விருப்பங்கள் திருவிழா, வழிபாடு போன்ற நிகழ்ச்சிகள் மருள்பெற்றுச் சாமி ஆடுவோர்மூலம் வெளிப்படுகின்றன. (பிராய்டின் ஆழ்மனக் கோட்பாட்டை இங்கு உள்வாங்கிக் கொள்ளுதல் அவசியம்). இதற்கு ஓர் எடுத்துக்காட்டை இங்குக் காண்பது அவசியம். நிஜ வாழ்வில் ஆண்களுக்குப் பணிந்து போகும் பெண்கள் சாமியாடுதல் என்ற மருள் நிலையில் (இங்கு, role reversal என்னும் தலைகீழ் மாற்றம் நிகழ்கிறது) வாடா, போடா என்று வாக்குக் கேட்போரிடம் பேசுவதும் மேற்கூறிய கருத்தாக்கத்தின் அடிப்படையில் நிகழ்வதாகும்.

பொங்கலிடுதல் என்பது தமிழரின் தாவரப் படையல் (பள்ளயம் போடுதல்) போன்றது. பழங்குடி நிலையில் எருமை, கிடா, சேவல் போன்ற விலங்கினப் படையல் வேளாண் சமூகமாகப் படிமலர்ச்சி பெற்ற நிலையில் தாவரப் பலியாக மாற்றம் பெற்றது. பொங்கலிடுதல் அறுவடைத் திருநாளுக்கு மட்டும் உரியது என்றால் இதற்கு பெக், பியார்தோ போன்றோரின் செயற்பாட்டிய விளக்கம் பொருந்தும். பியார்தோ குறிப்பிடுவதுபோல, பானை விளைநிலத்தையும் அரிசி பொங்கலாக மாறுதல் என்பது நாற்று பயிராகி விளைவதையும் சுட்டுமானால் இது தைப்பொங்கலுக்கு மட்டுமே ஏற்புடையதாக அமையும்[5]. இவ்வாறான பொருள் விளக்கம் காணுதல் என்பது சமூகத்தின் பிற உள் அமைப்பொழுங்குகளின் உறவைத் துண்டித்து விட்டு ஒரு தளத்தில் நின்று முடிவு காண்பதாகும்.

பொங்கலிடுதல் என்பது பல்வேறு அம்மன்களின் ஊர்த்திருவிழாக் களிலும், மழை வேண்டும் காலத்தில் நடக்கும் ஊரணிப் பொங்கல் விழாவிலும், குலதெய்வ வழிபாட்டிலும், நேர்த்திக் கடன் சடங்கு களிலும், பிற சடங்குகளிலும் இடம் பெறும் ஓர் இன்றியமையாத சடங்குக் கூறாகும். அம்மனை வழிபடும் எல்லா நேரத்திலும் அம்மனுக்கு ஏற்பட்ட கொடூர நிலைமாற்றத்தைத் தணிக்கும் பொருட்டுப் பொங்கல் குறியீடாக்கப்படுகிறது (காளி, பார்வதி, கண்ணகி, தீப்பாய்ந்தம்மன்கள்,

பிற தாய்த் தெய்வங்கள் ஆகியவற்றின் வரலாற்றை இங்குக் கவனத்தில் கொள்ள வேண்டும்).

பண்பாட்டின் பௌதிக இயக்கம் என்பது கால எல்லைக்குட்பட்ட சுழற்சியைக் கொண்டது. பிறப்பில் தொடங்கி இறப்பில் முடிவது போலவும், நடவில் தொடங்கி அறுவடையில் முடிவது போலவும் பண்பாட்டில் அனைத்துச் செயல்களும் ஒரு சுழற்சிப் பாதையில் மீண்டும் மீண்டும் புதுப்பிக்கப்படுகின்றன. இவ்வகையான புதுப்பிக்கும் பணியாக அம்மனின் தொன்மம் சார்ந்த நிகழ்ச்சிகள் பொங்கலிடுதலின் போது மீள நினைக்கப்படுகின்றன. அத்தொன்மத்தின் இறுதியில் அம்மனுக்கு ஏற்பட்ட புதிய நிலை மாற்றத்தைப் போல, பொங்கல் வைத்து அத்தெய்வத்துடன் தொடர்பு கொண்டு தனக்கும் (பக்தன்) ஒரு நிலைமாற்றம் கிடைக்கும் என்ற எண்ணம் பொங்கலிடுதல் மூலம் நிகழ்த்தப்படுகிறது.

### படிநிலைப் பொருண்மை

இன்றைய தமிழ்ச் சமுதாயம் படிநிலைக் கருத்தாக்கத்தின் (hierarchy conception)மீது கட்டப்பட்டதாகும். இப்படிநிலை என்பது சமூக அடுக்கமைப்பில் செயல்படும் சாதிப்படிநிலை அல்லது குடும்ப முறை, வாரிசுரிமை, பால்சார்ந்த கருத்தமைப்பு, சடங்கு, திருமணம் எனப் பண்பாட்டின் பல தளங்களில் இயங்கும் கருத்தாக்கத்தைக் குறிப்பது.

தமிழர்களின் திருமணச் சடங்குகள் படிநிலைக் கருத்தாக்கத்தை வெளிப்படுத்தும் ஒரு முக்கியத் தளமாகும். தமிழர் வாழ்வில் திருமணம் என்னும் நிகழ்வானது ஒரு மனிதனுக்குச் சமூகத் தகுதியையும் சடங்கியல் வாழ்வில் பங்கேற்கும் உரிமையையும் கொடுக்கிறது. திருமணத்தால் அமையும் வாழ்வே முழுமைபெற்ற வாழ்வு எனவும், திருமணமாகா வாழ்வு முழுமைபெறா வாழ்வு எனவும் கருத்தாக்கம் செய்யப் பெற்றுள்ளது. இதன் சடங்கியல் வெளிப்பாடு படிநிலையாகக் காணப்படுவதை நோக்கவேண்டும். ஒரு பெண் முழுத் திருமணச் சடங்குகளோடு ஒரு முறை மட்டுமே திருமணம் செய்துகொள்ள முடியும். இரண்டாவது, மூன்றாவது முறையாகச் செய்துகொள்ளும் திருமணத்தில் முழுச் சடங்குகள் குறைந்து எளிய சடங்குகள் மூலம் செய்து வைக்கப்படுகிறது. முழுமை பெற்ற / முழுமை பெறாத வாழ்வுக்கான கருத்தாக்கம் இறப்புச் சடங்கிலும் படிநிலைத் தன்மையின் குறியீட்டைத் தாங்கி நிற்கிறது. திருமணமாகி இறந்தோர்க்குக் 'கருமாதி' என்னும் சடங்கு நிகழ்வும், திருமணமாகாமல் இறந்தோர்க்குப் 'புண்ணியாதானம்' என்னும் சடங்கு நிகழ்வும் நடத்தப்படுகிறது.

முன்னது (கருமாதி) விரிவுபெற்ற சடங்கு முறையாலும் பின்னது எளிமையான சடங்கு முறையாலும் நிகழ்த்தப்படுகின்றன.

இப்படிநிலைக் குறியியல் பல தளங்களிலும் ஊடுருவி நிற்கும் தன்மைக்கான கோட்பாட்டுப் பின்புலம் வருமாறு: பண்பாட்டின் பௌதிக இயக்கத்தில் ஒரு கருத்தாக்கமானது தர்க்கவியலாகப் பரவிநிற்கும் இயல்புடையது. இதனை லெவிஸ்ட்ராஸ் (1969) குறிப்பிடும்போது, ஒரு கருத்தாக்கத்தின் தர்க்கவியல் கூறுகள் வாய்பாட்டு (paradigm)ரீதியில் பல தளங்களில் உறவு கொண்டிருக்கும் என்பார். அதாவது மூலப்படிவக் கூறு (primordial unit ) பல துண்டுகளாகப் பிரிந்து பண்பாட்டின் பல உறவுத் தளங்களில் மாற்றம் பெற்றுச் சமிக்ஞை களாகவோ (transformed codes) உருவகங்களாகவோ எதிரிணை களாகவோ (binary oppositions) ஒரு பகுதியாகவோ காணப்படும் பண்புடையன என்பார் லெவிஸ்ட்ராஸ்.

இக்கருத்தாக்கத்தை அறிய மேலும் சில நிகழ்வுகளை உய்த்துணர்தல் வேண்டும். திருமணத்தில் வலிமை குறைந்த, அடங்கிப் போகும் தன்மையுடைய, இடப்பக்கத்தில் நின்று தாலி கட்டிக்கொள்ளும் பெண் (தாலி கட்டுவதற்குமுன் வலப்பக்கம் அமர்கிறாள்), நடைமுறை வாழ்வில்கூட அதனைப் பல நிலைகளில் வெளிப்படுத்துகிறாள். தெருவில் கணவனுடன் நடக்கும்போது கூட பணிந்துபோகும் விதத்தில் 'இடப்பக்கம்' செல்வதோடு கணவனுக்குக் கீழ்ப்படியும் பண்பைக் காட்டுபவளாக இரண்டு, மூன்று அடிகள் இடைவெளிகொண்டு 'பின்தொடர்ந்து' செல்கிறாள். அதோடு ஹார்ப்பர்(1964) கூறுவது போல 'மரியாதைத் தீட்டு' (respect pollution) பின்பற்றுபவளாகவும் இருக்கிறாள். கணவன் உண்ட தட்டில் / இலையில் அதனைக் கழுவாமலேயே தானும் உண்கிறாள். இது பெண்ணின் படிநிலைப் பட்ட கருத்தாக்கத்தின் தொடர்ச்சியே.

பெண்ணுக்கான திருமண உறவு ஒரே சாதிக்குள்ளும் படிநிலையை எவ்வாறு கட்டியமைக்கிறது என்பதை சாதி குறித்த தொன்மங்கள் (muths)நன்கு வெளிப்படுத்தும். புதுவை காரைக்கால் பகுதிகளில் மீன்பிடிக்கும் மீனவர்களிடம் (பட்டனவர்) வழங்கும் தொன்மமானது அவர்களிடமுள்ள 'சின்ன பட்டனவர்', பெரிய பட்டனவர்' ஆகிய இரு பிரிவுகளுக்கான விளக்கத்தைத் தருகிறார் (பாரதி 1999:7). இச்சாதியினரின் தொன்மை மூதாதையர் முதலில் தன் இனத்தைச் சேர்ந்த பெண் ஒருத்தியை மணந்துகொண்டார். பின்பு முறை யான திருமணமில்லாமல் வேறு சாதிப் பெண்ணுடன் உறவு கொண்டிருந்தார். முறையான மனைவி மூலம் தோன்றியவர்களே 'பெரிய பட்டனவர்' என்றும், வைப்பாட்டியாக இருந்த இரண்டாம்

மனைவி மூலம் தோன்றியவர்களே 'சின்னப் பட்டனவர்' என்றும் தொன்மம் கூறுகிறது.

இத்தொன்மத்தின் கூடுதல் விளக்கம் மேலும் ஒரு கருத்தை முதன்மைப்படுத்துகிறது. இன்று பெரிய பட்டனவர்கள் மக்கள் தொகையில் மிகக் குறைந்தவர்களாகவும் சின்னப் பட்டனவர்கள் பெரும் எண்ணிக்கையில் வாழ்பவர்களாகவும் உள்ளனர் என்பதே அவ்விளக்கமாகும் (மேலது: 7). முறையான / முறையற்ற மணவாழ்வின் நிலைகளை உயர்வு / தாழ்வு என்ற படிநிலையாகச் சித்திரிக்க முற்படுகிறது. மேலும் மேற்கூறிய எடுத்துக்காட்டில் மக்கள் தொகைப் பெருக்கத்திற்கு உகந்த மணவுறவு எது என்பதைத் தொன்மம் என்ற நிலையில் ஆழ்மன வெளிப்பாடாக அமைந்துள்ளது.

தமிழர் வாழ்வியலில் பெண்ணின் படிநிலைக் குறியியல் இன்னும் பல தளங்களில் விரிந்துள்ளது. திருமணத்தில் மணவறையில் தாலி கட்டும்முன் மணப்பெண் மணமகனின் வலப்பக்கத்தில் அமர்த்தப்படு கிறாள். தன்னியல்பான, வலிமைமிக்க வலப்புறத்திலிருந்து தாலி கட்டியபின் இடப்பக்கம் மாற்றப்படுவதன் மூலம் அவள் ஆணின் கட்டுப்பாட்டிற்குள் கொண்டுவரப்படுகிறாள். வலமிருந்து இடப்பக்கம் மாறுதலின் குறியீட்டை இன்னும் பல தளங்களில் காணமுடியும்.

ஆணுக்குப் பெண் அடங்கிப்போதல் என்னும் படிநிலைக் குறியீடு தலைமயிரின் அமைப்புப் பொருண்மையிலும் புதைந்துள்ளது. பூப்படை வதற்குமுன் பெண்கள் இரட்டைச் சடை போட்டுக் கொள்வர். மணமான கட்டுக்கழுத்திகள் (சுமங்கலிகள்) தங்கள் தலைமயிரை எப்போதும் படிய வாரி முப்பிரி சடையாகப் போட்டுக் கொள்வர். இரண்டு, மூன்று குழந்தைகள் பெற்ற வயதேறிய நிலையில் கொண்டை போட்டுக் கொண்டாலும் அதிலும் முப்பிரிச் சடையோ, இறுகக் கட்டிக்கொள்ளும் அமைப்போ இருக்கும். இது கட்டுக்கழுத்திகளின் பணிந்து போகும் குறியீடு. பெண்கள் தம் கணவரை இழந்த விதவை நிலையில் முப்பிரிச்சடை போடாமல் வாரிக்கட்டிக்கொள்ளும் உரிமை பெற்றவளாகிறாள். இது நேரடிப் பணிவிலிருந்து விடுபட்ட நிலையைக் குறிக்கும். இக்குறியீடு சடங்குக் குறியியலிலும் வெளிப் படுவதை நோக்குவது அவசியம்.

ஆண் தலைமைச் சமுதாயத்தின் நிஜ வாழ்வில் பெண்கள் ஆண் களுடைய ஒடுக்குதல்களின் குறியீடாய் இருக்கும் நிலை சமயம் என்னும் தளத்தில் 'தலைகீழ் மாற்றம்'(role reversal) பெறுகின்றது. திருவிழாக்களிலும், குலதெய்வ வழிபாட்டிலும், வாக்குக் கேட்டலின் போதும் பெண்கள் மருள் பெற்றுச் சாமியாடுவர். நிஜவாழ்வில்

வாக்கெடுத்து, படியச் சீவி, சடை போட்டிருந்த பெண்கள் சாமியாடு தலின் போது தலைவிரி கோலத்துடன் ஆடுதல் என்பது ஆண்களுக் கெதிரான அடக்குதலிலிருந்து விடுபடுவதாகும்[6]. அதோடு சாமியாடும் போது 'வாடா', 'போடா' போன்ற நிஜ வாழ்வில் பயன்படுத்த முடியாத சொற்களைத் தளமாற்றம் பெற்ற நிலையில் பெண்கள் பயன்படுத்துவது என்பது அமுக்கப்பட்ட ஆழ்மன வெளிப்பாடாகும். வழிபாட்டுத் தளத்தில் ஆண்களின் குறியீடுகளாய் எருமை, கிடா, சேவல் பலி கொடுக்கப்படுவதை இங்கு நினைவிற்குக் கொண்டு வரவேண்டும். (இதுகுறித்த கூடுதல் விளக்கம் இவ்வியலின் முதற்பகுதி யில் இடம்பெற்றுள்ளது).

படிநிலைக் குறியீட்டை முன்னிறுத்தி விளக்கும்போது திருமணச் சடங்கில் வலமிருந்து இடம் சுற்றுதலும், சகுனம் பார்த்தலில் வலப் பக்கம் நன்மைக்கும் இடப்பக்கம் தீமைக்கும் உரியது என்பதும் போன்ற எண்ணற்ற படிநிலைக் குறியியலின் கருத்தாக்கத்தை விளக்கிக் கொண்டே செல்லலாம். இவ்வியலானது தமிழர் வாழ்வில் இடம் பெறும் முதன்மையான சடங்குகள்வழி வெளிப்படும் சடங்குக் குறியியலை, பொருண்மைகளைத் தர்க்கவியலாகவும் கருத்தியல் / கோட்பாட்டு ரீதியாகவும் பொதுமைப்படுத்தியுள்ளது.

### இறப்பு, முன்னோர் வழிபாட்டுச் சடங்குகள்

இறந்தவரைப் புதைக்கும் சடங்கு முறை வேளாண் நாகரிகத்தோடு உருவானதாகும். புதைத்தல் என்பது விதைகளை 'மண்ணுக்குள் புதைத்தல்' என்பதற்கு இணையானதாகும். விதை முளைப்பது போன்று இறந்தவரும் மறுஉயிர் பெறுகிறார். பாட்டன் பெயரைப் பேரனுக்குச் சூட்டுவது இறந்தவர் மீண்டும் குடும்பத்தில் குழந்தையாக உருவெடுத்துள்ளார் என்பதால் ஆகும். வேளாண் நாகரிகத்தில் புதைத்தல் போன்றே நீர்க்குறியீடும் இன்றியமையாதது. தமிழர் களுள் மிகப் பெரும்பான்மையோர் இறந்தவர்களைப் புதைக்கும் வழக்கத்தையே கொண்டுள்ளனர். பிராமணர்களும் பிராமணவயப் படுத்தப்பட்ட சில மேல்நிலைச் சாதியினரும் மட்டுமே இறந்தோரை எரிக்கும் வழக்கத்தைக் கொண்டுள்ளனர் (பரமசிவன் 2001:108).

முன்னோர்கள் இறப்பு, வளமை இரண்டோடும் தொடர்புடைய வர்கள். அதனால்தான் முன்னோர் வழிபாட்டை மங்களமானது என்றும், அமங்களமானது என்றும் கூறுவர். இறந்தாலும் தன் சந்ததி யினரோடு தொடர்ந்து தொடர்பு கொள்கிறார். இந்த 'இறப்பு', 'தொடர்பு' இரண்டையும் கொண்டுள்ள இவரும் இரட்டைநிலைத் தன்மை (ambivalent) கொண்டவர். இதனால்தான் ஆண்டுதோறும்

கடைப்பிடிக்கப்படும் வைதிக முன்னோர் வழிபாடானது ஏறக்குறைய இறப்புச் சடங்கிற்குரியது. கொள்ளி வைப்பவர் பூத உடலைச் சுற்றும் போது இடது தோள்பட்டை இறந்தவர் உடலை நோக்கியிருக்கும் வண்ணம் சுற்றுவார். ஆனால் சாமியைச் சுற்றும்போது அல்லது மணவறையைச் சுற்றும்போது வலது தோள்பட்டை சுற்றப்படும் பொருளை நோக்கியதாக (clockwise) இருக்கும். இச்சடங்கியல் தன்மை பல சமூகங்களில் உள்ளதைப் பலர் குறிப்பிடுகின்றனர் (சீனுவாஸ் 1952: 73; வீணாதாஸ் 1977; பாரதி 1999; இன்னும் பலர்).

ஈமச் சடங்கின் இறுதிக் கட்டமான கருமாதி[7] ஆற்றங்கரையில் / குளக்கரையில் செய்யப்படுகிறது. இறந்தோருக்குத் தர்ப்பணம் சடங்கு மாசி மகத்தன்று / மகாளய அமாவாசையன்று ஆற்றங்கரைகளில் கடற்கரைகளில் பூசகர்களின் துணையுடன் நிறைவேற்றப்படுகிறது. இறந்தோரின் அஸ்திக் கலசம் புனித ஆறுகளில் / கடல்களில் கரைக்கப் படுகின்றது. இந்திய வைதிக மரபில் ஆறுகள் ஒன்பது நவக்கிரகங் களைப் போன்று கால ஓட்டத்தைக் (கால சுழற்சியை) குறிப்பவை. பறிப்புக்கும் வளமைக்கும் இறப்புக்கும் உரிய காலச் சுழற்சியை ஆறுகள் குறியீடாக்குகின்றன. ஜீவ ஓட்டம் என்பது காலஓட்டத்தோடு ஒப்பிடக்கூடிய ஒரு உருவகக் குறியீடாகும்(metaphoric symbol). அனைத்து ஆறுகளும் கடலில் கலப்பவையே. பின்நோக்கி எந்த ஆறும் ஓடாது. முன்னோக்கிய காலச்சுழற்சியை உருவகமாக்கும் லட்சுமியின் மங்களத்தன்மையோடு ஆறுகளும் இணைகின்றன.

திருமணமாகா ஆணோ மனைவியை இழந்த ஆணோ முன்னோ ருக்குப் படைக்கக்கூடாது என்னும் மரபு வைதிகச் சடங்கின் உள்ளீடாகும். காலம் முழுவதும் குடும்ப உறுப்பினர்களுக்குச் சமைத்து உணவு படைக்கும் 'குடும்ப வளர்ச்சி'க்குரிய குலச் சந்ததியினரை உருவாக்கும் 'குல வளர்ச்சி'க்குரிய பணியைக் கவனிக்கும் மனைவி இல்லாததால் இவ்வகை ஆண்கள் முன்னோருக்குப் படையலிடுவ தில்லை. ஆக, மனைவி என்பவள் 'வாழ்வின் சரிபாதி' (better-half)என்ற தொழிற் சமூகத்தினரின் சமகால விழுமியமானது மரபான ஆண்வழிச் சமூக அமைப்பில் குடும்ப வளர்ச்சிக்குரியவளாக (life maintainer), இருப்பதாலேயே சடங்குப் படையலைப் படைக்கும் தகுதியைக் கட்டுக்கழுத்திகள் (வாழ்வரசிகள்) பெறுகிறார்கள். உற்பத்தி (மானிட உற்பத்தி), வளமை (கருவளம்) ஆகிய பண்புடைய கட்டுக்கழுத்தி களே முன்னோர்களிடமிருந்து பலனைப் பெறவிழையும் சடங்கு உணவைப் படைக்க வேண்டுமென்பதன் அடிப்படை (மார்கிலின் 1989: 240). இத்தகு சமூகங்களில் குலத்தொடர்ச்சி ஆணையே குறிக்கிறது. குடும்பத்தில் ஆண் மகன் பிறப்பது மகிழ்ச்சிக்குரியதாக

உள்ளது. தமிழகத்தில் அடித்தளச் சாதிகளில் ஆண் குழந்தை பிறந்தால் அதிகம் குலவையிடுவர்.

## பூரணகும்பம்

தமிழர் வாழ்வில் மங்களக் குறியீடுகளுள் முதன்மையானது, பூரண கும்பம் (நீருள்ள சொம்பின் மீது மாவிலையும் தேங்காயும் வைத்தல்) இதன் குறியீடு பன்முக நிலையில் சடங்குத் தளத்தில் காணப்படு கிறது. தலைவாசலில் மேற்பகுதியில் பறவைகள், யானை போன்ற விலங்குகளுடன், கொடிகளும் மலர்களும் சேர்ந்து பூரண கும்பம் செதுக்கப்படுகிறது. கலை வரலாற்றில் மிகவும் மதிக்கத்தக்கவராக விளங்கும் ஆனந்த குமாரசாமி (1971-40-1) பூரண கும்பத்தை ஆற்றுத் தெய்வங்களோடு ஒப்பிடுகிறார். இந்திய இலக்கியங்கள் பலவற்றிலும் பதிவுபெற்றுள்ள குறியீடாகப் பூரணகும்பம் உள்ளது. மங்களக் குறியீடுகளுள் மிகவும் புகழ்பெற்ற குறியீடு இதுதான் என்றும் நல்வாழ்வு, செல்வவளம், உடல் நலம் ஆகிய மூன்றின் குறியீடாக இது உள்ளது என்கிறார் (மேலது : 61-4). சக்திக் கலசமாக/ கரகமாக/ காவடியாக உருவாக்கப்படும் பூரணகும்பம் சமயச் சடங்குகளில் பெரிதும் இடம்பெறுகிறது.

## பின்னுரை

தமிழர் சடங்குகளின் பல்வேறு பொருண்மைகளை அறிந்த இந்நிலையில் பின்வரும் கருத்துகளைப் பொதுமைப்படுத்திப் பார்க்கலாம். பண்பாடு குறியீடுகளின் ஒழுங்கமைந்த தொகுதி. இந்த ஒழுங்கமைந்த தொகுதியின் பௌதிக இயக்கத்தில் சடங்குகள் பல்வேறு உள் அமைப்பொழுங்குகளோடு (sub-systems) பலநிலைகளில் உறவுகொள் கின்றன. இவற்றின் உறவால் அமையும் பொருண்மையே சடங்குக் குறியியல் (ritual symbolism) ஒவ்வொரு பண்பாடும் அதன் அமைப்பிற் கான, இயக்கத்திற்கான, நிலைபேற்றிற்கான கருத்துக்களை ஆழ்நிலை யாகவோ வெளிப்படையாகவோ சடங்குக் குறியியல்மூலம் உணர்த்தி நிற்கும் தன்மையது. இக்கருத்தாக்கங்களின் பொருண்மையானது சடங்குகள் உறவு கொள்ளும் எந்தஓர் உறவுத்தளத்திலும் உய்த்துணரக் கூடியதாக இருக்கும். உய்த்துணர்தலின் அளவும் வீச்சும் அந்தந்த உறவுத்தளத்தில் உறவுகொள்ளும் உட்கூறுகளின் இயங்கியலைப் பொருத்தமையும். உட்கூறுகளின் உறவுகள் நீண்ட காலகட்டங்களைக் கடந்து வரும்போது அவற்றின் உறவுகளும், உறவுகளால் அமையும் பொருண்மைகளும் இறுக்கமான குறியீட்டுத்தன்மை பெற்றுவிடும்.

# 18

## உற்பத்தி முறைகள்

மக்களைக் கண்ணுறுவதும், அவர்களின் பொருட்களை நோக்குவதும், அப்பொருட்கள் மக்களிடையே உற்பத்தி-பகிர்வு-நுகர்வு செய்யப்படும் முறைகளை அறிவதும், இவை யாவற்றையும் ஒட்டி அமைகின்ற சமூக உறவுகளைக் காண்பதும் பொருளாதாரம் பற்றிய மானிடவியலாரின் நோக்காகும். இதில் உற்பத்தி முறையைக் காண்பது முக்கியமான நோக்காகும்.

மனித குலத்தவர்களின் உற்பத்தி முறைகள் குறித்துப் பலவகையான சிந்தனைகள் முன்வைக்கப்பட்டுள்ளன. படிமலர்ச்சிக் குழுவினர் இதனை வேட்டையாடி உணவு சேகரிக்கும் (hunting and gathering) நிலையிலிருந்து தொடங்கி இன்றைய தொழிற்துறை வளர்ச்சி (industrial growth) வரை பலகட்டங்களாகப் படிநிலைப்படுத்திக் காண்பர். இவ்விரண்டு கட்டங்களுக்கும் இடையே தொடக்க நிலை வேளாண்மை/ காட்டெரிப்பு வேளாண்மை, ஆயர் நாடோடியம், நீர்ப்பாசன வேளாண்மை போன்ற கட்டங்களை முக்கியமானவையாகக் கருதுவர்.

மனிதர்கள் உணவிற்கான ஆதாரத்தை ஈட்டிய முறையில் அடிப்படையில் 'உணவு சேகரித்தல்', 'உணவு உற்பத்தி' ஆகிய இரண்டு முக்கியக் கட்டங்கள் ஏற்பட்டன.

**உணவு சேகரித்தல்** (food collection)
1. வேட்டையாடுதல் (hunting)
2. காய், கனி, பட்டை, கொட்டை, கிழங்கு, தேன் போன்ற இன்னும் பிற காட்டுப் பொருட்களைச் சேகரித்தல் (gathering)
3. மீன்பிடித்தல் (fishing)

**உணவு உற்பத்தி** (food production)
1. ஆயர் வாழ்வு (pastoralism)

2. காட்டெரிப்பு வேளாண்மை (slash-and-burn agriculture/swidden cultivation)
3. தோட்டப்பயிர் வேளாண்மை(horticulture)
4. நீர்ப்பாசன வேளாண்மை(irrigation agriculture)

மானிடவியலில் புதிய படிமலர்ச்சிச் சிந்தனையாளர்கள் (neo-evolutionists)மக்கள் எவ்வாறு உற்பத்தி உறவில் இணைகிறார்கள், அவர்கள் பயன்படுத்துகின்ற தொழில்நுட்ப முறை எவ்வாறுள்ளது, அவர்கள் வாழ்கின்ற சுற்றுச்சூழல் முறை யாது ஆகியவற்றைக் கவனத்தில் கொண்டு, அவற்றின் அடிப்படையில் படிமலர்ச்சி நிலை களை முன்வைத்தனர். இதனடிப்படையில் மனித சமூகங்கள் பின்வரும் நான்கு முக்கிய நிலைகளில் படிநிலைப்படுகின்றன:

**1. சுற்றித் திரியும் சமூகங்கள்** (foraging societies)

இவ்வகைச் சமூகத்தார் சிறு சமூகங்களாக, நிலைமைக்கேற்ப உறுப்பினர்கள் எண்ணிக்கை கூடி-குறையும் குழுக்களாக, நாடோடி களாக, வேட்டையாடி உணவு சேகரிப்போராக, பரந்த நில எல்லையை ஆதாரமாகக் கொண்டு ' சுற்றித் திரிந்து' வாழ்பவராக இருப்பர். தமிழ்ச் சமூகத்தில் இந்நிலை ஆதியிலிருந்தே இருந்து வந்துள்ளது[1].

**2. பழங்குடிச் சமூகங்கள்** (tribal societies)

இவ்வகைச் சமூகத்தார் பெருங்குழுக்களாக (பெரும்பாலும் குடிவழித் தொடர்புடன்), தோட்டப்பயிர் விளைவிக்கும் தொழில்நுட்பம் கொண்டவராக (தோண்டு கழி, காட்டு மரங்களை வெட்டும் கோடரி வைத்திருப்போராக), சுற்றித் திரியும் மக்களுக்கு மாறாக உணவுப் பொருட்களைப் பாதுகாத்துச் சேமித்து வாழ்வோராகக் காணப்படு கின்றனர். இதனால் பருவகால மாறுபாடுகளைச் சமாளிப்பவராகவும் உள்ளனர். காட்டெரிப்பு வேளாண்முறை ஆதியிலிருந்து தமிழ் மண்ணில் இருந்து வருகிறது[2].

**3. மையத் தலைமைச் சமூகம்** (chiefdom)

இதில் மக்கள் நிலைகளுக்கேற்பப் படிநிலைப்படுவர். குடிவழிகளின் வரிசைமுறைக்கேற்பப் புனிதர்கள் தொடங்கிச் சாமானியர்வரை பல பிரிவுகளாகப் பாகுபடுவர். இவ்வகைப் படிநிலையால் சாமானியர்கள் மேலோருக்குக் கப்பம் கட்டுவோராகவும் இருப்பர். இவ்வகைச் சமூகத்தார் பெரும் மக்கள் தொகையைக் கட்டுக்குள் வைத்திருக்கும் அரசியல் முறையையும், நீர்ப்பாசன முறைகளை ஒழுங்குபடுத்தி முழு வீச்சிலான பயிர்த்தொழிலையும் கொண்டிருப்பர்.

**4. நாட்டரசு** (state)

மிக விரிவான, கூட்டுப் படிநிலைத்தன்மையை உருவாக்கி, நகர, ஊரக என்னும் பாகுபாட்டைக் கொண்டு காணப்படும். ஊரக மக்கள் மேம்பட்ட வேளாண் தொழில்நுட்பத்தின் மூலம் உபரி உற்பத்தியில் ஈடுபட்டு நகரமக்களின் உணவுத் தேவையை நிறைவு செய்பவர் களாக இருப்பர். நகர மக்களிடம் மிகக் கூடுதலான முறையில் தொழிற்பகுப்புக் காணப்படும்; தொழில்நுட்பத் திறனில் தனிப்பயிற்சி பெற்றவராகக் காணப்படுவர். மேற்கூறிய படிமலர்ச்சி நிலைகளை அப்படியே கண்டிப்பாகப் பெற்றுக்கொள்ள வேண்டாமெனப் புதிய படிமலர்ச்சிக் கருத்துடைய தொல்லியலார் கூறுவர். பல்வேறு பிரிவு மானிடவியலர்கள் பயன்படுத்தக்கூடிய இந்த வகைப்பாடு தோராய வகைப்பாடாகவே இருந்துவருகிறது.

## முழுமை அணுகுமுறை

ஒரு சமூகத்தின் உற்பத்தி உறவுகளைப் புரிந்துகொள்ளுதல் என்பது அந்தச் சமூகத்தைப் பற்றிய முழுமையான புரிதலையும் சார்ந்திருக் கிறது. ஆதலின், உற்பத்தி முறைகளுக்கான செயல்பாடுகள் என்பவை அச்சமூகத்தின் அரசியல், சமய, உறவுமுறைச் (kinship )செயல்பாடு களிலிருந்து முற்றிலும் தனித்தொதுங்கிய செயல்பாடுகள் எனக் கருதமுடியாது.

அமெரிக்காவானது கியூபாவிலிருந்து சர்க்கரை இறக்குமதி செய்வதை 1960 களில் நிறுத்தியதற்குக் காரணம் அரசியல் சார்ந்ததே தவிர, பொருளாதாரம் சார்ந்ததல்ல. இப்பொருளின் தேவையானது டிசம்பர் மாதத்தின் இறுதியில் பெரிதும் அதிகரிப்பது என்பது சமயம் சார்ந்ததே ஒழிய பொருளாதாரம் சார்ந்ததோ அரசியல் சார்ந்ததோ அல்ல.

ஆக, ஒரு பொருளின் தன்மை சமூகத்தின் பிற தளங்களின் உறவைப் பெற்றிருப்பதால் ஒரு சமூகத்தின் பொருளியலைப் புரிந்துகொள்ள வேண்டுமாயின் அச்சமூகத்தின் அரசியல், சமய, உறவுகளையும் புரிந்துகொள்ள வேண்டியதாகிறது. இன்னொரு வகையில் சொல்ல வேண்டுமானால் ஒரு பண்பாட்டைப் பற்றிய புரிதலென்பது அதன் பொருளாதார முறையைப் புரிந்துகொள்வதையும் உள்ளடக்கியே அமைகிறது எனலாம்.

உலகளாவிய நிலையில் உணவு சேகரித்தலும், உற்பத்தி செய்தலும் மேற்கூறிய நிலைகளில் அமைந்தாலும் மார்க்சிய மானிடவியல் என்னும் பிரிவை மானிடவியலுக்குள் உருவாக்குவதற்கு உந்து சக்தியாக இருந்தது கார்ல் மார்க்ஸ் சிந்தனைகளாகும். இவரது

சிந்தனைகளை அடியொற்றி வளர்ந்த மார்க்சிய மானிடவியலில் உற்பத்தி முறைகளின் வகைகளை அறிய முற்படுவோம்,

**மார்க்சிய அணுகுமுறை**

மனித குலத்தவர்கள் இயற்கையை (nature) மாற்றியமைத்துப் புதியவற்றைப் படைக்கும் உந்துதலைக் கொண்டவர்கள் என்பார் கார்ல் மார்க்ஸ் *(1818-1883)*.

மானிடவியலில் இன்று உற்பத்திமுறைகள் பற்றிய புரிதலில் மார்க்சிய விவாதங்கள் பெரும் செல்வாக்கைப் பெற்றுள்ளன. உலகளாவிய பண்பாடுகளில் உற்பத்தி முறைகளை ஒப்புநோக்கி ஆராய்ந்த மார்க்சியப் பள்ளியைச் சேர்ந்த மானிடவியலர் எரிக் உல்ஃப் (Eric Wolf) உற்பத்திமுறைகளைப் பின்வரும் மூன்று வகைகளாகப் பாகுபடுத்தினார்.

1. உறவுமுறை சார்ந்த உற்பத்தி (kin-oriented mode of production)
2. மானிய / திறை செலுத்தும் உற்பத்தி (tributory mode of production)
3. முதலாளித்துவ உற்பத்தி (capitalist mode of producation)

உறவுமுறை சார்ந்த உற்பத்தி முறையில் வம்சாவளியும் உறவின் முறையும் பெரும்பங்கு வகிக்கின்றன. பழங்குடிச் சமூகங்கள் எளிய தொழில்நுட்பத்தைக் (simple technology)கொண்டு ஈடுபடும் உற்பத்தி முறையாக இது அமைகிறது. படிநிலையுடைய கலப்புச் சமூகத்தில் அதிகாரம் செலுத்தும் தலைவனுக்குக் கப்பம்/திறை கட்டும் முறையாக இரண்டாம்வகை உற்பத்திமுறை அமைகிறது. நவீன தொழிற் சமூகத்தின் உற்பத்தி முறையாக முதலாளித்துவ முறை இருந்து வருகிறது.

மார்க்சியச் சிந்தனையை உள்வாங்கிய மானிடவியல் சார்ந்த தளத்தில் உல்ஃப் மேற்கூறிய மூன்று கட்டங்களாக உற்பத்தி உறவுகளை இனங்கண்டாலும் மார்க்சின் சிந்தனையை அப்படியே ஏற்றுக் கொண்டு ஆராயும் போக்கும் மார்க்சிய மானிடவியலில் பெருமளவு காணப்படுகிறது. இனி, மார்க்சின் சிந்தனைகளை நோக்குவோம்.

மார்க்சிய மானிடவியல் தனிப்பிரிவாக வளர்த்தெடுக்கப்பட்ட சூழலில் கார்ல் மார்க்ஸ் மேற்கத்தியரல்லாத சமூகத்தாரின் உற்பத்தி முறைகளை எவ்வாறு சிந்தித்தார் என்பதை தேடிப் படிக்கத் தொடங்கினர். மேற்கத்தியரல்லாத சமூகத்தைப் பற்றி மார்க்ஸ் சில குறிப்புகளை ஆங்காங்குப் பதிவு செய்திருந்தார். ஆனால், அவை முழுமையாக வெளியிடப்படவில்லை. வெளியிடப்படாத அக்குறிப்புகள் யாவும் *முதலாளித்துவத்திற்கு முந்தைய பொருளாதார உருவாக்கங்கள்*

(pre-capitalist Economic Formations 1964) என்னும் தலைப்பில் நூலாக வெளியிடப்பட்டது.

மார்க்சின் மிகச் சிறந்த நூலான மூலதனத்தில் மாற்று உற்பத்தி முறைகள் குறித்து ஆங்காங்குச் சிதறலான குறிப்புகள் காணப்பட்டாலும் மேற்கூறிய நூலில் (1964) இவை முழுமையாக்கம் பெறுகின்றன எனலாம். 1845-46 காலகட்டத்தில் ஜெருமானிய கருத்தியல் (The German ideology 1845-46) நூலில் இது பற்றி எழுதியுள்ளார். மனிதகுலத்தின் உற்பத்தி முறைகளின் மூலம் (origin) தொன்மைச் சமூகவுடைமை (primitive communalism) ஆகும். பொருளாதார உற்பத்தியில் மிகவும் குறைவான உற்பத்தியுடைய (under developed) நிலை இதுவே என்பார், மார்க்ஸ். இதில் வேட்டையாடுதல், மீன்பிடித்தல், கால்நடை வளர்த்தல், எளிய வேளாண்மை யாவும் அடங்கும் என்பார். குடும்பம் சார்ந்த, உறவுமுறை சார்ந்த உற்பத்தி உறவே சமூக உறவாகவும் அமைந்தது. மேலும், இத்தகு முறையில் தனிநபர் நிலவுடைமை ஏற்படவில்லை. ஒரு குழு/சமூகம் என்னும் அளவிலேயே உடைமை (நிலம், நீர் அனைத்தும்) பேணப்பட்டது.

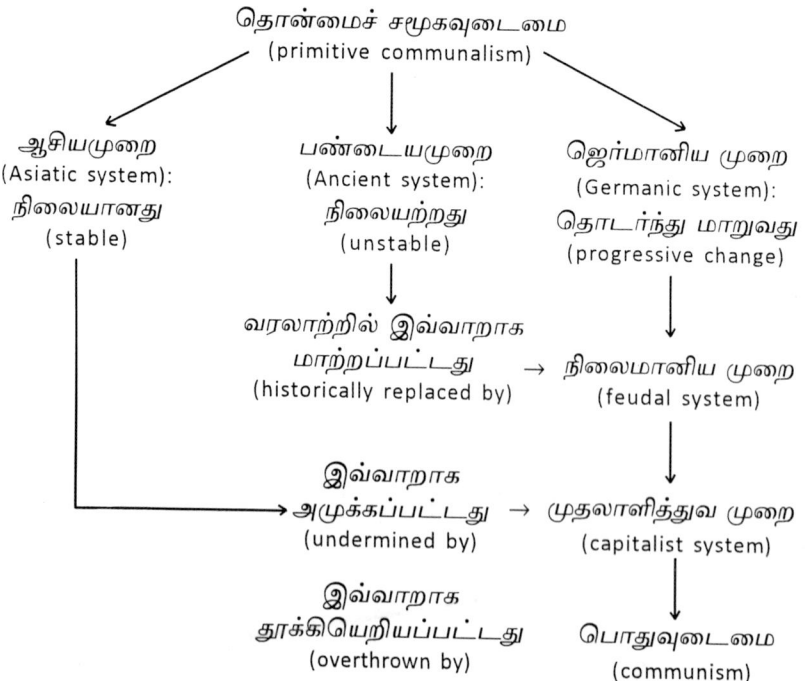

மார்க்ஸ் முன்வைத்த பலவழிச் சமூகப் படிமலர்ச்சி

மேற்கூறிய நிலையிலிருந்து இன்றைய முதலாளித்துவ முறை ஊடாகப் பொதுவுடைமைவரை உற்பத்திமுறையில் ஏற்பட்ட மாற்றங்களை அறிவது என்பது சமூக உருவாக்கத்தில் ஏற்பட்ட மாற்றங் களை அறிவது என்பார் மார்க்ஸ். சமூக மாற்றங்களை வரலாற்றுப் பரிமாணத்தோடு அறிவதால் மட்டுமே உற்பத்தி முறைகளின் படிமலர்ச்சியை (evolution) அறிய முடியுமென்றும் கூறுவார் மார்க்ஸ்.

மனிதகுலத்தினர் உருவாக்கியுள்ள உற்பத்தி முறைகள் யாவும் தொன்மைச் சமூகவுடைமை (primitive communalism) என்னும் நிலையில் தொடங்கி அது ஆசியமுறை, பண்டைய முறை, ஜெர்மானிய முறை ஆகிய மூன்று நிலைகளில் பரிணமித்தது என்பார் மார்க்ஸ்.

### ஆசிய முறை

மார்க்ஸ் முன்வைத்த ஆசிய முறையானது மிகவும் தொன்மையானது; பின்தங்கியது. நுகர்வுக்காக மட்டுமே உற்பத்தி அமைந்தது. இது ஆங்கிலேயக் காலத்திற்கு முந்தைய இந்தியா, மெக்சிகோ, பெரு ஆகிய பகுதிகளில் காணப்பட்ட ஒன்றாகும். இது அதன் நீண்டகால கட்டத்தில் தொடர்ந்து நிலையான வடிவம் கொண்டதாக இருந்தது. இங்குக் கூட்டு உழைப்பு சமூக உடைமையை உறுதிப்படுத்தியது. இத்தகு உற்பத்தி முறையில் தனிமனிதர்கள் என்றும் சமூகத்திலிருந்து துண்டிக்கப் படுவதில்லை.

இங்கு நிலம் தனிமனிதர்களின் உரிமையாக இல்லாமல் சமூகத்தின் உடைமையாகக் காணப்பட்டது. கிராமச் சமூகமானது தன்னளவில் சார்ந்து இயங்கக்கூடிய அமைப்பாக (self-sustaining unit) இருந்தது. வேளாண்மையிலும் சரி, கைவினைப் பொருட்களை உற்பத்தி செய்வதிலும் சரி இரண்டிலுமே இத்தகு நிலையே காணப்பட்டது.

மக்கள் தொகைப் பெருக்கம் ஏற்பட்டபோது சமூகத்தின் ஒரு பகுதி உடைந்து அது புதிய இடத்தில் தனிக் கிராமமாகச் செயல்படத் தொடங் கியது. அங்கும் அது பழைய கிராம முறையைத் தக்கவைத்துக் கொண்டது. புதிய இடங்களில் கைவினைஞர்களின் தேவையைப் பொருத்து இவர்களின் எண்ணிக்கை புதிய இடங்களில் தீர்மானிக்கப்பட்டது.

இத்தகு சமூக முறைகள் கொண்ட நாட்டாட்சிப் பரப்புகளை ஆண்ட மன்னர்கள் சமூகங்களின், கிராமங்களின் மிகை உற்பத்தியை வரியாக வசூலித்தனர். நகரங்கள் புறஉலக வணிகத்தோடு தொடர்பு கொண்டிருந்தன. இவ்வாறு காலங்காலமாக நிலைத்து வந்த ஆசிய உற்பத்தி முறையானது அந்தந்தப் பகுதிகளில் இருந்து வந்த மன்னராட்சி களின் வாழ்வோடும் வீழ்ச்சியோடும் தொடர்பு கொண்டிருந்தது.

ஆசிய உற்பத்திமுறைக் (Asiatic mode of production) கோட்பாட்டை முன்மொழிந்த கார்ல் மார்க்ஸ் அதன் வர்க்க உறவுகளைத் தெளிவாக வரையறுக்கவில்லை என்றே பலரும் கூறுவர். ஆதலின் இதனை வரையறுப்பதிலும் விளக்குவதிலும் பல விவாதங்கள் எழுந்துள்ளன[3]. இதுகுறித்த விவாதங்கள் பல இருந்தாலும் மார்க்சிய மானிடவியலர் கேத்தலின் கோ (Kathleen gough) தஞ்சைப் பகுதியின் உற்பத்தி முறைகளை முன்வைத்துப் பேசும் கருத்துக்களிலிருந்து இதனை அணுகலாம்.

சமூக வளர்ச்சியானது அடிமை முறை, நிலமானிய முறை, முதலாளித்துவ முறை என்ற முப்பெரும் கட்டங்களில் மாறியது என்றாலும் கேத்தலின் கோ இன்னொரு அறிஞரான ரிபயிரோவின் (Darcy Rebeiro) வகைப்பாட்டைக் கருத்தில் கொள்கிறார். சோழர் காலத்திலும் நிலவியதாகக் கருதும் ஆசிய உற்பத்தி முறையை ரிபயிரோ குறிப்பிடும் 'சமயக் குறவர் ஆதிக்கத்தில் உள்ள பாசன அரசு' என்ற நிலையோடு சோழ அரசைக் கோ ஒப்பிடுகிறார். இக்காலத்தில் உழவர்கள் அரசின் பொது அடிமைகளாக இருந்தார்கள் என்றும் கூறுகிறார். அடிப்படையில் 5 வர்க்கங்களை இனங்காண்கிறார் கோ[4].

வட இந்தியாவில் குப்தர் காலத்தின் இறுதிக் கட்டம் தொடங்கி ஏறக்குறைய கி.பி. 1000 வரை ஐரோப்பிய நிலமானிய முறையை ஒத்த உற்பத்தி முறை நிலவியது. அதன்பின் அம்முறையில் ஒரு நெருக்கடி நிலை தோன்றியது. எனினும் அந்த உற்பத்தி முறை ஏதோ ஒரு வகையில் தொடர்ந்தது. சில நூற்றாண்டுக் காலம் கழித்து இம்முறை தெற்கிலும் பரவியது (ஓம்வெட் 1998).

முற்சோழர் அரசில் கிராமங்களில் நிலத்தைச் சமூக உடைமையாக அனுபவித்த உழவர்களால் உற்பத்தி நடந்தது. நீர்ப்பாசனம் உள்ளிட்ட உற்பத்திக் கருவிகளைத் தன் கட்டுப்பாட்டில் வைத்திருந்த அரசன் உழவர்களை அடிமைகளாக நடத்தினான்[5].

இந்த ஆசிய உற்பத்தி முறையானது விஜய நகர ஆட்சிக்காலத்தில் அரசனிடம் பெருமளவு மானியம் பெற்ற பெரிய கோயில்களும் நிலப்பிரபுக்களும் பெருகவே பண்ணைக் குடிமையோடு கூடிய நிலமானிய உற்பத்திமுறை எழுந்தது. அக்காலச் சமூக உருவாக்கத்தை ரிபயிரோவின் 'வல்லாண்மைச் சமயத் தூதர் பேரரசு' என்ற நிலையோடு ஒப்பிடுகிறார்.

சோழர் காலத்திலிருந்த ஆசிய உற்பத்திமுறை போய் விஜய நகரப் பேரரசில் நிலமானிய முறை உருவாவதற்கு விஜய நகர ஆட்சிக் காலத்தில் ஏற்பட்ட பெருமளவு நிலக்கொடைகள் அம்மாற்றத்தை

உண்டாக்கியது என்றார் கேத்தலின் கோ. சோழர் ஆட்சிக் காலத்தில் ஒரு வகையான அதிகார மையப்படுத்தப்பட்ட அரசு உருவாக்கப் பட்டது. எனவே, நிலமானிய உற்பத்தி முறையானது அதற்குப் பின்பே வழக்குக்கு வந்திருக்க வேண்டும் என்பார். கோ. இதில் பல வகையான தொண்டூழியங்களும் (குடிஊழிய முறை) அதற்கான பங்குகளும் கிடைத்தன[6].

பழைய மார்க்சிய வரலாற்றறிஞரான எஸ்.ஏ.டாங்கே பண்டைய வடஇந்தியாவில் அடிமைமுறை இருந்தது என்றும், மனித இனத்தின் முரண்பாட்டு இயல் வளர்ச்சி பற்றிய மார்க்சியக் கோட்பாடு இந்தியாவுக்கும் பொருந்தும் என்பார். ஆனால், மற்றொரு மார்க்சிய வரலாற்றறிஞரான டி.டி. கோசாம்பி மார்க்சியக் கோட்பாட்டைக் கண்மூடித்தனமாக இந்திய வரலாற்றுக்குப் பொருத்துவதைக் கண்டித்தார். இந்தியாவில் 'மேலிருந்து வரும் நிலமானிய முறை', 'கீழிருந்து வளரும் நிலமானிய முறை' என்ற இரண்டை அடிப்படை யாக வைத்து இந்திய வரலாற்றில் நிலமானிய முறையை கோசாம்பி விளக்கினார்.

'மேலிருந்து நிலமானிய' முறை என்பது போர்க்கால ஆக்கிரமிப்பு களாலும், நிலமானியம் வழங்கப்படுவதாலும் வளர்கிறது. பிராமணர் களுக்கும் மற்றவர்களுக்கும் மன்னன் நிலம் வழங்கி அதனைப் பயிர் செய்ய உரிமைகளை வழங்கினான். இந்த உரிமைகள் பரம்பரையாக அவர்களது சந்ததிகளுக்குச் சென்றன. பின்னர், இவ்வுரிமைகள் நிலங் களையும், அந்நிலங்களில் வேலை செய்யும் மக்களையும் கட்டுப் படுத்தும் உரிமைகளாகவும் மாறின. 'கீழிருந்து நிலமானிய முறை' என்பதில் ஆதிக்கமுள்ள விவசாயக் குழுவின் தலைவனது பரம்பரை அல்லது அக்குழு (clan) முழுவதும் வளர்ந்து, விவசாய உழைப்பில் ஈடுபடாத நிலப்பிரபுக்களாக மாறினர்; அவர்களது நிலங்களில் 'உறவினராகப் பயிரிடுவோரும்' (guest cultivators) குத்தகைதாரர்களும் விவசாயம் செய்ய ஆரம்பித்தனர். இந்த இரு முறைகளின் விளைவாக விவசாய உழைப்பில் ஈடுபடாததொரு சிறுபான்மை நிலப்பிரபுத்துவ வர்க்கம் தோன்றியது.

நிலமானிய முறையின் தோற்றத்துக்கும் அதன் மறைவுக்கும் காரணிகளை உள்நாட்டுச் சமூகப் பொருளியல் நிலைகளிலேயே கண்டறிய வேண்டும். வெளிநாட்டு வணிகத் தொடர்பை ஒரு காரணியாகக் கொள்ளக்கூடாது என்பர். கடந்த 20 ஆண்டுகளில் இந்த உற்பத்திமுறை பற்றிய கோட்பாடு பெரிதும் விவாதிக்கப்பட்டுள்ளது என்பதையும் இங்குக் கவனத்தில் கொள்ளவேண்டும்.

ஆசிய உற்பத்தி முறைக்கு வலுவூட்டிய கீழைத்தேய வல்லாட்சி முறை குறித்த கோட்பாட்டியல் புரிதல் குறித்தும் இதன் தொடர்ச்சியாக அறியவேண்டியது அவசியமாகும்.

## கீழைத்தேய வல்லாட்சி

பண்டைய இந்தியச் சமூகத்தின் சமூக, அரசியல் கட்டமைப்பை ஆராயும் கோட்பாடுகளில் கீழைத்தேய வல்லாட்சியும் (oriental despotism) ஒன்று. கார்ல் மார்க்ஸ் முன்மொழிந்த ஆசிய உற்பத்திமுறை (Asiatic mode of production) உள்ளடக்கிய அரசியல் சித்தாந்தமே கீழைத்தேய வல்லாட்சி. இதனை மேலும் விரிவுபடுத்தி ஆராய்ந்தவர் கார்ல் விட்ஃபோஜெல் (Karl Wittfogel).

இவ்வகையான வல்லாட்சி அரசு முறையானது பண்டைய எகிப்து, மெசபடோமியா, இந்தியா, சீனம், அமெரிக்காவை ஒட்டிய ஆண்டீன் பகுதி, மெக்சிகோ ஆகிய பகுதிகளில் காணப்பட்டது என்கிறார்.

மேற்கூறிய பகுதிகளுக்குரிய பழமைச் சமூகங்கள் அனைத்தும் நீர்ப்பாசனத்தை மையமிட்ட உற்பத்தி உறவைக் கொண்டவையாகும். உற்பத்திக்கு மிகவும் இன்றியமையாத சக்தியாக விளங்கிய நீரைத் தன் கட்டுப்பாட்டில் மேலாண்மை செய்த அரசர்களின் சமூக அரசியல் அதிகாரம் உழவர்களை அரசின் அடிமைகளாகக் கட்டுப்படுத்தியது. பண்டைய கிராமியச் சமூகங்களை ஆட்கொண்ட இத்தகு அதிகார முறையையே கார்ல் மார்க்ஸ் 'கீழைத்தேய வல்லாட்சி' என்கிறார்.

பண்டைய உற்பத்தி முறையில் மிகவும் எளிய தொழில்நுட்ப முறைகள் பயன்படுத்தப்பட்டதால் உழவர்கள் அனைவரும் பரஸ்பரம் ஒற்றுமையுடன் வேலைசெய்ய வேண்டிய கட்டாயத்திலும், அதே நேரத்தில் இவர்கள் அனைவரும் மேலாண்மை செலுத்தும் அரசின் நேரடி அதிகாரத்திற்குக் கட்டுப்பட்டு அடங்கிப்போக வேண்டிய நிலையிலும் இருந்தனர். இன்னும் சொல்லப் போனால் ஒரு கிராமத்தைச் சேர்ந்த உழைக்கும் ஆண்கள் அனைவரும் அரசின் நேரடிக் கட்டுப் பாட்டிற்குள் செயல்பட வேண்டியவர்களாக இருந்தனர்.

ஆற்றங்கரைகளை வலுப்படுத்துதல், வெள்ளப்பெருக்கெடுத்து ஓடும் காலங்களில் கரைகள் உடைவதைச் சரி செய்தல், கால்வாய்களைத் தூர் வாருதல், ஏரி, குளம், குட்டைகளைச் சீர்செய்தல், நீர்ப்பாசனம் தொடர்பான பிற மராமத்து வேலைகளைக் கவனித்தல் ஆகிய அனைத்தையும் ஊரிலுள்ள உழைக்கும் ஆண்கள் அனைவரும் ஒன்றாகச் சேர்ந்து செய்ய வேண்டும். இந்த நிலையில் பண்டை உழவுச் சமூகத்தினர் அரசனின் நேரடிக் கட்டுப்பாட்டுக்குப் பணிந்து போகும்

நிலையிலேயே இருந்தனர். இவ்வகையில் அரசானது நீர்ப்பாசன மையமிட்ட அதிகாரத்தைக் (agromanagerical breaucracy) கொண்டிருந்தது என்றே சொல்லலாம்.

பண்டைய இந்திய சமூகத்தின் வரலாற்றுப் போக்கில் காணப்பட்ட சமூக அரசியல் கட்டமைப்பை விளக்க இதுவரை நிலமானிய முறை, பொது அடிமைமுறை (general slavery), கீழைத்தேய வல்லாட்சி ஆகிய பல கோட்பாடுகள் முன்வைக்கப்பட்டுள்ளன. இதில் எக்கோட்பாட்டை முதன்மைப்படுத்தினாலும் இந்தியச் சமூகத்தில் கிராமச் சமூகம் ஒரு முக்கிய கூறாக இருந்து வந்துள்ளது என்பதை மறுப்பதற்கில்லை. இந்நிலையில் பண்டைய இந்தியச் சமூக அரசியல் கட்டமைப்பைப் புரிந்துகொள்வதற்கு இரண்டு பொருள்களை ஆராய வேண்டுமென்பர். ஒன்று: கிராமச் சமூகத்தின் வரலாற்றுப் போக்கு; மற்றொன்று: கிராமச் சமூகங்களை ஆட்கொண்ட அதிகார அமைப்பு. இந்த அதிகார அமைப்புகளில் கீழைத்தேய வல்லாட்சி முறையும் ஒன்றாகும். இனி ஆசிய முறைக்கடுத்து மார்க்ஸ் முன்வைத்த பண்டைய முறை குறித்து அறியவேண்டும்.

### பண்டைய முறை

இவ்வகை முறையானது பண்டை கிரேக்கம், ரோம் ஆகிய நாடுகளில் காணப்பட்டது. இது நகர அரசு (city state) முறைக்கு உரியதாக ஏற்பட்டது; அடிப்படையில் நிலையற்ற (unstable) முறையாக இருந்தது. இவ்வகை உற்பத்தி முறையில் நகரமும் அதனைச் சார்ந்த பரப்பும் பொருளாதார அலகாக (economic unit) இருந்தது. நிலம் அரசுக்குரியது; குடிமகன்கள் அதனைப் பயன்படுத்தும் உரிமை பெற்றிருந்தனர்,

அரசு ஒருவருக்கு ஒதுக்கும் நிலத்தை அவர் இழப்பாரேயானால் அவர் குடிமகன் என்னும் தகுதியையும் இழப்பார். அந்தந்த வட்டார நிர்வாகத்தோடு அப்பகுதி மக்கள் உறுப்பினராவதன் மூலமே சமூக உறவு கட்டமைகிறது. தொன்மைச் சமூகவுடைமையில் காணப்படுவது போன்று உறவின்முறை சமூக உருவாக்கத்திற்கான அடிப்படையாக அமைவதில்லை.

பண்டைய உற்பத்தி முறையை இரண்டு போக்குகள் வலுவிழக்கச் செய்தன. நகரக் குடிமகன் நிலத்திற்கான உடைமையாளராக இருக்க வேண்டுமென்பதால் நகரத்தின் மக்கள்தொகை பெருகும் போதெல்லாம் ஒவ்வொரு குடிமகனுக்கும் நிலம் தர வேண்டியதாயிற்று. இதனால் அண்டைய அரசுகளிடையே போர்கள் மூண்டன. இத்தகு போர்ச் சூழல் நகரச் சமூக அமைப்பை இராணுவச் செயல்பாடுகளால்

கட்டமைக்க வேண்டிய சூழலுக்கு வழிகோலியது. தன் நாட்டுக்குரிய ஒவ்வொருவருக்கும் நிலம் ஒதுக்க வேண்டியிருந்ததால் போரில் வெற்றி பெற்றபின் வெற்றிகொண்ட நாட்டினரை அடிமைகளாக நடத்த வேண்டியதாயிற்று.

ஒரு கட்டத்தில் நகரக் குடிமகன்களைக் காட்டிலும் அடிமைகளின் எண்ணிக்கை அதிகமாகிவிட்டது. சிறுபான்மையினர் சமூக அமைப்பைக் கட்டிக் காத்து நிாவாகத்தையும் அரசு முறையையும் தொடர வேண்டியவர்களாய் இருந்தனர். நிலத்தை இழந்தவர்களும் அடிமைகளாக மாற வேண்டிய நிலை ஏற்பட்டது.

வணிகமும் உற்பத்தியும் அங்காடி முறையை வளர்த்தன. அங்காடி முறையில் லாப நஷ்டம் இரண்டையும் சந்திக்க வேண்டிய நிலை இருந்தது. நஷ்டம் ஏற்பட்டபோது குடிமகன்கள் வியாபாரத்தின் மீது சந்தேகம் கொண்டனர். இதனால் கைவினைஞர்களைக் குடிமகன்கள் என்னும் தகுதியிலிருந்து நீக்கிவிட்டனர். இத்தகு போக்கினால் 'பண்டைய உற்பத்தி முறை' தவிர்க்கவியலாமல் நிலமானிய முறையால் கைவிடப்பட்டது.

## ஜெர்மானிய முறை

ஜெர்மானிய முறையுங்கூட (Germanic System) நிலையற்ற தன்மை (unstable)கொண்டதுதான். ஆனால், அது நெகிழ்வுத்தன்மை கொண்டிருந்தது. இதனால், இம்முறை 'பண்டைய முறை' போன்று அழிந்து போகாமல் தன்னை மாற்று முறைக்கு ஆட்படுத்திக் கொண்டு தொடர்ந்து நிலைமாற்றம் பெற்றது. இதனால், இது நிலமானிய முறைக்கு (feudal system) மாறியது.

தொன்மைச் சமூகவுடைமையில் (primitive communalism) காணப்பட்டது போன்று ஜெர்மானிய முறையிலும் குடும்பமே உற்பத்தியின் அடிப்படை அலகாக இருந்தது. எனினும், நில உடைமையைப் பொறுத்த மட்டில் அது இரண்டு வகைகளைக் கொண்டிருந்தது. ஒன்று: தனிப்பட்ட உடைமை (private); மற்றொன்று: திணைக்குடி உரிமையுடைய சமூகவுடைமை(communal).

கூட்டுவள ஆதாரங்களை நிர்வாகம் செய்யவும், அவற்றைக் காக்கவும் வெவ்வேறு சபைகள் உருவாயின. ஆனால் தலைவர்கள் சுதந்திரமாகத் தேர்ந்தெடுக்கப்படவில்லை. மேலும், தனிக் குடும்பங்கள் உற்பத்தி செய்த கைவினைப் பொருட்களை விற்றுப் பொருளீட்டிய முறையால் சமூகத்தில் தர வேறுபாடுகள் உருவாயின.

நிலமானிய உற்பத்தி முறையில் கிராமக் குடியிருப்புகளும் நகரங்களும் ஒருசேர இணைந்திருந்தன. கிராமப்புறங்களில் நிலச் சுவான்தார்களே உற்பத்தி முறையின் அதிபதிகளாக இருந்தனர். நிலம் அனைத்தும் இவர்களின் உடைமையாக இருந்தது. இவர்களின் பண்ணைகளில் அடிமைகள் வேலையாட்களாக வேலை செய்தனர்.

பண்ணைகளில் இரண்டு வகையானவர்கள் வேலை செய்தனர். ஒன்று: குடியானவர். இவர்கள் பண்ணையாருக்குக் குடியாக இருக்க ஒப்புக்கொண்டவர்கள். பிராமணர்களின் பிரம்ம தேய நிலங்களை உழுது பயிரிட முன்வந்தவர்கள் 'குடியானவர்கள்' (serfs: பிராமணருக்குக் குடியாக அமர்ந்தவர்) என்று அழைக்கப்பட்டனர். இரண்டாம் வகையினர் அடிமைகள் (slaves). இவர்களில் குடியானவர்கள் ஓரளவு சுதந்திரம் கொண்டிருந்தனர் (Hobsbawm 1964: 42).

போரில் தோல்வியுற்ற நாட்டிலிருந்து பிடிபட்டவர்களை அடிமைகளாகவே நடத்தினர். இவ்வடிமைகள் யாவரும் பண்ணையாரை நம்பியே வாழவேண்டியிருந்தது. பண்ணையில் முழு உழைப்பையும் நல்கும் இவர்கள் வயிற்றுப் பாட்டுக்கு மட்டுமே மிகச் சாதாரண, மலிவான உணவு பெற முடிந்தது. குடியானவர்கள் நிலத்தை உழுது பயிரிடுவதோடு பண்ணையாருக்கு அவ்வப்போது நேரடி வேலை செய்வதையும் கவனித்து வந்தனர். அடிமைகளைப் போலல்லாது குடியானவர்கள் தங்களுக்குத் தேவையானவற்றிற்கும் சற்றுக் கூடுதலாக உபரிகளை (உணவு தானியங்கள்) வைத்துக்கொள்ள முடிந்தது. இத்தகு நிலமானிய முறையில் பண்ணையார்களின் முக்கியத்துவம் இல்லாமல் போயிருக்குமானால் கிராமங்கள் ஆசிய உற்பத்தி முறையில் இருப்பது போல் தன்னைத் தானே நிலைநிறுத்திக் கொள்கிற அமைப்பாக இருந்திருக்கும்.

நிலமானிய முறைக்கடுத்து ஏற்பட்ட முதலாளித்துவம், அதனையடுத்து மனிதகுலம் வென்றெடுக்க வேண்டிய பொதுவுடைமை ஆகிய இரண்டையும் பற்றிய மார்க்சியக் கோட்பாடுகள் விரிவான எழுத்துக்குரியவை என்பதால் அவை இவ்வியலில் இடம்பெறவில்லை.

## பின்னுரை

மார்க்ஸ் முன்வைத்த ஆசிய உற்பத்திமுறை, பண்டைய உற்பத்தி முறை, ஜெர்மானிய உற்பத்திமுறை, நிலமானியமுறை, முதலாளித்துவ முறை ஆகியவற்றின் ஊடாக இறுதியில் தோன்றி வருகின்ற பொதுவுடைமை ஆகிய நிலைகளை நன்கு ஆராய்ந்து இந்திய அறிஞர்கள்

இச்சூழலுக்குரிய உற்பத்தி முறைகளையும் அவற்றின் காலகட்டங் களையும் இனங்கண்டனர்.

இந்தியச் சமூகம் நிலையாகவோ தேக்கத்துடனோ எக்காலத் திலும் இருக்கவில்லை. கடந்த 5000 ஆண்டுகளில் மக்கள்தொகை பன்மடங்காகப் பெருகியுள்ளது. உற்பத்திச் சக்திகள் பண்புரீதியில் முன்னேற்றமடைந்துள்ளன. காடுகளாகக் கிடந்த நிலங்கள் தரிசு நிலங்களாகவும், விளைநிலங்களாகவும், தொழிற்சாலைகளாகவும், சுரங்கங்களாகவும், நகரங்களாகவும் மாற்றப்பட்டுள்ளன. உற்பத்தி முறைகளிலும் மாற்றம் ஏற்பட்டுள்ளது.

சிந்துவெளி நாகரிகம் ஒரு வகையில் ஆசிய உற்பத்தி முறையின் வடிவமாகத் திகழ்ந்தது. அதற்குப் பின்னால் (கி.மு. 2000 முதல் கி.மு.500 வரை) இத்துணைக் கண்டம் முழுவதிலும் வர்க்க பேதமற்ற, முன்னேற்றமான பழங்குடிச் சமூக அமைப்பு (ரொமிலா தாப்பர் போன்றோர் கூற்றுப்படி வம்சாவழி அமைப்பு (lineage system)நிலவி வந்திருக்கின்றது.

இதற்குப் பின் மகத-மௌரியர் காலத்தில் கங்கைச் சமவெளியில் வர்க்க அரசு சமூகம் (தென்னிந்தியாவில் சங்ககாலச் சமூகம்) அடிமை முறை உற்பத்தியுடன் ஒரு சில அம்சங்களில் ஒத்த தன்மை கொண்ட தாய் விளங்கியது. அதன்பின் கி.பி.600 முதல் கி.பி.1000 வரை நிலப்பிரபுத்துவ உற்பத்தி முறையும், சோழர்கால இறுதியில் நிலப் பிரபுத்துவ முறை பிரதான முறையாக மாறியது.

அதைத் தொடர்ந்து, காலனியாதிக்கத்தால் அரை நிலப்பிரபுத்துவ முறையும் ( இந்த நிலப்பிரபுத்துவத்தில் உற்பத்தி முறையில் சில முதலாளித்துவக் கூறுகள் தலைகாட்டத் தொடங்கின என்றும் கூறலாம்) மேலோங்கியது. இறுதியாகக் காலனியாதிக்கத்தின் பின்வந்த சுதந்திர நாட்டில் முதலாளித்துவ முறை மேலோங்கி நின்றது (கெயில் ஓம்வெட் 1998).

# 19

# ஆண், பெண் தொழிற்பகுப்பு

### தொழிற்பகுப்பில் பாலினப் பாகுபாடு

ஒவ்வொரு பண்பாட்டிலும் மக்களுக்குத் தேவையான புழங்கு பொருட்கள் உற்பத்தி செய்யப்படுகின்றன. இந்த உற்பத்தியில் ஆண், பெண் பாலினப் பாகுபாடு கருத்தியல் நிலையில் வேறுபாட்டைக் கொண்டுள்ளது. தமிழ்ச் சூழலில் புழங்கு பொருட்களைச் செய்யும் கைவினைச் சாதிகளின் பால்பாகுபாட்டுக் கருத்தியலைக் கோட்பாட்டுப் புரிதலோடு இவ்வியலில் அணுகலாம்.

இதனை அறிவதற்கு முன் புழங்குபொருட்களுக்கும் பண்பாட்டிற்கும் இடையேயான பிணைப்பை அறிய முற்படவேண்டும்.

நம்மைச் சுற்றியுள்ள புற உலகம் முழுவதும் பொருள் சார்ந்தது தான். நாம் பொருளோடு உறவாடாத நேரம் கிடையாது. 'பொருள் இல்லார்க்கு இவ்வுலகம் இல்லை' என்பது முன்னிலை பெற்றுவிட்டது. நம்மோடு தொடர்புடைய எண்ணற்ற பொருட்களுள் நம் அன்றாட வாழ்விற்குப் பயன்படும் 'புழங்கு பொருட்கள்' மிகவும் அன்யோன்ய மானவை.

நம் உணர்வுகள் வாழும் களமாக இப்புழங்கு பொருட்கள் உள்ளன. இறந்த உறவினர் படத்தைச் சுவரில் மாட்டி மாலையிடுகிறோம்; கல்லை நட்டுக் குங்குமம் இட்டால் சாமி என்கிறோம்; புழங்கு பொருட்களுக்கு 'ஆயுத பூசை' செய்கிறோம். இவ்வாறு நம்மைச் சுற்றி அமையும் ஆயிரமாயிரம் பொருட்களில் நம் கருத்துக்கள், உணர்வுகள், மதிப்பீடுகள், விழுமியங்கள் ஆகியவற்றை ஏற்றி அவற்றோடு வெவ்வேறு நிலைகளில் உறவாடுகிறோம்.

எனினும் பண்டுதொட்டுக் காலத்திற்கேற்பப் பல மாறுதல்களுடன் இப்புழங்கு பொருட்களைச் செய்து வருகிறோம். இவ்வாறு காலத்திற் கேற்ப மாறுதல்களுடன் புழங்கு பொருட்களை உருவாக்குகிறோம்

என்பது காலத்திற்கேற்பப் பண்பாட்டையும் உருவாக்குகிறோம் என்பது பொருளாகும்.

### பொருளும் பண்பாடும்

பொருளும் பண்பாடும் நாணயத்தின் இரு பக்கங்கள் போன்றவை. நறுக்குத் தெறித்தாற் போன்று மிகக் குறைந்தபட்ச வரையறையாகச் சொன்னால் 'பண்பாட்டின் கண்ணாடி புழங்கு பொருட்கள்' என்று கூறலாம். அந்த வகையில் ஒன்றையொன்று பரஸ்பரம் பிரதிபலிப் பவை. அருங்காட்சியகத்தில உள்ள பல்வேறு காட்சிக் கூடங்களில் வைக்கப்பட்டுள்ள பொருட்களைக் கொண்டு அப்பொருள் சார்ந்த காலகட்டத்தின் பண்பாட்டையும், அக்காலகட்டத்தின் மக்களின் வாழ்வியல் முறைகளையும் அறிய இயலும். பொருட்கள் பண்பாட்டைப் பிரதிபலிக்கின்றன என்பதாலேயே நம்மால் அருங்காட்சியகக் கூடங் களில் அக்காலத்தியப் பண்பாட்டை மீட்டுருவாக்கம் செய்ய முடிகிறது.

பொருட்கள் பண்பாட்டைப் பிரதிபலிக்கும்போது இப்பிரதி பலிப்பின் தன்மை பண்பாட்டில் உருவகமாகக் காணப்படலாம்; குறியீடாகக் காணப்படலாம். அன்றாடச் சூழலில் ஒரு பொருண்மை யும் சடங்கு, சமயச்சூழல்களில் வேறொரு பொருண்மையும்கூட வெளிப்படுத்தலாம் அல்லது இயல்பான நிலையிலேயே தன் இருப்பை யும் பொருண்மையையும் வெளிப்படுத்தலாம்.

ஒருவன் உடல் மேல் இருக்கும் ஓரிரு கூறுகளை வைத்துக் கொண்டே அவன் பண்பாட்டில் ஏற்றுள்ள நிலையைக் கூறிவிடலாம். பரம பிச்சைக்காரன் கோவணத்துடன் சுற்றுகிறான்; முற்றும் துறந்த முனிவரும் கோவணத்துடன் இருக்கிறார். எனினும், இவ்விரு கோவணாண்டி களும் வெவ்வேறு பண்பாட்டுத் தளத்தில் வாழ்பவர்கள் என்பதை அவர்களின் உடலில் உள்ள வேறு சில பொருட்கள் வெளிப்படுத்தி விடுகின்றன.

இந்நிலையில் பொருள்சார் பண்பாடானது மிகுதியும் சமூகவயப் பட்டு நிற்கிறது (material culture is highly socialized) என்று கூறலாம். மேலும், 'பொருட்கள் சாப்பிடுவதற்கு, உடுப்பதற்கு, தங்குவதற்கு நல்லவை என்பதை மறந்துவிடுங்கள். அவற்றின் அன்றாடப் பயனை விடுத்துப் பொருட்கள் மக்களின் சிந்தனையை வெளிப்படுத்தும் ஊடகங்கள் என எண்ணுங்கள்' என்கிறார் மானிடவியலர் மேரி டக்ளஸ் **(1979)**. ஆதலின், பண்பாட்டில் ஒவ்வொரு பொருளும் அது அதுவாக இல்லை. நம் சிந்தனையை அது கொண்டுள்ளது; அதனை வெளிப் படுத்துகின்றது.

ஆக, நாம் பயன்படுத்தும் பொருட்கள் எல்லாம் வாழ்க்கைக்கு அடிப்படைத் தேவைகள் என்று எடுத்துக்கொள்ளக்கூடாது. மற்ற பண்பாடுகளிலிருந்து நாம் வேறுபட்டு நிற்கிறோம் என்பதை வெளிப் படுத்துவதற்கும் அதனைக் காலங்காலமாக நிலைப்படுத்துவதற்கும் அபபொருட்கள் உள்ளன. கால ஓட்டத்தோடு நம் கருத்துகளின் பொருண்மையைத் தாங்கி நிற்கின்றன. ஒவ்வொரு சமூகத்திலும் அதன் நடத்தைமுறைகளை ஒழுங்குபடுத்துவதிலும் சமூகச் செயல்களுக்குப் பொருள் விளக்கம் கொடுப்பதிலும் அச்சமூகத்தின் புழங்கு பொருட் களும் பங்குபெறுகின்றன. இதனால் இவற்றைப் 'பொருள் மொழி' என்றும் பண்பாட்டில் இவை 'பேச்சற்ற ஊடகங்கள்' என்றும் கொள்ள வேண்டியுள்ளன. மேலும், ஒரு தொகுப்பாக விளங்கும் பொருள்சார் கூறுகள் யாவும் குறியீடுகளின் ஒழுங்கமைவுத் தொகுப்பாகவே அமைகின்றன. இவை குறியீடுகளாக அமைந்து நிற்பதால் பொருட்கள் யாவும் புறவுலகில் நிலவும் 'ஜடப் பொருட்கள்' என்றாகாது; மாறாக, அவை 'மனத்தால் ஆக்கப்பட்டவை' (mental construct), அதனால் பண்பாட்டுக்குரியவையாகி விடுகின்றன. ஒரு ஒழுங்கமுறைக்குள் அர்த்தங்களைத் தாங்கி நிற்கின்றன.

ஆதலின், பண்பாட்டைப் பொருட்கள் பிரதிபலிக்கின்றனவா, பொருட்கள் பண்பாட்டைப் பிரதிபலிக்கின்றனவா என்று வேறு படுத்திக் கூறமுடியாத அளவிற்கு ஒன்றையொன்று பரஸ்பரம் பிரதிபலிக்கின்றன.

பெரும்பாலான அறிஞர்கள் புழங்கு பொருட்பண்பாட்டை 'art' என்றும் 'craft'(கலை, கைவினை) என்றும் இரண்டு உட்பிரிவுகளாகக் காண்கின்றனர். இந்த இரண்டு நிலைகளில் புழங்கு பொருட்களை வகைப்படுத்துவதற்கு ஒரு முக்கிய கருத்தமைவை ஆய்வாளர்கள் முன்வைக்கக்கூடும் என ஹென்றி கிளாசி *(1982)* குறிப்பிடுகிறார்.

புழங்கு பொருள் பண்பாட்டில் குறிப்பிட்ட சில வகையான பொருட்கள் அன்றாட வாழ்க்கை சார்ந்த, சமூக- பொருளாதாரச் செயல்பாடுகளுக்கு நேரடியாக உதவக் கூடியவையாக உள்ளவற்றை craft என்று வகைப்படுத்திக் கொண்டனர். மற்றொரு பிரிவானது, அழகியல் சார்ந்த, மகிழ்ச்சி தருகிற, அலங்காரத் தன்மை கொண்டதாக இனங்கண்டு அதனை art என்று வகைப்படுத்திக் கொண்டனர் என்கிறார் ஹென்றி கிளாசி.

புழங்கு பொருட்களை மேற்கூறிய art, craft என்னும் வகையில் பிரிப்பதென்பது மேலைத்தேயப் பண்பாட்டினை முன்வைத்துச் செய்யப்பட்ட ஒன்றாகும் என்றும் ஹென்றி கிளாசி கருதுகிறார்.

உலகந் தழுவி பல பண்பாடுகளில் art, craft என்ற பாகுபாடோ beauty, utilitiy என்ற பாகுபாடோ இல்லை என்கிறார் ஹென்றி கிளாசி. இது குறித்த விரிவான விவாதங்கள் **1990**களில் நிகழ்ந்துள்ளன. எனினும், தொழிற்சமூகம், ஓய்வு வர்க்கம் ஆகியவற்றின் உருவாக்கத்தினூடே art என்பதன் பொருண்மையானது கூடுதல் பரிமாணம் பெற்றுவிட்டது என்பது மறுப்பதற்கில்லை என்ற பொதுக் கருத்தும் வலுப்பெற்றுள்ளது.

இவ்விவாதங்களில் ஒரு கருத்து முன்னிலை பெற்றது. ஜேம்ஸ் டீட்ஸ் (James Deetz) குறிப்பிடுவது புழங்கு பொருட் பண்பாட்டைப் (material culture)பொறுத்தவரை பொருட்கள் எவ்வாறு உற்பத்தி செய்யப் படுகின்றன? எவ்வாறு / எதற்காகப் பயன்படுத்தப்படுகின்றன? என்ற இரண்டு நிலைகளைப் புரிந்துகொண்டால் புழங்கு பொருட் பண்பாட்டை முழுவதுமாகப் புரிந்துகொள்ளலாம் என்பார்.

மேற்கூறிய முதற்கருத்தான பொருட்கள் எவ்வாறு செய்யப்படு கின்றன என்பது முழுக்க முழுக்கத் தொழில்நுட்பத்தைக் குறிக்கிறது. ஆனால் இரண்டாம் கருத்தான எதற்காக / எவ்வாறு பயன்படுத்தப் படுகின்றன என்பது முழுவதும் பண்பாட்டு நடத்தை முறையைச் சுட்டுவதாக அமைகிறது. பொருட்கள் எவ்வாறு செய்யப்படுகின்றன என்பதில் தொழில்நுட்பம் முன்னிலை பெற்றாலும் அதிலும் பண்பாடு வயப்பட்ட உலகப் பார்வை (world view), அறிதிறன் (cognition), பால்வேறுபாடு, தொழிற்பகுப்பு ஆகிய பண்பாட்டுவயப்பட்ட கூறு களின் செல்வாக்கு தொழில் நுட்பத்தின் மீது ஆளுமை செலுத்துவதாக இருக்கும்.

இனிவரும் பகுதியில் கைவினைப் பொருட்களின் உற்பத்தியில் ஆண், பெண் வேலைப் பகிர்வில் பொதிந்துகிடக்கும் அறிதிறன் கருத்தமைவுகளை அறிதிறன் அமைப்பியமாக (congnitive structuralism) புரோவர் விளக்குகிறார். புரோவரின் கோட்பாடு திராவிடப்பகுதி யில் பழமைச் சமூகத்தின் எவ்வாறான பண்பாட்டு வயப்பட்ட கருத்தியல்புகள் தொழில்நுட்பத்தின் மீது ஆளுமை செய்கின்றன என்பதையும் அறியத் துணைசெய்கிறது.

## புழங்கு பொருட்களும் பால் அடிப்படைகளும்

புழங்குபொருட் பண்பாட்டைப் பொறுத்தவரை பால் அடிப்படையில் நம்மிடையே பொதுவான சில மதிப்பீடுகள் உள்ளன. ஆண்களை நோக்கும்போது பெண்கள் எளிமையான வேலையைச் செய்பவர்கள் என்றும், எளிமையான கருவிகளை மட்டுமே பயன்படுத்தக்கூடியவர்கள் என்றும் ஒரு மதிப்பீடு உள்ளது. அதோடு சாதியடுக்கின் வரிசையில்

நீழே செல்லச் செல்ல பெண்களின் பங்கேற்பு மிகுதியாகிக் கொண்டே செல்கிறது என்ற மதிப்பீடும் உள்ளது.

மேற்கூறிய மதிப்பீடுகளை மிஷல் ஃபூக்கோவின் சொற்களில் சொல்ல வேண்டும் என்றால் 'சமுதாயத்தில் அறிவு என்பதுகூட ஒரு புழங்கு பொருளாக உள்ளது' (knowlege is an artifact)என்றுதான் சொல்ல வேண்டும். ஆனால் இம்மதிப்பீடுகள் புனைவுகள் சார்ந்தவை. மறுவாசிப்புக்கு உட்படுத்தப்படும்போது புனைவற்றவை வெளிப்படும்.

தமிழ்ச் சமூகத்தில் பால் அடிப்படையிலான பண்பாட்டில் பெண் பற்றிய புனைவுகள் எத்தகையன என்பதை விளங்கிக்கொள்ள முயலும் போதுதான் அடுத்த கட்டமாகப் புழங்கு பொருட் பண்பாட்டில் பால் அடிப்படைகள் எவ்வாறுள்ளன என்பதை ஆராய இயலும்.

தமிழகத்தில் பெண்கள் தெய்வமாகப் போற்றப்படுகிறார்கள். பெண் தெய்வங்களே இங்கு மிகுதியாக உள்ளன என்ற பால் அடிப்படையிலான மதிப்பீடு வெகுவாக வேரூன்றியுள்ளது. ஆண்மையச் சமூகப் புனைவில் இதன் சாத்தியப்பாடு எத்தன்மையது என்பதை நோக்க வேண்டும். தமிழ்ச் சமூக மரபுப்படித் திருமணத்தின் போது பெண் ஆணைவிட வயது குறைந்தவளாக இருக்கவேண்டும் என்று வலியுறுத்தப்படுகின்றது. மணமகனைக் காட்டிலும் மணப்பெண் சராசரி 3-5 வயது குறைந்தவளாக இருக்க வேண்டும் என்ற விருப்பம் உள்ளது. பழங்காலத்தில் இவ்வேறுபாடு 10-15 வயது வரை இருந்துள்ளது. ஆணைக் காட்டிலும் பெண் வயது குறைந்தவளாக இருத்தல் அவசியம்,

இவ்வகைத் திருமணமுறை கொண்ட சமூகத்தில் ஆண்கள் முதலில் இறப்பதும் பெண்கள் பின்னர் இறப்பதும் சாத்தியமாகக் கூடிய ஆண், பெண் இறப்பு விகிதாச்சார முறை ஏற்படுகிறது. பெண்களின் வாழும் வயது சற்றுக் குறைவு என்றாலும்கூடச் சமூகத்தில் விதவைகள் பரவலாகக் காணக்கூடிய சமூக அமைப்பில் ஒரு விதவைகூடச் சாமியாக வழிபடப்படவில்லை என்கிற புனைவற்ற கருத்துத் தளத்தை ஆராய வேண்டும்.

தமிழ்ச் சமூகத்தில் பெண்கள் கற்பின் சோதனைக்கு ஆட்பட்டு ஆண்களின் கொடூர வக்கிரத்தால் இறந்து, பின்னர் மக்களால் தெய்வ மாக்கப்பட்ட நிகழ்வுகள்தான் பெண் தெய்வங்களின் வரலாறாகும். ஒரு பெண் அகால மரணத்தின் மூலம் தெய்வமாக்கப்படும்போது அவளின் சக்தியை உணரும் அவளுடைய பிறந்த வீட்டுக் கால்வழி யினர் அவளைத் தெய்வமாக ஏற்றுக்கொள்கின்றனர். கணவன் வீட்டுக் கால்வழியினரும் அவளைத் தெய்வமாக ஏற்றுக்கொள்கின்றனர். ஒரு பெண் இருகால்வழியினருக்குத் தெய்வமாகும் ஆண்வழிச் சமூக

அமைப்பின் பிரதிபலிப்பே அதிக எண்ணிக்கையிலான பெண் தெய்வங்களின் இருப்புக்குக் காரணம் ஆகும் (துய்மோன் 1986).

வேளாண் பொருளாதாரச் சமூக வாழ்வில் உழைக்கும் மக்களின் தேவை மிகுதியாக இருப்பதால் கருவளமிக்க பெண்களின் முக்கியத்துவம் 'வளமை' (fertility) என்னும் கருத்தியல் வாயிலாகப் பண்பாட்டின் பல தளங்களில் வெகுவாக ஊடுருவி நிற்கிறது. இந்நிலையில், பெண்கள் சில தளங்களில் முன்னிலை பெறுகிறார்கள் என்று பொருள் கொள்வது ஆண்மையச் சமூக உருவாக்கத்தில் அவர்களின் சமூகக் கட்டமைவைச் சரியாகப் புரிந்துகொள்ளாததைக் குறிக்கும்,

தமிழ்ச் சமூகத்தில் பெண் தெய்வங்கள் மிகுதியாக உள்ளன என்பது கூடுதல் புனைவுக்கும் வழிவகுத்தது. இத்தகைய பெண் புனைவுகள் தமிழ்ச் சமூகத்தில் பலவாறாகப் பல்கிப் பெருகியுள்ளன. இவற்றை மறு ஆய்வுக்கு உட்படுத்திப் பார்க்கும்போது பால் அடிப்படையிலான புனைவுகளை நீக்க முடியும். இவ்வாறான கருத்தியல் சிந்தனையுடன் புழங்குபொருட் பண்பாட்டையும் பால் அடிப்படையிலான உறவுகளையும் ஆராயும்போது புதிய சிந்தனைப் பொறிகள், உள்ளொளிகள் நமக்குக் கிடைக்கும். கர்நாடகத்தில் ஜெருமானிய மானிடவியலறிஞர் புரோவர் கண்டறிந்த அறிதிறன் சார்ந்த, அமைப்பியம் சார்ந்த ஆய்வு முறை அனைவரின் கவனத்தையும் ஈர்க்கவல்லது.

## புரோவரின் கோட்பாடு

புழங்குபொருள் பண்பாட்டை அறிவதற்கும், அதனையே பால் அடிப்படையிலான புரிதலோடு இணைத்து அறிவதற்கும் கர்நாடகப் பகுதியில் புரோவர் (Brouwer 1987) மேற்கொண்ட அணுகுமுறையை நம்முடைய தரவுகளோடு பொருத்திப் பார்க்கும் சாத்தியப்பாடுகளையும் எண்ணிப் பார்க்க புரோவரின் கோட்பாடு உதவும். புரோவரின் இந்த அணுகுமுறையை ஏற்றுக் கொள்கிறோமா இல்லையா என்பதல்ல இங்கு நாம் கவனிக்க வேண்டியது. இன்றைய புழங்கு பொருள்கள் உற்பத்தியில் மரபார்ந்த சாதியச் சமூகங்களில் ஆண், பெண் பால் பாகுபாடானது எவ்வாறு இப்பண்பாட்டின் நிலம், சாதி, சாமி, அண்டம் போன்றவற்றின் கருத்தாக்கங்களை அடிப்படை அமைப்பாக்கங்களாக (structural entities) ஏற்றுக்கொண்டுள்ளது என்பதை அறிய இவருடைய அணுகுமுறை உதவுகிறது.

## கைவினைத் தொழில்களும் பால்பாகுபாடும்

புழங்கு பொருட்களைச் செய்யும் பல்வேறு தொழில்களில் ஆணும்

பெண்ணும் எந்தெந்த வகைகளில் பங்கேற்கிறார்கள் என்னும் புள்ளியிலிருந்து தன் புரிதலைத் தொடங்குகிறார் புரோவர். இதில் பின்வரும் மூன்று வகையான தொழிற் பகுப்பினை இனங்காண்கிறார்:

1. பெண்கள் மட்டும் பங்கேற்கும் தொழில்கள்
2. ஆணும் பெண்ணும் பங்கேற்கும் தொழில்கள்
3. ஆண்கள் மட்டும் பங்கேற்கும் தொழில்கள்

மேற்கூறிய தொழில்களில் முதலாவது, பெண்கள் பங்கேற்பதில் எவ்விதத் தடையும் இல்லாதத் தொழில்களைத் தனிவகையாக எடுத்துக் கொள்கிறார். இன்னும் சொல்லப்போனால், பெண்களே மிகுதியாக ஈடுபடும் தொழில்கள் பல உள்ளன. கூடை முடைதல், பாய் பின்னுதல், மூங்கில் பொருட்கள் செய்தல், பிரம்பு வேலை, மரச்சீப்புச் செய்தல், தாவரங்களின் நடுத்தண்டிலிருந்து கிடைக்கும் மென் சோற்றிலிருந்தது மாலைகள், பூ வேலைகள், மலர் வளையங்கள், ஒப்பனைப் பொருட்கள் செய்தல் போன்ற தொழில்களில் பெண்களே ஈடுபடுகின்றனர்[1].

இரண்டாவது வகையான தொழில்களில் பெண்கள் சில கட்டங்களில் மட்டும் பங்கேற்கின்றனர். நெசவுத் தொழிலில் சில வேலைகள், பானை வனைந்த பின்னர் மரச் சுத்தியால் தட்டுதல், இரும்பைக் காய்ச்சக் கைத்துருத்தி ஊதுதல், சக்கரம் சுற்றித் துருத்தி ஊதுதல் போன்ற விளிம்பு நிலைப் பணிகளைச் செய்கின்றனர்.

மூன்றாவது வகையான தொழில்களான தச்சரின் மரவேலைகள், கருமாரின் இரும்பு வேலைகள், தட்டாரின் பொன் வேலைகள் கல்தச்சரின் சிற்ப வேலைகள் இவை யாவற்றிலும் பெண்களுக்கான முதன்மையான பங்கேற்பு இல்லை. இங்குமங்கும் அருகிய நிலையில் பங்கேற்பது வட்டார வேறுபாடுகளாகக் கொள்ளத்தக்கவை என்கிறார் புரோவர்.

இதுவரையில் இனங்கண்டு கொண்ட மூன்று வகையான வகைப்பாடுகளுக்கடுத்து அடுத்தகட்டப் பகுப்பாய்விற்குச் செல்கிறார். புரோவர்.

### மூலப்பொருட்கள் கிடைக்குமிடம் (நாடு × காடு)

பெண்கள் எவ்விதத் தடையும் இல்லாமல் பங்கேற்கும் முறம் கட்டுதல், பாய் பின்னுதல், நெசவு நெய்தல், ஓலைப் பெட்டி செய்தல் போன்ற வற்றிற்கான மூலப் பொருட்களை எந்த ஊருக்குச் சென்று ஈட்டினாலும் அவை 'நாடு' என்று கருத்தாக்கம் பெறக்கூடிய பகுதிக்குள் அடங்குகிறது என்கிறார் புரோவர் *(1987: 3)*. சதுப்புப்பகுதியில் கோரையும்,

ஆற்றங்கரையில் கோரையும் பிரம்பும், விளைநிலத்தில் பருத்தியும், தோட்டக்காலில் அல்லது ஆற்றங்கரையில் மூங்கிலும் விளைகின்றன. இப்பகுதிகள் யாவும் மக்கள் 'நாடு / காடு' என வகைப்படுத்திக் காணும் அறிதிறனில் (congnition) 'நாடு' என்னும் பகுதிக்குள் அடங்கு கின்றன என்கிறார் புரோவர்.

ஆணும் பெண்ணும் பங்கேற்கும் மட்பாண்டத்திற்கான மூலப் பொருள் களிமண்ணாகும். இது நாடு, காடு சந்திக்கும் இரண்டுங் கெட்டான் இடமான (liminal space) ஏரி அல்லது களிமண் படுகையி லிருந்து பெறப்படுகிறது.

பெண்கள் முற்றிலும் பங்கேற்காத மூன்றாம் வகைத் தொழில் களான தச்சு வேலை, இரும்பு வேலை, சிற்ப வேலை, பித்தளைப் பாத்திர வேலை, பொன் வேலை ஆகியவற்றுக்கான மூலப் பொருள்கள் 'காடு' எனக் கருத்தாக்கம் பெறும் பகுதியில் இருந்து பெறப்படுகின்றன என்கிறார் புரோவர். பண்டைக் காலத்தில் தட்டார்கள் மலைப்படுகை களில் ஓடும் ஆற்றுப் பரப்பிலிருந்து தங்கத் துகள்களை எடுத்துள்ளனர். அதுபோல மலைப்பகுதிகளின் இரும்புக் கனிமங்களைச் சேகரித்து, அவற்றைக் காய்ச்சி இரும்புக் கருவிகள் செய்துள்ளனர் எனக் கருமார்கள் தெரிவிக்கும் பழங்கதைகளை நினைவுகூர்கிறார் புரோவர் *(மேலது : 3-4)*.

இரும்புக் கனிமங்களை நேரடியாக இயற்கைப் படுகையிலிருந்து பிரித்தெடுத்துக் கருவிகள் செய்யும் முறை சற்று மாறுபட்டதாக, இன்னும் சொல்லப்போனால் இன்றைய நிலையில் நோக்கும் போது ஆச்சரியமாகவும்கூட இருக்கலாம். ஆனால் நடைமுறையில் இருந்துள்ளது. நீலகிரியில் வாழும் கைவினைப் பழங்குடியினரான கோத்தர்கள் கனிமங்களை மலைகளிலிருந்து பெற்றுள்ளார்கள் என்பதை உல்ஃப் பின்வருமாறு குறிப்பிடுகிறார்:

> பண்டைய நாட்களில் கோத்தர்கள் மலைக்குன்றுகளுக்குச் சென்று அங்கு கிடைக்கும் இரும்புத் தாதுக்களை வெட்டியெடுத்தார்கள். இன்றோ அதனை கடைவீதிகளில் வாங்குகிறார்கள். (Wolf 1992:135).

இவ்வாறு காடு என்னும் பகுதியிலிருந்து பெறும் மூலப் பொருட் களிலிருந்து செய்யும் எல்லாக் கைவினைப் பொருள்களும் விஸ்வகர்மார் களால் தச்சுத் கழித்தல், திருஷ்டி கழித்தல் போன்ற சடங்குகள் செய்து காட்டுப் பகுதிகளில் வாழும் தீய ஆவிகளைப் பிரித்த பின்னர் பயன்படுத்துவோர்க்குத் தரப்படுகின்றன. புதிதாகக் கட்டப்படும் வல்லம், தோணி போன்றவற்றிற்கு நிகழ்த்தப்படும் தச்சுக் கழித்தல் சடங்கு காட்டு மரத்தில் தீய ஆவி உறைந்திருக்கும் என்ற எண்ணத்தால்

செய்யப்படுவதாகும். புது வீடு கட்டிப் புதுமனைபுகும் விழா நள்ளிரவன்று செய்யும் மனை சாந்தி சடங்கானது வீட்டில் பொருத்தப் பட்ட பல்வேறு காடுசார் பொருள்களில் (மரம், இரும்புப் பொருட்கள்) உறையும் காட்டு ஆவிகளை விரட்டுவதாகும். நேர்த்திக் கடனுக்காகச் செய்யும் களிமண் பொம்மைகள்கூட திருஷ்டி கழித்து கண் திறக்கும் சடங்கினை ஆண் பக்தர்கள்தான் (குயவர்கள்) செய்கிறார்கள். தங்கத்தாலி செய்து அதனைச் சாமி முன் வைத்து வணங்கிக் கொடுக்கும் போதுகூட அங்குப் பெண்கள் வருவதில்லை.

இவ்வாறு மரம், கல், இரும்பு, பொன் போன்ற கச்சாப் பொருள்கள் 'காடு' என்னும் பகுதிக்குரியனவாகக் கருத்தாக்கம் செய்யப்பட்டுள்ள தால் அவற்றுடன் காட்டில் உலவும் தீய ஆவிகள் அடங்கியிருக்கும் என்பது பஞ்ச கம்மாளர்களின் நம்பிக்கை. இந்நிலையில் காடு என்னும் பகுதியிலிருந்து பெறப்படும் கச்சாப் பொருட்களிலிருந்து செய்யும் எவ்வகைத் தொழிலிலும் பெண்கள் முதன்மையாக ஈடுபடுவதில்லை என்ற அமைப்பாக்கம் வெளிப்படுகிறது (புரோவர் **1987: 15-17**).

### செய்முறையின் பொருண்மை (நீர்×நெருப்பு)

பெண்கள் முழுவதுமாக ஈடுபட்டுச செய்யும் பாய்முடைதல், கூடை பின்னுதல், பிரம்பு வேலைகள் யாவற்றிற்கும் பயன்படும் கச்சாப் பொருள் கிடைக்குமிடம் நீர் நிலைகளை ஒட்டிய சதுப்பு நிலம், ஏரி, குளம், ஆற்றங்கரையாக உள்ளது. அதுபோலவே, அவற்றைச் செய்யும் போது பட்டைகளை வளைத்து முடைவதற்கு நீர் தெளித்து இணக்கத் துடன் வளைக்கப்படுகிறது. 'நீரே' பெண்கள் செய்யும் பொருள்களுக்கு அடிப்படையாக உள்ளது. இதற்கு நேர்மாறாக, இரும்பைக் காய்ச்சி அடிப்பதற்கும், வனைந்த பச்சை மட்பாண்டங்களைச் சுடுவதற்கும் பித்தளை, பொன் போன்ற நகைகளைச் செய்ய அவற்றை உருவாக்கு வதற்கும் 'நெருப்பு' இன்றியமையாததாக உள்ளது. ஆக, ஆண்கள் நெருப்பையும் பெண்கள் நீரையும் அடிப்படையாகக் கொண்டு புழங்கு பொருட்கள் உற்பத்தியில் ஈடுபடுகின்றனர்.

### உடலும் உற்பத்தியும் (ஒரு முறை உற்பத்தி × மீண்டும் மீண்டும் உற்பத்தி)

அடுத்து, ஆண், பெண் தொழிற் பாகுபாட்டில் இனப்பெருக்கம் சார்ந்த 'மறுஉற்பத்தியை'ச் சுட்டும் கருத்தாக்கம் பெண்பால் தொழிற் பாகுபாட்டில் காணப்படுவதை புரோவர் இனங்காண்கிறார். பெண்கள் செய்யும் புழங்கு பொருட்கள் ( பாய், கூடை, முறம், ஓலைப் பெட்டி போன்றவை) நீண்ட காலம் உழைக்காதவை. இவர்கள் தொடர்ந்து

உழைத்து மீண்டும் மீண்டும் மறு உற்பத்தியில் (இன உற்பத்தியின் குறியீடு இது) ஈடுபடும் தேவையை இவர்கள் கொண்டுள்ளனர்.

இதற்கு மாறாக, ஆண்கள் செய்யும் மரம், இரும்பு, பித்தளை, பொன் பொருட்கள் காலத்தால் விரைந்து அழியாதவை. ஆண்கள் மறு உற்பத்தித் திறன் தேவைப்படாத தொழிற்பாகுபாட்டைக் கொண்டுள்ளார்கள். பெண்கள் செய்யும் பொருட்கள் குறைந்த கால எல்லைக்குள் அழிந்து, மீண்டும் மீண்டும் மறுஉற்பத்திக்காக அவளை நாடி நிற்க வேண்டிய நிலையையும், ஆண்கள் உற்பத்தி செய்யும் கருவிகள் பல காலம் உழைக்கக் கூடியதாக இருப்பதால், அவர்களின் மறுஉற்பத்தித் திறன் வேண்டப்படாத நிலையையும் சுட்டும் மேலுமிரு அமைப்பாக்கங்கள் வெளிப்படுகின்றன. நாடு/காடு, நீர்/நெருப்பு ஆகிய இரு அமைப்பாக்கங்களுடன் ஒரு முறை உற்பத்தி/ மீண்டும் மீண்டும் மறு உற்பத்தி என்னும் மூன்றாவது அமைப்பாக்கம் இதன் தொடர் வரிசையாக இணைகிறது.

### கருவியின் பொருண்மை (கத்தி × சக்கரம் : ஆண் × பெண்)

அடுத்து, பெண்கள் ஈடுபடும் தொழில்களில் மூங்கில், பனைஓலை, கோரை, பிரம்பு போன்ற மூலப்பொருட்களை வெட்டுதல், பிளத்தல், சீவுதல் ஆகியன மட்டும் அடிப்படையான செயல்கள். இச்செயல் களைச் செய்ய அடிப்படையாக ஒரு கத்தி இருந்தால் போதுமானது. பெண்களின் கருவி கத்தியாகும். இங்குக் கத்தி என்பதைப் பரந்த பொருள் கோடலுக்கு உட்படுத்துகிறார் புரோவர் (மேலது: 10-11). அனைத்துத் தாய் தெய்வங்களும் கத்தி ஏந்தியிருப்பது இங்குக் கவனத்தில் கொள்ள வேண்டும் என்கிறார். ஆண்களின் உருவகமாக இருக்கும் கத்தியைப் பெண்கள் தங்கள் வசம் வைத்திருப்பதும், பெண்களின் உருவகமாக இருக்கும் மண் வனையும் சக்கரம், கருமார் உலைக்குக் காற்று ஊத உதவும் சக்கரம் அல்லது மீண்டும் ஒரு சுழற்சித் தளத்தில் இயங்கும் பட்டறை, தறி போன்ற பெண் உருவகக் கருவி களை ஆண்கள் தங்கள் வசம் வைத்திருப்பதும் இதன்கண் வெளிப்படும் அடுத்தகட்ட சில அமைப்பாக்கங்களாகும் என்கிறார் புரோவர் (மேலது : 15-17).

### தொழிற்குழுக்கள் (வலங்கை × இடங்கை)

மேற்கூறிய கருத்தியல் சார்ந்த அமைப்பாக்கங்களைப் பெற்றுள்ள ஆண், பெண் தொழிற் பகுப்பின் இறுதி அமைப்பாக்கமானது ஒரு அடிப்படையான அமைப்பாக்கத்தினால் கட்டப்பட்டுள்ளது. முழுக்க முழுக்கப் பெண்கள் ஈடுபட்டுச் செய்யும் தொழில்களைச் செய்யும்

கைவினைஞர்கள் வலங்கைச் சாதியினராகவும், ஆண்கள் மட்டும் கைவினைத் தொழில்களில் ஈடுபடுவோர் இடங்கைச் சாதியினராகவும் உள்ளனர். இங்குச் சிவனின் அர்த்தநாரி வடிவத்தோடு வலங்கை, இடங்கைப் பிரிவுகளின் சமூக இயல்பு பொருத்தப்பட்டிருப்பதற்கான சாத்தியக் கூறுகளையும் புரோவர் தொடர்புபடுத்துகிறார். அர்த்தநாரி யான சிவனின் வலப்பக்கம் ஆணாகவும் இடப்பக்கம் பெண்ணாகவும் இருப்பதால் வலங்கைச் சாதியில் ஆண்களின் பங்கேற்பும் இடங்கைச் சாதியில் பெண்களின் பங்கேற்பும் தவிர்க்க இயலாததாகிறது என்கிறார் புரோவர். இன்று வலங்கை, இடங்கைப் பிரிவுகள் சமூக எதார்த்தமாக இல்லையாயினும் நிலமானியச் சமூக அமைப்பின் தொடர்ச்சியாக இப்பிரிவுகளின் தொழில் மனப்பான்மையைக் கருத இயலும் என்கிறார் புரோவர் (மேலது: 15). இந்த அணுகுமுறையின் அடிப்படையில் இவர் பல தரவுகளை விளக்கிச் செல்கிறார்.

## திராவிடக் கலைமனம்

மேற்கூறிய அமைப்பியல் கண்ணோட்டத்துடன் பார்க்கும்போது தமிழ் மண்ணில் நாடு, காடு என்ற அறிதிறன் அமைப்பாக்கத்தில் பெண்கள் 'காடு' என்னும் பகுதிக்குள் நுழையாமல் 'நாடு' என்னும் பகுதியில் நீர்நிலை சார்ந்த இடங்களில் கச்சாப் பொருள்களைப் பெற்று நீரின் உதவியோடு ஆணின் உருவகமான கத்தியின் துணையோடு, மீண்டும் மீண்டும் மறு உற்பத்தி செய்யும் படைப்பாளிகளாகப் பெண்கள் இருக்கிறார்கள் என்று தமிழ் மனத்தின், திராவிடக் கலை மனத்தின் சிந்தனை அமைப்பை ஆராய்கிறார் புரோவர்.

பெண்களுக்கு மாறாக, ஆண்கள் 'காடு' பகுதியில் கிடைக்கும் கச்சாப் பொருட்களை நெருப்பின் துணைகொண்டு , பெண்ணின் உருவகமான சக்கரம் (அல்லது ஒரு சுழற்சித் தளத்தில் மீண்டும் மீண்டும் ஒரு தொடர் இயக்கமாக உள்ள கருவிகளின் துணையுடன்) மறு உற்பத்தியை நாடாத, நீண்ட காலத்திற்கு உழைக்கும் பொருள்களைச் செய்கின்றனர் என்னும் அமைப்பாக்கத்தை வெளிக்கொண்டு வருகிறார் புரோவர்.

பண்பாட்டில் செய்யும் தொழில்களும் வேலைப் பகிர்வுகளும் தான்தோன்றித்தனமாக அவரவர் விருப்பப்படி செய்யப்படவில்லை, சிந்திக்கப்படவில்லை என்றும், மக்கள் தாங்கள் வாழும் நிலம், சாதி , சாமி, சமயம், அண்டம், பிரபஞ்சம் ஆகியவற்றோடு ஊடாடும் கருத்தியல்புகளைத் தங்கள் வாழ்வின் ஒவ்வொரு தளத்திலும் பிரதிபலிக்கின்றனர் என்றும் புரோவர் மிகவும் முனைப்புடன் சிந்தித்துள்ளார்.

அமைப்பியமாகட்டும் வேறு கோட்பாட்டு அணுகுமுறைகளா கட்டும் அவை அனைத்துமே நிகழ்வுகளைத் தனித்தனியாகத் துண்டித்த நிலையில் பொருள்கோடல் செய்வதை ஆதரிப்பதில்லை. பண்பாட்டை ஒரு பரந்த, முழுமையான அமைப்பாக எடுத்துக் கொண்டு அதற்குள் ஒன்றுக்கொன்று பரஸ்பரம் பிரதிபலிக்கக்கூடிய, ஒன்றையொன்று சார்ந்து இனங்கண்டு பொருள்கோடல் செய்ய வேண்டுவதை இவ்வணுகுமுறைகள் வலியுறுத்துகின்றன.

**பின்னுரை**

தமிழ் மனத்தின் சிந்தனைப் போக்கின் அமைப்பு ரீதியிலான வலைப் பின்னல் தளத்தில் ஆழ்ந்து புதைந்து கிடக்கும் அமைப்புகளை இனங் காண்பது என்பது இம்மண்ணின் மிக நீண்ட, அறுபடாத பண்பாட்டுத் தொடர்ச்சியின் கருத்தியல்புகளையும் இம்மண்ணில் ஏற்பட்ட பண்பாட்டுக் கொண்டு கொடுத்தலால் நிகழ்ந்த கருத்தியல்புகளையும் அடிப்படையாகக் கொண்டதாகும். தமிழ் மனத்தின் இந்த நீண்ட அமைப்பியல் ஆக்கத்தில் பொதிந்து கிடக்கும் கூறுகளைப் புழங்கு பொருள் பண்பாட்டுக் கூறுகள் பலவகைகளில் எண்ணற்ற பொருண்மை களை உணர்த்துகின்றன[2].

மொழியின்கண் வெளிப்படும் ஒவ்வொரு செல்லுங்கூட ஒரு பண்பாட்டு வரலாற்றைத் தாங்கி நிற்கிறது. 'கோழி அடிச்சி, கிடா வெட்டி விருந்து கொடுத்தேன்' என்ற ஒரு சொல்லாடல் நிகழுமானால் அதில் கோழியை அடித்தலும், கிடாவை வெட்டுதலும் என்னும் சொற்கள் அடித்தல் கற்கருவியையும், வெட்டுதல் இரும்புக் கருவியை யும் சுட்டுகின்றன. கற்கருவிகளுக்குப் பின்னரே இரும்புக் கருவிகளின் பயன்பாடு ஏற்பட்டது என்பது ஐந்து லட்சம் ஆண்டுகளுக்குப் பின்னருங்கூட நம் சொல்லாடலில் இயல்பாக வெளிப்படுகிறது. வேறு வகையில் கூறுவதானால் இம்மண்ணில் நிகழ்ந்துள்ள தொழில்நுட்பப் படிமலர்ச்சியை அன்றாடச் சொல்லாடல்கள்கூட விளக்கி நின்று ஆழமான பண்பாட்டு வரலாற்றைத் தாங்கி நிற்கின்றன எனலாம். களப்பணிகளில் மக்களின் சொல்லாடலில் ஒவ்வொரு சொல்லும், கருத்தாடலில் ஒவ்வொரு கருத்தும் மிகவும் இன்றியமையாதது என்பது இதன்மூலம் விளங்குகிறது. ஆக பண்பாட்டின் எந்த ஒரு தளத்திலும் அப்பண்பாட்டினரின் அறிதிறன் முறைகளை, அமைப்பியல்புகளை வெளிப்படுத்த இயலும். தமிழ்ச் சமூகத்தின் அசைவியக்கம் பல உற்பத்திக் காலகட்டங்களைக் கடந்து வந்துள்ளதால் இதன் ஆய்வுக் களம் விரிந்து நிற்கிறது[3].

# 20

## சாதியத்தின் தோற்றம்

சாதியத்தின் தோற்றம் குறித்துத் தொடக்க காலத்தில் சில கோட்பாடுகள் முன்வைக்கப்பட்டன. இவற்றை மரபார்ந்த கோட்பாடுகள் (traditional theories) எனச் சாதியம் குறித்த கோட்பாட்டாளர்கள் குறிப்பிடுவர். (நவீனக் கோட்பாடுகள் அடுத்த இயலில் இடம் பெறுகின்றன). இந்த மரபார்ந்த கோட்பாடுகளில் முக்கியமானவை வருமாறு:

1. மரபுக் கொள்கை (traditional theory)
2. தொழிற்கொள்கை (occupational theory)
3. சமயக் கொள்கை (religious theory)
4. அரசியற் கொள்கை(political theory)
5. இனக் கொள்கை(racial theory)
6. படிமலர்ச்சிக் கொள்கை (evolutionary theory)

### மரபுக் கொள்கை

இக்கொள்கையை இந்து சமயத்தின் புராண, இதிகாசங்கள் மட்டுமே விவரிக்கின்றன. சாதி அமைப்பானது மனிதர்களால் தோற்றுவிக்கப் பட்டதன்று; இறைவனால் ஏற்படுத்தப்பட்ட ஒன்று என்பதே மரபுக் கொள்கையின் (traditional theory) மையக் கருத்தாகும்.

சாதியின்[1] தோற்றமானது வருண அமைப்பிற்குட்பட்டது. அதன்படி, பிரமனின் வாய், கை, தொடை, காலடி ஆகிய பகுதிகளிலிருந்து முறையே பிராமணர்கள்[2], சத்திரியர்கள், வைசியர்கள், சூத்திரர்கள் தோன்றினர் என ரிக் வேதம் கூறுகிறது[3]. மனு தர்மமும் இதையே கூறுகிறது. பகவத் கீதை குணத்தின் அடிப்படையில் வருணம் தோற்று விக்கப்பட்டதாகக் கூறுகிறது[4]. ஆனால், கடவுளே வருணங்களைப் படைத்தான் என்கிறது. இவர்களில் பிராமணர்களே உயர்ந்தவர்கள். வேதங்களைக் கற்பதும், அவற்றைக் கற்பிப்பதும், இறைவனுக்கு வழிபாடு செய்வதும், சமுதாயத்தில் சில பிரிவினருக்குச் சமயச் சடங்குகள் செய்வதும், அவர்களிடமிருந்து அன்பளிப்பைப் பெற்று வாழ்வதும்

இவர்களின் தொழிலாகும். சத்திரியர்கள் அவர்தம் மறச் செயல்களால் அனைத்துப் பிரிவினரின் உயிரையும் உடைமைகளையும் காப்பதும், நாட்டை ஆளுவதும், வீரர்களாகப் பணிபுரிந்து அதனைக் காப்பதும் தொழிலாகும். வைசியர்கள் நாட்டின் பொருளாதாரத்தை மேம்படுத்தத் தொழில் செய்வதும் வாணிகம் செய்வதும் தொழிலாகும். சூத்திரர்கள் ஏனைய மூன்று பிரிவினருக்கும் பணி செய்வதும், சமுதாயத்தில் இழிவான வேலைகளைச் செய்வதும் தொழிலாகும் என மரபுக் கொள்கை கூறுகிறது. (தமிழ் நூல்களிலும் இது பற்றிய கருத்துகள் உள்ளன)[5].

இக்கொள்கையானது, மேற்கூறிய நான்கு பிரிவினரும் மிகவும் இணக்கமாகச் செயற்பட்டுச் சமுதாயத்தின் அனைத்துத் தேவைகளையும் நிறைவு செய்யும் தன்மையில் பணிப் பிரிவுகளைச் செய்துகொள்ள வேண்டுமெனக் கூறுகிறது. இக்கொள்கையைப் பற்றி மஜூம்தார் குறிப்பிடும்போது, வருணங்களின் தோற்றம் இறைவனால் தோற்றுவிக்கப்பட்டது என்றும் அவை சமுதாயத்தைச் செயல் அடிப்படையில் பிரிக்கின்றன என்றும் கொள்ளும்போது, இந்த உவமானவிளக்கம் செயல் முறையில் சார்புடைய கருத்தாக உள்ளது என்பார். மரபுக் கொள்கையானது வேத இதிகாசங்களின் நம்பிக்கையில் ஏற்பட்டதாகும். (வேதங்களில் வருண வகைப்பாடு பற்றி கூறப்படுவது பிற்காலத்தவர்களால் புகுத்தப்பட்டது என்ற ஒரு கருத்தும் நிலவுகிறது). இக்கொள்கையானது சாதி முறையைப் பகுத்தறிவுவாத அடிப்படையில் விளக்க முற்படவில்லை.

## தொழிற் கொள்கை

சாதிகளின் தோற்றத்திற்குத் தொழிற் கொள்கை (occupational theory) மூலம் புதிய விளக்கம் கொடுக்க நேஸ்ஃபீல்டு (Nesfield) முற்பட்டார். இவரது கருத்துப்படி, சாதிகள் மக்கள் அவரவர் செய்யும் தொழில்களில் காணப்பட்ட வேறுபாட்டினால் ஏற்பட்டன. அத்தொழில் வேறுபாடுகளின் தன்மை ‘தூய்மை’ (purity), ‘தீட்டு’ (pollution) ஆகிய கருத்தாக்கங்களால் மதிப்பிடப்பட்டன. நான்கு வருணப் பிரிவினரும் ஏற்றுக்கொண்ட தொழில் வேறுபாடுகள், அவரவரின் தகுதியை அல்லது சமுதாயத்தில் அவர்களுக்குள்ள நிலையைச் சுட்டிக் காட்டுகின்றன. எனவே, சாதி அமைப்பையும் அதன் செயற்பாட்டையும் அறுதியிடும் காரணியாகத் தொழில்கள் அமைந்தன. பிராமணர்கள் தூய்மையானவர்கள் என்றும், மேன்மைமிக்க தொழிலைக் கொண்டோர் என்றும், அவர்களுக்கு அடுத்து முறையே சத்திரியர்கள், வைசியர்கள், சூத்திரர்கள் சாதிப் படிநிலையில் உள்ளனர் என்றும், இறுதியில் கூறப்பட்ட சூத்திரர்களே மிகவும் கீழ்நிலையானவர்கள் என்றும்

கருதப்பட்டது. செய்யும் தொழிலில் ஏற்பட்ட வேறுபாட்டினால் சாதிமுறை தோற்றம் பெற்றது எனக் கூறும் தொழிற் கொள்கையை சிலர் விமர்சனம் செய்தனர். சாதிகளைப் பற்றி ஹட்டன் (J.H. Hutton) கூறும்போதுகூடச் சாதிகளின் படிமலர்ச்சியில் தொழிற்பிரிவுகள் ஒரு காரணியாகத்தான் செயல்பட்டதே தவிர, அவை முழுமையான விளைவை ஏற்படுத்தவில்லை என்று கூறுகிறார்.

**சமயக்கொள்கை**

இக்கொள்கையை வகுத்தவர் ஹோகார்ட் (A.M. Hocart). இவரும் இக்கொள்கையை ஆதரிக்கும் வேறு சில சிந்தனையாளர்களும் சாதிமுறைக்கு அடிப்படை சமயமே என்று கூறுகின்றனர். இவர்களின் கருத்துப்படி, இந்து சமயத்தின் சமூக வடிவமே சாதியமாகும். இந்தச் சமயத்தின் முக்கிய அம்சமாக விளங்கும் சாதியமானது சதுர்வர்ணத்தால் ஆனது. சாதிகளின் தோற்றத்திலும் அவற்றின் வளர்ச்சியிலும் இந்து சமயம் பெரும் உந்துசக்தியாக இருந்து வந்துள்ளது. இதில் சமயம் சமூகம் இரண்டும் பரிவர்த்தனை வடிவங்களாகும். இவை சமுதாயத்தின் சட்டமாகவும், வாழ்க்கை நடைமுறையாகவும் (தூய்மை-தீட்டு பற்றிய கருத்துக்களைக் கொண்டவை) இருந்து வருகின்றன. சாதி என்பது மிகப் பழைமையான ஒரு சமூக அமைப்பாகும். வேதங்கள், புராணங்கள், தெய்வங்கள் எல்லாமே இதனடிப்படையால்தான் உள்ளன. மத தர்மத்தின் அடிப்படையிலேயே சாதி (சதுர்வர்ணம்) அமைப்பு உருவாக்கம் பெற்றது; தொடர்ந்து நிலைபெற்று வருகிறது எனச் சமயக்கொள்கை முன்மொழிகிறது.

இக்கொள்கையாளர்களின் கருத்துப்படி, இந்து சமயக் கோட்பாடு களின் அடிப்படையிலேயே சமுதாயத்தில் நான்கு பிரிவுகள் ஏற்பட்டன. அதற்கு முக்கியக் காரணம் இந்து சமயத்தின் கடப்பாடுகளையும் கடமைகளையும் தவறாமல் செய்வதற்கு இந்நான்கு பிரிவுகள் தேவைப் பட்டதேயாகும். இந்துக்களின் வாழ்வில் சமயம் உயிர்மூச்சாக இருப்பதால் சமயக் கோட்பாடுகளே நான்கு வகை வருணங்களை ஏற்படுத்தி ஒவ்வொன்றின் செயற்பாடுகளையும் வகுத்துக் கொடுத் துள்ளன. இந்நான்கு பிரிவுகளுக்கிடையே ஏற்பட்ட ஏற்றத்தாழ்வுகள் அவை சமயச் செயல்களை நிறைவேற்றுவதில் ஏற்றுக்கொண்ட பங்கினைப் பொறுத்து அமைந்தன. அதில் பிராமணர்கள் உயர்ந்த நிலையிலும் சூத்திரர்கள் கீழ்நிலையிலும் வைக்கப்பட்டனர். மற்றவர்கள் இடைநிலையில் வைக்கப்பட்டனர். சமயக் கொள்கையும் (religious theory) சாதிகளின் தோற்றங் குறித்து முழுநிறைவான கருத்தை அளிக்க வில்லை. இது சமுதாய வாழ்வின் பெரும் பகுதியைக் கணக்கில் எடுத்துக்

கொள்ளத் தவறியதே அதற்குக் காரணமாகும் (ஹோகார்ட்டின் பிற்கால கருத்துகள் அடுத்த இயலில் இடம்பெறுகின்றன).

சமயக் கொள்கையின் மீதான விவாதங்கள் பலவாறாக எழுந்தன. சாதிமுறையை வைதிக இந்துக்கள் முழுமனதுடன் ஏற்றுக்கொள்கின்றனர். இவர்களால் பாதிப்படைவோரும் சமயக் கொள்கையை அடிப்படை யாகக் கொண்டே சாதியமைப்பு மீது மாற்றத்தைக் கோருகின்றனர். இந்து சமயம் அதன் வரலாற்று வளர்ச்சியில் சமயத்தின் மூலம் சமூக வடிவில் சாதியத்தை நியாயப்படுத்தி வந்தாலும், தெற்காசியாவின் பல பகுதிகளிலும், இந்து சமயத்தின் ஆளுகைக்குட்படாத சமயத்தாரிடமும் கூட (முஸ்லிம்கள், சிங்களப் பௌத்தர்கள்) சாதிமுறை சில மாற்றங் களுடன் காணப்படுகிறது. ஆகையால், இந்துத்துவத்தின் சமூக வடிவ மாகச் சாதி முறை தோன்றவில்லை என்ற வாதம் சமயக் கொள்கையை நோக்கி எழுப்பப்பட்டது.

இந்து சமயமானது தெற்காசிய நாடுகளில் கிறித்துவுக்குப் பிந்தைய ஆரம்ப நூற்றாண்டிலேயே ஊடுருவி விட்டதென்றும், அது அங்கிருந்த சமூகங்களைச் சதுர்வர்ண அடிப்படையில் விளக்க முற்பட்டதேயன்றிச் சாதி அடிப்படையை (ஜாதி வியாவஸ்தா) நிலைநிறுத்தவில்லை என்றும் சமயக் கொள்கையாளர்கள் மறுமொழி கூறினர்.

பிரஞ்சு அமைப்பியவாதியும் இந்தியச் சாதியத்தைப் பற்றி மிக அதிகமாகச் சிந்தித்தவருமான லூயி துய்மோன் முதற்கொண்டு சிகாகோ மானிடவியலர்கள் வரை சாதிமுறையைப் பண்பாட்டுக் கருத்தாக்கத்தின்வழி காண்பதையே முன்னிலைப்படுத்தினர். அதாவது, இம்மக்கள் கொண்டுள்ள கருத்தியலின் அடிப்படையிலேயே அதனை விளங்கிக்கொள்ள வேண்டுமென்றனர். சமயக் கருத்துக்களை அடித்தள மாகக் கொண்டு பண்பாடு வார்த்தெடுத்த ஒரு சட்டகமாகவே சாதியத்தை இவர்கள் அணுகினர். இத்தகு நிலைப்பாடு சமயக் கொள்கைக்கு ஓரளவு சார்பானதாகவும் அமைகிறது (ஆனால் இவர்கள் சமயம் உள்ளிட்ட பல தளங்களையும் கணக்கில் கொள்கின்றனர்)[6].

### அரசியற் கொள்கை

இக்கொள்கையை வகுத்தவர் குர்யே (G.S.Ghurye). பிராமணர்களே சாதிமுறையின் தோற்றத்திற்குக் காரணமென அரசியற்கொள்கை (political theory) விவரிக்கிறது. இக்கொள்கையின் மையக் கருத்து வருமாறு: பிராமணர்கள் சமுதாயத்தில் உயர்ந்த தகுதியைப் பெற்று அதன்மூலம் பல்வேறு சலுகைகளை அனுபவிக்கும் பொருட்டு அவர்கள் செய்த சூழ்ச்சியால் சாதிகள் தோன்றின. பாகுபாடற்ற சமுதாயம்

நிலவிய போது பிராமணர்கள் மற்றவர்களைக் காட்டிலும் உடலாலும், செய்யும் தொழிலாலும் வேறுபட்டிருந்ததால் அத்தனித்தன்மையைக் காத்து மேல்நிலையை அடையச் சமயக் குருக்களாகச் செயற்படும் உரிமைக்குச் சொந்தம் கொண்டாடத் தொடங்கினர். சமயச் செயல் களையும் சடங்குகளையும் செய்யும் பொருட்டு உணவு, குடிநீர், திருமணம் போன்றவற்றின் மீது சில கட்டுப்பாடான விலக்குகளை ஏற்படுத்திக் கொண்டு ஓர் அகமணக் குழுவாயினர். இவையனைத்தும் மற்ற பிரிவினரை அவர்தம் கட்டுப்பாட்டுக்குள் கொண்டுவர உதவின. அதன் பின்னர் பிராமணர்கள் மற்றவர்கள் மீது அதிகாரம் செய்யத் தொடங்கினர். பிராமணர்களுக்கும் சாதிகளின் தோற்றத்திற்கும் உள்ள தொடர்பைக் குர்யே பின்வருமாறு குறிப்பிடுகிறார்: ‘சாதி என்பது இந்திய-ஆரியப் பண்பாட்டில் ஏற்பட்ட பிராமணக் குழந்தை. சாதி என்னும் குழந்தை முதலில் கங்கைப் படுகையில் தவழ்ந்து வளர்ந்து பின்னர் அவர்களால் இந்தியாவின் பிறபகுதிகளிலும் வேரூன்றியது’.

சாதிகள் தொழிற்பிரிவு அடிப்படையிலோ பிறப்பு அல்லது வேறு எந்த ஒன்றின் அடிப்படையிலோ தோன்றியது என்பதை அரசியற் கொள்கை கடுமையாக எதிர்க்கிறது. சாதி என்பது ஒரே பிரிவுதான். இதில் தனிமைப்படுத்தப்பட்ட பல பிரிவுகள் இல்லை. இக்கருத்தையே ரிக் வேதமும் குறிப்பிடுகிறது. பிராமணிய உயர்வுவாதம் என்பது போலியானது; பிற்காலத்தில் வேதங்களில் வேண்டுமென்றே இடைச் செருகல்கள் ஏற்படுத்தப்பட்டன என இக்கொள்கையாளர்கள் கூறுவர்.

## இனக் கொள்கை

இனக் கொள்கையை (racial theory) வகுத்தவர் மக்கள்தொகைக் கணக்கெடுப்பு (குடிமதிப்பு) இயக்குநராகப் பணியாற்றிய ஆங்கிலேய நிர்வாகி ரிஸ்லி (Risley). இக்கொள்கையை மஜூம்தார், குர்யே ஆகியோரும் ஆதரித்தனர். இந்தியத் துணைக் கண்டத்திற்குள் நுழைந்த ஆரியர்கள், இங்கு வாழ்ந்த சுதேசி மக்களைப் (தொல் திராவிடர்கள்) படையெடுப்பால் சமூக அளவில் அடிமைப்படுத்தியதன் மூலம் சாதிகள் தோன்றின என்பது இனக்கொள்கையின் மையக் கருத்தாகும். ரிஸ்லியின் கருத்துப்படி ஆரியர்கள் இந்திய மண்ணில் குடியேறிய பின்னரே இனவேற்றுமை குறித்த கருத்துக்கள் ஏற்பட்டன. குடியேறிய ஆரியர்கள் இங்கிருந்தவர்களைக் காட்டிலும் உடல் தோற்றத்தில் பொலிவானவர்களாகத் திகழ்ந்ததால் அதனைப் பயன்படுத்தி அவர்கள் வருணப் பாகுபாட்டைக் காட்டத் தொடங்கினர்.

இனக்கொள்கையை விளக்கும்போது குர்யே பின்வருமாறு குறிப் பிடுகிறார். சாதி அமைப்புடைய சமுதாயம் தோன்றியதற்குப் பல

காரணிகள் செயற்பட்டிருந்தாலும் அவை அனைத்தும் பிராமணர்கள் முதன்முதலில் முதுகுடிகளைச் சமயச் செயல்களிலிருந்து நீக்க மேற்கொண்ட முயற்சிகளிலிருந்தும், சமுதாயத்தில் அவர்களோடு (பிராமணர்கள்) மற்றவர்கள் சேர்ந்து செயற்படுவதைத் தடுக்க மேற்கொண்ட முயற்சிகளிலிருந்தும் ஏற்பட்ட விரிவாக்கங்களே ஆகும் என்பார். ஆரியர்கள் தங்களை உயர்ந்த இனத்தினர் என அவர்களாக எண்ணிக் கொண்டதுடன் திராவிடர்களைத் தஸ்யூக்கள் என்றும், கீழினமென்றும், அதனால் அவர்கள் தாழ்வான பணிகளையே செய்ய வேண்டும் என்றும் கூறிக் கொண்டனர். ஆரியர்களின் இவ்வாறான இன-பண்பாட்டு உயர்வு வாதங்கள் சாதி வேறுபாடுகளைத் தோற்று வித்தன; தீண்டாமைச் சாதிகள் என்னும் மற்றொரு பிரிவையும் தோற்றுவித்தன என இனக்கொள்கை முன்மொழிகிறது.

இக்கொள்கையானது 'சாதிகள் கடவுளால் படைக்கப்பட்டவை; அதனால் அவை மாற்ற முடியாமல் தொடர்ந்து நிலைபெற்றுள்ளன' என்ற மதவாத அடிப்படையிலான மரபுக் கொள்கையினர் முன்வைத்த கருத்தைவிட மேலானது என உணரப்பட்டது. இதனை அடிப்படை யாகக் கொண்டே ஜோதிராவ் பூலே, ஈ.வெ. ராமசாமி ஆகியோர் ஆரிய வரவுக்கு முன் சமத்துவத்துடன் வாழ்ந்த சுதேசிக் குடிகள் சாதி ஒடுக்கு முறையை எதிர்த்துப் போராடுவதன் மூலம் சமூக விடுதலையை அடைய முடியும் எனும் கொள்கையை முழக்கிச் செயல்பட்டனர்.

இனக்கொள்கை அடிப்படையில் சில வாதங்களைக் கணக்கில் கொள்ளவில்லை என்பதை இங்கு எண்ணிப் பார்க்கலாம். ஆரியர் களின் நேரடி ஊடுருவல் மிகக் குறைந்த தென்னிந்தியப் பகுதியில் சாதியம் வலுவான அமைப்புடன் செயல்பட்டு வந்துள்ளது. உலக நாகரிகப் பகுதிகளில் (சீனா, மேற்காசியா உட்பட) வெளியிலிருந்து படையெடுத்து வந்து வென்ற நாகரிகமடையாத கூட்டத்தினருக்கும் நாகரிகமடைந்த சுதேசிக் குடிகளுக்கும் போராட்டம் நடைபெற்றதால் சாதிகள் உருவாயின என்றால், உலகின் பிற படையெடுப்புப் பகுதி களில் சாதிகள் தோன்றாதது ஏன் என்ற வினா எழுகிறது. தெற்காசிய நாடுகளில் மட்டும் இது ஏன் உருவானது? இக்கேள்விகளுக்கான பதில் ஆரிய இனவாதக் கொள்கையில் இல்லை.

### படிமலர்ச்சிக் கொள்கை

இக்கொள்கையை வகுத்தவர் டென்சில் இபட்சன் (Denzil Ibetson). இவர், சாதிகள் திடீரென்று தோன்றியவையல்ல; நீண்டகாலப் படிமலர்ச்சி யின் (evolution) விளைவால் தோன்றியவை எனக் கூறுகிறார். இந்த நீண்டகாலப் படிமலர்ச்சியில் பல காரணிகள் பங்குபெற்றிருந்தன.

படிமலர்ச்சிக் கொள்கையின்படி (evolutionary theory) இன்று சாதியமைப்பில் காணக்கூடிய நான்கு வருணங்களும் நீண்டகாலப் படிமலர்ச்சிக்குப் பின்னரே, நான்கு படிநிலைக் குழுக்களாக மாறின. அவ்வாறு மாறும்போது, ஒவ்வொரு குழுவும் சமயத்தோடு ஏற்படுத்திக் கொண்ட பிணைப்பு மாறுபட்டது. அம்மாறுபட்ட பிணைப்பால் நான்கு வருணங்களுக்கும் செய்யும் தொழில் மரபு வழியில் அமைந்தது. உணவு, நீர், திருமணம் போன்ற அடிப்படைக் கூறுகள் விலக்குக் குள்ளாயின. இவ்வகையான வருண வேறுபாடுகளுக்குக் கருமம் (Karma) என்னும் கொள்கையும் துணை நின்றது. அக்கொள்கையின் அடிப்படையிலேயே உயர்வு, தாழ்வு ஏற்பட்டன. அதனோடு பல்வேறு குழுக்களிடையே இரத்தக் கலப்பு ஏற்படக்கூடாது என்ற எண்ணம், தனிப்பட்ட தொழில்களையே பற்றி நிற்க வேண்டுமென்ற எண்ணம், கருமக் கோட்பாடு, மூதாதையர் வழிபாடு, நிற வேறுபாட்டுணர்வு, பொருளாதார வேற்றுமைகள், வெவ்வேறு இயல்புடைய புவிப்பரப்புகள், பண்பாட்டு மரபுகளில் காணப்பட்ட பல்வேறு வேற்றுமைகள் ஆகிய முதன்மையான காரணிகள் ஒரு நீண்ட படிமலர்ச்சிக் காலத்தில் இந்திய மண்ணில் செயற்பட்டதன் விளைவாகச் சாதியமைப்புத் தோன்றியது எனப் படிமலர்ச்சிக் கொள்கை வாதிடுகிறது.

**பின்னுரை**

ஆரியர் படையெடுப்பிற்கு முன்போ படையெடுப்புடனோ, எப்போது சாதி தோன்றியிருந்தாலும் சரி, அது இந்தியாவில் நீண்ட நெடுங் காலமாக நிலவி வருகின்றது என்பது தெளிவு. இந்த நாட்டில் நடந்தேறி யுள்ள பல்வேறு சமூக, பொருளாதார மாற்றங்களுக்கும் அது ஈடுகொடுத்து வந்துள்ளது என்பதும் தெளிவான உண்மை. ஏனெனில், இந்தியா என்பது கி.மு. 2000 அல்லது 1000 ஆண்டுகளுக்கு முன்பிருந்து இன்றுவரை ‘மாற்றமில்லாத’ சமூகமாக இருந்திருக்கவில்லை.

உற்பத்தி முறைகளிலும், அரசியலிலும், நாகரிகத்திலும் இந்தியா பல்வேறு மாறுதல்களுக்குட்பட்டுள்ளது. மார்க்சிய வார்த்தைகளில் கூறுவதெனில், சாதியானது பல்வேறு காலகட்டங்களில் மாறுபட்ட உற்பத்தி முறைகளுடன் இணைந்து வந்திருக்கிறது. பிரதானமாக ‘மான்ய உற்பத்தி முறை’ (tributory mode) எனக் கூறப்படும் ஆரம்ப கால உற்பத்தி முறையிலிருந்து நிலப்பிரபுத்துவ காலம் வழியாக முதலாளித்துவம் மேலோங்கியுள்ள இன்றைய காலகட்டம் வரை, சாதி பல்வேறு வடிவங்களை மேற்கொண்டு, மறைந்தொழிவதற்குப் பதிலாக நீடித்து வருகின்றது. உபரியும் பொருளாதார ஏற்றத்தாழ்வு களும் சாதியின் நீடிப்பிற்கு அவசியமானவையாக இருந்தபோதிலும்

(இவ்விரண்டும் ஆணாதிக்க அமைப்பிற்கும், பெண்ணடிமைத் தனத்திற்கும் அவசியமானவையாக இருப்பது போல) சாதியை எந்தவொரு குறிப்பிட்ட உற்பத்தி முறையுடன் மட்டும் இணைத்துப் பார்க்க முடியாதென்ற முடிவுக்கு வரமுடியும்.

இந்த வரலாற்றின் எல்லாக் காலகட்டங்களிலும் சாதி நிலவி வந்திருக்கிறது. சிந்து சமவெளி நாகரிகத்தில் சாதி இருந்ததற்குப் போதுமான ஆதாரங்கள் நமக்குக் கிடைக்கவில்லை. எனினும், புதிய கற்காலத்திலிருந்து (neolitihic period)சாதியத்தின் தொல்அமைப்பு(proto-caste form)இருந்ததற்கான ஆதாரங்கள் உள்ளன. கி.மு.500க்கு முன்பே சாதியம் வேரூன்றிவிட்டது. ஆனால் இந்தியாவில் வர்க்கபேத சமூகம் உருவெடுத்த காலத்தில்தான், முதல் நூற்றாண்டின் இடைக்காலத்தில் தான், அது முழுமை பெற்ற அமைப்பாக, ஒரு சுரண்டல் சாதனமாக மாறியது. இன்று வரை அது தொடர்ந்து வந்துள்ளது. சாதி எல்லாக் கால கட்டங்களிலும் சிற்சில மாறுதல்களுடன் இருந்து வருகிறது. மார்க்சின் மொழியில் கூற வேண்டுமானால் புராதன, நிலப்பிரபுத்துவ, பூர்ஷ்வா காலகட்டங்களில் சாதி இருந்து வந்திருக்கிறது.

இவ்வாறு சாதியமைப்பு என்பது குறிப்பிடத்தக்க சமூக நிகழ்வாகப் பார்க்கப்பட வேண்டும் (வெறும் கருத்தமைவாகவோ பண்பாட்டு அமைப்பாகவோ அல்லாமல்). அது உற்பத்தி முறையோடோ, உற்பத்தி முறையுடனும் உருவாகும் வர்க்கங்களோடோ இணையாக இல்லா மலிருந்தாலும் எப்பொழுதும் இந்த உற்பத்தி முறையுடன் வினையாற்றி வந்துள்ளது. சாதியானது இந்த உற்பத்தி உறவுகளையும் வர்க்கங் களையும் உருவாக்குவதற்கு அதே நேரத்தில் அவற்றால் தானும் உருவாக்கப்படுகிறது. இந்தச் சமூக அமைப்புக்கும் உற்பத்திமுறைக்கும் உள்ள தொடர்பு வெவ்வேறு உற்பத்தி முறையில் வெவ்வேறாக உள்ளது. (எடுத்துக்காட்டாக, முதலாளித்துவ உற்பத்தி முறை பொருளாதாரத்தையும் சமூகக் கருத்தமைவுகளையும் தனித்தனிக் கூறுகளாகப் பிரித்துவிட்டது. ஆனால் முதலாளித்துவத்திற்கு முந்திய சமூகங்களில் இரத்த உறவு முறையும் அரசியலும் ஆதிக்கம் செலுத்து பவையாக அல்லது குறைந்தபட்சம் பொருளுற்பத்தியுடன் நெருங்கிய தொடர்புடையதாய் இருந்தன). எனவே இந்திய சமூக அமைப்பை அலசி ஆராய்வதற்கு வரலாற்றுப் பொருள்முதல்வாத அறிவும், சமகால வரலாறு, புதைபொருள் ஆராய்ச்சி, மானிடவியல் ஆகிய துறைகளில் தேர்ச்சியும் தேவைப்படுகின்றன (கெயில் ஓம்வெட் 1998).

சாதிமுறை இத்துணைக் கண்டம் முழுவதும் பரவிக் காணப் படுகின்ற, தெற்காசியாவின் தேசிய இனங்கள் அனைத்திலும் (மேற்கு பாகிஸ்தான் முதல் வங்கதேசம் வரை, நேபாளம் முதல் இலங்கை

வரை) ஊடுருவிக் காணப்படுகிற ஒரு முறையாக உள்ளது. நாடுகள், தேச எல்லைகள், சமயம், மொழி ஆகிய பல எல்லைகளை உட்செரித்துக் கொண்டு மிக நீண்ட வரலாற்றுக் காலத்தினூடே இது நிலை பெற்று வருவதால் இதுவே அதனைத் தத்துவார்த்த அடிப்படையில் புரிந்து கொள்வதற்குத் தடையாகவும் உள்ளது. இந்திய வரலாற்றுக் கட்டங்களான புராதன, நிலப்பிரபுத்துவ, காலனி, முதலாளித்துவ காலகட்டங்கள் அனைத்தையும் கடந்து வந்துகொண்டிருப்பதால் இதனைச் சமூக, சமய, பொருளாதார, உற்பத்தி உறவுகளோடு பல பரிமாணங்களில் புரிந்துகொள்ள வேண்டியுள்ளது. உண்மையில் சொல்ல வேண்டுமானால் எந்த ஒரு கோட்பாட்டுக் குழுவினரும் இதன் தன்மையை முழுமையாக அணுகவில்லை என்றே கூற வேண்டும்.

சாதிகளின் தோற்றம் குறித்து நிலவும் கொள்கைகள் அனைத்தும் பல்வேறு சிந்தனைக் குழுக்களின் வெளிப்பாடாகும். இக்கொள்கைகள் சாதியமைப்பின் தன்மைகளை விளக்குவதில் கொண்டிருக்கும் ஈடுபாடு அதன் தோற்றத்தைக் காண்பதில் காணப்படவில்லை. இந்தியாவைப் பொறுத்தவரை சாதியமைப்பு ஒரு சிக்கலான சமுதாய நிகழ்வாகும். அதனைத் தெய்வீகப் படைப்பு என்றோ மனிதப் படைப்பு என்றோ கூறிக்கொண்டு ஆராய்வது ஒரு புறமிருக்க, இன்றைய நிலையில் அது சமுதாய இயக்கத்தில் கொண்டிருக்கும் பங்கினை ஆராய்வது பல விவாதத்திற்குரிய சிக்கல்களைத் தீர்ப்பதற்கு வழிவகுக்கும். குறிப்பாக, சமுதாய ஆதாயம் தேடி வேதகாலத்தில் பிராமணர்கள் சாதிமுறைக்குள் தங்களை உட்படுத்திக் கொண்ட விளைவுகளை உரிய முறையில் அணுகாவிட்டால் 'சாதி என்னும் மாயக்கருத்தே இந்தியாவின் மிகக் கொடிய நம்பிக்கை'யாகி (India's Most Dangerous Myth: The Fallacy of Caste) என்னும் வகையில் தொடர்ந்து பாதிப்புகள் ஏற்படும். 19ஆம் நூற்றாண்டில் இனவெறி தலைவிரித்தாடியபோது மானிடவியலறிஞர் ஆஸ்லி மாண்டகு 'Man's Most Dangerous Myth: The Fallacy of Race' என அறிவுறுத்தி அத்தலைப்பில் ஒரு நூலும் எழுதினார். மேலையுலகில் 'இனம்' பல்வேறு சிக்கல்களுக்கு உட்படுத்தப்படுவது போல இங்குச் சாதியும் அவ்வாறான முரண்பாடுகளுக்கு ஆட்படுத்தப்படுகிறது.

சாதியம் குறித்த இந்த மரபார்ந்த கோட்பாடுகளை மறுதலித்து முனைப்பான சிந்தனையுடன் மேற்கொள்ளப்பட்ட ஆய்வுகள் வழி மாற்றுக் கோட்பாடுகள் சில முன்வைக்கப்பட்டுள்ளன. இவை நவீனக் கோட்பாடுகளாக அடையாளப்படுத்தப்படுகின்றன. இவற்றை அடுத்த இயலில் அறியலாம்.

# 21

## சாதியம்: நவீனக் கோட்பாடுகள்

இந்தியத் துணைக்கண்டத்தில் சாதியத்தின் நிலைப்பாடு பல நூற்றாண்டுகளைக் கடந்து வந்தாலும் இது பற்றிய வரலாற்றியல், இனவரைவியல் (ethnography) வகையிலான புரிதல்கள் 18ஆம் நூற்றாண்டில்தான் துவங்கின. காலனியவாதிகளாலும் இவர்கள் வழி வந்த பிற ஐரோப்பியர்களாலும் இத்துவக்கம் ஏற்பட்டது. ஏறக்குறைய ஒன்றரை நூற்றாண்டுகாலக் காலனிய இனவரைவியலானது சாதியம் என்பதை, இந்தியத் துணைக்கண்டத்தின் ஒட்டுமொத்தப் பண்பாகவே (pan - Indian) கணக்கிலெடுத்துக் கொண்டு அணுகியது.

இந்தியத் துணைக் கண்டத்தின் புவியியற் பரப்பில் எந்த ஒரு காலகட்டத்திலும் ‘ஒன்றுபட்ட’ (unified) பொதுப் பண்பாட்டுப் பின்புலம் அமைந்தது கிடையாது. மாறுபட்ட பூகோள, இன, மொழி, அரசியல் பரப்பில் தனித்தன்மை வாய்ந்த பல ‘திணைப் பண்பாடுகள்’ (பழங்குடிச் சமூகங்கள் வரை) அவற்றிற்கேயான சமூக அமைப்பு களோடும் அடையாளங்களோடும் நிலைபேறு கொண்டிருந்தன.

இத்தனித்த அடையாளங்களுடன் கூடிய பண்பாட்டுச் சூழலில் சாதியத்தின் இழை இத்துணைக்கண்டத்தின் எல்லாப் பகுதிகளையும் இணைத்துக் கொண்டு ஓர் அனைத்திந்தியப் (pan-Indian)பண்பாக வேரூன்றிவிட்டது என்ற கருத்தின் அடிப்படையில் மட்டுமே 18ஆம் நூற்றாண்டு தொடங்கிச் சாதியச் சொல்லாடல் நிகழ்ந்து வந்துள்ளது. மாறாக, வேறுபட்ட பூகோளச் சூழல்களில் தனித்தன்மை வாய்ந்த பல திணைப் பண்பாடுகள் எவ்வாறு சாதியம் என்ற படிநிலைச் சமூகத் தன்மையோடு தங்களை இணைத்துக் கொண்டன; ஐக்கியப்படுத்திக் கொண்டன என்னும் புரிதல் புறந்தள்ளப்பட்டது.

இன்னும் மறு நிலையில், சாதிய அடுக்கமைவின் அடித்தளத்தில் உள்ள நாயர்களின் பெண்களைத் திருமணம் செய்யும் நம்பூதிரி பிராமணர்களின் சமூக அமைவு பற்றியோ, வட இந்தியப் பிராமணர் களின் உயர்குலத் திருமண முறையை(hypergamy) விடுத்துத் திராவிடத்

திருமண முறையான 'முறைப்பெண் மணத்தை' (cross-cousin marriage) ஏற்றுக்கொண்ட தென்னிந்தியப் பிராமணர்களின் சமூக அமைவு பற்றியோ, வீர சைவர்களின் வீடுகளில் நீர்கூடப் பருக முடியாத நிலையில் இருந்த பிராமணர்களின் சமூக அமைவு பற்றியோ, பூப்புச் சடங்கு நடத்திய பின் திருமணம் செய்யும் திராவிட முறையை முதன் முதலில் ஏற்றுக் கொண்ட மலபார் பிராமணர்களின் சமூக அமைப்புப் பற்றியோ, இதுபோன்ற பிற 'திணைசார் தழுவல்கள்' பெற்ற பிராமணர்களின் சமூகஅமைவு பற்றியோ இன்று வரையிலான சாதியச் சொல்லாடல்கள் முன்வைக்கப் பெறவில்லை. அன்றித் திணைப் பண்பாட்டுச் சமூக அமைவுகளில் பிராமணர்கள் தங்களுக்கான 'திணைசார் தழுவல்'களை ஏற்றுக்கொண்ட போதிலும் எங்கிருந்து தங்களுக்கான அதிகாரத்தைச் செயல்படுத்தித் தங்களுக் கான மேலாண்மையை நிறுவிக்கொண்டனர் என்பன போன்ற வரைவியலும் அடையாளப்படுத்தப்படவில்லை.

இவ்வாறான களங்களில் சாதியத்தின் புறந்தள்ளப்பட்ட வரை வியல்கள் கட்டவிழ்க்கப்படும் இன்றைய சூழலில் காலனியவாத சாதியத்தின் மையம் உடைந்து வருகிறது. அடுத்து ஏற்பட்ட ஆய்வுப் போக்கிலான கோட்பாடுகளை முன்வைத்தவர்கள்கூட (குறிப்பாக லூயி துய்மோன்) மெய்யியல்வாதம் (substantialization) போன்ற புதிய 'கருத்தியல் நீட்சி'களை முன்வைக்கும் போக்கு ஏற்பட்டு வருகிறது.

18ஆம் நூற்றாண்டுக் காலனிய வரலாற்றோடு தொடங்கிய சாதி பற்றிய அறிவாராய்ச்சியியல் (epistemology) ஒற்றை வழி அணுகுமுறையில் பேசுவதிலிருந்து விலகியது. சாதியத்தை ஒரு அனைத்திந்தியப் பண்பாகவே பார்த்த நிலைமாறிப் பின்வரும் இரண்டு கொள்கை நிலையில் விவாதிக்கத் தொடங்கினர். 1. கருத்தியல்வாத நிலை (idealist) 2. பொருள்முதல்வாத நிலை(materialist)

### கருத்தியல்வாத நிலை

**துய்மோனின் கோட்பாடு:** சமயக் கருத்துக்களை அடித்தளமாகக் கொண்டு பண்பாடு வார்த்தெடுத்த ஒரு சட்டகமாகவே சாதியத்தைக் கருத்தியல்வாதிகள் பார்த்தனர்.

கருத்தியல்வாதிகளில் முன்னோடி இடத்தைப் பெறும் லூயி துய்மோன் (Louis Dumont)அமைப்பியல் ரீதியாகவும், வேதகாலம் தொடங்கிப் பிற்காலம் வரை தோன்றிய அனைத்து வகையான பிராமணங்களின் (Brahmanas: அரசு ஆதரவுடன் எழுதப்பட்ட பனுவல்கள்: Texts) கருத்துக்களை உட்செறித்துச் சாதியத்தின்

வாய்பாட்டை (paradigm) விவரிக்கும் ரீதியிலும் கருத்தியல்வாதக் குழுவிற்குத் தலைமை ஏற்கிறார்[1].

துய்மோனின் சாதிய அமைப்புக்கான தர்க்கம் பிராமணர்களுக்கான அதிகார விழைவு எங்கிருந்து தொடங்குகிறது என்பதில் ஆரம்பம் கொள்கிறது. இதில் இரண்டு தர்க்கவியல் நிலைகளை துய்மோன் அமைத்துக்கொள்கிறார். முதல் தர்க்கம்: மரபார்ந்த இந்தியச் சமூகத்தில் வானளாவிய பொருளியல் அதிகாரத்தையும், அரசியல் அதிகாரத்தை யும் கொண்டவர்கள் மன்னர்கள். இவ்வளவு சர்வ அதிகாரம் படைத்த வர்கள் இரண்டாம் தரமாகிப் பிராமணர்களைத் தங்களுக்கு மேற்பட்ட வர்களாக உயர்த்திய உயர்குடிச் சிந்தனைப் போக்கு (இதனைத் 'தத்துவார்த்த சிந்தனைப் போக்கு' என்றுகூடத் துய்மோன் சில இடங்களில் குறிப்பிடுகிறார்) சாதிய அமைப்பிற்கு அடித்தளமிட்டது என்கிறார் துய்மோன். இவருடைய கோட்பாட்டின் சாராம்சத்தை அவருடைய சொந்த எழுத்துக்களின் வழி அறிதல் வேண்டும்.

உலகளாவிய நிலையில் இந்தியாவின் தனித்துவமான பண்பு எங்கிருக்கிறது என்றால், இந்தியச் சமூகத்தில் சமூகத் தகுதியும் சமூக அதிகாரமும் ஒன்றிணையாமல் தனித்தியங்குகின்றன. இதனால்தான் மன்னனைவிட பிராமணர் சமூகத் தகுதியில் உயர்ந்து நிற்கிறார்.

மன்னர்கள் தங்களுக்கான சர்வ அரசியல், பொருளாதார வல்லமை யைத் தக்கவைத்துக்கொள்ளும் பொருட்டுச் சடங்கியல் செயல்பாடு களைப் பிராமணர்கள் வழி செய்துகொண்டார்கள். எஜமானர்களான மன்னர்களின் தெய்வீக, ஆன்மிக ஆற்றலின் மேம்பாட்டுக்கு வழி கோலும் யாக / வேள்விச் செயல்பாடுகளைச் செய்த புரோகிதர்கள் அப்பணிகளுக்காக எஜமானர்களான அரசர்களிடமிருந்து, தானங் களும் தட்சிணைகளும் பெற்று வாழ்க்கை நடத்தினர்.

பொருளியல் நிலையிலும், அரசியல் நிலையிலும் மேலாண்மை பெற்று எஜமானர்களாகத் திகழ்ந்த அரசர்களின் 'அதிகாரம்' (power) என்னும் தளம் (domain)ஆன்மிகம்-சடங்கு-சடங்கு வழி ஆற்றல் இவற்றைக் கொண்டு மன்னனுக்கும், அரசுக்கும், நாட்டுக்கும் மேன்மை ஏற்படுத்திய பிராமணர்கள் மன்னர்களைக் காட்டிலும் கூடுதல் சமூகத் 'தகுதி' (status)பெற்றுத்தரும் தளமும் கொண்ட உறவே சாதியமைப்பின் அடித்தளம் என்பார் துய்மோன்.

மன்னர்களின் அதிகாரத் தளம் சர்வ வல்லமை பெற்றதாயினும் அவ்வல்லமையின் தளம் தொடர்ந்து காக்கப்பட/உயர்த்தப்படப் பிராமணர்களின் சடங்கியல் தளத்தை அதுகோரி நிற்பதால் இங்கு 'அதிகாரம்' (power), 'தகுதி' (status) ஆகிய இரண்டும் ஒன்றோடு ஒன்று

இயைபு கொள்ளாமல் தனித்தனியாகப் பிரிந்து ஒன்று மற்றொன்றை உட்செரித்துக் கொள்கின்றது. இவ்வாறு 'அதிகாரம்', 'தகுதி' ஆகிய இரண்டு கூறுகள் தனித்தனியாக நிற்காமல் 'அதிகாரம்', தகுதியின் கீழ் அடங்கிப் போக முற்பட்ட படிநிலையே சாதியச் சமூகத்தின் படிநிலைத் தர்க்கமாக, வாய்பாடாக (paradigm) அமைந்தது. துய்மோனின் இரண்டாவது தர்க்கவியல் நிலை: மரபார்ந்த அக்காலச் சமூகத்தில் (வேதகாலம்-வேதகாலத்திற்குப் பிந்தைய காலம்) மன்னர்களின் சர்வ வல்லமைக்கும் பயன் செய்யும் பொருட்டு மக்கள் பல குழுக்களாகப் பாகுபட்டனர். இப்பாகுபாடு பொருளியல் உற்பத்தியில் பங்கேற்பு, பணிப்பகிர்வு என்பன தொடங்கிச் சடங்கு நிலை, திருமண உறவு கொள்ளும் குழுக்களின் எல்லை வரை விரிந்து ஒவ்வொரு குழுவும் தங்களுக்குள் ஏற்படுத்திக் கொண்ட உறவு (relation) சாதியப் படிநிலைக்கு, மற்றுமோர் அடித்தளத்தை அமைத்தது என்பார் துய்மோன்.

சமூகக் குழுக்களிடம் (சாதிகள்) ஏற்பட்ட உறவில் ஒவ்வொரு குழுவினரும் எந்தெந்த நிலைகளில் 'வேறுபட்டு' (seperation) நின்றனர், எந்தெந்த நிலைகளில் மற்ற குழுவினர்களுடன் 'பரிவர்த்தனை' கொண்டனர் (interdependence), இவ்விரண்டு உறவால் எந்தப் 'படிநிலையில்' வரிசைப்பட்டனர் (hierarchy) என்று மூன்று வகை யான கருத்தியல் அமைவுகள் ஏற்பட்டன என்பார் துய்மோன். இந்த மூன்று கருத்தியல் விரிவாக்க நிலைகளையும் 'தூய்மை/தீட்டு' (purity/pollution) என்ற ஒரே கருத்தியல் சாராம்சத்துக்குள் அடக்கிக் கொண்டு சாதியத்தின் இரண்டாம் தர்க்கத்தை வரையறுத்துக் கொள்கிறார். இந்த இரண்டாம் தர்க்கத்தில் உயர்வு நிலையும் (superiority), உயர்வான தூய்மையும் (superior purity) ஒன்றோடு ஒன்று இயைபு கொள்கின்றன. இந்நிலையில் சமூகத்தில் தூய்மை நிலையின் மீதே 'தகுதி'(status) கட்டுமானம் பெறுகிறது என்றும் இத் 'தகுதியே' சாதிப் படிநிலைக்கு அடித்தளமிடுகிறது என்றும் தூய்மை/தீட்டு தர்க்கத்தின் நீட்சியைச் சுட்டிக்காட்டுகிறார்.

## பொருள்முதவாத நிலை

'சமயம்-சடங்கு-சடங்கியல்-அதிகாரம்' ஆகியவற்றின் கட்டுமான மாகச் சாதியைப் பார்த்த கருத்தியல்வாதிகளின் கருத்தையே பொருள் முதல்வாதக் குழுவினர் சமூக உறவு என்ற வெளிப்பாட்டுடன் சாதியத்தை விளக்க முற்பட்டனர். சாதியமானது, 'ஏற்றத் தாழ்வினைப்' (inequality) பகுத்தறிவிற்கு ஒத்த அமைப்பாகவே, மக்கள் மனப்பூர்வ மாக ஏற்றுக்கொண்டு, அதனைத் தொடர்ந்து நிலைபெறச் செய்யும் பிரக்ஞையைக் கொண்டுள்ள பொருளியல் பொருண்மையாகவே

பொருள் முதல்வாதத்தினர் கருதுகின்றனர். இந்நிலை ஒருவகையில் பிரக்ஞை சார்ந்ததாகும் என்கின்றனர். உயர்சாதியினர், கீழ்ச்சாதி யினரைக் காட்டிலும் செல்வம் மிக்கவராக இருந்து உயர்வான விழுமியங்களைக் கடைப்பிடிக்கும் பிரிவினராகப் படிநிலை பெறும் தன்மையானது உயர்தோர் வாழ்வு உயர்வானது; தாழ்ந்தோர் வாழ்வு தாழ்வானது என்று கட்டமையும் கருத்தியல் பிரக்ஞை படிநிலையோடு இணைவு கொள்கிறது. இவ்வகையான பிரக்ஞை தூய்மை, தீட்டு ஆகிய பொருண்மைப் படிநிலை வழி ஒவ்வொரு சாதிக்குமான 'வேறுபாட்டினைத்' தொடர்ந்து பிரக்ஞைபடுத்திக் கொள்ளவும், சாதியத்தின் கேள்விக்குள்ளாக்கும் குணாதிசயங்களைத் தொடர்ந்து ஏற்புடையதாக்கிக் கொள்ளவும் செயற்படுகிற ஒரு சமூக, உற்பத்திப் பிரக்ஞையாக உள்ளது.

ஆக, கருத்தியல்வாதிகளாகட்டும், பொருள்முதல்வாதிகளாகட்டும் இருசாராருமே சாதிப்படிநிலை எவ்வாறு தர்க்கம் கொள்கிறது என்பதையும், சாதியத்தின் இயங்கியல் வாய்பாடு (dialectical paradigm) எவ்வாறு கட்டமைந்துள்ளது என்பதையும் அணுகும்முறைகளில் மட்டுமே மாறுபடுகின்றனரே தவிர சாதியத்தின் பண்புகளை வேறுபட்ட, தனித்தன்மை வாய்ந்த இம்மண்ணுக்கான திணைப் பண்பாடுகள் எவ்வாறு தொடக்கத்தில் ஏற்றுக்கொண்டன என்றோ, அவ்வாறு ஏற்றுக்கொண்ட பண்பாட்டுக் குழுவினரின் சாதியப் பண்புகள் எவ்வாறான தன்மைகளில் வேறுபட்டு நின்றன என்றோ, சாதியத்தின் வரலாற்றிலிருந்து வரலாற்றின் சாதியம் எவ்வாறான போக்குகளை அடையாளப்படுத்தியது என்றோ காண்கின்ற வகையில் வரலாற்று வரைவுகளை, இனவரைவுகளை முன்வைக்கவில்லை[2].

## ஹோகார்ட் கோட்பாடு

சாதி பற்றிய அறிவாராய்ச்சி நிலையில் ஏறக்குறைய அரை நூற்றாண்டுக்கு முன் ஹோகார்ட் (Arthur Maurice Hocart) முன்வைத்த கோட்பாடு இன்று மீண்டும் ஆர்வத்துடன் பேசப்படுகிறது. பிஜி, தோங்கோ, சமோவா தீவுகளின் முடியாட்சி (kingship) குறித்த ஆய்வாளராகவே அவர் நெடுநாட்கள் கருதப்பட்டார். இத்தீவுகளின் அரசுமுறை குறித்த, ஆழ்ந்த புரிதலை ஏற்படுத்திக் கொண்டிருந்த அவர் முதல் உலகப் போருக்குப் பின் இலங்கையில் தொல்லியல் ஆணையராகப் பொறுப் பேற்றுப் பணி செய்த காலத்தில் சாதியம் பற்றிய புரிதலையும் விரிவாக்கிக் கொண்டார். பிஜி, தோங்கோ, சமோவா தீவுகளின் முடியாட்சியின் தொடர்ச்சியாகவே, சாதியத்தின் நிலைப்பாடு இருப் பதாக அவர் கருதினார்.

ஹோகார்ட் 1939இல் இறப்பதற்கு ஓராண்டுக்கு முன்னர்தான் (1938) சாதி பற்றிய அவருடைய கருத்துக்கள் நூல் வடிவில் பிரஞ்சில் வெளியாயின. பின்னர் அந்நூல் A Comparative Study of Caste என்னும் தலைப்பில் 1950இல் ஆங்கில மொழியாக்கம் பெற்றது. துய்மோனின் Homo Hierarchicus நூலின் மீதான விமர்சனங்களுக்கும் மாற்றுக் கோட்பாடுகளை முன்வைப்பதற்கும் ஹோகார்ட்டின் புரிதல் துய்மோனின் நூலுக்குப் பின் தேவைப்பட்டது. 1980களுக்குப் பிறகு ஹோகார்ட்டியம் புதிய கோணத்தில் மறுவாசிப்புச் செய்யப்படுகிறது.

சாதிய அமைப்பு இந்தியத் துணைக் கண்டத்துக்கு மட்டுமே தனித்தன்மை வாய்ந்ததல்ல என்பது ஹோகார்ட் கருத்து. இவ்வாறான சமூக அமைப்பு பண்டைய ரோம், எகிப்து, கிரேக்கம், பெர்சியா, தென்பசிபிக் தீவுகள் (குறிப்பாக பிஜி) ஆகிய பகுதிகளிலும் இருந்தது என்கிறார் ஹோகார்ட் (திராவிட உறவுமுறைக்கு (Dravidian kinship) நிகரான உறவுமுறைக் கோட்பாடு, குறிப்பாக 'முறைக் கோட்பாடு', பிஜித் தீவுகளில் உள்ள மவோலா (Moala) சமூகத்தில் உள்ளது என்னும் ஷாலினின் கூற்று இங்குக் குறிக்கத்தக்கது).

ஹோகார்ட்டின் சாதியம் பற்றிய கோட்பாடு மிகவும் நுண்ணியல் தன்மை கொண்டது. இன்றுள்ள சாதியக் கூறுகளைக் கொண்டு அதனைப் புரிந்துகொள்வது எளிதல்ல. அவருடைய கருத்தை ஒவ்வொரு அலகாகப் பிரித்து அதன் தர்க்கப் போக்கை விவரிப்பதெனில் அது ஒரு குறுநூலாக விரியும். ஆதலின் இங்கு மிகச் சுருக்கமான சாராம்சம் இடம்பெறுகிறது. ஹோகார்ட்டைப் பொறுத்தவரையில் இந்தியச் சாதியமைப்பானது இந்திய முடியாட்சி அரசின் அரசியல் அதிகாரத்துக்கான 'சமூக வடிவம்' ஆகும். இந்திய முடியாட்சியின் அதிகார விழைவுக்கான ஆதாரங்களைப் புரிந்து கொண்டாலொழிய சாதியத்தைப் புரிந்துகொள்ள முடியாது.

இங்கு ஹோகார்ட் குறிப்பிடும் முடியாட்சி அரசு எனப்படுவது அதன் அக, புற கட்டமைப்பையோ, நிர்வாக முறையையோ அல்ல. மாறாக முடியாட்சி அரசு அதன் இயக்கத்துக்காக, அதன் ஆற்றலுக்காக, அதன் தொடர்ச்சிக்காக ஏற்படுத்திக்கொண்ட ஆற்றல் (power) சார்ந்த தர்க்கத்தை இனங்காண்கிறார். இந்த ஆற்றல் தர்க்கத்தில் பூவுலக அரசன் ஒரு நிலையிலும், பிரபஞ்ச அரசர்களான கடவுளர்கள் மறுநிலையிலும், இவர்களைச் சடங்கியல் வழி இணைக்கின்ற நான்கு வருணத்தினர் இடையிலும் உறவு பெறுகின்றனர்.

முடியாட்சி அரசியலில் எல்லாம் வல்லவர் அரசர். இவரே நாட்டில் ஒழுங்கைக் (order) கட்டமைக்கிறார். ஆனால் பூவுலகம் உள்ளிட்ட

ஒட்டுமொத்தப் பிரபஞ்சத்தின் ஒழுங்கைக் கட்டமைப்பது கடவுளர்கள். ஆக பிரபஞ்சக் கட்டமைப்பைக் காக்கும் கடவுளர்களின் தளத்தோடு உறவுகொண்டு ஆற்றல் பெறாத எந்த ஓர் அரசனும் நீண்ட ஆயுளையோ, போரில் வெற்றியோ, நாட்டில் நீதி, நிர்வாகம், பொருள் வளம், பஞ்சமின்மை, நோய் நொடியின்மை ஆகியவற்றையோ பெற இயலாது.

இந்நிலையில் பிரபஞ்சக் கடவுளர்களின் ஆற்றலைப் பெறுதல் என்பதே அரசனுக்கான தொடர் விழைவாகும். இதனால் ஏற்பட்டவையே அரசு வேள்வியும் யாகமும் ஆகும். இச்சடங்கியல் நிகழ்வில் மன்னன் தீட்டற்ற நீண்ட புனித நிலை மேற்கொண்டாக வேண்டும். ஒவ்வொரு அரசு வேள்வி மூலமும் மன்னன் பிரபஞ்ச ஆற்றலோடு தன்னை மீண்டும் உயிர்ப்பித்துக் கொள்கிறான். இவ்வாற்றல் புதுப் பிக்கும் செயலானது ஒரு தொடர்ச்சியான விழைவாக இருந்ததால் வேதகால 'முடியாட்சி' என்பதே சடங்கியல் கட்டுமானம் பெற்றதாக உருவானது' (kingship is a sacrificial organisation). இதனாலேயே வேதகாலத்திய நான்கு வருணக் கோட்பாடு என்பது இந்து சமூகத்தின் வேள்விக் கோட்பாட்டைப் பிரதிபலிக்கும் அமைப் பாகும் என்பார் ஹோகார்ட்.

ஹோகார்ட்டின் இதுவரையிலான தர்க்கவியல் விவரங்கள் நமக்கு துய்மோனிய வரைவியலிலிருந்து விலகுவதற்கு அடித்தளமிடவில்லை. மேற்கூறிய அடிக்கட்டுமானத்தின் மீது ஹோகார்ட் எழுப்பும் பின்வரும் கருத்தியலே நாம் துய்மோனையும் பிறரையும் மறுவாசிப்புச் செய்து விமர்சிக்க உதவும். இந்தியச் சிந்தனை மரபில் 'அதிகாரம்' என்பது 'தகுதி' என்னும் தளத்தில் செரிக்கப்பட்டு விடுவதால்தான் அரசர்கள் பிராமணர்களுக்கடுத்துப் படிநிலை பெறுகின்றனர் என்ற துய்மோனின் கோட்பாட்டை ஹோகார்ட் தலைகீழாக்குகிறார். ஹோகார்ட்டிய மாதிரியில் பிரபஞ்சத்தின் ஒழுங்கைக் கடவுளர்கள் கட்டமைக்கின்றனர் என்றால் பூவுலகின் ஒழுங்கை அரசன் கட்டமைக் கிறான். அதனால்தான் கோயிலும் அரசபீடமும் ஒன்றாகின்றன (கோ+இல்: கடவுளின் இடம்/அரசனின் இடம்).

வேதகாலச் சமூக ஒழுங்கில் மன்னர்களே முதல் சாதியினர். இவர்களையடுத்து வரிசைப்படும் பிராமணர்களும் மற்றவர்களும் அரசனின் தூய்மை நிலையைப் பேணவும், அரசு வேள்விக்கும் அதுசார்ந்த அதிகார நிலைபேற்றினைப் பேணவும் கட்டமைந்த சமூக உறவே சாதியப் படிநிலை என்பார் ஹோகார்ட்.

சாதியைப் பற்றிய ஹோகார்ட்டின் இன்னொரு கருத்து கவனத் திற்குரியது. சாதி என்பது பல குலங்களின் (clans) தொகுப்பாகும்.

ஒவ்வொரு குலத்தாரும் தனி வழித்தோன்றலைக் கொண்டவர்கள். அக்குலத்தாருக்கான குருதி உறவு குறிப்பிட்ட சில குலத்தவர்களுடன் பொருந்தாது என்ற கருத்தமைவைக் கொண்டவர்கள். இவ்வாறு ஒரு சாதிக்குள் பல குலங்களாகப் பிரிந்த குலப்பிரிவுகள் அவற்றிற்குள்ளேயே ஒரு படிநிலையாக அமைந்து, சில குலத்தவர்கள் நேரடியாக மற்ற சாதியினரின் உட்குலத்தவரோடு ஊழியப் பரிமாற்றம் செய்து கொண்டனர். சில குலத்தவர்கள் தங்கள் சாதிக்குள்ளேயே உள்ள பிற குலத்தாருக்கு ஊழியம் செய்து வந்தனர். இந்நிலையில் சாதிப் படிநிலையானது பல சாதிப் பிரிவுகளுக்கிடையில் அமைந்த சமூக உறவை ('செங்குத்து உறவு') வரையறை செய்தது என்பது ஒரு புறம் நிகழ, ஒவ்வொரு சாதிகள் அமைந்த குலப்படிநிலையானது ஒரே சாதிப் பிரிவினருக்குள் அமைந்த சமூக உறவை ('கிடைநிலை உறவு') வரையறை செய்வது என்பது மறுபுறம் நிகழ்ந்தது.

முடியாட்சியின் இறையாண்மையைக் காக்க இறைமாட்சியின் அருளைப் பெறவேண்டும் என்ற வேதகால முடியாட்சிச் (kingship) சிந்தனையில் பிராமணர்கள் மன்னர்களுக்கடுத்து உயர்நிலையில் இருந்தனர். பிராமணச் சாதிக்குள்ளும் பல குலங்கள் படிநிலையில் அமைந்தன. இந்த உயர்குலத்தைச் சேர்ந்தவர்கள் மட்டுமே மன்னனின் வேள்வியாகச் சடங்குகளைக் கவனித்த பிராமணர்களுக்கு ஊழியம் செய்தனர். அவர்களுக்குக் கீழான குலத்தினர் பிற உயர் சாதியினருக்குச் சடங்கு ஊழியம் செய்தனர். இவர்களுக்குள்ளேயும் மங்களச் சடங்கு செய்வோர் சில குலத்தவர்களாகவும், இறப்புச் சடங்கு, கருமாதி போன்ற மங்களமற்ற சடங்குகள் செய்வோர் அவர்களுக்குக் கீழான குலத்தவர்களாகவும் படிநிலை பெற்றனர்.

ஹோகார்ட்டிய மாதிரியில் செங்குத்து உறவுக்கும் (சாதிகளுக்கிடையிலான படிநிலை) கிடைநிலை உறவுக்கும் (ஒரே சாதிக்குள் அமையும் பல குலங்களுக்கிடையிலான படிநிலை) ஒரு தொடர்பும் (continuum) அமையும். அதாவது பிராமணச் சாதியின் கீழ்நிலைக் குலமானது பிராமணச் சாதிக்குக் கீழுள்ள சாதியின் உயர்குலத்தோடு ஒத்திசைவு கொள்ளும். இதனை இலங்கையின் அற்புதமான தரவுகள் வழிப் பசிபிக் கடல் தீவுகளின் சமூகப் படிநிலைகளோடு இவர் ஒப்பிடுகிறார். இலங்கையின் வேளாண் குடியின் உயர்குலத்தவர் பூசாரிகளாகப் பணியாற்றிய முறை இவ்வாறான செங்குத்துக் கிடைநிலை உறவின் ஒத்திசைவால் நிகழ்ந்ததாகும் என்பார் ஹோகார்ட்.

### பிற அறிஞர்களின் நிலைப்பாடுகள்

ஹோகார்ட்டின் மாதிரியை ஒத்த தரவுகளை இந்தியச் சூழலில் வேறு

நிலையில் இனங்காணுகின்றனர். வட இந்திய குஜ்ஜார்களின் பண்பாட்டுப் பகுதியில் பிராமணர்களும் மற்ற உயர்சாதியினரும் சம தகுதியுடன் விளங்கும் ரஹேஜாவின் ஆய்வுகளும், ஹீஸ்டர்மேனின் பிராமணப் படிநிலை குறித்த ஆய்வும், பேரியின் மகாபிராமணன் பற்றிய ஆய்வும், சடங்குப் பிராமணர்களின் தகுதிநிலைகள் பற்றிய ஆய்வும் குறிப்பிடத்தக்கன².

இவ்வாய்வுகள் வழி ஹோகார்ட்டிய மாதிரியை நாம் புரிந்து கொள்ளவேண்டும். பிராமணர்களுள் உயர்குலத்தவர்கள் மட்டுமே மன்னனின் வேள்வியாகச் சடங்குகளைக் கவனித்தனர். அவர்களுக்கு கீழான குலத்தவர்கள் பிற உயர்சாதியினர்களுக்குச் (எஜமானர்கள்) சடங்கு ஊழியம் செய்தனர். இந்நிலையில் பிராமணர்களின் தகுதி செங்குத்து நிலையிலும் கிடைநிலையிலும் செல்வதை அவதானிக்க வேண்டும்.

இந்தியப் பண்பாட்டுப் பரப்பில் பிராமணர்களுக்குள் நிலவும் விரிவான படிநிலைகளைப் பின்வருமாறு சுருக்கிப் பொதுமைப் படுத்தலாம்:

1. **துறவி** (renouncer): சமூக வாழ்விலிருந்து ஒதுங்கியவர்கள்; பிராமணப் பிரிவினர்களுள் உயர் தகுதியினர்.

2. **மதகுரு** (spiritual preceptor): சமூக வாழ்வுடன் குறைந்த அளவு பிணைப்புக் கொண்டவர்கள்.

3. **பிராமணத் தொழில் செய்யாத பிராமணர்**: குருக்களாகவோ சடங்குத் தொழில் புரிந்தோ வாழாதவர்கள்.

4. **தனிமனிதர்களுக்கான (எஜமானர்கள்) பூசாரிகள்** (personal priests): கடவுளர்களுக்கும் எஜமானர்களாகத் திகழும் தனிமனிதர்களுக்கும் சடங்குவழி ஊழியம் செய்பவர்கள்.

5. **கோயில் பூசாரிகள்** (temple priests): கடவுளர்களுக்கும் பொது மக்களுக்கும் ஊடகமாகத் திகழ்பவர்கள்.

6. **இறப்புச் சடங்கு செய்வோர்** (death priests): இம்மை உலகத்தோடும் மறுமை உலகத்தோடும் தொடர்பு கொள்பவர்; இறப்புச் சடங்கு, கருமாதி போன்ற சடங்குகள் செய்பவர்கள்.

பிராமணச் சாதிக்குள் நிலவும் இவ்வாறான கிடைநிலைப் படிநிலை யானது (horizontal stratification) மற்ற எல்லாச் சாதியினரிடமும் உள்ளதற்கான தர்க்கத்தை ஹோகார்ட் எவ்வாறு விளக்குகிறார் என்பதைக் காணும்போது, தலித்துக்களிடம் காணப்படும் கிடைநிலைப்

படிநிலையும் கருத்தில் கொள்ளலாம். தீண்டத்தக்க மேல்சாதிகளுக்குள் காணப்படும் படிநிலை போன்றே தீண்டத்தகாத சாதிகளிடமும் அமைந்துள்ளது என்பது மொபாத்தின் கருத்தாக்கம். வள்ளுவப் பண்டாரம், பறையர், பள்ளர், புரத வண்ணான், சக்கிலியர் ஆகிய அனைவரும் ஒரு படிநிலையில் தரம்பிரித்துப் பழகுகின்றனர். ஒரு சாதிக்குள்ளேயே உள்ள உயர்குலத்தவர் மேற்சாதியினருக்கும் பிற குலத்தவர் பிற சாதிகளுக்கும் ஊழியம் செய்யும் செங்குத்து-கிடைநிலை உறவை அவதானிக்கும் போது துய்மோனிய, மொஃபாத்திய மரபார்ந்த சமூகச் சட்டகத்துக்குள் இதனைப் பொருத்திப் பார்க்க இயலாது.

இன்னும் ஒரு கூடுதல் பரிமாணத்தில் நாம் இக்கருத்தை உள்வாங்கிக் கொள்ள வேண்டுமாயின், சாதியத்தின் வரலாற்றை எழுதும்போது சமகாலத்தில் சாதியப் படிநிலைப் பண்பானது துய்மோனியக் கருத்தை ஆதரிக்கும் நிலையும், வரலாற்றின் சாதியமானது ஹோகார்ட்டின் கருத்தை ஆதரிக்கும் நிலையும் வெளிப்படுகிறது.

இந்நிலையில் இன்றைய சாதிய அரசியலை நாம் எந்தத் தளத்திலிருந்து முன்வைக்கிறோம் என்பதிலிருந்துதான் மேற்கூறிய சாதிய அரசியலை நாம் இன்று மாற்றியமைக்க முடியும். இன்றுவரையிலான சாதியத் தொன்மங்கள், சாதி பற்றிய சமயம் சார்ந்த கருத்துக்கள் அனைத்துமே பிரதியாக்கப்பட்ட வரலாறு கூறும் ஒற்றைவழி வரலாறாகும். முடியாட்சி அரசு முறைக்காகத் (kingship) தோன்றிய சாதியச் சமூக அமைப்பில் பிரதிகளை ஆக்கியோர் பிராமணர்களும் மற்ற உயர் சாதியினரும் ஆவர். பல கிளைமொழிகள் (சாதிகளுக்கான மொழிகள், வட்டார மொழிகள்) இருந்த அச்சூழலில் அடித்தள மக்கள் மொழியிலிருந்து விலகி மேல்சாதியினர் மொழி வடிவத்தில் இவை பிரதியாக்கப் பட்டன. பிரதியாக்கப்படாத வரலாறு என்பது முடியாட்சி எனக்கூடிய பேரரசுச் சூழலில் ஏற்பட்ட பேரிலக்கியம், பெருங்கலாச்சாரம் ஆகிய உருவாக்கத்தில் தடம் பதியாத கூறுகளாகும். இப்பேரிலக்கிய, பெருங்கலாச்சார வரலாற்றுப் பிரதியின் (பண்பாட்டுப் பிரதி என்றும் கொள்ளலாம்) வழியாகவே அழகியல், அறிவியல், இவை போன்ற பிற உருவாக்கப்பட்டன. ஆகவே பிரதிகள் வழிப்பட்ட சாதியத்தின் வரலாறு என்பது பிரதியாக்கப்படாத சாதியம் என்ற திணைப் பண்பாட்டுக் கூறுகளைத் (பிரதிகளை) தடம் பதிய வைக்கவில்லை. இன்று பல இனவரைவியல் அறிஞர்கள் திரட்டிவரும் வாய்வழித் தொன்மங ்களும், பிற பிரதியாக்கம் பெறாத நாட்டார் வழக்காறுகளும் பிரதிகள் வழியிலான சாதிய வரலாற்றைக் கேள்விக்குள்ளாக்குகின்றன.

பிரதிகளைக் கேள்விக்குள்ளாக்கும் தரவுகள் சிலவற்றை மட்டும் கணக்கில் எடுத்துக்கொண்டு சாதியத்தின் வரலாற்றை எழுதிய

பிரதிகளை மீண்டும் மறுபரிசீலனை செய்ய வேண்டும். இதற்காக சுஷ்ருத் ஜாதவ் மகாராட்டிர மாநிலத்தில் தொகுத்த தீண்டத்தகாத சாதியின் தொன்மத்தை இங்கு மறுவாசிப்புக்கு உட்படுத்த வேண்டும்.

மகாராட்டிரத்தில் குந்தால் கிராமத்தில் வாழும் சக்கிலியர்களின் தொன்மக் கதை கடவுளால் தோற்றுவிக்கப்பட்டதாகக் கூறப்படும் சாதிகளின் வரலாற்றை உடைத்தெறிகிறது. அன்றைய மராட்டிய அரசின் வீரசாதியைச் சேர்ந்த மூன்று சகோதரர்கள் கர்நாடகத்தின் ஹூப்ளி ஆற்றங்கரையோரம் வசித்து வந்தனர். இவர்கள் மராட்டிய மன்னான சிவாஜியின் தர்பாரில் பணிசெய்து வந்தனர். அப்போது ஆங்கிலேயருக்கு எதிரான ஒரு கிளர்ச்சியில் பங்கு கொண்ட இவர்கள் அக்கிளர்ச்சி வெற்றியடையாததால் ஆங்கிலேயப் படையினரிட மிருந்து தப்பிக்க நிலபுலங்களையெல்லாம் விட்டுவிட்டு ஆற்றைக் கடந்து தப்பியோடி குந்தால் கிராமத்திற்குச் சென்றடைந்தனர். பணம்,பொருள் ஏதுமில்லாத அந்நிலையில் ஆங்கிலேய அடக்குமுறை அட்டூழியங்களுக்கு மீண்டும் ஆளாகாமல் இருக்கவும், தங்களின் இன அடையாளம் தெரியாமல் இருக்கவும் உடனடியாக அவர்கள் கண்முன் தெரிந்த சக்கிலியத் தொழிலை மேற்கொண்டனர்.

இத்தொன்மத்தின் சித்திரிப்புப் பல பொருண்மைகளைத் தன்னுள் கொண்டுள்ளது. இத்தொன்மமானது சாதியப் படிநிலையில் சக்கிலியர் களின் தகுதி மிகத் தாழ்வானது என்ற மேலோட்டமான பொருண்மை யைச் சுட்டிக்காட்டினாலும், இத்தொன்மம் அக்குடும்பத்தவரின் பழைய தகுதியை மீண்டும் உணர்த்தும் ஒரு சங்கேத மொழியின் (மொஃபாத் சுட்டிக்காட்டும் சங்கேத மாற்றம் (code switching) போன்றது) பொருண்மையையும் சுட்டிக்காட்டுகிறது. அதாவது இவர்கள் தாழ்ந்த சாதியினர் இல்லை என்பதைச் சுட்டிக் காட்டுகிறது. பல தொன்மங்கள் தீண்டத்தகாத சாதிகள் கடவுளால் படைக்கப் பட்டன என்று கூறும் நிலையில் இத்தொன்மம் காலனிய ஆங்கிலேயர் களின் அடக்குமுறையிலிருந்து காப்பாற்றிக் கொள்ளும் பொருட்டு எழுந்த ஒரு தற்காலிக சாதிய மாற்றத்தைக் கூறுகிறது. இது போன்ற பல தொன்மங்களும், இனவரைவுகளும் உரிய இனவரலாற்று ஆய்வுமுறை களுடன் (ethnohistorical methods) பதிவு செய்யப்படாமலேயே உள்ளன.

இன்று இந்தியா முழுவதும் பண்பாட்டுச் சிறுபான்மையினராகப் பல சமூகங்கள் வேற்றுப் பண்பாட்டுப் பரப்பில் இழிகுடிகளாகவும், தீண்டத்தகாத சாதிகளாகவும், விளிம்புக்குத் தள்ளப்பட்ட சமூகத் தினராகவும் வாழ்ந்து வருகின்றனர். குஜராத்தைத் தாயகமாகக் கொண்ட இன்றைய நரிக்குறவர்கள் குஜராத்தில் அன்று வேளாண் குடியினராக வாழ்ந்தவர்கள். ஏழு கம்பளத்தில் ஒரு கம்பளமாக

விளங்கும் நித்ரவார் கம்பளத்தைச் சேர்ந்த குடுகுடுப்பை நாயக்கர்கள் குடுகுடுப்பை அடித்துக் குறிச்சொல்லும் நாடோடிப் பிரிவினராக விளிம்புக்குத் தள்ளப்பட்டனர். இவர்கள் தமிழகத்துக்குப் புலம்பெயரும் முன் ஆந்திராவில் வேளாண் குடியினராக வாழ்ந்தவர்கள். இன்று தமிழகத்தில் மிகப் பெரும் எண்ணிக்கையில் வாழும் மலையாளிப் பழங்குடிகள் தென்னிந்தியாவில் முகமதியர் ஆட்சி ஓங்கியிருந்தபோது காஞ்சிபுரப் பகுதியிலிருந்து குடியேறிய காராள வெள்ளாளர்கள் ஆவர். இவர்களின் சகோதரர்கள் ஏலகிரி, பச்சைமலை, கொல்லிமலை, கல்வராயன் மலை ஆகிய மலைப்பகுதிகளுக்குப் புலம்பெயர்ந்து இன்று பழங்குடியினர் (tribe) அடையாளத்துடன் வாழ்கின்றனர் (தர்ஸ்டன் 1909). தென்னிந்திய இனவியல் வரலாற்றை உற்றுநோக்கும்போது அந்நியப் படையெடுப்புகளால் (குறிப்பாக முஸ்லிம், ஆங்கிலேயப் படையெடுப்புகள்) பல குடியினர் தங்கள் இன அடையாளங்களைக் காத்துக்கொள்ளும் பொருட்டு வேற்றுப் பண்பாட்டுப் பரப்பிற்குள் குடியேறித் தங்களின் பூர்வீகத் தொழில்களைக் கூட மாற்றிக் கொண்டுள்ளனர்.

இன்றைய தமிழகப் பகுதிகளில் வாழும் சாதியினரின் வாய்வழித் தொன்மங்கள் சாதியத்தின் வரலாற்றில் இதுவரை இடம் பெறாதவை யாகும். கடற்கரைப் பட்டனவர்களின் (மீனவர்: நெய்தல் திணை யினர்) தொன்மமானது அவர்கள் பருதவராஜ குல மன்னனின் வழித் தோன்றல்கள் எனக் கூறுகின்றது. வன்னியர்களின் தொன்ம மானது அவர்கள் அக்னிகுலச் சத்திரியர் வழித்தோன்றல்கள் எனக் கூறுகின்றது. இதுபோன்று மள்ளர், பள்ளர் ஆகியோரின் சாதியத் தொன்மங்கள் அவர்களின் வழித்தோன்றல்கள் குறுநில மன்னர்களின் வம்சத்தோடு தொடர்புகொண்டவர்களாகக் கூறுகின்றன. இவ்வகைத் தொன்மங ்களும் பிற சாதியினரின் தொன்மங்களும் இதுவரையிலான சாதிய வரலாற்றுக்குப் புத்தொளிகளை வழங்கவல்ல 'எதிர்ப் பிரதி'களாகும். இத்தரவுகள் அனைத்தும் அக்காலத்தில் ஒவ்வொரு சமூகக் குழுவும் (திணைக் குடியினர்) தன்னாட்சி பெற்ற அரசர் அல்லது குறுநில மன்னனைக் கொண்டிருந்து; அதன் பின்னர் பேரரசு விரிவாக்கத்தின்கீழ் கொண்டுவரப்பட்ட வரலாற்றைத் தாங்கி நிற்கின்றன. வேதகாலத்தியப் பேரரசு சார்ந்த முடியாட்சி அமைப்பில்தான் முதன்முதலாகப் பிராமணர் உள்ளிட்ட சாதியச் சமூக அமைப்பில் செங்குத்து- கிடைநிலை உறவு ஏற்பட்டது என்ற ஹோகார்ட்டின் கோட்பாடு உறுதிபெறுகிறது.

ஹோகார்ட் கருத்துப்படி வேதகாலத்திய முடியாட்சி அமைப்பில் பிராமணர்கள் மன்னர்களுக்கு அடுத்த பிரிவினராகவும், உயர் சாதியினருக்கு இணையாகவும், சடங்கு ஊழியம் செய்பவராகவும்

காணப்பட்டனர். முடியாட்சி அமைப்பின் நீண்ட வரலாற்றில் சாதியத்தின் அரசியலானது பிராமணர்களின் மேலாதிக்கத்தை வலுவூட்டிவிட்டது. இதற்கு முடியாட்சி அரசர்களின் பெருங்கொடையும் தானங்களும் அவர்களை எஜமானர்களிடமிருந்து தானங்கள் பெற்று வாழும் நிலையிலிருந்து விடுவித்துக் கொண்டு (தானப் பொருள்கள் எஜமானர்களின் அங்கக் குறியீடுகள் என்பதால் அவை எஜமானர்களின் தீட்டை நீக்கும். இப்பொருள்களைத் தானம் பெற்ற பிராமணர்கள் தீட்டுப் பெற்றுத் தகுதி குறைந்தவர்கள் என்பதை உணர்த்துபவை) ஊழியம் செய்யும் பிற சாதியினருக்குப் பொருள் தானம் கொடுக்கும் நிலைக்கு மாறிவிட்டனர்.

இவ்வாறான மாற்றங்களைப் பிராமணர்கள் ஏற்படுத்திக் கொண்டனர் என்றாலும் வேதகாலத்திற்குப் பிந்தைய காலத்தில் துணைக்கண்டத்தின் பல பகுதிகளிலும் குடியேறிய பிராமணர்கள் அந்தந்தப் பண்பாட்டுப் பகுதியின் தன்மைகளுக்கு ஏற்ப மாறிக் கொண்டனர். குறிப்பாக, திராவிடப் பண்பாட்டுப் பகுதிக்கு வந்த பிராமணர்கள் இப்பகுதிக்கான மொழிகளையும், திராவிடப் பண்பாட்டின் பல மூலப்படிவக் குணாதிசயங்களையும் அப்படியே ஏற்றுக்கொண்டனர் (விரிவான செய்திகளுக்குக் காண்க: பாரதி 2003).

முடியாட்சிப் பேரரசு சார்புடைய அரசுமுறைக்கு (kingship) உகந்த சமூக அமைப்பின் உருவாக்கத்தில் தொடங்கிய பிராமணர்களின் சடங்கியல் வழியிலான 'தகுதி' உயர்வு அந்த முடியாட்சி அமைப்புடைய அரசு வீழ்ந்த நிலையில் அவர்களின் 'தகுதி' உயர்வு வீழாததுதான் இன்றைய நவீன சாதியத்தின் அரசியல்.

### மார்ட்டன் கிளாஸ்

மார்ட்டன் கிளாஸ் (Mortan Klass) என்னும் மானிடவியலர் அண்மையில் *சாதி: தெற்காசியச் சமூக அமைப்பின் உருவாக்கம்* (Caste: The Emergence of the South Asian Social System 1980) என்னும் நூலில் பண்பாட்டுப் பொருள்முதல்வாத அணுகுமுறையில் ஒரு மாறுபட்ட அணுகுமுறையை முன்வைக்கிறார்.

இவர்தம் கருத்துப்படி கி.மு. 2000-1000 ஆண்டுகளில் இன அடிப்படையில் வேறுபட்ட கூட்டங்கள் பெருமளவில் படையெடுத்ததற்கான சாத்தியக் கூறுகள் இல்லை என்றும், ஆரியர்களின் வருகைக்கு முன்பே இந்தியச் சமுதாயத்தில் சாதியை ஒத்த கூறுகள் இருந்ததற்கான வாய்ப்புகள் இருந்ததாகவும் அவர் முன்வைக்கிறார். இந்தியாவில் பொருளாதார உபரியின் தோற்றத்தோடு சாதி தோற்றம் பெற்றது

என்பது கிளாசின் வாதமாகும். ஆரம்ப காலங்களில் சமத்துவ அடிப்படையிலான பழங்குடிச் சமூகத்தினர், இந்த உபரியினால் உருவான ஏற்றத்தாழ்வுகளுக்கேற்பத் தங்களைத் தகவமைத்துக் கொண்ட போது சாதியடிப்படையை உருவாக்கியிருக்கலாம் எனக் கருதுகிறார்.

இக்கருத்தின்படி இந்திய வர்க்கச் சமூகத்தின் ஆரம்ப காலகட்டத்தில் இந்தத் துணைக்கண்டத்தில் அரிசி, கோதுமை ஆகிய பயிர்கள் நிலையாக விளைவிக்கப்பட்டு, சிந்து சமவெளி நகரங்கள் உருவான காலகட்டத்தில் இந்தியச் சாதிகளின் தோற்றம் இருக்கலாம் என்பார். சம்ஸ்கிருதம் பேசுவோர் இதனை விளக்குவதற்காக தத்துவார்த்த அடிப்படையை உருவாக்கினரேயன்றி, இவர்களே 'சாதியை உருவாக்கினர்' என்பதற்கான சான்றுகள் இல்லை என்பார் கிளாஸ். இவர்தம் கருத்துக்களை மிகவிரிவாக இந்நூலில் ஆராய்ந்துள்ளார்.

## இந்திய வரலாற்றறிஞர்கள் வாதம்

இந்து சமூகத்தின் உருவாக்கம் குறித்துப் பல வரலாற்றாசிரியர்கள் விவாதித்துள்ளனர். இவர்களில் கோசாம்பி[3], சட்டபாத்தியாய[4] போன்றோர் மிகவும் நுட்பமாக அணுகியுள்ளனர். இவர்கள்தம் கருத்துப்படி, பழங்குடிகள் பலவும் ஒன்று சேர்ந்து மேன்மேலும் திரண்டு வளர்ந்ததால் ஏற்பட்ட அமைப்பே இந்து சமூகத்தின் சாதியச் சமூகமாகும். சாதிச் சமூகமானது 'இனக்குழுத் தன்மை முழுவதும் நீக்கப்படாத சமூகம்' என்பர். ராபர்ட் ரெட்ஃபீல்டு கூறும்போது, 'நாகரிகத்திற்குப் பொருத்தமாக மாற்றங்களைப் பெற்ற பழங்குடிச் சமூகம்' என்று கூறுவார். இந்திய வரலாற்றை மிக நுட்பமாக ஆராய்ந்து புகழ்பெற்ற டி.டி. கோசாம்பி இதுபற்றிக் கூறும்போது:

> இந்திய வரலாற்றில் பழங்குடிகளின் பல்வேறு கூறுகள் இந்தியப் பெருஞ் சமூகத்தால் உள்வாங்கப்பட்டுள்ளன. இந்தியச் சமூகத்தின் அடித்தளமே பழங்குடிப் பண்புகள்தாம். பண்டைய இந்திய வரலாறு தொடங்கி இதனை அறியலாம்' என்கிறார் *(1956:25)*

இந்திய வரலாற்றாசிரியர்களிலேயே கோசாம்பி ஒரு விஷயத்தில் முன்னோடியாவார். பழங்குடிச் சமூகத்தை உட்செரித்தே சாதிச் சமூகம் உருவாக்கம் பெற்றுள்ளது என்ற பார்வையை இவர் முன்வைத்தார். கோசாம்பி வழிகாட்டிய பாதையில் சாதியத்தின் தோற்றத்தை அறிவதில் இர்ஃபான் ஹபீப் (Irfan Habib) தொடர்ந்து ஆய்வு செய்தார். முகலாய இந்தியாவைப் பற்றிய நம் காலத்து மிகச் சிறந்த வல்லுநராக விளங்கும் ஹபீப் இந்தியச் சமூக முறையானது ஈரானின் சபாவித் (Safavid) சமூகம் போன்று எந்தப் பிற சமூகங்களிலிருந்தும்

அடிப்படையில் மாறுபாட்டினைக் கொண்டிருக்கவில்லை என்பார். இப்படியிருக்கும்போது இந்தியாவில் மட்டும் இப்படி ஒரு கெட்டி யான, உறைந்துபோன சமூக அமைப்பு எப்படி ஏற்பட்டது? இவ்வினா விற்கு மிகவும் கருத்தூன்றி அறிவதற்குரிய பின்வரும் விளக்கத்தை ஹபீப் முன்வைக்கிறார்:

மெகஸ்தனிஸ் முதற்கொண்டு பெர்னியர் (Bernier) வரையிலான வெளிஉலகத்தாருக்கு இந்தியச் சாதி முறையில் உள்ள 'படிநிலை' அவர் களின் கவனத்தை ஈர்க்கவில்லை. மாறாக, மக்கள் காலங்காலமாக ஒரே தொழிலைச் செய்துவரும் 'குலத்தொழில்' முறையே அவர்களைக் கவர்ந்தது. ஒவ்வொரு சாதியும் ஒரு குலத்தொழிலைக் கொண்டிருந்த துடன் அச்சாதி பேணிக் காத்துவரும் அகமணக் கட்டுக்கோப்பானது பழங்குடிக்கு (tribe) உரியதாகும் என்பார் ஹபீப். ஆக வரலாற்றுப் போக்கில் பழங்குடிச் சமூகத்தின் அகமணத் தன்மையை (endogamy) உள்வாங்கிக் கொண்டே சாதிச் சமூகம் உருவானது என்றும், இதில் பழங்குடிகளின் அகமணக் கட்டுக்கோப்பு மிகவும் பாதுகாப்பாகப் பேணப்பட்டு வந்துள்ளது என்றும், சாதிகளாக மாறிய பின்னரும் அது அதன் உருமாறாத் தன்மையிலேயே பேணப்பட்டது என்றும் ஹபீப் கருதுகிறார்.

பல பழங்குடிச் சமூகங்களின் தொகுப்பை உள்வாங்கியதால் சாதிச் சமூகம் உருவானது என்ற ஹபீப் விளக்கத்தின்வழிச் சில வினாக்கள் தீர்க்கப்படுவதுபோல் இருந்தாலும் விடைகாண வேண்டிய சில புதிய வினாக்கள் எழுகின்றன. பழங்குடிச் சமூகங்கள் பொதுச் சமூக உருவாக்கத்தில் உள்வாங்கப்பட்டது என்றால் இந்தியாவில் மட்டும் சாதிச் சமூகம் ஏன் ஏற்பட வேண்டும். இவ்வகைப் பழங்குடி இணைப்பு ஏற்பட்ட இடைக்கால மொரோக்கோ அல்லது இடைக்காலப் போலந்து சமூகங்களில் சாதிமுறை ஏன் உருவாகவில்லை?[5]

அகமணக் கட்டுக்கோப்பென்பது பழங்குடிச் சமூகத்திலிருந்தே சாதிச் சமூகத்திற்குச் சென்றது என்ற வாதம் பொருத்தமானதாகத் தெரியவில்லை (Andre Beteille 1991: 72). ஃபிரீடு (Fried) சொல்வது போல அகமணம் (endogamy) என்பது உலகளாவிய நிலையில் பழங்குடிச் சமூகங்களில் காணப்படும் ஒரு பண்பல்ல. இந்தியப் பழங்குடிகளில் அகமணப் பண்பு ஒரு கட்டாயமான பண்பாக இருக்கிறதெனில் அது 'இந்தியப் பண்பு' என்று கூறலாமே தவிர 'பழங்குடிகளின் பண்பு' என்று பொதுமைப்படுத்த முடியாது என்கிறார்.[6]

மொரோக்கோவில் முஸ்லிம் பண்பாடு இருப்பதுபோல், இந்தியாவில் உருவான பொதுச் சமூகம் பழங்குடிப் பண்புகளைக் கொண்டுள்ளது.

அவ்வாறே பழங்குடிச் சமூகம் பொதுச் சமூக முறையின் பண்பு களைக் கொண்டுள்ளது. ஆக, இந்தியாவின் நாகரிக உருவாக்கத்தில் பழங்குடிப் பண்பாடுகளின் பங்கும் உள்ளது எனலாம். ஆனால், இத்தகு நாகரிக உருவாக்கத்தில் பழங்குடிச் சமூகமுறை பொதுச் சமூக முறைக்குள் கலந்துவிட்டது என்பதை விடப் பழங்குடிகளின் 'கூட்டு அடையாளங்கள்' (collective identities) சாதியாக மாறியபின்னருங் கூடத் தெரியுமளவிற்குக் காணப்படுகின்றன. இத்தகு முறையை 55 ஆண்டுகளுக்கு முன் 'இந்துத்துவ முறையில் பழங்குடிகளைக் கிரகித்துக் கொள்ளுதல்' (The Hindu Method of Tribal Absorption) என்னும் சிறந்த கட்டுரையை நிர்மல் குமார் போஸ் எழுதினார்[7].

இன்று இந்தியாவில் 400க்கும் மேற்பட்ட பழங்குடியினர் உள்ளனர். மேற்கூறிய இந்துத்துவ முறையில் பழங்குடிகளைக் கிரகிக்கும் முறை எல்லாப் பழங்குடிகளிடமும் நிகழ்ந்தது என்று கொள்ள முடியாது. அந்தமான் பழங்குடிகள் (ஓங்கி, ஜாரவா, சென்டினலியர்) 19ஆம் நூற்றாண்டுவரை யாருமே நெருங்க முடியாதவாறு தனித்தொதுங்கி வாழ்ந்தனர். வடகிழக்கு எல்லைப்புற மாகாணமானது ஒன்றுக்கும் மேற்பட்ட நாகரிகங்கள் குவியும் இடமாதலால் நாகரிகக் குவிதலின் அழுத்தம் அங்கு வாழும் கொன்யக் (Konyak), அபோர் (Abor), தஃப்லா (Dafla) போன்ற பழங்குடிகளைச் சாதிகளாக மாற்றவில்லை. ஆனால் அங்குப் பழங்குடியாகப் பலகாலம் வாழ்ந்த அஹோம் (Ahom) மக்கள் சாதியாக மாறிவிட்டனர். ஆனால் அண்டைய மருமக்கள் தாய காசி (Khasi) பழங்குடியினர் பழங்குடியாகவே உள்ளனர். ஆனால் அவர் களிடம் சாதி இந்துக்களின் பண்புகள் ஓரளவு காணப்படுகின்றன. இந்தியாவின் வடமேற்குப் பகுதியை ஒட்டிய பாகிஸ்தானில் சுவாத் பதான்கள் போன்ற பல முஸ்லிம் பழங்குடிகளிடம் இந்துச் சாதி களின் பண்புகள் காணப்படுகின்றன (Barth 1960: 113-46). (இவ்வாறு பழங்குடிகள் சாதிகளாக மாறும் விவாதத்திற்குக் காண்க: ஆந்த்ரே பெத்தேய்ல் 1998).

## பின்னுரை

ஐரோப்பாவில் புரட்சிகளின் வழி மன்னராட்சி வீழ்த்தப்பட்ட காலத்தில் மதகுருமார்களும், மதப்பிரச்சாரமும், மதமும் அரசியலி லிருந்து விலக்கப்பட்டுத் தனித்த ஒரு சமூக நிறுவனமாக விடப்பட்டது. இன்றும் கூடத் தேவாலயம் (Church) என்பதும் அதன் செயல்பாடுகளும் அரசியலிலிருந்து பிரிக்கப்பட்டதாகவே உள்ளன.

மனித நாகரிகத்தில் அறிவியல் தன்மை வளர வளர 'பண்பாட்டில் எல்லாமே புனிதம்' என்ற ஒரு மதச்சார்புடைய வட்டத்தில், மதச்

சார்பற்ற வட்டம் என்ற ஒன்று தலைதூக்க முற்பட்டது. அதனால் தான் சமயம் சார்ந்த புனிதமான இசையிலிருந்து சமயம் சாராத, புனிதம் சாராத இசை (secular music)என்ற ஒன்று தோன்றியது. இசையைப் போன்று பண்பாட்டின் பிற தளங்களிலும் மதச்சார்பற்ற வட்டங்கள் தலைதூக்கின; தொடர்ந்து அவற்றின் பரப்புகள் பெரிதாயின.

இதன் நீட்சியாகத்தான் ஐரோப்பாவில் முடியாட்சி வீழ்ந்த பின் அரசியலிலிருந்து மதம் முற்றிலுமாக ஒதுக்கப்பட்டு அது ஒரு தனித்த சமூக நிறுவனமாகச் செயல்படத் தொடங்கியது. ஆனால் இந்திய முடியாட்சியின் வீழ்ச்சிக்குக் காரணமான ஆங்கிலேயர்கள் சாதிகளின் சமூக உறவுகளையோ கோயில் சார்ந்த செயல்பாடுகளையோ மாற்றம் செய்யவில்லை. அவ்வாறு செய்வதால் ஏற்படும் சமூக முரண்பாடுகளைச் சமாளிப்பது தேவையற்ற வேலை என எண்ணினர். ஐரோப்பாவில் ஏற்பட்டது போன்ற அரசியல்-மதம் இடைவெளி இங்கு ஏற்பட வில்லை. சாதியச் சண்டைகளுக்கும் சமூக முரண்பாடுகளுக்கும் வித்திடவிரும்பாத ஆங்கிலேயர்களின் தலையிடாக் கொள்கை (non - interference) யானது முடியாட்சி அமைப்புக்காக ஏற்பட்ட சாதியச் சமூகத்தை, நவீனத் தொழில்துறை சார்ந்த உற்பத்தி உறவுக்குள் தொடர வழிவகுத்தது.

எனினும், முழுக்க முழுக்க ஊழியங்களைப் பரிமாறிக் கொள்ளும் சமூக - உற்பத்தி ஒரு அமைப்பாக வேர்விட்ட சாதியமானது இன்றைய நவீனத் தொழில் - பணப்பொருளாதார உற்பத்தி உறவுக்குள் நுழைந்து விட்ட நிலையில் அதன் கட்டமைப்பு சிதையத் தொடங்கி விட்டது. இதனால் சாதி,சாதியம் இரண்டிலும் பல உடைப்புகள் நிகழ்ந்து வருகின்றன. மாறாக, புதிய பரிமாணங்களில் அவை மாற்று வடிவம் பெற்று நீட்சியும் பெறுகின்றன.

உடைப்புகளும், நீட்சிகளும் காணப்படும் இச்சூழலில் குறிப்பிடத் தக்க தர்க்கவியல் / இயங்கியல் மாற்றம் ஏற்பட்டிருப்பதை தலித்திய வாதிகள் இனங்கண்டாக வேண்டும். துய்மோன் தனது சாதியம் பற்றிய புரிதலைப் பிரஞ்சு அறிவுப் பாரம்பரியத்துக்கேயுரிய அமைப்பியல் அணுகுமுறையில் விளக்கிய பின் தன் கோட்பாட்டுக்கு எழுந்த விமர்சனங்களைக் கருத்தில் கொண்டு சாதியத்தின் மற்றுமொரு பரிமாணத்தை விளக்கும் நிலையில் சாதியத்தின் இன்றைய நீட்சியை 'மெய்யியல்' (Substantialization) கோட்பாடு மூலம் பின்வருமாறு விளக்குகிறார்.

துய்மோனின் 'மெய்யியல்' கோட்பாட்டுக்கு முன்னர் வகுத்த கோட்பாடானது மரபார்ந்த சாதியச் சமூகத்தின் 'அமைப்பினை'

(structure) விளக்கும் கோட்பாடு என்ற நிலையில் மட்டுமே அதன் பொருத்தப்பாடு அமைகிறது. காலனிய காலம் தொடங்கி விடுதலைக்குப் பிந்தைய காலகட்டத்தில் சாதியமைப்பு 'அமைப்பியல் மாறுதலுக்கு' உட்பட்டுள்ளது என்பதை அறியும் துய்மோன், இம்மாற்றத்தைத் தம்முடைய பழைய அமைப்பியத்தின் (structuralism) கோட்பாட்டின் தொடர்ச்சியாக மேலும் ஒரு அமைப்பியத் தர்க்கத்தை முன்வைப்பது அவர் மிகப்பெரும் அமைப்பியவாதி என்பதைக் காட்டுகிறது.

மரபார்ந்த சாதியப் படிநிலையின் 'அமைப்பானது' (structure) இன்றைய நவீனத்துவத் தளத்தில் தன் இருப்பைப் 'பொருளுக்கு' நகர்த்திக் கொண்டுள்ளது (a transition from 'structure' to 'substance'). அது போன்றே பரஸ்பர ஊழியப் பரிமாற்றமானது நேரடியான போட்டி யாகத் தளம் மாற்றப்பட்டிருக்கிறது ('competition' substitutes for 'interdependence'). இன்னும் சொல்லப் போனால், ஒரே சாதியின் தனிமனிதர் அதே சாதியைச் சோந்த மற்றொரு தனிமனிதருடன் போட்டியிடும் அளவுக்கு சாதிய ஒன்றியத்திலும், பரஸ்பர பரிமாற்றத் திலும் பிடிப்பின்றிப் பொருள் சார்ந்த தளத்துக்கு நகர்ந்துவிட்டனர். இவ்வகையான இயங்கியல் தர்க்கத்தில் சாதிகளுக்கிடையே ஏற்றத் தாழ்வுகள் குறைந்து சமத்துவம் அதிகரித்து வருகிறது என்கிறார் துய்மோன்.

சாதியம் சமத்துவத்தை நோக்கி நகர்கிறது என்ற இன்றைய துய்மோனின் சொல்லாடலை ஆதரிப்பது என்பது தலித்தியத்திற்கான நிலைப்பாடாக இருக்க முடியாது. சாதியத்தின் அடிப்படையான நுண் விழைவுகள் மாற்றுநிலைகளில் வடிவம் பெற்றுப் புதிய பரிமாணங் களில் நிலைபேறு கொள்கின்றன. இதனை மிக விரிவாக ஆராய்வது இவ்வியலின் அமைப்பிலிருந்து விலகுவதாக அமைந்துவிடும்.

ஆகவே, இந்நிலையில் தலித்தியச் சொல்லாடல் என்பது பின்வரும் தளங்களில் நிகழ்த்தப்பட்டாக வேண்டும். ஒற்றை வழியில் எழுதப்பட்ட சாதிய வரலாறு மறுப்பிரதியாக்கம் செய்யப்பட வேண்டும். சாதிகள் கடவுளால் படைக்கப்பட்டன; இன்ன இன்ன உறுப்புகளிலிருந்து இந்த இந்தச் சாதிகள் தோற்றம் பெறலாயின போன்ற பல தொன்மங்கள் உடைக்கப்பட்டு குந்தால் கிராமத்தில் தோன்றிய தீண்டத்தகாத சாதிகளின் தோற்றம் போன்ற பல வரலாற்றுக் கூறுகளை உள்ளடக்கிய தொன்மங்களைப் பதிவு செய்து மாற்று முனையிலிருந்தும் சாதிய வரலாறு எழுதப்பட்டாக வேண்டும். இதில் இனவரைவியலில் இதுவரை பதிவு பெறாத புதிய பிரதிகள் முழுமையாகச் சேகரிக்கப் பட வேண்டும். இதன்வழி, திணைக்குடிகளின் சமூக அமைப்புகள்

எவ்வாறான வேரினைக் கொண்டிருந்தன, அவை முடியாட்சி காலத்தில் பெற்ற மாற்றங்கள் என்ன என்பனவற்றை ஆவணப்படுத்த வேண்டும். இதுபோன்ற வரலாற்றை எழுத முயலுவது என்பது இன்றைய அடித்தளச் சாதிகளின் இருப்பையும் பெறுமானத்தையும் மாற்றியமைக்கும்.

தமிழ்ச் சூழலில் இது குறித்த ஆய்வுகள் மிகக் குறைவாகவே நிகழ்ந்துள்ளன. சாதியச் சட்டகத்துக்குள் உள்ளார்ந்த நிலைகளில் இதுகாறும் நாம் பேசிவரும் சாதிய அமைப்பை நிலைநிறுத்தும் கருத்தமைவுகள் எவ்வாறு செயலிழந்து மாற்றங்களைக் கோரி நிற்கின்றன என்பதை சிறு தொண்டர் நாடகப் பனுவலை எடுத்துக் கொண்டு மிகச் சிறப்பாக சுந்தர் காளி *(1994)* ஆராய்கிறார். இதே போன்று செல்லத்தம்மன் வழிபாட்டு முறையில் மதுரை மீனாட்சியம்மனின் கணவரைத் தொடர்புபடுத்திப் பெண் தெய்வ வழிபாட்டுச் சடங்கு களத்தையும் சாதிய அரசியலையும் மிகச் சிறப்பாக இ.முத்தையா *(1996)* ஆராய்ந்துள்ளார். இவ்வாறான நாடக / சடங்குப் பனுவல்கள் பலவற்றை ஆய்வுக்குட்படுத்துவதன் மூலம் சாதிய அமைப்புக்குள் புதைந்துகிடக்கும் மாற்று முறைகளையும் குறியியில் எதிர்ப்புகளையும் இனங்காண இயலும்.

# 22

# சமஸ்கிருதவயமாதலும் மாற்றுக் கோட்பாடுகளும்

ஒவ்வொரு சமூகத்திலும் பண்பாட்டிலும் மாற்றங்கள் நிகழ்ந்து கொண்டேயுள்ளன. மாற்றம் ஒன்றே மாறாதது. இது படிமலர்ச்சி யியல் தத்துவமாகும். எந்தவொரு சமூகப் பண்பாட்டுச் சூழலிலும் இம்மாற்றங்கள் ஒரு சிக்கலான நிகழ்வாகும்.அதிலும் சாதியமைப் புடைய இந்தியாவில், கலப்புப் பண்பாட்டுச் சூழலில் மாற்றங்கள் பல பரிமாணங்களில் நிகழ்கின்றன. இம்மாற்றங்கள் பண்பாட்டின் எல்லாத் தளங்களிலும் சம அளவு நிகழ்வதில்லை. வலுவான பண்பாட்டு ஒன்றியம் (Integration of culture) கொண்ட சமூகப் பிரிவினர்களிடம் மாற்றங்கள் சில தளங்களில் விரைந்தும் சில தளங்களில் குறைந்தும் நிகழ்கின்றன. குறைந்த பண்பாட்டு ஒன்றியம் கொண்ட சமூகப் பிரிவினர்களிடம் மாற்றங்கள் விரைந்து நிகழ்கின்றன.

கடந்த ஒரு நூற்றாண்டுத் தரவுகளை நோக்கும்போது, அதாவது இந்தியாவின் அயலவர்களின் வருகைக்குப் பின்னர் பெருமளவு மாற்றங்கள் நிகழ்ந்தன. பண்பாட்டின் மையத்தளங்களாக விளங்கும் மொழி, சமயம் ஆகிய இரண்டு தளங்களிலும்கூட மாற்றங்கள் வெகுவாக நிகழ்ந்துள்ளன. பண்பாட்டு ஒன்றியம் குறைந்த சில பிரிவினர் வாழ்வில் சமயம் என்னும் தளத்தில் பெருமளவு மாற்றங்கள் நிகழ்ந்துள்ளன. பல சாதிகளைச் சேர்ந்தோர் கிறித்தவர்களாகவும் முஸ்லிம்களாகவும் மாறியுள்ளனர்.

இந்தியச் சூழலில் சமூக-பண்பாட்டு மாற்றங்களைப் பருநிலையில் காணும்போது அவை பண்பாட்டுத் தகவல், ஓரினமாதல், மேற்கத்திய வயமாதல், நகரவயமாதல், தொழில்வயமாதல், இந்துவயமாதல், பிற சமயங்களுக்கு மாறுதல், பழங்குடி - ஊரகத் தொடர்பு, ஊரக - நகரியத்தொடர்பு, நகரியத்திலிருந்து ஊரகத் தன்மைக்கு வருதல், பழங்குடித் தன்மையிலிருந்து விடுபடல், மீண்டும் பழங்குடிவயமாதல்,

இருமொழி - பன்மொழி வழக்கேற்றல், நவீனவயமாதல் என்பன பல நிலைகளில் நிகழ்கின்றன.

இந்த மாற்றங்களை எல்லாம் முன்னிலைப்படுத்தாமல் சாதியமைப்புடைய இந்தியப் பகுதியில் சமூகப் பண்பாடு மாற்றம், 'சமஸ்கிருதவயமாதல்'¹ (Sanskritization) என்னும் ஒரு முதன்மையான நிகழ்வு மூலம் நடை பெறுவதாக அண்மையில் மறைந்த மூத்த சமூக மானிடவியலர் எம்.என்.சீனுவாஸ் முன்மொழிந்தார். இவர் சாதியும் சமூக மாற்றமும் குறித்து மிகுதியாக எழுதியுள்ளார். இவர், இந்திய அரசின் பல்வேறு குழுக்களில் இடம் பெற்றவரும்கூட. பிற்படுத்தப் பட்ட சாதிகளை அட்டவணைப்படுத்தல், அவர்களுக்கான சமூகப் பொருளாதார வளர்ச்சிக் குழுமம், பழங்குடிகள் மேம்பாட்டுக் குழுமம், அண்மையில் அமைக்கப்பட்ட மண்டல் குழு எனப் பல அமைப்புகளிலும் குழுக்களிலும் இடம் பெற்ற மூத்த உறுப்பினர்களுள் ஒருவர். இவ்வாறு ஏராளமான முக்கியத்துவங்களைப் பெற்றவர் இவர்.

சீனுவாஸ் குடகு மக்களின் சமயமும் சமுதாயமும் (Religion and Society among the Coorgs of south India 1952) என்னும் தலைப்பில் ஆய்வு செய்தபோது சமஸ்கிருதவயமாதல் என்னும் கோட்பாட்டை முன்மொழிந்து அதன்பின்னர் அதைப் பல நிலைகளில் விரிவுபடுத்தி எழுதி வந்துள்ளார்.

சீனுவாஸ் (1952:30) கருத்துப்படி, சாதியும் சாதி அடுக்கும் மிகவும் உறைந்துவிட்ட, மாற்றமடையாத அமைப்புகள் அல்ல. அவை, தொடர்ச்சியான நெகிழ்வுத்தன்மைக்கு உட்பட்டே இயங்கி வருகின்றன. இதன் ஒரு பகுதியாகவே, கீழ்நிலைச் சாதிகள் 'தகுதிப் பெயர்வு' மூலம் மேல்நோக்கி நகர்ந்து தங்களின் சமூகத் தகுதியை உயர்த்திக்கொள்ள முயலுகின்றனர். இத்தகுதிப் பெயர்வுகளில் சைவம், மது அருந்தாமை, ஆசாரம் மிகுந்த பிராமணர்களின் சடங்கு முறைகள் ஆகியவற்றை ஏற்றுக்கொள்ளுதல் இன்றியமையாதனவாக உள்ளன என்றும், இவை இந்தியச் சமுதாயத்தில் அடிப்படையான சமூக-பண்பாட்டு மாற்றத்தைச் செயல்படுத்துகின்றன என்றும் சீனுவாஸ் முன்மொழிகிறார்.

சமஸ்கிருதவயமாதலின் தன்மையைக் கூறும்போது இந்நிகழ்வு அனைத்துச் சாதியினரிடமும் ஒரே போக்கில் நிகழவில்லை என்றும், கீழ்ச்சாதியினரைக் காட்டிலும் மேல்சாதியினர் பெருமளவு சமஸ்கிருத வயமாதலுக்கு ஆட்பட்டுள்ளவர்கள் என்றும், கீழ்ச்சாதிகள் அவர்களைப் பின்தொடர்ந்து செல்கிறார்கள் என்றும் குறிப்பிடுகிறார் (சீனுவாஸ் 1956:481-96). சாதிப் படிநிலை மிக நீண்டுள்ள இந்தியச் சூழலில் சூத்திர சாதியர் எடுத்த எடுப்பில் பிராமண வாழ்க்கை

முறையைத் தழுவ இயலாது. அவ்வாறே, வைசியர்கள் அவர்களுக்கடுத்த மேற்படியினரைத் தொடாமல் மேலுள்ள பிராமணர்களின் வாழ்க்கை முறையைப் பின்பற்ற இயலாது. ஆகையால் படிநிலையில் தன்னுடைய இடத்திலிருந்து நேர் மேலே இருக்கும் சாதித் தகுதியை அடையும் முயற்சியே பெரும்பான்மையில் நிகழ்கிறது என்பார் சீனுவாஸ்.

பிராமணர்களின் வாழ்க்கை முறையைப் பின்பற்றுவதே உயர்குடியாக்கம் என சீனுவாஸ் தொடக்கத்தில் கருதினார். இக்கருத்தின் அடிப்படையில் இந்நிகழ்விற்கு அவர் சுட்டிய Sanskritization என்னும் தொடர் மொழித்தழுவலைச் சுட்டுகிறதோ என எண்ணி அவரே அச்சொல் நிறைவளிப்பதாக இல்லை என எண்ணினார். பின்னர் இவர் உயர்குடியாக்கம் பற்றிய கோட்பாட்டை மேலும் விரிவுபெறச் செய்தார். அதாவது பிராமணர்களின் வாழ்க்கை முறையைப் பின்பற்றுவது மட்டுமே உயர்குடியாக்க முறையாக நிகழவில்லை என்றும் இதில் நான்கு வகை உயர்குடியாக்கம் நிலவுகிறது என்றும் கருதினார். அவை:

1. பிராமண வகை உயர்குடியாக்கம்
2. சத்திரிய வகை உயர்குடியாக்கம்
3. வைசிய வகை உயர்குடியாக்கம்
4. சூத்திர அல்லது அரிசன வகை உயர்குடியாக்கம்

முதல் வகை, பிராமணர்களுக்குக் கீழுள்ளவர்கள் பிராமணர்களை முன்மாதிரிக் குழுவாகக் (Reference Group) கொண்டு அவர்களின் வாழ்க்கை முறையைப் பின்பற்றுபவர்கள். இரண்டாம் வகையில், சத்திரியர்களுக்குக் கீழுள்ளவர்கள் சத்திரியர்களை முன்மாதிரியாகக் கொண்டு அவர்களின் வாழ்க்கை மரபுகளைத் தழுவி அவர்கள் அளவு உயர முயலுவார்கள். மூன்றாம் வகையில், வைசியர்கள் முன்மாதிரி யாகக் கொள்ளப்படுவர். நான்காம் வகை, சூத்திரர்களுக்குக் கீழ் உள்ள தீண்டாமைச் சாதியினர் சூத்திரர் அளவிற்கோ, அரிசனங்கள் அல்லது அவர்களுள் உயர்வாகக் கருதப்படும் சில பிரிவினர் அளவிற்கோ தங்களை உயர்த்திக் கொள்ள முயலுவர்.

மேற்கூறிய நான்கு வகையான உயர்குடியாக்க முறையும் செயல் படுவதற்கு ஒரு முக்கியக் காரணமுண்டு. ஒரு குறிப்பிட்ட பகுதி யில் அல்லது கிராமத்தில் அனைத்துவகையான சாதியினர் இடம் பெறவில்லை. அவ்வாறு இருப்பினும் ஒரு கிராமத்தில் ஆதிக்கச் சாதியினராக (dominant caste) விளங்குவோருக்குக் கீழ் உள்ளவர்கள் சமுதாய ஆதாயம் தேடி ஆதிக்கச் சாதியினரைத் தழுவித் தங்களையும் அவர்களுக்கு இணையாக மாற்றிக் கொள்ள முயலுகின்றனர். ஒரு கிராமத்தில் ஆதிக்கச் சாதி என்பது நிலவுடைமை, மக்கள்தொகை,

சமுதாய அரசியல் செல்வாக்குப் போன்றவற்றால் முன்னணி பெறும் சாதியைக் குறிக்கும்.ஆதிக்கச் சாதி பிராமணரல்லாத சாதியாகவும் இருக்கலாம்; பிராமணச் சாதியாகவும் இருக்கலாம்.

நான்கு வகையான உயர்குடியாக்க முறைகள் காணப்படுவதற்கு மேலுமொரு காரணமும் இடம் பெறுகிறது. ஓர் அரிசனக் குடும்பம் எடுத்த எடுப்பில் பிராமண வாழ்க்கையைத் தழுவ இயலாது.அவ்வாறு ஒரு வைசியக் குடும்பம் அவர்களுக்கடுத்த மேற்படியினரைத் (சத்ரியர்) தொடாமல் ஒரேயடியாக உயர்படியில் இருக்கும் பிராமணர்களின் மரபுகளைப் பின்பற்ற இயலாது. இங்கு இயலாது என்பது நடைமுறைச் சாத்தியத்தை மட்டுமே குறிக்கிறது. ஆகையால் படிநிலையில் தன்னுடைய இடத்திலிருந்து நேர் மேலே இருக்கும் சாதித் தகுதியை அடையும் உயர்குடியாக்க முயற்சியை பெரும்பான்மையில் நிகழ்கிறது. சூத்திரர்கள் வைசியர்களையும், வைசியர்கள் சத்திரியர்களையும், சத்திரியர்கள் பிராமணர்களையும் பின்பற்றும் முறை உயர்குடியாக்கம் எனச் சுட்டிக்காட்டப்படும். அதே நேரத்தில் உயர்குடியினர் மேற்கத்திய வாழ்க்கை முறையைத் தழுவ முனைவதும் உயர்குடியாக்கத்திற்குள் சேரும் என சீனுவாஸ் இறுதியாகக் குறிப்பிட விரும்புகிறார்.

சாதிப் படிநிலைக்கும் சமஸ்கிருதவயமாதலுக்கும் உள்ள இயங்கியலைக் குறிப்பிடும்போது, இந்நிகழ்வின் போக்கு அந்தந்த வட்டாரத்தில் ஆதிக்கச் சாதியின் (dominat caste) போக்கிற்கேற்ப அமையும் என்கிறார் சீனுவாஸ். ஒரு கிராமத்தில் ஆதிக்கச் சாதி என்பது நிலவுடைமை, மக்கள் தொகை, சமுதாய - அரசியல் செல்வாக்கு போன்றவற்றால் முன்னணி பெறும் சாதியைக் குறிக்கும். ஆகையால் ஒரு இடத்தில் ஆதிக்கச் சாதி பிராமணர்களாகவும் இருக்கலாம் பிராமணரல்லாத சாதியாகவும் இருக்கலாம். இந்நிலையில் ஆதிக்கச் சாதியினர் பிராமணர்களாகவோ அவர்களுக்கு இணையான தகுதியுடைய வீரசைவ லிங்காயத்துக்கள் போன்றவர்களாகவோ இருந்தால் அப்பகுதியில் சம்ஸ்கிருதவயமாதல் விரைவாக அமைந்து சமஸ்கிருத விழுமியங்கள் பல்கிப் பரவும். ஆனால் ஆதிக்கச் சாதி பிராமணரல்லாத சாதியாக அமையும் போது சமஸ்கிருதவயமாதல் குறைவாக அமைந்து சமஸ்கிருதமல்லாத விழுமியங்கள் பல்கிக் பெருகும் என்கிறார் சீனுவாஸ். (மேலது :481-95).

ஆதிக்கச் சாதியினர் இடைநிலைச் சாதியினராக அமையும்போது சில வேளையில் அவர்களின் வாழ்க்கை முறை மற்ற சாதியினராலும் பிரதிபலிக்கும் போக்குக் காணப்படும். இன்னும் சில சூழல்களில் பிராமணர்கள்கூட அவர்களின் சமூக, பொருளாதார முறைகளைப் பின்பற்றும் போக்குக் காணப்படலாம். இவ்வாறான சூழலில்

பிராமணர்கள் தங்களின் சடங்குத் தூய்மையையும் அதன்வழி அமையும் புனிதம் சார்ந்த தகுதியையும் விட்டுக்கொடுக்க மாட்டார்கள் என்பார் சீனுவாஸ் (மேலது: 481- 96)

சாதிப் படிநிலைக்கும் சமஸ்கிருதவயமாதலுக்கும் இடையேயான இயங்கியலுக்கடுத்து ஆதிக்கச் சாதிக்கும் சமஸ்கிருதவயமாதலுக்கும் உள்ள மற்றுமொரு உறவு இன்றியமையாதது என்கிறார் சீனுவாஸ். இதில் மூன்று காரணிகள் உறவுகொள்கின்றன. அவை: பொருளாதாரத் தகுதி,அதிகாரத் தகுதி, சடங்கியல் தகுதி. ஆதிக்கச் சாதியாக விளங்கு வதற்கு இம்மூன்று காரணிகளுள் ஒன்றில் மேம்பட்ட நிலையைப் பெற்றுவிட்டால்கூட மற்ற இரண்டிலும் ஆதிக்கம் பெற்றுவிட இயலும் என்கிறார். எனினும், மிகச்சில சூழல்களில் மட்டுமே பொருள்வளம் மிக்க சாதியினர் மிகக் குறைந்த சடங்கியல் தகுதி கொண்டவர் களாகவும், அதே போல் மிக உயர்ந்த சடங்கியல் தகுதி கொண்ட சாதியினர் மிகக்குறைந்த பொருளாதாரத் தகுதி கொண்டவர்களாகவும் காணப்படும் சமநிலையற்ற போக்கு ஏற்படும் என்பார் சீனுவாஸ் (1962: 45).

சமஸ்கிருதவயமாதலின் மற்றுமொரு பரிமாணத்தைப் பின்வருமாறு கூறுகிறார் சீனுவாஸ். கடந்த ஒரு நூற்றாண்டுக்கும் மேலாக இந்துக் களின் வாழ்வில் சமயம் சாரா வாழ்க்கைக் கூறுகள், குறிப்பாக மேற்கத்திய வாழ்க்கை முறை உட்புகுந்துள்ளது. இதனால் முழுக்க முழுக்கச் சடங்கியல் வாழ்க்கையைக் கொண்டிருந்த பிராமணர்களின் வாழ்க்கை பெரிதும் மாறத் தொடங்கிவிட்டது. ஆனால், மற்ற கீழ்ச் சாதியினரைப் பாரக்கும்போது அவர்கள் மேற்கத்தியவயமாதலைக் காட்டிலும் இந்த நூற்றாண்டில் சமஸ்கிருதச் சடங்குமுறைகளை மிகுதியாக ஏற்றுக்கொண்டு வருகின்றனர். இவ்வகையான வாழ்வியல் மாற்றத்தைக் கவனிக்கும்போது கீழ்ச்சாதிகள் சமஸ்கிருதவயமாதல் என்ற மேல்படியைக் கடந்த பின்னரே மேற்கத்திய வாழ்க்கை முறையை ஏற்றுக்கொள்ளவியலும் என்னும் கருத்தாக்கம் முன்னிலை பெறுகிறது என்பார் சீனுவாஸ் (மேலது :55). ஆனால், நகரச் சூழலுக்கு ஆட்பட்ட கீழ்நிலைச் சாதிகளிடம் நேரடியாக மேற்கத்திய விழைவு ஏற்படும் வாய்ப்புண்டு என்றும் கூறுகிறார் (மேலது :60).

மேற்கூறிய அனைத்துக் கருத்துக்களையும் சீனுவாஸ் ஒருங் கிணைத்துக் கொண்டு இந்திய அளவில் சமஸ்கிருதவயமாதலின் நிலையைக் குறிப்பிடும்போது சாதிகள் தங்கள் தகுதிநிலையைச் சமஸ்கிருதவயமாதலின் மூலமே உயர்த்திக்கொள்கின்றன என்றும், இசெயல்பாடு கடந்த சில நூற்றாண்டுகளில் பெரும் மாற்றத்தை ஏற்படுத்தியுள்ளது என்றும், இந்நீண்ட காலகட்டத்தில் படிநிலை

வரிசையில் அமைந்துள்ள சாதிகளுக்கிடையிலான இடைவெளி குறைந்துள்ளமைக்கு சமஸ்கிருதவயமாதலே காரணமென்றும், இந்தச் சமஸ்கிருதவயமாதலின் மூலம் ஒட்டுமொத்தமாக எல்லாச் சாதி களுமே தங்கள் பண்பாட்டை மாற்றிக்கொண்டு வந்துள்ளன என்றும், இம்மாறுபாடு சில காலகட்டங்களில் குறைந்தும், சில காலகட்டங் களில் விரைந்தும், சில பகுதிகளில் பரவலாகவும், சில பகுதிகளில் குறிப்பிட்ட அளவிலும் நிகழ்ந்துள்ளது என்றும் கூறுவார். எவ்வாறிருப் பினும் இந்தியத் துணைக்கண்டத்தின் பூகோள எல்லைக்குள் இந்நிகழ்வு ஒன்றுபட்ட செயல்பாடாக, அனைத்துப் பகுதிக்கும் பொதுவானதாகச் செயல்பட்டு வந்துள்ளது என்றும் நிறுவுகிறார் சீனுவாஸ் (1966:23)

இந்தியாவில் சாதி என்னும் நிறுவனம் பெரும்பான்மையான பகுதிகளில் காணப்படுவதால் அது ஒட்டுமொத்த இந்தியச் சமூகத்தின் அமைப்பாக முன்னிலை பெற்றது. ஆனால், இத்தீபகற்பப் பகுதியில் நீண்ட வரலாற்றுக் காலகட்டங்களில் தோன்றி வளர்ந்த 'தனித்த சமூக அமைப்புகள்' எவ்வாறு சாதி அமைப்புடன் தகவமைந்து கொண்டன என்பது பற்றிய சிந்தனை முன்வைக்கப்படாததால் பல தனித்த பண்பாட்டு மரபுகள் எவ்வாறான நிலைகளில் இத்தீபகற்பத்தின் ஒரு குறிப்பிட்ட சமூக அமைப்பின் தன்மையோடு ஒருங்கிணைவு பெற்றன என்பது மேலோங்காமல் போய்விட்டது.

இந்தியாவைப் பற்றிய ஆய்வுகள் ஐரோப்பியரின் வருகைக்குப் பின்னரே பெருமளவு நிகழ்ந்துள்ளன. பெரும்பான்மை ஆய்வுகள் பிராமணர்களையும் சமஸ்கிருத வேத நூல்களையும் 'வாழ்வுக்கான மூலங்களாக' இணைத்துக்கொண்ட இந்து சமயத்தில் எவ்வாறு பல்வேறு சாதிகளும், பிற பண்பாட்டு மரபுகளும் அதன் அங்கங்களாகச் செயல்படுகின்றன என்ற கருத்தை மையமிட்டுக் கொண்டன. மாறாக, அந்தந்த நிலப் பகுதியில் தோன்றி வளர்ந்த மாறுபட்ட பண்பாடுகளின் 'வாழ்க்கை மூலங்கள்' சமஸ்கிருத மரபிலிருந்து எவ்வாறான பண்பு களில் மாறுபட்டன என்றும், பின்னர் இத்தீபகற்பத்தின் பொதுப் பண்பாட்டிற்கு எவ்வாறான மூலங்களை வழங்கின என்றும் இந்த ஆய்வுகள் முன்வைக்கவில்லை. இதனால், இந்த ஆய்வுகள் ஒருவழிப் பட்ட புரிதலையே விரிவாக்கின.

இத்தகைய ஆய்வுகள் மற்றுமொரு பொதுத்தன்மையை உருவாக்கி விட்டன.இம்மண்ணுக்கான மக்களிடம் காணப்பட்ட வேறுபாடு களை அப்படியே கணக்கிலெடுத்துக் கொண்ட ஆய்வுகள் பிராமணர் களுக்குள் காணப்பட்ட இனவியல், பண்பாட்டு வேறுபாடுகளை முன்னிறுத்தாமல் அவர்களை ஒரே தொகுப்பாக எடுத்துக்கொண்டன. ஐரோப்பியரின் வருகைக்குப்பின் இந்திய வரலாறு ஐரோப்பிய

மொழிகளில் பெருமளவில் பதிவு செய்யப்பட்டது. அந்த எழுத்துகளில் எல்லாம் பிராமணர்கள் ஒரு பொது பண்பாட்டுக் குழுவினராகவே சித்திரிக்கப்பட்டுள்ளனர். சமஸ்கிருதவமயமாதல் கோட்பாடும் இந்த அபாயத்தை மிகவும் லாவகமாகத் தன்னுள் மறைத்து நிற்கிறது.

இங்கு நாம் ஒரு எதார்த்தத்தை அணுக வேண்டும். இந்தத் தீபகற்பப் பகுதியின் எந்தவொரு கால கட்டத்திலும் பிராமணர்களின் இனவியல் கூறுகளும் அவர்களின் வாழ்வியல் முறைகளும் ஒத்த தன்மைகளைக் கொண்டிருக்கவில்லை. தொடர்ச்சியான வேறுபாடுகளை வெளிப் படுத்தி வந்துள்ளன. இவ்வியலின் அளவு கருதி சுருக்கமான தரவுகள் முன்வைக்கப்படுகின்றன.

வட இந்தியப் பண்பாடும் தென்னிந்தியப் பண்பாடும் இன்னும் அமைப்பு ரீதியில் சில தனித்தன்மைகளைக் கொண்டுள்ளன. இந்தப் பண்பாட்டு வேறுபாடுகளை வெளிப்படுத்துபவர்களாகப் பிராமணர்கள் உள்ளனர். வட இந்தியாவில் ஒரு கிராமத்தைச் சேர்ந்தோர் அதே கிராமத்தில் பெண் எடுக்கமாட்டார்கள். கிராம அகமணம் (Village Endogamy) அங்கு ஏற்புடையதன்று. அவ்வாறே நெருங்கிய உறவுள்ள அத்தை மாமன் மக்களைத் திருமணம் செய்தலும் அக்கா மகளைத் திருமணம் செய்தலும் அங்கு ஏற்புடையதன்று. அங்குக் கிராமப் புறமணமும் 'நான்கு கோத்திரம்' (four gotra rule) விதியும் பின்பற்றப் படுகின்றன. அதோடு அங்கு உயர்குலத் திருமண முறை (hypergamy) கட்டாயமானது. அதாவது பெண் கொடுக்கும் போது அவளை உயர் குலத்திற்குக் கொடுக்க வேண்டும்.பெண் எடுக்கும்போது அவளைக் கீழ்குலத்திலிருந்து எடுக்க வேண்டும். தென்னிந்தியப் பண்பாடு இதற்கு நேர்மாறானது. இங்குக் கிராம அகமணமும், நெருங்கிய உறவுடையோருடன் திருமணமும், பெண் எடுத்தல், கொடுத்தலில் ஏற்றத்தாழ்வற்ற நிலையும் உள்ளன. இவ்வகை வேறுபாடுகள் பல நூற்றாண்டுகளாக நிலவுகின்றன.

வேதங்களில் குறிப்பிட்டுள்ளபடி பிராமணப் பெற்றோர் தம் மகளின் திருமணத்தின்போது கன்யா சுல்கா எனப்படும் மணப் பெண்ணுக்கானப் பணத்தைப் பெறக்கூடாது. (தென்னிந்தியச் சூழலில் மணப்பெண் வீட்டார் மணமகன் வீட்டாரிடமிருந்து பரிசம் பெறுவர்). பின்னர் 15ஆம் நூற்றாண்டில் விஜயநகரப் பேரரசின்போது கூடிய பிராமணர் பிரிக்ஷத்தில் கன்யா சுல்காவை ஒழிப்பதென முடிவெடுக்கப் பட்டது (அய்யப்பன் 1988:165).

வடக்குக்கும் தெற்குக்குமான வேறுபாடுகள் ஒருபுறமிருக்க ஒரே பகுதியிலும் பிராமணர்களிடம் மாறுபாடுகள் தோன்றிவிட்டன.

தென்னிந்தியாவில் பல பகுதிகளில் பெண் பூப்பெய்திய பின்பே திருமணம் செய்துவைக்கப்பட வேண்டும் என்ற திராவிட முறையை மலபார் பிராமணர்கள் ஏற்றுக் கொண்டு பூப்பெய்தியபின் மணம் செய்யும் முறையைப் பின்பற்றினர். எல்லாவற்றிற்கும் மேலாக, அந்தந்தச் சாதிக்குள்ளேயே திருமண, உடலுறவு நிகழ்வுகள் அமைய வேண்டும் என்ற அகமண விதியைப் புறந்தள்ளிவிட்டு நம்பூதிரி பிராமணர்கள் சூத்திர சாதியான நாயர் பெண்களைக் காமக் கிழத்தி களாக வைத்துக் கொண்டனர். நம்பூதிரிகளில் மூத்த மகன் மட்டுமே நம்பூதிரிப் பெண்ணை மணந்துகொள்ள முடியும். மற்றவர்கள் நாயர் பெண்களுடன் மட்டுமே பழக வேண்டும் (மேலது :15). நம்பூதிரிப் பிராமணர்களைப் போல வங்காளத்தில் கூலின் பிராமணர்கள் கீழ்க்குலப் பிராமணப் பெண்கள் பலரை மணந்துகொண்டு அவர்களில் வசதி குறைந்த மனைவிகளை அவர்கள் பிறந்தகத்திலேயே விட்டு விட்டுப் பின்னர் அவர்களுடன் முறை வைத்துச் சில நாட்கள் குடும்பம் நடத்தப் பணமும் பொருளும் பெற்று வந்தனர்.

வடக்குக்கும் தெற்குக்குமான வேறுபாடுகளையும் அதனை யடுத்துத் தென்னிந்தியச் சூழலில் நுண்ணிலைக்குச் சென்றால் மிகக் குறைந்த வட்டாரத்தில் கூட அவர்கள் குறைந்த அளவு இரண்டு குழுவினராகக் காணப்படுகின்றனர். தமிழகத்தில் ஐயங்கார், ஐயர் போல, கருநாடகத்தில் வைதிகர், லௌகிகர் போல, குஜராத்தில் அனாவில், ஔதிக் போலக் குறைந்த அளவு இரண்டு வகையினர் உள்ளனர். இவர்கள் சமூகத் தகுதியாலும், செய்யும் தொழிலாலும், திருமணத்தில் கொண்டு-கொடுப்பதிலும் மேலும் பல உட்பிரிவுகளாகப் பாகுபடுகின்றனர். பரந்து விரிந்த இந்தியத் தீபகற்பத்தை உற்று நோக்கும்போது தொழில் அடிப்படையில் மட்டும் இருபெரும் பிரிவுகள் உண்டு. ஒரு பிரிவினர் பிராமணரல்லாத சாதிகளின் சடங்குச் சம்பிரதாயங்களைச் செய்து அதன் வழி வரும் பொருளைக் கொண்டு வாழ்கின்றனர். மற்றொரு பிரிவினர் சடங்கு ஊழியம் செய்வதிலிருந்து விலகி நிலவுடைமையாளர்களாகவும், வேதங்கள், பிற அறிவுத் துறை களில் நாட்டம் செலுத்துபவர்களாகவும் உள்ளனர் (கார்வே 1993:52).

சடங்கு ஊழியம் செய்யும் பிராமணர்களில் மேலும் உட்பிரிவுகள் உண்டு. குடிமக்களின் வீடுகளுக்குச் சென்று சடங்கு ஊழியம் செய்வோர் உயர்ந்தவர்கள். மாறாக, புனிதத் தலங்களுக்குச் சென்று புனித நீராடி அங்குச் சில சடங்குகள் செய்துகொள்ள விரும்பும் பிற சாதியினருக்கு ஊழியம் செய்யும் பிராமணர்கள் சற்றுத் தாழ்ந்தவர்கள். இவர்களுக்குள்ளும் மங்களச் சடங்கு செய்வோர் உயர்ந்தவர்களாகவும், மங்களமல்லாத சடங்குகளைச் செய்வோர் சற்றுத் தாழ்ந்தவர்களாகவும்

படிநிலைப்படுகின்றனர். பனாரஸ், மதுரா, அயோத்தி, கயா, நாசிக், ராமேஸ்வரம் போன்ற பல புனிதத் தலங்களிலும் சடங்கு ஊழியம் செய்யும் இக்கடைநிலைப் பிராமணர்கள் வசதி படைத்தவர்களாக இருப்பினும் அவர்கள் மற்றவர்களைக் காட்டிலும் தாழ்ந்தோராகவே கருதப்படுகின்றனர் (மேலது: 53). இந்நிலையில் நிலவுடைமை பிராமணர்கள் முதற்கொண்டு மங்களமல்லாத சடங்குகள் செய்யும் கடைநிலைப் பிராமணர்கள் வரை பிராமணர்கள் பல்வேறு பிரிவினராகக் காணப்படுகின்றனர்.

சமஸ்கிருதவயமாதல் கோட்பாட்டை முன்மொழிந்தபோது அதற்குப் 'பிராமணவயமாதல்' என்று பெயர் சூட்ட விரும்பிய சீனுவாஸ் பின்னர் பிராமணர்களின் பண்பாட்டு வேறுபாடுகள் மிகப் பரவலாக இருந்ததாலும், அவர்களுக்குள் பல பிரிவினர் சமூக நிலையில் ஏற்றத்தாழ்வு கொண்டவர்களாக இருந்ததாலும் அதனைச் 'சமஸ்கிருத வயமாதல்' என்று மாற்றிக் கொண்டதாகக் கூறுகிறார் (சீனுவாஸ் 1962:42-43). சீனுவாசின் கூற்று மிகவும் சரியானது. ஏனெனில் கருநாடகத்தில் வாழும் ஆசாரம் மிக்க லிங்காயத்துகள் தகுதியில் உயர்ந்த மார்கா பிராமணர் வீடுகளில் நீர் பருக மாட்டார்கள். அவர்கள் சமைத்த உணவையும் உண்ண மாட்டார்கள். தென்னிந்தியாவில் விஸ்வகர்மா பிராமணர்கள் என்று கூறிக் கொள்ளும் பூணூல் போட்ட கைவினைச் சாதியினர் மிகவும் ஆசாரம் மிக்கவர்கள் எனக் கூறிக் கொள்கின்றனர். வால்மீகிப் பிராமணர்களும் ஓரளவு உயர்ந்த தகுதி கொண்டவர்கள் எனக் கூறிக் கொள்கின்றனர்.

இதுவரையில் முன்வைக்கப்பட்ட தரவுகள் பிராமணர்களை வடக்கு தெற்கு என்ற நிலையிலும், ஒரு குறிப்பிட்ட பகுதியில் / வட்டாரத்தில் செய்யும் தொழிலால் மாறுபடுவதையும் விளக்கியுள்ளன. இதுவரை இந்தியாவில் பண்பாட்டு உருவாக்கத்தின் வரலாற்றை எழுதும் போது பிராமணர்கள் ஒரு பண்பாட்டுத் தொகுதியைச் சேர்ந்தவர்கள் என்று முன்னிலைப்படுத்திய கருத்து இப்பகுதிக்கான பண்பாட்டு உருவாக்கத்தில் உண்மைகளை மறைக்கத் தலைப்பட்டன என்பதை உறுதி செய்கிறது.

இந்தியாவைப் பொறுத்தவரை சமூகப் பண்பாட்டு மாற்றத்திற்கான கோட்பாட்டியல்வாதம் சமஸ்கிருதவயமாதலை மட்டுமே முன் வைக்கவில்லை. மாறாக அதனைக் கேள்விக்குள்ளாக்கும் தரவுகளை முன்வைக்கிறது. பண்பாட்டளவில் தென்னிந்தியப் பிராமணர்களும், வட இந்தியப் பிராமணர்களும் வேறுபடுவதும், சாதி அகமணத்தை உடைத்து விட்டு கீழ்ச்சாதிகளுடன் நிறுவனப்பட்ட உடலுறவு கொள்வதும் பால்ய விவாதம் போன்றதுமான கூறுகள் மற்ற சாதியினருக்கு

முன்னுதாரணமாக என்றும் அமைந்ததில்லை. அதுபோன்றே பிராமணர் களின் வாழ்வு நெறி என்றும் மாறாதது என்றோ அவர்கள் வேத, புராணங்களில் கூறப்பட்டுள்ள முறைப்படி மாறாமல் வாழ்ந்து வந்துள்ளனர் என்றோ கூறுமளவிற்கு அனைத்துப் பிராமணர்களும் ஒருவழிப்பட்ட வாழ்வியல் நெறியைக் கடைப்பிடித்துக் காட்டிய தில்லை. இன்னும் சொல்லப் போனால் பிராமணர்களின் மாற்றமே மற்றையோரைக் காட்டிலும் மிக விரைந்து நிகழ்ந்திருக்கிறது.

வேதகாலப் பிராமணர்கள் சோமா என்னும் போதை தரும் மதுவைப் பருகினார்கள்; மாட்டுக் கறியை உண்டார்கள்; தெய்வங் களுக்கு உயிர் பலி கொடுத்தார்கள். இந்நிலை வேதகாலத்திற்குப் பிந்தைய நாளில் சமண, புத்த சமயங்களின் தாக்கத்தினால் மாறியது என்றாலும், இன்னும் சரஸ்வத், காஷ்மீர், வங்காளப் பிராமணர்கள் மாமிச உணவை உண்கிறார்கள் (சீனுவாஸ் மேலது: 42-43). இவ்வாறான வாழ்க்கை முறையைக் கொண்ட பிராமணர்கள் காலந்தோறும் மாறி வந்துள்ளதை மனுதர்மம், யஜ்னவால்க்யா போன்றவை சுட்டிக் காட்டுகின்றன. வேதகாலச் சட்ட திட்டங்களை விவரிக்கும் இந்நூல்கள் சமூகத்திற்கு ஒவ்வாத, தீமைகளை ஏற்படுத்துகிற ‘ஆசாரங்களை’ (பழக்கவழக்கங்கள்) அகற்றிவிட்டு அவற்றிற்கு மாறாக புதியன வற்றை அரசன் ஏற்படுத்துவான் எனக் கூறுகின்றன. அரசர்களின் இவ்வாறானப் பிரகடனத்திற்கு முன்னர் பிராமணர்களின் பரிஷத்துக்கள் (சபை) இவற்றை விவாதித்து அரசர்களுக்குப் பரிந்துரை செய்தன. ஸ்வதர்மம் என்று சொல்லக்கூடிய தனிமனிதர்கள் பின்பற்ற வேண்டிய ஆச்சாரங்கள் கூடக் காலத்திற்கு ஏற்ப மாற்றப்பட்டுள்ளன. பராசரர் (Parasara) என்பவர் கூற்றுப்படி ஸ்மிருதி சுட்டிக் காட்டும் ஆசாரங்கள் கலியுகத்திற்கு ஏற்புடையனவாக அமைக்கப்பட்டன. கலியுகத்திற்கு முந்தைய காலத்தில் 41 ஆசாரங்கள் ஆதித்திய புராணத்தில் குறிப்பிடப் பட்டுள்ளன. இவை கலியுக வர்ஜாக்கள் எனப்பட்டன. அதாவது இவை கலியுகத்திற்கு ஒவ்வாதவை என ஓதுக்கப்பட்டன.

காலத்திற்கேற்ப வாழ்க்கை முறை மாறி வந்துள்ளதைச் சுட்டிக் காட்டுவதல்ல மேற்கூறிய தரவுகளின் நோக்கம். பிராமணர்களின் வாழ்வியல் முறை எந்தவொரு கால கட்டத்திலும் மாறாமல் வர வில்லை என்பதையும் இம்மாற்றத்திற்கு எந்தவொரு வேத புராணங் களும் துணை நிற்கவில்லை என்பதையும் சுட்டிக் காட்டுவதே இத்தரவு களின் நோக்கமாகும்.

சீனுவாஸ் 1950களை மையப்படுத்திச் சமூக-பண்பாட்டு மாற்றத்தை சமஸ்கிருதவயமாதல் வழி முன்வைக்கிறார். இவர் ஆய்வு செய்த 1950களுக்கு முந்தைய, பிந்தைய காலமானது நவீனக் கல்வி,

தொழில்மயமாக்கம், நகரமயமாக்கம் போன்றவற்றை உள்ளடக்கிய மேற்கத்தியவயமாதலின் ஈர்ப்பு விசைக்கு அனைத்துப் பண்பாடுகளும் ஆட்பட்டிருந்த காலமாகும். இந்நிலையில், கடந்த ஒரு நூற்றாண்டாகப் பிராமணர்கள் பெற்றுவரும் மாற்றத்திற்கு முன்னுதாரணமாக இருப்பது மேற்கத்தியவயமாதலும் நவீனத்துவமும்தான். பிராமணர்கள் தகுதிப் பெயர்வுமூலம் நகரும் மையம் அவர்களுக்கு மேலான நவீனத்துவமாக இருக்க மற்ற சாதியினரின் சமூக மாற்றத்திற்கான மையம் மட்டும் பிராமணர்களின் வாழ்க்கை முறை என்று எல்லையிடுவது சமஸ்கிருத வயமாதல் கோட்பாட்டின் முரண்பாடாகும்.

இந்நிலையில் இந்தியாவில் சமூகப் பண்பாட்டு மாற்றம் என்பது பிராமணர் வாழ்வை நோக்கி நகர்தலே என்பது. 1950க்கு முந்தைய காலமாயினும் சரி, நவீனமான இக்காலத்துக்குமாயினும் சரி ஏற்புடைய தன்று. எல்லாச் சாதியினரும் பிராமணத்தைத் தாண்டி நிற்கும் நவீனத்துவத்தின் மையம் நோக்கி நகரும் போக்கைக் கொண்டுள்ளனர். சடங்கு, சமய வாழ்வில் கீழ்நிலைச்சாதியினர் மேல் சாதிகளின் போக்குகளைப் பின்பற்றி வந்திருப்பது ஒரு நிலையில் காணப் பட்டாலும் மேல் சாதிக்காரர்கள், குறிப்பாக பிராமணர்கள் எதிர் சமஸ்கிருதவயமாக்கலுக்கு உட்பட்டிருப்பதை இங்கு கவனத்தில் கொள்ளவேண்டும்.

பிராமணர் வாழ்வியல் நெறிப்படி திருமணமாகாப் பெண் கன்னித் தன்மையுடன் இருக்க வேண்டும். மணமானவள் கற்புத் தன்மையுடன் இருக்க வேண்டும். விதவையானவள் தலையை மொட்டையடித்துக் கொண்டு தன்னடக்கத்துடன் சமூக வாழ்வில் இருந்து ஒதுங்கியிருக்க வேண்டும். இன்றைய பிராமணர்களின் வாழ்வில் திருமணத்திற்கு முன் கன்னித் தன்மை இழப்பதும், மணமானவர்கள் கற்பு நிலையிலிருந்து விலகுவதும், விதவைகள் கீழ்ச்சாதியினரைப் பின்பற்றி மொட்டை யடிக்காமல் இருப்பதும் எதிர்மறைச் சமஸ்கிருதவயமாதலின் போக்கு களாகும். இவைதவிர, பிராமணர்கள் மது அருந்துதல், மாமிச உணவு உண்ணுதல், முறையற்ற பாலுறவு கொள்ளல், புகைப் பிடித்தல் போன்ற கணக்கற்ற மாற்றங்களை ஏற்றுக்கொண்டு விட்டனர். இப்பண்புகளும் எதிர்மறை சமஸ்கிருதவயமாதலின் போக்குகளாகும்.

ஆதலின், பிராமணர்கள் ஒரு தளத்தில் நவீனத்துவத்தின் மையத்தை நோக்கி நகர்வதும், மறுதளத்தில் கீழுள்ள சாதிகளின் பண்பாட்டை நோக்கி நகர்வதுமான இரு திசை மாற்றங்களைக் கொண்டுள்ளனர். இவ்வாறே, ஏனைய சாதியினரும் ஒரு நிலையில் நவீனத்துவம் நோக்கி நகர்வதும் மறு நிலையில் மேல் சாதிகளின் வாழ்வு முறைகளை ஏற்றுக்கொள்வதும் என்ற இருமுனை மாற்றங்களைக் கொண்டுள்ளனர்.

இந்நிலையில் இருதரப்புச் சாதியினரிடமும் 'பண்பாட்டுப் பரிமாற்றம்' என்னும் நிகழ்வே முதன்மை பெறுகிறது. பிராமணர்கள் ஏற்றுக்கொண்டு வரும் மேற்கூறிய மாற்றங்களைச் சடங்கியல் சாரா நவீனத்துவத்தின் போக்கு என வரையறை செய்வது சீனுவாசின் பிராமண வாதத்தைக் காட்டுகிறது.

இரு தரப்புச் சாதியினரிடமும் நிகழும் பண்பாட்டு மாற்றம்கூட மறு வாசிப்புச் செய்வதற்கான தேவை ஏற்படுகிறது. தொடக்க காலத்தில் ஆரியர்கள் இந்தியாவில் நுழைந்த பின்னர் அவர்கள் இங்குள்ள பண்பாட்டுக் கூறுகளை ஏற்றுக்கொண்ட திராவிடவயமாதல் நிகழ்வும், ஆரியர்களின் தனித்தன்மை மேலாண்மை பெற்ற பிற்காலத்தில் அதற்கு எதிராக ஏற்பட்ட சமண, புத்த சமயங்களின் தோற்றமும் கவனிக்கத்தக்கவை. இவ்விரு பெருஞ்சமய இயக்கங்கள் தவிர தமிழ் மண்ணில் 10ஆம் நூற்றாண்டில் தோன்றிய சைவ சித்தாந்தமும், கர்நாடகத்தில் 12 ஆம் நூற்றாண்டில் தோன்றிய லிங்காயத்து இயக்கமும், வங்காளத்தில் 16ஆம் நூற்றாண்டில் தோன்றிய சைதன்ய இயக்கமும் பிராமணத்துக்கு எதிரான மாற்றுக் கருத்துக்களை முன்வைத்தன. மிகப் பரவலான மத மாற்றங்கள் இந்து சமயத்தின் ஆதிக்கத்தைப் புறக்கணிக்கும் செயலாகவே கருதப்படவேண்டும்.

மேனிலையாக்கம் பெற முயன்ற சமூக அசைவியக்கத்தில் ஒரு கூட்டு அடையாளத்தைச் சில பிரிவினர் ஏற்க முற்பட்டதும் இங்கு நம்முடைய கவனத்திற்குரியதாகும். நிலவுடைமை மேல் சாதிக் காரர்கள் பலர் 'சைவர்' என்ற அடையாளத்தை உரிமை கொண்டாட முனைந்தனர். இதனையடுத்து, சைவர் என்ற சுட்டுகை சாதி அடை யாளத்தையும் தாண்டி சமயம், தத்துவம் ஆகியவற்றோடு ஒத்த சமூக, பொருளாதார நலன்களைக் கொண்டதொரு பிரிவினர் தம்மைத் தாமே சுட்டுதற்கும், பிறரால் சுட்டப்படுவதற்கும் பயன்பட்ட ஒரு நீண்ட சமூக அசைவியக்கத்தைத் *திராவிட இயக்கமும் வேளாளரும் (1994)* என்னும் நூலில் ஆ.இரா.வேங்கடாசலபதி நுட்பமாக ஆராய்ந் திருக்கிறார். இத்தகு கூட்டு மேனிலையாக்கம் இன்னும் சில தளங்களில் காணப்படுவதையும், அதன் அசைவியக்கப் போக்குகளையும் இனங் காண வேண்டும்.

இந்தியாவில் எவ்வாறான கலாச்சார உருவாக்கம் நிகழ்ந்துள்ளது என்பதில் இன்னும் சர்ச்சைக்குரிய விவாதங்கள் உள்ளன என்பதை அண்மைக்கால ஆய்வுகள் புலப்படுத்துகின்றன. சங்க இலக்கியங் களை மிக விரிவாக ஆராய்ந்து அதன் பின்னர் அவற்றை சம்ஸ்கிருத இலக்கியங்களோடு மிக விரிவாக ஒப்பிட்டு ஆராய்ந்தார் ஹார்ட் (1973, 1975, 1976). இவருடைய ஆய்வு முடிவு சமஸ்கிருதவயமாதல்

சுட்டிக் காட்டும் சடங்குத் தூய்மை, பெண்களின் கற்பு நிலை, அதன் வழி அமையும் ஆற்றல், சைவ உணவுமுறை இவையனைத்தும் பண்டைய தமிழ் மண்ணில் காணப்பட்ட ஒன்றாகும். இவை, ஆரியர்களால் வளர்த்தெடுக்கப்பட்டவை என்பதும் அவர்களால் மற்ற திணைசார் பண்பாடுகளுக்குப் பரவின என்பதும் இம்மண்ணுக்குரிய பண்டைய பண்பாடுகளைக் கவனத்தில் கொள்ளாததைக் குறிக்கும் என்பார். ஸ்டால் (1963) குறிப்பிடுவது போல, இத்தீபகற்பத்தின் நீண்ட பண்பாட்டு உருவாக்கத்தில் எவ்வகைக் கூறுகள் சமஸ்கிருத மரபைக் கொண்டவை என்பதும் எவ்வகைக் கூறுகள் பிற மரபுகளைச் சார்ந்தவை என்பதும் ஊகிக்க இயலா அளவிற்குப் பண்பாட்டு உருவாக்கத்தின் கலவை அமைந்துள்ளது.

இந்நிலையில், மிக விரிவான சமூக பண்பாட்டு மாற்றம் நிகழ்ந்துள்ள இம்மண்ணில் சமஸ்கிருதவயமாதல் நிகழ்வு முதன்மையிடம் பெறச் செய்யும் முயற்சி பிராமண வாதத்துக்கே இட்டுச் செல்லும்.

இறுதியாக, சமஸ்கிருதவயமாதல் கருத்தாக்கத்தை முன்வைத்த சீனுவாஸ் அதனால் சாதிப் படிநிலையில் ஏற்பட்ட மாற்றத்தை முன் வைக்காதது அவரது கருத்தாக்கத்தின் நிலைப்பாட்டை வலுவிழக்கச் செய்கிறது. ஏனெனில், சாதியமைப்புகள் 'மூடிய' சமூக அமைப்பு (Closed System) கொண்டவை. இதில் எந்தவொரு வகையான தகுதிப் பெயர்வை அடைந்தாலும் ஒரு முதலியார் ஒரு முதலியாராகவே இருக்க முடியும். வேண்டுமானால் ஏழை முதலியார் பணக்கார முதலியாராகத் தகுதிப் பெயர்வு அடைய முடியும். அவர் படிநிலையின் மேல் தட்டுக்கு மாறிவிட இயலாது. ஆகவே, சாதியமைப்பை ஒத்த எல்லா மூடிய சமூக அமைப்புகளும் கிடைநிலையில் (horizontal) மட்டுமே தகுதிப் பெயர்வை அடைய முடியும்.

மேலைச் சமூகம் இதற்கு நேர்மாறானது. அது 'திறந்த' சமூக அமைப்பை (open system) கொண்டது. இதில் கீழ்நிலை வர்க்கத்தினர் மேல்நிலை வர்க்கத்திற்கு மாறிக்கொள்ள இயலும். அங்கு தகுதி பெயர்வு என்பது தனிமனிதர் / தனிக்குடும்பம் சார்ந்தது; செங்குத்தானது (vertical). ஆனால் சாதிச் சமூகத்தில் தகுதிப் பெயர்வு என்பது குறைந்த அளவு ஒரு வட்டாரத்தின் உட்சாதியை (subcaste) அல்லது பலகால் வழியினர் இணைந்த பெருங்குழுவைச் சார்ந்தே அமையும்.

இந்நிலையில் சில வினாக்களை இங்கு முன்வைக்க வேண்டியதா கிறது. சமஸ்கிருதவயமாதல் நீண்ட காலகட்டங்களில் தொடர்ந்து நிகழ்ந்து வருகிறது எனில், கீழ்ச் சாதிகள் அனைத்தும் தகுதிப் பெயர்வடைந்து மேல் சாதியினராக மாறிவிட்டனவா? தகுதி மாறிய

சாதிகள் என்ன பெயருடன் சமுதாயத்தில் விளங்குகின்றன? மேல் சாதியினரின் வாழ்க்கை முறையைப் பின்பற்றித் தகுதியை உயர்த்திக் கொள்ளும்போது மேல் சாதியினர் அவர்களைத் தகுதி – மாறியவர் களாக அங்கீகாரம் செய்கிறார்களா? அவர்களுடன் கொண்டு – கொடுத்தல் செய்கிறார்களா? இவ்வினாக்களுக்கான தேடல்கள் மேற்கொள்ளப்படுமாயின் சமூக மாற்றம் சம்ஸ்கிருதவயமாதல் வழி நிகழவில்லை என்பதையும் 'பண்பாட்டுத் தழுவலை'யே ஏற்றுக் கொண்டது என்பதையும் முன்வைக்கும். இது வரை நிகழ்ந்துள்ள அனைத்து வகை மாற்றங்களும் சாதிப் படிநிலையை உடைக்கவில்லை. சமூகத்தின் ஒரு தளத்தில் அதன் இறுக்கம் தளர்ந்தாலும் புதிய புதிய தளங்களில் மாற்று வடிவங்களில் அதன் இறுக்கம் நிலைபேறாக்கம் பெறுகிறது.

## உறவின் முறையாக்கம் : சீனுவாசுக்கான மாற்றுக் கோட்பாடுகள்

மேல் சாதியினரின் பழக்கவழக்கங்களைப் பின்பற்றிக் கீழ்ச் சாதி யினர் தங்கள் தகுதி நிலையை உயர்த்திக்கொள்ளும் போக்கு சாதியச் சமூகத்தின் சமூக மாற்றத்தில் பெரும் பங்கு வகிப்பதாக எம்.என்.சீனுவாஸ் முன்மொழிந்தார். சமஸ்கிருதவயமாதல் உயர் குடியாக்கம் என்னும் கருத்தமைவில் இச்சமூக மாற்றம் நிகழ்வதாகவும் சீனுவாஸ் கூறினார்.

கீழ்ச் சாதியினர் உயர்குடியாக்க முறையினால் தகுதி உயர்வை ஏற்படுத்திக் கொண்டால் அவர்கள் அனைவருமே மேல் சாதியினராக மாறி விடுகின்றனரா? கீழ்ச் சாதிகள் காணாமல் போய்விட்டனவா? என்பன போன்ற இன்னும் பல விமர்சனங்கள் சீனுவாஸின் கோட்பாட்டுக்கு உண்டு என்றாலும் உயர்குடியாக்க மனப்பான்மை பலரிடம் இருந்து வந்தள்ளது.அதனால் தகுதியுயர்வும் அடைந்தனர்.[2] எனினும் கீழ்ச் சாதியினர் தங்களின் தகுதி உயர்வுக்கு உயர்குடியாதல் என்ற சொந்த விழைவு மட்டுமே காரணமல்ல, உயர்குடியினரே தங்களின் சொந்த ஆதாயத்திற்காகச் சில குறிப்பிட்ட கீழ்ச்சாதி யினரைத் தகுதி உயர்வு அடையச் செய்கின்றனர். இப்போக்கு 'உறவின் முறையாக்கம்' (Affinitization) என்னும் நிகழ்வாக அமைகிறது என சீனுவாசுக்குப் பிந்தைய மாற்றுக் கோட்பாடாக முன் வைக்கப் பட்டுள்ளது (சுரேந்திரன் 1997:107-12).

இக்கோட்பாட்டின் வழி உயர்குடியாக்கம் என்னும் நிகழ்வானது ஒற்றைத்தட விழைவல்ல; அது ஓர் இரட்டைத்தட விழைவாகவும் அமைகிறது என்னும் கருத்து முன்னிலைப்பட்டுள்ளது.

பிராமணர்கள் அல்லது சாதிப் படிநிலையில் மேலிடத்தில் உள்ள சாதியினர் தங்கள் சொந்த நலன்களைப் பேணிக் கொள்வதற்காகத் தங்களுக்குக் கீழுள்ள சாதிகளுள் சில பிரிவினர்களை, அல்லது குறிப்பிட்ட ஒரு பிரிவினரை, அல்லது சில குடும்பங்களை, அல்லது குறைந்த அளவு ஒரு குடும்பத்தையாவது தேர்ந்தெடுத்து அவர்களை தங்களுக்கு நெருக்கமான குடியினராக உயர்த்தி வைத்துக்கொள்வர். இதன் வாயிலாகப் பொருளாதாரச் சார்பு, பாலியல் ஆதாயம், சமூகப் பாதுகாப்பு, குடும்ப வேலைகளைப் பராமரித்துக் கொள்ளுதல் போன்ற இன்னும் பிற வசதிகளை அடைவர். இவ்வகையான உறவின் முறை யாக்கத்திற்கு இரண்டு எடுத்துக்காட்டுகளைக் காணலாம்.

எடுத்துக்காட்டு 1: தென் கன்னடத்தைச் சேர்ந்த கடம்ப மன்னனான மயூரவர்மனின் ஆதரவால் முதன் முதலில் கேரளத்திற்கு வந்த பிராமணர்கள் (இங்கு நம்பூதிரிகள் எனப்பட்டனர்) அங்குப் போர் மறவர்களாக வாழ்ந்த நாயர்களின் ஒரு பிரிவினருடன் உறவுமுறை ஏற்படுத்திக் கொண்டனர். நம்பூதிரிகளின் மூத்த மகன் மட்டும் நம்பூதிரிப்பெண்ணை மணந்துகொண்டு தன் சாதித் தூய்மையைப் பேணுவான். இளையவர்கள் நாயர் பெண்களைச் சம்பந்தம் (நாயர்களின் திருமண முறை) செய்துகொண்டு உடலுறவு கொள்வர். இவ்வகை உறவு பின்னாளில் மற்ற உயர் சாதியினரால் அங்கீகரிக்கப்பட்ட நிலையில் ஒரு நிறுவனத்தன்மை பெற்றது. கேரளத்தில் வழங்கும் பரசுராமன் தொன்மங்கூட இவ்வகைச் சமூக அமைப்புக்கு ஒத்திசை வான போக்குடையது என்பதை இங்கு கவனத்தில் கொள்ளலாம். (ஸ்டீபன் 2004).

நாயர்களின் ஒரு பிரிவினரை உறவின் முறையாக்கிக் கொண்ட நம்பூதிரிகள் தங்கள் சாதிக்கான தூய்மை நிலை குறையாமல் இருக்க மற்ற கீழ்ச் சாதியினர் தங்கள் உறவின்முறை கொண்ட நாயர் பெண் களுடன் உடலுறவு கொள்ளுதல், திருமணம் செய்தல் போன்றவற்றைத் தடை செய்து, அந்த நாயர்களுக்குச் சமூகப் படிநிலையில் புதிய தகுதி நிலையை ஏற்படுத்திக்கொடுத்தனர் (சுரேந்திரன்:107-12).

இவ்வகையான தகுதிப் பெயர்வு மேலும் சில கூறுகளால் வலுப் படுத்தப்பட்டது. நம்பூதிரிப் பிராமணர்கள் உறவின் முறையாக்கிக் கொண்ட நாயர்களை அரசன் தங்களுக்குத் தானமாகக் கொடுத்த நிலங்களைக் கவனித்தல், கோயில்களின் பராமரிப்பைக் கவனித்தல் போன்ற புதிய தொழில்களில் ஈடுபடுத்தினர். இதனால் நாயர் சாதியில் தொழில் அடிப்படையில் புதிய உட்சாதிகள் கிளைக்கத் தொடங்கின. இந்த உறவின் முறையாக்கத்தால் தூய்மைத் தொழில் செய்யும்

நாயர்கள், தீட்டுத் தொழில் செய்யும் நாயர்கள் என்னும் பாகுபாடும் ஏற்பட்டது.

நாவுதியன், விளக்கித்தளவன், பண்டாரி போன்ற கிளை சாதியினர் தூய நாவிதர்கள். இவர்கள் மேல் சாதியினருக்கு மட்டும் ஊழியம் செய்பவர்களாக மாறினர்.இவர்களுக்கு நேர்மாறாக காவுதியன் கீழ் சாதியினருக்கு குறிப்பாக, தீயர்களுக்கு ஊழியம் செய்வோராக மாறினர். இதைப் போன்றே வெளுத்தேடத்து நாயர், மடிவால் போன்றோர் மேல் சாதி வண்ணாராகவும், வண்ணான் / மன்னான் பிரிவினர் கீழ்ச்சாதி வண்ணார்களாகவும் மாறினர். *(மேலது: 110)*

அடுத்ததாக,கல் உடைக்கும் தொழில் செய்து வந்த மணியான், மூவாரி ,கட்டிஸ் ஆகிய சாதியினரை மேல் சாதியினர் தகுதி உயர்வு கொடுத்து தங்கள் வீட்டு வேலைகளைக் கவனிக்கும் பொருட்டு அவர்களைத் 'தூயசாதி'யினராக அங்கீகரித்தனர். தாங்கள் பின்பற்றி வந்த மருமக்கட்டாய முறையைப் பின்பற்ற வைத்தனர். காசர்கோடு வட்டத்துப் பழங்குடியான (Tribe) மராத்தியினரை ஹவிக் பிராமணர்கள் தங்கள் வீட்டு வேலைகளைச் செய்யும் பொருட்டு அவர்களை மேனிலைப்படுத்தித் தீண்டத்தக்க சாதியாக்கினர். இவ்வாறு மேல் சாதியினர் தங்கள் தேவைகளை முன்னிட்டுச் சில பிரிவினர்களை உயர்குடிகளாக மாற்றினர். *(மேலது: 110)*

**எடுத்துக்காட்டு 2:** விழுப்புரம் மாவட்டம் திண்டிவனம் வட்டம் ஏப்பாக்கம் கிராமத்தில் ஸ்ரீராமாநுஜ நாவலர் சுவாமிகள் திருக்கோயில் வைணவ பக்தர்களால் சிறப்பாகப் பராமரிக்கப்பட்டு வருகிறது. வைணவம் சார்ந்த வழிபாடுகள், மாநாடுகள், சொற்பொழிவுகள், நாவலர் சுவாமிகளின் பங்குனி மாத திரு அவதார உத்சவங்கள் போன்றவை நிகழ்வதற்கு உதவியாக இருந்தவர் இக்கோயிலுக்குக் கடைகால் இட்டுத் தீவிர பக்தராக விளங்கிய பரமபதவாசியான தெய்வத்திரு. பண்ருட்டி சீனுவாசம் பிள்ளை ஆவார். பின்னர் அவரைத் தொடர்ந்து சீனுவாசம் பிள்ளை குமாரர்கள் திருமிகு. செந்தாமரைக் கண்ணன் அவர்களும், திருமிகு. கிருஷ்ணகுமார் அவர்களும், பண்ருட்டி திருமிகு. தாமோதர ராமாநுஜதாசர் அவர்களும், ஏப்பாக்கம் கிராமத்தைச் சேர்ந்த வைணவச் செல்வர் வித்வான் நல்லாசிரியர் ஏ.இரா.கண்ணபிரான் அவர்களும், கிராமப் பொதுமக்களும் உறுதுணையாக உள்ளனர்.

இக்கோயிலின் அன்றாட வழிபாட்டு நிகழ்வுகளைக் கவனிக்க பட்டாச்சாரியார் (வைணவப் பூசகர்) இருந்தாலும், பிற நிகழ்வுகளில் உறுதுணையாக இருப்பதற்காக 40க்கும் மேற்பட்ட கவுண்டர்

குடும்பத்தாருக்கும், யாதவக் குடும்பத்தாருக்கும் ஸ்ரீவைணவ முறைப்படி பஞ்ச சமஸ்காரம் அளிக்கப்பட்டுள்ளது. இவர்கள் கேரளத்தில் நம்பூதிரி, நாயர்கள் கொண்டுள்ள நேரடியான உறவின் முறையாக்கம் பெறாவிட்டாலும் இக்கிராமத்தைப் பொறுத்தவரை மற்ற வன்னியர்கள், யாதவர்கள் ஆகியவர்களிடம் இருந்து தகுதி உயர்ந்தவர்களாக, சுவாமிகளின் அடியவர்களாக, அங்கு நிகழும் வழிபாட்டு நிகழ்வுகளில் நேரடியாக உதவும் பணியாளர்களாக, பக்தர்களாகத் தகுதி உயர்வு பெற்றுள்ளனர். தங்களின் தகுதி உயர்வைப் பெருமிதமாக எண்ணுவதோடு ஏனையோருக்கு முன் மாதிரிக் குழுவாகவும் (reference group) உள்ளனர்.

## திராவிட உயர்வுவாதம்

உறவின்முறையாக்கம் வழி மேனிலையாக்கம் நடந்தது ஒருமுறை. இதற்கு மாறாக, 'திராவிட உயர்வு வாதம்' மறுபுறம் நடந்தது. அதனைப் பேராசிரியர் ந.வானமாமலை **(1996:3637)** அவர்களின் எழுத்துக்கள் வழி அறிவது மிகவும் பொருத்தமாக இருக்கும்.

'தமிழ்நாட்டில் பிராமணருக்குச் சமமாகத் தங்களைக் கருதிக் கொண்ட சைவர்களான முதலியார், பிள்ளை, சைவச் செட்டியார்கள், நகரத்தார் கவுண்டர் முதலிய நிலப்பிரபுத்துவ வர்க்கத்தைச் சார்ந்தவர் களும் சமூக நிலையில் பிராமணருடைய ஆதிக்கம், தங்களுக்கு வேண்டு மென்று எண்ணினர். ஆங்கில ஆதிக்கத்தில் 'அறிவாளி வர்க்க'மாகத் தாங்கள் உயர வேண்டுமென எண்ணினர். பிராமணர்களுடைய ஆரிய நாகரிகக் கொள்கை இவர்களுக்கு வரப்பிரசாதமாகக் கிடைத்தது. இவர்களும் ஒரு தத்துவத்தை உருவாக்கிக் கொண்டனர். அதற்கு அடிப்படை ஆரிய, திராவிட நாகரிகங்களிலுள்ள முரண்பாடுகளைப் பற்றி ஆங்கில ஆசிரியர்களுடைய கருத்துகள்தாம். தமிழிலக்கியத்தில் இவர்கள் தென்னாட்டுப் பெருமையை கண்டார்கள். தமிழின் சிறப்பையும், தமிழ் நாட்டின் தொன்மையையும் நிறுவ, இவர்கள் வரலாறு காணத் துணிந்தனர். இச்சமயம் 'மொகன்ஜதாரோ, ஹரப்பா' அகழ்வாராய்ச்சிகள் வெளிவந்தன. அவற்றைப் பற்றி ஹீராஸ் பாதிரியார் என்ற மேனாட்டு ஆராய்ச்சியாளர் கருத்துக்களை விமர்சனம் எதுவு மின்றி அப்படியே ஏற்றுக்கொண்டனர். பிராமணர்கள் ஆரிய உயர்வைப் பற்றி எழுதினால் இவர்கள் ஆரிய இழிவையும் திராவிட உயர்வையும் பற்றி எழுதினர்.

வரலாற்று நிகழ்ச்சிகளை 'திராவிட உயர்வு' என்ற கண்ணோட் டத்தில் இவர்கள் கண்டனர். வேத காலமுறை தமிழ்நாட்டில் மாறாமல் இருக்கிறதென்று, முதல் கண்ணோட்டமுடையவர்கள் கூறினால்

இவர்கள் கற்கால முதல், தமிழ்நாடும், திராவிட நாடும் எவ்விதத்திலும் மாறவில்லை என்று கூறினர். தங்கள் போராட்டத்திற்கு ஆதரவு தேட, தென்னாட்டு வரலாறே, திராவிட ஆரிய முரண்பாடுதான் என்று கூறினர். இராமாயணக் கதையை ஆரியத் திராவிடப் போராகச் சித்திரித்தனர். சுக்ரீவனையும், அனுமனையும் ஆரிய அடி வருடிகளாக்கினர். வாலியை ஆரிய ஆதிக்கத்தை எதிர்க்க திராவிட வீரனாக்கினர். ஆரியர் ஆதிக்கத்தை எதிர்க்க திராவிட நாடு என்றும் போராடினர்; இது விடுதலை காக்கும் உணர்வு என்று அந்த மூச்சில் வடநாட்டை அடக்கியாண்டவன் கரிகாலன் என்றும், கனக விசயர் தலையில் கல்லேற்றிக் கொணர்ந்தான் செங்குட்டுவன் என்றும் ஆதிக்க பெருமை பேசுவர். இவ்வாறாக திராவிட உயர்வாதம் ஒருவகை மேனிலை யாக்கத்திற்கான அணுகுமுறையாக அமைந்தது. 'பார்ப்பானுக்கு மூப்பு பறையன்' என்ற வழக்கும் இந்த உயர்வு வாதத்தின் தொடர்ச்சியாகும்[3].

# 23

## தனி மரபு - கூட்டு மரபு
### (சிறுமரபு-பெருமரபு)

மானிடவியல் ஒரு முறையான அறிவுத்துறையாக ஏற்பட்டபோது இத்துறையில் ஈடுபட்டிருந்த முதல் தலைமுறை மானிடவியலர்களுக்கு சிறுமரபு, பெருமரபு (tittle and great traditions) குறித்த விவாதம் எழவில்லை. ஏனெனில் தொடக்கத்தில் மானிடவியலர்கள் முதுகுடி களையும், பழங்குடிகளையும், சிறிய அளவு சமூகங்களையும், மிகவும் தனித்து ஒதுங்கிய திணைக்குடிகளையும், தன்னளவில் சார்ந்து வாழ்ந்து கொண்டிருந்த (self contained) பழமைச் சமூகங்களையும் வெகுவாக ஆராயத் தலைப்பட்டனர். காரணம் முதலில் எளிய அமைப்புகளைப் புரிந்துகொள்ள வேண்டுமென்பதை இலக்காகக் கொண்டிருந்தனர்.

இரண்டாம் உலகப் போருக்குப் பின்னர்தான் மானிடவியலர்கள் பெரும் நிலப்பரப்பில் ஒருங்கிணைந்து வாழும் சமூகங்களுக்கிடையில் உள்ள உறவுகளையும் பன்னெடுங்காலமாக இம்மக்கள் அவரவர் பெருஞ்சமயத்தோடு (இந்து சமயம், கிறித்தவம், இஸ்லாம், பௌத்தம் ஆகியவை) எவ்வாறு பங்கெடுத்துக் கொள்கிறார்கள் என்பதையும் ஆராய முற்பட்டனர். உழுகுடி, நகரச் சமூகங்களையும் ஆராயத் தலைப்பட்டனர்.

பண்பாட்டில் ஏற்படக் கூடிய மாற்றங்களையும் வளர்ச்சி நிலை களையும் குறித்துப் படிமலர்ச்சி (evolution) அணுகுமுறையில் முதலில் நோக்கியவர் அமெரிக்க மானிடவியலர் மார்கன் ஆவார். பண்பாடானது தொன்மை நிலையிலிருந்து நவீன நிலைக்குத் தொடர்ந்து சென்று கொண்டிருக்கிறது என்றும், இது விலங்காண்டி (savagery) → காட்டாண்டி (barbarism) → நாகரிகம் (civilization) ஆகிய மூன்று பெரிய கட்டங்களில் ஏற்பட்டது என்றும் தம் படிமலர்ச்சிக் கோட்பாட்டை முன்வைத்தார். ஆனால் இவருக்குப் பின்னால் தோன்றிய ஆல்ஃபிரடு குரோபர் பண்பாட்டு அமைப்புகள் (culture patterns) பல சிதைந்தும்

புதியன பல உருவாகுவதாலும் பண்பாட்டு படிமலர்ச்சியானது ஏற்படுகிறது என்றார். நாகரிகங்களின் தோற்றத்திற்கும் வீழ்ச்சிக்குமான காரணங்களை அவர் எழுதிய *பண்பாட்டு வளர்ச்சியின் அமைப்புருவாக்கங்கள்* (Configurations of Culture Growth) என்னும் நூலில் விளக்க முயற்சி செய்தார். இத்தகு முயற்சியைத் தீவிரமாகச் செய்து பார்த்தபின் நாகரிகங்களின் தோற்றத்திற்கும் வீழ்ச்சிக்குமான காரணங்களை அறிவதில் திருப்திகரமான முடிவுகளை அவரால் எட்ட முடியவில்லை என்பதை உணர்ந்தார்.

### ராபர்ட் ரெட்ஃபீல்டு

குரோபரின் விளக்கத்திற்குப் பின்னர் சிக்காகோ பல்கலைக்கழக மானிடவியல் பேராசிரியர் ராபர்ட் ரெட்ஃபீல்டு (Robert Redfield) நாகரிகத்தின் அமைப்பியல்புகள் குறித்து மேலும் நுட்பமாக ஆராய்ந்தார். இந்த ஆய்வில் 'மரபுகளின் சமூக அமைப்பொழுங்குகள்' (the Social organisation to tradition) என்பது பற்றிய கோட்பாட்டை முதன்மையாக எடுத்துக்கொண்டார். இதில் பண்பாட்டு மரபுகளின் கூறுகள் எவ்வாறு ஒரு அமைப்பிற்குள் ஒன்றிணைக்கப்பட்டு அவை ஒரு அமைப் பொழுங்காக உருவாக்கப்பட்டிருக்கின்றன என்பதையும், பண்பாட்டின் மரபார்ந்த வடிவங்கள் எவ்வாறு அடுத்தடுத்த கட்டங்களுக்குக் கொண்டு செல்லப்படுகின்றன என்பதையும் கவனத்தில் கொண்டு ஆராய்ந்தார்.

இதன் மூலம் நாகரிகத்தின் ஆக்கத்தையும் உள்ளடக்கத்தையும் பற்றிய புரிதலுக்குப் பின்வரும் இரண்டு கருத்தமைவுகளை ரெட்ஃபீல்டு முன்வைத்தார்.

1. முதன்மை நாகரிகம்,துணைமை நாகரிகம் (Primary Civilization and secondary civilization)
2. சிறுமரபு, பெருமரபு (Little Tradition and Great Tradition)

இவ்வகையான புரிதலில் மிகவும் ஆர்வம் செலுத்திய ராபர்ட் ரெட்ஃபீல்டு 1950களில் இவ்விரு மரபுகளையும் பற்றிக் கூறும்போது மானிடவியலர்கள் ஆய்வு முறையின் பின்னணியை முதலில் விளங்கிக் கொள்வது அவசியம் என்றார். மற்ற துறைகளின் ஆய்வுப் போக்குகளைக் காட்டிலும் மானிடவியலர்கள் மக்களின் நடைமுறை வாழ்க்கையின் அனுபவங்களை நேரடியாகக் கண்ணுற்று விளக்கங் காண்பதால் இவ்வாய்வுகள் சூழல் சார்ந்தவையாக (contextual) உள்ளன.

இவ்வாறான நடைமுறைச் சூழலில், மக்களில் பெரும்பான்மையோர் ஒரு பக்கம் புனித நூல், புராணம், உபதேசிக்கும் முனிவர்கள்,

குருமார்கள், சடங்குகள், இறைவன், கதாகாலட்சேபம், பஜனை போன்ற உயர்வழிப்பட்ட கூறுகளோடு தொடர்புகொள்ளாதவர் களாக இருப்பதை ஒரு முதன்மையான நடத்தை முறையாக உணர்ந்தார். இத்தகையோர் ஒரு தனித்த மரபினராக இருப்பதையும் உணர்ந்தார்.

ராபர்ட் ரெட்ஃபீல்டு உழுகுடிச் சமூகங்களின் (peasant societies) வாழ்க்கை முறைகளை முன்வைத்து 'மரபுகளின் சமூக ஒழுங்கமைவு' (The social organization of tradition) என்னும் ஆய்வை நிகழ்த்தும்போதே சிறுமரபு, பெருமரபு என்னும் கருத்தாக்கங்களை முன்வைத்தார்.

இந்த ஆய்வின் வழி உழுகுடிகளின் பண்பாட்டைப் புரிந்துகொள்ளும் போது அதனைத் தனித்த தன்னாட்சியுடைய ஓர் அலகாக (autonomous unit ) எடுத்துக்கொள்ளக் கூடாது எனவும் விளக்கினார். அந்த உழுகுடியினர் தாம் வாழும் பகுதியின் நாகரிகத்தின் (civilization) ஒரு பகுதியாகவே அமைகின்றனர் எனப் புரிந்துகொள்ள வேண்டுமென்பார். அதனாலேயே உழுகுடிச் சமூகத்தையும் அதன் பண்பாட்டையும் 'பகுதிச் சமூகம்' (part-society) எனவும், 'பகுதிப் பண்பாடு' (part culture) எனவும் அவர் அடையாளப்படுத்தினார்.

உழுகுடிச் சமூகம் அல்லது ஒரு கிராமச் சமூகம் என்பது தனித்தியங்க வல்லது அன்று. ஒரு கிராமம் பல கிராமங்களை இணைத்தே செயல் படுகின்றது. அதன் வரலாறு என்பது பல கிராமங்கள் அடங்கிய பரந்த நாகரிகத்தின் உருவாக்கத்திற்குக் காரணமாகின்றது. ஆதலின் 'கிராமப் பண்பாடு' (village culture) என்பது அதன் பரந்த நாகரிகத்தின் ஒரு வட்டார வெளிப்பாடாக அமைகின்றது என்பார் ரெட்ஃபீல்டு. இவர்தம் ஆய்வில் முழுமையைப் 'பெருமரபு' என்றும், பகுதியைச் 'சிறுமரபு' என்றும் இனங்கண்டார்.

இவர்தம் கருத்துப்படி மேற்கூறிய இரண்டு மரபுகளும் தொடர்ந்து ஒன்றையொன்று சார்ந்தவை; ஒன்றையொன்று பாதித்துக் கொள்பவை; சிறு மரபு, பெரு மரபு இரண்டுமே இரண்டு விதமான எண்ணங் களைக் கொண்டு செயலாற்றும் நீரோட்டங்கள்; இரண்டும் பிரிந்து நிற்கக் கூடியவை. எனினும் இவையிரண்டும் ஒரு நிலையில் ஒன்று மற்றொன்றுக்குள் ஊடுருவிச் செல்வதாகவும், இன்னொரு நிலையில் அதனின்னு விலகிச் செல்வதாகவும் காணப்படும் இயல்பு கொண்டவை என விளக்கினார். இத்தன்மையை விளக்க ரெட்ஃபீல்டு பல எடுத்துக் காட்டுகளைக் கூறுகிறார்.இங்கு ஒன்றை மட்டும் காண்போம். இன்று மிகப்பெரும் இதிகாசங்களாகத் (epics) திகழ்பவை யாவும் மறு துருவத்தில் சனாதன மக்களிடையே சிறிய, துண்டுத் துணுக்குக் கதை களாக வழங்கப்பட்டு வருகின்றன. காப்பியங்களுங்கூடச் சனாதன

மக்களின் வட்டாரப் பண்பாட்டில் அவை வெவ்வேறு நிலைகளில் குறுகலாக்கம் பெற்று மாற்று வடிவம் பெறுகின்றன.

மேற்கூறிய போக்குகளைப் பார்க்கும்போது நாகரிகம் என்பது ஒரு கூட்டு (compound) நிலையாகும். இதில் பல நிலைகள் அல்லது மட்டங்கள் (parts or levels) உள்ளன. ஒவ்வொன்றும் ஏதோ ஒரு மக்கள் குழுவினரிடம் காணப்படுவதாக உள்ளது. இவ்வனைத்துக் கூறுகளும்/ மட்டங்களும் மிகு வளர்ச்சி பெற்று இறுதியாக அவை நாகரிகம் என்னும் கூட்டுத்தன்மையாக மலர்கின்றன. அதனால்தான் நாகரிகத்தைப் பற்றிக் கூறும்போது அது சிறு, பெரு மரபுகளின் கூட்டுத் தன்மையால் ஆக்கப்பட்டது (civilization as a complex structure of Great and little traditions) என்பார் ரெட்ஃபீல்டு *(1955)*.

இத்தன்மைகளை விளக்கும்போது மேலுமிரண்டு கருத்தாக்கங் களை அவர் முன்வைகிறார். அவை:

**முதன்மை நாகரிகம்** (primary Civilization)

முதன்மை நாகரிகமென்பது நாட்டார் பண்பாட்டிலிருந்து (folk culturte) வளர முற்படுவதாகும். இது அதன் தன்னியல்புகளுடன் ஓர் ஒழுங்கு முறைக்குட்பட்ட படிமுறை வளர்ச்சியோடு (orthogenetic) கூடிய பரிணாமவியலுடன் வளர முற்படுவதாகும்.

**இரண்டாம் நிலை நாகரிகம்** (secondary civilization)

இரண்டாம் நிலை நாகரிகமென்பது பல முதன்மை நாகரிகங்களின் கலப்பாலும் கூட்டுத் தன்மையாலும் ஏற்படுவது. இதனை ஒரு ஒட்டுவகைச் (hybrid) சேர்மம் என்பார் ரெட்ஃபீல்டு.

இவ்விரு நிலைகளில் நாகரிகத்தின் உள்ளீடு அமைந்தாலும் ரெட்ஃபீல்டின் கருத்துப்படி நாகரிகமென்பது பல்வேறு படிநிலைகளைக் கொண்டு முதன்மை நாகரிகங்களின் தொகுப்பாக வளர்ச்சி பெற்ற தாகும். ஒரு நாகரிகத்திற்குரிய நிலப்பரப்பில் எண்ணற்ற முதன்மை நாகரிகங்கள் (சிறு மரபுகள்) உள்ளன. ஒவ்வொரு திணைச் சமூகம் / சிறு சமூகம் (little commmunity) பெருந்திரளான வெகுசன மக்களைக் கொண்டதாக விளங்குகிறது. இந்த வெகுசன மக்கள் பெரும்பாலும் படிப்பறிவில்லாதர்வகளாக இருந்து வந்துள்ளனர். இவர்களின் மரபு வாய்மொழியாகப் பேணப்பட்டு வருகின்றது.

இத்தகு தன்மைகளைக் கொண்ட எண்ணற்ற சிறு சமூகங்கள் ஒரு நாகரிகத்தின் பரப்பில் இருக்குமாதலால் இவை எல்லாம் சம தளத்தில் ஒன்றிணைவதில்லை. வெவ்வேறு வேறுபாடுகளுடன் பல்வேறு

மட்டங்களில் வரிசைப்பட்டு நிற்கின்றன. இந்த வேறுபாடுகளின் படிநிலையில் உயரத்திலிருக்கும் மட்டத்திலிருந்து மேட்டிமைக் குடியினர் தோன்றி அவர்களிடமிருந்து பெருமரபுக்குரிய கூறுகள் வளர்ச்சி பெற்றுவிட்டன. இப்பெருமரபின் (நாகரிகம்) மரபில் தத்துவவாதிகள், இறையியலார், கற்றறிந்த மக்கள், இவ்வகையான மற்றவர்கள் அனைவரும் பெருமரபின் தன்மைகளைக் கோயில்களில், பள்ளிகளில், வாய்மொழியாக, எழுத்துவழியாக, முறை சார்ந்த படிப்பு வழியாகத் தலைமுறை தோறும் வளர்த்து வருகின்றனர்.

ஒரு சிறுமரபுக்குரிய சமூகம் எத்தகு நிலையில் பெருமரபுக்குரிய சமூகமாக மாறத் தலைப்படுகிறது என்பதை அறிய முற்பட்ட ரெட்ஃபீல்டு அவர் ஆராய்ந்த மெக்சிகோ பகுதியில் அது நாட்டார்-நகரத் தொடர்பாகப் (folk-urban continuum) பெரிதும் காணப்பட்டதை உணர்ந்தார்.

ஒரு நாட்டார் சமூகமானது அது நகரவயச் சமூகமாக மாறத் தலைப்படும் போது அது பெருமரபாக மாறுவதை மிக நுட்பமாக ஆராய்ந்தார். நாகரிகத்தின் தோற்றமானது பல்வேறு கூட்டுத் தன்மை யுடன் (குறிப்பாக 10 கூறுகளின் கூட்டாகப் பரிணமிக்கிறது என்பதை இயல் 4இல் காண்க.) தொடர்பு கொள்கிறது என்பதை இங்கு நினைவு படுத்திப் பார்க்கலாம். நகரவயமாக்கமென்பது மறைமுகமாகத் தொழில்மயமாக்கம், தொழிற்பெருக்கம், வேலைப்பங்கீட்டில் வளர்ச்சி நிலை, தனித் தொழில்களில் சிறப்பு நிலையடைதல் (specialization), வணிகம், மக்கள் பெருக்கம்-நெருக்கம் போன்ற பிற கூறுகளோடும் மாற்றம் பெறுவதைக் குறிக்கிறது. ஆகவே திணைக்குடிகள் நகரச் சமூகமாக மாறுவதன் பின்புலத்தில் அது பெருமரபை நோக்கி நாகரிகத்தை நோக்கி நகர்வதாக உணர்ந்தார் ரெட்ஃபீல்டு(நகரமயம், நாகரிகம் குறித்து அறிய காண்க இயல் 4).

சிறுமரபு, பெருமரபு பற்றிய கருத்தாக்கங்களை முன்வைத்த ரெட்ஃபீல்டு அவற்றை ஆராய்வதற்குரிய முறையியல் சார்ந்த (methodological) அணுகுமுறைகளையும் முன்வைத்தார். நாகரிகமானது இரண்டு நிலைகளில் அறியப்பட வேண்டுமென்று இவர் விரும்பினார். அவை: 1. பனுவல் நிலை (texual) 2. சூழல் நிலை(contextual).

### பனுவல் அணுகுமுறை (texual approach)

இத்தகு அணுகுமுறையைப் பெரிதும் வரலாற்றாசிரியர்கள் கையாளு கின்றனர் என்பார் ரெட்ஃபீல்டு. ஒரு நாகரிகத்தின் உருவாக்கத்தில் காணக்கூடிய பொருள்சார் முன்னேற்றங்களை வரலாற்று ரீதியாக

அலசிப் பார்ப்பதை வரலாற்றாசிரியர்கள் முக்கியத்துவப்படுத்து கின்றனர். நாகரிகத்தின் உள்ளமைப்பை அறிவதில் இந்த அணுகுமுறை தேவையே என்றாலும் மானிடவியலர்கள் அந்நாகரிகத்தவர்கள் கொண்டிருக்கும் இலக்கிய உருவாக்கங்களின் தன்மைகளையும், அவை பாதுகாக்கப்பட்டு அடுத்த தலைமுறைக்குக் கொண்டு செல்லும் வழிமுறைகளையும் ஆய்வுக்குட்படுத்துகின்றனர். இது மானிட வியலர்கள் ஏற்படுத்திய ஒரு தனித்த முறையாக உருவானது.

## சூழல் அணுகுமுறை (contextual approach)

நாகரிகத்தை ஆராய்வதில் மானிடவியலர்கள் சூழல் அணுகுமுறையினை

| கூட்டு மரபு (பெரு மரபு) | தனி மரபு (சிறு மரபு) |
|---|---|
| 1. இம்மரபின் உள்ளடக்கம் பரந்த வெளிப்பாடு கொண்டது என மதிப்புப் பெறுகிறது. | உள்ளடக்கம் எளிய வெளிப்பாடாகவே கருதப்படுகிறது. |
| 2. பள்ளிகளிலும் கோயில்களிலும் பயிற்றுவிக்கப்படுகிறது. | கிராமச் சமூகத்தாரின் வாழ்வியல் நோக்கில் நீக்கமற நிறைந்திருப்பது; கற்பிக்கப் படுவதில்லை. |
| 3. தத்துவவாதிகள், சமயவாதிகள், எழுத்தறிவு பெற்றோர் போன்றவர்களால் பேணப்படுவது. | பெரிதும் எழுத்தறிவு பெறாத மக்களால் காலங்காலமாக இருப்பதை அப்படியே பேணப்படுவது. |
| 4. அடுத்த தலைமுறைக்கு எது செல்ல வேண்டும், எப்படிச் செல்ல வேண்டும் என நனவுநிலையில் வடிவங் கொள்கிறது. | நடைமுறையில் பின்பற்றப்படும் எது ஒன்றையும் பெரிதும் கேள்விக்குள்ளாக்காமலும் மேம்படுத்தாமலும் அப்படியே பேணப்படுகிறது. |
| 5. பெரு மரபைப் பின்பற்றுவோர் வேத/ தத்துவ மரபில் ஆர்வங் கொண்டு அவை சார்ந்த சிந்தனை, அறவழி மரபுகளோடு தங்களை இணைத்துக் கொள்வர். | சிறுமரபினர் ஆவி, பலகடவுள் வழிபாடு, மந்திரம் (magic) ஆகியவற்றோடு தொடர்பு கொள்வதால் பெருந்தத்துவ மரபோடு தங்களை இணைத்துக் கொள்வதில்லை. |

ஒரு முக்கிய அணுகுமுறையாகக் கொண்டுள்ளனர். ஒரு நாகரிகத்திற் குரிய மக்களின் வாழ்வு முறையை நேரடியாகக் கண்ணுற்று அதன் தன்மைகளை ஆராய்வது இதன் முக்கிய இலக்காகும். அன்றாட வாழ்க்கை முறைகளை ஆராய்ந்து அவர்களின் உண்மையான வாழ்வு நெறியைக் காண்பர். இந்த உண்மை வாழ்வு நெறியானது அம்மக்கள் கொண்டுள்ள புனித நூல்கள், காப்பியங்கள், இதிகாசங்கள், புராணங்கள் ஆகியவற்றோடு எவ்வாறு உறவு கொண்டுள்ளது என்பதையும் ஆராய்வது இதன்பால் அடங்கும்.

ஆக, நாகரிகத்தை அதன் முழுமை நிலையில் உணர்ந்து புரிந்து கொள்ள முற்படும் போது பனுவல், சூழல் ஆகிய இரண்டின் அணுகு முறைகளோடு சிறுமரபும் பெருமரபும் எவ்வாறு ஒன்றையொன்று பரஸ்பரம் உறவுகொண்டு நாகரிகத்தின் முழுமைக்குப் பங்காற்று கின்றன என்பதையறிய வேண்டும் என்பார் ரெட்ஃபீல்டு. பெரு மரபும் சிறு மரபும் எவ்வாறு வேறுபடுகின்றன என்பதை இக்கட்டத்தில் புரிந்து கொள்வது நல்லது என்பார் ரெட்ஃபீல்டு.

## மக்கிம் மேரியாத்

ரெட்ஃபீல்டின் வாரிசான மக்கிம் மேரியாத் (Mackim Marriott) கிஷன் கர்ஹி (Kishan Garhi) என்னும் வட இந்தியக் கிராமத்தில் செய்த 'திணைசார் நாகரிகத்தில் சிறு சமூகங்கள்' (little communities in indigenous civilization 1955) என்னும் ஆய்வை மேற்கொண்டார். இதன் மூலம் கிடைத்த விவரங்கள் பெருமரபு, சிறுமரபு குறித்துத் தொடக்கக் காலத்தில் முன்வைக்கப்பட்ட விளக்கங்களில் முதன்மையானவை; இவை இந்தியச் சூழலுக்குட்பட்டவை. சமஸ்கிருதப் பனுவல்களை அடிப்படையாகக் கொண்ட இந்துச் சமயத்திற்கும் இந்தியக் கிராமங் களின் நடைமுறைச் சமயத்திற்கும் இடையேயான ஊடாட்டத்தைக் கொண்டு மேரியாத் இரண்டு நிலைகளில் கோட்பாட்டாக்கம் செய்தார். ஒன்று: விரிநிலையாக்கம் (universalization), இரண்டு: குறுநிலையாக்கம் (parochialization).

## விரிநிலையாக்கம்

கிஷன் கர்ஹி கிராமத்தில் நடைபெறும் பல்வேறு சமய நிகழ்வுகளை முன்வைத்து மக்கியம் மரியாத் விரிநிலையாக்கத்தின் தன்மைகளை ஆராய்கிறார். தீப விளக்குப் பண்டிகையின் போது கிருஷ்ண பகவான் பெயரைக் கொண்டுள்ள கிஷன் கர்ஹி கிராமத்தார் ஒளிக்கும் செல்வத்திற்கும் அதிபதியாகிய லட்சுமியை சோர்த்தி (Saurti) என்று அழைக்கின்றனர். இத்தெய்வமே பெருமரபில் லட்சுமியாக விரிநிலை

பெற்றுவிட்டது என்கிறார். அவ்வாறே, ரக்ஷபந்தன் என்னும் பெரு மரபுக்குரிய விழாவானது கிராமங்களில் சகோதரிகள் தங்கள் சகோதரர் களின் கையில் 'காப்புக்கட்டி' மகிழும் விழாவாகவே நடைபெறு கிறது. இது விரிநிலையாக்கம் பெற்று பெருமரபில் ரக்ஷபந்தனாகக் கொண்டாடப்படுகிறது என்கிறார் மேரியாத்.

## குறுநிலையாக்கம்

கிஷன் கர்ஹி கிராமத்தின் விழாக்களை முன்வைத்து மேரியாத் குறுநிலையாக்கப் போக்கினை விளக்குகிறார். கிருஷ்ண பகவானின் வாழ்க்கை வரலாற்றைக் கூறுவதே பாகவத புராணமாகும். இதில் ஒரு காண்டம் இடம் பெறுகிறது. இதன்படி, கிருஷ்ண பகவான் தன் ஆயர்பாடிச் சிறுவர்களிடம் இந்திரனை வழிபட வேண்டாமென்றும் அருகிலுள்ள ஒரு குன்றினை வழிபடுமாறும் அறிவுறுத்துகிறார். இதனால் இந்திரன் சினங்கொண்டு அடைமழை கொட்டிப் பசுக் கூட்டத்திற்கு இன்னலை ஏற்படுத்துகிறார். ஆனால் கிருஷ்ணர் 'கோவர்தன்' (பசுக் காப்பாளன்) என்பதால் அங்குள்ள ஒரு குன்றினைத் தன் விரலால் தூக்கிக் குடைபோல் நிறுத்திப் பசுக்களுக்குப் பாதுகாப்புக் கொடுக்கிறார்.

இப்புராணத்தில் கூறப்படும் குன்றானது மதுரா மாவட்டத்தில் உள்ளது எனக் கருதி அங்கு இன்றும் ஆண்டுதோறும் கிராம மக்கள் விழா எடுக்கிறார்கள்.பெருமரபின் (பாகவத புராணம்) கதையானது கிஷன் கர்ஹியிலும் குறுநிலையாக்கம் பெற்றே காணப்படுகிறது. வைதிகப் பெரு மரபில் காணப்படும் கோவர்தன் (Co-Vardhana) வழிபாடானது கிராம மக்களின் சிறு மரபில் கோபார்+தானம் (gobar+dhana) எனக் குறுநிலையாக்கம் பெற்றுவிட்டது. பசுக்களைக் காப்பவர் (cow-nourisher) என்னும் நிலைபோய்ப் பசுச் சாணத்தின் வளமைக்கு வழிபாடு (cow dung wealth) என்பதாக மாறிவிட்டது. கிஷன் கர்ஹியில் நடைபெறும் ஆண்டுத் திருவிழாவில் கிருஷ்ண பகவான் குடைபோல் தூக்கிய குன்றினை நினைவுபடுத்த மாட்டுச் சாணங்களை மலைபோல் குவித்து அச்சாணக் குவியலுக்கு அலங்காரம் செய்து வழிபாடு நடத்துகின்றனர். இது குறுநிலையாக்கத்தின் விளைவாகும்.

மக்கிம் மேரியாத் இன்னுமொரு எடுத்துக்காட்டையும் சுட்டுகிறார். பெருமரபுக்குரியோர் வணங்கும் நவராத்திரித் திருவிழாவில் மக்கள் ஒன்பது காளியை ஒன்பது நாட்கள் தொடர்ந்து வழிபடுகின்றனர். கிஷன் கர்ஹியிலோ மக்கள் நௌர்ட்டா (Naurtha) எனப்படும் தாய்த் தெய்வத்தை மண்ணால் செய்து வைத்து அதை ஒன்பது தெய்வங் களுக்கு இணையாகக் கருதுகின்றனர். ஆக இங்குக் காளியை நௌர்ட் டாவாகக் குறுநிலையாக்கம் செய்துள்ளனர். நவராத்திரி என்னும்

தரமொழிச் சொல்லை நௌர்ட்டா என்னும் பேச்சு வழக்கு மொழியாக மாற்றியுள்ளமையும் குறுநிலையாக்கத்தின் பாற்படும் ஒரு நிகழ்வாகும் என்பார் மேரியாத். தமிழ்ச்சூழலில் ஓர் எடுத்துக்காட்டைக் காண்போம்.

தமிழ்ச் சூழலில் வைணவமானது எவ்வாறு நாட்டார் வைணவமாக வடிவெடுத்தது என்பதை தொ. பரமசிவன் விளக்குகிறார்.[1] 'பக்தி இயக்கம் எழுந்தபோது சைவம், வைணவம் ஆகிய இரு சமயங்களும் வடமொழி வேதத்தின் தலைமையை முழுமையாக ஏற்றுக்கொண்டன. காலப் போக்கில் தமிழ்நாட்டு வைணவம் வடமொழி வேதங்களின் இறுகிய பிடியிலிருந்து தன்னை விடுவித்துக் கொள்கிறது. ''வேதங் கற்றான் ஒருவன் வந்தால் நாழி அரிசியைக் கொடுத்துப் புறந்திண்ணையிலே கிட என்பார்கள். திருவாய்மொழி கற்றான் ஒருவன் வந்தால் அகத்துக்குள்ளே இடம் ஒழித்துக் கொடுப்பார்கள்'' என்பதும் வைணவ உரையாசிரியர் கூற்றாகும். இதனால்தான் வேதத்தையும் வடமொழியையும் விலக்கி வைத்து விட்டு வைணவம் எளிய மக்களை நோக்கிச் செல்கிறது'. (தொ.பரமசிவன் 2001:173). இது ஒரு வகையான குறுநிலையாக்கமாகும். (இன்னொரு எடுத்துக்காட்டுக்குக் காண்க: பக். 385).

அடுத்து, இந்தியப் பண்பாட்டு உருவாக்கத்தில் குறுகிய வட்டார அடிப்படையிலான (சிறு மரபு) கூறுதல் நாளடைவில் சம்ஸ்கிருத ஒழுங்காக, அதன் திருமுறையாக உயர்வுவழிப்பட்ட முறைகளை இனங்கண்டார். இப்போக்கைத்தான் மேரியாத் உலகவயமடைதல் / முழுதளாவிய நிலையடைதல் அல்லது விரிநிலையடைதல் (universalization) என்கிறார். இப்போக்கிற்கு மாறாக, சம்ஸ்கிருத ஒழுங்குமுறை சார்ந்த கூறுகள் எளிய மக்களிடம் நடைமுறை வாழ்க்கையில் மாற்றம் பெற்று பின்பற்றப்பட்டன. இப்போக்கினை இவர் 'குறுநிலையாக்கம்' என்கிறார். இதற்கடுத்து, குறுநிலையடைந்த கூறு மீண்டும் முழுதளாவிய நிலைக்கு மாறுதலும், உயர்வழிப்பட்ட கூறுகள் மீண்டும் குறுநிலையடைதலுமான ஒரு சுழற்சித் தளத்தில் பயணம் பெறுகின்றன என்கிறார். வட இந்தியக் கிராமங்களில் சராசரியாகப் பின்பற்றப்படும் 18 சடங்குகளில் 15 சடங்குமுறைகள் சம்ஸ்கிருத அடிப்படையைக் கொண்டுள்ளன என்கிறார்.

கூட்டு மரபு (Great tradition)

விரிநிலையாக்கம்/
ஏறுமுகப் படிமலர்ச்சி
(Universalization/evolution)

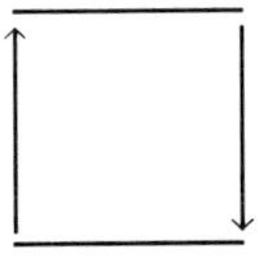

குறுநிலையாக்கம்/
இறங்குமுகப் படிமலர்ச்சி
(Parochialization/devolution)

தனி மரபு (Little tradition)

## மில்டன் சிங்கர்

ரெட்ஃபீல்டின் கோட்பாட்டினை முன்வைத்துப் பலரும் அவரவர் ஆய்வு செய்த பகுதிக்குரிய நாகரிக உருவாக்கத்தையும் அதன் அசைவியக்கத்தையும் ஆராய முற்பட்டனர். மில்டன் சிங்கர் என்னும் மானிடவியலர் சென்னை மாநகரில் சிறு, பெரு மரபுகளின் அசைவியக்கத்தை ஆராய்ந்தார். இவ்வகை அசைவியக்கத்தை ஆராய்ந்த பலரும் சமயம் என்னும் தளத்தையே பெரிதும் எடுத்துக்கொண்டாலும் மில்டன் சிங்கர் சமயம், வேளாண்மை, உறவுமுறை ஆகிய பல தளங்களை இவ்வணுகுமுறையுடன் ஆராய்ந்து *பெருமரபொன்று நவீன மயமாகும்போது* (When a great Tradition Modernizes 1972) என்னும் நூலாக எழுதியுள்ளார்.

மார்கழி மாத பஜனை கோஷ்டிகள், பிற தளங்களில் அசைவியக்கங்களை நிகழ்த்துவோர் அனைவரையும் 'பண்பாட்டு வல்லுநர்கள்' (cultural specialists) எனவும், அவர்களின் செயல்பாடுகள் 'பண்பாட்டு நிகழ்முறைகள்' (cultural performance) எனவும், அவை நிகழும் தளங்கள் 'பண்பாட்டு ஊடகங்கள்' (cultural medias) எனவும், இவையனைத்தும் சிறு, பெரு மரபுகளின் ஊடாட்டத்தில் சில குறிப்பிட்ட மட்டங்களில் இடம் பெறுவதால் இவை 'பண்பாட்டு நிலைகள்' (cultural stages) எனவும் கருத்தாக்கம் செய்தார்.

இக்கருத்தாக்கங்களை மேலும் நுண்மையாக்கம் செய்து தமிழ்ச் சூழலின் மரபுவழிப்பட்ட நாகரிகத்தின் (indigenious civilization) சிறு, பெரு மரபுகளுக்கிடையிலான அசைவியக்கங்களை இந்நூலில் ஆராய்ந்துள்ளார். ஒரு மரபின் வெளிப்பாடாகக் காணப்படும் நாகரிகத்தின் உள்ளடக்கத்தில் ஒரு மொழிப் பகுதியின்கண் காணப்படும் பல நாட்டார் மரபுகளின் வீச்சுப் பெரும்பங்கு கொள்கின்றன. இம்மரபுகளின் வரலாற்றுத் தொன்மையுங்கூட இவற்றின் வீச்சுக்குக் காரணமாகின்றன என்கிறார்.

## பிற சிந்தனையாளர்கள்

சிக்காகோ மானிடவியல் சிந்தனைக் குழுவைச் சேர்ந்த ராபர்ட் ரெட்ஃபீல்டு முன்வைத்த சிறு; பெரு மரபுகளை முன்வைத்து வட இந்தியாவில் மக்கிம் மேரியாத்தும் சென்னையில் மில்டன் சிங்கரும் ஆய்வு செய்த பின்னர் இந்திய அறிஞர்கள் பலர் இங்கு சிறுமரபுகள் பெருமரபின் உறுப்புகளாகவும் அதனோடு எவ்வாறு இவை ஊடாட்டம் கொள்கின்றன எனவும் ஆராயும்போக்கில் பலவகையான ஆய்வுகளில் ஈடுபட்டனர். இந்திய மரபுக்குரிய நாகரிகத்தில் புனிதத் தலங்களின்

(Sacred complexes) பங்கு பணிகளை வித்தியார்த்தியும் (The Sacred Complex of Hindu Gaya 1961), மக்கன் ஜாவும் (The Sacred Complex of Janakpur 1971), இன்னும் பல அறிஞர்களும் மேற்கொண்டனர். இந்திய நாகரிகத்தில் புனிதத்தலங்கள் சிறு, பெரு மரபுகளை இணைத்து ஊடாடும் மிகச் சிறந்த களங்கள் என்ற கருத்தை முன்வைத்து ஆராய்ந்தனர்.

இன்னும் சில அறிஞர்கள் சமூகங்கள் எவ்வாறு அவற்றின் நிலைகளை உயர்நிலைப்படுத்திக் கொள்கின்றன என்னும் போக்கில் பல்வேறு ஆய்வுகளை நிகழ்த்தினர். இவை பல்வேறு தளங்களில் வெவ்வேறான நிலைகளில் நிகழ்வதை இனங்கண்டனர். சமஸ்கிருதவயமாக்கம் (sanskritization), ராஜபுத்திரவயமாக்கம்[2] (rajputization) பழங்குடி சாதித் தொடர்ச்சி (tribe caste continuum), ஊரக-நகரத் தொடர்ச்சி (ruaral-urban continumm), இந்துமயமாதல் (Hinduization), மேற்கத்தியவயமாதல் (westernization) போன்ற பல நிலைகளில் சமூகங்கள் தங்கள் சிறுமரபு நெறியிலிருந்து மாற்றம் பெற முற்படுகின்றன. இதில் சிறு மரபு ஒரு துருவமாகவும், பெரு மரபு மறு துருவமாகவும், இதற்கிடைப் பட்ட நிலைகளில் மாற்றம் பல படிநிலைகளாக வரிசைப்பட்டு உயர்வழிப்படுவது இதன்பாற்பட்ட தொடர்ச்சியாகும். இந்நிலை களைத் தமிழ்ச் சூழலில் வெவ்வேறு தளங்களிலிருந்து அறிய முற்பட வேண்டும்.

## மேரியாத்-துய்மோன் -போக்காக்

வட இந்தியப் பண்பாட்டுச் சூழலை மிகவும் கவனத்துடன் ஆராய்ந்த மேரியாத் பெருமரபாக விளங்கும் சம்ஸ்கிருத மரபானது 'திணை சார் நாகரிகம்' (indigenous civilization) என்றும், இது அந்தந்த வட்டார மக்களின் பண்பாட்டு மரபுகளின் வார்த்தெடுத்த தொகுப்பானது படிமுறை வளர்ச்சியாக (orthogenetic) உருவானது என்றும் விளக்கு கிறார். இவ்வாறான திணைநிலத்திற்கேயுரிய போக்கால் உருவான இந்துப் பெருமரபானது 'முதன்மை நாகரிகம்' (primary civilization) என்றும், இது லத்தீன் அமெரிக்கா போன்ற இடங்களிலுள்ள ஸ்பானிஷ் கத்தோலிக்கச் சமய மரபு போன்றவற்றிலிருந்து மாறுபட்டது என்றும் விவரிக்கிறார். லத்தீன் அமெரிக்கப் பகுதியில் இம்மரபு ஒரு வருவிக்கப்பட்ட மரபாகவும், கலப்புத் தன்மையுடைய (heterogenetic) மரபாகவும் பின்னாளில் பலவற்றின் கூட்டிணைப்பாகவும், பின்னர் இவையாவும் ஒத்திசைவுடன் இயைபு பெற்று ஓரினமாகிவிட்ட மரபாகவும் (syncritized tradition) உருவாக்கம் பெற்றன. இவை 'இரண்டாம் நிலை நாகரிகங்கள்' (secondary civilizations) என்று மேரியாத் வரையறைப்படுத்தினார்.

மேற்கூறிய மேரியாத்தின் கருத்துக்களை துய்மோனும் (Louis Dumont) போக்காக்கும் (pocock) அவர்கள் தோற்றுவித்த *இந்தியச் சமூகவியலுக்குப் பங்களிப்புகள்* (Contributions to Indian Sociology) என்னும் ஆய்விதழின் முதல் இதழில் மறுத்துள்ளனர். இந்தியாவில் கிராம மக்கள் பெரு மரபு, சிறுமரபு என்று வேறுபடுத்திப் பார்க்கும் சிந்தனையைக் கொண்டிருக்கவில்லை. மாறாக, அவர்களின் வாழ்க்கைத் தத்துவத்தில் அவர்கள் கொண்டுள்ள நம்பிக்கையில் எவை வெளிப்படுகின்றனவோ அவைதான் அவர்களின் சமயம். இச்சமய நடைமுறைகளில் புனிதம், தீட்டு என்கிற வேறுபாடு அடித்தள மக்கள் முதல் அனைத்து மட்டங்களிலும் காணப்படுகிறது. அதேபோல் இந்து சமயத்தின் பொதுக் கருத்தியல் (common ideology) எல்லா மட்டங்களிலும் (level) எல்லா வட்டாரங்களிலும் காணக் கூடியதாகவும், சிறுமரபு - பெரு மரபு என்ற வேறுபாட்டை வெளிப்படுத்தும் சில மட்டங்களில் கூட அதனை மறுதலிக்கும் கூறுகள் ஆங்காங்கே உள்ளீடாகவும் வெளிப்படையாகவும் அடையாளம் பெறும் போக்குக் காணக்கூடியதாகவும் உள்ளது என்று துய்மோனும் போக்காக்கும் கூறுகின்றனர்.

இரண்டு மரபுகளுக்கும் என்று தனித்த சடங்குக் கருத்தியல்களோ பிற கூறுகளோ இல்லை என்பதும் இவற்றைப் புரிந்து கொள்வதில் இதுவே முதன்மையிடம் பெறுவதாகவும் இவர்கள் கூறுகின்றனர். ஒரு பொதுச் சட்டகத்திற்குள் அடங்கும் சடங்குகள் சிறுமரபு என்கிற ஒரு வட்டார அளவில் வெளிப்படும் சூழலில் அது சிறுமரபுத் தன்மையாகக் குறுகி விடுகிறது. அச்சடங்குகளே பரந்த நிலப் பரப்பு முழுவதும் விரிவாக்கமும் பொதுமையாக்கமும் பெற்றுப் பெருமரபாக உயர் நிலைப்படுகிறது என்றும் இவர்கள் மேலும் விளக்கமளிக்கின்றனர்.

### ஸ்டான்லி தம்பையா

உலகப் புழ்பெற்ற இலங்கை மானிடவியல் அறிஞர் ஸ்டான்லி தம்பையா (S.J.Tambiah) வேறொரு கருத்தை முன் வைக்கிறார். 'பெரு மரபு'. 'சிறு மரபு' இரண்டு மரபுகளும் வரலாற்றுக் கண்ணோட்டத்தோடு அணுகப்பட வேண்டியதில்லை; வரலாறு சாராததாக (ahistorical) இவை உருவானவை. ஏனெனில், இந்து, புத்த சமயங்க்ளின் பெரு மரபுகள் போற்றும் புனிதப் பனுவல்கள் (sacred texts) வெவ்வேறு கால கட்டங்களில் தோன்றியவை. எனினும் இன்று இச்சமயங்களின் பெரு நெறிகளைப் பேணுவோர் அப்பனுவல்கள் அனைத்தும் ஏதோ ஒரு குறிப்பிட்ட கால கட்டத்திலேயே தோற்றுவிக்கப்பட்டவை போல் 'ஒருமுகப் பண்பைத்' திணிக்கிறார்கள்.

இந்த 'வரலாறு சாராத' போக்கென்பது ஆசியப் பகுதியில் தோன்றி வளர்ந்த இந்து, புத்த சமயங்களுக்கு மட்டுமே பொருந்தும். மாறாக, ஐரோப்பியக் கிறித்துவத்தில் புனிதப் பனுவல்களும் சடங்கும் சம்பிரதாயங்களும் பன்முகத்தன்மை பெற்றவையாக அச்சமயத்தவர் எண்ணவில்லை; ஒருபடித்தானவை என்றே போற்றப்படுகின்றன என்கிறார் தம்பையா. இந்நிலையில் ஒரு நாகரிகத்திற்குள் இருவேறு மரபுகளை அடையாளப்படுத்தும்போது வேண்டுமானால் 'வரலாற்றுக் கால மரபு' என்றும் 'சம கால மரபு' என்றும் வகைப்படுத்தி இவ்விரண்டுக்குமான பரிவர்த்தனை, ஊடாட்டம், மாற்றம் போன்ற போக்குகள் எவ்வாறு இம்மரபுகளின் தொடர்ச்சிக்கும் மாற்றத்திற்கும் துணை புரிகின்றன என்று அறியலாம் என்பார் தம்பையா.

**பிற விவாதங்கள்**

சிறுமரபு, பெரு மரபு என்னும் கருத்தாக்கங்களை விவாதிப்பதில் இன்னொரு கூடுதல் அணுகுமுறையை விவாதிப்பர். வாய்மொழி முறைக்கும் (orality), எழுத்தறிவு முறைக்கும் (literacy) இடையே உள்ள தொடர்பை விளங்கிக் கொள்ளுதல் மூலம் சிறு, பெரு மரபுகளைப் புரிந்து கொள்ள முடியும். பேச்சையும் எழுத்தையும் அறிவு, அதிகாரம் என்பதற்கு ஈடுகட்டுவது போன்ற போக்குச் சிறு, பெரு மரபுகளுக்கும் உண்டு.

ஒரு பனுவலை எழுத்து வடிவத்திற்குக் கொண்டுவரும் போது அது பரந்த தளத்திற்குப் பரவும் வாய்ப்பும், நிலைபேறு கொள்ளும் வாய்ப்பும், பாட பேதங்கள் பெறாமல் ஒரு குறிப்பிட்ட நிலையிலேயே (consistent) தொடர்ந்து பேணப்படும் வாய்ப்பும் ஏற்படுகிறது. காலம் செல்லச் செல்ல எழுத்தானது அதன் சமயத் தத்துவக் கருத்துக்களை கருத்து வடிவமாகக் குறுக்கி (abstarct) செறிவுபடுத்திவிடும். அதோடு, எழுத்து வடிவம் பெறும் போது நிலைபேறுடைய விதிமுறைகளையும் ஆசாரத்தன்மைகளையும் (orthodox) ஏற்படுத்திவிடுகிறது. வாய்வழி முறையானது இவற்றிற்கு மாறான இயல்புகளைக் கொடுக்கிறது. இருப்பினும் பேச்சு எழுத்தாக மாற்றம் பெறச் செய்வதும், எழுத்து வடிவத்தில் இருப்பனவற்றை மீண்டும் பேச்சு நிலைக்குக் கொண்டு வந்து சொல்லாடல் புரிவதும் என்ற சுழற்சித் தளமும் நடைமுறையில் இருந்து வருகின்ற ஒன்று. ஒரு தனிமனிதரே கூட இதனைச் செய்யலாம் அல்லது ஒரு குழு/சமூகம்கூட இதனைச் செய்யலாம்.

பெரு மரபு பனுவல்களை, வாய்மொழிக் கதைகளை, புராணங்களை அறிந்திருத்தல் என்பது பெருமை கொடுக்கக்கூடியது என்று உயர்குடியாளர்களும், நகர மக்களும், செல்வந்தர்களும் எண்ணுகின்றனர். சிறுமரபினர் இவற்றை அறிவதற்குப் பல முறைகளில் முயற்சி

செய்கிறார்கள். தானே கற்றுக்கொள்ள முனைதல், பூசாரி, மதகுருக்களின் வழி கேட்டல், பெருமரபு நிகழ்ச்சிகளோடு தொடர்பு கொள்ளல், சில சூழல்களில் தங்கள் பழக்கவழக்கங்களை, நடைமுறைகளை மாற்றிக் கொள்ளுதல் போன்றவற்றைச் செய்கின்றனர். பெருமரபைச் சார்ந்த விழாக்கள் வரும்போது, இக்கால மந்திரிகள் வரும்போது/ வெளிநாட்டுப் பிரமுகர்கள் வரும்போது அந்தந்த வட்டார மக்கள் தங்களின் வட்டார மரபைப் புறந்தள்ளிவிட்டு அப்பிரபுக்களுக்குப் பிடித்த பெரு மரபிலேயே கௌரவிக்கும் போக்கைக் கையாளும் நடைமுறையை அனுபவ வாயிலாகக் காணமுடிவதால், கிராமத்து மக்கள் அவர்தம் மரபிலேயே உள்ளனர் என்ற துய்மோன், போக்காக் ஆகியோரின் வாதம் வலுவிழக்கிறது.

### மாற்று விவாதங்கள்

சிறு, பெரு மரபுகளைப் பற்றிய ஆய்வென்பது மானிடவியலில் தொடர்ந்து விவாதப் பொருளாகவே உள்ளது. எனினும் குறிப்பிட்ட சில மானிடவியலர்கள் இவ்விவாதத்தை மொழி, தத்துவம், மானிடவியல் அணுகுமுறைகளுடன் ஒரு சமன் நிலையிலான (balanced) விவாதத்தை அடைய முயற்சி செய்து வருகின்றனர். எனினும் இந்த ஆய்வுப்போக்கை முதன்முதலில் தொடங்கி வைத்த ராபர்ட் ரெட்ஃபீல்டு சிறு, பெரு மரபுகளின் ஆய்வென்பது மானிடவியலுக்கு ஒரு கடினமான, அதே நேரத்தில் மிகவும் ஆர்வமுடைய ஒரு ஆய்வுப் பரப்பாக விளங்கி வருகிறது எனச் சுட்டிக் காட்டியுள்ளார்.

இந்தியா உள்ளிட்ட கீழைத்தேயப் பண்பாடுகளை ஆய்வு செய்த மேலைப் புலத்தாரின் 'அறிதல்' முறையிலும் 'அறிவித்தல்' முறையிலும் தற்சார்புடைய உயர்வுவாதம் மறைமுகமாகவும் அறிவு ரீதியாகவும் நிகழ்ந்து விட்டது.

இந்தியப் பண்பாட்டு அமைப்பை ஆராய்ந்த மேலைத்தேய மானிடவியலர்கள் உலகின் பிற இடங்களில் பொருத்திக் காட்டிய சிறுமரபு, பெரு மரபு என்ற இரண்டு கருத்தாக்கங்களையும் இவற்றின் உள்ளீடாக இயங்கும் குறுநிலையாக்கம் (parochialization), விரிநிலையாக்கம் (universalization) ஆகிய இரு கருத்தாக்கங்களையும் இந்தியச் சூழலுக்கும் முன்வைத்தனர். இவற்றைத் தொடர்ந்து எழுதி நிலைப்படுத்தி விட்டமையால் தமிழ்/திராவிடச் சூழலுக்குட்பட்ட தனித்துவம் முன்வைக்கப்பெறவில்லை (பாரதி 2002).

இந்தியச் சமூகத்தைப் பற்றி மேலை நாட்டினர் நிகழ்த்திய ஆய்வுகள் அவர்களுடைய கோட்பாட்டு உருவாக்கத்திற்கும், சோதித்துப்

பார்ப்பதற்கும், புதிய உள்ளொளிகளை உருவாக்குவதற்கும் உதவின என்றாலும், சிறுமரபு, பெருமரபு என்னும் கருத்தாக்கங்கள் பல பண்பாடுகளுக்கும் பொதுவான சட்டமாகவே முன்மொழிந்தனர். இம்மண்ணுக்கான பண்பாட்டு உருவாக்க முறைகளைத் திணைசார் ஆய்வாளர்கள் மாற்று நிலையில் சிந்தித்திருப்பின் மேற்கூறிய வர்க்கப் பார்வையுடைய சொல்லாட்சிகள் வேறு தொனியில் சுட்டப்பட்டிருக் கூடும்.

தமிழர்கள் இனத்தாலும், பண்பாட்டாலும், மொழியாலும், நீண்ட நெடிய தொடர்ச்சியான வரலாற்றைக் கொண்டவர்கள். ஆர்க்கியன் (archaen) காலத்தில் தோன்றிய இந்தியப் பகுதியில், பழங்கற்காலம் முதல் இன்றுவரை பண்பாட்டுத் தொடர்ச்சி காணப்படுவது இப்பகுதிக் கான தனித்தன்மைகளுள் ஒன்று. இம்மண்ணில் காலங்காலமாக நிலவி வந்த திணைப்பண்பாடுகளின் அறுபடாத் தொடர்ச்சியும், அயற் பண்பாடுகளின் பரவலும், இவற்றிற்கிடையிலான கொண்டு கொடுத்தலும் நிகழ்ந்துள்ளன. திணைப்பண்பாடுகளும் அயற்பண்பாடு களும் தொடர்ந்து உறவாடிய பன்மைப் பண்பாட்டுச் சூழல் இன்றைய பண்பாட்டு உருவாக்கத்திற்கு அடித்தளமாய் அமைந்துள்ளது.

அரசுகளின் விரிவாக்கங்களாலும், அவற்றின் தொடர் படையெடுப்பு களாலும் பண்பாட்டுப் பகுதிகளின் எல்லைகள் சுருங்கியும், விரிந்தும், ஒன்றின்மேல் மற்றொன்று ஊடுருவியும், படிந்தும் வினைபுரிந்ததால் தனித்த பண்பாடுகளுக்கிடையில் ஒருவகையான கலப்புத் தன்மையும், கூட்டுத் தன்மையும், பொதுத் தன்மையும் ஏற்படலாயின. இவை தவிர பொதுநிலையில் கொண்டு-கொடுத்தலும் சமூக பண்பாட்டு மாற்றமும் நிகழ்ந்துள்ளன.

இந்தியப் பகுதி முழுவதுக்குமான தனித்த பண்பாடுகள் காலங் காலமாக, பரஸ்பரம் உறவாடியதால் இந்த ‘கலப்பு’, ‘கூட்டு’, ‘பொது’த் தன்மைகள் இவற்றிற்கிடையே ஏற்பட்டன. இந்நிலையில் உருவாக்கம் பெற்று வந்துள்ள இம்மரபினைக் ‘கலப்பு மரபு’, ‘கூட்டு மரபு’, ‘பொது மரபு’ என்றும், பெரிதும் கலப்புறாத திணைக் குடிகளின் மரபு ‘தனி மரபு’ என்றும் அறியப்பட்டும் அறிவிக்கப்பட்டும் இருக்க வேண்டும். ஆனால் மேலைப்புலத்தாரின் உயர்வுவாதம் இப்பகுதியின் பொதுப் பண்புகளை மையமிட்டவை. இக்கருத்தமைவுகள் வேறுபட்ட பல பண்பாடுகளை ஒரு தேசிய அல்லது மைய நீரோட்டத்திற்குள் கொண்டு வரும் அதிகார உறவுகளுடன் சார்புடையவை. இவ்வகை யான பொதுமைப்பாட்டினை இன்னும் பெரிய பரப்பு நோக்கிச் செலுத்தினால் அது ஆசியப் பண்பாடு என விவரிக்கும் நிலைவரை செல்லும். ஏன் மார்க்ஸ் முன் வைத்த ‘ஆசிய உற்பத்தி முறை’ என்னும்

கண்ணோட்டத்தில் நோக்கும்போது ஆசியா என்ற நிலவியல் எல்லை வரை இப்பொதுத் தன்மைகளை விரிவுபடுத்திக் கருத்தாடல் செய்ய முடியும். இவ்வாறான பண்பாட்டுப் புவியியல் விரிவாக்க அணுகு முறை இப்பகுதிக்குள் அமைந்து வந்துள்ள தனித்தன்மை வாய்ந்த திணைப் பண்பாடுகளின் ஆளுமையை விளிம்புக்குத் தள்ளிவிடும் விபத்து ஏற்படும் (மேலது: X)

அதே நேரத்தில், தமிழ்ப் பண்பாடு தன் எல்லைக்குள்ளேயே நின்று கொண்டு 'யாதும் ஊரே யாவரும் கேளிர்', 'ஒன்றே குலம் ஒருவனே தேவன்' என்பன போன்ற பிரபஞ்சப் போக்குடைய கோட்பாடுகளும் (grand theories) திருக்குறள் முன்வைத்த சமயச் சார்பின்மையும், தமிழிலக்கியத்தில் அதுவரை முன்வைக்கப் பெறாத மிகப் பெரும் அகிலஞ்சார்ந்த பொதுமையாக்கத்தைச் சுட்டுகின்றன. இந்நிலையை மேற்கூறிய பண்பாட்டுப் புவியியல் விரிவாக்க அணுகுமுறையின் ஒரு மாறுபட்ட நீட்சி எனக் கருத இடமுண்டு.

தமிழிலக்கியப் பனுவல்களில் கூடத் தனிமரபுகளும் பிரபஞ்சம் சார்ந்த அகிலமனைத்தும் ஒன்றிணைக்கும் பெருமரபும் முன்வைக்கப் பட்டுள்ளன. தமிழர்களின் எதார்த்த வாழ்வின் வெளிப்பாடான உண்மைப் பண்பாடானது (real culture) சாதியப் பண்பாடுகளாக வேறுபட்டு நிற்க, 'யாதும் ஊரே யாவரும் கேளிர்' போன்று முன் வைக்கப்பட்ட உகந்த நிலைப் பண்பாடானது (ideal culture) அகிலஞ் சார்ந்த பெருமரபு நோக்கியதாகும். சங்க இலக்கியம் பெருமளவு உண்மைப் பண்பாட்டையும், தனி மரபையும், வேந்தர்களின் மேன்மையையும் முன்னிறுத்த, பிற்கால இலக்கியமான திருக்குறள் உகந்தநிலைப் பண்பாட்டையும், பெருமரபையும், அனைத்துக் குடிகளையும் உள்ளிட்ட மன்னராட்சிக்கான பொது அறத்தையும் முன்வைத்தது.

ஆக, சிறு மரபு, பெரு மரபு என்பது ஒரு தனித்த பண்பாட்டிற்குள் இனங்காணப்பட வேண்டிய ஒன்றே தவிர, பண்பாட்டிடை நிலையில் (cross-cultural) ஒப்பிடுவது இனவாதத்துக்கே இட்டுச் செல்லும். ஒரு பண்பாட்டிற்குள் இயங்கும் அவ்விரு மரபுகளும் கூடப் பரஸ்பரம் உறவாடுபவையாக மட்டுமே அறியப்படுதலும், அறிவிக்கப்படுதலும் வேண்டும் (மேலது:xii).

தமிழரின் வாழ்வுமுறை ஈராயிரம் ஆண்டுகளுக்கும் மேல் பதிவு செய்யப்பட்ட மரபாக இருந்து வந்திருக்கிறது. இப்பதிவில் சங்க இலக்கியங்களே தொடக்கமாக அமைகின்றன. சங்கக் கவிதைகளில் நடப்பியலும், அறிதிறன் சார்ந்த கற்பனை வெளியும், பெரும்பாலும்

சமயம் சாரா கூறுகளும் அடிப்படையாக இருந்தன. கி.பி.4-5 ஆம் நூற்றாண்டுக்குப்பின் சமய இலக்கியங்களும், பன்மை நிலையின் வேகமும் கூடிற்று. 6-7ஆம் நூற்றாண்டில் சமண, பௌத்த அழிவு களும், வைதிகத்தின் எழுச்சியும் ஒன்றை மற்றொன்றிலிருந்து வேறுபடுத்திப் படிநிலைப்படுத்தும் சிந்தனை வழி பெருமரபு, சிறுமரபு என்று சமயம் என்னும் தளத்தில் சொல்லாடல் பெற்றன. இந்தியச் சூழலில் சமயம் என்னும் தளத்திலேயே சிறுமரபு, பெருமரபு என்னும் சிந்தனை முடங்கி விடுகிறது என்றும் எண்ணிவிடக் கூடாது. இது கலை, பண்பாடு, நாகரிகம் எனனும் தளங்கள் வரை விரிந்து செல்வதாகும்.

இச்சொல்லாடல்களை ஒரு பொதுச் சட்டகமாக எல்லாப் பண்பாடு களுக்கும் பொருத்த வேண்டியதில்லை என்பதற்கான நிகழ்வுகள் இந்தியப் பகுதியில் வெவ்வேறு வடிவங்களில் ஏற்பட்டுள்ளன. கேரளத்திலும் ஒரு கட்டத்தில் பெரு மரபாக விளங்கிய மருமக்கள்தாய முறையைப் பல சமூகத்தினரும் பின்பற்ற வேண்டிய கட்டாயம், அல்லது தாங்களாகவே மாறி மன்னனின் ஆதரவைப் பெற்றமை நிகழ்ந்தது. இந்நிகழ்வினைக் கருத்தில் கொண்டு 'திணிக்கப்பட்ட மரபு / தூண்டப்பட்ட மரபு' என்ற ஓர் உள்மரபு ஏற்பட்டதென்பதும், அதனினின்று விலகிய மக்கள்தாய மரபு கொண்டோரின் 'தனி மரபு' ஒன்று இருந்ததென்பதும் கண்கூடு. முகமதிய மன்னர்கள் இஸ்லாத்தை ஏற்கச் செய்த நிகழ்வில் திணிக்கப்பட்ட / தூண்டப்பட்ட மரபிற்கும் இஸ்லாமிய மரபிற்கும் ஒத்திசைவு பெறா இடைவெளி தொடர்ந்து இருந்தது என்பது இவ்விரு மரபுகளின் இணைநிலைப் போக்காகும். இவ்வாறாக இன்னும் பல்வேறுபட்ட சூழல்களில் தோன்றிய பண்பாட்டு மரபுகளின் அடையாளத்தைச் 'சிறு', 'பெரு' என்னும் படிநிலை கொண்ட வர்க்கச் சொல்லாடல்களால் மட்டுமே இனங் காணாமல் திணைக் கூறுகளை முதன்மைப்படுத்தி அடையாளப் படுத்தியிருக்கலாம். (மேலது: xi).

அறிவு என்பதே கூட ஒரு தொழில்நுட்பம்தான்; வாழ்வதற்கான தகவமைப்புங்கூட. இந்த நிலையில் மேலைப் புலத்தார் தங்கள் மனப்பான்மையிலும் சிந்தனை முறையிலும் ஊறிவிட்ட உயர்வுவாதம் இந்தியப் பண்பாட்டு அமைவை அறிந்த முறையிலும் அறிவித்த முறையிலும் வெளிப்பட்டுள்ளது.

இந்தியப் பகுதியின் பண்பாட்டு உருவாக்கமென்பது, குறிப்பாகத் தமிழரின் நீண்ட, நெடிய, தொடர்ச்சியான இன-மொழி பண்பாட்டு மரபென்பது 'கொண்டு கொடுத்தலை'ச் செய்து கலப்பு மரபாகவும், கூட்டு மரபாகவும், தனக்கேயான தனித்த மரபின் மிச்ச சொச்சங் களையும் தாங்கி வந்துள்ள மரபாகவும் உள்ளது. தமிழ் மரபிலுங்கூட

சிறு மரபினர், பெரு மரபினர் எனப் பகுக்குமளவிற்குத் தனித்தன்மை பல தளங்களில் மேலோங்கவில்லை. பலரிடம் பிற மரபுக் கூறுகளின் மிகுதியான தாக்கமும் சிலரிடம் தமிழ் மரபுக் கூறுகளின் மிகுதியான தாக்கமும் சிலரிடம் தமிழ் மரபுக் கூறுகளின் தொடர்ச்சியும் இருப்பதால் தமிழ்ப் பண்பாட்டுப் பகுதியில் கலப்புத்தன்மை வலைப் பின்னலாகவே இருக்கிறது (மேலது:xi).

ரெட்ஃபீல்டு உருவாக்கிய சிறுமரபு -பெரு மரபு என்னும் இரண்டு குவி மையங்களும் இவற்றிற்கிடையே நிலவும் தொடர்பும்/ நெகிழ்வும் (continumm) சமூக அசைவியக்கத்தைப் புரிந்துகொள்ள உதவும் ஒரு கோட்பாட்டியல் அணுகுமுறை என்பதாக எடுத்துக் கொண்டால் இவர் மீதான விமர்சனங்கள் மறைந்துபோகும். இதன் அடிப்படையிலேயே, ரெட்ஃபீல்டு இதனை நாட்டுப்புற-நகரத் தொடர்பு (folk-urban continuum) கருத்தாக்கமாகவும் விரித்துக்கொண்டார். இந்தியச் சூழலில் இவ்வணுகுமுறை வெகுவாக ஏற்றுக்கொள்ளப்பட்டு எவ்வாறு பழங்குடியினர் சாதி இந்துக்களாக மாறத் தலைப்பட்டனர் (tribe-caste continuum) என்னும் போக்கை ஆராய்ந்தனர்[3].

## பின்னுரை

சிறு, பெரு மரபுகள் குறித்த ஆய்வில் பின்வரும் மூன்று முக்கிய நிலைகளைக் கவனத்தில் கொண்டு ஆராயப் பெறல் வேண்டும்:

1. வரலாற்றில் ஏற்பட்ட தலைகீழாக்கம்
2. சிறுமரபுக் கூறுகள் பெரு மரபுக் கூறுகளாக மாறும் ஒருவழி மாற்றம்.
3. சிறு மரபுக்கும் பெருமரபுக்கும் இடையிலான ஊடாட்டம் தொடர்ந்து நிகழ்தல். இதில் இரு மரபுகளும் அதனதன் இடத்தில் நின்று இயக்கம் கொள்வனவாகக் காணப்படுகின்றன.

1. சிறு, பெரு மரபுகள் குறித்த ஆய்வில் வரலாற்றின் ஒரு கட்டத்தில் காணப்பட்ட பெரு மரபுக் கூறுகள் வரலாற்றின் இன்னொரு கட்டத்தில் தலைகீழாக்கம் செய்யப்பட்டு விட்டன. அத்தகு நிகழ்வு களுக்கு ஓர் எடுத்துக்காட்டை இங்கு காண்போம். இந்தியாவிலும், தமிழகத்திலும் பௌத்த கோயில்கள் இந்துக் கோயில்களாக மாற்றப் பட்ட வரலாறு பரவலாக அறியப்பட்ட ஒன்றே (மயிலை சீனி. வேங்கடசாமி 1940) அத்தகு கோயில்களில் பெருமாள், சிவன் சாமிகள் வைக்கப்பட்டு இந்து மதம் தொடர்பான கதைகளுடன் இணைக்கப் பட்டன. இத்தகு மாற்றத்தின்போது புத்தரின் வெவ்வேறு பெயர் களால், குறிப்பாக தருமராசா கோயில், சாத்தனார் கோயில்,

முனீஸ்வரன் கோயில் என்று வழங்கப்பட்டு, பின்னர் முழுதும் இந்துவயமாக்கப்பட்ட பின்னர் இத்தெய்வங்கள் கிராமத் தெய்வங் களாக மாற்றப்பட்டுவிட்டன என்கிறார் சீனி.வேங்கடசாமி *(1940: 179).*

புதுச்சேரிக்கு 6கி.மீ தொலைவில் உள்ள அருகன்குப்பத்தில் (அரியாங்குப்பம்) பிரம்மரிஷி என்னும் பெயரில் வழிபடப்படுவது புத்தர் சிலை என்பதை ரவிக்குமார் *(2004: 33)* மீட்டுருவாக்கம் செய்துள்ளார். கிழக்குக் கடற்கரைப் பகுதி முழுவதும் பௌத்தத்தின் செல்வாக்குக் காணப்பட்டதை வரலாற்றாய்வாளர்கள் பலரும் குறிப்பிட்டுள்ளனர். ஆனால் இன்றோ பல கோயில்களில் புத்தர் சிலைகளின் இடம்/பெயர் மாற்றப்பட்டு இந்துவயமாக்கப்பட்டுள்ளன. ஆக இப்பகுதியின் திணைசார் நாகரிகத்தில் ஒரு கட்டத்தில் பெரு மரபுக்குரிய தெய்வமானது வைதிகச் சமயங்களின் எழுச்சியாலும் அதன் வலுவான தொடர்ச்சியாலும் வெகுசன இந்துத்துவத்தில் (popular hinduism) ஒரு கிராமத் தெய்வமாகத் தலைகீழ் மாற்றம் செய்யப் பட்டுள்ளது. இத்தகைய தலைகீழ் மாற்றங்களைக் கொண்ட வரலாற்றுப் போக்குகளை சிறு, பெரு மரபுகளின் ஆய்வுகளில் ஒரு பகுதியாக ஆராய வேண்டியுள்ளது.

2. மேற்கூறிய எடுத்துக்காட்டு ஒருபுறமிருக்க இயல்பாகவே நாட்டார் மரபு செவ்வியல் மரபாகப் பரிணமித்த அசைவியக்கம் பரவலானது. நாட்டுப்புறப் பாடல் என்று ஒதுக்கப்பட்ட சிந்து பின்னாளில் இலக்கியத்தரம் பெற்று ஏற்றமுற்றது. கன்னட நாட்டில் கோண்டாலி எனப்படும் பழங்குடி நடனத்தில் பயன்படும் இசை பின்னாளில் செவ்வியல் வடிவமாக மாறியதைச் சங்கீத ரத்னாகரம் கூறுகிறது. இத்தகு போக்குகளை நினைவுபடுத்தும் பிற கூறுகளையும் இங்கு நினைவுபடுத்திப் பார்க்கலாம்.

குஜிலி இலக்கியம் எனக்கூடிய முச்சந்தி இலக்கியத்தை ஆராயு மிடத்து அதன் மையமான பண்புகளைக் கவனிக்க வேண்டியுள்ளது. ‘வெகுசனப் பண்பாட்டுக்கும் மேட்டிமைப் பண்பாட்டுக்கும் இடை யிலான உறவும் இழையோடுகின்றது. ஏனெனில், குஜிலி இலக்கியம் போன்றதொரு வெகுசனப் பண்பாட்டைத் தனித்து நோக்க இயலாது. அதனை நசுக்கவும், கட்டுப்படுத்தவும், தூய்மைப்படுத்தவும் விழையும் மேட்டிமைப் பண்பாட்டோடு உறழ்ந்தே அதனை ஆராய இயலும்’ *(ஆ.இரா.வேங்கடாசலபதி 2004: 14).* இதனால் ஒரு திணைக்குரிய செவ்வியல் வடிவங்களின் பொருண்மையை அத்திணைக்குரிய நாட்டார் வடிவங்கள் மூலமே அறிய முடியும். இதனையடுத்து, வரலாற்றுப் போக்கில் வெவ்வேறு தளங்களில் நாட்டார் மரபானது செவ்வியல் வடிவமாகப் பரிணமித்துள்ளமையைப் பட்டியலிட்டுக்

கொண்டே செல்லலாம். இவை யாவும் சிறு, பெரு மரபுகள் குறித்த ஆய்வில் முனைப்பான ஆய்வுக்குரியவை.

3. அடுத்து, மூன்றாவது நிலையில் சிறு மரபும், பெருமரபும் அதனதன் நிலையில் இரு துருவங்களாகச் செயல்படும் போக்கும், அதே நேரத்தில் இவ்விரண்டுக்குமான ஊடாட்டமும் அசைவியக்கமும் பரஸ்பரம் காணப்படுவதாகவும் இருக்கும். இதற்குச் சிறந்த எடுத்துக்காட்டாகப் பாரதக் கதை அமைகிறது. இது செவ்வியல் நிலையிலும் நாட்டார் நிலையிலும் பரஸ்பரம் ஊடாடுவதைப் பின்வரும் விளக்கத்தின் வழி அறியலாம்.

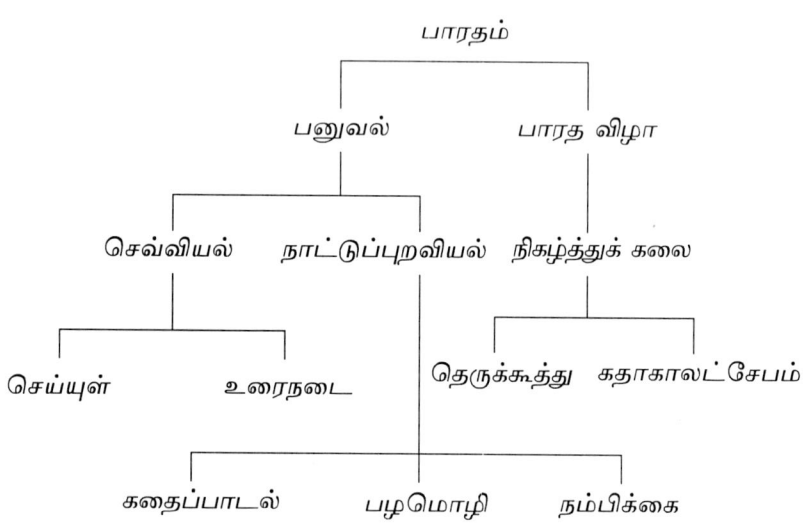

தமிழகத்தில் பரதம் காலங்காலமாகச் செல்வாக்குடன் விளங்கி வருவதற்குக் காரணம் இது இரண்டு மரபுகளிலும் தன் நிலைப் பாட்டைக் கொண்டிருப்பதாகும். இதற்கு இதன் நெகிழ்வுத்தன்மை ஒரு காரணமாகும். இரண்டு மரபுகளிடையே பரஸ்பரம் ஊடாடு வதாலேயே இத்தகு நெகிழ்வுத்தன்மை காணப்படுகிறது. வியாசரின் பாரதத்திலும், பெருந்தேவனார், வில்லிபுத்தூரார் பாரதங்களிலும், தெருக்கூத்தை இயற்றும் அண்ணாவியர்கள் பாரதங்களிலும் மாறுபாடுகள் உள்ளன. இவர்கள் தங்கள் தேவைக்கேற்ப பாரதக் கதையை நெகிழ்வுபடுத்தியுள்ளனர். இந்நெகிழ்வுகள் இருமரபுகளின் சமூக, சமய அசைவியக்கத்தோடு பொருந்தி நிற்கின்றன. இதைப்பற்றி ஹில்டபீய்ட்டல் கூறும்போது, 'மகாபாரதமானது கிராமங்களிலும் பெருமரபிற்குரிய இடங்களிலும் ஒன்றிக் காணப்படுகிறது' என்கிறார்

(Hiltebeitel 1988:131). இத்தகைய நிலை ஒருபுறமிருக்க நிகழ்த்துக் கலைகளில் மார்க்க, தேசி என்னும் இரண்டு நிலைகளை ஆனந்த குமாரசாமி சுட்டிக்காட்டினார்[4].

இவ்வாறு பல்வேறு நிலைகளில் அமையும் தனி, பொது (சிறு, பெரு) மரபுகளின் அசைவியக்கத்தை மேற்கூறிய அணுகுமுறைகளை முன்வைத்து ஆய்வுக்குட்படுத்த வேண்டும்.

# 24

# பின்னை நவீனத்துவமும் பண்பாட்டை எழுதுதலும்

## இனவரைவியல்: மரபும் மாற்றமும்

ஒரு தனித்த சமூகத்தின் பண்பாட்டைப் பற்றி மானிடவியலர்கள் அச்சமூகத்தாரோடு நீண்டகாலம் ஒன்றி வாழ்ந்து ஆய்வு செய்து அதனை எழுத்தில் எழுதியளிக்கும் தனிவரைவு நூலே இனவரைவியல் (ethnograpy) எனப்படும். இத்தகு நீண்டகாலக் களப்பணியில் உற்று நோக்கிப் பண்பாட்டை விவரிக்கும் தனிவரைவுகளை (monographs) எழுதும் மானிடவியலர்கள் இனவரைவியலர் (ethnographer) எனப் படுவர்.

இனவரைவியலர்கள் தாம் ஆராய்ந்த பண்பாட்டின் விவரங்கள் அனைத்தையும் எழுதி விட்டதாகவே கூறிவந்த பழைய கூற்றின்படி இனவரைவியல் என்பது பண்பாட்டு மொழிபெயர்ப்பு (cultural translation) என்பதாகவே பொருள் கொள்ளப்பட்டது. எனவே மரபு ரீதியில் பார்க்கும்போது ஓர் இனவரைவியலானது அது சார்ந்த பண்பாட்டை முழுமையாக (holistic) விளக்குகிறது என்ற கருத்தே இதுகாறும் கூறப்பட்டு வந்துள்ளது.

ஆனால் மானிடவியலின் நீண்ட பயணத்திற்குப் பின்னர் இப்போது மரபான இனவரைவியல் குறித்து முனைப்பான மாற்றுக் கருத்துக்கள் முன் வைக்கப்படுகின்றன. இன்றைய திறனாய்வாளர்கள் மரபான இனவரைவியலில் ஆய்வாளரின் தன்னிலையும் (subjectivism), தன்னுணர்வுகளும் பிரதிபலிக்கின்றன என்றும், இவை வழியேதான் அப்பண்பாடு மற்றவர்களுக்கு எழுத்து வடிவில் எடுத்துரைக்கப் படுகின்றது என்றும் விமர்சனம் செய்கின்றனர். பண்பாட்டின் மெய்மைகள் (cultural facts) யாவும் களப்பணியில் ஆய்வாளரின் புற, அக உணர்வுகளுடன் உணரப்பட்டு எடுத்துரைக்கப்படுகின்றன என்பர். ஆதலின், பண்பாட்டைப் புரிந்துகொள்வதிலும் விவரிப்பதிலும்

ஆய்வாளரின் தன்னையறியா தன்னிலை உணர்வு இதில் வெளிப்படு கின்றது. இவ்விவரிப்பில் அவரது பிரதிபலிப்புகள் காணப்படும் என்பதால் இத்தகு இனவரைவியல் 'பிரதிபலிப்பு இனவரைவியல்' (reflexive ethnography) என அடையாளப்படுத்தப்பட வேண்டுமென்பர்.

இவ்வாறான ஆய்வாளர் உணர்வுகள் பிரதிபலிக்கும் இனவரைவியல் குறித்து *1980*களில் பின்னை நவீனத்துவ மானிடவியலர்கள், குறிப்பாக ஜேம்ஸ் கிளிஃபோர்டு. மார்க்ஸ், ஸ்டீபன் டைலர் போன்றோர் களப்பணி செய்வதற்கும், அதனையடுத்துத் தரவுகளைக் கொண்டு பண்பாட்டை எழுதும் முறைக்கும் உள்ள நுட்பங்களை நுண்ணிலையில் திறனாய்வு செய்தனர். மானிடவியலர்கள் எப்போது தாங்கள் பயன் படுத்தும் களப்பணி முறையியலைத் திறனாய்ந்து பார்க்கிறார்களோ அப்போதுதான் மிகச் சரியான இனவரைவியலை எழுத முடியுமென்று பின்னை நவீனத்துவவாதிகள் பேசத்தொடங்கினர்.

மரபான இனவரைவியலில் ஆய்வாளரின் எழுத்தே பிரதானமாக அமைகிறது. அவரது கூற்றைத்தவிர, அல்லது அவரது பொருள் கோடலைத் தவிர வேறு கூற்றையோ அர்த்தப்படுத்தலையோ அறிய முடிவதில்லை. இம்முறையைப் பின்னைவாதிகள் கடுமையாக ஆட்சேபிக்கின்றனர். ஆசிரியர் கூற்று மட்டுமே உள்ள ஓர் இனவரைவியல் பிரதி உண்மை யைக் கூறிவிட முடியாது என்கின்றனர். ஆய்வாளரின் தன்னிலைப் பிரதிபலிப்புகளைக் காட்டிலும் ஆய்வுக்குரிய மக்களின் அனைத்து வகை பிரதிபலிப்புகளும் இன வரைவியல் பிரதியில் இடம்பெற வேண்டும். அதுவே முழுமையை நோக்கிய ஒரு பிரதியாக வடிவம் பெறுகின்றனர் (marcus & Fisher 1986; cliford & Marcus 1986)

## இனவரைவியலின் வளர்ச்சி

இனவரைவியல் எழுத்துக்களின் வரலாற்றை ஆராயும் ஜேமிசன் *(1991:400–412)*, இதன் வளர்ச்சியைப் பின்வரும் மூன்று கட்டங் களாகக் காண்கிறார்:

இனவரைவியலின் வரலாறு

| | | | |
|---|---|---|---|
| | *சந்தை, வட்டாரம் முதல் இரண்டாம் உலகப்போர் வரை (1860-1920)* | *முற்றுரிமை சார்ந்தது (இரண்டாம் உலகப் போர் முதல் 1960 வரை (1920-1960)* | *பன்னாட்டு மயம் (1960 முதல் இன்றுவரை)* |

| | | |
|---|---|---|
| 1. | எதார்த்த நிலை (Realism) | குறிப்பிட்ட நோக்கமுடைய இனவரைவியல் (objective ethnographies) |
| 2. | நவீனத்துவம் உயர்நவீனத்துவம் (Modernism/high Modernism) | பொற்காலம் (golden age): உன்னதமான இனவரைவியல் ஏற்பட்ட காலம் |
| 3. | பின்னை நவீனத்துவம்/ இன்றுவரை (Postmodernism/ Present) | தெளிவற்ற வகைமைகள் (blurred genres) தோன்றிய காலம் |

மேற்கூறியவாறு இனவரைவியலின் வளர்ச்சி நிலைகளைச் சுருக்கமாகக் கூறவேண்டுமானால் realism → modernism → post-modernism ஆகிய மூன்று பெரும் கட்டங்களாகக் கூறலாம். எனினும் இன வரைவியலின் வரலாற்றைச் சில வல்லுநர்கள் பின்வரும் கட்டங்களாகவும் காண்பர்.

## தொடக்க காலம்

காலனியவாதிகளுக்கு முன் வணிகர்கள், பயணிகள், சமயப் பரப்பிகள், மதகுருமார்கள் போன்றோர் தாங்கள் சந்திக்க நேர்ந்த வெள்ளை யரல்லாத மக்களைப் பற்றிய விவரங்கள் சேகரித்த காலமே தொடக்க காலமாகும் (early period). இத்தகு விவரிப்பில் வெள்ளையரல்லாதாரின் புதுமையான, வினோத பழக்கவழக்கங்களையும் பிற கூறுகளையும் விவரிக்கும் போக்கு மிகுந்திருந்தது. இவர்களையடுத்து காலனிய ஆட்சி யாளர்கள் எழுதிய இனவரைவியல் ஓரளவு மேம்பட்டதாக அமைந்தது.

## மரபார்ந்த காலம்

மரபார்ந்த காலம் (traditional period) முறையான இனவரைவியலின் தொடக்கமாகும். இக்கால கட்டம் 1900களில் தொடங்கி இரண்டாம் உலகப்போர் நடைபெற்றது வரை முடிகிறது. இக்காலகட்ட இன வரைவியலர்கள் ஓரளவு காலனியவாதிகளின் நோக்குடைய விவரணப் படியும் நேர்க்காட்சிவாத (positivism) அறிவியல் முறைப்படியும்

எழுதினர். விவரிப்பு முறை மேலைத்தேயவாதிகளுக்குத் தகுதியான தாகவும், நம்பகத்தன்மையுடனும், பொருள்கோடல் முறையில் அவர்களுக்கு ஏற்புடைய தரத்துடனும் இருந்தது. இத்தகு ஆய்வுகளில் வெள்ளையர் அல்லாத பிற சமூகத்தாரே ஆராயப்பட்டனர்.

## நவீன காலம்

இரண்டாம் உலகப் போர் முதல் *1960*கள் வரையிலான காலமே இனவரைவியலின் நவீன காலம் (modernist phase) ஆகும். இக்கட்டமானது முந்தைய கட்டத்தின் அடித்தளத்திலிருந்து தொடங்கப் பட்டாலும் களப்பணியில் பங்கேற்று உற்றுநோக்கும் முறை வலுப் படுத்தப்பட்டது. அதன் வழி இனவரைவியலர்கள் சமூகத்தின் பல்வேறு செயல்பாடுகளை, குறிப்பாக, சமூகத்திலிருந்து விலகுதல் (deviance), சமூகத்தைக் கட்டுக்குள் வைத்திருக்கும் முறை (social control) ஆகிய வற்றைச் சமூகத் தளத்திலும் வகுப்பறைகளிலும் விரிவாக, நுட்பமாக விவாதித்தனர். இவ்விவாதங்கள் நேர்க்காட்சிவாதம், பிந்தை நேர்க் காட்சிவாதம் ஆகிய நிலைகளில் நடைபெற்றன.

## தெளிவற்ற வகைமைகள் காலம்

*1970* முதல் *1986* வரையிலான இனவரைவியல் காலகட்டம் 'தெளிவற்ற வகைமைகள்' (blurred genres) ஏற்பட்ட காலகட்டமாகும். பண்பியல் வகையிலான ஆய்வைச் (qualitative research) செய்தவர்கள் எண்ணற்ற வகைகளில், போக்கில், அணுகுமுறைகளில் ஆய்வுகள் மேற்கொண்டனர். கோட்பாட்டியல் பின்புலங்களைப் பொறுத்தவரை குறியீட்டு இடை வினைபுரிதல் (symbolic interactionism) தொடங்கி நேர்க்காட்சிவாதம், பின்னை நேர்க்காட்சிவாதம், (post-positivism) இயல்நிகழ்வுவாதம் (phenomenology), இனமுறையியல் (ethnomethodology), திறனாய்வு மார்க்சியம் (critial Marxism), குறியியல், பொருள் கோடல்முறை (hermeneutics), உளப்பகுப்பாய்வு, அமைப்பியம், பெண்ணியம், இன்னும் சில முறைகளில் ஆய்வுகள் மேற்கொள்ளப்பட்டன. கீர்ட்ஸ் இவற்றை யெல்லாம் கடந்து பனுவல் உருவக (textual metaphor) ஆய்வுமுறை வழி ஒரு புதிய போக்கினை உருவாக்கினார். இவரது *பண்பாடு பற்றிய பொருள்கோடல்* (The Interpretation of Cultures 1973), *வட்டார அறிவு* (Local Knowledge: Further Essays in Interpretive Anthropology 1983) ஆகிய இரண்டு நூல்களும் இப்புதிய அணுகுமுறைக்கான சிறந்த முன்மாதிரிகளாகும். மேலும், இவரது மூன்று முக்கிய கட்டுரைகளும் முக்கியமானவை[1].

பழைய அணுகுமுறைகளாக விளங்கி வரும் செயற்பாட்டியம், நேர்க்காட்சிவாதம், நடத்தைமுறை அணுகுமுறை, முழுமையைத்

தேடும் அணுகுமுறை ஆகியவை யாவும் பன்மைத்தன்மையை, மேலும் பொருள்கோடல் செய்ய வேண்டியதை, முடிவாக எதனையும் கூற இயலாததையே உணர்த்துகின்றன எனக் கீர்ட்ஸ் சுட்டிக்காட்டினார். அதனால் கீர்ட்ஸ் தம் மானிடவியல் ஆய்வுகள் வழி 'பொருள்கோடல் செய்ததைப் பொருள்கோடல் செய்யும்' (interpretations of interpretations) எழுத்துக்களாக இருக்கவேண்டும் என வலியுறுத்துகிறார்.

களப்பணியில் உற்றுநோக்கித் தரவுகள் சேகரிப்போர் பொருள் கோடல் செய்வதில் அதிகம் பங்கு பெறாமல் இருக்க வேண்டும். ஆய்வாளரின் பொருள்கோடல் மக்களின் பொருள்கோடலோடு ஒத்துப் போகிறதா என்பதையும் கவனத்தில் கொள்ள வேண்டும். மேலும், கோட்பாட்டாக்கம் செய்யும்போது அதன் முக்கிய இலக்கானது வட்டாரச் சூழல்களை (local situations) மையப்படுத்த வேண்டும் என்றும் கீர்ட்ஸ் வலியுறுத்துவார்.

### புதிய காலகட்டம்

மேற்கூறிய அணுகுமுறைகளுக்குப் பின் இனவரைவியலை புதிய நோக்கில் அணுகவேண்டுமென்று 1980களின் இடைக்காலத்தில் ஒரு புதிய திருப்பம் நேர்ந்தது. இது 'நான்காம் காலம்' (fourth moment) எனப்படும். இக்காலகட்டத்தில இனவரைவியலில் எவற்றை பிரதிநிதிப்படுத்துவது என்னும் நெருக்கடியைத் (crisis of representation) தீர்க்க வேண்டுமென்னும் நோக்கத்தில் பலர் விவாதித்தனர்.

மார்க்கஸ் & பிஷர் எழுதிய *பண்பாட்டுத் திறனாய்வாக மானிடவியல்* (Anthropology as Cultural Critique 1986), டர்னர் & புரூனர் எழுதிய *மானிடவியலின் அனுபவம்* (The Anthropology of Experience 1986), கிளிஃபோர்டு மார்க்ஸ் எழுதிய *பண்பாட்டை எழுதுதல்* (Writing Culture 1986), கீர்ட்ஸ் எழுதிய *சொற்களும் வாழ்வும்* (Words and Lives 1988), கிளிஃபோர்டு எழுதிய *பண்பாட்டின் இடர்ப்பாடான நிலை* (The Predicament of Culture 1988) போன்ற நூல்களைக் குறிப்பிடலாம்.

இவற்றையெல்லாம் உள்வாங்கி இனவரைவியலில் மேற்கொள்ள வேண்டிய புதிய மாதிரிகளையும் (models) முறைகளையும் (methods) *பண்பாடும் உண்மையும்* (Culture and Truth 1989) என்னும் நூலில் ரொசால்டோ விவாதிக்கிறார்.

புதிய காலகட்ட இனவரைவியலர்கள் மரபான இனவரைவியலின் முக்கியக் கூறுகளை இனங்கண்டு அவற்றைத் திறனாய்ந்தனர். மரபான இனவரைவியலில் பின்வரும் நான்கு கருத்துகள் முக்கிய இடம் பெற்றிருந்தன.

1. அகம் பற்றிய அறிவைவிட புறம் பற்றிய அறிவே முற்பட்டதும் முதன்மையானதும் ஆகும் என்னும் கோட்பாடு (objectivism) முன்னிலை பெற்றிருந்தது.
2. காலனியவாதத்தால் ஏற்பட்ட கூடுதல் கவனம் பிற நாட்டுத் திணைக்குடிகளை அறிய உதவின. இந்த ஆர்வம் அதன் நிர்வாகத் திற்குத் தேவைப்பட்ட இனவரைவியலை உருவாக்கியது.
3. சமூக வாழ்வென்பது என்றும் மாறாத, நிரந்தரமான பழக்க வழக்கங்களாலும் சடங்குகளாலும் ஆக்கப்பட்டது என்ற எண்ணம் இந்த இனவரைவியல்களில் வெளிப்பட்டது.
4. ஓர் இனவரைவியலை எழுதிவிட்டால் அதுவே அப்பண்பாட்டின் நினைவுச் சின்னம் (monument) என்ற எண்ணமும் இருந்தது.

மேற்கூறிய கருத்துகளை நிராகரிக்க வேண்டியதன் அவசியத்தை இந்த நான்காம் காலகட்ட இனவரைவியலர்கள் முன்வைத்தனர். (Rosaldo 1989: 44-45). இன்றைய திறனாய்வுப் போக்கும், பெண்ணிய நோக்கும், அறிவாராய்ச்சிவாதமும் (epistemeology) இத்தகு புதிய இனவரைவியலின் தேவைக்கு வலுவூட்டுகின்றன.

உண்மையில் மேலைத் தேயத்தில் இப்போது ஐந்தாம் காலகட்டம், (Fifth moment) நடைபெறுகிறது. ஆறாம் காலகட்டத்தின் தேவையை யும் உணர்த்துகின்றனர் (Denzin 1997:18). உலகந் தழுவி இன்றைய இனவரைவியல் போக்கானது பல நிலைகளில் காணப்படுகிறது. நவீனத்துவச் சிந்தனை ஒருபுறமும், பின்னை நவீனத்துவச் சிந்தனை மறுபுறமும் இருப்பதால் இனவரைவியலரிடையே ஒரு வகையான எதிரும் புதிரும் போக்கு காணப்படுகிறது எனலாம். இதனால் கலப்பு வகைப் பனுவல் (hybrid texts) தோன்றுகின்றன. இதனை டென்சின் பின்வருமாறு குறிப்பிடுகிறார்:

நவீனத்துவத்தை ஆதரித்தும் விமர்சித்தும் எழுதப்படுகின்ற பனுவல்கள் ஒருபுறமும், அதேபோல் பின்னை நவீனத்துவத்தை ஆதரித்தும் விமர்சித்தும் எழுதப்படுகின்ற பனுவல்கள் மறுபுறமும் இத்தகைய கலப்புப் பனுவல்களை உருவாக்குகின்றன (மேலது: 20).

இனவரைவியலின் போக்குகள் குறித்து மேலை ஆய்வாளர்களிடம் தீவிரம் மிகுந்துள்ளது. இச்சூழலில் இந்தியச் சூழலுக்குரிய போக்குகள் குறித்தும் விவாதிக்கப்பெறுவது அவசியமாகும்.

## பின்னை நவீனத்துவப் போக்குகள்

பின்னை நவீனத்துவம் (post-modernism) என்பது 20 ஆம் நூற்றாண்டின்

பிற்பகுதிக்குரிய, இன்னும் துல்லியமாகச் சொல்வதாயின் 1960களுக்குப் பிந்தைய கால கட்டத்தின் வாழ்வு முறை பற்றிய, அறிவுமுறை பற்றிய, உண்மையறிதல் பற்றிய தீவிர சிந்தனையாகும்; இதுவரையிலான அறிதல் முறையை ஆட்சேபிப்பதாகும். இப்பரந்த எல்லையைக் கொண்ட இச்சிந்தனை முறையில் பண்பாட்டு ஆய்வுகளில் கவனஞ் செலுத்தும் முறைகளை, அதிலும் குறிப்பாகப் பண்பாட்டை எழுதலில் மேற்கொள்ள வேண்டிய அணுகுமுறைகளை இங்கு நோக்குவோம்.

பின்னை நவீனத்துவக் காலமான கடந்த 40 ஆண்டுகால வாழ்வென்பது மனித இனத்தவர்கள் முன் எப்போதும் இல்லாத அளவிற்கு ஓரிடத்தி லிருந்து இன்னொரு இடத்திற்குப் புலம்பெயர்தலும், மீண்டும் பழைய இடத்திற்கு வந்து திரும்புதலும், கட்டாய இடமாற்றமும் என்ற வகையில் ‘மக்களின் சுழற்சி முறை’ (circulation of people ) மிகுந்துவிட்ட காலமாகும். அடுத்து, கணினியாலும் தகவல் தொடர்புக் கருவிகளாலும் தகவல் தொடர்புப் புரட்சி மிகுந்துவிட்ட காலமாகும். மேலும், பிற தொடர்பு சாதனங்கள் வழி ஒவ்வொரு கணமும் ஏராளமான படிமங்கள், பிம்பங்கள், கருத்துகள் ஆகியவற்றின் தாக்கத்தைப் பெறுகின்ற காலமாகும். இவை யாவற்றுக்கும் மேலாக, உலகில் ஒரு எல்லையில் உள்ள பண்பாடுகள் மறு எல்லையில் உள்ள பண்பாடுகளோடு நெருங்கிக் கலப்பதற்கான எல்லா வாயில்களும் திறந்துவிடப்பட்டிருக்கின்ற காலமாகும்.

இதனால் பண்பாட்டிடை வினைபுரிதல்கள் (cross-cultural interaction) எப்போதுமில்லா அளவிற்கு மிகுதிப்பட்டு உலகமே ஒரு பரிச்சயமுள்ள சிறு கிராமமாகச் சுருங்கி வருகிறது.

இன்றைய உலகம் எல்லாத் தளங்களிலும் ‘விரைவு’, ‘பெருக்கம்’ இரண்டின் மூலம் இதுவரை இல்லாத அளவிற்கு இயங்கிக் கொண்டிருக் கிறது. உலகின் ஒரு மூலையில் இருப்போர் ஒரு நொடியில் மறு மூலையில் இருப்போருடன் தொடர்பு கொண்டு பேச முடிகிறது. உலகின் ஒரு கோடியில் நடக்கும் நிகழ்ச்சியைக் காட்சி ஊடகம் வழி மறு கோடியில் இருப்போர் கண்டு ரசிக்க முடிகிறது. இந்நிலையில் பரந்து விரிந்த இந்த உலகமானது ஒரு சிறு கிராமமாகச் சுருங்கி நிற்கிறது. இந்த ஊடாட்டத்தின் வினைத் தொடர்பு வருமாறு:

| | | | | |
|---|---|---|---|---|
| விமான ஊர்தி<br>தொலைப்பேசி<br>கணினி<br>காட்சி ஊடகம் | → | போக்குவரத்து<br>வேகம்<br>+<br>தகவல் தொடர்பு<br>வேகம் | → | மிக வேகமாக<br>வினைபுரியும்<br>உலகம் |

மேற்கூறிய வினைத் தொடர்பால் கண்டங்களுக்கிடையிலான / நாடுகளுக்கிடையிலான மக்கள் பரிவர்த்தனையும் அதன்வழி சமூக, பண்பாட்டுப் பரிவர்த்தனையும் பெருமளவு பெருகி நாடுகளுக்கிடையிலான பண்பாட்டு ஊடாட்டங்கள் (transnational cultural flows)மிகு வினைபுரிகின்றன. இதனால் பின்வரும் கூறுகளின் அசைவியக்கமும் கூடியுள்ளன.

1. **இனமிகு உலகம்** (ethnoscape): மக்கள் போக்குவரத்து மிகுந்து விட்டமை; சுற்றுலாப் பயணிகளின் எண்ணிக்கை பெருகி விட்டமை; குடிபெயர்வோர் எண்ணிக்கை உயர்ந்து வருதல்; அகதிகள் வருகை கூடுதல்; தஞ்சமடைவோர் அதிகரித்தல்; இவையாவற்றிலும் மக்கள் இனங்களின் ஊடாட்டம் மிகுதியாகின்றது.

2. **தொழில்நுட்ப மிகு உலகம்** (technoscape): பன்னாட்டு நிறுவனங்களின் பெருக்கமும் தொழிலகப் பெருக்கமும் இணைந்து தொழில்நுட்பம் தகவல் தொடர்பு இரண்டிலும் மிகு உலகம் கட்டமைந்து அதிவேகமாகச் செயல்பட்டுக் கொண்டிருக்கிறது.

3. **நிதி மிகு உலகம்** (financescape): ஒவ்வொரு நாட்டிலும் பன்னாட்டு நிதி நிறுவனங்களின் பெருக்கத்தால் மூலதனம் பெருமளவு குவிக்கப்படுகிறது. நுகர்வு மையமிட்ட உற்பத்தி உறவை மையமிடும் இப்பன்னாட்டு நிறுவனங்கள் எளிய கடன் வசதி மூலம் நுகர்வை அதிகப்படுத்துவதால் பணக்காரர்கள் தவிர ஏனையோர் கடனாளிகளாவது தூண்டப்படுகிறது. ஆக மக்கள் பொருளோடும் பணத்தோடும் தொடர்ந்து தொடர்பு பெறுகின்றனர்.

4. **ஊடகமிகு உலகம்** (mediascape): பன்னாட்டு நுகர்வுப் பண்பாட்டை ஊக்குவிக்கும் மனோபாவம் ஊடகங்கள் வழி கட்டமைக்கப்படுகிறது. நடுத்தர மனோபாவம் கொண்ட வர்க்கத்தை நோக்கி எல்லாவற்றையும் ஊடகங்கள் வழி கதையாக்கி, இக்கதை பிம்பத்தின் வழி நடுத்தர மக்களின் மனோபாவத்தைக் கட்டுறச் செய்தல் நடைபெறுகிறது.

5. **கருத்தியல் மிகு உலகம்** (ideoscape): முதலாளித்துவ வாழ்வின் கூறுகள் கருத்தியல்களாக வடிவமைக்கப்பட்டு அது சுதந்திரம், மக்களாட்சி வாழ்வுரிமை, மக்கள் நலம் என்னும் பெயர்களில் தொடர்ந்து வலுப்படுத்தப் பெறுகிறது.

மேற்கூறிய நவீன வாழ்வின் 5 கூறுகளிடமிருந்து மனிதகுலத்தார் தனித்து வாழ முடியாதவாறு அதன் வலைக்குள் சிக்கிக் கொண்டுள்ளன.

இவ்வகைச் சிக்கல் உலகமயம், தாராளமயம், தனியார்மயம் வழி நடைபெறுகிறது.

இவ்வகையில் வாழ்க்கை முறையும், வாழ்க்கை பற்றிய மதிப்பீடு களும் தொடர்ந்து மாறிக்கொண்டே இருக்கும்போது வாழ்வு பற்றிய கருத்தியல்களும் மாற்றம் பெற்றாக வேண்டும் என்பது பின்னை நவீனத்துவவாதிகளின் கருத்து. சமயத்தின் பெயராலும், தத்துவத்தின் பெயராலும், ஆட்சிமுறை-நீதி-நிர்வாகம் என்னும் பெயராலும் நாம் இப்போது ஏற்படுத்தி வைத்திருக்கின்ற வாழ்க்கை முறையும், அறிவு முறையும் நமக்கு இன்பத்தைக் கொடுக்காத போது இவற்றைத் திறனாய்ந்தும், விமர்சித்தும், கட்டவிழ்த்தும், மாற்றுமுறைகளை ஏற்படுத்தியும் செயல்பட வேண்டும் என்பது பின்னை நவீனத்துவ வாதிகளின் அறைகூவல். நவீனத்துவத்திலிருந்து இவர்கள் குறைந்தது 10 நிலைகளில் மாறுபடுகின்றனர்[2].

பின்னை நவீனத்துவமானது, மனித இனம் முழுமைக்கும் பொருந்தக்கூடிய கோட்பாட்டு உருவாக்கங்களை நிராகரிக்கிறது. இக்கோட்பாடுகள் உலகளாவியது என்றும், அனைத்துக்கும் பொருந்தக் கூடியது என்றும் கூறப்படுவதை இவர்கள் 'பெருங்கதையாடல்கள்' (meta-narrtives) என்பர். சார்லஸ் டார்வின், கார்ல் மார்க்ஸ், சிக்மண்ட் பிராய்டு, ஐசக் நியூட்டன் என எந்தத் துறையினராக இருந்தாலும் இவர்களின் பொருள்கோடல்கள் உலகளாவியதாக, பொதுமைப் படுத்தப்பட்டதாக உள்ளன என்பர். இவையாவற்றையும் பெருங்கதை யாடல்கள் என்பர் பின்னை நவீனத்துவவாதிகள்.

ஒரு கோட்பாடு அல்லது கருத்து மட்டுமே பெருங்கதையாடலாக அமைவதில்லை. அக்கருத்தை உருவாக்குகிற ஆசிரியன் ஒரு தனி மனிதராக இருப்பதும், அவர் கையாளும் மொழி ஒற்றைக் குரலாக ஒலிப்பதும்கூட பெருங்கதையாடல் அமைவதற்கு உதவுகின்றன. எழுதுதல் என்ற ஒரு ஊடகத் தேர்வுகூட பெருங்கதையாடலுக்கு வழிவகை செய்கிறது என்பர்.

## இனவரைவியல் பனுவல்

மரபான இனவரைவியல் என்பது மக்களிடம் நீண்டகாலம் ஒன்றி வாழ்ந்து, ஓர்ந்து, எழுதுதல் என்றே பெயர் பெற்றது. அறிவுத் துறையில் 'எழுதுதல்' (writing) என்பதால் மட்டுமே நம் புரிதல் அனைத்தையும் எட்டிவிட முடியும் என்ற கருத்து பல காலமாக ஆதிக்கம் பெற்று வந்துள்ளது. ஆனால் கட்டுடைத்தல் உள்ளிட்ட பின்னை நவீனத்துவ மானது ஒன்றை முதன்மைப்படுத்தி, அதனை நடுநாயகமாக மையமான

இடத்தில் வைத்துப் போற்றுதலை ஏற்பதில்லை. அதனால் இங்கு 'எழுதுதல்' என்பது மட்டுமே புரிந்துகொள்வதற்கு 'நடுநாயக ஊடகம்' என்பதைப் பின்னைக் கோட்பாட்டுவாதிகள் ஏற்பதில்லை அதுபோல, ஆசிரியரின் குரலால் சொல்லப்படுவது மட்டுமே 'உண்மை', 'பெரிய விஷயம்' என்பதையும் இவர்கள் ஏற்பதில்லை. அதனால்தான் மொழி பற்றியும் தீவிரமாகச் சிந்தித்தனர். பின்னை நவீனத்துவ மானிட வியலரும் பண்பாட்டை எழுதும் மொழி குறித்துச் சிந்திக்கையில் டெரிடாவின் (Jacques Derrida) கருத்துகளைப் பெரிதும் ஏற்கின்றனர்[3].

மக்களைப் பற்றிய 'மானிடவியல் எழுத்து' அது பேசுகின்ற சமூகத்தின் பண்பாட்டை விவரிக்கிறது என்றே பொருள் கொள்கிறோம். ஆனால், பின்னை நவீத்துவவாதிகள் மொழியின் கட்டுப்பாட்டை வெகுவாக ஆராய்கின்றனர். பண்பாடு எனக்கூடிய பெரும் பரப்பில் மொழி என்பது ஒரு பகுதி மட்டுமே. மற்ற பகுதிகள் அனைத்தும் சேரும்போது மட்டுமே பண்பாடு முழு உருவத்தைப் பெறுகிறது. இன்னொரு வகையில் சொல்வதானால் மொழியின் முதல் வெளிப்பாடு ஒலி மட்டுமே; அடுத்ததே பேச்சும் எழுத்தும்[4].

மொழியின்கண் இவ்வகைக் கூறுகள் பிரிந்து நிற்க, மொழி பண்பாட்டை முழுமையாகப் பிரதிபலிக்காது என்னும் வாதத்தை பின்னை நவீனத்துவவாதிகள் முன்வைக்கின்றனர். மொழிக்கப்பால் பண்பாட்டின் தளம் விரிந்துள்ளது. பண்பாட்டில் மொழியைச் சாராத பல ஊடகங்கள் உள்ளன. ஆக, பண்பாட்டின் ஒரு பகுதியாக இருக்கும் மொழி என்பது எவ்வாறு பண்பாட்டையே விளக்கும் முழுமுதலான ஊடகமாக முடியும் என்பார் ழாக் டெரிடா. மொழி தன்னளவில் பல கட்டுப்பாடுகளைக் கொண்டது என்றும் கூறுவார் டெரிடா[5]. இவரின் கருத்து ஏதோ சிறுபிள்ளை பேசுவது போன்ற ஒரு கருத்து என உடனடியாகத் தோன்றும். ஆனால் அவர் முன்வைக்கும் குறியீடுகளின் விளையாட்டை (play) முன்வைத்துப் பார்க்கும்போது இது புலப்படும்.

டெரிடாவின் கோட்பாட்டை ஓர் 'அகராதிப் பொருண்மைக் கோட்பாடு' என்று அழைக்கலாம். அகராதியே ஒரு சொல்லின் பொருளை வேறு சொற்கள் அல்லது அச்சொற்களின் முன்னைய பொருள்கள் கொண்டு வரையறை செய்கிறது. மொழிக் குறியீடுகள் ஒன்றோடு ஒன்று ஏற்படுத்திக் கொள்ளும் விளையாட்டால் பொருண்மை பிறக்கிறது.

அதுபோலவே பண்பாட்டின் மொழிசாரா ஊடகங்களின் கூறுகளுக் கிடையில் ஏற்படும் உறவால் பொருண்மை பிறக்கிறது. நன்றாக வெயில் அடிக்கும்போது மழை பெய்தால் 'காக்காய்க்கும் நரிக்கும்

கல்யாணம்' என்று நாம் உருவாக்கும் பொருண்மை, மொழிசாராக் கூறுகளின் விளையாட்டால் ஏற்படும் பொருண்மையாகும்.

பொருந்தாக் கூறுகள் பொருந்தா உறவைச் சுட்டுகின்றன. தேனை எப்போதும் சமைத்துண்பதில்லை. அது அப்படியே சாப்பிடும் பொருளாகும். சில தொன்மங்களில் தேனைச் சமைத்துண்ணும் நிகழ்வுகள் வருமானால் அது தகாப்புணர்ச்சியைச் சுட்டுவதாக அமையும் என்பார் லெவிஸ்ட்ராஸ். தேனைச் சமைப்பது என்பது அதனைத் தவறான முறையில் கையாளுவது போல, புகையிலையைச் சுடாமல் பயன்படுத்துவது என்பதும் முறையற்ற உணர்வைக் காட்டு வதாகும். தேனைச் சுடுவதும், புகையிலையைச் சுடாமலிருப்பதும் முறையற்ற வெளிப்பாடாகும். ஆதலின், கூறுகளின் பொருண்மையை அவற்றின் உறவுகளிலிருந்தே பெறமுடியும்.

பண்பாட்டின் எண்ணற்ற கூறுகள் பேசா ஊடகமாகும். அக்கூறுகள் ஏதோ ஒரு பொருண்மையை வெளிப்படுத்திக் கொண்டே உள்ளன. அதனால்தான் மேரி டக்ளஸ் நாம் பயன்படுத்தும் பொருள்கள் எல்லாம் உயிர்வாழ்க்கைக்கு அடிப்படையான தேவைகள் என்று எடுத்துக்கொள்ளக் கூடாது என்பார். மற்ற பண்பாடுகளிலிருந்து நாம் வேறுபடும் வகையினை வெளிப்படுத்துவதற்கும் அதனை நிரந்தரப் படுத்துவதற்கும் அப்பொருள்கள் உள்ளன என்பார். ஆக, பண்பாட்டில் பேசா ஊடகங்களின் குறிகளே எங்கும் நீக்கமற நிறைந்திருக்கின்றன என்பது புலப்படும். இவற்றைப் பண்பாடு எழுதுதலின்போது மொழி வழி ஊடகமாக மாற்றுவது மொழிக்கு அப்பாற்பட்டு செல்வதாகும் என்பார் ழாக் டெரிடா.

மேலும் டெரிடா உள்ளிட்டோர் மொழியின் பயன்பாட்டை இன்னொரு கோணத்திலும் அணுகுவர். அமைப்பியவாதிகள் மொழி என்பதை ஒழுங்குமுறைக்கு உட்பட்ட குறியீட்டுத் தொகுதியாகப் பார்ப்பர் (language is a unified structure). ஆனால், இதற்கு மாறாகப் பின்னை அமைப்பியலர் மொழியைக் கூறுபாடுகள் அடங்கிய குறியீட்டுத் தொகுதி என்பர் (language is a divided sign structure). அதாவது, மொழியானது 'விதிமுறைக்குட்பட்டது' என்கிறது அமைப்பியம்; 'விதிக்கட்டற்றது' என்கிறது பின்னை அமைப்பியம்.

மொழி தொடர்ந்து மாற்றத்தை ஏற்றுக்கொண்டு மாறி வருவதால் இது விதிக்கட்டற்றது என்கின்றனர். பின்னைவாதிகள் அதன் அமைப்பொழுங்கிலிருந்து விலகி புதிய மாற்றங்களை ஏற்கும் மொழிப் பகுதியே விதிக்கட்டற்றதாகும் என்பர். மாற்றத்தை விழையும் பகுதியை மொழியின் மாறாத பகுதியோடு (ஏற்கனவே நிலை பெற்றுவிட்ட

பகுதி) இணைப்பதைப் பின்னைவாதிகள் ஏற்பதில்லை. விதிக்கட்டற்ற பகுதி என்றும் தொடர்ந்து காணப்படும் ஒரு பகுதியாகவே இனங் காணப்படவேண்டும் என்பர்.

இதுபோன்றே பண்பாடு என்பதைக் 'கூறுபாகுபாடு கொண்ட குறியீடுகளின் அமைப்பு' (divided sign structure) என்பர். இதிலும் மாறும் (விளிம்பு) பகுதியும் மாறா (மைய) பகுதியும் உள்ளன. இவ்விரண்டு பகுதிகளின் வாயிலாகப் பண்பாடு தன் உருவத்தையும் உள்ளடக்கத்தையும் வெளிப்படுத்துகின்றன. ஆனால், பண்பாட்டை எழுதுபவர் அவையனைத்தையும் எழுதுதல் என்ற ஒரு ஊடகம் வாயிலாகச் சொல்லிவிடுகிறோம் என நனவிலியாக எண்ணுகிறார்.

இன்றைய அறிவுலக ஊடகங்களுள் 'எழுதுதல்' என்பது மிகப் பெரும் ஊடகமாகும். இது உடமையாகவும், அதிகாரமாகவும் அவதாரம் பெறுகிறது. ஆதலின் பண்பாடு பல உருவங்களைக் கொண்டிருப்பினும் எழுதுதல் வாயிலாகவே தன்னை வெளிப்படுத்திக் கொள்ள வேண்டிய கட்டாயத்தில் குறைந்த அளவு அதனுள் பல பரிமாணங்களை ஏற்படுத்த வேண்டும் என்பர் பின்னை நவீனத்துவ வாதிகள். அவ்வகையான பண்பாட்டுப் பனுவலே உண்மை நோக்கிய பனுவலாக அமைய முடியும் என்பர்.

**பனுவல் வகைகளைப் பெருக்குதல்: காட்சிவழியும் உரையாடல் வழியும் உண்மையைத் தேடுதல்**

பின்னை நவீனத்துவ மானிடவியல் பனுவல், குறிப்பாகப் பண்பாட்டை எழுதும் பனுவல் பின்வரும் கூறுகளைக் கொண்டவையாக இருக்க வேண்டும் என்பர். பனுவல்களை எண்ணற்ற வகைகளில் உருவாக்க வேண்டும் என்றும், அதில்

1. காட்சிவழிப் பனுவல்
2. உரையாடல்வழிப் பனுவல்
3. ஆவணப் பனுவல்
4. எழுத்துவழிப் பனுவல்

போன்ற வகைகள் அமையலாம் என்றும் கூறுவர். இவ்வகையான பனுவல்கள் எவ்வாறு அமையும் என்பதை நோக்க வேண்டும்.

1. பண்பாட்டை எழுதுதல் நிலையில் பனுவல்கள் ஒவ்வொரு கட்டமாக உருவாகின்றன. களப்பணியின்போது ஒலிநாடாவில் பதிவு செய்த தரவுகள் ஆய்வு மேசைக்கு வந்தவுடன் ஒலிபெயர்ப்பு செய்யப்படுகிறது. இப்பணி முடியும்போது ஒலிப்பனுவல் எழுத்துப்

பனுவலாகிறது. இது முதல் கட்டமாகும். அத்தரவுகளைக் கொண்டு முதற்கட்டப் பகுப்பாய்வு செய்யும்போது இரண்டாம் கட்டப் பனுவல் உருவாகிறது. அது மீண்டும் ஒப்பிட்டு இறுதி செய்யப்படும் போது இறுதிக்கட்டப் பனுவலாகிறது. இம்மூன்று கட்டங்களிலும் உருவாகும் பனுவலானது இனவரைவியலர் எழுதிய பனுவல் ஆகும். இதில் அதனை எழுதிய ஆசிரியரின் ஒற்றைக் குரல் மட்டுமே வெளிப் படுவதாக இருக்கும்; ஒற்றை உண்மையை மட்டுமே காட்டுவதாக இருக்கும். இந்நிலையில் வாசகர்கள் ஆசிரியரின் குரலுக்கு அப்பால் சென்று யாருடைய குரலையும் கேட்க முடிவதில்லை. அவர் கூறிய உண்மைக்கு அப்பால் கூடுதல் உண்மையைப் பெற முடிவதில்லை.

2. ஆதலின் ஒரு பண்பாட்டின் இனவரைவியலை அறியும் வாசகர் களுக்கு அப்பண்பாடு குறித்த நிஜச் சூழல் கண்முன் கொண்டு வந்து அந்த வாசகனையும் உண்மையைத் தேடும் முயற்சியல் ஈடுபட வைக்க வேண்டும் என்பர் பின்னை நவீனத்துவவாதிகள். 'இதைத்தான் நான் களப்பணியில் கண்டேன்; கண்டதை, ஓர்ந்ததை எழுதியுள்ளேன்; படித்துக்கொள்' என்று வாசகன் தலையில் கட்டக்கூடாது என்று இவர்கள் கூறுவர். இதற்குப் பின்வரும் இரண்டு முதன்மையான வழிமுறைகளைக் கூறுகின்றனர்.

1. காட்சிவழி உண்மை வழங்குதல் (presenting visual truth)
2. உரையாடல்வழி உண்மை வழங்குதல் (presenting truth through discourse)

காட்சி சார்ந்த உண்மை வழங்குவது என்பது நிஜச் சூழலில், நிஜத்தை விளக்கும் டாக்குமெண்டரி படம்போல ஒரு இனவரைவியல் காட்சிப் படம் (ethnographic film) நிஜ உரையாடல்களுடன் எடுப்பது அவசியமானது. இப்படிப்பட்ட காட்சிப்படம் தயாரித்தலுங்கூட பண்பாடு எழுதுதலின் ஒரு பகுதியாக அமையும் என்கின்றனர். காட்சிப் படம் தயாரிக்க இயலாதபோது நிழற்படங்களைப் பெருமளவு தயாரித்து விளக்கங்கொடுப்பதும் இதன் ஒரு நோக்கத்தை நிறைவு செய்வதாக அமையும்.

இவ்வகைக் காட்சிப்படம் எடுப்பது சாத்தியப்படாத போது மக்களிடம் நிகழும் உரையாடல்கள், கருத்தாடல்கள் பனுவலாக்கத்தில் இடம்பெற வேண்டும். பண்பாட்டைப் பேணும் மக்களின் சொந்தக் குரல்கள் வழி வெளிப்படும் உரையாடல்கள் காட்சிசார்ந்த நிஜ உலகத்தை வாசகன் கண்முன் கொண்டு வந்து நிறுத்தும். இனவரை வியலர் அவர் எழுதும் பனுவலில் எந்த அளவுக்கு மக்களின் கருத்துக் களையும் அவர்களின் அகவயமான உணர்வுகளையும் நூற்றுக்கு நூறு

முன்வைக்கிறார் என்ற வினாவைப் பின்னை நவீனத்துவ மானிட வியலர்கள் எழுப்புகின்றனர். ஒரு குடும்பத்தின் ஏழ்மை நிலையை ஆசிரியர் எழுத முயலுவதைக் காட்டிலும், 'உடுத்த சேலை இல்லேனு சின்னாத்தா வீட்டுக்குப் போனா அவ ஈச்சம் பாயைக் கட்டிக்கிட்டு எதுக்க வந்தாளாம்' என்ற நிஜ உரையாடல் மூலம் காட்டுவது ஆசிரியர் கூற வந்த உண்மையைக் காட்டிலும் கூடுதல் பொருண்மையைச் சுட்டிவிடும்.

உரையாடலானது கூற்று நிலையில் மேலும் சில பரிமாணங் களைக் கொண்டதாகும். களப்பணியில் தகவலாளி சொல்வதை ஒலிப்பதிவு செய்துகொண்டு மீண்டும் ஒலிபெயர்ப்பு செய்வது என்பது 'சொன்னதையே மீண்டும் சொல்வதாகும்' (retelling). இதனடிப்படை யில் பனுவலாக்கம் செய்வதைவிடவும், மக்களின் உரையாடல் களையே பனுவலில் நேரடியாகச் சேர்க்கும்போது வாசகனிடம் அது ஒரு காட்சிப் பனுவலாகச் சென்று சேருகிறது. இதனால் சொன்னதையே மீண்டும் சொல்லுதல், அதாவது 'retelling' ஆக அமையாமல், new telling (புதிதாகச் சொல்லுதல்) ஆக அமைகிறது. இன்னொரு வகையில் சொல்வதானால், உரையாடல்கள் சூழலைப் பிரதிபலிக்கின்றன என்பதை விடவும் அவை ஓர் உண்மைச் சூழலை ஏற்படுத்துகின்றன எனலாம்.

3. இவை எல்லாவற்றிற்கும் மேலாக தகவலாளிகளின் உரையாடல் அடிப்படையிலான பண்பாட்டுப் பனுவல் உருவாக்கப்படும்போது அவ்வுரையாடல்களை நிகழ்த்திய அனைவரும் அப்பனுவலுக்குரிய இணையாசிரியர்களாக (co-authors) மாறுகின்றனர். இதனால் இன வரைவியலர் மட்டுமே அப்பனுவலுக்குரிய ஆசிரியர் என்ற ஏகபோக உரிமை குறைகின்றது. இப்பனுவலில் ஆசிரியரின் குரலோடு இணை யாசிரியர்களின் குரல்களும் ஒலிப்பதால் இது பலகுரல் பனுவலாக வடிவம் பெறுகிறது. உரையாடல் பனுவல்கள் ஒருவகையில் நிகழ்த்துதல் பனுவலாகவும் (a text of performance) வடிவம் பெறுகிறது.

4. இவ்வகையான நிகழ்த்துதல் பனுவல்கள் உருவாக்கப்படும் போது ஒற்றைக்குரல் கொண்ட ஆசிரியரின் அதிகாரம் (authorial authority) இயல்பாகவே குறைகிறது. ஆசிரியர் கூறும் ஒற்றை உண்மை யுடன், நிகழ்த்துப் பனுவலை உருவாக்கியுள்ள தகவலாளிகளின் பிற உண்மைகளும் சேர்ந்து 'பன்மை உண்மைகள்' வெளிப்படுகின்றன. பின்னை நவீனத்துவமானது 'துண்டு துண்டான, பன்மை வடிவிலான, தற்செயலான உண்மையை' (fragment, multiple, contingent truth) விரும்பு கின்றது. முந்தைய கால அறிவுவாதிகளின் ஒற்றை நிலையிலான,

எல்லை கடந்த உண்மையைப் (singular and trascendent truth) பார்க்கும் போது இது முற்றிலும் மாறானதாகும்.

பின்னை நவீனத்துவ மானிடவியலர் புதிய வகையிலான பண்பாட்டுப் பனுவல்களை உருவாக்க வேண்டியதன் அவசியத்தை வலியுறுத்து கின்றனர். இவை ஆசிரியரும் இணையாசிரியர்களான தகவலாளி களும் இணைந்து உருவாக்கும் இனவரைவியல் பனுவலுக்குத் துணைப் பனுவல்களாகவும் அமையலாம் அல்லது தனிப் பனுவல்களாகவும் அமையலாம். தகவலாளிகளின் சுயசரிதை இனவரைவியலாக, சில நிகழ்வுகளின் சுயசரிதை இனவரைவியலாக, நேர்காணல் இனவரை வியலாக, குடும்ப வழக்காறுகளாக, சமூக ஆவணங்கள் மட்டுமே கொண்டதாக, புழங்கு பொருள்களை மட்டுமே விளக்குவதாக, கவிதை, புதினம், நாடகம் வழி இனவரைவியலாக, இன்னும் பிற வடிவங்களாக இவை அமையலாம் என்பர். இந்த ஒவ்வொரு வடிவமும் பண்பாட்டின் 'மிகு பிரதிபலிப்பு' (intense reflexivity) ஊடகமாக அமைந்து கூடுதல் உண்மைகளை வழங்க வல்லது என்பர். ஆக இனவரைவியல் என்பது பல்வேறு துண்டு துணுக்குகளின் மொத்தத் தொகுப்பாக அமைய வேண்டும் என்பர் பின்னை நவீனத்துவவாதிகள். சமூகம், கூட்டுமனம் போன்ற ஒன்றுபட்ட பெரும் தொகுப்புகளைக் கட்டுடைத்து நோக்க வேண்டுமென்பர்[6].

### பின்னுரை

மேற்கூறிய வகையினங்களுள் தமிழில் சில முயற்சிகள் நடை பெற்றுள்ளன. ஆசிரியரே தகவலாளியாக, தகவலாளியே ஆசிரியராக அமைதல் ஒரு புதிய வகை. பொன்னீலனின் தாயார் தன் கவலை யைச் சுயசரிதையாக 'கவலை' என்னும் தலைப்பிலேயே வெளியிட இசைந்தார். பாளையங்கோட்டை தூய சவேரியார் கல்லூரி நாட்டார் வழக்காற்றியல் மையம் வெளியிட்டுள்ள இந்நூலைக் 'குடும்ப வழக் காற்றியல்' என்னும் வகைமையாக வரையறை செய்வர். இது குறித்துக் காலச்சுவட்டில் எதிர்வினை புரிந்த பலரும் இதனை எழுத்திலக்கிய மாகத் தான் அணுக வேண்டும் என்பர். உ.வெ. சா வின் 'என் சரித்திரம்', சுந்தர ராமசாமியின் 'குழந்தைகள், பெண்கள், ஆண்கள்', தங்கர்பச்சானின் '9 ரூபாய் நோட்டு' அனைத்துமே சுயசரிதைதான். இதிலிருந்து பெரிதும் விலகாத கவலை எழுத்திலக்கிய மரபிலேயே கொள்ளலாம் என்பர்.

இன்று தமிழில் சிறந்த இனவரைவியல் புதினங்கள் வரத் தொடங்கி யுள்ளன. நாஞ்சில் நாடனின் நாஞ்சில் நாட்டு வெள்ளாளர் வாழ்க்கை (2003) பாலமுருகனின் சோளகர் தொட்டி (2004) போன்றவை அந்தந்தச்

சமூகத்தின் சமூக, பண்பாட்டு விவரிப்பினை எதார்த்த, அனுபவ நடப்பியல் உண்மைகளோடு புதினங்களாக வடிவம் பெற்றுள்ளன.

நாஞ்சில் நாடனின், *நாஞ்சில் நாட்டு வெள்ளாளர் வாழ்க்கை* (2003) ஓர் இனவரைவியலாக உள்ளது. இத்தகு தாய்வழிச் சமூகங்களைப் பற்றிய இனவரைவியல்கள் ஏதுமில்லாத நிலையில், நாஞ்சில் நாடனின் இந்நூல் மிகுந்த முக்கியத்துவம் பெறுகிறது. காலம் நிகழ்த்திய மாற்றத்தில் நாஞ்சில் நாட்டு வெள்ளாளர்களின் மரபான பண்பாட்டையும் மாறும் சூழலையும் நூலாசிரியர் மிகவும் தோய்ந்து அடர் வரைவியலாக (thick description) எழுதியிருக்கிறார். ஒவ்வோர் இயலிலும் வெள்ளாளர் வாழ்வின் மிகநுட்பமான கருத்தாடல்கள் இனவரைவியல் நோக்கில் எடுத்துரைக்கப்பட்டுள்ளன. எடுத்துக்காட்டாக, நாஞ்சில் வெள்ளாளர் களோடு நெல்லையிலிருந்து குடிபெயர்ந்த மக்கள்வழி வெள்ளாளரும் கலந்துவிட்ட நிலையில் மருமக்கள் வழியினரா மக்கள் வழியினரா என அறியும் சொல்லாடலில் 'அவலா, தோசையா?' என்ற குழூஉக் குறியே மருமக்கள்வழிப் பிரிவினரையும் மக்கள்வழிப் பிரிவினரையும் பிரித்தறிய உதவுகிறது. இதற்கான புலப்பெயர்வு, நிலைவுடைமை ஆகிய பின்புலத்தை நாஞ்சில் நாடன் நன்றாக விவரிக்கிறார் (பக் 27).

வெளியார் ஒருவர் வெள்ளாளர்களைப் பற்றி ஆராயுமிடத்து இத்தகைய நுட்பமான உரையாடல் வழி சமூகத் தரப்பிரிவுகளை வெளிப்படுத்த இயலுமா என்பது சந்தேகமே. இவ்வாறு பக்கத்திற்குப் பக்கம் எடுத்துக்கொண்ட இனவரைவியல் கூறுகள் அனைத்தையும் நுட்ப திட்பத்துடன் நாஞ்சில் நாடன் எடுத்துரைக்கிறார். பெண்களின் மாதவிடாய்க் காலத்துத் 'தனிப்புரை' முதல், பெண்கள் பெற்றுக் கிடக்க (பிரசவம்) 'சாய்ப்பு' அறை ஊடாக, கன்னிப் பருவத்தில் இறந்தோருக்குப் படைக்கும் 'கன்னி மூலை' வரையிலான விவரிப்பு முறையாக இருந்தாலும் சரி (பக்.31), திருமணத்திற்கு முன்பு குடிமகன் மணமகனுக்குச் 'சரிவாங்க சவரம்' செய்து அவனது ஆணுறுப்பை பரிசோதிக்கும் முகாந்திரத்தை விவரிக்கும் முறையாக இருந்தாலும் சரி, (பக்.23), தேவதாசிகள், கோயில் பிள்ளைகள் மேல்நோக்கியதோர் சமூகப் பெயர்வு அடைந்ததை விவரிக்கும் முறையாக இருந்தாலும் சரி (பக். 29) அனைத்து விவரிப்பு முறைகளுமே வட்டார வழக்குடன் மண்வாசம் மணக்க மணக்க அனுபவித்து எழுதியது போல் இருக்கின்றன. வரலாற்று மொழியியல், கிளை மொழியியல் ஆய்வாளர்களுக்கும் இந்நூல் மிகுந்த தரவுகளைக் கொடுக்கக்கூடியதாக உள்ளது.

இந்நூல் வட்டார நாவல் என்னும் தன்மையுடனும் அடர்த்தியான விவரிப்புடன் கூடிய இனவரைவியல் நேர்த்தியுடனும் எழுதப் பட்டிருப்பதால் பண்பாட்டியலருக்கு ஒரு வட்டார மொழிச் சமூகத்தின்

தனிவரைவு நூலாகவும் இலக்கியவாதிகளுக்கு ஒரு மாறுபட்ட படைப்பெழுத்தாகவும் விளங்குகிறது.

மானிடவியலின் பரந்துபட்ட வாசிப்புப் பரப்பைக் கொண்டிருக்கும் எவரும் இத்தகு 'இலக்கிய இனவரைவியல் அணுகுமுறை' ஒரு மேலான, அரிதான, புதிய வடிவம் என்பதையும் இதன் முக்கியத்துவத்தையும் உணர்வர். பின்னை நவீனத்துவச் சூழலின் மரபான இனவரைவியல் புதிய புதிய வடிவங்களில் எழுதப்பெறல் வேண்டும் என்று உணர்த்தப் படும் இன்றைய நிலையில் தமிழில் இவ்வாறான ஒரு நூல் வந்திருப்பது இச்சிந்தனையை ஒட்டியதாக உள்ளது. ஒரு நாவலாசிரியர் நல்ல புதினம் எழுதலாம். ஒரு மானிடவியலர் நல்ல இனவரைவியல் எழுதலாம். ஆனால் நாஞ்சில் நாடன் மிகச் சிறந்த 'இலக்கிய இன வரைவியல்' எழுதியிருக்கிறார். இதன்வழி படைப்பிலக்கியத்துக்கு ஒரு புதிய அணுகுமுறையும் இனவரைவியலுக்கு ஒரு புது வகைமையும் கொடுத்திருக்கிறார். (பாரதி 2005).

அடுத்து, பழமலய் எழுதிய *சனங்களின் கதை, இவர்கள் வாழ்ந்தது* இவையிரண்டும் இக்கவிஞரின் தனித்துவமான படைப்புகளாகும். இரண்டுமே அவர் வாழும் வட்டாரத்தின் சாதிய வாழ்வியல் வெளிப்பாடுகளை எதார்த்தமாக வெளிப்படுத்துபவை. இந்தப் படைப்புகள் கவிதைவழி அவ்வட்டாரத்தின் இனவரைவியலை முன்னிறுத்துகின்றன.

*சனங்களின் கதை (1988)* என்னும் கவிதைத் தொகுதியானது கிராமத்திலிருந்து வெளியேறிவிட்ட ஒருவரின் இளமைக்கால நினைவு களாக, அனுபவங்களின் தொகுப்பாக, தனது உறவுக்காரர்களை, அண்டை அயலாரை, நிலத்தை, மரத்தை, ஊரைப் பற்றிய பதிவாக உள்ளது. *இவர்கள் வாழ்ந்தது (1994)* கவிதைத் தொகுதியில் கிராமிய வாழ்வில் உறவுகளைச் சாதிப் பெயர்கள் கொண்டு பட்டவர்த்தன எதார்த்தத்துடன் பதிவு செய்திருப்பது கவிதை எதார்த்தத்தில் தனி வகை என்றே சொல்லலாம். இவரது பாணி கவிதையில் கதை சொல்வது, நீண்ட கதைப்பாடலாகக் கூறுவது. ராஜா தேசிங்கு, கான் சாகிபு கதைகளைப் போல பழமலய் கவிதைகள் நாட்டுப்புற மரபு சார்ந்த வரலாறுகளைப் பதிவு செய்கின்றன. இத்தகைய கவிதைகளே *இன்றும் என்றும் (1998)* தொகுதியில் உள்ளன. (மேலது:9) பழமலய் கவிதை களில் மண், மக்கள் சார்ந்த விஷயங்களை மட்டுமே காண முடிகின்றன. மேலும், பழமலய் தன் கவிதைகளில் வெளிப்படுத்தும் மண்ணின் மொழிதான் அவரைத் தனித்த ஆளுமையுள்ள ஒரு கவிஞராக இனங்காணச் செய்துள்ளது. இவர் கையாண்டுள்ள மொழி,

பாடுபொருள் இரண்டும் வட்டாரம் சார்ந்ததாக, மக்கள் சார்ந்ததாக நிலைநிறுத்திக் கொண்டன. (மேலது:6).

'வரலாறு இன்றி எந்தக் கவிதையும் இருக்க முடியாது, என்றாலும் வரலாற்றை உருமாற்றம் செய்யும் பணியினைத் தவிர கவிதைக்கு வேறு ஏதுமில்லை' என்பது கவிதை மரபு. ஆனால் பழமலய் மண்ணின், மக்களின் வரலாற்றையே கவிதையாக்கியுள்ளார். மானிடவியலர்கள் சமூகங்களின் வாழ்வைக் கண்டு, ஓர்ந்து, எழுதுவதால் அது 'இனவரை வியல் எதார்த்தம்' (ethnographic present) என்றாகிறது. பழமலய் தன் வட்டார வாழ்வை 'மிகு எதார்த்தத்துடன்' கவிதைகளில் படைத் திருப்பதால் அவர்தம் கவிதைகளை 'இனவரைவியல் கவிதைகள்' (ethnographic poems) என அடையாளப்படுத்தலாம். இதுவரை, கவிதைப் படைப்பில் இத்தகைய எதார்த்த நிலை இனவரைவியல் கவிதைகள் எவராலும் பதிவு செய்யப்படவில்லை.

பழமலய்யின் கவிதைகள் இனவரைவியல் கவிதைகளா?, அழகிய நாயகி அம்மாளின் *கவலை* இனவரைவியல் சுயசரிதையா? என வரையறை செய்யப்படும்போது பின்வருவனவற்றைக் கவனத்தில் கொள்ள வேண்டும். இனவரைவியலின் உயிர் மூச்சு நேரில் கண்டு, ஓர்ந்து எழுதுதலாகும். எழுதப்படும் சமூகத்தின் காலம், இடம், சூழல் இவற்றின் அடிப்படையில் எதார்த்தம் பனுவலில் பிரதிபலிக்கப் பட வேண்டும். பனுவலின் உள்ளடக்கம் நேரடி உற்றுநோக்கலின் அடிப்படையிலான எதார்த்தத்தைக் (empirical reality) காட்டுவதாகவும் இருக்க வேண்டும். புனைவும் பூச்சும் தவிர்க்கப்படல் வேண்டும். பனுவலானது களத்திற்குச் சென்று பரிசோதனைக்கு உட்படுத்தும் போது அது எதார்த்தத்தை, நடப்பியலை நிரூபிக்க வேண்டும். எடுத்துக் கொண்ட பொருளின் முழுமையியத்தை (holism) அடைய முற்பட வேண்டும். வாழிடம், காலம், தகவலாளிகள் பற்றிய பதிவுகள் இடம்பெற வேண்டும்.

இந்த அளவுகோல்கள் எல்லாம் செவ்வியல் இனவரைவியலுக் குரியவை. பின்னை நவீனத்துவம் முழுமை என்பதையே ஆட்சேபிக் கிறது. பனுவல்கள் சிறு சிறு துண்டுகளாகவும், சிதறல்களாகவும் இருக்கலாம் என்கிறது. ஆனால் களப்பணி எதார்த்தத்தை அது நிராகரிக்கவில்லை. இந்த அளவுகோல்களை வைத்துப் பார்க்கும் போது பழமலய் கவிதைகள் இடம், காலம், மக்கள் ஆகிய பதிவுகளை அடிக்குறிப்பிலாவது, முன்னுரையிலாவது வரையறை செய்திருக்கு மாயின் அவை இனவரைவியல் கவிதைகளே. பாமாவின் புதினங்களை யும் இவ்வாறே இனங்காணலாம். மற்ற படைப்புகளையும் இவ்வகை யில் அளவிடலாம்.

அழகிய நாயகி அம்மாளை அறிய 'கவலை' ஒரு பனுவலாக, உண்மையைச் சுட்டக் கூடியதாக இருந்து, அவரைப் பற்றிய பிற உண்மைகளுக்கு, புதிய பனுவல்கள் தேவை என்று வாதிட முடியுமானால் அது முழுமையியத்தை நோக்கிய பனுவலாக அமைய வில்லை என்ற வாதம் எழலாம். ஆனால், பின்னை நவீனத்துவத்திற்கு முழுமையியம் முக்கியமல்ல. உண்மையைத் தேடுதலே முக்கியம்.

# குறிப்புகள்

### இயல் 1: மானிடவியல் சிந்தனையின் வரலாறு

1. Theological stage எனக்கூடிய இறையியல் நிலையில் இறை சக்தியே உலக உயிர்களை இயக்குவது; செயல்களை நிர்ணயிப்பது; அனைத்திற்கும் அதுவே மூலகாரணம் என்று நம்பப்பட்டது. இது சமயம் உண்டான காலகட்டமாகும்.

2. Metaphysical stage எனக்கூடிய நுண்பொருள் நிலையானது தத்துவஞானம் வளர்ச்சி பெற்ற காலமாகும். தான் கண்டவற்றின் பின்னாதாரமான பரமாத்திக உண்மைகளைக் கற்பனைகளில் கருத்துருவாக்கிக் காணும் காலகட்டமிட்டது.

3. Positivist stage எனக்கூடிய நேர்க்காட்சிவாத நிலையானது நேராகக் கண்ட உண்மைகளையன்றி வேறெதனையும் அடிப்படையாகக் கொள்ளாத அறிவு நெறி. இதில் புலன்வழி உற்றுநோக்குதல் (observation), சோதித்துப் பார்த்தல் (experimentation), ஒப்பாய்வு செய்து பார்த்தல் (comparison) ஆகியன முக்கியக் கூறுகளாக அமைகின்றன.

4. Enlightenment stage எனக்கூடிய அறிவொளிக் காலம் கி.பி 17ஆம் நூற்றாண்டில் மேலைத் தேயத்தில் வளம் பெற்றிருந்தது என்றாலும் தமிழ்ச் சிந்தனை மரபில் 15 நூற்றாண்டுகளுக்கு முன்பேயே வள்ளுவர் இதனைச் சிறப்பாக உணர்ந்து பின்வரும் குறள்களில் வெளிப்படுத்தியுள்ளார்.

    இதனை இதனால் இவன்முடிக்கும் என்றாய்ந்து
    அதனை அவன்கண் விடல்  (குறள்: 517)

    குணம் நாடிக் குற்றமும் நாடி அவற்றுள்
    மிகை நாடி மிக்க கொளல்  (குறள்: 504)

    இக்குறள்கள் மூலம் அனுபவவாதம், நேர்க்காட்சிவாதம் இரண்டையும் இணைத்துப் பகுத்துணர்வுவாதமாக வள்ளுவர் வெளிப்படுத்தியிருக்கிறார்.

## இயல் 2. உயிரினங்களின் தோற்றம்

1. உலகின் அனைத்து உயிர்களும் நீரிலிருந்து தோன்றியவை என்ற கருத்தை முதன்முதலில் தாலஸ் (Thales கி.மு. 624 - 547) முன் வைத்ததால் அவரே முதல் உலகாயதவாதி எனலாம்.

2. தாலஸ் தொடங்கி எம்பிடாக்கிள் (Empedocles கி.மு. 485-425), டெமோகிரிட்டஸ் (Democritus கி.மு. 460 - 370) போன்றோரும் கிரேக்கச் சிந்தனை மரபிற்கு அடித்தளமிட்டவர்கள்.

3. 17ஆம் நூற்றாண்டின் இடைக்காலம் வரை அரிஸ்டாட்டிலின் கருத்து பரவலாக மதிப்புப் பெற்றிருந்தது. லூயி பாஸ்டரும் இவரது கருத்துகளின் ஒரு பகுதியை ஏற்றுக்கொண்டார். ஆனால் 17ஆம் நூற்றாண்டுக்குப் பின் இவரது கருத்துகள் மறுக்கப் பட்டன.

4. கிரேக்கப் புராணங்களில் மனிதனின் தோற்றம் குறித்துப் பல சுவையான கதைகள் உண்டு. அத்தேனாவின் அறிவுரைக்கிணங்கி காட்மஸ் பாம்பின் பற்களைப் பூமியில் விதைத்ததனால் படைக்கலங்களுடன் மனிதர்கள் பயிர்களாக வெளிவந்தனர் என்றும், ஜேயுசின் கட்டளைக்கிணங்கி டியுகாலியனும் (Deucalion), பைராவும் (Pyrrha) தங்கள் பின்புறம் வீசிய கற்களிலிருந்து ஆணும் பெண்ணும் வந்தனர் என்றும், மூன்றாவதாகப் புரோமித்தியுஸ் (Prometheus), நீரினையும் நிலத்தினையும் கொண்டு மனிதனை உருவாக்கினான் என்றும் பல கதைகள் உள்ளன. (மேலும் காண்க: தமிழ் ஒளி 1989–91: 1–35).

5. வான் கங்கையை 'வான் ஒளித்தடம்', பால் வீதி என்றும் குறிப்பிடப் படுவதுண்டு.

## இயல் 3. பண்பாட்டுப் படிமலர்ச்சி

1. அ. படிமலர்ச்சி (evolution) என்னும் சொல் முதன் முதலில் சமூக அறிவியல்களில் ஆங்கிலேயத் தத்துவவியல் அறிஞர் ஹெர்பர்ட் ஸ்பென்சர் பயன்படுத்தினர். சமூகவியல் கல்விப் புலத்தில் படிமலர்ச்சி என்னும் சொல்லை இன்றுள்ள பொருளில் முறைப்படி பயன் படுத்தியவர் ஹெர்பர்ட் ஸ்பென்சர். உயிரினங்களின் வரலாற்று வளர்ச்சியைக் குறிப்பதற்கு இச்சொல்லைப் பயன்படுத்தினார். ஆகஸ்ட் கோம்ட் 'முன்னேற்றம்' (progress) என்னும் சொல்லைக் கொண்டு மனித அறிவு நிலையின் மூன்று முக்கிய கட்டங் களை (theological, metaphysical, positivist stages) இனங்கண்டார்.

முன்னேற்றம் என்பதை ஸ்பென்சர் 'படிமலர்ச்சி' என்னும் கருத்தாக்கமாக மாற்றியமைத்தார்.

ஆ. ஹெர்பர்ட் ஸ்பென்ஸ்சருங்கூட சமூகம் ஒருபடித்தான நிலையிலிருந்து பன்மை நிலைக்கு மாறுவது மனித முன்னேற்றத்தின் உலகளாவிய விதி என்பார். இந்நிலையில் இப்படிமலர்ச்சியானது inorganic *(உயிரற்றது)* → organic (*உயிர்ப்பொருள்)* → superorganic *(சமூகம்)* என்னும் நிலையில் படிமலர்ச்சியடைந்தது என்கிறார்.

2 **அ. முதல் 3-4 மில்லியன் ஆண்டுகள் (அதாவது 3-4 மில்லியன் ஆண்டுகளிலிருந்து 12000 ஆண்டுகள் வரை):** இக்கால கட்டத்தில் மனிதகுலத்தார் பெரிய விலங்குகளை வேட்டையாடியும் தாவரங் களைச் சேகரித்தும் வாழ்ந்து வந்தனர். இதனால் இக்கால கட்டத்தை 'வேட்டுவர்களின் ஊழிக்காலம்' (era of hunters) என்றழைப்பர். இக்கால கட்டம் தொல்லியல் வழக்கில் 'கற்காலம்' (palaeolithic period) என்று கூறப்படும்.

**ஆ. அடுத்த 4000 ஆண்டுகள் (அதாவது 12000 ஆண்டுகள் முன்பிருந்து 8000 ஆண்டுகள் வரை):** இக்காலகட்டத்தில் ஓரிடம் தங்கி வாழும் முறையைப் பெருமளவு வளர்த்துக் கொண்டனர். மீன்களைப் பிடித்துண்பதற்கான தொழில்நுட்பத்தையும் மேற்கூறிய முறை களோடு இணைத்துக் கொண்டனர். சிறுவிலங்குகளை வேட்டை யாடுவதையும் இணைத்துக் கொண்டனர். இக்காலகட்டம் 'தீவிர உணவு தேடி அலைந்த ஊழிக்காலம்' (era of intensive foraging) எனப்படும். தொல்லியல் வழக்கில் இது 'இடைக்கற்காலம்' (mesolithic period) எனப்படும்.

**இ. அடுத்த 4000 ஆண்டுகள் (அதாவது 8000 ஆண்டுக் காலத்திலிருந்து 4000 ஆண்டுகள் வரை):** இக்காலகட்டத்தில் உணவுக்காக அலைந்த நிலைமாறி ஓரிடத்தில் தங்கி வேளாண்மை செய்யும் முறையும் கால்நடைகள் வளர்த்தலும் ஏற்பட்டன. இதனால் இக்காலகட்டம் 'வேளாண் சமூகங்களின் ஊழிக்காலம்' (era of agricultural communities) எனப்படும். தொல்லியல் வழக்கில் இது 'புதிய கற்காலம்' (neolithic period) எனப்படும்.

## இயல் 4: பண்பாட்டுப் பரவல்

1 ஸ்மித் 1928இல் In the Beginning of the Origin of civilization என்னும் நூலை வெளியிட்டார். இவர் கேம்பிரிட்ஜ் பல்கலைக்கழகத்திலும் பணிபுரிந்தார். கி.மு.400 முதற்கொண்டே எகிப்திலிருந்து மற்ற பகுதிகளுக்கு நாகரிகம் பரவத் தொடங்கியது என்றார். இவர்

எழுதிய மற்றுமொரு முக்கியமான நூல் The Diffusion of Culture (1930) ஆகும்.

2. பெர்ரி எழுதிய மற்றொரு நூல் Gods and the Men ஆகும். ஸ்மித்தைப் போன்று திட்டவட்டமான கொள்கை எதையும் முன்வைக்க வில்லையெனினும் அவரது கருத்துகளுக்கு ஆதரவாக தரவுகளையும் சான்றுகளையும் திரட்டி எழுதினார். இவருடைய நூல்கள் பொதுமக்களிடம் அக்காலத்தில் பெரும் வரவேற்பைப் பெற்றிருந்தன.

3. ரிவர்ஸ் நீலகிரி மலைப்பகுதியில் தோடர்களிடம் ஆய்வு செய்தவர். இவர் இங்குக் களப்பணி செய்தபோது தமிழ்ச் சமூகத்தின் அடிப்படை சமூக அமைப்பானது அரைக்குழுச் சமூக முறை (moiety) கொண்டது என்று கண்டறிந்தார்*(மேலும் காண்க: இயல் 10)*

4. பிரட்ரிக் ரட்சலின் முக்கிய நூல்கள் Anthropo-geographia(1899) Volker kunde *(மூன்று தொகுதிகள் கொண்ட இந்நூல் முறையே 1885, 1886, 1888 ஆகிய ஆண்டுகளில் வெளிவந்தன).*

5. கிராப்னரின் முக்கிய நூல் Methoder Ethnologie (1911) ஆகும். இவர்தம் ஆய்வுகள் வழி பண்பாடுகளின் ஆறு முக்கிய வளர்ச்சிக் கட்டங்களை முன்வைத்தார்.

   அ. தாஸ்மேனியப் பண்பாடு (Tasmanian culture)

   ஆ. பண்டை ஆஸ்திரேலியப் பண்பாடு (old Australian culture)

   இ. குலக்குறி பண்பாடு (totemic culture)

   ஈ. இருகுழுச் சமூகப் பண்பாடு (moiety complex)

   உ. மெலனீசிய வில் பண்பாடு (Melanesian bow culture)

   ஊ. பாலினேசியப் பண்பாடு (Polynesian culture)

   இதில் தாஸ்மேனியப் பண்பாடுதான் உலகிலேயே பழமையான பண்பாட்டுப் பரப்பு என்பது கிராப்னரின் வாதமாகும்.

6. American Natural history Museum.

7. Chicago Field Museum.

8. கிளார்க் விஸ்லரின் முக்கிய நூல்கள் American Indians:An Introduction to the Anthropology of the New World (1917), Man and Culture (1923) ஆகும்.

9. கவுண்டர் என்பதே கோவேந்தர் என்பதாக மாறியுள்ளது.பல நூற்றாண்டுகளுக்கு முன் தமிழகத்திலிருந்து சென்ற கவுண்டர்களே இன்றைய கோவேந்தர்கள் *(இந்நூலாசிரியரின் தென்னாப்பிரிக்க நண்பர் ராஜேந்திரன் கோவேந்தர் கூறிய கருத்து இது).*

**இயல் 5: நாகரிகத்தின் தோற்றம்**

1 பெரு நாகரிகம் சில அறிஞர்களால் ஆண்டீஸ் நாகரிகம் என்றும் கூறப்படும்.

2 ஷெரின் ரத்னாகர் (2001: 5) கூறும் சிந்துவெளி நாகரிகத்தின் வளர்ச்சிக் கட்டங்கள்:

| | | |
|---|---|---|
| Late Harappan | - | 1800 B.C. Onwards |
| Transition between mature and Late Harappan | - | 1900-1800 B.C. |
| Mature Harappan (three phases) | - | 2600-1900 B.C |
| Early Harappan (Kot Dijian Culture) | - | 2800-2600B.C |
| Earliest occupation (Ravi' Culture) | - | 3300-2800 B.C |

சிந்துவெளி நகரிகம் கி.மு 1700 வாக்கில் அழியத் தொடங்கியது.

**இயல் 6: தாய்வழிச் சமூகம்**

1 இந்நூலில் பண்பாடு பற்றிய இவரது வரையறை நூற்றாண்டுகளைக் கடந்து இன்றும் எடுத்தாளப்படுவது இவருடைய வரையறைக்குரிய சிறப்பாகும்.

2 இதனால் இனவியல் (ethnology) துறையின் முன்னோடி என்று இவர் போற்றப்படுகிறார்.

3 இவரது பிற முதன்மையான பங்களிப்பு வழிபாட்டின் படிமலர்ச்சி (evolution) பற்றியதாகும். வழிபாடானது ஆவி வழிபாடு → பல கடவுள் வழிபாடு → ஒரு கடவுள் வழிபாடு என்ற முப்படி வரிசையில் ஒரு நேர்க்கோட்டில் (unilineal) படிமலர்ச்சி பெற்றது என்பார். இது அவரது ஒழிவழிப் படிமலர்ச்சிக் கோட்பாடாகும். (unilinear evolutionism). ஆவி வழிபாட்டிலிருந்தே (animism) சமயம் தோன்றியது என்பது இவரது முதன்மையான கோட்பாடாகும்.

4 விரிவான தரவுகளுக்குக் காண்க : தர்ஸ்டன்(1909).

5 நாயர் உள்ளிட்ட இவ்வகைச் சமூகங்களில் இக்கணவன்மார்களைப் 'பார்வைக் கணவர்கள்' (Visiting husbands) என்பர் மானிடவியலர்.

கோட்டைப் பிள்ளைமார் சமூகம் 1980களில் சிதையத் தொடங்கிய தற்கு முன்னர் கணவன் திருமணத்திற்குப் பின் ஆறுமாதம் கழித்துத் தன் மாமனார் வீட்டில் உழைக்க வேண்டும். இதற்கான முதல் கூலி பெறும் 'படி வைப்பாடு' நிகழ்வானது சிறப்பான சடங்கு நிகழ்த்துதலுடன் செய்யப்படும். அப்போது 9 கோட்டை நெல்

*(1170 கிலோ)* கொடுக்கப்படும். அடுத்தடுத்த ஆண்டுகளில் எளிமையான சடங்கின் மூலம் 'படி வைப்பாடு' நிகழும் *(கமலா கணேஷ் 1993:23)*

6 டைலரின் ஆவியுலகக் கோட்பாட்டையும், எஞ்சிநிலைத்தவைக் கோட்பாட்டையும், படிமலர்ச்சியியலின் தந்தையான சார்லஸ் தார்வின் பின்வருமாறு பாராட்டினார். ' It is wonderful, how you trace animism from the lower races up to the religious beliefs of the higher races... How curious, also, are the survivals or rudiments of old customs...'

7 ஆசியப் பகுதியில்,குறிப்பாக திராவிட உறவுமுறைச் சொற்கள் வகைப்படுத்தும் உறவுமுறைச் சொற்களாக இருப்பதையும் அமெரிக்க இந்தியர்களின் (செவ்விந்தியர்) உறவுச் சொற்கள் வகைப்படுத்தும் சொற்களாக இருப்பதையும் கண்ணுற்ற மாார்கன் அமெரிக்க இந்தியர்களுக்கும் ஆசியப் பகுதியினருக்கும் உறவுமுறையில் ஒற்றுமை உள்ளது என்றார். அமெரிக்க இந்தியர்கள் ஆசியாவிலிருந்து சென்றவர்கள் என்ற கருத்தையும் முன்வைத்தார். பண்பாட்டுப் பகுதி (culture area) ஆய்வுகள், இணைப்படிமலர்ச்சி (parallel evolution ) பற்றிய ஆய்வுகளுக்குப்பின் இவரது கருத்துக்கு மாற்றுக் கருத்துகள் எழுந்தன.

8 தீட்டுள்ள பெண் உடலுறவுக்கு ஏற்றவளல்ல என்பதால் ஆண் வேறு பெண்ணை நாடிச் செல்ல எண்ணுவான். எனவே அவனையும் துடக்கினால் (தீட்டுள்ள பெண்போல ஆக்குவதனால்) சமூகத்தில் ஒழுங்கு நெறியினை உடலுறவு நிலையிலே பேண முடிந்தது. மகப் பேற்றின்போதும் இம்முறை பெரிதும் பயனுள்ளதாயிருந்தது. சங்க இலக்கியங்களில் மனைவி கருவுற்றபோது கணவன் பரத்தையரை நாடிச் சென்றமைக்குச் சான்றுகளுண்டு.

9 பழந்தமிழ்ப் பாடல்களில் மக்கள் தங்கி வாழ்ந்த இடங்கள் பற்றிய செய்திகள் பலவாறு பதிவாகியுள்ளன. அகம், இல், இல்லம், உறையுள், உறைவிடம், கல்லளை, குடில், குரம்பை, குறும்பு, நெடுநகர், புக்கில், மனை, மாடம் எனப் பலவாறு அழைக்கப்பட்டிருக்கின்றன.

10 இலங்கையில் மட்டக்களப்புச் சமூக அமைப்பின் முக்கிய அம்ச மாகக் கருதப்படுவது தாய்வழி அமைப்பாகும். இதில் சொத்துரிமை, கோயில் உரிமைகள், குடியமைப்பு ஆகியவை பெண் வழியாகத் தொடர்கின்றன. திருமணத்திற்குப்பின் மாப்பிள்ளை பெண் வீட்டில் வசிக்க வேண்டும். தொடக்கத்தில் பெண் வீட்டில் மாப்பிள்ளைக்கு ஆறு மாத விருந்து உபசாரம் நடைபெறும். இது

'மாமியார் வீட்டு ஆறுமாதச்சோறு' எனப்படும். இப்போதும் இம்முறை சில பிரதேசங்களில் தொடர்ந்து காணப்படுகிறது. (தில்லை நாதன் 2005 :39; விரிவறிய காண்க: சி.பத்மநாதன் 2002).

11 கர்நாடகத்தில் தென் கன்னட மாவட்டத்தில் மங்களுர் வட்டாரத் திலும் அதனைச் சுற்றியும் வாழும் திகம்பரச் சமணர்கள் நிலவுடைமைச் சமூகத்தினராக வாழ்ந்து வந்ததுடன் அண்மைக் காலம் வரை மருமக்கள் தாய முறையைக் (கன்னடத்தில் இது 'அளிய சந்தான முறை' எனப்படும்) கொண்டிருந்தனர். சட்டத்தின் வழி இந்நூற்றாண்டின் முதல் காலிறுதியில் இம்முறை மாறத் தொடங்கியது வரை சொத்துகள் தாய்வழியில் கொடுக்கப்பட்டது. குடிவழியும் தாய்வழியில் இருந்தது. உறைவிடமும், குடும்ப நிர்வாகமும், அதிகாரமும் கூட தாய்வழியிலேயே அமைந்தன.

**இயல் 7: குடும்பத்தின் தோற்றம்**

1 சங்க இலக்கியங்களில் 'குடும்பம்' என்ற சொல் பயன்பாட்டில் இல்லை. 'கடும்பு' என்ற சொல்லெ கூட்டு வாழ்க்கையைக் குறித்து நிற்பதை அறிய முடிகிறது.

'நேரிழை **கடும்பு** உடைக் கடுஞ்சூல் நங்குடிக்கு' (நற்றிணை 370) என்னும் பாடல் வரியில் மக்களுடைய கூட்டு வாழ்க்கையைக் குறித்து நிற்பதாகக் கடும்பு என்னும் சொல் உள்ளது.

'கருங்கலை **கடும்பு** ஆட்டு வருடையொடு தாவன உகளும்' (நற்றிணை.119) என்னும் பாடலில் மலையாட்டினத்தின் கூட்டு வாழ்வைக் கடும்பு எனும் சொல் சுட்டுகிறது.

இடும்பைக்கே கொள்கலங் கொல்லோ குடும்பத்தைக்
குற்றம் மறைப்பான் உடம்பு. (குறள்: 1029)

என்னும் குறளில்தான் குடும்பம் என்ற சொல் முதலில் பயன்படுத்தப் பட்டிருக்கிறது. கடும்பு என்பதே குடும்பம் என மருவியிருக்கலாம். இது மொழியாய்விற்குரியது (மனோன்மணி சண்முகதாஸ் 2002).

**இயல் 8: தகாப்புணர்ச்சி**

1 பண்டைய எகிப்து நாட்டிலும், மார்குவசாஸ் (Marquesas) சமூகத்திலும், மேலும் சில சமூகங்களிலும் சகோதரன்-சகோதரி திருமணம் ஏற்றுக்கொள்ளப்பட்ட முறையாக இருந்து வந்துள்ளது. கிளியோபாட்ரா சகோதரன்-சகோதரி மணந்து கொள்ளும் முறையில் பிறந்தவர். 11ஆம் தலைமுறையைச் சேர்ந்தவர் இவர்.

2 வெஸ்டர்மார்க், பிராய்டு இருவரின் கோட்பாடுகளின் மீதான விவாதத்தை டேவிட் ஸ்பெயின் மேற்கொண்டுள்ளார்: David H.Spain. The Westermarck-Freud Incest-theory Debate: An Evalution and Reformation, Current Anthropology , 1987 ,28 ,5: 623-45 .

3 சார்லஸ் தார்வின் கூறும்போது, தொடக்க கால மக்களின் உணர்வு களை ஈடு செய்யும் அளவில் அவர்களின் குடும்பங்களுக்குள்ளேயே துணை கிடைக்கவில்லை. அதனால் அவர்கள் வெளித்துணையைத் தேடினர். இதனாலேயே தகாப்புணர்ச்சி விலக்கு ஏற்பட்டது என்பார் (Fox 1962:66)

4 ஈடிபஸ் கதைக்கு நிகரான மாதிரியை இந்தியப் பகுதியில் தேட முயன்ற ஏ.கே. ராமானுஜன் (அத்திப்பட்டு கிருஷ்ணசாமி ராமானுஜன்) அதன் தலைகீழ் மாதிரிகளை மட்டுமே இங்கு இனங்காண முடிந்தது என்கிறார். இந்திய ஈடிபஸ் பற்றிய அவருடைய கட்டுரை (Indian Oedipus) விரிவுபடுத்தப்பட்டு Oedipus: A Folklore Case Book, eds.Alan Dundes and Lowell Edmunds நூலில் வெளியாகியுள்ளது.

5 கிரேக்க மரபுக்கும், இந்திய தென்னிந்திய மரபுக்கும் உள்ள முக்கிய வேறுபாடு என்னவென்றால் இந்துப் புராணங்கள், இலக்கியங்கள், நாட்டார் கதைகள் ஆகியவற்றில் தந்தை கொலை செய்யப்படுவது மிக அபூர்வமாக உள்ளது.

6 தகாப்புணர்ச்சி குறித்து ஒப்பீட்டு நிலையில் மேலும் அறிவதற்குக் காண்க: Robin Fox, The red lamp of Incest,E.P.Duffon, New York , 1980; William Arens, the Original sin, Oxford University Press, Oxford,1986.

**இயல் 9: சமூக அமைப்பு (கேலி உறவு, தவிர்ப்பு உறவு, பேறுகாலத் தனிமை, சேய்வழி அழைத்தல்)**

1 கேலி உறவு பற்றி ராட்கிளிஃப் பிரௌன் கூறும் கருத்து நோக்குதற் குரியது. 'The joking relatioship is a peculiar combination of friendliness and antogonism. The behaviour is such that in any other social context it would express and arouse hostility; but it is not meant seriously and must not be taken seriously. There is a pretence of hostality and a friendlines' 1952/1976:91).

2 தமிழ்ச் சமூகத்தில் மாமன்-மச்சான் உறவு, மைத்துனி-கொழுந்தியாள் உறவு முக்கியமான கேலி உறவாகக் காணப்படுகிறது. தோங்கா (Tonga) போன்ற இன்னும் சில தென்னாப்பிரிக்கப் பழங்குடிகளில் தாய்மாமன் 'ஆண் அம்மா' (male-mother) எனப்படுவார் (ராட்கிளிஃப் பிரௌன் 1952/1976:98).

3. பல பண்பாடுகளில் மாமியாருடன் நேரடியாகப் பேசுவது தவிர்க்கப் படுகிறது. இந்த mother-in-law avoidance, பண்பாட்டின் இன்னொரு கூறோடு தொடர்பு பெற்றுக் காணப்படுகிறது. தாய்வழிச் சமூகங் களில் இது கணவன் மனைவியகத்திற்கு வந்துபோகும் நபராக (முழு நேரம் தங்குவது தவிர்க்கப்படுகிறது) இருக்கிறார். இவ்வாறு ஒரு கூறு இன்னுமொரு கூறில் வெளிப்படுவதை இ.பி. டைலர் 'adhesion' என்னும் கருத்துவழி விளக்குகிறார்.

4. Couvade என்பது ஒரு பிரஞ்சுச் சொல். இதன் பொருள் 'hatching' or 'sitting on eggs' என்பதாகும்.

5. தென்னிந்தியச் சமூகங்களில் காணப்பட்ட பேறுகாலத் தனிமை குறித்து எட்கர் தர்ஸ்டன் (Ethnographic Notes in Southern India (1907) நூலில் 'மனைவியின் மகப்பேற்றின்போது கணவன் தனிக்கவனம் பெறுதல்' என்னும் ஒரு தனி இயலில் விவிரிக்கிறார். இந்நூலைக் க.ரத்னம் மொழிபெயர்த்துத் 'தென்னிந்திய மானிட இன இயல்' என்னும் தலைப்பில் மெய்யப்பன் தமிழாய்வகம் (2001) வழி வெளியிட்டுள்ளார்.

## இயல் 10 : திருமண முறைகள்

1. டைலர் (E.B.Tylor), மார்சல் மாஸ் (Marcel Mauss) ஆகியோரின் அன்பளிப்பு (gift) பரிமாற்றம் (exchange) குறித்த தரவுகளைக் கண்ணுற்ற லெவிஸ்ட்ராஸ் அவற்றோடு பிற தரவுகளையும் இணைத்து அவற்றை அற்புதமான அமைப்பியல் விளக்கங் களோடும் அமைப்பியல் விதிகளோடும் புரியவைக்கிறார்.

2. லெவிஸ்ட்ராசும் அவருடைய சிந்தனைக் குழுவைச் சேர்ந்த மாஸ் (1924), லீச் (1961), ஃபாக்ஸ் (1967) ஆகியோரும் முன்வைத்த இக்கோட்பாடு மணமுறவுக் கோட்பாடு (alliance theory) எனப் படும். டைலர் (1888), வொயிட் (1949), சர்வீஸ் (1960) ஆகியோர் முன் வைத்த பிழைப்பாதாரக் கோட்பாடானது (survival value theory) புறமணம், தகாப்புணர்ச்சி விலக்கு ஆகிய இரண்டும் சமூகம் நன்கு தகவமைந்து வாழ ஏற்படுத்திக் கொண்ட முறைகளாகும் என்று வாதிடுகிறது. கால்சன் (1953), குளுக்மேன் (1956), ஃபளாப் (1988) ஆகியோர் முரண்பாடு-ஒத்திசைவுக் கோட்பாட்டை (conflicting-loyalties theory) முன்மொழிந்தனர். இக்கோட்பாட்டின் படி சமூகத்தில் பல கால்வழிக் குழுக்கள் உள்ள நிலையில் அவற்றுக்குள் சில சமயங்களில் நட்பு மேலோங்கும்; சில சமயங் களில் முரண்பாடுகள் மேலோங்கும். எனினும், மணமுறவின் வழி

குறிப்புகள் ✦ 445

தொடர்ந்து பரிவர்த்தனையை அவை விழைவதால் இரண்டும் சமரசம் செய்துகொண்டு சமூகத்தின் இயக்கம் தொடர்வதற்கு வகை செய்கின்றன.

3. மனித சமூகத்தின் தொடக்க காலத்தில் தோன்றிய இவ்வமைப்பு 'தொடக்க அமைப்பு' என்று கலைச் சொல்லாக்கம் செய்யலாம் என்றாலும் லெவிஸ்ட்ராஸ் உருவாக்கியுள்ள elementary structures, complex structures எனும் இரண்டு பொருண்மைகளையும் முன் வைத்து முன்னதை 'எளிய' என்றும், பிந்தையதைச் 'சிக்கல்/கூட்டு' என்றும் கலைச் சொல்லாக்கம் செய்வது பொருத்தமானதாக இருக்கும்.

4. தந்தைக்கு இரண்டாம் தாரமாக வரும் சித்திக்குப் பிறக்கும் மக்கள் முதல் தாரத்தின் மக்களுக்கு அரை-உடன் பிறந்தவர்கள் (half-siblings). நம் பண்பாட்டு வழக்கப்படி அவர்களை ஒன்றுவிட்ட உடன் பிறந்தவர்கள் என்று கூறலாம்: முழு உடன் பிறந்தவர்களை (full-siblings) நேர் உடன் பிறந்தவர்கள் என்று கூறலாம்.

5. படிக்கும் முறை: elder sisiter's daughter, father's sister's daughter, mother's brother's daughter. சுருக்கக் குறியீடுகள். e-Elder, Z-Sister,D-Daughter, F-Father, M-Mother).

6. தென்னிந்தியப்பகுதி முழுவதையும், ஆய்வுக்குட்படுத்திய ஐராவதி கார்வே முடிவின்படி தென்னிந்தியப் பகுதியில் காணப்படும் விரும்பத்தக்க மணவுறவுகளுள் அக்கா மகளை (eZD) மணப்பது முதல் விருப்பமாகவும், அத்தை மகளை (FZD) மணப்பது இரண்டாம் விருப்பமாகவும், தாய்மாமன் மகளை (MBD)) மணப்பது மூன்றாம் விருப்பமாகவும் உள்ளது (Karve 1993:218-23). ஆனால், தமிழகத்தில் மேற்கொள்ளப்பட்ட மானிடவியல் ஆய்வுகள் தாய்மாமன் மகளை மணப்பதே முதன்மையானது எனச் சுட்டுகின்றன. இந்தியப் பழங்குடிகளுள் 66.66% முறை மணம் காணப்படுகிறது. இவற்றுள் 70.73% இருவழி முறை மணமாகவும் 29.26% ஒருவழி முறைமண மாகவும் இருக்கின்றன. ஒருவழி முறை மணத்தில் 2.44% தந்தைவழி முறை மணமாக இருக்கின்றன என்கிறார் பாபானந்தர் முக்கர்ஜி (1982:63).

7. திராவிடப் பகுதியில் அக்கா மகளை மணத்தல் என்பது ஒரு தனி வகையாக உருவெடுத்துள்ளது என்ற ட்ரவுட்மனின் (வரலாற்றறிஞ ரான இவர் திராவிட உறவுமுறையில் ஆழ்ந்த புலமை கொண்டவர்) கருத்தை குட் (1978:460; 1989:497) மறுக்கிறார். இவ்வகை மண முறை தெற்காசியப் பகுதிகளிலும் காணப்படுவதாகக் கூறுகிறார்.

இதற்கான விவாதம் இவ்வியலின் களமாக அமையாததால் விரிவான செய்திகளுக்குக் காண்க (குட் 1978, ட்ரவுட்மன் 1981)

8 தமிழர் உறவுமுறையை ஆராய்ந்த ரிவர்ஸ் (W.H.R. Rivers 1907:611-40) இதே கருத்தை முன்மொழிந்தார் என்பது கவனத்திற்குரியது.

9 மர்டாக் (G.P. Murdock) தொகுத்தல் உலகப்பண்பாடுகளின் வரைபடம் (Atlas of World Cultures 1981) என்னும் நூலில் உலகில் 563 சமூகங்கள் பற்றிய தரவுகளை ஒப்பாய்வு செய்து பல்வேறு முடிவுகளைக் குறிப் பிட்டுள்ளளார். அந்நூலில் திருமண முறை பற்றி கூறப்பட்டுள்ள சில முடிவுகளை இங்கு காண்போம்.

உலகின் 563 சமூகங்களில் 3% சமூகங்களில் தமக்கைப் பரிமாற்றம் நடைபெறுகிறது (Quoted in Rhys Wiiliams 1990 :274).

4% சமூகங்களில் வரதட்சணை கொடுத்துத் திருமணம் செய்யும் முறை உள்ளது (மேலது :274).

40% (226 சமூகங்கள்) சமூகங்களில் பரிசம் கொடுத்துத் திருமணம் செய்யும் முறை காணப்படுகிறது (மேலது: 272)

பரிசம் கொடுப்பதற்குப் பதிலாக திருமணத்திற்கு முன் வருங்கால மாமனார் வீட்டில் பணி செய்து அதன்பின் திருமணம் செய்து கொள்ளும் முறை 11% (63 சமூகங்கள்) சமூகங்களில் உள்ளது.

10 முதுகுடி மன்னர் சமுதாயத்தில் மகட்கொடை வழங்கும் உரிமை தந்தை, தமையன் இருவரிடம் மட்டுமே இருந்தது. தாய், மகள் இருவருக்கும் இதில் பங்கில்லை. 'தந்தையும் கொடான்' (புறம் .343), 'ஈகுவென் அல்லன்' (புறம் 338) போன்ற தொடர்கள் தந்தை, தமையன் உரிமையைக் குறிப்பிடுகின்றன. இத்தகு நிலையுங்கூட ஆண் மையத் தலைமையினையே காட்டுகிறது.

11 தமிழருக்கேயுரிய மணமுறையை இரு சங்கப்பாக்கள் (அகம். 86 136) மூலமும், ஆரிய முறைகளின் தாக்கத்தை இரு பாக்கள் (குறுந். 106, கலி 69) மூலமும் அறியலாம். சங்க காலத்திலிருந்து இன்றுவரை தமிழர் திருமண முறைகளில், ஏற்பட்டு வந்துள்ள மாற்றங்கள் குறித்து அறிய காண்க ச. மாடசாமி (2005).

### இயல் 11: பண்பாட்டுக் கோலங்கள்

1 குரோபர் இக்கருத்தை 1917இல் 'The Superorganic' American Anthropologist 17:283-89 என்னும் கட்டுரையில் முன்மொழிந்தார். அப்போது ஹெர்பர்ட் ஸ்பென்சர் முன்மொழிந்த படிமலர்ச்சிக்

கருத்துகளை நிராகரிக்கவே இவர் இவ்வாறு எழுதினார். சமூக மென்பது தனிமனிதர்களுக்கு அப்பாற்பட்டது என விவரிக்கும் போது 'Superorganic is those aspects of culture that could not be explained in terms of individuals and therefore ' above' the societies that support them' என்பார் குரோபர்.

2 இது பற்றி பெனிடிக்ட் Patterns of Culture (1934) நூலில் எழுதும்போது each culture is understood as a coherrent, complex, unique entioty ,bound together by highly Patterned internal relationships producing multiple levels of significance என்பார்.

3 இதனைப் பெனிடிக்கும் குரோபரும் மிக அழகாகப் பின்வருமாறு எடுத்துரைப்பர்: The law of culture represent the many decisions, actions,and movements made by a multitude of individuals. Culture has no locus outside of the persons who enact it or carry it in their minds.

4 ஹெர்ஸ்கோவிட்ஸ் 'The Cattle Complex in East Africa' என்னும் தலைப்பில் முனைவர் பட்டத்திற்கான ஆய்வைச் செய்தார். இவருடைய சில நூல்கள் நன்கு அறியப்படினும் (The Myth of the Negro past (1941) இந்தியச்சூழலில் பெரிதும் பேசப்படாத ஒன்றாகும். இவர் acculturation, cultural relativism, enculturation ஆகிய கருத் தாக்கங்கள் பற்றி விரிவாக எழுதியவர்.

5 இவரது மாணவர்களே தொடக்க கால அமெரிக்க மானிடவியலை ஆக்ரமித்துக் கொண்டிருந்தனர். அவர்களில் குரோபர், மீடு, ஹெர்ஸ் கோவிட்ஸ், பெனிடிக்ட், சப்பிர், லோவி, ஹாலோவெல், ரூத் பன்சல், ராடின், மான்டகு போன்றோர் போவோசுக்குப் பின் மிகச் சிறந்த பங்களிப்பைச் செய்தவர்கள்.

6 ஹெர்பர்ட்ஸ்பென்சர் உளம்சார் செயல்களை ஆராயுமிடத்து அறிதிறன் (cognition) கூறுகளுக்கு முக்கியத்துவம் கொடுத்தார். ஆனால் பிராய்டு உணர்வெழுச்சிக் (emotion) கூறுகளுக்கு முன்னுரிமை கொடுத்தார். சமயம், சடங்குகள் குறித்த கோட்பாட்டாய்விலும் இந்த அணுகு முறையிலேயே பிராய்டு ஆராய்ந்தார்.

7 கீசா ரோஹீம் *(1891-1953)* ஒரு ஹங்கேரிய மருத்துவரும் உளப் பகுப்பாய்வாளரும் ஆவார். இவர் சிக்மண்ட பிராய்டின் மாணவராவார்.

**இயல்12: செயற்பாட்டியம்**

1 மலினாவஸ்கி இயற்பியலிலும் கணிதத்திலும் பயிற்சி பெற்று

அதிலேயே 1908இல் முனைவர் பட்டமும் பெற்றவர். ஒரு சமயம் நோய்வாய்ப்பட்டு படுக்கையில் இருந்தபோது பிரேசரின் Golden Bough நூலினைப் படித்தால் ஏற்பட்ட ஆர்வம் இவரை மானிடவியல் துறைக்குக் கொண்டு வந்து சேர்த்தது.

2   இட்டு நிரப்புதல் (Complementarity) என்பது ஒன்று இருக்க வேண்டிய இடத்தில் அது இல்லாத போது இன்னொன்று வந்து அந்த இடத்தை 'இட்டு நிரப்பி' அதனை முழுமைப் பெறச் செய்வதாகும். மொழி, இலக்கணம், சமயம் போன்ற பெரும் களங்களிலும் மிகச் சிறிய அமைப்புகளிலும் இத்தகு இட்டு நிரப்பும் கூறுகள் காணப்படுகின்றன.

3   ராட்கிளிஃப் பிரௌன் என்பவருங் கூட மலினாவ்ஸ்கியைப் போன்று பௌதிக அறிவியல்களைப் படித்தவர். நாட்டிங்ஹாம் பல்கலைக்கழகத்தில் படித்தபின் கேம்பிரிட்ஜ் டிரினிட்டி பள்ளிக்கு அறிவியல் படிப்பு படிக்க வந்தபோது சமூக அறிவியல்களில் நாட்டங் கொண்டார். இவர் Annee Sociologique சிந்தனைக் குழுவினரின் தாக்கத்தைப் பெரிதும் பெற்றவர் எனலாம்.

4   மரங்களில் தெய்வம் உறைவதாக நம்புவதை திருமுருகாற்றுப் படை (அடிகள் 223-226), இன்னும் சில இலக்கியங்கள் பதிவு செய்துள்ளன.

5   இத்தகு பகுப்பாய்விற்குக் காண்க: கிளிஃபோர்டு கீர்ட்ஸ்(1973)

6   சமூகவியலில் டால்காட் பார்சனின் The Stucture of Social Action (1937) நூலும் ராபர்ட் மெர்ட்டனின் Theory and Social Structure (1957) நூலும் இக்கோட்பாட்டினைக் கால இடைவெளி கொண்டு அறிவதற்கு உதவும்.

7   திருடுதல் உள்ளிட்ட பொதுவான குற்றங்களுக்கான காரணங்களைக் கண்டறிய பண்பாட்டிடை ஆய்வுகள் மேற்கொள்ளப்பட்டன. அவற்றின் மூலம் கிடைத்த சில முடிவுகள் வருமாறு. Crime, theft, assault, are more frequent where opportunity for the young boy to indentify himself with his father is limited or absent altogether. Theft..... tended to go with a high degree of socialization anxiety in childhood and a high degree of status differentiation in adulthood. Personal crimes... go with a general attitude of suspicion and distrust.

## இயல் 13: அமைப்பியம்

1   மானிடவியல் கல்விப்புலத்தில் இவரைப் பற்றிக் கூறும்போது Perhaps the most intellectually wide-ranging and theoretically daring anthropologist of the modern era, and the one who has had the most

influence in philosophical and literary circles எனப்படுவார். இவர் 1908இல் புரூசல்ஸ்-இல் பிறந்து பாரீசில் வளர்ந்தவர்.

2 இவரது தேடல்களும் எழுத்துக்களும் பரந்து விரிந்தவை. இவற்றை நிரல்படுத்தி முறையாகக் கற்கும்போதே இவரது அமைப்பியச் சிந்தனையை நன்கு புரிந்து கொள்ள முடியும். இவருடைய பல்வேறு படைப்புகளில் மிக முக்கிய கோட்பாட்டுத் தடங்களைப் பின்வரும் நூல்கள் மூலம் இனங்காண முடியும்.

அ. Structural Anthropology (1963a) பல கட்டுரைகளின் தொகுப்பாகும். இந்நூலினைப் படித்த பின்பு Totemism (1963) படித்தால் அவர் காணும் இவ்வுலகின் மூன்று படிநிலைகளை இனங்காண முடியும். குலக்குறியம் நூலில் 'விலங்குகளின் சமூகம்' (The World as Ethnoethiology /society of animals), 'கடவுளின் சமூகம்' (The World as Ethnosociology/society of Gods), 'கடவுளின் அரசாங்கம்' (The World as ethnopolitical-science / the king of God) எனக் காண்கிறார். இந்த ஒவ்வொரு உலகின் உருவகமாகவே உலகம் கட்டமைந்திருக்கிறது என ஆராய்கிறார்.

ஆ. இவருடைய Savage Mind (1966) நூலில் மனித மனம் உலகளாவிய நிலையில் வகைப்படுத்தும் பொருண்மை கொண்டிருப்பதை ஆராய் கிறார். குலக்குறியம் என்பது மராபார்ந்த வகைப்படுத்தும் முறையாக உள்ளது என்கிறார். (துர்க்ஹைம் குலக்குறியத்தைச் சமயமாகப் பார்க்க, லெவிஸ்ட்ரோசோ சமூகத்தைப் பல குழுக்களாகப் பகுக்கும் ஒரு வகைப்படுத்தும் முறையாக இதனைக் காண்கிறார். மேலும், தொல்குடியின் மனம் தாக்க ரீதியலானது (logical) என்றும் நிறுவுகிறார்.

இ. இவருடைய இன்னொரு நூலான The Elementary Structures of Kinship (1969a) நூல் Totemism (1963b) நூலைப் போன்றே சொல்ல வரும் செய்தியால் எளிமையானதாகும். மொழித் தொடரில் சொற் களைப் போன்றே பெண்களும் பரிமாற்றம் செய்யப்படுவதால் பொருண்மை பெறுகின்றனர் என்கிறார் லெவிஸ்ட்ராஸ்.

ஈ. இதனையடுத்து Raw and the Cooked (1969b) நூலில் அவர் நீண்ட காலம் பேசி வந்த ஓர் அடிப்படையான எதிரிணையாகிய இயற்கை x பண்பாடு என்னும் உள்ளீட்டினை இறுதியாக மிக முனைப்போடு எடுத்துரைக்கிறார்.

இவருடைய 4 தொகுதிகள் அடங்கிய Mythologiques: Introduction to a Science of Mythology (1969-81) என்னும் நூல் வரிசையானது

தொன்மவியல் ஆய்வுகளிலும் இலக்கியவியல் ஆய்வுகளிலும் பெரும் செல்வாக்கை ஏற்படுத்தியதாகும். மற்ற நூல்கள் மேற்கூறிய தடங்களில் விரித்து எழுதப்பட்ட எழுத்துகளாகவே கருதலாம்.

3 குழந்தைகள் பேசத் தொடங்கும்போதே தமது தாய்மொழி இலக்கணத்தை மறு உருவாக்கம் (Recreation) செய்துகொள்வதாக மொழியியலார் குறிப்பிடுகின்றனர். இது சிந்தனைக்குரிய ஒன்றாகும்.

4 இங்குப் ‘பெயரிடுதல்’ என்பது மக்களைப் பெயரிட்டுக் கூறுவதை மட்டும் குறிப்பதில்லை. தாவரவினங்கள், விலங்கினங்கள், உயிரற்ற பொருட்கள், பிற உலக நிகழ்ச்சிகள் அனைத்தையும் பெயரிட்டுக் கூறுவதைக் குறிக்கிறது.பெயரிடுதல் என்பது வகைப்படுத்தலின் மறு முறையே. மரம், செடி, கொடி, புல் ஆகிய பெயர்கள் அனைத்தும் தாவரவினத்தைப் பல உட்பிரிவுகளாக வகைப்படுத்துவதையே குறிக்கிறது. இதைப்போன்றே மற்ற பெயர்களும் ஒரு வகையான வகைப்பாட்டைத் தாங்கி நிற்கின்றன.

### இயல்14: எதிர் அமைப்பியம்

1 டர்னரின் கருத்துப்படி ‘The Playing’ of ethnography is a genuinely interdisciplinary enterprise (டர்னர் 1982:90) என்பார். இலக்கியம் தொடங்கி நிகழ்கலைகள் வரை இதனுள் இணைத்தறியப்பட வேண்டியவையாக உள்ளன என்பார். மேலும், மக்களின் அன்றாட வாழ்வு கூட ஒரு வகை ‘நாடகம்’ என்பார்.அதனால் அதனைச் ‘சமூக நாடகம்’ (Social drama) என்று இனங்காண்கிறார். இவருடைய கோட்பாட்டாய்வில் பண்பாட்டு நிகழ்வுகளை ‘நிகழ்த்துதல்’ (Performance) என்னும் அணுகுமுறையில் ஆராய்வது மிகுந்திருக்கும்.

2 களப்பணியும் கோட்பாட்டாக்கமும் ஓர் ஒருங்கிணைந்த செயல் பாடாக அமைந்த ஆக்கங்கள் விக்டர் டர்னருடையது. செயற் பாட்டியப் புரிதலுடன் களப்பணிக்குச் சென்றது முதல் அவர் நீண்ட கால ஆய்வுக்குப்பின்னர் எதிர் அமைப்பியலை உருவாக்கியது வரையிலான மிக நீண்ட கோட்பாட்டியல் பயணத்தை மேற் கொண்டவர். இவருடைய எல்லா எழுத்துக்களுமே இலக்கிய வியலர்கள் உள்பட எண்ணற்ற கோட்பாட்டாய்வாளர்களின் கவனத்தைப் பெரிதும் ஈர்த்துள்ளன.

3 சடங்குகளை டர்னர் ‘dramatic ritual’ ‘ritual drama’ என்ற ஊடாட்டத்தின் அணுகுமுறையோடும் நோக்குகிறார்.

4 மீவியலர்களைப் பற்றிக் கூறும் போது ''The novices are, infact, temporarily undefined, beyond the normative social structure. this weakens them, since they have no rights over them' *(டர்னர் 1982 :27)* என்கிறார்.

5 விக்டர் டர்னருடைய The Ritual Process: Structure and Anti-Structure (1969) என்னும் நூல் 1966இல் நியூயார்க்கிலுள்ள ரோசஸ்டர் பல்கலைக் கழகத்தில் லூவி ஹென்றி மார்கன் சொற்பொழிவு ஆற்றியதன் விரிந்த வடிவமாகும். இந்நூலில் சமூக நாடகம், மேடை நாடகம் பற்றிய ஒப்பீடு கருத்தூன்றி நோக்குதற்குரியது.

6 The Ritual Process (1969/1989 ) நூல் இந்திய, தமிழ்ச் சூழலுக்குரிய ஆய்வுகளை மேற்கொள்வோர் அவசியம் படிக்க வேண்டிய ஒரு நூலாகும். சடங்குகள் மூலம் தகுதி உயர்வடைவதும் (status elevation) தற்காலிகமாகத் தலைகீழாக்கம் பெறுவதும் (status reversal), புனைவு நிலையுடைய படிநிலை (Pseudo-hierarchy) பெறுவதும் ஆகிய போக்கு களை ஹோலிப் பண்டிகை, மகாத்மா காந்தியின் வாழ்க்கை முறை (டால்ஸ்டாய், கிறித்தவத் தலைவர்கள் உள்பட), வங்காளத்தில் தோன்றிய சகாஜீயா இயக்கம், சைதன்யர்-பிரான்சிஸ் ஒப்பீடு, கிருஷ்ணர்-ராதை லீலைகள் போன்ற இன்னும் பல நிகழ்வுகளை எதிர் அமைப்பியம் நோக்கில் ஆராய்கிறார். இந்நூலில் மீசமூகம் பற்றிக் கூறும்போது ('Nithyananda and his rival advaita represented respectively the principles of normative communitas and structure' என்று எழுதுகிறார் டர்னர் (1969 /1989:160) .

7 டர்னரின் dramas, Fields and Metaphors: Symbolic Action Human Society (1974) என்னும் நூலில் ஐந்தாவது இயலில் Pilgrimages as Social processes என்னும் விரிவானதோர் இயலை எழுதியுள்ளார். இக்கருத்துக்களை வேறுசில நூல்களிலும் விவாதிக்கிறார்.

8 விக்டர் டர்னரின் கோட்பாடு தமிழ்ச் சூழலில் அறிமுகமாகிய பின்னர் நாட்டார் வழக்காற்றியல், இலக்கியவியல் ஆய்வுகளில் மிகச் சிலரால் பயன்படுத்தப்பட்டுள்ளன. இலக்கியவியலில் க. பஞ்சாங்கத்தின் சிலப்பதிகாரம்: சில பயணங்கள் *(2002)* இக்கோட்பாட்டை மிகச் சிறப்பாகப் பயன்படுத்திய ஓர் ஆய்வாகும். இதில் ஏழு கதைமாந்தர்களின் பயணங்கள் வழி காப்பியத்தில் நிகழும் அசைவியக்கத்தை ஆராய்கிறார்.

## இயல் 15: மந்திரம்

1 பிரேசர் 1941 மே 7 ஆம் நாள் இறந்ததன் மூலம் ஒரு சகாப்தம் (epoch) முடிந்துவிட்டது என்றும், ஆங்கிலேயத் தொல்சீர் மானிடவியலின்

(Classical Anthropology) கடைசிப் பிரதிநிதி பிரேசர் என்றும் மலினாவ்ஸ்கி *(1944:179)* கூறுவார். இவருடைய அணுகுமுறையைப் பற்றி மலிவான்ஸ்கி *(மேலது:187)* எழுதும்போது 'He... Examining evidence from all parts of the world, at all levels of development, and in all cultures.' உலகின் எல்லா இடங்களிலிருந்தும் எல்லாப்பண்பாடு களிலிருந்தும் சேர்ந்த தரவுகளைச் சேகரித்து அவற்றை ஒப்பீட்டு நோக்கிலும் படிமலர்ச்சி நோக்கிலும் ஆராய்ந்தவர் பிரேசர். இவருடைய கருத்துக்கள் அவர் காலத்தில் பெரும் செல்வாக்கைப் பெற்றவையாகும்.

2 பிரேசரின் The Golden Bough (1890), Totemism and Exogamy (1910) ஆகிய நூல்கள் அறியப்பட்ட அளவிற்கு அவருடைய The Worship of Nature, the Fear of the Dead ஆகிய நூல்கள் தமிழ்ச்சூழலில் பேசப்பட வில்லை எனலாம். இவருடைய Folk -lore in the old Testament *(3 தொகுதிகள்)* ஓரளவு அறியப்பட்ட நூலாகும். The Golden bough நூல் முதலில் *2* தொகுதிகளாகவும் *1906-15* கட்டங்களில் *12* தொகுதிகளாகவும், இறுதியில் *1922*இல் ஒரே தொகுதியாகவும் வெளியிடப்பட்டது.

**இயல்: 16 சமயத்தின் தோற்றம்**

1 Anima என்ற லத்தீன் சொல்லுக்கு 'ஆவி' என்பது பொருள்.

2 ஆதியில் சமயம் என்பது வெறும் நம்பிக்கைகளும் அவற்றைப் பின்பற்றும் நடைமுறைகளும் மட்டுமல்ல என்பதை ராட்கிளிஃப் பிரௌன் *(1944:156)* கூறும்போது '' Religion in Primitive times was not a system of belief with practical applications; it was a body of fixed traditional practices' என்று கூறுவார்.

3 துர்க்ஹைமின் Totemism பற்றிய கருத்துக்களைத் தொடக்க காலத்தில் விமர்சனம் செய்தவர்களில் ராட்கிளிஃப் பிரௌனும் ஒருவர். இவர்தம் Structure and Function in Primitive Society (1944) நூலில் *6* வது இயலாக அமைந்துள்ள The Sociological Theory of Totemism என்னும் இயலில் இவர்தம் விமர்சனங்களை எழுதியுள்ளார்.

4 குலக்குறி முறையை துர்க்ஹைம் சமயத்தின் நம்பிக்கையால் தோன்றியதாகக் கூற, லெவிஸ்ட்ரோசோ (Totemism 1963b) மக்கள் தம் வகைப்பாட்டின் வெளிப்பாடுகளாகக் குலக்குறிகளைக் கொண்டுள்ளனர் என்பர். இது பற்றி லெவிஸ்ட்ராஸ் எழுதும்போது Totems may be defined as a association of an animal species and a human clan... என்பார். *(மேலது:82)*

குலக்குறியம் பற்றி ரிவர்ஸ் கூறும்போது இதில் Social Element, Psychological Element, Ritual Element ஆகிய மூன்று கூறுகள் அடங்கியுள்ளன என்கிறார் (லெவிஸ்ட்ராஸ் 1963b நூலிலிருந்து எடுத்தாளப்பட்டுள்ளது, பக். 77).

5 ஜான் மெக்லீனன் (1969/1865-70), ராபர்ட்சன் ஸ்மித் (1889), சர் ஜேம்ஸ் பிரேசர் (1903), எமிலி துர்க்ஹைம் (1912 /1976) ஆகிய அனைவரும் சமயத்தின் தோற்றம் குலக்குறி நம்பிக்கையிலிருந்து தோன்றியது என்கின்றனர். லெவிஸ்ட்ராஸ் (1973) இதனை வேறு கோணத்தில் அணுகினார். செயற்பாட்டிய நோக்கில் குலக்குறியைச் சமயத்தோடு தொடர்புபடுத்துவது சரியல்ல என்கிறார். Levi-Strauss eschewed the functional explanation that animals are 'good to eat', declaring instead that totems are chosen because they are 'good to think' என்கிறார். இயற்கைக் குறிகளாக விளங்கும் தாவரங்களும் விலங்குகளும் சமூகக் குழுக்களின் குறிகளாக அடையாளப் படுத்தப்படுகின்றன. இயற்கையானது குறியீடுகளின் வழி சமூக வயப்படுத்தப்படுகிறது என்கிறார் லெவிஸ்ட்ராஸ்.

6 மேக்ஸ்முல்லர் ஆரியர்களின் கடவுள் நம்பிக்கையினை முழுமுதற் கடவுட்கோட்பாடு (henotheism) என்று குறிப்பிட்டார். வேதகால ஆரியர்கள் பல கடவுள் வழிபாட்டாளர்கள். எனினும், எந்தச் சூழலில் ஒரு கடவுளை முதன்மைப்படுத்தி வணங்குகிறார்களோ / பாடுகிறார்களோ அந்தக் கடவுளை 'முழு முதல்வன்' என்றும் 'ஈடு இணையில்லாதவன்' என்றும் புகழ்பாடுவர். மேலும், பிற தெய்வங்களை விலக்காது சூழலுக்கேற்ப அவற்றையும் முழுமுதற் கடவுளாக முன்னிறுத்துபவர்கள் ஆரியர்கள் என மேக்ஸ்முல்லர் கூற, ஹரியண்ணா போன்றோர் இதனைச் சந்தர்ப்பவாதம் என்பர் (ந.முத்துமோகன் 2001:196-99)

**இயல் 17: சடங்குகள்**

1 பூப்படைந்தவள் என்பதைக் கூற பெரிய பிள்ளையாதல், குமர் ஆதல், புத்தியறிதல், கடுக்காணல், சமைதல், சாமத்தியப்படல், வயதுக்கு வருதல், கன்னியாதல், ருதுவாதல் போன்ற சொற்றொடர்கள் வழக்கிலுள்ளன. பூப்புச் சடங்கைச் 'சடங்கு' என்றே கூறுவதுண்டு. எனினும் இதனை மஞ்சள் நீராட்டு, சாமர்த்தியச் சடங்கு, பூப்பு நீராட்டு, சடங்கு என்று பலவாறு கூறுகின்றனர். இச்சடங்கில் கொடுக்கப்படும் உணவு 'சாமத்தியச்சோறு' எனவும், தீட்டுக் கழிவன்று வழங்கப்படுவது 'முப்பத்தொன்டுச் சோறு' எனவும் இலங்கைத் தமிழர்கள் கூறுவர் (மனோன்மணி சண்முகதாஸ் 1991:24)

2 ஆப்பிரிக்க நூயர் (Nuer) பழங்குடியினர் வாழ்க்கை வட்டச் சடங்குகளில், துரதிர்ஷ்டம் ஏற்படும் காலங்களிலும், தீய ஆவிகள் பாதிக்கும்போது எருதினைப் பலி கொடுப்பர். எருதினைப் பலியிட முடியாதபோது அதற்குப் பதிலியாக வெள்ளரிக்காயைப் (cucumber) பலி கொடுப்பர். (இவான்ஸ் பிரிட்சர்டு 1956:197-230)

3 அ. மனிதனைப் பலி கொடுப்பதற்குப் பதிலாகக் கடாவை வெட்டினர். மறி-ஆடு-ஆட்டுக்குட்டி அறுத்துப் பலி கொடுத்தல் பற்றிக் குறுந்தொகை (263,362), அகநானூறு(242), திருமுருகாற்றுப்படை (218) பாடுகின்றன.

ஆ. ஆடு, கோழிகளைப் பலியிடுவதற்குப் பதிலாக அவற்றின் வடிவில் மாவால் செய்த பதுமைகளைப் பலியிட்டனர் (பெருங்கதை) இது ‘அன்னப்படையல்’ என்று கூறி சிறு தொண்டர் விழாவில் மாவால் செய்த சீராளன் பொம்மையை வாளால் அறுத்துப் படைப்பதி லிருந்து உணரலாம்.

இ. தினையைக் குருதியோடுகலந்து பலியாகத் தூவியதைப் பதிற்றுப் பத்து (19) கூறுகிறது. ஆரத்தி எடுத்துச் சிவந்த நீரால் கண்ணேறு கழித்தல் என்பது உயிரியின் இரத்தத்திற்கு இணையானதாகும். இதனால் இதனைச் ‘சைவப் பலி’ என்று கூறலாம்.

4 பிறப்பு, இறப்புத் தீட்டுக்களால் பாதிக்கப்படாத திருவிழா தைப் பொங்கல் என்பது பலர் அறியாத செய்தி என்பார் தொ.பரமசிவன் (2001:56)

5 தைப்பொங்கல் பற்றி வானமாமலை (2001/1966) கூறும் கருத்து வருமாறு: ‘தமிழகத்தில் தை மாதம் அறுவடைக் காலமாக இருந்தது. இன்று காலநிலை மாறிவிட்டதால் பங்குனியிலும் அறுவடை செய்யப்படுகிறது. எனினும் வழக்கத்தையொட்டி தை மாதப் பிறப்பை அறுவடை விழாவாகவே தமிழர்கள் கொண்டாடு கிறார்கள்’ (மேலது: 10)

6 ஆண் வர்க்க ஆதிக்கம் நிலைபெற்றவுடன் தீவிர நடவடிக்கைகள் மூலம் பெண்களைக் கட்டுப்படுத்த வேண்டிய அவசியம் ஏற்பட்டது. பெண்கள் கையிலுள்ள அதிகாரம் ஆபத்தானதாகக் கருதப்பட்டது. கணவனை இழந்த பெண்ணும் தலைமுடியை விரித்துப் போட்ட பெண்ணும் மோசமான, அழிக்கும் சக்திகளாகக் கருதப்பட்டனர்.

7 ஈமச் சடங்கு என்பது ஒரு வகையான பலியாகக் கருதப்படுகிறது (Parry 1994).

8 குழந்தை பிறந்தவுடன் கூடியிருப்பவர்கள் குலவையிடுவர். பெண் குழந்தை பிறந்தால் ஏழு குலவையும், ஆண் குழந்தை பிறந்தால் ஒன்பது குலவையும் இடுவர் (பரமேஸ்வரி 2000:11).

**இயல்18: உற்பத்தி முறைகள்**

1 மனிதன் தொடக்கத்தில் தன் உணவை வேட்டையாடிப் பெற்றான். பண்டைய தமிழ் நூல்கள் வேட்டையாடி உணவு பெற்ற மனிதர்களை 'வில்லேறுழவர்' என்று அழைக்கின்றன. உலோகங்கள் கண்டுபிடிக்கப்பட்டபின் மனிதன் வேல் (Spear) செய்தான். வேல், வேட்டைக் கருவியாயிற்று. இக்கருவியைப் பயன்படுத்தியோர் வேலன் என்று அழைக்கப்பட்டனர். வேட்டைத் தொழில் செய்த எயினர் பற்றிப் பெரும்பாணாற்றுப்படை (106-116) நன்கு விளக்குகிறது. இப்பாடல் வரிகளில் வேட்டைத் தொழில் நுணுக்கங்கள் குறிப்பிடப்பட்டுள்ளன.

அ. பெண்களே நூல் நூற்கும் தொழிலைச் செய்ததற்கான குறிப்புகள் சங்க இலக்கியங்களில் காணமுடிகிறது. பருத்திப் பெண்டு என்னும் சொல்லாட்சி காணப்படுகிறது.

பருத்திப் பெண்டின் பனுவல் அன்ன (புறம்.125)

பருத்திப்பெண்டின் சிறுதீ விளக்கத்து (புறம்.326)

உரையாசிரியர் குறிப்புகளிலும் பெண்களே சங்க காலத்தில் நூற்கும் தொழிலில் ஈடுபட்டிருந்ததை அறிய முடிகிறது.

2 அ. பண்டைத் தமிழகத்தில் காட்டெரிப்பு வேளாண்மை (slash and burn agriculture) இருந்தமையைப் பின்வரும் பாடல்கள் வழி நன்கு அறிய முடிகிறது.

எறிபுனக் குறவன் குறைய லன்ன
கரிபுற விறகினீம வொள்ளழல் (புறம் 231:1,21)

கரிபுன மயக்கிய வகன்கட் கொல்லை
ஐவனம் வித்தி மையறக் கவினி (புறம் 159:16-17)

நறுங்காழ் கொன்று கோட்டின் வித்திய (மது .286)
முதைபுனங் கொன்ற ஆர்கலி உழவர்(குறு.155.1)

ஆ. இருளர்களின் காட்டெரிப்பு அல்லது இடம்பெயரும் வேளாண்மை 'கொட்டடுக்காடு' அல்லது 'கும்ரி' எனப்படும். 1880-களில் ஆங்கிலேயர்கள் நீலகிரி மலைகளில் நிலச்சீரமைப்புச் சட்டம் கொண்டு வந்தபின் இவர்களின் கொட்டுக்காடு முறை

தடைபட்டது. குறும்பர்கள் செய்துவந்த இத்தகு வேளாண் முறையும் இக்காரணத்தால் நாளடைவில் கைவிடப்பட்டது.

இ.சங்க இலக்கியத்தில் வேளாண் சமுதாயம் குறித்த விரிவான புரிதலுக்கு காண்க பெ.மாதையன்(2004). வேளாண் முறைகள், அரசு வளர்ச்சி, வணிகப் பொருளாதாரம், பெண்கள் பங்கு உள்ளிட்ட எட்டு பெருங்காரணிகளின் அசைவியக்கத்தை முன்வைத்து இவ்வாய்வினைச் செய்திருக்கிறார் பெ.மாதையன்.

3 விளக்கத்திற்குக் காண்க: கெயில் ஓம்வெட் (1998).

4 கேத்தலீன் கோ ஆங்கிலேயர்களுக்கும் முந்தைய தென்னிந்தியச் சமூகத்தை ஐந்து பெரும் வர்க்கங்களாகப் பிரிக்கிறார். அவை: அ. அரசு வர்க்கம் (ஆட்சியாளர்கள், நிர்வாகிகள், நிலப்பிரபுக்கள்; இங்கு இவர் 'வெள்ளாளர்'களையும் இப்பிரிவில் சேர்த்துக் கொள் கிறார். ஆனால், இவரது மற்ற படைப்புகளில், வெள்ளாளர்களை, ஆசிய உற்பத்தி முறையின் பயிர்த்தொழில் புரியும் வர்க்கத்தில் சேர்க்கிறார்.) ஆ. அரசப் பணியார்கள். இ. பண்டை உற்பத்தியாளர் களும் வியாபாரிகளும். ஈ. விவசாயத் தொழிலாளிகள், மேய்ப்போர், மீனவர், கிராம ஊழியர்கள் ஆகியோர் (அதாவது விவசாயத் தொழிலாளிகளும் கைவினைஞர்களும்). உ.விவசாய, ஏவல் அடிமைகள் (தலித் உழைப்பாளிகள்). இவர்களில் கடைசி இரண்டு பிரிவினருமே உற்பத்தியிலீடுபடும் சுரண்டப்படும் வர்க்கங்கள். கோ இப்பிரிவுகளை வட இந்தியாவின் நான்கு வருணம், தீண்டத் தகாத பிரிவுகளின் இணையாகப் பார்க்கிறார். இதில், மூன்று சுரண்டும் வர்க்கங்களுக்கு இணையாக 'இரு பிறப்பு' வருணங்கள் இருக்கின்றன.

5 சங்க காலம் தொடங்கி வெள்ளையர் ஆட்சிக் காலம் முடிய, தமிழ்நாட்டில் நிலவிய அடிமைமுறையை ஆ.சிவசுப்பிரமணியன் *தமிழகத்தில் அடிமை முறை* (2005) என்னும் நூலில் கல்வெட்டுகள், செப்பேடுகள், ஓலைச்சுவடிகள், காகித ஆவணங்கள், இலக்கியம் ஆகியவற்றின் துணையுடன் மிகவும் நுனித்த பார்வையோடு அணுகியிருக்கிறார்.

6 Baludetar system: கைவினைஞர்களுக்குப் படியளப்பது பலுதேத்தார் முறை எனப்படுகிறது. இது ஜஜ்மானிய முறையை ஒத்தது. இது பழைய தென்னாற்காடு மாவட்டத்தில் கைவினைஞர்களுக்கு அறுவடையில் ஒரு குறிப்பிட்ட பங்கை அளிக்கும் முறை. பழைய தென்னாற்காடு மாவட்டத்தில் 'களவாசம்' அல்லது 'படியளப்பு' என்றும் பழைய வடாற்காடு மாவட்டத்தில் 'மரவி' என்றும் கூறப்பட்டது.

கைவினைஞர்களும் விவசாய உற்பத்திக்குத் தேவையான பிற பணிகளைச் செய்யும் கிராம ஊழியர்களும் நேரடியாகக் கூலி பெறவில்லை. மாறாக, தங்கள் கூலியை அறுவடையில் ஒரு பங்காகப் பெற்றனர். இன்றளவிலும் 'வேத்தி' அல்லது 'வேத பிகார்' என்ற சொல் சாதி - ஜஜ்மானிய கடமைகளைக் குறிக்கும் சொல்லாகும்.

7 வம்சாவளிக் குழுவிலிருந்து அரசின் தோற்றம் வரை (from Lineage to state, Romila Thapar, 1984) என்னும் நூலில் இது பற்றி ஆராய்ந் துள்ளார். மேலும், கார்ல் பொலான்யி இதுபற்றி ஆராய்ந்துள்ளமை விரிவான படிப்புக்கு உதவும்.

K.Polanyi, Dahomey and the Dlave Trade, Seattle, 1966 ; K.Polanyi, et.al.. Trade and Market in the Early Empires. glencoe, 1957; K.Polanyi, The Great Transformation Bostan, 1957.

இதுபற்றி மேலும் அறிய: D.Thorner,' Marx on india and the asiatic mode of Production', *Contributions to Indian Sociology*, 1966, no.9; R.A.L.H Gunawardana,' the analysis of Pre-colonial social formation in Asia in the Writings of Karl Marx', Indian Historical Review,1976,11,No.2

### இயல் 19: ஆண், பெண் தொழிற்பகுப்பு

1 தமிழகத்தில் தூத்துக்குடி, ராமநாதபுரம் மாவட்டங்கள் உள்ளிட்ட பல இடங்களில் தலித் மக்கள் கைவினைப் பொருட்கள் செய்வதில் ஈடுபட்டுள்ளனர். தூத்துக்குடி மாவட்டத்தில் கோலி பள்ளர் (வாதியார், தேவேந்திர வேளாளர்) இரு பாலாரும் பனை ஓலையில் கூடை, பெட்டி முடைகின்றனர். பறையர் பெண்கள் ஓலைப் பெட்டிகள் செய்வதால் இவர்கள் 'பொட்டிப் பறைச்சி' என்று மற்றவர்களால் கூறப்படுவர். தூத்துக்குடியில் பள்ளர் ஆண்கள் வேட்டி, துண்டு, லுங்கி, சேலை நெய்கின்றனர் . இத்துணிகள் ஜனதா, பள்ளுக்கட்டு சேலை என்பார்கள். இவர்கள் வீடுகளில் குழித் தறிகளும், கூட்டுறவுச் சங்கத்தில் சப்ர தறிகளும் பயன்படுத்தித் துணி நெய்கின்றனர்.

வேடுவர் எனப்படும் குறவர்கள் கரகாட்டத் தொழிலுடன் மூங்கில் கூடை, பனை ஓலைப் பெட்டி, கூடை, புல்வாரியல் (துடுப்பு), ஒட்டடைக்குச்சி போன்றவற்றைச் செய்கின்றனர்.

2 பிராமணர்கள் வீடுகளில் தொன்னையை ஆண்கள் மட்டுமே செய்ய வேண்டும். கருமாதிச் சடங்கிற்குச் செய்யப்படும் போதுகூட ஆண்களே செய்ய வேண்டும்.

3 காலனியத்திற்கு முந்தைய தமிழ்நாட்டில் குடும்ப உறவு அமைப்பில் பெண்களின் முக்கியத்துவம் பற்றிய செய்திகளுக்கு காண்க: Vijaya ramaswamy (1989) .

**இயல்20: சாதியத்தின் தோற்றம்**

1 'Caste' என்னும் சொல்லின்மூலம், பழமை, பரவல் ஆகியன பல நூல்களில் சிதறலாகக் காணப்படினும்,இவற்றை Dictionary on Historical Principles என்னும் நூலில் மர்ரே (Murray) விரிவாக எழுதியிருக்கிறார்.

2 பிராமணர் என்பதற்குச் சரியான சம்ஸ்கிருதச் சொல் 'பிராமணா' (Brahmana) என்பதாகும்.ஆங்கிலத்தில் இது Brahmin என்று திரிபு பெற்று வழங்கப்படுகிறது.

3 ரிக் வேதத்தில் பத்தாம் மண்டலத்தில் உள்ள புருஷசூக்தம் நான்கு சாதிகளின் தோற்றத்தைப் பின்வருமாறு கூறுகிறது:

ப்ராஹமணோஸ்ய முகமாஸீத்
பாஹூராஜன்ய க்ருத
ஊரூ ததஸ்ய யத் வைஸ்ய பத்ப் யாம்
சூத்ரோ அஜாயத (ரிக் வேதம் 19-90-12)

இதன் பொருள்,

பிராமணர்கள் முகத்தில் பிறந்தவர்கள்
சத்ரியர்கள் தோளில் பிறந்தவர்கள்
வைசியர்கள் தொடையில் பிறந்தவர்கள்
சூத்திரர்கள் பாதத்தில் பிறந்தவர்கள்

என்பதாகும். மனு தர்ம சாத்திரத்திலும் இவ்வாறே கூறப்பட்டுள்ளது.

4 பகவத் கீதை 4 ஆம் அத்தியாயத்தில் ஞானகர்ம ஸந்யாஸயோகம் 13வது சூத்திரத்தில் கிருஷ்ண பரமாத்மா நான்கு வருணங்களைப் படைத்ததாகக் கூறப்படுகிறது.குணத்துக்கும் தர்மத்துக்கும் ஏற்ப இந்நான்கு வருணங்கள் படைக்கப்பட்டுள்ளன. சத்வ குணத்தால் பிராமணண் ஆகிறான். சத்வ குணமும் சிறிது ரஜோ குணமும் கொண்டவன் சத்ரியன் ஆகிறான். ரஜோ குணம் மிகுதியாகவும் சிறிது சத்வம், தமசு ஆகியவற்றைக் கொண்டிருப்பவன் வைசியன். தமோ குணத்தைப் பெரிதும் ரஜோ குணத்தைச் சிறிதும் பெற்றிருப்பவன் சூத்திரன். மேலும், பகவத் கீதையில் 18 ஆம் அத்தியாயத்தில் மோக்ஷ ஸந்யாஸ யோகத்தில் நான்கு வருணத்தவர்களுக்கும் விதிக்கப்பட்ட தர்மங்கள் கூறப்படுகின்றன.

'வேற்றுமை தெரிந்த நாற்பாலுள்ளும் ' (புறம் .183) என்னும் வரி இடம்பெற்றுள்ளது.

5. தொல்காப்பியத்தில் 'நீர்வாழ் சாதியும் அது பெறற்குரிய' (தொல், பொருள், மரபு 44) என்னும் சூத்திரத்தில் கையாளப்பட்டுள்ளது. 'நீ வாழ் சாதியுள் நந்தும் நாகே', (தொல்,பொருள் , மரபு 64)சங்க இலக்கியங்களிலும் சாதி என்னும் சொல் ஆளப்பட்டிருப்பதால் இதன் பழமையை உணர முடியும்.

நீங்கா யாணர் வாங்குக கதிர்க்கழனி
கடுப் புடைப் பறவைச் சாதியன்ன *(220-21)* என்று வருகின்றது.

எனினும், சாதி என்ற இப்போதைய சமூக நடைமுறை சங்க இலக்கியங்களில் பதிவு பெறவில்லை எனலாம். ஆனால், சிலப்பதிகாரத்தில் ஆரிய வருணப் பாகுபாடு தமிழ்ச் சமூகத்தில் இடம் பெற்றுவிட்டதைச் சிலப்பதிகாரம் *(1,31-34)* நன்கு விளக்குகிறது.

6. லூயி துய்மோன், மக்கிம் மேரியாத், ரொனால்டு இண்டன் போன்றோர் இந்தியச் சமூகத்தை 'இந்தியர்'களின் பார்வையில் பார்க்க வேண்டுமென்பர். அதாவது மேல் சாதி தன்னைப் பற்றிக் கொண்டிருக்கும் கருத்துகளை வைத்தே (தூய்மை, தீட்டு கருத்தாக்கம்) பார்க்க வேண்டுமென்பது இவர்களின் கருத்தாகும்.

கேத்தலீன் கோ-வின் Colonial Economics in South India, EPW, March 26, 977 என்னும் கட்டுரையும் இக்கருத்தை அறிய உதவும்.

## இயல் 21: சாதியம்: நவீனக் கோட்பாடுகள்

1. லூயி துய்மோன் (Louis tumont) ஒரு முக்கிய பிரஞ்சு மானிடவியலர். இவர் தமிழகத்திற்கு 1940 களில் முதன் முதலில் வந்து பிரமலைக் கள்ளர்களிடம் ஆய்வு செய்தார். இவர்களைப் பற்றிக் கட்டுரைகளும் நூல்களும் எழுதிய பின்னர் தென்னிந்திய, வட இந்தியப் பண்பாட்டு முறைகளை ஒப்பாய்வு செய்தார். மேலைச் சமூகத்திலும், இந்தியாவிலும் சுயம் (Self) எவ்வாறு உள்ளது என்பது பற்றிய ஆய்வினையும் செய்தார். இவற்றையெல்லாம் கடந்து இந்தியச் சாதி முறையில் தர்க்கத்தை ஆராய்ந்து (Homohierarchicus: The Caste System and its Implication (1980)) என்னும் மிகச்சிறந்த நூலை எழுதினார்.

2. இத்தகு விவாதங்களைக் கோலண்டா ஒருசேர ஒருங்கிணைத்து (Caste in Contemporary India: Beyond Organic Solidarity (1997)) என்னும் நூலில் விவாதிக்கிறார்.

3 கோசாம்பி எழுதிய பின்வரும், இரு நூல்கள் நம் கவனத்திற் குரியவை. D.D.Kosambi, An Introduction to the Study of indian History, Popular Prakashan, Bombay, Culture and civilizatin of Ancient India, Routledge and Kegan paul, London, 1965.

4 DeviPrasad Chattopadhyay, Lokayata: A Study in Ancient indian Materialism, Peoples Publishing house, bombay, 1981.

5 இக்கருத்து பற்றி இருவேறு கோணங்களில் அறிய காண்க: Dipankar gupta,' From Varna to Jati: the Indian Caste System from the Asiatic to the Feudal Mode of Production'. Journal pf Contemporary Asia 10, 3, 1980. Stephen tyler, india: An Anthropological Perspective, good Year Publising Company,1983.

6 அகமணம் (endogamy) பற்றியதொரு வரலாற்று ரீதியான ஆய்வினை வெஸ்டர்மார்க் (History of Human Marriage (1891) ) என்னும் நூலில் மேற்கொண்டுள்ளார்.

7 இவரது கருத்துகளை முதலில் வங்க மொழியில் நூலாக எழுதினார். பின்னர், அதனை The Structure of Hindu Society (1975) என்னும் தலைப்பில் ஆந்த்ரே பெத்தேய்ல் ஆங்கிலத்தில் மொழிபெயர்த்தார்.

**இயல் 22: சமஸ்கிருதவயமாதலும் மாற்றுக் கோட்பாடுகளும்**

1 சமஸ்கிருதவயமாதல் என்னும் சொல்லுக்கு மாறாக மேனிலையாக்கம், உயர்குடியாக்கம் போன்ற சொல்லாட்சிகளையும் பயன்படுத்தலாம்.

2 கள்ளர் மறவர் கனத்த அகம்படியர்
மெள்ள மெள்ள வெள்ளாளர் ஆனார்.

3 இது பற்றி தொ.பரமசிவன் எழுதுவதாவது: 'பிற்காலச் சோழப் பேரரசில் பறையர்கள் சிலர் உயர்ந்த பதவிகளில் இருந்தது கல்வெட்டுகளால் அறியப்படும் செய்தி... சில பழங்கோயில்களில் அவர்களுக்குத் தனித்த மரியாதையும் அளிக்கப்பட்டிருந்தது. 'பார்ப்பானுக்கு மூப்பு பறையன், கேட்பார் இல்லாமல் கீழ் சாதியானான்' என்னும் சொல்லடை இன்றும் தென்தமிழ்நாட்டில் வழங்கி வருகிறது. திருவாரூர்க் கோயில் திருவிழாவின் போது பறையர் ஒருவர் யானைமீது அமர்ந்து கொடி பிடித்துச் செல்லும் வழக்கம் அண்மைக்காலம் வரை நடைமுறையில் இருந்திருக்கிறது. பார்ப்பாரையும் பறையரையும் தொடர்புபடுத்தும் கதையும் நடைமுறையும் இக்கோயிலில் சில ஆண்டுகளுக்கு முன்பு வரை வழக்கில் இருந்துள்ளது'. *(தொ.பரமசிவன் 2001:65)*

## இயல் 23: தனி மரபு, பொது மரபு (சிறு மரபு, பெரு மரபு)

1. பக்தியியக்கம் எழுந்தபோது சைவம், வைணவம் ஆகிய இரு சமயங்களும் வடமொழி வேதத்தின் தலைமையினை முழுமையாக ஏற்றுக்கொண்டன. காலப்போக்கில் தமிழ்நாட்டு வைணவம் வடமொழி வேதங்களின் இறுகிய பிடியிலிருந்து தன்னை விடுவித்துக் கொள்கிறது. 'வேதங்கற்றான் ஒருவன் வந்தால் நாழி அரிசியைக் கொடுத்துப் புறந்திண்ணையிலே கிட என்பார்கள்' என்பதும் வைணவ உரையாசிரியர் கூற்றாகும். இதனால்தான், வேதத்தையும் வடமொழியையும் விலக்கி வைத்துவிட்டு வைணவம் எளிய மக்களை நோக்கிச் செல்கிறது'. (தொ.பரமசிவன் 2001:173).

2. நடு இந்தியப் பகுதியில் வாழும் பழங்குடிகளிடம் ஏற்பட்டு வரும் சமூக மாற்றமானது பெரும்பான்மையாக ராஜபுத்திரவயமாதல் (Rajputisation) முகமாகவே இருப்பதை சின்கா (sinha 1980: 5) எழுதுகிறார்.

3. ஒரு பழங்குடி பெருமரபை நோக்கி நகரும் போக்கினை அறிய உதவும் மிகச் சிறந்த நூல் மார்ட்டின் ஆரன்ஸ் என்பவர் சந்தால்கள் பற்றி எழுதியுள்ள Santal: A tribe in Search of a Great Tradition (1965) ஆகும். சந்தால்கள் இந்து சமயத்தின் பல்வேறு கூறுகளைத் தன்வயப்படுத்திக் கொண்டு சாதியாக மாறும் அசைவியக்கத்தை இந்நூலில் மார்ட்டின் ஆரன்ஸ் ஆராய்ந்துள்ளார்.

4. அ. ஆனந்த குமாரசாமி போன்றோர் நிகழ்த்துக் கலைகளில் 'மார்க' (Marge), 'தேசி' (desi) என்னும் வகைப்பாடு இருந்ததைச் சுட்டிக் காட்டுகிறார். இது இன்றைய செவ்வியல், நாட்டார் வகைகளோடு ஒத்துப் போவதில்லை என்றே கருதலாம்.

ஆ. தமிழகத்தில் வேத்தியல் இசை உயர்ந்தோர்க்குரியதாகவும் பொதுவியல் இசை இழிந்தோர்க்குரியதாகவும் இருந்து வந்துள்ளது. இப்போக்கினை முன்வைத்து இ.முத்தையா (2005) திறனாய்கிறார்.

சங்க காலத்தில் இருபாலரும் ஆடிய குரவை சிலப்பதிகாரத்தில் செம்மைப்படுத்தப்பட்ட குரவையாக வளர்ச்சி பெற்று விட்டது. இவ்வாறு, இசை, பாடல் மட்டுமல்லாமல் பண்பாட்டில் எண்ணற்ற தளங்களில் பல எடுத்துக்காட்டுகளைச் சொல்லலாம்.

## இயல்24: பின்னை நவீனத்துவமும் பண்பாட்டை எழுதுதலும்

1. மானிடவியலில் (சமூக அறிவியல்களில் என்றுகூட சொல்லலாம்). இலக்கியக் கோட்பாடுகள்வழி பண்பாட்டை ஓர் இலக்கியப்

பனுவலாக அல்லது உருவகமாக அணுக முடியும் எனும் போக்கை ஏற்படுத்தி அதில் பெரும் தாக்கத்தையும் ஏற்படுத்தியவர் கீர்ட்ஸ். The Interpretation of Cultures, Local Knowledge ஆகிய நூல்களோடு இவரது அணுகுமுறையின் மையக் கருத்தோட்டத்தைப் பின்வரும் மூன்று முக்கியக் கட்டுரைகள் வழியறியலாம். அவை: 1. Thick description: Toward an Interpretive theory of Culture, 2. Deep Play: Notes on the Balinese Cockfight, 3. Blurred Genres: the Refiguration of Social Thought.

2  பின்னை நவீனத்துவம் எண்ணற்ற நிலைகளில் நவீனத்துவத்திலிருந்து மாறுபடுகிறது. குறைந்தது 10 நிலைகளில் மாறுபடுவதைப் பின்வருமாறு அறியலாம்:

| நவீனத்துவம் | பின்னை நவீனத்துவம் |
|---|---|
| 01. வடிவமுள்ளது | வடிவமற்றது |
| 02. தொடர்ச்சியானது | தொடர்ச்சியற்றது |
| 03. முடிந்த முடிவானது | முடிவற்றது |
| 04. முடிவு செய்யப்பட்டது | நிகழ்ந்து கொண்டிருப்பது |
| 05. இலக்குடையது | விளையாட்டானது |
| 06. வடிவமைக்கப்பட்டது | தற்செயலானது |
| 07. முறைப்படுத்தப்பட்டது | முறைப்படுத்தப்படாதது |
| 08. நிச்சயமானது | நிச்சயமற்றது |
| 09. மையமானது | சிதறலானது |
| 10. இருப்புள்ளது | இருப்பில்லாதது |

3  பின்னை நவீனத்துவவாதிகளில் டெரிடா போன்றோர் தீவிர வாதிகள் என்றும், ஃபூக்கோ போன்றோர் மிதவாதிகள் என்றும் கூறப்படுவர்.

4  மொழியின் முதல் வெளிப்பாடு (manifestation) பேச்சு என்பதை ஏற்றுக் கொள்ளாத டெரிடா, எழுத்தைப் பேச்சிற்கும் அடுத்த நிலைக்கு தள்ளியமைக்காக ரூசோ, சசூர் ஆகியோரைக் கண்டிக்கிறார்.

5  பிரஞ்சு நாட்டுப் பின்னை நவீனத்துவவாதியான டெரிடா ஒரு மொழியிலிருக்கும் பனுவலை இன்னொரு மொழியில் முற்றிலும் உள்ளவாறு பெயர்த்தல் இயலாது என்பார். மொழிக்கு அப்பால் பொருண்மை கிடையாது என்றும் கூறுவார். யாவற்றையும் கடந்த குறிப்பீடுகள் (transcendental signified) இல்லை என்றும், அறிவென்பது மொழியின் செய்பொருள் (artefact) என்றும், அது

மொழியைப் போலவே விதிகட்டற்றது என்றும் (arbitrary) மொழி மாறும்போது மக்கள்தம் சொற்கள்வழி என்ன கருதினார்கள் என்பதை உள்ளவாறு கண்டறிவது முடியாதென்றும் டெரிடா கூறுவார்.

6  பின்னை நவீனத்துவாதிகளிடமுள்ள ஒரு கருத்தினைச் சமூக அறிவியலர்கள் கவனிக்க வேண்டும். கூட்டு மனவுணர்வு (collective consciousness) என்று ஒன்று கிடையாது எனக்கூடிய பின்னை நவீனத்துவ வாதிகளின் கருத்து துர்க்ஹைமின் collective consciousness கருத்து நிலையையும், சமூகம் எனக்கூடிய ஒன்றுபட்ட கூட்டு வடிவத்தினையும் கேள்விக்குள்ளாக்குகிறது.

## உசாத்துணை


இராமநாதன், ஆறு. 1988. 'தமிழ் நாட்டுப்புற இலக்கியங்களில் முறையற்ற பாலுறவுச் செய்திகள்: ஓர் ஆய்வு'. *நாவாவின் ஆராய்ச்சி.* 27: 13-36.

ஓம்வெட், கெய்ல். (தமிழில் இராஜாராம், எம்.கே.எஸ்). 1998 (1988). *வர்க்கம் சாதி நிலம்* (2ஆம் பதிப்பு). சென்னை: அலைகள் வெளியீட்டகம்.

சண்முகதாஸ், மனோன்மணி. 2002. *பண்டைத் தமிழர் வாழ்வியற் கோலம்: இருப்பிடம்.* கொழும்பு: குமரன் புத்தக இல்லம்.

சண்முகலிங்கன், என். 2002. *தொல்சீர் சமூகவியல் சிந்தனையாளர்.* யாழ்ப்பாணம்: சமூகவியல் சமூகம் (யாழ்ப்பாணப் பல்கலைக் கழகம்).

—. 2002. *பண்பாட்டின் சமூகவியல்.* தெல்லிப்பளை: நாகலிங்கம் நூலாலயம்.

சண்முகலிங்கன், என். &பக்தவத்சல பாரதி. 2004. *இலங்கை இந்திய மானிடவியல்: சமயம் சமூகம் பற்றிய ஆய்வுகள்.* சென்னை: மெய்யப்பன் பதிப்பகம்.

சிலேட்டர், கில்பர்ட் (தமிழில் கா.அப்பாத்துரை). 2001. *இந்திய நாகரிகத்தில் திராவிடப் பண்பு.* சிதம்பரம்: மெய்யப்பன் தமிழாய்வகம்.

சிவசுப்பிரமணியன், ஆ. 1999 (1988). *மந்திரமும் சடங்குகளும்* (2ஆம் பதிப்பு). சென்னை: நியூ செஞ்சுரி புக் ஹவுஸ்.

—. 2005. *தமிழகத்தில் அடிமை முறை.* நாகர்கோவில்: காலச்சுவடு பதிப்பகம்.

சிவத்தம்பி, கா.1994. *தமிழ்ச் சமூகமும் பண்பாட்டின் மேல் கண்டுபிடிப்பும்.* சென்னை: நியூ செஞ்சுரி புக் ஹவுஸ்.

—. 2000. *யாழ்ப்பாணம்: சமூகம், பண்பாடு, கருத்துநிலை.* கொழும்பு, சென்னை: குமரன் புத்தக இல்லம்.

சுந்தர், கா. 1994. 'அன்னங்கறி இன்னதிது: சடங்கார்த்த உணவும் சமூகமும் பற்றிய சில குறிப்புகள்'. *பரல்கள்* நூலிலுள்ள கட்டுரை. மதுரை காமராசர் பல்கலைக்கழகம்: தமிழ் ஆய்வாளர் மன்றம்.

சுப்பிரமணியன், பெ. 1994. *பழனி முருகன் கோயிலும் தீர்த்தமும்*. பழனி: ராம்குமார் பதிப்பகம்.

செங்கோ. 1999. *வனாந்தரப்பூக்கள்: வெட்டக்காட்டு இருளப்பள்ளர் என்ற கோவை இருளரைப் பற்றிய ஒரு சமூகவியல் அறிமுகம்*. சென்னை: நியூ செஞ்சுரி புக் ஹவுஸ்.

சோமசுந்தரபாரதி, ச. 1935. *சேரர் தாய முறை*. மதுரை: மீனலோசனி அச்சியந்திரசாலை.

ஞானசேகரன், தே. 1987. *மக்கள் வாழ்வில் மந்திரச் சடங்குகள்*. மதுரை: பார்த்திபன் பதிப்பகம்

—. 2000. *மந்திரம் சடங்குகள் சமயம்*. திருச்சிராப்பள்ளி: பார்த்திபன் பதிப்பகம்

தமிழ்ஒளி, பெ. 1989-91 'பண்பாட்டுப் படிமலர்ச்சி'. *நாட்டார் வழக்காற்றியல்*. 3: 1-35

தர்ஸ்டன், எட்கர் (தமிழில் க. ரத்னம்) 2001(1970). *தென்னிந்திய மானிட இனஇயல்*. சிதம்பரம்: மெய்யப்பன் தமிழாய்வகம்.

தனஞ்செயன், ஆ. 1996. *குலக்குறியியலும் மீனவர் வழக்காறுகளும்*. பாளையங்கோட்டை: அபிதா பப்ளிகேஷன்ஸ்.

தில்லைநாதன், ஞானமுத்து. 2005. *மட்டக்களப்புச் சமூக அமைப்பில் குடிமுறைமை: ஒரு சமூகவியல் நுண் ஆய்வு*. முதுகலைத் தத்துவமானிக்கான ஆய்வேடு. யாழ்ப்பாணப் பல்கலைக்கழகம்.

நாகராசன், எஸ். 2004. *உலக நாடுகளில் தமிழ்ப் பண்பாடு*. தஞ்சாவூர்: தமிழ்ப் பல்கலைக்கழகம்.

பஞ்சாங்கம், க. 2002. *சிலப்பதிகாரம்: சில பயணங்கள்*. சென்னை: காவ்யா.

பத்மநாதன், சி. 2002. *இலங்கைத் தமிழர் தேச வழமைகளும் சமூக வழமைகளும்*. சென்னை: குமரன் புத்தக இல்லம்.

பரமசிவன், தொ. 2001. *பண்பாட்டு அசைவுகள்*. நாகர்கோவில்: காலச்சுவடு பதிப்பகம்.

பரமேஸ்வரி, சி. 2000. *மள்ளர் வாழ்வும் வழிபாடும்*. கோயம்புத்தூர்: அறிவகம்.

பழனிவேலு, கே.2005. 'தமிழ்க் கவிதை உலகில் பழமலயின் இடம்' புதுவை மொழியியல் பண்பாட்டு ஆராய்ச்சி நிறுவனம் 12.11.2005 அன்று நடத்திய பாவேந்தர் பாரதிதாசனுக்குப் பின் தமிழ்க் கவிதை என்னும் கருத்தரங்கில் படிக்கப்பெற்ற கட்டுரை.

பாரதி, பக்தவத்சல. 2003 (1990). *பண்பாட்டு மானிடவியல்* (மூன்றாம் பதிப்பு). சென்னை: மணிவாசகர் பதிப்பகம்.

—. 2002. *தமிழர் மானிடவியல்.* சிதம்பரம்: மெய்யப்பன் தமிழாய்வகம்.

—. (பதி.) 2003. *தமிழகத்தில் நாடோடிகள்: சங்ககாலம் முதல் சமகாலம் வரை.* புதுச்சேரி: வல்லினம்.

—. 2005. 'மதிப்புரை'. (நாஞ்சில் நாடன் எழுதிய நாஞ்சில் நாட்டு வெள்ளாளர் வாழ்க்கை). *காலச்சுவடு.* 66: 43-44.

—. 2007. *தமிழகப் பழங்குடிகள்.* புத்தாநத்தம்: அடையாளம்.

—. 2010. (ப-ர்). *தமிழர் உணவு.* நாகர்கோவில்: காலச்சுவடு பதிப்பகம்.

மாடசாமி, ச. 2005. *தமிழர் திருமணம்: அன்று முதல் இன்று வரை.* சென்னை: பாரதி புத்தகாலயம்.

மாதையன், பெ.2004. *சங்க இலக்கியத்தில வேளாண் சமுதாயம்.* சென்னை: நியூ செஞ்சுரி புக் ஹவுஸ் (பி) லிட்.

முத்துக்குமாரசாமி, எம்.டி.1988. *பிற்கால அமைப்பியலும் குறியியலும்.* பாளையங்கோட்டை: தூய சவேரியார் தன்னாட்சிக் கல்லூரித் தமிழ்த்துறை ஆய்வு மையம்.

முத்துமோகன், ந. 2001. 'அணிந்துரை'. (தொ. பரமசிவனின் *பண்பாட்டு அசைவுகள்* நூலுக்கு எழுதியுள்ள அணிந்துரை). நாகர்கோவில்: காலச்சுவடு பதிப்பகம்.

முத்தையா, இ. 1996. *நாட்டுப்புறச் சடங்குகளும் மனித உறவுகளும்.* மதுரை: அரசு பதிப்பகம்.

—. 2005. 'தமிழ்நாட்டு வேத்தியல் பொதுவியல் இசையின் வேர்களும் கிளைகளும்'. *வல்லினம்* 11-12: 45-47

ரவிக்குமார், 2004 'அருகன்குப்பம் பிரம்மரிஷி'. *காலச்சுவடு* 59:33-35.

ராஜன், கா. 2004. *தொல்லியல் நோக்கில் சங்ககாலம்.* சென்னை: உலகத் தமிழாராய்ச்சி நிறுவனம்.

லூர்து, தே. 2000. *நாட்டார் வழக்காற்றியல் கோட்பாடுகள்.* பாளையங் கோட்டை: நாட்டார் வழக்காற்றியல் ஆய்வு மையம்.

வானமாமலை, நா. 1997. *தமிழர் நாட்டுப் பாடல்கள்.* சென்னை: நியூ செஞ்சுரி புக் ஹவுஸ்.

—. 2001(1996). *தமிழர் வரலாறும் பண்பாடும்.* சென்னை: நியூ செஞ்சுரி புக் ஹவுஸ்.

வேங்கடசாமி, மயிலை சீனி. 1940. *பௌத்தமும் தமிழும்.* சென்னை: கழகம்.

வேங்கடாசலபதி, ஆ. இரா. *1994. திராவிட இயக்கமும் வேளாளரும்.*
*சென்னை: சவுத் ஏசியன் புக்ஸ்.*

—. 2004. *முச்சந்தி இலக்கியம். நாகர்கோவில்: காலச்சுவடு பதிப்பகம்.*

ஸ்டீபன், ஞா. 1999. *'தமிழகப் பண்பாட்டு நிலைக்களங்கள்' பண்பாட்டு வேர்களைத் தேடி நூலிலுள்ள கட்டுரை, பக்.3-11.* தொகுப்பாசிரியர் ஞா. ஸ்டீபன். பாளையங்கோட்டை: நாட்டார் வழக்காற்றியல் ஆய்வு மையம்.

—. 2004. *'பரசுராமன் புராணமும் தமிழ்ச் சமூகமும்'.* உரை மொழிவு 2, 1-2: 42-49.

Aiyappan, A.1988. 'Theories of Culture Change and Culture Contact'. In *Tribal Culture and Tribal Welfare.* (collected essays of A. Aiyappan) U.C. Mohanty, (ed) pp. 151-66. Madras: University of Madras.

Bachofen, Johann J. & 1967 (1861). *Myth, Religion and Mother Right. Selected Writings of J.J. Bachofen.* Princeton, N.J.: Princeton University Press.

Beck, Brenda, E.F. 1969. 'Colour and Heat in South Indian Ritual'. *Man* (N.S.)4: 553-72.

Benedict, Ruth. 1934. *Patterns of Culture.* Boston, M.A.: Houghton Mifflin.

Beteille. Andre. 1998 (1991). *Society and Politics in India: Essays in a Comparative Perspective.* Delhi: Oxford University Press.

Bharathi, Bhakthavatsala S. 1999. *Coromandel Fishermen: An Ethnography of pattanavar Subcaste.* Pondicherry: Pondicherry Institute of Linguistics and Culture.

—. 2001. *Samudram: An Artistic and Nomadic Kambalattu Nayakkar Village in Trichirapalli District, Tamilnadu* (IGNCA-UNESCO Project on Village India). New Delhi: Indira Gandhi National Centre for the Arts.

—. 2001. *Nallavadu:An artisanal Fishing Village in Pondicherry Union Teritory* (IGNCA-UNESCO project on Village India). New Delhi: Indira Gandhi National centre for the Arts.

—. 2004. 'Matriliny in South India: With Special Reference to Tamil Nadu'. *International Journal of Dravidian Linguistics* XXXiii, 2: 195-202.

Burton, R.V. & J.W.M.Whiting. 1961. 'The Absent Father and Cross-Sex Identity'. *Merrill-Palmer Quarterly* 7: 85-95.

Caplan, patricia. 1985. *Class and Gender in India : Women and their Organistaions in a South Inidan City.* London: Tavistock.

Caplan, P. and Bujar, Janet (eds.) 1978. *Women United, Women Divided.* London: Tavistock.

Clifford, James & George E. Marcus, 1990 (1986). *Writing Culture: The poetics and Politics of Ethnography.* Delhi: Oxford University Press.

Colson, E.1953. 'Social Control and Vengeance in Plateau Tonga Society'. *Africa* 23:199-212.

Coomarasamy, Ananda K. 1971. *Yakasas*. New Delhi: Munshiram Manoharlal.

Das, Veena. 1977. *Structure and Conginition: Aspects of Hindu Caste and Ritual*, Delhi: Oxford University Press.

Denzin, Norman, K. 1997. *Interpretive Ethnography: Ethnographic Practices for the 21st Century*. Thousand Oaks: Sage Publications.

Douglas, M. and B. Isherwood. 1979. *The World of Goods: Towards Anthropology of Consumption*. London: Alan Lane.

Dumont, Louis. 1980. *Homo Hierarchicus: The Caste System and its Implications*. Chicago: University of Chicago Press.

—. 1986. *A South Indian Subcaste: Social Organisation and Religion of the Pramalai Kallar*. Delhi: Oxford University Press.

Dumont, L and Pocock. 1959. 'On the Different Aspects or Levels of Hinduism'. *Contributions to indian Sociology* 3: 55-74.

Durkheim, E. 1965 (1912). *The Elementary Forms of the Religious Life* (J.W. Swain, Trans.). New York: Free Press.

Durkheim, E. & M. Mauss. 1963. *Primitive Classification* (trans. Rodney Needham). London: Cohen and West.

Eichinger Ferro-Luzzi, G.1997. 'Ritual as Language: The Case of South Indian Food Offerings'. *Current Anthropology* 18: 507-13.

Evans-Pritchard, E.E. 1957. *Nuer Religion*. Oxford: Clarendon.

Flap, H.D. 1988. *Confilict, Loyal, and Violence: The Effects of Social Networks on Behaviour*. Frankfurt Main: Verlog Lang.

Fox, Robin. 1962. *Kinship and Marriage*. Cambridge: Cambridge University Press.

Frazer, James George. 1966(1890). *The Golden Bough*. London: Macmillan.

Freud, S. 1937(1913). *The Interpretation of Dreams* (8th ed., G.S. Hall, Trans.). London: George Allen & Unwin

—. 1950 (1913). *Totem and Taboo* (J.Strachey, Ed. & Trans.) New York: W.W. Norton.

Fridel, Ernestine. 1967. *Vasilika*. New York: Holt, Rinehart and Winston.

Ganesh, Kamala. 1993. *Boundary Walls: Caste and Women in a Tamil Community*. Delhi: Hindustan Publishing Corporation.

Garbarino, Merwyn S. 1977. *Sociocultural Theory in Anthropology*. New York: Holt, Rinehart and Winston.

Geertz, Clifford. 1973. *The Interpretation of Cultures*. New York: Basic Books.

Gennep, A.Van. 1960(1908). *The Rites of Passage*. Chicago: University of Chicago Press.

Gluckman, Max. 1956. *Custom and Conflict in Africa*. New York: Glencoe.

Good, Anthony. 1978. 'The Principles of Reciprocal Sets'. *Man* (N.S) 13:128-30.

—. 1991. *The Female Bridegroom*. Oxford: Clarendon Press.

Goody, Jack. 1973. 'Bridewealth and Dowry in Africa and Eurasia'. In *Bridewealth and Dowry*, Jack Goody and S.J. Tambiah (eds.), PP. 1-58. Cambridge: Cambridge University Press.

Goody, Jack and S.J. Tambiah 1973. *Bridewealth and Dowry*. Cambridge: Cambridge University Press.

Gough, E.K. 1956. 'The Social Structure of a Tanjore Village'. In *Village India*. (ed.)Mckim Marriott. Chicago: University of Chicago Press.

Grimes, R.L. 1995 (1982). *Beginnings in Ritual Studies* (rev.ed). Columbia: University of South Carolina Press.

Harper, E. 1964. 'Ritual Pollution as an integrator of Caste and Religion'. *Journal of Asian Studies 23(Supp.)* 151-97.

Harris, Marvin. 1993. 'The Evolution of Human Gender Hierarchies: A Trial Formation'. In *Sex and Gender Hierarchies*, Barbara D. Miller (ed.), PP. 57-79. Cambridge: Cambridge University Press.

Hart, George Lucerne 1973. 'Women and the Sacred in Ancient Tamilnadu' *Journal of Asian Studies* 32, 2:33-51.

—. 1975. *The Poems of Ancient Tamil*. Berkeley and Los angeles: University of California Press.

—. 1976. *The Relation between Tamil and Classical Sanskrit Literature*. Wiesbadan: Otto Harrassowitz.

Herskovits, Melville J.1948. *Man and His Works*. New York: Knopf.

Hiltebeitel, Alf 1988. *The Cult of Draupadi, vol. 1: Mythologies: From Gingee to Kuruksetra*. Cambridge: Cambridge University Pres.

Hobsbawm, E.J. 1964. 'Introduction'. In *Pre-Capitalist Economic Formations*. K. Marx(trans. J. Cohen). New York: International Publishers.

Jameson, F. 1991. *Postmodernism, or, the Cultural Logic of Late Capitalism*. Durham, Nc: Duke University Press.

Karve, Irawati. 1965. *Kinship Organisation in India* (3rd edition). Delhi: Munshiram Manoharlal Publishers Pvt.Ltd.

—. 1993. 'The Kinship Map of India'. In *Family, Kinship and Marrige in India,* Patricia Uberoi (ed.) Delhi: Oxford University Press.

Klass, Mortan. 1980. *Caste: The Emergence of South Asian Social System*. New Delhi: Manohar.

Kluckhohn, Clyde. 1944. *Navaho Witchcraft*. Peabody Museum of American Archaeology and Ethnology Papers Vol.22, No.2.

Kolendra, Pauline. 1987. *Regional Difference in Family Structure in Inida*. Jaipur: Rawat Publications.

—. 1997. *Caste in Contemporary India: Beyond Organic Solidarity.* Jaipur: Rawat Publications.

Kosambi, D.D.1956. *An Introduction to the Study of Indian History.* Bombay: Popular Prakashan.

Layton, Robert. 1997. *An Introduction to Theory in Anthropology.* Cambridge: Cambridge University Press.

Leach, E.R.1961. *Rethinking Anthropology.* London: Athlone Press.

Lenski, Gerhard. 1970. *Human Societies. A Macrolevel Introduction to Sociology.* New York: McGraw-Hill.

Levi-Strauss, Claude. 1963a. *Structural Anthropology.* New York: Basic Books.

—. 1963b. *Totemism.* (trans. by Rodney Needham, Originally published in French in 1962). Harmondsworth: Penguin Books.

—. 1966. *The Savage Mind.* (Originally Published in French in 1962). Chicago: University of Chicago Press.

—. 1969a. *The Elementary Sturctures of Kinship* (original French Edition 1949). London: Eyre & Spottishwoode.

—. 1969b. *The Raw and the Cooked:Introduction to a Science of Mythology.* (Translated by John and Norcen Weightman). London: Cape.

Lewis, I.M. 1977. *Social Anthropology in Perspective.* Penguin Books.

Linton, Ralph. 1936. *The Study of Man.* New York: Appleton Century.

Maine, Henry S. 1861. *Ancient Law: Its connection with the Early History of Society and its Relation to Modern Ideas.* London: Murry.

Majumdar, D.N. and T.N. Madan. 1961(1956). *An Introduction to Social Anthropology.* Bombay: Asia Publishing House.

Malinowski, B. 1944. *A Scientific Theory of Culture and Other Essays.* Chapel Hill: The University of North Carolina Press.

—. 1927. *Sex and Repression in Savage Society.* New York: Harcourt, Brace.

—. 1953(1922) *Argonauts of the Western Pacific:An Account of Native Enterprise and Adventure in the Archipelagoes of Melanesian New Guinea.* New York: Dutton.

Marcus, G.E & M. Fischer. 1986. *Anthropology as Cultural Critique.* Chicago: University of Chicago Press.

Marglin, Frederique. 1989 (1985). *Wives of the God-King: Rituals of the Devadasis of Puri.* Delhi: Oxford University Press.

Marrett, Robert R. 1914(1909) *The Threshold of Religion.* London: Methuen.

Marriott, Mckim. 1985(1955). 'Social Structure and Change in U.P. Village'. *In Inida s Villages* (ed.) *M.N. Srinivas,* pp.106-121. Bombay: Media Promoters and Publishers pvt. Ltd.

Marx, Karl. 1964 (1857-1858). *Pre-Capitalist Economic Formations.* Eric J. Hobsbawm (ed.). New York: International Publishers.

Mead, Margaret, 1928. *Coming of Age in Samoa: A Psychological Study of Primitive Youth for Western Civilization.* New York: Morrow.

—. 1930. *Growing up in New Guinea.* New York: Morrow.

—. 1935. *Sex and Temperament in Three Primitive societies.* London: Routledge.

Menon, Sreedhara A. 1970. *Studies in Kerala History.* Kottayam: National Book Stall.

Moreno, M. and Mckim Marriott. 1990. 'Humoral Transactions in Two Tamil Cults: Murukan Nd Mariyamman'. *In India Through Hindu Categories.* Mckim Marriott(ed.) pp.149-68. New Delhi: Sage Publications.

Mukherjee, B. 1982. *Structure and Kinship in Tribal India.* Calcutta Minerva Associates.

Munroe, R.L. 1980. 'Male Transvestism and the Couvade: A Psycho-Cultural Analysis' *Ethos* 8: 46-59.

Munroe, R.L., R.H. Munroe and J.W.M. Whiting. 1973. 'The Couvade: A Psychological Analysis'. *Ethos* 1: 30-74.

Munroe, R.L. J.W.M.Whiting and D.J. Hally. 1969. Institutionalized Male Transvestism and Sex Distinctions'. *American Anthropologist* 71: 87-91.

Murdock, George Peter. 1949. *Social Structure.* New York: Mcmillan.

Naroll, R and F. Naroll. 1973. *Main Currents in Cultrual Anthropology.* Englewood Cliffs, New Jersy: Prentice-Hall, Inc.

Parry, Jonathan P. 1994. *Death in Banaras.* Cambridge: Cambridge University Press.

Parsons, T.1968 (1973). *The Structure of Social Action* (Vols. 1-2). New York: Free Press.

Ramaswamy, Vijaya. 1989. 'Aspects of Women and Work in Early South India'. *Indian Economic and Social History Review.* 26: 81-99.

Ratanagar, Shereen, 2002 / 2001. *Understanding Harappa: Civilization in the Greater Indus Valley.* New Delhi: Tulika.

Rivers, W.H.R. 1907, 'The Marriage of Cousins in India'. *Journal of the Royal Asiatic Society* 611-40.

—. 1986(1906). *The Todas* (First Indian edition). Jaipur: Rawat Publications.

Rosaldo, Michelle z. 1974. 'Women, Culture and Society: A Theoretical Overview'. in *Women, Culture and Society,* M.Rosaldo and L. Lamphere (ed.) PP.17-42. Stanford:Stanford University Press.

Rosaldo, R. 1989. *Culture & Truth.* Boston: Beacon.

Rothen Buhler, Eric W. 1998. *Ritual: Communication from Everyday Conversation to Mediated Ceremony.* London: Sage Publications.

Roy, Indirani Basu. 2003. *Anthropology: The Study of Man*. New Delhi: S. Chand & Company Ltd.

Radcliffe - Brown, A.R. 1922. *The Andaman Islanders*. Cambridge: Cambridge University Press.

—. 1952. *Structure and Function in Primitive Society. Eassays and Addresses*. London: Cohen & West.

Sagan, Carl. 1975. 'A Cosmic Calendar'. *Natural History* December 70-73.

Sahlins, M.1976. *Culture and Practical Reason*. Chicago: Chicago University Press.

Sandy, Peggy. 1981. *Female Power and Male Dominance: On the Origins of Sexual Inequality*. Cambridge: Cambridge University Press.

Saradamoni, K. 1999. *Matriliny Transformed: Family, Law and Ideology in Twentieth Century Travancore*. New Delhi: Sage Publications and Altamira.

Service, Elman. 1964 (1960). *Primitive Social Organisation*. New York: Random House.

—.1971. (1967). *Cultural Evolutionism: Theory in Practice*. New York: Random House.

Singer, Milton. 1972. *When a Great Tradition Modernizes:An Anthropological Approach to Indian Civilization*. New York: Praeger.

Sinha, S. 1980. 'Tribes and Indian Civilization: A Perspective'. *Man in India*.

Slater, Marian K. 1959. 'Ecological Factors in the Orgin of Incest'. *American Anthropologist* 61: 1042-59.

Srinivas, M.N.1965 (1952). *Religion and Society among the Coorgs of South India* (1965 reprint). Bombay:Media Promoters & Publishers Pvt. Ltd.

—. 1956. 'A Note on Sanskritization and Westernization'. *Far Eastern Quarterly* XIv (4):481-96.

—. 1962. *Caste in Modern India and Other Essays*. Bombay: Meida Promoters & Publishers Pvt. Ltd.

—. 1966. *Social Change in Modern India*. Berkeley and Los Angeles: University of California Press.

Stall, J.F. 1963. 'Sanskrit and Sanskritization'. *Journal of Asian Studies* Vol. 22.

Steward; Julian H. 1955. *Theory of Culture Change: The Methodology of Multilinear Evolution*. Urbana: University of Illinois Press.

Surendran, p. 1997. 'Affinitization: A Process of Social Change - A Post - Srinivasian Analysis'. *PILC Journal of Dravidic Studies* 7,1: 107-12.

Singh, K.S. 1997. 'Foreword'. *In people of India. Tamil Nadu*. Vol.XL, part 1. Madars: Affiliated East-West Press Pvt. Ltd.

Thurston, Edgar. 1907. *Ethnographic Notes in Southern India* (2Vols.) Madras: Government Press.

Thurston, E.&K. Rangachari. 1909. *Castes and Tribes of Southern India* (7 Vols.). Madras: Government Press.

Trautmann, Thomas R. 1981. *Dravidian Kinship*. Cambridge: Cambridge University Prss.

Turner, V & E. Bruner (eds.) 1986. *The Anthropology of Experienece*. Urbana: University of Illinois Press.

Turner, Victor W. 1967. *The Forest of Symbols: Aspects of Ndembu Ritual*. Ithaca: Cornel University Press.

—. 1968. *The Drums of Affliction: A Study of Religious Processes among the Ndembu of Zambia*. Oxford: Clarendon Press.

—. 1969. *The Ritual Process. Structure and Anti-Structure*. Ithaca: Cornell University Press.

—. 1973. 'Passages, Margins and poverty: Religious Symbols of Communitas' (parts I and II). *Worship* 46 (7&8): 390-412. This Paper appears as chapter six in *Dramas, fields and Metaphors* (1974).

—. 1974. *Dramas, Fields and Mataphors. Symbolic Action in Human Society*. Ithaca: Cornell University press.

—. 1976. 'Ritual, Tribal and Catholic'. *Worship* 50:504-26.

—. 1977. 'Process, System and Symbol: A New Anthropological Synthesis'. *Daedalus* 106(3): 61-80. This article appears as chapter Seven in *On the Edge of the Bush* (1985), ed. by Edith L.B. Turner. Tuscon: The University of Arizona Press.

—. 1979. *Process, Performance and Pilgrimage*. New Delhi: Concept Publishing Company.

—. 1982.a. *From Ritual to Theatre: The Human Seriousness of Play*. New York: Performing Arts Journal Publication.

—. 1982B. 'Image of Anti-Temporality: An Essay in the Anthropology of Experience'. *Harvard Theological Review* 75:243-65. This article appears as chapter ten in *On the edge of the Bush*, op.cit.

—. 1986. *The Anthropology of Performance*. New York: Performing Arts Journal Publication.

Turner, Victor. W and Edith L.B.Turner. 1978. *Image and Pilgrimage in Christian Culture: Anthropological Perspectives*. Oxford: Blackwell.

—. 1982. 'Religious Celebration'. In *Celebration: Studies in Festivity and Ritual*. Victor Turner (ed.) Washington: Smithsonian Institution press.

Tylor, E.B. 1924 (1871). *Primitive Culture: Researches into the Development of Mythology, Philosophy, Religion, Language, Art and Custom* (7th ed., Vols.1-2). New York: Brentano's.

Wallace, A.F.C. 1966. *Religion: An Anthropological View*. New York: Random House.

Westermarck, Edward. 1891. *The History of Human Marriage*. London: Macmillan.

White, Leslie. A. 1949. *The Science of Culture: A Study of Man and Civilization*. New York: Farrar.

Wolf, Arthur. 1968. 'Adapt a Daughter-in-Law, Marry a Sister: A Chinese Solution to the Problem of the Incest Taboo'. *American Anthropologist* 70: 964-74.

____1970. 'Childhood Association and Sexual Attraction: A Further Test to the Westermarck Hypothesis'. *American Anthropologist* 72: 503-15.

Williams, Thomas, Rhys. 1990. *Cultural Anthropology*. New Jersy: Prentice-Hall.

## கோட்பாட்டியல் அறிமுக நூல்கள்

Behura, N.K. 1993. *Anthropological Thought and Theories*. Calcutta: Institute of Social Reserach and Applied Anthropology.

Channa, S.M. (ed.) 1998. *The Science of Anthropology: Theory and Methodology*. New Delhi: Cosmo Publications.

Clammer, John R. 1983. *Modern Anthropological Theory: A Guide to Problems, Texts and Theories for Asian Students*. New Delhi: Cosmo Publications.

Evans-Pritchard, E.E. 1981. *A History of Anthropological Thougt*. London: Faber and Faber.

Garbarino, Marwyn S. 1977. *Sociocultural Theory in Anthropology*. New York: Holt, Rinehart and Winston.

Goldenweiser, Alexander A. 1988. *Introduction to Anthropology*. New Delhi: Deep & Deep Publications.

Hadden, A.C. 1934. *A History of Anthropology*. London: Warrs.

Harris, Marvin. 1968. *The Rise of Anthropological Theory. A History of Theories of Culture*. New York: Thomas Y. Crowell Company.

Herzfeld, Michael. 2004. *Anthropology: Theoretical Practice in Culture and Society*. Jaipur: Rawat Publications.

Honigmann, John J. 1976. *The Development of Anthropological Ideas*. Homewood, Illinois: The Doresy Press.

Jha, Makan. 1983. *An Introduction to Anthropologycal Thought*. New Delhi: Vikas Publishing House Pvt. Ltd.

Kuper, A. 1983. *Anthropology and Anthropologists. The Modern British School*. London: Routledge.

Kuznar, Lawrence A. 1997. *Reclaiming a Scientific Anthropology*. Walnut Creek: Altamira.

Layton, Rober. 1997. *An Introduction to Theory in Anthropology*. Cambridge: Cambridge University Press.

Lowie, Robert H. 1937. *The History of Ethnological Theory.* New york: Farrar and Rinehart.

Mann, R.S. 1984. *Anthropological and Sociological Theory:Approaches and Applications.* Jaipur: Rawat Publications.

Manners, Robert A. and David Kaplan. 1969. *Theory in Anthropology.* London: Routledge and Kegan paul.

Naroll, R. and F. Naroll. 1973. *Main Currents in Cultural Anthropology.* Englewood Cliffs, New Jersy: Prentice-Hall, Inc.

Service, Elman. 1971.(1967). *Cultural Evolutionism: Theory in Practice.* New York: Random House.

Upadhyay, V.S., and Gaya Pandey, 1993. *History of Anthropological Thought.* New Delhi: Concept Publishing Company.

# சுட்டி

அகமணம் 374-375
அகமொழி 219
அகராதிப் பொருண்மைக்
கோட்பாடு 427
அடிப்படைத் தோரணிகள் 152
அடிமை முறை 335-336
அண்டப் பிறப்புக் கோட்பாடு 15
அண்டம் பற்றிய தொன்மங்கள் 16
அத்த பாஸ்கன் 30
அதிஉயிரத்துவம் 150, 182
அந்தமான் பழங்குடிகள் 104
அம்மணமான மக்கள் 254
அமெரிக்கப் பரவற்கொள்கை 60
அமெரிக்க மானிடவியல் 161
அமைப்பியம் 125, 211-232
அமைதிப் பண்பாடு 166
அமைப்பு-செயற்பாட்டியம் 201
அமைப்புத் தாழ்வுநிலை 254
அமைப்பும் எதிர்-அமைப்பும்
236-239
அமைப்பு முன்னாதாரங்கள் 202
அமைப்பொழுங்குக் கொள்கை 151
அயல் நாடுகளில் தமிழ்ப் பண்பாடு
64-65
அய்யப்பன், ஏ. 385
அரசகுடிகளில் தகாப்புணர்ச்சி
107, 283
அரபேஷ் 170
அரியாங்குப்பம்
(அருகன்குப்பம்) 415
அரிஸ்டாட்டில் 1, 2, 14, 25, 438
அழகியநாயகி அம்மாள் 432-436
அழிப்பு மந்திரம் 268
அளியசந்தான முறை 443
அறிவியல் நிலை 6, 23, 265
அறிவொளிக் காலம் 6-7, 19, 437
அறுபடை வீடு 260
அறுபடை வீடு யாத்திரை 255-261
அனாவில் பிராமணர்கள் 139
அனெக்சிமாண்டர் 13
அனுபவம்சார் மானிடவியல் 234
அனுபவவாதம் 8
ஆங்கிலேய பரவற் கொள்கை 54-57
ஆசிய உற்பத்தி முறை 46-47, 350
ஆண்டுக் குறியீட்டு முறை 20
ஆண், பெண் தொழிற்பகுப்பு 339
ஆதிக்கச் சாதி 381
ஆதி சமூக அமைப்பு 135-136
ஆப்பிரிக்கப்பெண் 145
ஆப்லர், மோரிஸ்155
ஆர்க்கினியஸ்16
ஆரன்ஸ், மார்டின் 462
ஆவி 274-279
உடல் ஆவி 276
உலவும் ஆவி 276
ஆவித் திருமணம் 141
ஆவி வழிபாட்டுக் கோட்பாடு 32
ஆவி வழிபாடு 274-279, 292
கீழ்நிலை ஆவி வழிபாடு 279
மேல்நிலை ஆவி வழிபாடு 279

ஆனந்தகுமாரசாமி 325
ஆஸ்திரிய ஜெர்மானியப் பரவற்
  கொள்கை 57-60
ஆஸ்திரேலிய முதுகுடிகள் 104,
  213, 229, 289
ஆஸ்மாண்ட் 146
இங்கிலாந்து மானிடவியல் 26
இடைப்பட்ட அமைப்புகள்
  காண்க: சமூக அமைப்பின்
  இடைப்பட்ட அமைப்புகள்
இடைக்கற்காலம் 70
இத் 171
இந்தியப்பெண் 145
இந்துவயமாதல் 375, 407
இயங்கியல் மானிடவியல் 233
இயற்கைத் தேர்வு 51
இயற்கையின் வரிசை 15
இயற்கை வழிபாடு 285-286
இரட்டை வெடி/ஒற்றை வெடி 316
இரண்டாம் நிலை உறவினர் 34, 124
இரண்டாம் நிலைத் தோரணிகள் 152
இரண்டாம் நிலை நாகரிகம் 400
இரத்த உறவுக் குடும்பம் 99
இராமநாதன், ஆறு 115
இருவழி முறைமணம் 131
இருளர் 456
இவான்ஸ் பிரிட்சர்டு 142
இளம்பருவம் முதல்
  ஒன்றாயிருத்தல் கொள்கை 109
இறையியல் நிலை 5, 23
இணைமயவாதம் 19
இனவரைவியல் 418
  காலம் 421
  தெளிவற்ற வகைமைகள் காலம்
  421
  தொடக்க காலம் 420
  நவீன காலம் 421
  புதிய காலகட்டம் 422

மரபார்ந்த காலம் 420
மரபும் மாற்றமும் 418
வரலாறு 418, 419
வளர்ச்சி 419
இனவரைவியல்
  திறனாய்வாளர்கள் 418
இனவரைவியல் பனுவல் 426
இனவரைவியல் புதினங்கள் 432
ஈடிபஸ் 107
ஈடிபஸ் சிக்கல் 108, 172
ஈரியல் சீர்மை 132
உட்குழு மண உறவைத்
  தவிர்த்தல் கொள்கை 113
உடல் ஆவி, உலவும் ஆவி 276
உணவு தேடி அலைந்த
  ஊழிக்காலம் 439
உயர்தன்முனைப்பு 171
உயிர்ப்பாற்றல் வழிபாடு 281-285
உயிரி ஒப்புமை 197
உயிரிலிப் பிறப்புக் கொள்கை 13
உயிரினங்களின் தொடர்ச்சி 15
உயிரினத்தின் தோற்றம் பற்றிய
  கோட்பாடுகள் 22
உல்ஃப், எரிக் 46, 329
உல்ஃப் 109
உலகளாவிய அமைப்புகள் 211, 226
உலகப் பண்பாடுகளில்
  விழுமியங்கள் 152
உலர்ந்த சடங்கு 277
உளப்பகுப்பாய்வுக் கொள்கை 107
உளவழி ஒற்றுமை 159
உளவியல் கொள்கை 110
உளவியல் கோட்பாடுகள் 174-175
உற்பத்தி முறைகள் 47
உறவின் முறையாக்கம் 392
உறவுமுறை சார்ந்த உற்பத்தி 329
உறவுமுறை வகைகள் 30-31
உறைவிடங்கள் 439

உஷர், ஜேம்ஸ் 15
எகிப்து நாகரிகம் 55, 69
எஞ்சிநிலைத்தவை 33, 81, 84-85
எஞ்சி நிலைத்தவைக் கோட்பாடு 32
எதிர் அமைப்பியம் 213-264
எதிர்க் கருப்பொருள்கள் 155
எதிரிணைகள் 223
எப்பிக்கூரஸ் 1, 25
எபிரேயர்கள் 14
எல்லைசார் பண்பாடு 61
எழுதுதல், நவீனத்துவமுறையில் 418
எளிய அமைப்புகள் 128
என்டேம்பு 233, 251, 284
என்றுமுள கோட்பாடு 20
ஏங்கெல்ஸ், பிரட்ரிக் 30
ஏஜியன் நாகரிகம் 69
ஒராவன் 278
ஒருகடவுள் வழிபாடு 35, 279
ஒருமுகத்தன்மைக் கொள்கை 17, 152
ஒருவழித் தோற்றக் கொள்கை 3, 4, 18-19
ஒருங்கிணைந்த கோட்பாடு 44
ஒருதுணை மணக் குடும்பம் 99, 101
ஒரு வழிப் படிமலர்ச்சி 26
ஒரோசியஸ் 3
ஓம்வெட், கெயில் 332, 358, 457
ஒழுங்கமைவுத் தோரணிகள் 152
ஒற்றுமைக் கொள்கை 112
ஒஜிப்வா 169
ஓரியல் சீர்மைப் பரிமாற்றம் 132
ஃபாக்ஸ், ராபின் 113
ஃபாஸ்டர், ஜார்ஜ் 157-158
ஃபிரீடல், எர்னஸ்டைன் 144
ஃபிரீடு 374
ஃபிரீடு மார்ட்டன் 46
ஃபெர்கூஷன், ஆடம் 7, 25
கண்டார்சே 7, 25
கட்டர் காமதேவா 65

கட்டுப்படுத்தப்பட்ட பரிமாற்றம் 132
கடும்பு (குடும்பம்) 97
கணேஷ், கமலா 442
கருத்தியல்வாத நிலை 361
கருப்பொருள் 155
கலியுகவர்ஜாக்கள் 388
கற்காலம் 439
கன்யா சுல்கா 385
காட் டெரிப்பு வேளாண்மை 456
காட்டாண்டி நிலை 25, 28-29, 32, 40
காசி (பழங்குடி) 91
காண்ட், இமானுவல் 8
கார்டினர், ஆப்ராம் 173
கார்ப்பினி 4
கார்ல் சாகன் திட்டம் 20-21
கார்வே, ஐராவதி 139, 446
கார்னீரோ, ராபர்ட் 74, 78
கால-இடக் கருதுகோள் 62-63
கான்ஸ்டாண்டைன் 3
கிப்பூட்ஸ் 110
கிராப்னர், பிரிட்ஸ் 58-60, 440
கிரிம்ஸ், ரெனால்டு 233, 304-305
கிராம அகமணம் 385
கிராமப் பண்பாடு 399
கிரேக்கத் தத்துவவியலர் 1-3, 13-14
கிளாசி, ஹென்றி 341
கிளாஸ், மார்ட்டன் 372-373
கிளிஃப்போர்டு, ஜேம்ஸ் 419
கிளியோபாட்ரா 107, 114, 443
கிஷன் கர்ஹி 404
கீர்ட்ஸ், கிளிபோர்டு 273, 422, 463
கீழ்நிலை வழிபாடு 35
கீழைத்தேய வல்லாட்சி 334
குட், அந்தோணி 92, 306
குடித்தொகையியல் கொள்கை 112-113
குடுகுடுப்பை நாயக்கர் 371, 51
குடும்பத்தின் தோற்றம்: தோற்றம்

பற்றிய கோட்பாடுகள் 97-104
பகோஃபன் 101
மார்கன் 98-99
மெய்ன் 35
வெஸ்டர்மார்க் 102
குடும்பத்தின் படிமலர்ச்சி 99-110
குடும்பம்(கடும்பு) 443, 97
குடும்ப வகைகள் 30
குந்தால் கிராமம் 370
குப்லய்கான் 4
குர்யே ஜி.எஸ். 354
குர்விட்ச், ஜார்ஜ் 249
குரோபர், ஆல்ஃபிரடு 150-151, 155-156, 397, 448
குலக்குறி பண்புகள் 288
 ஆவ்பரி 290
 ஆஸ்திரேலிய முதுகுடியினர் 289
 எல்வின் 291
 கருவுருதற் கொள்கை 290
 தோற்றம் பற்றிய கோட்பாடுகள் 289-291
 பிரேசர் 289
 மக்லீனன் 289
 லாங் 289
 ஸ்மித் 289
 ஹாடன் 290
குலக்குறியம் 288, 453-454
குலக்குறி வழிபாடு 286, 453
குலா வளையப் பரிமாற்றம் 184
குவாக்யூட்டில் 165
குவியும் படிமலர்ச்சி 76
குழுமணக் குடும்பம் 99-100
குளுக்கான், கிளைட் 153-154, 203, 208
குளுக்மேன், மேக்ஸ் 255
குறுநிலையாக்கம் 404
குறும்பர் 457
குஜிலி இலக்கியம் 415

கூட்டாண்மைக் குழு 196
கூலின் பிராமணர்கள் 386
கூவியர், ஜார்ஜ் 17
கேத்தலீன், கோ 138, 332-334, 460
கேரளச் சாதிகள் 395
கேலி உறவு 118-119, 444
கைவினைத் தொழில்கள் 344
 ஆண்களுக்கானது 344-345
 இருபாலருக்குமானது 345
 பெண்களுக்கானது 345
கொண்டு கொடுத்தல் முறைகள் 132
கொண்டையம் கோட்டை மறவ சர் 92
கொலம்பஸ் 4, 10
கோசாம்பி, டி.டி. 333, 373, 461
கோட்டைடப் பிள்ளைமார் 91-92, 441
கோம்ட், அகஸ்ட் 180, 438
கோவர்தன் 404
கோவேந்தர், ராஜேந்திரன் 65
கோழிச் சண்டை: காண்க: பாலி மக்களின் கோழிச்சண்டை
சக்கிலி: காண்க: விவசாயி சக்கிலியாதல்
சசூர், பெர்டினாட்டி 211, 214-215
சட்டபாத்தியாய 373, 461
சடங்கின் குறியீடுகள் 309, 312-318
சடங்கின் சீர்மைகள் 312
சடங்குகள்: அறிமுகம் 295-325
 இறப்புச் சடங்குகள் 323
 ஈரியல் சீர்மை 312
 உலர்ந்த சடங்கு 277
 ஒரியல் சீர்மை 312
 கிரிம்ஸ் 304
 குட் 306
 கோட்பாடுகள் 296-310
 டர்னர் 307
 டாய் 300

தாய்வழிக் குறியீடுகள் 309
துர்க்ஹைம் 297
படிநிலைப் பொருண்மை 320
படிமலர்ச்சி 309-310
பச்சைச் சடங்கு 277
பிராய்டு 299
பொங்கலிடுதல் 318
முன்னோர் வழிபாடு 325
லெவிஸ்ட்ராஸ் 299
வகைகள் 301
வரையறை 295
வாலஸ் 301
வான்கென்னப் 296
வீணாதாஸ் 310
சண்முகலிங்கன், என். 5, 312
சதுர்வர்ணம் 353
சந்தால் 278, 462
சப்பிர், எட்வர்டு 162-164
சப்பிர் - வொர்ஃப் எடுகோள் 163
சமயக் கொள்கை 75
சமயத்தின் தோற்றம் 273-294
சமயத்தின் தோற்றம் பற்றிய
  கோட்பாடுகள் 273
சமயத்தின் படிமலர்ச்சி 278-279
சம்ஸ்கிருதவயமாதல் 379, 461
  சூத்திர/அரிசன வகை
  உயர்குடியாக்கம் 381
  சத்திரிய வகை
  உயர்குடியாக்கம் 381
  பிராமண வகை
  உயர்குடியாக்கம் 368
  வைசிய வகை
  உயர்குடியாக்கம் 381
சமுதாய உருவமைப்பியல் 200
சமுதாயச் செயலியல் 200
சமூக அமைப்பின் இடைப்பட்ட
  அமைப்புகள் 195-196
சமூக அமைப்பு 118-124

அமைப்பு சார்ந்த சூழ்நிலை 120
இரட்டை உறவு 195-196
கூட்டாண்மைக் குழு 196
கேலி உறவு 118-120
சேய்வழி அழைத்தல் 123-124
தரப்படுத்தப்பட்ட சமூக
  உறவுகள் 120
தவிர்ப்பு உறவு 118-120
பேறுகாலத் தனிமை 120-123
ராட்கிளிஃப் பிரௌன்
  கோட்பாடு 197
சமூக வகையினங்கள் 195
சமூக உறவுப் பின்னல் 196
செயல் தொகுதி 196
சமூகக்குழு 196
சமூகச் சூழுலமைவுக் கொள்கை 75
சமூகத்தின் ஒழுங்கு நிலைகள்
  191-192
சமூக- பண்பாட்டு மாற்றம் 379
சமூக மானிடவியல் 160-161
சர்வீஸ், எல்மன் 44-46, 445
சாக்ரட்டீஸ் 1
சாகன், கார்ல் 20
சாதியத்தின் தோற்றம் பற்றிய
  கொள்கைகள்:
  அரசியற் கொள்கை 354
  இனக் கொள்கை 355
  சமயக் கொள்கை 353
  தொழிற் கொள்கை 352
  படிமலர்ச்சிக் கொள்கை 356
  மரபுக் கொள்கை 351
சாதியம்: மரபுக் கொள்கைகள்
  351-359
  நவீனக் கொள்கைகள் 360-378
சாதியமைப்புச் சமூகம் 391
சாரதாமணி 89, 92, 95
சிக்கலான அமைப்புகள் 128
சிங், கே.எஸ். 64

சிங்கர், மில்டன் 406
சிங்களவர்கள் 64-65
சிந்துவெளி நாகரிகம் 69, 78
சிரியோனோ பண்பாடு 122
சிலாட்டர் 112-113
சிலேட்டர், கில்பர்ட் 65
சிவசுப்பிரமணியன், ஆ, 203, 271, 457
சிறப்புப் படைப்புக் கொள்கை 140
சிறு தொண்டர் விழா 455
சிறுமரபு - பெருமரபு: காண்க:
    தனி மரபு-கூட்டு மரபு
சினானிக்கி, ஃபுளோரியன் 249
சீன நாகரிகம் 69
சீனுவாஸ், எம்.என். 324, 380-390
சுப்பிரமணியன், பெ. 256
சுரேந்திரன் 292-293
சுற்றித்திரியும் சமூகங்கள் 327
சுனாமி 250
சூரியக்கல் கொள்கை 55
சூரியமையக் கொள்கை 55
சூலு 65
சூழல் அணுகுமுறை 402
சூனி 165
செங்கோ 115
செயல் முன்னாதாரங்கள் 202
செவ்விந்தியர்கள் 11, 160
செயற்பாட்டியம் 179-210
சென்னை மாநகர மரபு 406
செனோபேன்ஸ் 1
செய்வழி அழைத்தல் 34, 81-83, 123
சைல்டு, வெர்ரி கோர்டான் 39-40, 52
சைனோஜென் கோட்பாடு 20
சோதனை முறை 9
சோமசுந்தர பாரதி, ச. 93
சோனகர் 95
ஞாயிற்றின் குழந்தைகள் 55
ஞானசேகரன், தே. 271

ட்ரவுட்மன், தாமஸ் 446-447
ட்ரோபிரியாண்டுத் தீவினர் 184
டக்ளஸ், மேரி 340
டர்னர், விக்டர் 233-264, 273, 307-309, 451-452
டாங்கே, எஸ்.ஏ. 333
டாய், ஹேராவல் 300-301
டால்மன், யோனினா 110
டான்னீஸ், ஃபெர்டினாண்ட் 249
டீட்ஸ், ஜேம்ஸ் 342
டெமோகிரிட்டஸ் 1, 432
டெரிடா, ழாக் 427-428, 463
டென்சின் 423
டைலர், இ.பி 26, 31-33, 36, 37, 80, 112, 121, 273, 293, 442, 445
தகாப்புணர்ச்சி 105-117, 283
    அரச குடிகளின் தகாப்புணர்ச்சி 283
    இன்கா 284
    எகிப்து 284
    சிலாட்டர் 112
    டைலர் 112
    தகாப்புணர்ச்சிக் கோட்பாடுகள் 107-116
    தமிழ்ப் பண்பாட்டிற்கான வரையறை 105-106
    பிராய்டு 107
    பெரு 284
    மலினாவ்ஸ்கி 111
    வரையறை 105
    வெஸ்டர் மார்க் 109
    ஹவாய் 284
தகாப்புணர்ச்சி விலக்கு 106, 300
தச்சுக்கழித்தல் 202-203
தத்துவ நிலை 23
தந்தைத் தலைமைக் குடும்பம் 102
தந்தைவழி முறைமணம் 135
தர்ஸ்டன், எட்கர் 115, 371
தம்பையா, ஸ்டாலின் 146, 408

தமக்கைப் பரிமாற்றம் 447
தமிழ்ப்பண்பாட்டுப் பகுதிகள் 64
தமிழ்ப் பெண்களின் வயது
  நிலைகள் 297, 306
தமிழர் ஆதி சமூக அமைப்பு 135-136
தமிழர் சடங்குகள் 310-311
தமிழர் திருமண முறைகள் 131-135
தவிர்ப்பு உறவு 120
தனஞ்செயன், ஆ. 287
தனிநிலைப் படிமலர்ச்சி 45
தனி மரபு - கூட்டு மரபு 397-403
தனிமனிதச் செயற்பாட்டியம் 187, 201
தாய்த் தலைமைக் கோட்பாடு 101
தாய்வழிக் குறியீடு 307-308
தாய்வழிச் சமூகங்கள் 90-92
தாய்வழிச் சமூக முறை 80-96
  கேரளச் சூழலில் எழுந்த
  கோட்பாடுகள் 89-90
  டைலர் 80-82
  தாய்வழிச் சமூக அமைப்பில்
  வேறுபாடுகள் 90-92
  தோற்றம் பற்றிய
  கோட்பாடுகள் 80-89
  பகோஃப்பன் 86-87
  மக்லீனன் 87-88
  மார்கன் 85-86
  மெய்ன் 88-89
தாய்வழி முறை 90-92
தாய்வழி முறைமணம் 133
தார்வின், சார்லஸ் 8, 13, 25, 444
தாலஸ் 1, 13, 438
திடீர் நிகழ்வுக் கோட்பாடு 17-18
திதரோத் 25
திராவிட உயர்வுவாதம் 395
திராவிடக் கலைமனம் 349
திருமணப் பொருளியல் 143
திருமண முறைகள்:

லெவிஸ்ட்ராஸ் கோட்பாடு 125
ஆதி சமூக அமைப்பு 135
ஆவித் திருமணம் 141
கொண்டு கொடுத்தல்
  கோட்பாடு 132-135
சுழற்சி வழித் திருமணம் 133
தமிழர் முறைகள் 131-135
பணிசெய் மணம் 447
பரிசம் 143
பரிமாற்றம் 125-135
அமைப்புகள் 128
மதனி மணம் 139
மைத்துனி மணம் 137
முறை கோட்பாடு 132
வரதட்சணை 447
திருவிளையாடல்கள் 241-244, 258-259
தில்லைநாதன், ஞானமுத்து 95, 442-443
திறைசெலுத்தும் உற்பத்தி
  காண்க: மான்ய உற்பத்தி
தீகால் 75-76
தீய மந்திரம் 268
துய்மோன், லூயி 139, 227-228, 314, 354, 361-363, 377-378, 408-460
துய்மோனின் கோட்பாடு 361, 369
துர்க்ஹைம், எமிலி 197, 213-214, 228-229, 273, 286, 297-300, 453
துர்கோ, ழாக் 7, 25
துபாய்ஸ், கோரா 172
துய மந்திரம் 268
தென்னிந்தியப் பழங்குடிகள் 104
தேசியப் பண்பு ஆய்வுகள் 169-171
தேவைக் கோட்பாடு 187
தைப்பூசத் திருவிழா 260
தொடர் மரபு 63-64
தொத்து மந்திரம் 267

தொல்காப்பியர் 23
தொல் படிவக் குறியீடுகள் 299
தொழிற்பகுப்பு 339, 458
　மேலும் காண்க:
　பால்பாகுபாடு 339, 458
தொன்மைச் சமூகவுடைமை 330
தொன்மைப் படிமலர்ச்சியியல் 26
தொன்மை மக்களின் சிந்தனை 275-277
தோடர் 278
தோடு 166, 282
தோற்றம் பற்றிய நூல் 15
நம்பூதிரி 386, 393
நரிக்குறவர் 51
நவாஜோ 203, 208-209
நவீன ஒருங்கிணைப்புக் கொள்கை 52
நவீனத்துவம் 463
நற்செயல்/நலிவுச்செயல் 209
நாகராசன், எஸ். 65
நாகரிகங்கள், உலக 46
நாகரிகம் 22-28, 32-40, 400-401
　துணைமை 398
　நாகரிகத்தின் உட்கூறுகள் 47
　நாகரிகத்தின் காரணிகள் 66
　பகுதிச் சமூகம் 399
　பகுதிப் பண்பாடு 399
　மரபு வழி 406
　முதன்மை 398
நாகரிகம்/பண்பாடு: காண்க:
　பண்பாடு / நாகரிகம்
நாஞ்சில் நாடன் 432-436
நாட்டரசு 328
நாடு x காடு 345
நாடோடிகள் 51
நாயர் 386, 393, 441
நியூட்டன், ஐசக் 9
நிலமானிய முறை 332-333, 357

கீழிருந்து நிலமானிய முறை 333
கிழைத் தேய வல்லாட்சி 334
குப்தர் காலத்தில் 332
சோழர் ஆட்சியில் 332-333
மேலிருந்து நிலமானிய முறை 333
வட இந்தியாவில் 332
வல்லாண்மைச் சமயத் தூதர் பேரரசு 332
நிலையற்ற மணக்குடும்பம் 100
நீதாம், ராட்னி 108
நீர் x நெருப்பு 347
நீர்ப்பாசன மேலாண்மைக் கோட்பாடு 72
நுண்பொருள் கோட்பாட்டு நிலை 5
நெஸ்ஃபீல்டு 452
நேர்க்காட்சிவாதம் 5, 9, 437
நேரடிப் பரிமாற்றம் 132
பப்பன், ஜார்ஜ் டி 8
பகவத் கீதை 459
பகோம்பன் 26, 35-36, 86-87, 101
பஞ்சாங்கம், க. 452
பட்டனவர் 321
படிமலர்ச்சிக் கோட்பாடுகள் 22, 98
படிமலர்ச்சி நிலைகள் 88-89
படிமலர்ச்சிப் போக்குகள் 47-48
படைப்பியல் மாற்றங்கள் 244-246
பண்டைய முறை 335
பண்பாட்டின் பண்புகள் 155-157
பண்பாட்டு அறுதிப்பாட்டியம் 159
பண்பாட்டு ஊடகங்கள் 406
பண்பாட்டுக் கோலங்கள் 150-178
　அதி உயிரத்துவம் 150
　தேசியப் பண்பு ஆய்வுகள் 169
　பண்பாட்டுச் சார்புடைமை 159
　பண்பாட்டுத் தோரணி 151
　பண்பாட்டுப் பொதுமை 158
　பண்பாட்டின் பண்புகள் 155-157

பண்பாடும் ஆளுமையும் 162
பண்பாடு/நாகரிகம் 176
பாஸ்டர் 157
மார்கரட் மீடு 167
பிராய்டு அணுகுமுறைகள் 171
மானிடவியல்சார் உளவியல்
கோட்பாடுகள் 174
ரூத் பெனிடிக்ட் 164
வரலாற்று மையவாதம் 160
ஹெர்ஸ்கோவிட்ஸ் 158
பண்பாட்டுச் சார்புடைமை 159
பண்பாட்டுச் சூழலியல் 42-53
பண்பாடுத் தோரணி 151
பண்பாட்டுப் பகுதி 60, 63
பண்பாட்டுப் படிமலர்ச்சி 25-53,
69-72, 438
பண்பாட்டுப் பரப்பு 44
பண்பாட்டுப் பரவல் 54-65
பண்பாட்டுப் பரிமாற்றம் 390
பண்பாட்டு மானிடவியல் 10-12
பண்பாட்டு வட்டக் குழுவினர் 60
பண்பாட்டு வல்லுநர்கள் 406
பண்பாட்டை எழுதுதல் 418-436
பண்பாட்டைத் தொலைவிலிருந்து
ஆராய்தல் 170
பண்பாடு / நாகரிகம் 176
பண்பாடும் ஆளுமையும் 162
பத்தொன்பதாம் நூற்றாண்டுப்
படிமலர்ச்சியியல் 26
பதனம் செய்யப்பட்ட உடல்கள்
54
பதிலித் தலங்கள் 259
பதிற்றுப்பத்து 93
பர்ட்டன் & வொயிடிங் 122
பரமசிவன், தொ. 323, 405, 461-462
பரமேஸ்வரி 456
பரிசம் 143-144
பரிமாற்றம் 125-135

பல கடவுள் வழிபாடு 35
பல காரணக் கோட்பாடு 78
பலவழித் தோற்றக் கொள்கை 4
பலவழிப் படிமலர்ச்சிக் கொள்கை
41
பலுதேத்தார் முறை 457
பழங்கற்காலம் 70
பழமலய், த. 432-436
பழனி முருகன் 260
பழைய உலகப் பகுதிகள் 68
பனுவல் அணுகுமுறை 401
பனுவல் வகைகள் 429
    ஆவணப் பனுவல் 431
    உரையாடல் வழி 430
    எழுத்து வழி 431
    காட்சிவழி 429
பாகவத புராணம் 404
பாதுகாப்பு அழிப்பு மந்திரம் 268
பாமா 435
பார்சன், டால்காட் 449
பார்னட், ஸ்டீபன் 138
பாரதக் கதை 416
பாரதி, பக்தவத்சல 12, 31, 35, 46,
92, 95, 261, 315, 321, 324, 410-414
பால்பாகுபாடு 344-345
    ஒரு முறை உற்பத்தி × மீண்டும்
    மீண்டும் உற்பத்தி 347
    கத்தி × சக்கரம்; ஆண் × பெண் 348
    நாடு × காடு 345
    நீர் × நெருப்பு 347
    வலங்கை × இடங்கை 348
பாலி மக்களின் கோழிச் சண்டை
205
பாலினப் பாகுபாடு 339, 344
பாலுறவுப் பொதுவுடைமை 97
பாவனை மந்திரம் 267
பாஸ்டியன், அடால்ஃப் 26
பிட்னி, டேவிட் 153

சுட்டி ✤ 485

பிந்தை அணுக் காலம் 70
பியாசே 212
பியார்தோ 318
பியூப்லோ 166
பிரதிபலிப்பு இனவரைவியல் 419
பிராப், விளாமிடிர் 212
பிராமணர்கள் 385-387, 459
  கூலின்; நம்பூதிரி 385
  சடங்கு ஊழியர் 386
  மலபார் 385
  வகைகள் 368
  வேதகால 388
பிராய்டு 97, 107-110, 171-175, 211-212, 273, 299
பிரிஃபால்ட் 97
பிரம்மரிஷி 415
பிரேசர், சர் ஜேம்ஸ் 26, 36, 97, 265-272, 273, 283-290, 452-454
பிளாரென்ஸ் 153
பிளேட்டோ 1, 2
பின்னை நவீனத்துவப் போக்குகள் 423-424
  இனமிகு உலகம் 425
  ஊடக மிகு உலகம் 425
  கருத்தியல் மிகு உலகம் 425
  தொழில்நுட்பமிகு உலகம் 425
  நிதிமிகு உலகம் 425
பின்னை நவீனத்துவம் 463
பிஷர் 419-421
புஃளுகர் 19
புத்துலகப் பகுதிகள் 69
புதிய கற்காலம் 70
புதிய படிமலர்ச்சியியல் 327
புராணங்களும் பண்பாட்டுப் படிமலர்ச்சியும் 23
புரோட்டோகோரஸ் 1
புரோவர், 344-350
புழங்கு பொருட்கள் 339, 342

புறமணம் 126
புறவய மனிதர்கள் 252
புறமொழி 219-220
புனித உண்மைகள் 241
புனித ஏழ்மை 254-255
பூப்புச் சடங்கு 454
பூபர், மார்டின் 249
பூரண கும்பம் 325
பூலர், ரோத்தன் 295
பெக், பிராந்தா 318
பெண் மணமகன் 306, 310
பெண்ணிய மானிடவியலர் 143
பெத்தேய்ல், ஆந்த்ரே 375
பெர்ரி, வில்லியம் ஜே 56, 440
பெரு நாகரிகம் 69
பெனிடிக்ட், ரூத் ஃபுல்டன் 164-169, 448
பேக்கன், பிரான்சிஸ் 7-8
பேரின்பவாதச் சமயங்களில் யாத்திரை 258
பேறுகாலத்தனிமை 2, 33-34, 82-83
பொங்கலிடுதல் 318
பொதுநிலைப் படிமலர்ச்சி 45
பொருள் இணைத்தறி சோதனை 169, 173
பொருள்முதல்வாத நிலை 363
பொருளாதார மானிடவியல் 326
பொருளியல் முறைகள் 326
பொருளும் பண்பாடும் 340
போக்காக் 407
போங்கா கோட்பாடு 284-285
போலியுரு வழிபாடு 291
போஸ், நிர்மல் குமார் 375
மக்லீனன் 87-88, 289
மட்டக்களப்புச் சமூகம் 95
மதனிமணம் 139-140
மந்திரம் 265-272
  ஒத்த மந்திரம் 267

ஒத்துணர்வு மந்திரம் 267
தொத்து மந்திரம் 267
தூய மந்திரம், தீய மந்திரம்,
பாதுகாப்பு மந்திரம்; அழிப்பு
மந்திரம் 268
மந்திரத்தின் எதிர்காலம் 271
மந்திரமும் சமயமும் 269
வகைகள் 266-267
மயூரவர்மன் 393
மர்டாக் 102, 447
மரபு: சமகால: வரலாற்று 409
மரபுவழி நாகரிகம் 406
மலினாவ்ஸ்கி 108, 110-111, 118,
172, 179-210, 273, 448, 453
மலையாளிப் பழங்குடி 371
இடப் பெயர்ச்சி 371
தோன்மம் 371
பரவல் 371
பூர்வீகம் 371
மறவர்கள் 306
மறுமலர்ச்சிக் காலம் 6
மன ஆற்றல் 281-285
அதிர்ஷ்டம் (இந்திய வகை) 285
இந்திய மனா 285
தமிழ் மனா 285
பொருள் மனா 284
மனா கோட்பாடு 284
மனித மனா 283
மனுதர்மம் 459
மனோன்மணி சண்முகதாஸ் 95,
443, 454
மஜும்தார், டி.என். 284, 352
மாக்ஸ்முல்லர் 454
மாசிமகம் 324
மாண்டகு, ஆஸ்லி 359
மாண்டஸ்கு 7
மாதவ மேனன் 92
மாதையன், பெ. 457

மாமியார் உடை 119
மாயா நாகரிகம் 75
மார்க்கபோலோ 4
மார்க்கஸ், ஜார்ஜ் 419-422
மார்க்சிய அணுகுமுறை 329
மார்க்சின் சமூகப் படிமலர்ச்சி 330
ஆசிய முறை 331
கீழைத்தேய வல்லாட்சி 334
நிலமானிய முறை 333
பண்டைய முறை 335
பொதுவுடைமை 330
முதலாளித்துவ முறை 330
ஜெர்மானிய முறை 336
மார்க்ஸ், கார்ல் 212, 329-338
மார்கன், லூயி ஹென்றி 28-32,
36, 40, 52, 85, 97-99, 397, 442
மாரட், ஆர், ஆர். 281-284
மான்ய உற்பத்தி 329
மானிடவியலின் தேசிய மரபுகள்
11-12
மாஸ், மார்சல் 213, 445
மீசமுகக் கருத்தாக்கம் 247-251
மீசோ அமெரிக்க நாகரிகம் 69
மீடு, மார்கரட் 162-171
மீவியல் இடங்கள் 236-237
மீவியல் உடைகள் 238-239
மீவியல் உணவு 239
மீவியல் கருத்தாக்கம் 235
மீவியல் காலங்கள் 237
முத்தையா, இ. 378, 462
முத்துமோகன், ந. 454
முதல்நிலை உறவினர் 124
முதன்மை உறவினர் 34
முதலாளித்துவ உற்பத்தி 329
முரட்டுப் பண்பாடு 166
முருகன்: காண்க: பழனி முருகன்
முழுமை அணுகுமுறை 328
முன்றோ, ராபர்ட் 122

முன்ரோ & வொயிடிங் 122
முன்னோர் வழிபாடு 292
தகோமியர் வழிபாடு 293
இந்துக்கள் முறை; எகிப்து,
ரோம் முறை; உலக நாடுகளில்
வழிபாடு 294
சீனர் வழிபாடு; சீமாங்
(மலேசியர்) வழிபாடு 294
முஸ்லிம்களிடம் சாதி 375
மூதாதையர்: 293
  உண்மை மூதாதையர் 293
  தொன்ம மூதாதையர் 293
மூல உருவகங்கள் 244
மூலப்படிவக் குறியீடுகள்: காண்க:
  தொல்படிவக் குறியீடுகள்
மெக்லீனன் 26, 35-36, 454
மெசபடோமிய நாகரிகம் 68
மெய்ன் 26, 35-36, 88-89, 102
மெலேனீசிய மக்கள் 281
மெர்ட்டன், ராபர்ட் கிங் 206-207
மேக்ஸ் -முல்லர் 285-286, 454
மேரியாத், மக்கிம் 403-404
மேல்நிலை வழிபாடு 35
மேனன், ஏ.எஸ் 89
மைத்துனி மணம் 137
மையத் தலைமைச் சமூகம் 327
மொரினோ & மேரியாத் 260
யஜ்ன் வால்கியம் 388
யாத்திரைக் கருத்தாக்கம் 255
ரட்சல், பிரட்ரிக் 57, 440
ரத்னம், க. 445
ரத்னாகர், ஷெரின் 441
ரவிக்குமார் 415
ராட்கிளிஃப் பிரௌன் 197-201,
  118-119, 212-213, 273, 444-445,
  449, 453
ராபர்ட்சன் ,வில்லியம் 7
ராமானுஜன், ஏ. கே. 116-117, 444

ராய்,இந்திராணி பாசு 78-79
ராஜபுத்திரவயமாதல் 407, 462
ரிபயிரோ 332
ரிவர்ஸ் 56, 440, 447
ரிஸ்லி 355
ருசோ, ஜீன் ழாக் 9
ரெட்ஃபீல்டு, ராபர்ட் 373, 397-402,
  410
ரோகீம், கீசா 172
ரோஸ்கோ 110
லயல். சார்லஸ் 17
லவாய்சியர், அன்டாய்னி 9
லாக், ஜான் 7, 9
லாங்,ஆன்ட்ரு 289
லிண்டன், ரால்ஃப் 63, 103, 172
லின்னேயஸ், கார்ல் 8, 9
லீச், எட்மண்ட் 211, 445
லீப்னிட்ஸ், காட்ஃபிரீடு 9
லூசி,ஃபெர்ரோ 224
லெவிஸ்ராஸ், கிளாட் 112,
  125-136, 213-214, 263, 298-299,
  321, 445-446, 449-450, 453
லெவிஸ்ராஸ் கோட்பாடு 125,
  216
லென்ஸ்கி, ஜெரால்டு 46
லைட்ஃபுட் 15
லோவி. ராபர்ட் 34, 59, 119, 273
வணிகப்பெருக்கக் கோட்பாடு 74
வரதட்சணை 143-145
வரலாற்றுக் காலம் 70
வரலாற்று மையவாதம் 11, 160
வலங்கை x இடங்கை 348
வால்டேயர் 25
வாலஸ், அந்தோணி 301-305
வாழ்க்கை வட்டச்சடங்குகள்
  296-297
வான் கென்னப், அர்னால்டு 296-297
வானமாமலை, நா. 115, 395

வாஸ்கோடகாமா 4
விட்ஃபோஜெல், கார்ல் 334
விரிநிலையாக்கம் 303
விரும்பத்தக்க மணமுறை 129
விலக்கு 284
விலங்காண்டி நிலை 25, 28-29, 32, 40
விவசாயி சக்கிலியாதல் 370
விழுமியங்கள்: காண்க: உலகப் பண்பாடுகளில் விழுமியங்கள்
விளிம்புக் கருத்தாக்கம் 251-255
விளிம்பு நிலை 253
விஷ்ணு அவதாரங்கள் 23
வீணா தாஸ் 310, 323
வித்தியார்த்தி, எல்.பி. 407
விஸ்லர், கிளார்க் 60-62, 440
வெகுசன இந்துத்துவம் 415
வெஸ்டர்மார்க் 102, 109-110, 444, 461
வேங்கடாசலபதி, ஆ. இரா. 390, 415
வேங்கடசாமி, மயிலை சீனி. 415
வேட்டுவர்களின் ஊழிக்காலம் 439
வேதகால முடியாட்சி 366
வேதகால பிராமணர்கள் 388
வேத நாகரிகம் 79
வேத பிகாரி் 458
வேதிப்பொருட்கள் கூட்டிணைப்புக் கோட்பாடு 20
வேலைப் பகிர்வு: காண்க: தொழிற்பகுப்பு
வேளாண் சமூகங்களின் ஊழிக்காலம் 439
வொயிட்டிங் 147, 445
வொயிட், லெஸ்லி 36, 39, 52
ஜாதவ், சுஷ்ருத் 370

ஜாதி வியாவஸ்தா 354
ஜா, மக்கன் 407
ஜேமிசன் 419
ஜூடேயோ கிறித்தவம் 15
ஜெர்மானிய முறை 336
ஷாலின்ஸ், மார்ஷல் 441
ஸ்கிம்ட், வில்கெம் 58-59
ஸ்ட்ராட்பென் 153
ஸ்டீபன், ஞா. 64
ஸ்டவார்டு, ஜூலியன் 41-44, 47, 50, 78
ஸ்டால் 391
ஸ்பென்சர், ஹெர்பர்ட் 50, 181, 290, 438, 447
ஸ்மித், வில்கெம் 290, 439
ஸ்மித், எல்லியட் 84
ஹட்டன், ஜே.எச். 353
ஹபீப், இர்ஃபான் 373-375
ஹாடன், ஏ.சி. 290
ஹாப்ஸ், தாமஸ் 7, 25
ஹார்ட், ஜார்ஜ் 391
ஹார்ப்பர் 305
ஹாலோவெல், ஏ.ஐ. 169
ஹிட்லர் 170
ஹியூம், டேவிட் 7
ஹீத் 146
ஹெம்ஹால்ட்ஸ் 16
ஹெர்ஸ்கோவிட்ஸ் 158, 448
ஹெர்டர் 25
ஹெரோடாட்டஸ் 1, 2
ஹேடன் 36
ஹேரிஸ், மார்வின் 145
ஹோகார்ட் 353, 364-367, 371
ஹோகார்ட் கோட்பாடு 364

படித்துவிட்டீர்களா?
**பக்தவத்சல பாரதி**
*எழுதிய பிற நூல்கள்*

**தமிழகப் பழங்குடிகள்**
பக்கம்: *384*, விலை: ₹ 330, ISBN: 978 81 7720 080 5

**தமிழர் மானிடவியல்**
பக்கம்: *472*, விலை: ₹ 325, ISBN: 978 81 7720 100 0

**பண்பாட்டு மானிடவியல்**
பக்கம்: *208*, விலை: ₹ 160, ISBN: 978 81 7720 158 1

**மானிடவியல் கோட்பாடுகள்**
பக்கம்: *504*, விலை: ₹ 420, ISBN: 978 81 7720 189 5

**வரலாற்று மானிடவியல்**
பக்கம்: *224*, விலை: ₹ 165, ISBN: 978 81 7720 208 3

**இலக்கிய மானிடவியல்**
பக்கம்: *316*, விலை: ₹ 300, ISBN: 978 81 7720 223 6

**பாணர் இனவரைவியல்**
பக்கம்: *288*, விலை: ₹ 220, ISBN: 978 81 7720 241 0

**இலங்கையில் சிங்களவர்**
பக்கம்: *208*, விலை: ₹ 160, ISBN: 978 81 7720 244 1

**தமிழகத்தில் நாடோடிகள்**
பக்கம்: *456*, விலை: ₹ 380 ISBN: 978 81 7720 270 0